ഒഡീസി

Odyssey
World Classic

Homer

Translation
K P Balachandran

CHINTHA PUBLISHERS
Thiruvananthapuram

First Edition
January 2021

Third Impression
February 2022

Second Edition
May 2023

Second Impression
April 2024

Published
Chintha Publishers, Thiruvananthapuram

Printed at
Repro India Ltd, Mumbai

Cover Design
Vinod Mangoes

ISBN : 978-93-90301-29-4

CR - 3350 / 6920

₹ 380

Email: chinthapublishers@gmail.com
Website: www.chinthapublishers.com

A version is available at National Libraries
Kolkata, Mumbai, Chennai and Delhi

Distribution
DESHABHIMANI BOOKHOUSE
H O Thiruvananthapuram 695035

Branch
Head Office Kunnukuzhi • Statue Thiruvananthapuram
Saphalyam Complex Thiruvananthapurama • KSRTC Bus Station Ernakulam
Machingal Lane Thrissur • IG Road Kozhikode
Mavoor Road Kozhikode • NGO Union Building Kannur
Central Bus Terminal Complex Thavakkara Kannur

ഒഡീസി

ഹോമർ

വിവർത്തനം

കെ പി ബാലചന്ദ്രൻ

ചിന്ത പബ്ലിഷേഴ്സ്
തിരുവനന്തപുരം-695 035
വില: ₹ 380

ഹോമർ

പുരാതന ഗ്രീസിലെ കവി. ബി സി ഒമ്പതാം നൂറ്റാണ്ടിലാണ് ഹോമർ ജീവിച്ചിരുന്നതെന്നു ഗ്രീക്ക് ചരിത്രകാരനായ ഹെറഡോട്ടസ് വ്യക്തമാക്കിയിട്ടുണ്ട്. ഗ്രീക്ക് ഇതിഹാസങ്ങളായ *ഇലിയഡ്, ഒഡീസി* എന്നിവ ഹോമറിന്റെ കൃതികളാണ്. ഗ്രീക്ക് സാംസ്കാരത്തെ രൂപപ്പെടുത്തുന്നതിൽ ഹോമറിന്റെ ഇതിഹാസങ്ങൾ വഹിച്ച പങ്ക് പ്രധാനമാണ്.

കെ പി ബാലചന്ദ്രൻ

1939 ജനുവരി 25 ന് മണലൂരിൽ ജനനം. പിതാവ്: വിദ്വാൻ കെ പ്രകാശം. മാതാവ്: ദേവകി.
മണലൂർ ഹൈസ്കൂൾ, തൃശൂർ കേരളവർമ്മ കോളേജ്, തിരുവനന്തപുരം എഞ്ചിനീയറിങ് കോളേജ് എന്നിവിടങ്ങളിൽ വിദ്യാഭ്യാസം. മൈസൂർ യൂണിവേഴ്സിറ്റിയിൽ ബിരുദാനന്തര ബിരുദം. റൂർക്കേല സ്റ്റീൽ പ്ലാന്റിൽ എഞ്ചിനീയറായിരുന്നു. പിന്നീട് കൊച്ചിൻ ഷിപ്പ്യാർഡിൽ അസി. മാനേജർ ആയി ചേർന്നു. ബ്രിട്ടനിൽനിന്നും കപ്പൽ നിർമ്മാണത്തിനുള്ള വിദഗ്ദ്ധ പരിശീലനം നേടി. വിവിധ വാട്ടർ തീം പാർക്കുകളിൽ ജനറൽ മാനേജരായി ജോലി നോക്കി. മുഗൾ ഭരണത്തെക്കുറിച്ച് ആഴത്തിൽ പഠിച്ച് എട്ട് ഗ്രന്ഥങ്ങൾ രചിച്ചു. നിരവധി വിശ്വസാഹിത്യകൃതികൾ പരിഭാഷപ്പെടുത്തുകയും സംഗ്രഹിക്കുകയും ചെയ്തു.

പ്രസാധകക്കുറിപ്പ്

ഗ്രീക്ക് ഇതിഹാസകാരനായ ഹോമറുടെ രണ്ട് ഇതിഹാസ കാവ്യങ്ങളിലൊന്നാണ് *ഒഡീസി*. *ഇലിയഡ്* ആണ് മറ്റൊരു കാവ്യം. *ഇലിയഡി*ന്റെ തുടർച്ചയായിട്ടാണ് ഒഡീസി രചിക്കപ്പെട്ടിട്ടുള്ളത്. ബി സി എട്ടാം നൂറ്റാണ്ടിന്റെ അവസാന പാദത്തിൽ ഗ്രീക്ക് തീരദേശമായ അനന്തോളിയയിലെ അയോണിയയിൽ ആണ് ഇത് രചിക്കപ്പെട്ടതെന്നു പറയപ്പെടുന്നു. ഒഡീസസ് (യുളീസസ്) എന്ന് അറിയപ്പെടുന്ന ഗ്രീക്ക് വീരപുരുഷനെയാണ് ഒഡീസി കേന്ദ്രകഥാപാത്രമാക്കുന്നത്. ട്രോയ്യുടെ പതനത്തിനു ശേഷം ഇഥാക്ക രാജാവായ യുളീസസിന്റെ മടക്കയാത്രയാണ് കാവ്യത്തിന്റെ മുഖ്യപ്രമേയം. പത്തു വർഷം നീണ്ടു നിന്ന ട്രോജൻ യുദ്ധത്തിനു ശേഷം ഇഥാക്കയിൽ എത്തിച്ചേരുന്നതിന് പത്തു വർഷം വേണ്ടി വന്നു എന്നാണ് കരുതപ്പെടുന്നത്. ലോകത്തിലെ അനേകം ഭാഷകളിലേക്ക് *ഒഡീസി* പരിഭാഷപ്പെടുത്തിയിട്ടുണ്ട്. ചിന്തയ്ക്കു വേണ്ടി *ഒഡീസി* പരിഭാഷപ്പെടുത്തിയത് എഴുത്തുകാരനും വിവർത്തകനുമായ കെ പി ബാലചന്ദ്രനാണ്. *ഒഡീസി* വായനാ ലോകത്തിനുസമർപ്പിക്കുവാൻ ചിന്തയ്ക്ക് ആത്മാർത്ഥമായ സന്തോഷമുണ്ട്. ഗ്രീക്ക് ഇതിഹാസത്തിന്റെ സുവർണ്ണ മുദ്ര പതിഞ്ഞ ഈ കൃതി വൻതോതിൽ സ്വീകരിക്കപ്പെടുമെന്നു വിശ്വസിക്കുന്നു.

ചിന്ത പബ്ലിഷേഴ്സ്

ഒന്ന്

ഇതിനകം കടലിലേയും, യുദ്ധത്തിലേയും അചിന്തനീയമായ നാശങ്ങളിൽനിന്ന് രക്ഷപ്പെട്ട മറ്റ് പോരാളികൾ സുരക്ഷിതരായി വീട്ടിലെത്തിയിരുന്നു. ഒഡീസ്സി (യുളീസസ്) മാത്രം എത്തിയില്ല. ഒരു ജലദേവതയായ 'കാലിപ്സൊ തന്റെ ഗുഹയിൽ അദ്ദേഹത്തെ പൂട്ടിയിട്ടു. തന്റെ ഭർത്താവാകാൻ അവൾ അദ്ദേഹത്തോട് യാചിച്ചു. എന്നാൽ സ്വന്തം ഭാര്യയുടെ അടുത്തേക്ക് തിരിച്ചുപോകാനായിരുന്നു ഒഡീസ്സിയുടെ മോഹം. കാലചക്രം തിരിഞ്ഞുകൊണ്ടിരിക്കവെ, ഒടുവിൽ അദ്ദേഹത്തിന് ഇഥാക്കയിലേക്ക് തിരിച്ചുപോകാനായി ദൈവങ്ങൾ നിശ്ചയിച്ച വർഷം വന്നെത്തി. എന്നാൽ അവിടെയും തന്റെ പ്രിയപ്പെട്ടവർക്കിടയിലെ കലഹങ്ങളിൽനിന്ന് അദ്ദേഹത്തിന് രക്ഷപ്പെടാൻ പറ്റുമായിരുന്നില്ല. സമയം കഴിയുംതോറും എല്ലാ ദൈവങ്ങൾക്കും ഒഡീസ്സിയോട് സഹാനുഭൂതി വർദ്ധിച്ചുവന്നു- പൊസീഡൻ ഒഴിച്ച് മറ്റെല്ലാവർക്കും! ഒഡീസ്സി വീട്ടിൽ തിരിച്ചെത്തുന്നതുവരെ പൊസീഡന്റെ മനസ്സിൽ അദ്ദേഹത്തോടുള്ള രോഷാഗ്നി കത്തിജ്വലിച്ചുകൊണ്ടിരുന്നു. എന്തായാലും ആ സമയത്ത് ദൂരെയുള്ള 'ഇത്തിയോപ്പുകൾ'ക്കിടയിലായിരുന്നു പൊസീഡൻ. അവസാന മനുഷ്യവർഗ്ഗമാണ് ഇത്തിയോപ്പുകൾ, ലോകത്തിന്റെ അറ്റംവരെ അവർ പടർന്നുകിടക്കുന്നു. ചിലർ സൂര്യോദയം കാണുന്ന സമയത്ത് മറ്റുള്ളവർ സൂര്യാസ്തമനം കാണുന്നു. അത്രയ്ക്ക് വിശാലമാണവരുടെ ഭൂമി! നൂറുകണക്കിന് കാളകളെയും മുട്ടനാടുകളെയും പൊരിച്ച് നിവേദിക്കുന്ന ആ സ്ഥലത്തേക്കാണ് പൊസീഡൻ പോയിരിക്കുന്നത്. മറ്റ് ദൈവങ്ങൾ ഒളിമ്പിയൻസ്യൂസി ഹാളുകളിൽ സമ്മേളിക്കവെ, പൊസീഡൻ അവിടെ തിന്നും കുടിച്ചും സദ്യ ആഘോഷിക്കുകയായിരുന്നു. അവരോട് ദൈവങ്ങളുടെയും മനുഷ്യരുടെയും പിതാവ് സംസാരിക്കാൻ തുടങ്ങി. അദ്ദേഹത്തിന്റെ മനസ്സ്

നിറയെ ആഗമെംനോനിന്റെ പ്രശസ്ത പുത്രൻ ഓറെസ്റ്റിസ് വധിച്ച കുറ്റവാളിയായ ഈജിസ്തസ്സിനെക്കുറിച്ചുള്ള ചിന്തകളായിരുന്നു.

"ദൈവങ്ങളായ നമ്മൾക്കുനേരെ എത്ര നീചമായ വിധത്തിലാണ് ഈ ജീവികൾ പെരുമാറുന്നതെന്ന് കാണുമ്പോൾ എനിക്ക് വിഷമം തോന്നുന്നു, അവർ അനിയന്ത്രിതമായ ദുർന്നടപ്പുമൂലം സ്വയം വാരിക്കൂട്ടിയ ദുഷ്കീർത്തിയെ നമ്മൾക്കെതിരെ കുറ്റാരോപണം നടത്തുവാനായി പ്രയോഗിക്കുന്നു. അപ്രകാരമായിരുന്നു ഈജിസ്തസ്സിന്റെ അതിരു കടന്ന പ്രവൃത്തി. അയാൾ 'ആ ട്രൈഡ്സി'ന്റെ പത്നിയെ സ്വന്തമാക്കുകയും അവളുടെ ഭർത്താവിനെ കൊലപ്പെടുത്തുകയും ചെയ്തു. ഇത് സൃഷ്ടിക്കാൻ പോകുന്ന നാശത്തെക്കുറിച്ച് അവന് അറിയാമായിരുന്നു. നമ്മുടെ വിശ്വസ്തനായ ഹെർമെസ്സിലൂടെ നമ്മൾ അവന് മുന്നറിയിപ്പ് കൊടുത്തതല്ലേ, ആ മനുഷ്യനെ കൊലപ്പെടുത്തുകയോ ആ സ്ത്രീ ശരീരത്തോട് ലൈംഗികാസക്തി വെച്ചുപുലർത്തുകയോ ചെയ്യരുതെന്ന്? "കാരണം ആട്രിയസ്സിന്റെ മകന്റെ മരണത്തിന്, ഒറെസ്റ്റിസ് വളർന്നുവരുകയും സ്വന്തം ജന്മസ്ഥലത്തെക്കുറിച്ച് സ്വപ്നം കാണുകയും ചെയ്യുമ്പോൾ, പ്രതികാരം ചെയ്യും" ഇതായിരുന്നു ഹെർമ്മെസ് ഉച്ചരിച്ച അതേവാക്കുകൾ. എന്നാൽ അത്തരം സൗഹൃദപരമായ എതിർപ്പുകൾക്കൊന്നും ഈജിസ്തസ്സിനെ അടക്കി നിർത്താൻ കഴിഞ്ഞില്ല, അയാളിപ്പോൾ അതിന്റെ അന്തിമശിക്ഷ അനുഭവിച്ചു.

പളുങ്ക് പോലുള്ള കണ്ണുകളോടു കൂടിയ ദേവത എഥീനി പെട്ടെന്ന് പറഞ്ഞു "ഞങ്ങളുടെ പിതാവേ, ക്രോണോസിന്റെ അവകാശി, ഈശ്വരന്മാരുടെ ഈശ്വരാ! ഈജിസ്തസ്സ് എന്ന മനുഷ്യനും അവൻ അർഹിക്കുന്ന ശിക്ഷ കിട്ടി. സ്വന്തം ശൈലിയിൽ ഒരു ഇരയെ കൊല്ലുന്നവരെല്ലാം ഇതുപോലെ നരകത്തിലേക്ക് പോകട്ടെ! എന്റെ ഹൃദയം ഒഡീസ്സിക്കുവേണ്ടി വിഷമിക്കുന്നു. നിർഭാഗ്യവാനായ അവൻ നാടുകടത്തലിന്റെ ദീർഘമായ ദുരിതത്തിൽ, കടലിനുള്ളിലെ ഒരു ദ്വീപിലെ ഗുഹയിൽ കഴിയുകയാണ്. ഈ കാടുപിടിച്ച ദ്വീപ് ഒരു ദൈവസന്തതിയുടെ രാജ്യമാണ്. ആകാശം താങ്ങി നില്ക്കുന്ന കരുത്തനായ അറ്റ്ലാസിന്റെ പുത്രിയുടെ. ഈ പുത്രി ആ നിർഭാഗ്യവാനായ പാവത്തെ കെണിയിൽപ്പെടുത്തുകയും നിഗൂഢമായ വഞ്ചനയിലൂടെ അവനെ ഇഥാക്കാ മറക്കുവാൻ പ്രേരിപ്പിക്കുകയും ചെയ്യുന്നു. തന്റെ വീട് കാണാനുള്ള മോഹം മനസ്സിൽ കാത്തുസൂക്ഷിച്ചുകൊണ്ട് ഒഡീസ്സി മടുത്തു. അവൻ മരണത്തിനുവേണ്ടി പ്രാർത്ഥിക്കുന്നു. ഞാൻ ആശ്ചര്യപ്പെടുന്നു. എന്റെ ഒളിമ്പസ് ദേവാ, അങ്ങയുടെ ഹൃദയത്തിനത് അസാധാരണമായി തോന്നുന്നില്ലേ? ട്രോയിൽ വെച്ച് അങ്ങേക്കുവേണ്ടി ഒഡീസ്സി ഉദാരമായി അർപ്പിച്ച നേർച്ച ദ്രവ്യങ്ങൾ അങ്ങേക്ക് നിസ്സാരമായി മാറ്റിവെക്കാമോ?"

"എന്റെ കുട്ടീ" സ്യൂസ് പ്രതിഷേധിച്ചു "നിന്റെ നാവിൽ നിന്ന് എന്ത് കടുത്ത വിമർശനങ്ങളാണ് കൊഴിഞ്ഞുവീണത്! ഒഡീസ്സിയുടെ യോഗ്യത എനിക്ക് അവഗണിക്കാൻ കഴിയുമെന്നതുപോലെ! ബുദ്ധിശക്തിയിൽ

ലോകത്തിലെ എല്ലാ മനുഷ്യരുടെയും മുകളിലാണവന്റെ നില. ദൈവങ്ങൾക്കുവേണ്ടി അവൻ നിവേദിച്ച ഉദാരമായ നേർച്ച ദ്രവ്യങ്ങളെക്കുറിച്ച് പറഞ്ഞാൽ അത് തുറന്ന ആകാശത്ത് അനശ്വരമായി നിലകൊള്ളുന്നു. പൊസീഡൻ അവനോട് കടുത്ത വിരോധം വെച്ചുപുലർത്തുന്നു, ഒഡീസ്സി അന്ധനാക്കിയ സൈക്ലോപ്സിന്റെ പേരിലാണത്, ദേവന്മാരെപ്പോലുള്ള ഈ പൊളിഫെമസ് പൊഡീസന്റെ പുത്രനായിരുന്നു. കടലിന്റെ അധിപൻ ഫോക്കിയുടെ പുത്രി തോസായാണവന്റെ അമ്മ. അതുമൂലം, ഭൂമി വിറപ്പിക്കുന്നവനായ പൊസീഡൻ ഒഡീസ്സിയെ കൊല്ലാൻ ധൈര്യപ്പെട്ടില്ലെങ്കിലും അവന്റെ പിതാക്കന്മാരുടെ നാട്ടിലേക്ക് തിരിച്ചുവരാനുള്ള എല്ലാ ശ്രമങ്ങളെയും കൊടും പകയോടെ വിഫലമാക്കിക്കൊണ്ടിരുന്നു. എന്നാൽ വരൂ, നമ്മൾക്കെല്ലാവർക്കും ഒന്നിച്ച് കൂടിയാലോചിച്ച് അവന്റെ തിരിച്ചുവരവിനുള്ള ഉപായം കണ്ടെത്താം; അപ്പോൾ പൊസീഡന് തന്റെ ശുണ്ഠി സ്വയം വിഴുങ്ങേണ്ടിവരും അനശ്വരരായവരുടെ യോജിപ്പുള്ള തീരുമാനത്തിനെതിരെ അവനൊറ്റയ്ക്ക് പിടിച്ചു നില്ക്കാൻ കഴിയില്ല."

തിളങ്ങുന്ന കണ്ണുകളോടുകൂടിയ ദേവത എഥീനി മറുപടി നല്കി: "പിതാവും എല്ലാ ക്രോണൈഡ്സിന്റെയും അധിപനും ആയവനേ, ശ്രേഷ്ഠരായ എല്ലാ ദൈവങ്ങളും വിവേകശാലിയായ ഒഡീസ്സിയുടെ തിരിച്ചുവരവിനെ അനുകൂലിക്കുന്നുണ്ടെങ്കിൽ നമ്മുടെ ദ്വാരപാലകനായ ഹെർമെസ്സിനെ വിളിച്ച് അവനെ നേരെ മനോഹരമായ മുടിയുള്ള ആ ജലദേവതയുടെ ദ്വീപായ ഒഗീഗിയായിലേക്ക് അയയ്ക്കുക. നിർഭയനായ ഒഡീസ്സിയെ ഉടനെ നാട്ടിലേക്ക് തിരിച്ചയക്കണമെന്ന നമ്മുടെ തീരുമാനത്തെക്കുറിച്ച് മുന്നറിയിപ്പ് നല്കുക. എന്റെ ഭാഗത്തുനിന്ന് വേണ്ടതെല്ലാം ഞാൻ ചെയ്യാം, ഞാൻ ഇഥാക്കായിലേക്ക് പോയി അവന്റെ മകൻ 'ടെലെമാക്കസ്സി'നെ ഉണർത്തി, അവന്റെ മനസ്സിനെ ആവേശം കൊള്ളിക്കാം. അങ്ങനെ അവൻ തന്റെ അസാമാന്യ വൈശിഷ്ട്യമുള്ള ഗ്രീക്കുകാരെ വിളിച്ചുകൂട്ടി, അവന്റെ അമ്മ പെനെലോപ്പിനെ വിവാഹാഭ്യർത്ഥനയുമായി സമീപിക്കുന്ന ജനക്കൂട്ടത്തെ തടയട്ടെ, അവർ എന്നും തടിച്ചു കൊഴുത്ത ചെമ്മരിയാടുകളെയും കാളകളെയും കൊന്നുതിന്ന് അവന്റെ സമ്പത്ത് നശിപ്പിക്കുകയാണ്. ഞാൻ ആ യുവാവിനെ സ്പാർട്ടായിലേക്കയയ്ക്കും- അതെ, പൈലോസിലേക്കും - അവൻ കണ്ടുമുട്ടുന്നവരോടെല്ലാം തന്റെ പ്രിയപ്പെട്ട അച്ഛന്റെ തിരിച്ചുവരവിന്റെ വാർത്തകൾ ചോദിക്കും. അവനെന്തെങ്കിലും കേൾക്കാൻ കഴിയുമെന്നല്ല, അവന്റെ ഉത്സാഹം ആളുകൾക്കിടയിൽ അവന്റെ കീർത്തി വർദ്ധിക്കാനിടയാക്കും."

അവൾ നിന്ന് കാലിൽ സ്വർണ്ണ ചെരിപ്പുകൾ ഇട്ടു അതിന്റെ ഭംഗി എത്ര ഉപയോഗിച്ചാലും മങ്ങുകയില്ല. ആ ചെരുപ്പ് അവരുടെ യജമാനത്തിയെ അനന്തമായ കടലിനും കരയ്ക്കുംമീതെ വായു വേഗത്തിൽ പറപ്പിച്ചു. സ്വരക്ഷയ്ക്കായി വെങ്കലമുനയുള്ള വലിയൊരു കുന്തം അവൾ എടുത്തുപിടിച്ചു. കോപം വരുമ്പോൾ ഈ ആയുധമാണീ ദേവത പ്രയോഗിക്കുക; അനേകം ധീരയോദ്ധാക്കളെ ഈ ആയുധംകൊണ്ട് പ്രൗഢി

യോടെ പോരാടി കീഴ്പ്പെടുത്തിയിട്ടുണ്ട്. അവൾ ഒളിമ്പസ്സിന്റെ പർവ്വത ശൃംഗത്തിൽനിന്നും താഴോട്ട് പറന്ന് ഇഥാക്കായിലെ ഒഡീസ്സിയുടെ വീടിനുമുന്നിൽ പ്രധാന ഗേറ്റിലെത്തി. ആ കുന്തവുമേന്തി നില്ക്കുന്ന അവളെക്കണ്ടാൽ ആതിഥ്യം തേടിനില്ക്കുന്ന ഏതോ യാത്രക്കാരനാണെന്നേ തോന്നൂ. ടഫോസിലെ ഒരു മുഖ്യനായ 'മെന്റസി'ന്റെ ഛായയുണ്ടായിരുന്നു അവൾക്ക്.

വിവാഹാഭ്യർത്ഥനയുമായി എത്തിയവരെക്കൊണ്ട് നിറഞ്ഞിരിക്കയാണ് ഗേറ്റിന്റെ പരിസരമെല്ലാം. അവർ കൊന്നുതിന്ന കാളകളുടെ തൊലിപ്പുറത്ത് ചതുരംഗപ്പലക നിരത്തി കളിയിലേർപ്പെട്ടിരിക്കയാണവർ. അവർക്ക് ചുറ്റും വിളംബരങ്ങൾ വിളിച്ചു പറയുന്നവരും ചുറുചുറുക്കുള്ള പരിചാരകന്മാരും തിരക്കുപിടിച്ചും ബഹളം വച്ചും നടക്കുന്നു. ചിലർ ബൗളിൽ വീണ്ടും വെള്ളവും ചേർത്ത് കുടിക്കാൻ പാകത്തിന് തയ്യാറാക്കുന്നു. മറ്റു ചിലർ അടുത്ത ഭക്ഷണത്തിനായി മേശകൾ സ്പോഞ്ചുകൊണ്ട് തുടച്ചുവൃത്തിയാക്കുന്നു. വേറെ ചിലർ വലിയ ഇറച്ചിക്കഷണങ്ങൾ മുറിച്ച് പാകപ്പെടുത്തുന്നു. സുമുഖനായ ടെലിമാക്കസ് ആംഗ്യം കാണിക്കുന്നതുവരെ വിവാഹാഭ്യർത്ഥനയുമായി എത്തിയവർ അവളെ കണ്ടെങ്കിലും ഒന്ന് ഇളകുകയോ നോക്കുകയോ ചെയ്തില്ല. തന്റെ സത്യസന്ധനായ അച്ഛൻ ഏത് വിധത്തിലും എവിടുന്നെങ്കിലും പെട്ടെന്ന് എത്തുമെന്ന് സ്വയം സങ്കല്പിച്ച് അവൻ വിഷാദവാനായിരിക്കുകയായിരുന്നു.

അശ്രദ്ധരായ ഈ പ്രണയാഭ്യർത്ഥകർക്കിടയിൽ അവൻ സ്വപ്നം കണ്ടുകൊണ്ടിരിക്കവെ, എഥീനി പൂമുഖത്ത് കാത്തുനില്ക്കുന്നതവൻ കണ്ടു; അവൻ നേരെ അവളുടെ അടുക്കലേക്ക് ചെന്നു; ഏത് അതിഥിയേയും തങ്ങളുടെ വാതില്ക്കൽ സ്വാഗതം ചെയ്യാതെ കാത്തുനിർത്തേണ്ടിവരുന്നതിൽ അവന് മനോവേദനയുണ്ടായിരുന്നു. അവൻ അവളുടെ വലതുകരം ഗ്രഹിച്ചു. കുന്തം ഏറ്റുവാങ്ങി എളിമയോടെ പറഞ്ഞു. "അല്ലയോ, അതിഥീ ഏറ്റവും സൗഹൃദപൂർവ്വമായ അഭിവാദ്യങ്ങൾ സ്വീകരിക്കുക! ഉള്ളിലേക്ക് കയറി വന്ന് ഞങ്ങളുടെ ഭക്ഷണം ആസ്വദിക്കുക. അതിനുശേഷം നിങ്ങളുടെ എല്ലാ ആവശ്യങ്ങളും ഞങ്ങളെ അറിയിക്കുക."

അങ്ങനെ അവൻ ആ ശ്രേഷ്ഠമായ വീട്ടിലേക്ക് അവളെ ആനയിച്ചു. ഉയരമുള്ള ഒരു തൂണിന്റെ അടുത്തുള്ള പോളിഷ് ചെയ്ത റേക്കിൽ അവളുടെ കുന്തം വെക്കുന്നതുവരെ പല്ലാസ് പിൻതുടർന്നു. വളരെക്കാലമായി ദുരിതമനുഭവിക്കുന്ന ഒഡീസ്സി ഒരുകാലത്ത് തന്റെ ആയുധങ്ങൾ വെച്ചിരുന്ന റേക്ക് ആയിരുന്നു അത്. പിന്നെ ശില്പവേലകൾ ചെയ്തിട്ടുള്ള ഒരു സിംഹാസനത്തിൽ മൃദുവായ തുണികൾ വിരിച്ച് അവളെ അതിൽ ഇരുത്തി. അവൾക്ക് കാലുകൾ വെക്കാനായി ഒരു സ്റ്റൂളും ഇട്ടുകൊടുത്തു. തനിക്കായി ഒരു പെയിന്റടിച്ച കസേര വലിച്ചിട്ട് വിവാഹാർത്ഥികളെ അകറ്റി നിർത്തുന്ന രീതിയിൽ ഇരുന്നു. പൊങ്ങച്ചം കാണിക്കുന്ന ആ

ആളുകളുടെ മര്യാദയില്ലായ്മ അപരിചിതനെ വെറുപ്പിച്ചെങ്കിലോ എന്ന വൻ ഭയപ്പെട്ടു. ഭക്ഷണം നിരസിച്ചെങ്കിലോ എന്നും അവന് ഭയമുണ്ടായിരുന്നു. തന്റെ അച്ഛനെ കാണാതായതിനെക്കുറിച്ച് ചിലകാര്യങ്ങൾ രഹസ്യമായി ചോദിച്ചറിയണമെന്നവൻ ആഗ്രഹിച്ചു.

ഒരു ഭൃത്യ ഒരു വിലപിടിച്ച സുവർണ്ണജഗ്ഗിൽ വെള്ളവുമായി വന്ന് വെള്ളി ബേസിനു മീതെ പിടിച്ച് അതിഥികൾക്ക് കൈകഴുകുവാനായി ഒഴിച്ചുകൊടുത്തു. അവൾ അവരുടെ അടുക്കലേക്ക് ഒരു തിളങ്ങുന്ന മേശ വലിച്ചിട്ടു. വീട്ടുകാര്യസ്ഥ ബ്രെഡും അനേകം കറികളും ആതിഥ്യമര്യാദയോടെ ആ മേശപ്പുറത്ത് നിരത്തി. കൊത്തുപണികൾ ചെയ്ത പാത്രങ്ങളിൽ പല രീതിയിൽ പാകം ചെയ്ത ഇറച്ചി സുഭിക്ഷമായി കൊണ്ടുവന്നുവെച്ചു. സ്റ്റിവാർഡ് രണ്ട് വലിയ സ്വർണ്ണപ്പാത്രങ്ങളിൽ നിറച്ച് മേശപ്പുറത്ത് വെച്ചു. അയാൾ അങ്ങോട്ടും ഇങ്ങോട്ടും നടന്നുകൊണ്ടിരിക്കവെ ആ പാത്രങ്ങളിൽ വീണ്ടും വീഞ്ഞ് നിറച്ചുകൊണ്ടിരുന്നു. വിവാഹാർത്ഥികൾ ഗമയിൽ അകത്തുകടന്നുവന്നു. അവർ സ്വയം സിംഹാസനങ്ങളിലും നീണ്ട കസേരകളിലും ഇരിപ്പുറപ്പിച്ചു. അവരുടെ സേവകർ കൈകഴുകാനായി അവർക്ക് വെള്ളം ഒഴിച്ചു കൊടുത്തു, ഭൃത്യകൾ അവരുടെ പാത്രങ്ങളിൽ ബ്രെഡ്സ് നിറച്ചു വെച്ചു, സേവകരായ ബാലന്മാർ അവരുടെ പാനപാത്രങ്ങളിൽ വീഞ്ഞ് ഒഴിച്ചുകൊടുത്തു. സുലഭമായി വിളമ്പി വെച്ച ആഹാരം അകത്താക്കുന്നതിൽ അവർ മുഴുകി.

ഭക്ഷണത്തിനും മദ്യത്തിനുമുള്ള അവരുടെ ആർത്തി ഒന്ന് ശമിച്ചപ്പോൾ, വിവാഹാർത്ഥികൾ മറ്റ് കാര്യങ്ങളിലേക്ക് ശ്രദ്ധ തിരിച്ചു. ഗാനാലാപനവും ഡാൻസും; ഒരു സദ്യയുടെ മുഖ്യഘടകങ്ങളാണിവ. വളരെ മനോഹരമായൊരു വീണ ഫെമിയസ്സിനു വേണ്ടി ആസ്റ്റിവാർഡ് കൊണ്ടുവന്നു, നിർബ്ബന്ധപൂർവ്വം അവർക്കു വേണ്ടി ബാർഡ് കളിക്കാനായിരുന്നു അയാളുടെ യോഗം! അയാൾ വീണക്കമ്പികളിലൂടെ വിരലോടിച്ചു; ഒരു ഒന്നാംതരം അന്തരീക്ഷം സൃഷ്ടിച്ചു, ഇതിന്റെ മറവിൽ പളുങ്കുമണിപോലെ കണ്ണുള്ള എഥീനിക്കു നേരെ ടെലിമാക്കസ് കുനിഞ്ഞ് ആ ആളുകൾ കേൾക്കാത്തവിധത്തിൽ പറഞ്ഞു:

“ബഹുമാന്യനായ നവാഗതാ, എന്റെ വാക്കുകൾ നിങ്ങൾക്ക് ഇഷ്ടക്കേട് ഉളവാക്കുമോ? ഉണ്ടാകരുതെന്ന് ഞാൻ അപേക്ഷിക്കുന്നു. അവരുടെ മനസ്സിപ്പോൾ സംഗീതത്തിലും കവിതയിലും മുഴുകിയിരിക്കയാണ്, ഈ വിവാഹാർത്ഥികളായ കൃമികൾ മറ്റ് മനുഷ്യരുടെ ജീവിതമാർഗ്ഗം നിർബ്ബാധം വിഴുങ്ങുന്നവരാണ്. അതെ നിർബ്ബാധം വിഴുങ്ങുന്നവർ, യാതൊരു അനുമതിയുമില്ലാതെ! ഇഥാക്കയിലേക്ക് യജമാനൻ തിരിച്ചു വരുന്നത് ഒരു നോക്ക് കണ്ടാൽ അവർ അതിവേഗം പാഞ്ഞുപോകാൻ അനുഗ്രഹിക്കേണമെന്ന് ദൈവത്തോട് കേണപേക്ഷിക്കുന്നത് കാണാമായിരുന്നു. സ്വർണ്ണത്തിനോ, വസ്ത്രങ്ങൾക്കോവേണ്ടി ആയിരിക്കില്ല അപ്പോൾ അവരുടെ അപേക്ഷ. എന്നാൽ കഷ്ടം! ഇപ്പോൾ അദ്ദേഹത്തിന്റെ അസ്ഥികൾ ഏതോ ഭൂമിയിൽ മഴയത്ത് കിടന്നു നരയ്ക്കുക

യാണ്, അല്ലെങ്കിൽ അഗാധമായ ഉപ്പുവെള്ളത്തിൽ കിടന്നുരുളുകയാണ്. അതെ, അദ്ദേഹം ദാരുണമായി മരിച്ചുകഴിഞ്ഞു. ലോകത്തിലെ ഏറ്റവും വിവേകശാലിയായ മനുഷ്യൻ! അദ്ദേഹം വീട്ടിൽ തിരിച്ചെത്തുമെന്ന് പറഞ്ഞാൽ പോലും ഞങ്ങളുടെ ഹൃദയത്തിൽ നേരിയൊരു ആശാകിരണം കൊളുത്താനാകില്ല! അദ്ദേഹം തിരിച്ചുവരുമെന്ന പ്രതീക്ഷ നിശ്ശേഷം അസ്തമിച്ചു.

ഇത്രയും ധാരാളം- ഇനി നിങ്ങൾ വ്യക്തമായി പറയൂ. ഞാൻ അഭ്യർത്ഥിക്കുകയാണ് നിങ്ങൾ ആരാണ്? ഏത് രാജ്യത്തുനിന്നാണ് വരുന്നത്? നിങ്ങൾ കപ്പൽ മാർഗ്ഗമാണ് വന്നതെന്ന് ഞാൻ കരുതുന്നു. കാരണം, വരണ്ട ഭൂമിയിലൂടെ നിങ്ങൾക്ക് റോഡുകളൊന്നും കണ്ടെത്താനാവില്ലെന്നെനിക്കുറപ്പാണ്. നിങ്ങളെ ഇഥാക്കായിൽ ഇറക്കി വിട്ട നാവികർ ആരാണ്, അവർ ആരാണെന്നാണ് സ്വയം പ്രഖ്യാപിച്ചത്? ഞാനിതെല്ലാം ചോദിക്കുന്നത് നിങ്ങൾ ശരിക്കും ഒരു നവാഗതനാണെന്ന് സ്വയം തൃപ്തിപ്പെടുത്താൻ വേണ്ടിയാണ്; ഞങ്ങളുടെ ആതിഥ്യം ആദ്യമായാണ് നിങ്ങൾ സ്വീകരിക്കുന്നതെന്ന് ഉറപ്പു വരുത്താൻ വേണ്ടിയാണ്. അച്ഛന്റെ അതിഥിയായി ഞങ്ങളുടെ അടുത്ത് വന്നതൊന്നുമല്ലല്ലോ. കാരണം, അദ്ദേഹം വലിയൊരു സഞ്ചാരിയായിരുന്നു; നിങ്ങൾക്കറിയാമോ, എല്ലാ രാജ്യങ്ങളിൽനിന്നുമുള്ള പരിചയക്കാരെക്കൊണ്ട് ഞങ്ങളുടെ വീട് ആദരിക്കപ്പെട്ടിരുന്നു."

അപ്പോൾ തിളങ്ങുന്ന കണ്ണുകളുള്ള ആ ദേവത പറഞ്ഞു. "നിന്റെ എല്ലാ ചോദ്യങ്ങൾക്കും ഞാൻ ഒളിക്കാതെ മറുപടി തരാം. എന്റെ പേര് മെന്റെസ് എന്നാണ്. എന്റെ അച്ഛൻ ആഞ്ചിയാലസ് എന്ന ഒരു പ്രശസ്ത യോദ്ധാവായിരുന്നു. ടഫോസിലെ ബോട്ട് തുഴയാനിഷ്ടമുള്ള ദ്വീപ് നിവാസികളുടെ നേതാവാണ് ഞാൻ. ഞാൻ എന്റെ കപ്പലിൽ നാവികരോടൊപ്പം ഇവിടെ എത്തി കടൽ കടന്ന് ടമോസായിലേക്ക് പോകുകയാണ്. ഞങ്ങൾ അവിടെ എത്തി, ആ വിദേശികളുടെ ചെമ്പിന് പകരം ഇരുമ്പ് അയിര് കൈമാറ്റം ചെയ്യാനാഗ്രഹിക്കുന്നു. നഗരത്തിൽ നിന്ന് ദൂരെ മാറി റിത്രോണിലാണ് കപ്പൽ നങ്കൂരമിട്ടിരിക്കുന്നത്. നിയോണിന് താഴെ സ്ഥിതി ചെയ്യുന്ന ഏകാന്തമായൊരു ഉൾക്കടലാണത്.

നമ്മുടെ കുടുംബങ്ങൾക്കിടയിൽ ഒരു നീണ്ട പാരമ്പര്യമുണ്ട്. സൗഹൃദത്തിന്റെയും ആതിഥ്യത്തിന്റെയും; നിങ്ങൾ ചോദിച്ചാൽ അച്ഛൻ ലാർട്ടെസ് അത് സ്ഥിരീകരിക്കും. വാർദ്ധക്യത്തിന്റെ ബലഹീനതമൂലം അദ്ദേഹം ഇപ്പോൾ പട്ടണത്തിലേക്ക് വരുന്നില്ലെന്ന് അവർ പറയുന്നു. അതുകൊണ്ടദ്ദേഹം തന്റെ മുന്തിരിത്തോട്ടത്തിൽ സ്വയം ഒറ്റപ്പെട്ട് കഴിയുന്നു. ഇടയ്ക്കിടെ മെല്ലെ കോണിപ്പടികൾ ഇറങ്ങി ആ വൃദ്ധൻ മുന്തിരികളെ താലോലിക്കാനായി വീട്ടിൽനിന്ന് പുറത്തുവരും. പിന്നെ വിശ്രമിക്കും. അദ്ദേഹത്തിന്റെ ഒരേ ഒരു പരിചാരികയായ വൃദ്ധ അദ്ദേഹത്തിന് ആഹാരം കൊടുത്ത് ശുശ്രൂഷിക്കുന്നു.

പിന്നെ, എന്റെ ഈ സന്ദർശനത്തിനുള്ള കാരണം? അദ്ദേഹം തിരി

ച്ചെത്തിയെന്ന് ഞാൻ കേട്ടു. ഞാൻ നിന്റെ അച്ഛനെയാണ് ഉദ്ദേശിച്ചത്. വിശിഷ്ട വ്യക്തിയായ ഒഡീസ്സി അകാല ചരമം പ്രാപിച്ചിട്ടില്ല. ദൈവങ്ങൾ പാതി വഴിയിൽ അദ്ദേഹത്തിന്റെ മടക്കയാത്ര തടസ്സപ്പെടുത്തിയിട്ടുണ്ടെങ്കിലും! അതുകൊണ്ട്, ഞാൻ നിന്നോട് പ്രവചിക്കാൻ പോകുകയാണ്. അനശ്വരരായവർ എന്റെ മനസ്സിൽ പതിപ്പിച്ചിട്ടുള്ള വിശ്വാസം ഇതാണ് - ഒഡീസ്സി തന്റെ ജന്മനാട്ടിലേക്ക് വീണ്ടും വരുന്ന ദിനം അടുത്തിരിക്കുന്നു. വിശാലമായ സമുദ്രത്തിലെ ഏതെങ്കിലും ചെറുദ്വീപിൽ അവൻ കൂട്ടിലടയ്ക്കപ്പെട്ടിരിക്കാം. അല്ലെങ്കിൽ പ്രകൃതരായ കാടന്മാർ അവനെ ജയിലിലിട്ടിരിക്കാം. എന്നാൽ തല്ക്കാലത്തേക്ക് മാത്രം. അവർ കരുത്തുറ്റ ഇരുമ്പു ചങ്ങല കൊണ്ടവനെ ബന്ധിച്ചിട്ടുണ്ടെങ്കിലും ഒരിക്കലും തെറ്റു പറ്റാത്ത രീതിയിൽ അവൻ രക്ഷപ്പെടേണ്ട മാർഗ്ഗം കണ്ടെത്തും. സ്വന്തം കാര്യം നേടാൻ ആ മനുഷ്യൻ സമർത്ഥനാണ്. ഞാൻ നിന്നോട് തുറന്നു പറഞ്ഞതുപോലെ, നീയും എന്നോട് എല്ലാം തുറന്നു പറയൂ. നീ ഒഡീസ്സിയുടെ യഥാർത്ഥ പുത്രനല്ലേ, നീ ശാരീരികമായി വല്ലാതെ വളർന്നിരിക്കുന്നു. അവന്റെ ശിരസ്സും മനോഹരമായ കണ്ണുകളും അതേപോലെ നിനക്ക് കിട്ടിയിരിക്കുന്നു. ഞങ്ങളുടെ പഴയ സഹവാസകാലത്തെ ഓർമ്മകൾ എന്നിലേക്ക് കടന്നുവരുന്നതുപോലെ! കപ്പലിൽ അവൻ ഒരു ഗ്രീക്കുകാരന്റെ സാഹസത്തോടെ ട്രോയിലേക്ക് പുറപ്പെടുന്നതിനുമുമ്പുള്ള കാലം ഞങ്ങൾ ഒന്നിച്ചുണ്ടായിരുന്നു; അതിനുശേഷം ഞങ്ങൾ തമ്മിൽ കണ്ടിട്ടില്ല."

ജാഗരൂഗനായ ടെലിമാക്കസ് ഇപ്രകാരം മറുപടി നല്കി "തീർച്ചയായും അത് വളരെ സത്യമാണെന്ന് നിങ്ങൾക്ക് കരുതാം. എന്റെ സുഹൃത്തേ, ഞാൻ അദ്ദേഹത്തിന്റെ പുത്രനാണെന്ന് അമ്മ പറയുന്നു. എനിക്ക് സ്വയം അതറിയില്ല. ഏതെങ്കിലും ഒരു മനുഷ്യന്റെ പുത്രന് തന്റെ പിറവിയെക്കുറിച്ച് ഉറപ്പ് പറയാൻ കഴിയുമോ?"

എഥീനി ഒരു ചോദ്യം കൂടി അവനോട് ചോദിച്ചു. "പെനെലോപ്' ഇത്രയും നല്ലൊരു പുത്രനെ ഗർഭം ധരിച്ചപ്പോൾ, നിങ്ങളുടെ വർഗ്ഗത്തിന് ദുഷ്പേര് വരുത്തുന്ന ഭാവിയല്ല ദൈവങ്ങൾ ഉദ്ദേശിച്ചത്. എന്നോട് നേരെ ചൊവ്വെ സത്യം പറയൂ. നമ്മൾക്ക് ചുറ്റും ഉത്സാഹത്തോടെ നടക്കുന്ന ഈ സദ്യ എന്താണ്? നിനക്കിതിൽ എന്ത് പങ്കാണുള്ളത്? ഇതൊരു മദിരോത്സവമാണോ, അതോ ഏതെങ്കിലും രീതിയിലുള്ള വിവാഹമോ? ഇത്രയും ആഭാസകരമായ ഒരു കൂട്ടായ്മ കണ്ടിട്ടില്ല! സന്ദർഭവശാൽ ഏതെങ്കിലും അന്തസ്സുള്ള മനുഷ്യൻ ഇപ്പോൾ നിങ്ങളുടെ വീട്ടിൽ കടന്നുവന്നാൽ സ്വതന്ത്രമായി കൂത്താടുന്ന ഈ മനുഷ്യരെക്കണ്ട്, അവർക്ക് വെറുപ്പു തോന്നില്ലേ?"

ശാന്തനായ ടെലിമാക്കസ് മറുപടി നല്കി. "നവാഗതാ ഇതിലേക്കും നിങ്ങൾ സൂക്ഷ്മപരിശോധന നടത്താനാഗ്രഹിക്കുന്നുണ്ടെങ്കിൽ ഞാൻ ഏറ്റു പറയട്ടെ, എന്റെ അച്ഛൻ ഞങ്ങളുടെ വീടിന്റെ യജമാനനായി ഭരണം നടത്തിയിരുന്ന കാലത്ത് അത് സമ്പന്നവും പ്രതാപവും ഉള്ളതായിരുന്നു.

എന്നാൽ, ദൈവങ്ങൾ അത് തികച്ചും മറ്റൊരു വിധത്തിലാകുകയാണ് ഉചിതമെന്ന് കണ്ടു. അവർ അദ്ദേഹത്തെ അകറ്റി അദ്ദേഹം സാധാരണ രീതിയിലാണ് മരിച്ചതെങ്കിൽ ഞാനതത്ര വേദനയോടെ എടുക്കില്ലായിരുന്നു. അതിനു പുറമെ, ട്രോയി യുദ്ധരംഗത്ത് യുദ്ധത്തിന്റെ മൂർദ്ധന്യാവസ്ഥയിൽ ഇഷ്ടാനുസരണം പോരാടി തന്റെ സുഹൃത്തുക്കളുടെ കരങ്ങളിൽ മരിച്ചു വീണാലും എനിക്ക് വിഷമമുണ്ടാകുമായിരുന്നില്ല. കാരണം, അപ്പോൾ ഗ്രീസ് സഖ്യം അദ്ദേഹത്തിന്റെ ശവക്കല്ലറയ്ക്കു പിന്നിൽ യോജിച്ചേനെ; അദ്ദേഹത്തിന്റെ വീരസാഹസത്തിന്റെ കീർത്തി ഉജ്ജ്വലമായേനെ, പാരമ്പര്യം അഭിവൃദ്ധിപ്പെട്ടേനെ!

അതിനു പകരം അന്ധമായ നിശ്ശബ്ദതയിലേക്ക് ഞങ്ങൾ തിരോധാനം ചെയ്യപ്പെട്ടു. എന്നെ വേദനിച്ചു കരയാനിവിടെ വിട്ടു. അദ്ദേഹത്തെക്കുറിച്ചുള്ള വേദനയിൽ മാത്രമല്ല ഞാൻ കരയുന്നത്. എന്നെ വേദനിപ്പിക്കുവാൻ മറ്റ് പല തിന്മകളും ദൈവങ്ങൾ കണ്ടെത്തി. ദ്വീപുകളിൽ അധികാരസ്ഥാനത്തുള്ള എല്ലാ മനുഷ്യരും, ഡൗലിഷ്യൻ മുതൽ കാട്ടിലെ സാസിന്തോസും ഇഥാക്കയിലെ എല്ലാ വ്യക്തികളും എല്ലാം, എല്ലാം, അമ്മയോട് വിവാഹാഭ്യാർത്ഥന നടത്താൻ എത്തിയിരിക്കുന്നു! അമ്മയ്ക്ക് ഭീകരമായ നിവേദനങ്ങൾ നിരാകരിക്കാനോ അവയിൽ എന്തെങ്കിലുമെന്ന് സ്വീകരിക്കാനോ കഴിയില്ല. അതുകൊണ്ട്, എന്റെ ആഹാരപദാർത്ഥങ്ങളെല്ലാം തിന്ന് മുടിച്ചും, വീട് താറുമാറാക്കിയും അവർ ഇവിടെ ഇരിക്കുന്നു. തീർച്ചയായും അതിവേഗം അവർ എന്നേയും വിഴുങ്ങും!"

എഥീനി അവൻ പറഞ്ഞത് കേട്ട് തീവ്ര കോപത്തോടെ പറഞ്ഞു "എത്ര ലജ്ജാകരമായ കഥ! ഈ വൃത്തികെട്ട വിവാഹാർത്ഥികളെ കൈകാര്യം ചെയ്യാൻ ഉടനെ ഒഡീസ്സിയുടെ ആവശ്യമുണ്ട്. കവചവും രണ്ട് കുന്തങ്ങളുമായി തലപ്പാവ് ധരിച്ച് നിവർന്ന് നില്ക്കുന്ന ഒഡീസ്സി ഇപ്പോൾ ഗേറ്റിൽ പ്രത്യക്ഷപ്പെടണം. എഫ്രിയായിൽനിന്ന് വരുന്ന വഴി ഞങ്ങൾ സൽക്കാരം നല്കിയപ്പോൾ വീട്ടിലേക്ക് പ്രവേശിക്കുന്ന ഒഡീസ്സിയെ ഞാൻ ആദ്യമായി കണ്ടത് ഓർക്കുകയാണ്. മെർമെറസ്സിന്റെ പുത്രനായ ഇലസ്സിൽനിന്ന് തന്റെ അമ്പുകളിൽ പുരട്ടാൻ കുറച്ച് മാരകമായ വിഷം വാങ്ങിക്കുവാനായി യുദ്ധക്കപ്പലിൽ നിന്നിറങ്ങി വന്നതായിരുന്നു ഒഡീസ്സി. അനശ്വരരായ ദൈവങ്ങളെ പരസ്യമായി ധിക്കരിക്കാൻ ഭയന്ന ഇലസ്സ് ആ വിഷം അവന് നല്കിയില്ല. അതുകൊണ്ട് അവനോട് അപാരമായ സ്നേഹം വെച്ചുപുലർത്തിയ എന്റെ അച്ഛൻ അതവന് നല്കി. ഞങ്ങൾ അറിയുന്ന ആ ഒഡീസ്സി ഇന്ന് ഈ വിവാഹാർത്ഥികൾക്കിടയിൽ ചാടി വീണെങ്കിൽ! തീർച്ചയായും അവരുടെ കൂടിച്ചേരൽ നല്ല കൈപ്പുള്ളതും ശിക്ഷ മൂർച്ചയേറിയതുമായേനെ. എന്തായാലും അത്തരം കാര്യങ്ങൾ ദൈവങ്ങളുടെ മടിയിലാണ് സ്ഥിതി ചെയ്യുന്നത്. അവനെ പുനപ്രവേശിപ്പിക്കണോ, പ്രതികാര നടപടി സ്വീകരിക്കണോ എന്ന് ദൈവങ്ങളാണ് തീരുമാനിക്കേണ്ടത്.

അതുകൊണ്ട് ഞാൻ നിന്നെ ഉപദേശിക്കുന്നു, ഏത് രീതിയിൽ ഈ

വിവാഹാർത്ഥികളെ ഒറ്റയ്ക്ക് നിനക്ക് വീട്ടിൽ നിന്നു പുറത്താക്കാനാകുമെന്ന് ഏറ്റവും ആത്മാർത്ഥതയോടെ ചിന്തിക്കുക. ഞാൻ നിന്നോട് നിർബ്ബന്ധിക്കാൻ പോകുന്ന എന്റെ ഈ പദ്ധതി നീ ശ്രദ്ധിച്ച് കേൾക്കുക. എല്ലാ ഗ്രീക്ക് പ്രമാണിമാരേയും നാളെ വിളിച്ചുകൂട്ടുക. എന്താണ് നീ ഉത്തരവിടുന്നതെന്ന് സാക്ഷ്യം വഹിക്കാനായി ദൈവത്തെ വിളിച്ച് തുറന്നടിച്ചുകൊണ്ട് അവരെ സംബോധനചെയ്യുക. ആദ്യമായി ആ വിവാഹാർത്ഥികൾ ഓരോരുത്തരും സ്വന്തം സ്ഥലത്തേക്ക് പിരിഞ്ഞുപോകണം. രണ്ടാമതായി നിന്റെ അമ്മ അവളുടെ പ്രതാപിയായ അച്ഛന്റെ കൊട്ടാരത്തിലേക്ക് പോകട്ടെ (അവർക്ക് വിവാഹത്തിനോടാണ് ചായ്‌വ് എങ്കിൽ) അവരാണ് സ്വന്തം മകൾക്ക് പുതിയ വിവാഹപ്പൊരുത്തം ഉണ്ടാക്കേണ്ടതും സ്ത്രീധനം കൊടുക്കേണ്ടതും പ്രിയപുത്രിക്കനുയോജ്യമായ വിവാഹാഘോഷങ്ങൾ നടത്തേണ്ടതും മറ്റും. നീ കേൾക്കുമെങ്കിൽ നിന്റെ വ്യക്തിപരമായ കർത്തവ്യത്തെക്കുറിച്ചും എനിക്ക് ഒരുവാക്ക് പറയാനുണ്ട്. ഇരുപത് തുഴകാരുള്ള ഒരു കപ്പൽ നിനക്ക് സംഘടിപ്പിക്കുക, നിനക്ക് കണ്ടെത്താൻ കഴിയുന്നതിൽ വെച്ച് ഏറ്റവും നല്ല കപ്പൽ. ഇതിൽക്കയറി, വളരെക്കാലമായി കാണാതായ നിന്റെ അച്ഛനെ അന്വേഷിക്കാനായി പുറപ്പെടുക. ഒരു മനുഷ്യനും നിന്നോടൊന്നും പറഞ്ഞില്ലെങ്കിലും നിന്റെ മനസ്സിലേക്ക് സ്യൂസ് ദൈവികമായ പ്രചോദനം നല്കാതിരിക്കില്ല. ദേവാധിരാജൻ പലപ്പോഴും മനുഷ്യവർഗ്ഗത്തിന് സത്യത്തിന്റെ സൂചന നല്കാറുണ്ട്. ആദ്യം പൈലോസിലേക്ക് പോയി അതിന്റെ ആദരണീയനായ നെസ്റ്ററുമായി കൂടിയാലോചിക്കുക. പിന്നെ സ്പാർട്ടയിലേക്ക് പോകുക അവിടെ നീ ചെമ്പൻ മുടിക്കാരനായ മെനെലൊസ്സിനെ കാണും ട്രോയിൽ നിന്നും തിരിച്ചെത്തിയ അവസാനത്തെ കവചധാരിയായ യോദ്ധാവായ നിന്റെ അച്ഛൻ ജീവിച്ചിരിപ്പുണ്ടെന്നും വീട്ടിലേക്ക് തിരിക്കുമെന്നും അറിഞ്ഞാൽ പീഡിതാവസ്ഥയിലായ ഈ വീടിന്റെ നില ഒരുവർഷത്തേക്ക് കൂടി ക്ഷമയോടെ കാത്ത് സൂക്ഷിക്കുക. എന്നാൽ, അദ്ദേഹം ജീവിച്ചിരിപ്പില്ല എന്ന് മനസ്സിലാക്കിയാൽ - തീർച്ചയായും മരിച്ചെന്ന് ഉറപ്പ് വരുത്തിയാൽ- തിരിച്ചെത്തി അദ്ദേഹത്തിന്റെ പേരിൽ ഒരു കുന്ന് ഉയർത്തുക ഒരു മഹാനായ ധീരയോദ്ധാവിനനുയോജ്യമായ ഔപചാരിക ആഡംബരങ്ങളോടെ! അതിനുശേഷം അദ്ദേഹത്തിന്റെ വിധവയെ, നിന്റെ അമ്മയെ, ഏതെങ്കിലും വ്യക്തിക്ക് വിവാഹം കഴിപ്പിച്ച് കൊടുക്കുക."

ഇക്കാര്യങ്ങൾ ആദ്യം. എന്നാലും നിന്റെ വീട്ടിലെ വിവാഹാർത്ഥികളെ നേരിട്ടുള്ള പോരാട്ടത്തിലൂടെയോ ചതി പ്രയോഗത്തിലൂടെയോ കൊല്ലുക എന്നതായിരിക്കണം നിന്റെ വികാരം; ബാലിശത്വം നിനക്കിനി യോജിച്ചതല്ല: നീ അത് വലിച്ചെറിയണം. എന്റെ സുഹൃത്തേ (നിന്നെ അങ്ങനെ വിളിക്കാനാണ് ഞാൻ ആഗ്രഹിക്കുന്നത്, കാരണം നീ രൂപത്തിലും ഭാവത്തിലും ഒരു പുരുഷനാണ്) ധീരനായിരിക്കുക, നിന്റെ നാമം വാഴ്ത്തേണ്ട ആ തലമുറകൾ ഇനിയും പിറന്നിട്ടില്ല. തന്റെ അച്ഛന്റെ കൊലപാതകിയായ ഈജിസ്തസ്സിനെ വധിച്ച് എല്ലാവരാലും പ്രശംസി

ക്കപ്പെട്ട യുവാവായ ഒറെസ്റ്റെസ്സിനെ കുറിച്ച് ചിന്തിക്കുക. കൂടുതലൊന്നും വേണ്ട- എനിക്കെന്റെ കുതിച്ചു പായുന്ന കപ്പലിലേക്ക് മടങ്ങണം. ഇത്ര നേരം എന്നെ കാത്തിരുന്ന് വിഷമിച്ച നാവികർ ഇപ്പോൾ മുറുമുറുക്കുന്നു ണ്ടാകും. ഒരു വിടപറയൽ വാക്ക് മാത്രം- ഞാൻ പറഞ്ഞതു പോലെ ആകട്ടെ നിന്റെ മുഖ്യ ഉദ്യമം, വേഗം."

ശ്രദ്ധിച്ചു കേട്ടുകൊണ്ട് ടെലെമാക്കസ് മറുപടി നല്കി. "അങ്ങയുടെ കരുണാർദ്രമായ ഉപദേശം ഒരച്ഛൻ മകന് കൊടുക്കുന്നതുപോലെ ആയി രുന്നു. ഞാനെന്നും കൃതജ്ഞതയോടെ അതോർക്കും. എന്നാൽ, ഞാന ങ്ങയോട് യാചിക്കുന്നു. നിങ്ങളുടെ ബിസിനസ് എത്ര അടിയന്തരമാണെ ങ്കിലും, സ്നാനം ചെയ്ത് സ്വയം ക്ഷീണം തീർക്കുന്നതുവരെ യാത്ര നീട്ടി വെക്കുക, പിന്നെ ആഹ്ലാദകരമായ മനസ്സോടെ എന്റെ കൈയിൽ നിന്ന് ഒരു പാരിതോഷികവും വാങ്ങി നിങ്ങളുടെ കപ്പലിലേക്ക് പോകു ക. കാരണം എന്നെ എന്നും നിങ്ങൾ ഓർക്കുന്നതരത്തിലുള്ളതായിരി ക്കും ആ പാരിതോഷികം. ചില മനോഹരമായ അമൂല്യവസ്തു നല്ലൊരു സുഹൃത്ത് മറ്റൊരു സുഹൃത്തിന് കൊടുക്കുന്നത്!"

തിളങ്ങുന്ന കണ്ണുകളുള്ള എഥീനി ദേവി അവനെ വിലക്കി. "എന്നെ പിടിച്ചുനിർത്താൻ ശ്രമിക്കല്ലേ. ഞാൻ ഒരു യാത്രയിലാണ്. നിന്റെ സൗഹൃദ താല്പര്യങ്ങൾ പ്രചോദിപ്പിക്കുന്ന ഈ സമ്മാനം ഞാൻ തിരി ച്ചുവരുമ്പോൾ സ്വീകരിക്കാം. അപ്പോൾ എനിക്കത് നേരെ വീട്ടിൽ കൊണ്ടു പോകാമല്ലോ. നീ നിന്റെ ഏറ്റവും വിലപിടിച്ച സമ്മാനം തെരഞ്ഞെടു ക്കുക. ഞാൻ നിനക്ക് അതിന് പകരം തരുന്ന സമ്മാനവുമായി അത് കിടപിടിക്കണം." അപ്രകാരം പറഞ്ഞ് ഒരു കടൽപക്ഷി പോകുന്നതു പോലെ പെട്ടെന്ന് പിടി കൊടുക്കാത്ത രീതിയിൽ ദേവി സ്ഥലം വിട്ടു. അപ്പോൾ ആ യുവാവ് എന്നത്തേക്കാളേറെ അച്ഛനെക്കുറിച്ച് ചിന്തിക്കു കയും അതിയായ ഉത്സാഹത്തോടെ പെട്ടെന്നൊരു തീരുമാനത്തിലെത്തു കയും ചെയ്തു. തന്റെ ആത്മാവിലേക്ക് ഈ മാറ്റം വരുന്നത് അനുഭവി ച്ചറിഞ്ഞ ടെലെമാക്കസ് ആശ്ചര്യപ്പെട്ടുപോയി. തന്റെ സന്ദർശകൻ ഏത് രീതിയിലും ദൈവീകമായൊരു വ്യക്തിയാണെന്ന് അവന്റെ മനസ്സ് പറ യുന്നതുപോലെ തോന്നി. അതിനാൽ അദ്ദേഹത്തിന്റെ വണ്ടി വിവാ ഹാർത്ഥികൾക്കിടയിലൂടെ വീണ്ടും പോയപ്പോൾ, ദൈവശിരസ്സതിൽ പ്രതിഫലിച്ചുകണ്ടു!

വലിയ പാട്ടുകാരൻ അപ്പോഴും പ്രേക്ഷകർക്കുവേണ്ടി പാടിക്കൊ ണ്ടിരുന്നു. പാട്ട് കേട്ടുകൊണ്ടവർ ചുറ്റും ഇരുന്നു. പല്ലാസ് അനുഭവിച്ച ദുഃഖപൂർണ്ണമായ തിരിച്ചുവരവിനെക്കുറിച്ചായിരുന്നു ആ പാട്ടുകൾ. വീടിന്റെ മുകളിലെ നിലയിൽ ഇക്കാരിയസ്സിന്റെ ഏറ്റവും ജാഗ്രതയുള്ള പുത്രി, പെനെലോപ് ഉയർന്നുവന്ന ഗാനപല്ലവി പിടിച്ചെടുത്തു. ഈ കവിത അവളുടെ തലച്ചോറിനെ ഇളക്കി. അവൾ തന്റെ മുറിയിൽ നിന്നും പടി യിറങ്ങി വലിയ ഹാളിലേക്ക് പ്രവേശിച്ചു; തീർച്ചയായും ഒറ്റ യ്ക്കായിരുന്നില്ല കാരണം എപ്പോഴും രണ്ട് പരിചാരികമാർ അവളെ

പിൻതുടരുന്നുണ്ടാകും; അങ്ങനെ മനുഷ്യവർഗ്ഗത്തിലെ ഗാംഭീര്യമുള്ളൊരു ദേവതയെപ്പോലെ ആ വിവാഹാത്ഥികൾക്ക് മുന്നിൽ ആദ്യത്തെ ഗംഭീരമായ തൂണിനരികിൽ വന്നു നിന്നു. മുഖാവരണമായി അവൾ തന്റെ നേരിയ ശിരോവസ്ത്രം താഴ്ത്തി ഇട്ടു. സദാസമയം അവളെ ശ്രദ്ധിച്ചുകൊണ്ടിരിക്കുന്ന പരിചാരികമാർ ഓരോ വശത്തും നിലയുറപ്പിച്ചു. അപ്രകാരം നിന്നുകൊണ്ടവൾ അല്പസമയം കരഞ്ഞു; പിന്നെ ആ ഗായകനെ അഭിസംബോധന ചെയ്തു. "ഹെമിയസ്" അവൾ ഉറക്കെ പറഞ്ഞു "നിങ്ങൾക്ക് മറ്റ് പല ഗാനങ്ങളും മനുഷ്യരെ കേൾപ്പിക്കാൻ കഴിയില്ലേ? ദൈവങ്ങളുടെയും മനുഷ്യരുടെയും മഹത്തായ പ്രവൃത്തികൾ പ്രകീർത്തിച്ച് കവികൾ രചിച്ച ഗാനങ്ങൾ? ഈ സംഘത്തിലിരുന്ന് അവയിലൊരു ഗാനം ആലപിക്കുക, അതു കേട്ട് നിശ്ശബ്ദരായിരുന്ന് മദ്യപിക്കുക. ഈ വിലാപ കഥ അവസാനിപ്പിക്കുക. അതിന്റെ ദുഃഖം എന്റെ ഹൃദയത്തെ ഉരുക്കുന്നു. കാരണം എന്റെ മേൽ വന്നു പതിച്ച സംഭവത്തെക്കുറിച്ചാണ് നിങ്ങൾ പറയുന്നത് ഉൽക്കടമായ വേദനയാണത് എന്നിൽ ഉളവാക്കുന്നത്. ആ പ്രിയപ്പെട്ട ശിരസ്സ് തീവ്രാഭിലാഷത്തോടെ ഇടയ്ക്കിടെ എന്റെ ഓർമ്മയിൽ തെളിഞ്ഞു വരുന്നു. ഓ, എന്റെ നഷ്ടപ്പെട്ട വീരപുരുഷൻ! ഭൂമിയുടെ ഹൃദയഭാഗമായ ഹെല്ലാസിലും ആർഗോസിലും മുഴുവൻ അദ്ദേഹത്തിന്റെ ഖ്യാതി വ്യാപിച്ചിരുന്നു!"

ടെലിമാക്കസ് ഉചിതമായ രീതിയിൽ അമ്മയെ തടഞ്ഞു "എന്റെ അമ്മേ, നമ്മുടെ വിശ്വസ്തനായ ഗായകനെ എന്തിന് മറ്റൊരർത്ഥത്തിൽ എടുക്കുന്നു? അദ്ദേഹത്തിന്റെ മനസ്സിൽ തോന്നുന്ന രീതിയിൽ നമ്മളെ വിനോദിപ്പിക്കട്ടെ. കാര്യങ്ങൾ നടത്തുന്നത് കവികളല്ല എന്ന് ഞാൻ കരുതുന്നു. ഏറെക്കുറെ സ്യൂസ് ആണ് സ്വന്തം ഇഷ്ടാനുസരണം അവരുടെ ഭാവിയുമായി കളിക്കുന്നത്. ഡനാനുക്കളുടെ ദൗർബല്യത്തെക്കുറിച്ച് ഗാനങ്ങൾ തയ്യാറാക്കിയ ഫെമിയസ്സിനോട് വിരോധം തോന്നേണ്ട യാതൊരു കാരണവുമില്ല. ജനങ്ങൾ ആദ്യമായി അത് കേൾക്കുമ്പോൾ പുതുമയുള്ള ആ പാട്ടുകളെ അവർ വല്ലാതെ വാഴ്ത്തുന്നു. നിങ്ങൾ സ്വന്തം ഹൃദയം കഠിനമാക്കുക, പിന്നെ ഈ കഥ കേൾക്കുവാൻ ശ്രമിക്കുക. മടക്കയാത്രാ ദിവസം ട്രോയിൽ നഷ്ടപ്പെട്ടത് ഒഡീസ്സി മാത്രമല്ല എന്ന് ഓർക്കുക. മറ്റ് ഒരുപാട് പേരുണ്ടായിരുന്നു, ട്രോയിൽ നഷ്ടപ്പെട്ടവരായിട്ട്. അതുകൊണ്ട് നിങ്ങൾ സ്വന്തം മുറിയിലേക്ക് തിരിച്ചുപോയി തന്റേതായ ജോലികളിൽ മുഴുകുക. സംസാരം പുരുഷന്മാർക്കായി വിട്ടു കൊടുക്കുക. അതവരുടെ കർത്തവ്യമാണ് പ്രധാനമായും എന്റേത്! കാരണം, ഈ വീടിന്റെ യജമാനൻ ഞാനാണ്." അവൾ ആശ്ചര്യപ്പെട്ട് കോണികയറി തിരിച്ചുപോയി. മകന്റെ പൗരുഷത്തോടെയുള്ള സംസാരം ആ അമ്മയുടെ നെഞ്ചിൽ പതിഞ്ഞു കിടന്നു. തന്റെ പരിചാരികമാരോടൊപ്പം അവൾ മുകളിലെ മുറിയിലെത്തിയപ്പോൾ നഷ്ടപ്പെട്ട ഭർത്താവ്, ഒഡീസ്സിക്കുവേണ്ടി അവൾ കരയാൻ തുടങ്ങി; അവളുടെ കൺപോളകളിൽ ചാരക്കണ്ണുകളുള്ള എഥീനി സഹാനുഭൂതിയോടെ നിദ്ര ചൊരിയുന്നതുവരെ ആ കരച്ചിൽ തുടർന്നു.

അവൾ പോയതിനുപിന്നാലെ ഹാളിൽ ഒത്തുകൂടിയിരുന്ന വിവാഹാർത്ഥികൾ ബഹളം വെക്കാൻ തുടങ്ങി. ഓരോരുത്തരും താനായിരിക്കും അവളെ വിവാഹം കഴിക്കാൻ പോകുന്ന ഭാഗ്യവാനെന്ന് ശപഥം ചെയ്തു! എന്നാൽ അവരോട് നിർവ്വികാരനായ ടെലെമാക്കസ് പറഞ്ഞു. "എന്റെ അമ്മയുടെ വിവാഹാർത്ഥികളേ, ആഭാസന്മാരായ അക്രമികളെ; ഇന്നുരാത്രി നമുക്ക് സൗഹൃദത്തോടെ കൂട്ടുകയും സദ്യ ആസ്വദിക്കുകയും ചെയ്യാം. എന്നാൽ, ദയവായി ബഹളം വെക്കരുത്. സ്വർഗ്ഗീയ സ്വരമാധുരിയുള്ള ഈ ഗായകന്റെ ഗാനങ്ങൾ കേൾക്കാനുള്ള നമ്മുടെ വിശേഷഭാഗ്യം നശിപ്പിക്കരുത്. നാളെ നമ്മൾ നേരത്തെത്തന്നെ അസംബ്ലി ഹാളിലേക്ക് പോകുന്നു. എല്ലാവരും അവിടെ ഇരിപ്പുറപ്പിക്കുക. എനിക്ക് എന്റെ മനസ്സിലുള്ളത് നിങ്ങളോട് ഔപചാരികമായി അറിയിക്കാനുണ്ട് നിങ്ങൾ ഈ വീട് വീട്ടുപോകുന്നതാണ് വിഷയം, പിന്നെ നിങ്ങൾക്ക് സ്വന്തം സ്വീകരണ ഹാളുകൾ ഉണ്ടെന്നും ഓർമ്മിപ്പിക്കണം. അവിടെ നിങ്ങൾക്ക് സ്വന്തം ഭക്ഷണം ഓരോ വീട്ടിലും മാറിമാറി കഴിക്കുകയും ആഘോഷങ്ങൾ സംഘടിപ്പിക്കുകയും ചെയ്യാം. എന്നാൽ ഇവിടെ നിങ്ങൾ നിർബ്ബാധം സമ്മേളനം തുടരുകയും ഒരാളുടെ മുഴുവൻ സമ്പത്തും തിന്ന് മുടിക്കുകയുമാണ് കൂടുതൽ ആഹ്ലാദകരമെന്ന് കരുതിയാൽ അനശ്വരരായ ദൈവങ്ങളോട് പ്രാർത്ഥിക്കുകയല്ലാതെ മറ്റൊരു മാർഗ്ഗവും എനിക്കില്ല.- സ്യൂസ് പകരം വീട്ടൽ പ്രക്രിയയ്ക്ക് വിധിക്കട്ടെ. എങ്കിൽ നിങ്ങൾ എല്ലാവരും ഈ വീട്ടിൽ നിഷ്കരുണം കൊല്ലപ്പെടും."

അത്രയും ആവേശത്തോടെ അവരെ ആക്ഷേപിക്കുവാൻ ധൈര്യപ്പെട്ട ടെലെമാക്കസ്സിനെ ആശ്ചര്യം നിയന്ത്രിക്കാനാവാതെ ചുണ്ടുകടിച്ചുകൊണ്ടവർ നോക്കിനിന്നു. ഒടുവിൽ യൂപിത്തെസ്സിന്റെ പുത്രൻ ആന്റിനസ്സ് മറുപടി നല്കി! "എന്താണ് ടെലെമാക്കസ്, അതേ ദൈവങ്ങൾ സംഭാഷണത്തിലും അവഹേളനത്തിലും നിനക്ക് പാഠങ്ങൾ തന്നിട്ടുണ്ടായിരിക്കാം. അതേസമയം, സ്യൂസ് നിന്നെ എന്നെങ്കിലും ഇഥാക്കയുടെ രാജാവാക്കുമോ എന്ന് ഞാൻ കരുതുന്നില്ല. ആ മഹൽ പദവി നിന്റെ ജന്മാവകാശമാണെങ്കിലും!"

സ്വയം നിയന്ത്രിച്ചുകൊണ്ട് ടെലെമാക്കസ് പറഞ്ഞു "ആന്റിനസ് എന്റെ വാക്കുകൾ വിപരീതാർത്ഥത്തിൽ എടുക്കരുത്. സ്യൂസ് ആഗ്രഹിച്ചാൽ ആ ചുമതല ഞാൻ പൂർണ്ണമനസ്സോടെ ഏറ്റെടുക്കും. നമ്മൾ മനുഷ്യർക്ക് സംഭവിച്ചേക്കാവുന്ന ഏറ്റവും മോശം കാര്യമാണെന്നാണോ അതിനെ നീ അർത്ഥമാക്കിയത്? ഞാൻ നിന്നോട് പറയട്ടെ, രാജാവാകുന്നത് അത്ര മോശമായൊരു വിധിയല്ല. ഒരു രാജകീയ വസതി അതിവേഗം സമ്പന്നതയിലേക്ക് വളരുന്നു; സ്വയം സമുന്നതപദവികൾ വാരിക്കൂട്ടുന്നു. എന്തായാലും പ്രതാപിയായ ഒഡീസ്സി മൃതിയടഞ്ഞ നിലയ്ക്ക് തീർച്ചയായും ഈ അധികാര സ്ഥാനം ഇഥാക്കയിലെ യുവാവോ വൃദ്ധനോ ആയ രാജവംശത്തിലൊരാളിൽ വന്ന് ചേരും. എന്റെ തീരുമാനവും ലക്ഷ്യവും ഈ വീടുമായി ബന്ധപ്പെട്ടിട്ടുള്ളതാണ്. ഇതിന്റേയും

ഇതിന്റെ അടിമ സേവകരുടേയും യജമാനനാകുക. പ്രതാപിയായ ഒഡീസ്സിയുടെ ആക്രമണങ്ങളിലൂടെ നേടിയതാണ് ഈ അടിമ -സേവകർ."

പൊളിബസ്സിന്റെ പുത്രൻ യൂറിമാക്കസ്, അപ്പോൾ പറഞ്ഞു. "ടെലെമാക്കസ്, ഏത് ഗ്രീക്കുകാരനായിരിക്കും ഈ ദ്വീപ് ഭരിക്കുക എന്നത് ദൈവങ്ങളുടെ കരങ്ങളിലാണ്. എന്നാലും നിനക്ക് സ്വന്തം വസ്തുക്കൾ കൈവശം വെച്ച് അനുഭവിക്കുകയും സ്വന്തം വീടുകളുടെ യജമാനത്വം നിലനിർത്തുകയും ചെയ്യാം. നിന്റെ ഇഷ്ടത്തിന് വിരുദ്ധമായി ആരും അത് ബലാൽക്കാരമായി നിന്നിൽനിന്ന് പിടിച്ചുപറിക്കില്ല, ഇഥാക്കായിൽ ഒരു നിവാസിയെങ്കിലും ജീവിച്ചിരിക്കുന്നിടത്തോളം കാലം! എന്നാൽ എന്റെ നല്ലവനായ കുട്ടീ, ഞാൻ നിന്നോടൊരു കാര്യം ചോദിക്കട്ടെ, ആരാണ് പെട്ടെന്നുവന്ന് സ്ഥലംവിട്ട നിന്റെ സന്ദർശകൻ? ഞങ്ങൾക്കാർക്കും അവൻ ആരാണെന്ന് മനസ്സിലാക്കാൻ കഴിയുന്നതിനു മുമ്പുതന്നെ അവൻ വഴുതിപ്പോയിരുന്നു. എന്നാലും അവന്റെ മുഖം ഒരു നിസ്സാരക്കാരന്റെ മുഖമായിരുന്നില്ല. എവിടെനിന്നാണവൻ വന്നത്? ഏത് നാട്ടുകാരനാണവൻ? എവിടെയാണവന്റെ ബന്ധുക്കൾ താമസിക്കുന്നത്? ആ കുടുംബത്തിന്റെ ധാന്യവയലുകൾ എവിടെയാണ്? നിന്റെ അച്ഛനെക്കുറിച്ചുള്ള വാർത്തകളുമായാണോ അവൻ വന്നത്? അല്ലെങ്കിൽ അവന്റെ ഏതെങ്കിലും ബിസിനസിന്റെ പേരിലാണോ?"

വകതിരിവോടെ ടെലെമാക്കസ് അവനെ ധരിപ്പിച്ചു. "യൂറിമാക്കസ്, എന്റെ അച്ഛന്റെ തിരിച്ചുവരവിന്റെ കാലം എപ്പോഴേ കഴിഞ്ഞു. അദ്ദേഹത്തെക്കുറിച്ച് യാതൊരു സന്ദേശവും കിട്ടുമെന്ന് ഞാനിപ്പോൾ വിശ്വസിക്കുന്നില്ല. അതിന്റെ ഉത്ഭവസ്ഥാനം ഏതായാലും ഒരു ഭാവി പ്രവചനത്തേയും ഞാൻ കാര്യമായി എടുക്കുന്നില്ല. എന്റെ അമ്മ ഇടയ്ക്കിടെ ചില പ്രശസ്ത ജോത്സ്യന്മാരെ കൊട്ടാരത്തിലേക്ക് വിളിച്ചുവരുത്തി അദ്ദേഹത്തിന്റെ ഭാവി ഫലം നോക്കാറുണ്ട്. ആ നവാഗതൻ മെന്റസ് എന്ന് പേരുള്ള ടഫോസിൽനിന്നു വന്ന ഞങ്ങളുടെ ഒരു പഴയ കുടുംബസുഹൃത്താണ്; അതിസമർത്ഥനായ ആഞ്ചിയാലസ് ആണ് അദ്ദേഹത്തിന്റെ പിതാവ്. കടലിൽ യാത്ര ചെയ്യുന്ന ടാഫിയക്കാർക്കിടയിൽ അധികാരമുള്ളൊരു മനുഷ്യനാണ് മെന്റെസ്." എന്നാൽ, രഹസ്യമായി അത് അനശ്വരയായ ദേവതയാണെന്ന് ടെലെമാക്കസ്സിന് ഉറപ്പുണ്ടായിരുന്നു. അപ്പോൾ ആകർഷണീയമായ ഗാനത്തിനനുസൃതമായി നൃത്തം ചെയ്യുവാൻ ആ വിവാഹാർത്ഥികൾ തിരിഞ്ഞു, അവർ ഉല്ലസിച്ചുകൊണ്ടിരിക്കവെ സൂര്യനസ്തമിക്കാറായിരുന്നു. സന്ധ്യമയങ്ങി ഇരുട്ടിലേക്ക് കടന്നിട്ടും അവർ ആഘോഷം തുടർന്നു. കുറേക്കഴിഞ്ഞ് ഉറങ്ങാനായി സ്വന്തം മുറികളിലേക്ക് പോയി.

തന്റെ മുറിയിലേക്ക് പിൻവാങ്ങിയ ടെലെമാക്കസ്സിന്റെ മനസ്സ് പല കാര്യങ്ങളിലും ഉൽക്കണ്ഠാകുലമായിരുന്നു. പ്രധാന കെട്ടിടത്തിന്റെ ഏറ്റവും ഉയർന്ന ഭാഗത്താണ് അവന്റെ മുറി നിർമ്മിക്കപ്പെട്ടിട്ടുള്ളത്. നാട്ടിലെ പ്രതാപത്തിന്റെ അടയാളമാണ് ആ കെട്ടിടം. പീസനറിലെ

ഓപ്സാന്റെ പുത്രി യുറിക്ലിയ, അവന്റെ നഴ്സ് ആയിരുന്നു. കത്തിച്ച പൈൻമരക്കഷണങ്ങൾ കൊണ്ട് വഴി തെളിയിച്ച് അവൾ നടന്നു. വിശ്വസ്തയും അതിവിദഗ്ദ്ധയുമായ അവൾ പൂർണ്ണ യൗവനത്തിലെത്തിയപ്പോഴാണ് ലാർട്ടെസ് അവളെ വാങ്ങിച്ചത്. ഇരുപത് കാളകൾക്കായിരുന്നു അവളെ വാങ്ങിയത്. തന്റെ പ്രിയപ്പെട്ട ഭാര്യയെപ്പോലെ ആദരവോടെയാണവളെ ലാർട്ടെസ് വീട്ടിൽ താമസിപ്പിച്ചത്. എന്നാൽ, ഭാര്യയുടെ കോപത്തെ ഭയന്ന് അവളുമായി ലൈംഗികബന്ധത്തിലേർപ്പെടാൻ ധൈര്യപ്പെട്ടിട്ടില്ല. എല്ലാ പരിചാരികമാരിലും വെച്ച് യുറിക്ലിയ ആയിരുന്നു ടെലെമാക്കസ്സിനെ ഏറ്റവുമധികം സ്നേഹിച്ചത്, കാരണം അവൻ കൊച്ചുകുഞ്ഞായിരുന്നപ്പോൾ മുതൽ അവനെ പോറ്റിവളർത്തിയത് അവളായിരുന്നു. അപ്രകാരം വെളിച്ചം വീശിക്കൊണ്ട് ഭംഗിയായി അലങ്കരിക്കപ്പെട്ട മുറിയിലേക്ക് അവളവനെ ആനയിച്ചു,

ടെലെമാക്കസ് വാതിൽ തള്ളിത്തുറന്ന് കട്ടിലിൽ ചെന്നിരുന്നുശരീരത്തോട് ഒട്ടി കിടന്നിരുന്ന തന്റെ നീണ്ട ഉടുപ്പ് അവൻ വലിച്ചൂരി. അത് ആ സ്ത്രീ എടുത്ത് മടക്കി കട്ടിലിന്നടുത്തുള്ള ചുമരലമാരയിൽ ഞാത്തിയിട്ടു. പിന്നെ അവൾ വാതിലടച്ച് പുറത്തുകടന്നു. ടെലെമാക്കസ് അവിടെ രാത്രി മുഴുവൻ കമ്പിളിപ്പുതപ്പുകൊണ്ട് മൂടി കിടന്നു. അപ്പോൾ അവന്റെ ഹൃദയം നിറയെ എഥീനി അവനോട് ആധികാരികമായി ആവശ്യപ്പെട്ട യാത്ര എങ്ങനെ നടത്തും എന്ന ചിന്തകൾ ആയിരുന്നു.

രണ്ട്

അരുണോദയത്തിന്റെ പ്രകാശം പരക്കാൻ തുടങ്ങിയതോടെ ഒഡീസ്സിയുടെ പ്രിയ പുത്രൻ കട്ടിലിൽ നിന്നും ചാടിയെഴുന്നേറ്റ് വസ്ത്രം ധരിച്ചു. ഒരു തോളിൽ വാളിന്റെ തൂക്കുകയർ പിടിപ്പിച്ചു; തന്റെ ചുറുചുറുക്കുള്ള പാദങ്ങളിൽ വിലപിടിപ്പുള്ള പാദരക്ഷകൾ ഇട്ടു. ഒരു ദൈവത്തെപ്പോലെ പ്രൗഢിയിൽ തന്റെ കിടപ്പുമുറിയിൽനിന്നും അവൻ പുറത്തുവന്നു. വിളംബരം ചെയ്യുന്നവരെ വരുത്തി. അവരുടെ മുഴങ്ങുന്ന ശബ്ദത്തിൽ നീണ്ട തലമുടിയുള്ള അക്കായിന്മാരുടെ സമ്മേളനം വിളിച്ചറിയിക്കാൻ പറഞ്ഞു. അക്കായിൻമാർ അതിവേഗം സമ്മേളന സ്ഥലത്ത് എത്തിത്തുടങ്ങി. എല്ലാവരും വന്നുചേരുന്നതുവരെ ടെലെമാക്കസ് കാത്തുനിന്നു. പിന്നെ, തന്റെ വെങ്കല ബ്ലെയ്ഡ് പിടിപ്പിച്ച കുന്തം മുറുക്കിപ്പിടിച്ച്, അവൻ ജനക്കൂട്ടത്തിലൂടെ നടന്നു. എഥീനീ അവന്റെ രൂപത്തിന് അത്രയ്ക്ക് ഉജ്ജ്വലമായ തേജസ്സ് നല്കിയിരുന്നതിനാൽ അവൻ അടുത്തെത്തിയപ്പോൾ ജനങ്ങൾ കണ്ണ് മിഴിച്ചു നിന്നുപോയി. മുതിർന്നവർ അവന് വഴിമാറിക്കൊടുത്തു. അവൻ സ്വന്തം പിതാവിന്റെ മഹത്തായ ഇരിപ്പിടത്തിൽ ഉപവിഷ്ടനായി.

ബഹുമാന്യനായ ഈജിപ്തിയസ്, ഒരു പ്രായമായ കൗൺസിലർ ചർച്ചായോഗം ഉദ്ഘാടനം ചെയ്തു. അദ്ദേഹത്തിന് ചർച്ച ആരംഭിക്കാൻ

ധൃതിയുണ്ടായിരുന്നു; കാരണം, അദ്ദേഹത്തിന്റെ പ്രിയപ്പെട്ട പുത്രൻ, ആന്റിഫോസ്, കുന്തം പ്രയോഗിക്കുന്നതിൽ വിദഗ്ദ്ധൻ, നല്ല കുതിരകളുടെ നാടായ ഇലിയോസിലേക്ക് ഒഡീസ്സിയോടൊപ്പം ആ വിശാലമായ കപ്പലുകളിൽ പോയിരുന്നു. സത്യം പറയട്ടെ ആന്റിഫോസ്സിനെ ഒരു ഗുഹയിൽ വെച്ച് സൈക്ലോപ്പ്സ് ക്രൂരമായി കൊല്ലുകയും അവസാനമായി നടത്തിയ സദ്യയിൽ അവനെ പാകം ചെയ്ത് കഴിയുകയും ചെയ്തിരുന്നു. ഈജിപ്തിയസ്സിന് ഇനിയും മൂന്ന് പുത്രന്മാരുണ്ട്. അവരിലൊരാൾ യൂറിനോമസ് വിവാഹാർത്ഥിയായി വിധി തേടുന്നു; ബാക്കി രണ്ടുപേർ കൃഷിപ്പണിയിൽ സഹായിച്ച് വീട്ടിൽ നില്ക്കുന്നു. ഈ സാന്ത്വനങ്ങളൊന്നും ആ വൃദ്ധന്റെ തിരിച്ചുവരാത്ത പുത്രനുവേണ്ടിയുള്ള ഹൃദയവേദനയ്ക്കോ ദീനരോദനത്തിനോ കുറവു വരുത്താനായില്ല. അതുകൊണ്ടാണ് അയാൾ എഴുന്നേറ്റു നിന്ന്, കണ്ണീരോടെ ഇപ്രകാരം സംസാരിച്ചത്.

“ഇഥാക്കായിലെ മനുഷ്യരേ, ഇപ്പോൾ എന്റെ വാക്കുകൾ ശ്രദ്ധിക്കുക. കരുത്തനായ ഒഡീസ്സി തന്റെ കപ്പലുകളിൽ നമ്മളോട് വിടപറഞ്ഞ് കടൽയാത്ര പുറപ്പെട്ട ദിവസത്തിനുശേഷം ഒരിക്കൽപോലും നമ്മൾ സമ്മേളിച്ചിട്ടില്ല. ആരാണിപ്പോൾ നമ്മുടെ കൺവീനർ? അങ്ങേ അറ്റത്തെ അടിയന്തരാവസ്ഥയിൽ പുതിയ തലമുറയിലെ ആരെങ്കിലുമാണോ? അല്ലെങ്കിൽ, മുതിർന്നവരായ നമ്മളിലാരെങ്കിലുമാണോ? എന്തായാലും സമയോജിതമായ അവന്റെ അഭിനിവേശത്തെ ഞാൻ അഭിനന്ദിക്കുന്നു. ഈ സംഭവം അവന് അനുകൂലമായി ഭവിക്കട്ടെ, അവന്റെ ആത്മാവ് ആശിക്കുന്ന നല്ല കാര്യങ്ങൾ സ്യൂസ് അവനുവേണ്ടി ഉറപ്പു വരുത്തട്ടെ.” ശുഭകരമായ ഈ ആവിഷ്കരണരീതി ഒഡീസ്സിയുടെ പ്രിയ പുത്രനെ ആഹ്ലാദിപ്പിച്ചു. പ്രസംഗിക്കാനുള്ള അവന്റെ മോഹം അവനെ ഉത്തേജിപ്പിച്ചു. വിളംബരം ചെയ്യുന്നവനായ പീസെനർ, പൊതുജനാഭിപ്രായം അറിയുന്നവനായതിനാൽ പ്രസംഗിക്കാൻ ചുമതലപ്പെടുത്തുന്ന ദണ്ഡ് അവന്റെ കരങ്ങളിൽ വെച്ചു കൊടുത്തു. ആദ്യം പഴയ കൗൺസിലറിനോടായി ടെലിമാക്കസ് പറയാൻ തുടങ്ങി.

“അഭിവന്ദ്യനായ ഈജിപ്തിയസ് ആളുകളെ വിളിച്ചുകൂട്ടിയവൻ അധികം ദൂരെയല്ല, അവൻ അങ്ങയുടെ കൺമുന്നിൽത്തന്നെ നില്ക്കുന്നു! എനിക്ക് വേദനയുടെ ഭാരം സഹിക്കാൻ കഴിയാതായതിനാൽ ഞാൻ നടപടി എടുക്കാൻ നിർബ്ബന്ധിതനായി. പട്ടാളം വരുമെന്ന വാർത്തയോ, സാധാരണക്കാരെ ബാധിക്കുന്ന എന്തെങ്കിലും വാർത്തയോ എനിക്ക് പറയാനില്ല. എന്റെ ആവശ്യം അല്ലെങ്കിൽ ഉദ്ദേശം വ്യക്തിപരമാണ്. ഒരു ഇരട്ടത്തലയുള്ള തിന്മ എന്നെയും എന്റെ വീടിനെയും പ്രഹരിക്കുന്നു. ഒരിക്കൽ നിങ്ങളുടെ രാജാവായിരുന്ന എന്റെ ശ്രേഷ്ഠനായ അച്ഛൻ എനിക്ക് നഷ്ടപ്പെട്ടു. ഈ വിഷമത്തോടൊപ്പം അതിനേക്കാൾ കഠിനമായ വിഷമം എനിക്കിപ്പോൾ അനുഭവിക്കേണ്ടി വന്നിരിക്കുന്നു: എന്റെ കുടുംബവും ജീവിതവും പൂർണ്ണനാശത്തിലേക്ക് നയിക്കുന്ന സംഭവങ്ങൾ!

എന്റെ വൈമനസ്യമുള്ള അമ്മയെ വിവാഹാർത്ഥികൾ വല്ലാതെ പീഡിപ്പിക്കുന്നു. അവർ ഈ ദ്വീപിലേയും മറ്റ് ദ്വീപുകളിലേയും പ്രമുഖ വ്യക്തികളുടെ മക്കളാണ്. അവരുടെ ലക്ഷ്യം അമ്മയുടെ അച്ഛൻ, ഇക്കാരിയസ്സുമായി അഭിമുഖ സംഭാഷണം നടത്താനും അവരിൽ അദ്ദേഹത്തിന് ഇഷ്ടമുള്ള ഒരാളെക്കൊണ്ട് സ്വന്തം പുത്രിയെ വിവാഹം കഴിപ്പിക്കാനുമാണ്. എന്നാൽ നേരെ ചൊവ്വെ ഇക്കാര്യങ്ങൾ നിർവ്വഹിക്കുന്നതിനുപകരം അവർ എന്നും ഒരു ഒഴിയാബാധയായിരിക്കയാണ്. എന്റെ തടിച്ചുകൊഴുത്ത കന്നുകാലികളെ അവർ തിന്നുതീർക്കുന്നു. ആർത്തിപിടിച്ച അവർക്ക് സദ്യനല്കാനായി കാളകളും ചെമ്മരിയാടുകളും കോലാടുകളും ബലിയർപ്പിക്കപ്പെടുന്നു. അവർ സാധാരണ പാനീയം പോലെ വീഞ്ഞ് മോന്തുന്നു.

ഈ കവർച്ചക്കാരിൽനിന്ന് തന്റെ വീടിനെ രക്ഷിക്കാൻ ഒഡീസ്സിക്ക് മാത്രമേ കഴിയുമായിരുന്നുള്ളൂ. അദ്ദേഹത്തെപ്പോലെ കരുത്തനായൊരാൾ ഞങ്ങൾക്കിടയിലില്ല. ഞങ്ങൾ സ്വയം പ്രതിരോധിക്കാൻ കഴിവില്ലാത്ത ദുർബ്ബലരായി ജീവിക്കുന്നു. അതിന് ആഗ്രഹമില്ലാഞ്ഞിട്ടല്ല. ഈ അസഹ്യമായ പ്രകോപനം നേരിടാനുള്ളശക്തി എനിക്കില്ല. നിങ്ങളുടെ അടുത്ത് താമസിക്കുന്ന അയൽവാസികളോട് നിങ്ങൾക്ക് സഹാനുഭൂതിയില്ലേ? അവരുടെ കഷ്ടാവസ്ഥയിൽ ദയ തോന്നുന്നില്ലേ? നിങ്ങളോട് യാചിക്കുകയാണ്. ദൈവകോപത്തെ അല്പമെങ്കിലും ഭയക്കൂ. അല്ലാത്തപക്ഷം ഇതുവരെ ചെയ്തുകഴിഞ്ഞ തിന്മകൾക്ക് പ്രതികാരം ചെയ്യുന്നതു കണ്ട് നിങ്ങൾ ഭയാക്രാന്തരാകും. ഞാൻ നിങ്ങളോട് അപേക്ഷിക്കുന്നു ഒളിമ്പിയൻസ്യൂസും തെമിസും ഇതുപോലെ തങ്ങളുടെ നീതിന്യായ സഭ സമ്മേളിച്ചുകഴിഞ്ഞു. എന്റെ സുഹൃത്തുക്കളേ ദുഃഖം നിറഞ്ഞ ഈ കഷ്ടപ്പാടോടെ എന്നെ നശിക്കാനായി വിടൂ. ഒരുപക്ഷേ, എന്നോട് അത്രയ്ക്ക് നല്ലവനായിരുന്ന എന്റെ അച്ഛൻ ഒഡീസ്സി സത്യത്തിൽ തന്റെ ആയുധധാരികളായ ഗ്രീക്കുകാരെ വെറുത്തിരിക്കാം, മനഃപൂർവ്വം അവരെ ദ്രോഹിച്ചിരുന്നിരിക്കാം, അതിന് നിങ്ങളിപ്പോൾ പ്രതികാരം ചെയ്യുന്നതാകാം. നിങ്ങളുടെ വിശപ്പ് എന്റെ സ്റ്റോറുകളും ഗോശാലകളും കാലിയാക്കുന്നത് എന്റെ വിധി ആയിരിക്കാം. എങ്കിൽ എത്രവേഗമായിരിക്കും ഒരു തിരിച്ചടി ഉണ്ടാകുക! ഞങ്ങളുടെ കഥകളുമായി നഗരത്തിലൂടെ ഞങ്ങൾ നടക്കും, കാണുന്നവരെയെല്ലാം മുറുകെ പിടിച്ച് കെഞ്ചി, ഞങ്ങളുടെ പണം മുഴുവൻ തിരിച്ചു കിട്ടുന്നത് വരെ ആവശ്യപ്പെട്ടുകൊണ്ടിരിക്കും. ഇപ്പോൾ ഈ അപരിഹാര്യമായ വേദനകൾ എന്റെ ഹൃദയത്തിൽ കുന്നുകൂടി കിടക്കുകയാണ്." അപ്രകാരം കോപത്തോടെ അവൻ സംസാരിച്ചു. പിന്നെ കണ്ണുനീരൊഴുക്കി വികാരഭരിതനായി അവൻ സഭാദ്ധ്യക്ഷന്റേതായ ദണ്ഡ് താഴേക്ക് ഇട്ടു. പ്രേക്ഷകർക്ക് അവനോട് വലിയ ദയതോന്നി. അവരെല്ലാം നിശ്ശബ്ദരായി അനങ്ങാതിരുന്നു; ടെലിമാക്കസ്സിന്റെ വാക്കുകളോടവർക്ക് കോപത്തോടെ തിരിച്ചടിക്കാനുള്ള മുഖം ഇല്ലായിരുന്നു! ഒടുവിൽ ആന്റിനസ് ഇപ്രകാരം പറഞ്ഞു "നിന്റെ കോപിഷ്ടവും ഗർവ്വിഷ്ഠവുമായ ചുണ്ടു

കൾ ഞങ്ങളുടെ പെരുമാറ്റത്തെക്കുറിച്ച് അപഖ്യാതി പരത്തുകയും അപമാനിക്കുകയും ചെയ്യുന്നു. എന്നാലും ഞാൻ നിന്നോട് പറയുന്നു വിവാഹാർത്ഥികൾ അല്ല കുറ്റക്കാർ, നിന്റെ ആദരണീയയായ അമ്മയാണ്. കഴിഞ്ഞ മൂന്നുവർഷമായി - അല്ല, നാലാം- വർഷമാണിത്. അവർ അക്കായിയന്മാരുടെ വിവേകത്തെ സ്തബ്ധമാക്കിയിരുന്നു. ഞങ്ങളെ ഓരോരുത്തരേയും അവർ ആശിപ്പിച്ചു; അതേസമയം അവരുടെ ഹൃദയം തികച്ചും മറ്റ് ചില ആസൂത്രണങ്ങൾക്ക് ഇടം നല്കുകയായിരുന്നു. അവളുടെ വിദഗ്ദ്ധമായ പദ്ധതിയായിരുന്നു, തന്റെ മുറിയിൽ ഒരു വലിയ നെയ്ത്തുയന്ത്രം സ്ഥാപിക്കൽ! അതിൽ നല്ല വീതിയുള്ള ഒരു തുണി അവൾ നെയ്യാൻ തുടങ്ങി. അവർ എപ്പോഴും ഞങ്ങളോട് പറയുമായിരുന്നു. “കാമുകന്മാരെ മെല്ലെ പോകുക. എന്നെ വിവാഹം കഴിക്കാനുള്ള നിങ്ങളുടെ ജ്വലിക്കുന്ന ആവേശം ശമിപ്പിക്കുക. ഒഡീസ്സിയുടെ മരണം ഈ ലിനൻ ശവസ്ത്രം നെയ്ത് തീർക്കുന്ന ചുമതല എന്നെ ഏല്പിച്ചിരിക്കുന്നു. അതിലോലമായ ആ നൂലുകൾ കാറ്റിൽ ചിതറിപ്പോകാതിരിക്കാൻ എനിക്ക് ശ്രദ്ധിക്കണം. അത് ലാർടെസ്സിന്റെ ശവസംസ്കാരത്തിനു വേണ്ടിയുള്ളതാണ്. ആ വൃദ്ധനായ വീരപുരുഷന് അനിവാര്യമായ ദിവസത്തിനായി അത് തയ്യാറാക്കി വെക്കണം. വിധി അദ്ദേഹത്തെ മരണത്തിന്റെ രൂപത്തിൽ താഴെ വലിച്ചിടുന്ന ദിവസം ഞാനാ ജോലി മുഴുമിപ്പിക്കാതെ വിട്ടാൽ, ഒരു കാലത്ത് സമ്പന്നനായ ഈ വൃദ്ധന്റെ മൃതദേഹം നഗ്നമായി സിമന്റ് തറയിൽ കിടക്കാനിടയായാൽ നമ്മുടെ അയൽപക്കത്തുള്ള എല്ലാ അക്കായിയൻ സ്ത്രീകളുടെയും സൂചനാ ഫലകമായി ഞാൻ മാറും.”

അപ്രകാരം അവർ പ്രതിഷേധിച്ചു “ഞങ്ങളുടെ പുരുഷ ഹൃദയങ്ങൾ അവരുടെ കഥ അംഗീകരിച്ചു. എന്നും അവർ ആ വലിയ തറിയിൽ നെയ്തു കൊണ്ടിരുന്നു. എന്നാൽ എല്ലാ രാത്രിയും അവർ ഉള്ളിലേക്ക് പന്തങ്ങൾ വരുത്തി അന്ന് നെയ്ത പണിയെല്ലാം അഴിച്ച് മാറ്റുമായിരുന്നു. അങ്ങനെ മൂന്നു വർഷങ്ങൾ അവർ ഞങ്ങളെ പറ്റിച്ചു അക്കായിയൻകാരെ വഞ്ചിച്ചു. എന്നാൽ നാലാമത്തെ വർഷം ഇക്കാര്യങ്ങളെല്ലാം അറിയാമായിരുന്ന ഒരു ദാസിയിലൂടെ ഞങ്ങൾ കാര്യങ്ങൾ ഗ്രഹിച്ചു. നെയ്തെടുത്ത നൂലുകളെല്ലാം അവർ അഴിച്ചെടുക്കുന്നത് കണ്ടുപിടിച്ചു. അതുകൊണ്ട് നിന്നോടുള്ള വിവാഹാർത്ഥികളുടെ മറുപടി കേൾക്കുക, അത് കേൾക്കുകയും ശരിക്ക് മനസ്സിലാക്കുകയും ചെയ്യുക; ഈ നാട്ടിലെ എല്ലാവരും നിന്നോടൊപ്പമുണ്ടാകും. നിന്റെ അമ്മയെ പറഞ്ഞയയ്ക്കുക. അവരുടെ അച്ഛൻ ആജ്ഞാപിക്കുന്നതുപോലെ അവർക്ക് ഏറ്റവുമധികം ഇഷ്ടമുള്ള മനുഷ്യനെ വിവാഹം കഴിക്കുവാൻ അവരോട് ഉത്തരവ് ഇടുക. എന്നാൽ അതിനുപകരം, അക്കായിയിലെ അവിവാഹാർത്ഥികൾക്കിടയിൽ നിർബ്ബന്ധപൂർവ്വം കുഴപ്പങ്ങൾ സൃഷ്ടിച്ചുകൊണ്ടിരിക്കാനാണ് അവരുടെ ഭാവമെങ്കിൽ അവർ അപ്രകാരം തന്നെ ചെയ്യട്ടെ - അതിന് വില നല്കേണ്ടിവരും. എഥീനി അവൾക്ക് അതുല്യമായൊരു കലാവിരുതിന്റെ രക്ഷാകവചം അനുഗ്രഹിച്ചു നല്കിയിട്ടുണ്ട്. പഴയ കാലത്തെ സുപ്രസിദ്ധ

സുന്ദരികൾക്ക് കരസ്ഥമാക്കാൻ കഴിയാത്തതിനപ്പുറം മാഹാത്മ്യമുള്ളത്! അതിലൂടെ വീട്ടമ്മമാർക്ക് വേണ്ടതായ എല്ലാ കഴിവുകളും നല്കിയിട്ടുണ്ട്. ആൽക്കമീൻ, ടൈറൊ, മൈസീൻ എന്നിവർക്കൊന്നും അടുത്തെത്താനാവാത്ത വശ്യമായ ആകർഷണീയതയാണ് പെനെലോപ്പിനുള്ളത്. എന്നാലും തല്ക്കാലം, അവരുടെ വശ്യത സമയോചിതമല്ലെന്ന് നിങ്ങൾക്ക് കാണാം. അവർ തന്റെ ചങ്കൂറ്റം തുടരുന്നിടത്തോളം കാലം വിവാഹാർത്ഥികൾ നിങ്ങളുടെ ഭക്ഷ്യവസ്തുക്കളെല്ലാം തിന്ന് മുടിക്കും. അവർ കുപ്രസിദ്ധി നേടിക്കഴിഞ്ഞു. നീ സ്വന്തം വസ്തുക്കൾ വെറുതെ നഷ്ടപ്പെട്ടതിൽ ഖേദിക്കുന്നു. ഞങ്ങൾ സ്വന്തം പ്രവൃത്തിയിൽനിന്ന് വ്യതിചലിക്കുകയോ വീട്ടിലേക്ക് തിരിച്ചുപോകുകയോ ഇല്ല; അവർ ഞങ്ങളിൽ ഒരാളെ തെരഞ്ഞെടുത്ത് വിവാഹം കഴിക്കുന്നതുവരെ ഇവിടം വിടുകയില്ല."

അളന്ന് മുറിച്ച വാക്കുകളോടെ ടെലെമാക്കസ് അവന് മറുപടി നല്കി. "ആന്റിനസ്, എന്നെ പ്രസവിച്ച് വളർത്തിയ അമ്മയെ ഒരു തരത്തിലും വീട്ടിൽനിന്ന് നിർബ്ബന്ധിച്ച് പറഞ്ഞയയ്ക്കാൻ എനിക്ക് കഴിയില്ല. അതിനും പുറമെ, എന്റെ അച്ഛൻ ഭൂമിയിൽ എവിടെയോ ഉണ്ട്. അദ്ദേഹം ജീവിച്ചിരിപ്പുണ്ടെങ്കിൽ- അല്ലെങ്കിൽ, അദ്ദേഹം ഒരുപക്ഷേ, മരിച്ചു പോയിരിക്കാം. എന്തായാലും അമ്മയെ പറഞ്ഞയയ്ക്കുന്ന കാര്യം ഞാനാണ് ഏറ്റെടുക്കുന്നതെങ്കിൽ ഭീകരമായ ചെലവിനെ കുറിച്ചൊന്ന് ഓർത്തുനോക്കുക. അവരുടെ സ്ത്രീധനം എനിക്ക് ഇക്കാരിയസ്സിന് തിരിച്ചുകൊടുക്കേണ്ടിവരും. എന്തായിരിക്കും അന്ത്യം? അവരുടെ അച്ഛനോട് മോശമായ രീതിയിൽ എനിക്ക് കേണപേക്ഷിക്കേണ്ടിവരും. ഞങ്ങളുടെ വീട്ടിൽ നിന്ന് എന്റെ അമ്മയെ ഇറക്കിവിടുമ്പോൾ അവർ ഭയങ്കര കോപത്തോടെ എന്നെ ശപിക്കും, അപ്പോൾ കൂടുതൽ ദോഷം മുകളിൽനിന്ന് എന്റെ മേൽ പതിക്കും. എന്റെ കൂട്ടുകാരും എന്നെ നിന്ദിക്കും. അതുകൊണ്ട് ഞാൻ ഒരിക്കലും അമ്മയ്ക്ക് അത്തരം ഉത്തരവ് നല്കുകയില്ല. എന്നാൽ കേൾക്കുക- നീയും മറ്റ് വിവാഹാർത്ഥികളും ഞങ്ങളുടെ കുടുംബകാര്യങ്ങളിൽ സംഘട്ടനങ്ങൾ ഉണ്ടാക്കാതിരിക്കുക. പിന്നെ, എന്റെ അതിഥിമുറികളിൽ നിന്ന് പുറത്ത് പോകുക. സ്വന്തം ചെലവ് ചെയ്ത് പരസ്പരം ആഘോഷിക്കുക. സ്വന്തം വീട്ടിലേക്ക് തിരിക്കുക. ഇനിയും ഒരാളുടെ മാത്രം ജീവിതമാർഗ്ഗം നശിപ്പിച്ച് ഈ ആഘോഷം തുടരുന്നതാണ് കൂടുതൽ രസകരമെന്ന് നിങ്ങൾ കരുതുന്നുണ്ടെങ്കിൽ നടക്കട്ടെ. അതിനിടയ്ക്ക് അനശ്വരരായ ദൈവങ്ങളോട് ഞാൻ പ്രാർത്ഥിക്കട്ടെ, സന്ദർഭവശാൽ തക്കതായ ശിക്ഷ നല്കുവാൻ സ്യൂസ് അനുമതി നല്കിയേക്കാം. അപ്പോൾ ഞങ്ങളുടെ വീടിന് യാതൊരു നാശവും വരാത്ത രീതിയിൽ അതിന്റെ മതിലുകൾക്കുള്ളിൽ നിങ്ങൾ എല്ലാവരും കൊല്ലപ്പെടുന്നത് കാണാം."

അങ്ങിനെ ടെലെമാക്കസ് സ്യൂസിനെ ധ്യാനിച്ചു. അവന്റെ പ്രാർത്ഥനയ്ക്ക് മറുപടിയായി എല്ലാവരും കാൺകെ, രണ്ട് പരുന്തുകളെ മലമുകളിൽ നിന്നും ദേവൻ അയച്ചു. കൊടുങ്കാറ്റിന്റെ വേഗതയിൽ അവ തൊട്ടുതൊട്ട് പറന്ന് അവരുടെ സമ്മേളനസ്ഥലത്തിന് മുകളിലെത്തി. അവിടെ

അവ ചുറ്റിപ്പറന്നു. കരുത്തുറ്റ ചിറകുകളായിരുന്നു അവയുടേത്. അവ മാരകമായ കണ്ണുകളോടെ അവയെ നോക്കുന്ന മുഖങ്ങളിലേക്ക് തുറിച്ചു നോക്കി. അതിനുശേഷം കൂർത്തനഖങ്ങൾ കൊണ്ട് പരസ്പരം തലയിലും കഴുത്തിലും കീറിപ്പൊളിച്ചു. പെട്ടെന്ന് വലതുവശത്തേക്ക് തിരിഞ്ഞ് നഗരവാസികളുടെ വീടുകൾക്കു മീതെ പറന്നു. കണ്ണുകൾക്ക് പിൻതുടരാവുന്നിടത്തോളം ദൂരം എല്ലാവരും ആ പക്ഷികളെ നോക്കി ആശ്ചര്യത്തോടെ നിന്നുപോയി. സ്വർഗ്ഗത്തിൽനിന്നുള്ള ഈ അടയാളം എന്ത് ഭാവി ചരിത്രമാണ് ഉദ്ദേശിക്കുന്നതെന്നവർ ചിന്തിച്ചു.

അവർ ചിന്തയിലാണ്ടുനില്ക്കവെ മാസ്റ്റോറിന്റെ പുത്രനായ ഹാലിതെർസെസിന്റെ ശബ്ദം കേട്ടു. പക്ഷി- വായനശാസ്ത്രത്തിലും വിധി പ്രവചനത്തിലും ഈ തലമുറയെ മുഴുവൻ കടത്തിവെട്ടിയ പണ്ഡിതശ്രേഷ്ഠനായ അയാൾ പറഞ്ഞു. "ഞാൻ പറയുന്നത് കേൾക്കുക, ഇഥാക്കാ ദ്വീപുകാരെ; എന്നെ ശ്രദ്ധിക്കുക, പ്രത്യേകിച്ച് വിവാഹാർത്ഥികൾ, കാരണം ഞാൻ തരുന്ന മുന്നറിയിപ്പ് അധികവും അവരെ സംബന്ധിക്കുന്നതാണ്. അവർക്ക് മീതെ വലിയ ദോഷങ്ങൾ ഉരുണ്ടു കൊണ്ടിരിക്കുന്നു. ഒഡീസ്സി തന്റെ ജനങ്ങളിൽനിന്നും അധികകാലം വേർപെട്ട് നില്ക്കുകയില്ല. ഇപ്പോൾ ഒരു പക്ഷേ, അവൻ വിവാഹാർത്ഥികളുടെ രക്തരൂഷിതമായ നാശത്തിന്റെ വിത്തും വഹിച്ചുകൊണ്ട് അടുത്തെത്തിയിട്ടുണ്ടായിരിക്കാം. പ്രസന്നമായ ആകാശമുള്ള ഈ ദ്വീപിലെ പ്രമാണികളായ നമ്മളിൽ ചിലർക്കും അവൻ മരണഹേതു ആയിരിക്കും. അതുകൊണ്ട് സംഭവം നടക്കുന്നതിനുമുമ്പ് വിവാഹാർത്ഥികൾക്കു നേരെയുള്ള ആക്രമണം ഇല്ലാതാക്കാനായി നമ്മൾക്കൊരു പദ്ധതി ആസൂത്രണം ചെയ്യാം. എനിക്ക് ഉറപ്പായി അറിയാവുന്ന കാര്യമാണ് ഞാൻ പറഞ്ഞത്. ആദ്യമായല്ല ഞാൻ ഭാവി പ്രവചനം നടത്തുന്നത്. ഒഡീസ്സിയെക്കുറിച്ച് ഞാൻ പ്രവചിച്ചതെല്ലാം നടക്കാൻ പോകുകയാണ്. ആ പ്രഗത്ഭനായ നേതാവ് ഇലിയേസിലേക്ക് കടൽ യാത്ര ചെയ്യവെ ഞാൻ പ്രവചിച്ചിരുന്നു, തന്റെ സഹയാത്രികരുടെ മരണവും മറ്റ് നിരവധി അത്യാപത്തുകളും സഹിച്ച ശേഷം അവൻ വീണ്ടും സ്വതന്ത്രനായി ഇരുപതാം വർഷം പ്രത്യക്ഷപ്പെടുമെന്ന് ഇന്ന് അതെല്ലാം നിറവേറ്റപ്പെടാൻ പോകുകയാണ്.

പോളിബസ്സിന്റെ പുത്രൻ യൂറിമാക്കസ് അത് നിഷേധിച്ചു. "പറയൂ, പറയൂ പ്രായാധിക്യത്താൽ ബുദ്ധി മന്ദിച്ചവനെ നിങ്ങൾ വീട്ടിൽത്തന്നെ ഇരുന്ന് നിങ്ങളുടെ കുട്ടികളോട് പ്രവചിക്കുകയും വരാൻ പോകുന്ന ഉഗ്രകോപത്തിൽനിന്ന് അവരെ രക്ഷിക്കുകയായിരിക്കും കൂടുതൽ നല്ലത്. പ്രായോഗിക കാര്യങ്ങളിൽ ഞാനാണ് മാസ്റ്റർ - പ്രോഫറ്റ്. നമ്മുടെ ഈ തെളിഞ്ഞ സൂര്യപ്രകാശത്തിൽ അനേകം പക്ഷികൾ അവിടവിടെയായി പാറിപ്പറിക്കുന്നുണ്ട്. എന്നാൽ എല്ലാവരും സ്വർഗ്ഗത്തിൽനിന്ന് സന്ദേശങ്ങൾ കൊണ്ടുവരുന്നില്ല. നിങ്ങൾ വീരസ്യം പറഞ്ഞ ആ ഒഡീസ്സി വളരെ മുമ്പു തന്നെ മരിച്ചുപോയി. നിങ്ങളും അവനോടൊപ്പം പോയി മരിച്ചിരുന്നെങ്കിൽ! എങ്കിൽ നിങ്ങളുടെ ഈ അരുളപ്പാടിൽ നിന്ന് ഞങ്ങൾക്ക് രക്ഷ

പ്പെടാമായിരുന്നു! വിഷമിച്ചിരിക്കുന്ന ടെലിമാക്കസ്സിനെ തന്റെ ദുഃഖങ്ങൾ പ്രകടിപ്പിക്കുവാൻ പ്രേരിപ്പിച്ച് നിങ്ങളുടെ കുടംബത്തിന്റെ ഭാവി ആസ്ഥാനമാക്കി ഇതിനെ മാറ്റാൻ ശ്രമിക്കില്ലായിരുന്നു."

എന്നാലും നിങ്ങൾ സങ്കല്പിക്കുന്ന പാരിതോഷികം അയാളിൽ നിന്ന് നിങ്ങളുടെ കുടുംബത്തിന് ഒരിക്കലും കിട്ടില്ലെന്ന് പറയാൻ ഖേദ മുണ്ട്. ഞാൻ കർശനമായി സംസാരിക്കാൻ പോകുകയാണ്. ഞാൻ പറ യുന്നത് തീർച്ചയായും സംഭവിക്കും. വിശാലവും സുദീർഘവുമായ ലോക പരിചയമുള്ള ഒരു മുതിർന്നവൻ തന്റെ വിവേകം ഒരു യുവാവിന്റെ കോപത്തെ ഉദ്ദീപിപ്പിക്കാൻ ശ്രമിക്കുമ്പോൾ അതിന്റെ പ്രത്യാഘാതം വളരെ ദാരുണമായിരിക്കും. തന്റെ ഇഷ്ടാനുസരണം പ്രേക്ഷകരെ ഒപ്പം നിർത്താൻ സ്വയം ശക്തിഹീനനാണെന്നയാൾ കണ്ടെത്തും. മറ്റൊന്ന് നിങ്ങൾക്ക് ഹൃദയ വേദന ഉണ്ടാകുന്ന വിധത്തിലുള്ള പിഴയായിരിക്കും ഞങ്ങൾ നിങ്ങൾക്കു മേൽ ചുമത്തുക. ഇപ്പോൾ നിങ്ങളുടെ എല്ലാവരു ടെയും മുന്നിൽവെച്ച് എനിക്ക് ടെലിമാക്കസ്സിനെ ഉപദേശിക്കേണ്ടതുണ്ട്. അവൻ അമ്മയോട് സ്വന്തം മാതാപിതാക്കളുടെ അടുത്തേക്ക് പോകാൻ ആജ്ഞാപിക്കണം. അവരാണ് അവളുടെ പുനർവ്വിവാഹത്തെക്കുറിച്ചും തങ്ങളുടെ മകൾക്ക് കൊടുക്കേണ്ട വിലയേറിയ പാരിതോഷിക ങ്ങളെക്കുറിച്ചും തീരുമാനിക്കേണ്ടത്. അതുവരെ അക്കായിയൻ യുവാ ക്കൾ തങ്ങളുടെ അസഹ്യവും അത്യാവശ്യവുമായ വിവാഹാഭ്യർത്ഥന നടത്തുന്നതിൽനിന്ന് പിന്നോട്ട് പോകില്ലെന്ന് ഞാൻ നിങ്ങളോട് ഉറപ്പിച്ച് പറയുന്നു. അവർ എന്തിന് പിൻവാങ്ങണം? ഞങ്ങൾ ഈ ഭൂമിയിൽ ആരെ യും ഭയപ്പെടുന്നില്ല. പ്രത്യേകിച്ചും ഗർജ്ജിക്കുന്ന ഈ ടെലിമാക്കസ്സിനെ! ഈ വൃദ്ധൻ പറഞ്ഞതുപോലുള്ള ഭാവി പ്രവചനങ്ങൾ കൊണ്ടൊന്നും ഞങ്ങളെ ഇളക്കാൻ കഴിയില്ല. ടെലിമാക്കസ്സിന്റെ ആഹാരം മതിവരു വോളം കഴിക്കും. പുനർവിവാഹത്തിന്റെ കാര്യത്തിൽ പെനെലോപ് ആളു കളുടെ ആഗ്രഹം വിഫലമാകുകയും അവളുടെ താളത്തിനൊത്ത് നൃത്തം ചെയ്യിപ്പിക്കുകയും ചെയ്യുന്നിടത്തോളം കാലം അവന്റെ മാർഗ്ഗത്തിൽ നീതിയുക്തമായ ഇടപാടൊന്നും ഞങ്ങളിൽ നിന്ന് പ്രതീക്ഷിക്കേണ്ടതി ല്ല. സ്തുത്യർഹയായൊരു വധുവിനെ നേടാനുള്ള ആഗ്രഹത്തിൽ ഞങ്ങൾ വികാരവിവശരായിരിക്കുകയാണ്. സാധാരണ സ്ത്രീകളൊന്നും ഞങ്ങൾക്ക് അനുയോജ്യരായ ജോഡിയല്ലെന്ന് തോന്നിപ്പോകുന്നു."

"യൂറിമാക്കസ്" അവധാനപൂർവ്വം ചിന്തിച്ച് ടെലിമാക്കസ് മറുപടി നല്കി. "ഈ വിഷയത്തിന്മേൽ അഭ്യർത്ഥനകളോ ചർച്ചകളോ നിങ്ങളോ ടോ മറ്റേതെങ്കിലും വിവാഹാർത്ഥികളോടോ ഞാൻ പുനരാരംഭിക്കാൻ ആഗ്രഹിക്കുന്നില്ല. നമ്മുടെ കാര്യം പൂർണ്ണമായും ഞാൻ ദൈവങ്ങൾക്കാ യി മാറ്റിവെച്ചു; അക്കാര്യം എല്ലാ അക്കായിയന്മാരെയും അറിയിച്ചുകഴി ഞ്ഞു. പകരം ഞാനിപ്പോൾ നിങ്ങളോട് ആവശ്യപ്പെടുന്നത് നന്നായി നിർമ്മിക്കപ്പെട്ട ഒരു കപ്പലും അത് തുഴയുവാനുള്ള ഇരുപത് തുഴക്കാ രേയും തയ്യാറാക്കാനാണ്. ഈ കപ്പലിൽ സ്പാർട്ടായിലും പൈലോ

സിലും ചുറ്റിക്കറങ്ങി, വളരെക്കാലമായി കാണാതായ എന്റെ അച്ഛനെ അന്വേഷിക്കും. ഒരുപക്ഷേ, മനുഷ്യരിൽ നിന്ന് അദ്ദേഹത്തിന്റെ തിരിച്ചു വരവിനെക്കുറിച്ചുള്ള വാർത്ത ശേഖരിക്കാൻ കഴിഞ്ഞേക്കും. അല്ലെങ്കിൽ സ്യൂസിൽ നിന്നുള്ള ഒരു മന്ത്രം എന്റെ ചെവിയിലെത്തും. അവന്റെ നിശ്വാസം പലപ്പോഴും മനുഷ്യരായ നമ്മൾക്ക് സത്യത്തിന്റെ മുന്നറിയിപ്പ് നല്കുന്നു."

എന്റെ അച്ഛൻ ജീവിച്ചിരിക്കുന്നുണ്ടെന്നും നാട്ടിലേക്കുള്ള മടക്കയാത്രയിലാണെന്നും ഞാൻ അറിഞ്ഞാൽ, എന്റെ വീട് മനപ്പൂർവ്വം നശിപ്പിക്കുന്ന പ്രവൃത്തി അല്പസമയം കൂടി ഞാൻ സഹിക്കും. എന്നാൽ അദ്ദേഹം മരിച്ചെന്ന് ഉറപ്പായാൽ, ഞാൻ എന്റെ ഈ പ്രിയപ്പെട്ടനാട്ടിലേക്ക് തിരിച്ചുവന്ന് പ്രശസ്തമായൊരു ശവകുടീരക്കുന്ന് അദ്ദേഹത്തിനുവേണ്ടി നിർമ്മിക്കും വിലപ്പെട്ട ശവക്കല്ലറ അതിൽ അടക്കം ചെയ്യും. അതിനു ശേഷം എന്റെ അമ്മയെ ഏതെങ്കിലും ഒരാൾക്ക് വിവാഹം കഴിച്ചു കൊടുക്കും.

അവൻ സംഭാഷണം അവസാനിപ്പിച്ച് താഴെ ഇരുന്നു. ജനക്കൂട്ടത്തിൽ നിന്ന് മെന്റർ എഴുന്നേറ്റ് സംസാരിക്കാൻ തയ്യാറെടുത്തു. ശക്തനായ ഒഡീസ്സിയുടെ സുഹൃത്തും ഉപദേഷ്ടാവുമായിരുന്നു ഇദ്ദേഹം. ഒഡീസ്സി ഇലിയോസിലേക്ക് യാത്ര പുറപ്പെട്ടപ്പോൾ അവൻ തന്റെ വീടിന്റെ ചുമതലകൾ 'മെന്ററെ'യാണ് ഏല്പിച്ചിരുന്നത്. അതിനുള്ളിലെ എല്ലാവരോടും അവൻ ആജ്ഞാപിച്ചു. "ഇപ്പോൾ ഞാൻ പറയുന്നത് ശ്രദ്ധിക്കുക. ഇഥാക്കാനിവാസികളേ ഇതാ എല്ലാ സംശയാലുക്കളായ രാജാക്കന്മാർക്കും ഒരു താക്കീത്, അവർ പൂർണ്ണമായും കാരുണ്യം, മാന്യത എന്നിവ ത്യജിച്ചിരിക്കുന്നു. നീതിപൂർവ്വമായ നടപടിയെക്കുറിച്ചവർ ചിന്തിക്കുന്നില്ല. പകരം അവർ എപ്പോഴും കർക്കശ സ്വഭാവക്കാരും അനുചിതമായി പെരുമാറുന്നവരുമാണ്. നിങ്ങളുടെ രാജാവ്, തേജസ്വിയായ ഒഡീസ്സിയാകട്ടെ സ്വഭാവത്തിന്റെ കാര്യത്തിൽ നമ്മുടെ പിതാവിനെപ്പോലെ മൃദുലനാണ്. എന്നാൽ നോക്കൂ! നിങ്ങളിലാരും അവനെ ഓർക്കുന്നതുപോലുമില്ല. ഈ ധിക്കാരികളായ വിവാഹാർത്ഥികൾക്കെതിരെ ഞാനൊരു മുറവിളിയും കൂട്ടുകയില്ല. അവരുടെ ദുഷിച്ച സ്വഭാവം അവരെ അക്രമാസക്തരാക്കിയിരിക്കുന്നു. അവൻ വീട്ടിൽ ഇനി തിരിച്ചെത്തുകയില്ല എന്ന ഒരു ഉറച്ച വിശ്വാസത്തിനുമേൽ തങ്ങളുടെ ശിരസ്സുകൾ അവർ പന്തയം വെച്ചിരിക്കുകയാണ്. എന്റെ പരാതി മറ്റുള്ളവർക്കെതിരെയാണ്; എന്തുകൊണ്ടെന്നാൽ, നിങ്ങൾ മൗനം പാലിച്ചുകൊണ്ടിരിക്കുന്നു. തള്ളിപ്പറയുകയോ വിലക്കുകയോ ചെയ്യുന്നില്ല. നിങ്ങൾ വളരെയധികം പേരുണ്ട്, വിവാഹാർത്ഥികൾ കുറച്ചു പേരേയുള്ളൂ."

യൂനിറിന്റെ പുത്രൻ ലിയോ ക്രിറ്റസ് അയാളെ എതിർത്തു. "മെന്റർ, അനർത്ഥം സൃഷ്ടിക്കുന്നവനായ കിറുക്കാ, ഈ കുഴപ്പം അവസാനിപ്പിക്കാനായി അഭ്യർത്ഥിച്ച് എന്തിനാണ് ശ്വാസം നഷ്ടപ്പെടുത്തുന്നത്? സദ്യ നടത്തുന്നതിന്റെ പേരിൽ ഒരു യുദ്ധം നടത്തുന്നത് അന്യായമാണ്. ഉന്നതരോടായാലും താഴ്ന്നവരോടായാലും. നമ്മുടെ ഇഥാക്കയിൽ ഒഡീസ്സി

നേരിട്ട് എത്തി എന്ന് കരുതുക. വിവാഹാർത്ഥികൾ സദ്യഹാളാക്കി മാറ്റിയ അവന്റെ കൊട്ടാര ഹാളിൽ നിന്ന് എല്ലാവരേയും അവന് പുറത്തേക്ക് ഓടിക്കേണ്ടിവരും. അവന്റെ വരവിനായി അവന്റെ ഭാര്യ ആശയോടെ കാത്തിരിക്കുന്നുണ്ടാകും. ഇത്ര അധികംപേരുള്ള നമ്മളെ അവൻ ഒറ്റയ്ക്ക് ആക്രമിച്ചാൽ സ്വന്തം കൊട്ടാരത്തിൽ അവൻ ഭീകരമായ വിധിയെ അഭിമുഖീകരിക്കേണ്ടി വരും. നിങ്ങൾ വെറുതെ ചിലയ്ക്കുകയാണ്. ഇത് തന്നെ ധാരാളം! എല്ലാവരും സ്വന്തം ജോലിക്കായി പിരിഞ്ഞുപോകട്ടെ. വളരെക്കാലമായി ഈ വീടുമായി ബന്ധമുള്ള മെന്ററേയും ഹാലിതേർസെസ്സിനേയും മാത്രം ഈ യുവാവിന്റെ യാത്രയ്ക്കുള്ള തയ്യാറെടുപ്പിനായി വിടുക. എന്നാലും എനിക്ക് തോന്നുന്നത് വാർത്തകൾ ശേഖരിക്കാനായി കുറേനാളുകൾ ഇഥാക്കായിൽത്തന്നെ ഉണ്ടാകുമെന്നാണ്. ഒടുവിൽ ആ കടൽ യാത്രാപദ്ധതി വേണ്ടെന്ന് വെക്കും!"

അയാൾ പ്രഭാഷണം അവസാനിപ്പിച്ചു. സഭ പെട്ടെന്ന് പിരിഞ്ഞു. ആളുകൾ സ്വന്തം വീടുകളിലേക്ക് പോയി. വിവാഹാർത്ഥികളാകട്ടെ, പ്രതാപിയായ ഒഡീസ്സിയുടെ കൊട്ടാരത്തിൽത്തന്നെ തങ്ങി. എന്നാൽ ടെലിമാക്കസ് ഒറ്റയ്ക്ക് കടൽത്തീരത്തിലൂടെ നടന്നു. എഥീനിയെ പ്രാർത്ഥിക്കുന്നതിനുമുമ്പ് സുതാര്യമായ കടൽ വെള്ളത്തിൽ അവൻ കൈകൾ കഴുകി. "ദേവതേ, ഞാൻ പറയുന്നത് കേൾക്കൂ! ഇന്നലെ നീ എന്റെ വീട്ടിൽ വന്നപ്പോൾ, എന്റെ കാണാതായ അച്ഛനെക്കുറിച്ചുള്ള വാർത്തകൾ തേടി കപ്പലിൽ സാഹസികയാത്രയ്ക്കൊരുങ്ങാൻ പറഞ്ഞിരുന്നു. എങ്ങനെയാണ് അക്കായിയന്മാർ പ്രത്യേകിച്ച് ഈ മദാലസരായ വിവാഹാർത്ഥികൾ എന്റെ എല്ലാ ഉദ്യമങ്ങളും തടസ്സപ്പെടുത്തുന്നതെന്ന് ഇപ്പോൾ കാണുന്നില്ലേ."

അവൻ പ്രാർത്ഥിച്ചുകൊണ്ടിരിക്കവെ എഥീനി അടുത്തെത്തി. 'മെന്ററു'ടെ ശരീരം സ്വീകരിച്ചുകൊണ്ടായിരുന്നു അവളുടെ പ്രത്യക്ഷപ്പെടൽ. മെന്ററുടെ ശബ്ദത്തിൽ അവൾ അവനെ ക്ഷോഭത്തോടെ ഉദ്ബോധിപ്പിച്ചു- "ടെലിമാക്കസ്, ഇപ്പോൾ നിന്റെ ധൈര്യവും കഴിവും നഷ്ടപ്പെടാനിടവരുത്തരുത്. നിന്റെ അച്ഛൻ വാക്കും പ്രവൃത്തിയും അതിന്റെ ലക്ഷ്യസ്ഥാനത്തിലെത്തുന്നതുവരെ പ്രവർത്തിക്കുന്നവനാണ്. നിന്റെ ശരീരത്തിൽ അദ്ദേഹത്തിന്റെ സ്വഭാവത്തിന്റെ നേരിയ അംശമെങ്കിലും ഉണ്ടെങ്കിൽ നിന്റെ ഈ പ്രയത്നം നിഷ്പ്രയോജനവും അലക്ഷ്യവുമല്ലാത്തതാക്കാൻ അത് ധാരാളം മതി. നേരെമറിച്ചായാൽ നീ ഒഡീസ്സിയുടേയും പെനെപ്പോലിപ്പിന്റെയും യഥാർത്ഥ സന്താനമെന്ന പ്രതീക്ഷ ഞാൻ ഉപേക്ഷിക്കും. ചുരുക്കം ചില പുത്രന്മാർ ആണ് തങ്ങളുടെ പിതാക്കന്മാരുടെ ഔന്നത്യത്തിലെത്തുന്നത്. വളരെ കുറച്ചുപേർ അവരെ കവച്ചുവെക്കുന്നു. അധികം പേരും അവരേക്കാൾ വളരെ കഴിവ് കുറഞ്ഞവരാണ്. എന്നാൽ തീർച്ചയായും നീ ദുർബ്ബല ഹൃദയനോ അധമനോ ആണെന്ന് തെളിയിക്കരുത്. ഒഡീസ്സിയുടെ തന്ത്രങ്ങൾ പരമ്പരാഗതമായി നിന്നിൽ ഉണ്ടായിരിക്കണം. അതുകൊണ്ട് നീ ലക്ഷ്യപ്രാപ്തിയിലെത്തുമെന്ന്

എനിക്ക് നല്ല പ്രതീക്ഷയുണ്ട്. മതിഭ്രമമുണ്ടാകുന്ന ഈ വിവാഹാർത്ഥികളുടെ ഉദ്ദേശങ്ങളോ ഉപദേശങ്ങളോ ചെവിക്കൊള്ളരുത്. അവരുടെ ജന്മവാസനയും മര്യാദയും ഒരുപോലെ തെറ്റായിട്ടുള്ളതാണ്. അവർ മരണത്തേയോ അവർക്കുമീതെ വട്ടമിട്ടു പറക്കുന്ന ദുർവ്വിധിയേയോ മനസ്സിലാക്കുന്നില്ല.

"നിന്റെ ഹൃദയത്തിലുള്ള ഈ യാത്ര നിനക്ക് അധികനാൾ ദീർഘിപ്പിക്കേണ്ടിവരില്ല. എന്തുകൊണ്ടെന്നാൽ ഞാൻ നിന്റെ അച്ഛന്റെ സുഹൃത്തായിരുന്നു. അതുകൊണ്ട് ഞാൻ തന്നെയാണ് നിനക്കൊരു വേഗതയുള്ള കപ്പൽ കരസ്ഥമാക്കിത്തരുന്നത്. കപ്പലിൽ ഞാൻ നിന്നോടൊപ്പമുണ്ടാകും. തല്ക്കാലം നീ സ്വന്തം വീട്ടിലേക്ക് പോകുക, വിവാഹാർത്ഥികളോടൊപ്പം ചേർന്ന് ഉല്ലസിക്കുക. അതേ സമയം ഭക്ഷണസാധനങ്ങളെല്ലാം സംഭരിച്ച് എല്ലാം സുരക്ഷിതമായി പൊതിഞ്ഞു കെട്ടിവെക്കുക. വീഞ്ഞ് ജാറുകളിലും ബാർലി കട്ടിയുള്ള തുകൽച്ചാക്കുകളിലുമാക്കി വയ്ക്കുക. വളരെ വേഗം ഞാൻ പട്ടണത്തിൽ നിന്ന് ഞങ്ങളുടെ സമർത്ഥരായ കപ്പൽ ജോലിക്കാരെ വിളിച്ചുകൂട്ടാം. കടലിനാൽ ചുറ്റപ്പെട്ട ഇഥാക്കയിൽ പുതിയതും പഴയതുമായ ധാരാളം കപ്പലുകൾ ഉണ്ട്. ഞാൻ അവ പരിശോധിച്ച് ഏറ്റവും അനുയോജ്യമായത് തെരഞ്ഞെടുക്കാം അതിനെ വേണ്ട രീതിയിൽ സജ്ജീകരിച്ച് കടലിലിറക്കാം."

അപ്രകാരം സ്യൂസിന്റെ പുത്രി എഥീനി പറഞ്ഞു. ദൈവിക ഉച്ചാരണം കേട്ട ടെലെമാക്കസ് ഒട്ടും സമയം പാഴാക്കാതെ ഹൃദയവേദനയോടെ നേരെ വീട്ടിലേക്ക് മടങ്ങി. അവിടെ തന്റെ അതിഥിഹാളിലും പൂമുഖത്തും വിവാഹാർത്ഥികളായ പ്രഭുക്കന്മാർ അറുത്ത ആടുകളുടെ തൊലി ഉരിയുകയും തടിച്ചുകൊഴുത്ത പന്നി മാംസം തീയിൽ പിടിച്ച് രോമം കരിച്ചുകൊണ്ടിരിക്കുകയുമായിരുന്നു.

ആന്റിനസ് ചിരിച്ചുകൊണ്ട് അവനെ ഉറക്കെ പേരെടുത്ത് വിളിച്ചു; ഗമയോടെ അവന്റെ അടുത്തേക്ക് നടന്നുചെന്ന് കൈപിടിച്ചുകൊണ്ട് പറഞ്ഞു. "ടെലെമാക്കസ്" നീ ഞങ്ങൾക്കു നേരെ ശത്രുതയുള്ള കുറെ വാക്കുകൾ ഉച്ചരിച്ചു. ഇനി മുതൽ ഞങ്ങളെ ദ്രോഹിക്കാനുള്ള ചിന്ത നിന്റെ മനസ്സിൽ നിന്ന് എടുത്ത് കളഞ്ഞുകൂടേ? നിന്റെ വ്രണപ്പെടുത്തുന്ന വാക്കുകൾ മറക്കുകയും ഞങ്ങളോടൊപ്പം പണ്ടത്തെപ്പോലെ തിന്നുകയും കുടിക്കുകയും ചെയ്തുകൂടെ? അതിനിടയിൽ നിനക്ക് വേണ്ടതായ കപ്പലും കപ്പൽ ജോലിക്കാരും മറ്റെല്ലാ സാമാനങ്ങളും അക്കായിയന്മാർ തയ്യാറാക്കിത്തരും. അങ്ങനെ അതിവേഗം പുണ്യാളനായ പൈലോസിന്റെ അടുത്ത് ആ കപ്പൽ നിന്നെ എത്തിച്ച് പ്രതാപിയായ നിന്റെ പിതാവിനെക്കുറിച്ചുള്ള വാർത്തകൾ നേടാം."

ആന്റിനസ്സിന്റെ പിടിയിൽനിന്ന് മെല്ലെ കൈ എടുത്തുമാറ്റി വിവേകപൂർവ്വം ടെലെമാക്കസ് മറുപടി നല്കി. "ധിക്കാരികളായ നിങ്ങളോടൊപ്പം എനിക്ക് ശാന്തനായി ഇരുന്ന് ആഹാരം കഴിക്കാനും ആഹ്ലാദിക്കാനും കഴിയില്ല. അല്ലയോ വിവാഹാർത്ഥികളേ എന്റെ ബാല്യകാലത്ത് എന്തു

മാത്രം വിലപിടിച്ച വസ്തുക്കളാണ് നിങ്ങൾ പിടിച്ചുപറിച്ചത്. അത് ഖേദ കരമല്ലേ? ഇന്ന് ഞാൻ ഒരു പുരുഷനായി വളർന്നിരിക്കുന്നു. മറ്റുള്ളവ രിൽനിന്ന് ഇപ്പോഴാണ് ഞാനീ കഥകളെല്ലാം കേൾക്കുന്നത്. സത്യമാ യും, എന്റെ വിങ്ങുന്ന ഹൃദയം ആ ദുഷ്ടതകളോടെല്ലാം പകരം വീട്ടാ നെന്നെ പ്രേരിപ്പിക്കുകയാണ്. അതുകൊണ്ട് ഞാൻ തീർച്ചയായും എന്റെ യാത്ര ആരംഭിക്കും. അതൊരു വ്യർത്ഥമായ അന്വേഷണമായിരിക്കില്ല, നിങ്ങളുടെ വക്രബുദ്ധിയോടുള്ള മുൻകരുതലോടെ ഞാൻ ഒരു യാത്ര ക്കാരനായിട്ടായിരിക്കും സഞ്ചരിക്കുക, എന്റേതായ കപ്പലോ തുഴയുന്ന വരോ ഇല്ലാതെ."

അവൻ സംസാരിച്ചു കഴിയുന്നതുവരെ വിവാഹാർത്ഥികൾ അവ രുടെ സദ്യ ആസ്വദിച്ചുകൊണ്ടിരുന്നു. പിന്നെ അവർ അവനു നേരെ കൂക്കി വിളിക്കുകയും കളിയാക്കുകയും ചെയ്തു. ഒരു മര്യാദയില്ലാത്ത യുവാവ് എഴുന്നേറ്റു നിന്ന് പറഞ്ഞു. "ശരിക്കും, നമ്മളെയെല്ലാം കൊല്ലാനാണ് ടെലെമാക്കസ് ഉദ്ദേശിക്കുന്നത്. ഇപ്പോൾ അവൻ അത്രയ്ക്ക് ഭയങ്കരമായി നമ്മളെ വെറുക്കുന്നു. അവൻ പ്രതികാരം ചെയ്യാനായി ആളുകളെ പൈലോസിലെ മണൽത്തട്ടിൽനിന്നോ ദൂരെയുള്ള സ്പാർട്ടായിൽനിന്നോ കൊണ്ടുവന്നേക്കാം. ഒരുപക്ഷേ, അവൻ എഫിറായുടെ തിങ്ങി വളരുന്ന വയലുകൾ സന്ദർശിക്കാൻ പദ്ധതി ഇടുന്നുണ്ടായിരിക്കും; അവിടെനിന്ന് വിഷമുള്ള മരുന്ന് കൊണ്ട് വന്ന് നമ്മുടെ വീഞ്ഞ് പാത്രങ്ങളിൽ കലർത്തി നമ്മളെ ഒന്നിച്ച് കൊല്ലാൻ ഉദ്ദേശിക്കുന്നുണ്ടായിരിക്കാം!"

മറ്റൊരു യുവാവ് അലറി. "ഞാൻ നിങ്ങളോട് പറയട്ടെ, അവൻ ഒരു കപ്പലിൽ യാത്ര പുറപ്പെട്ടാൽ ഒരുപക്ഷേ, അവൻ കൂട്ടുകാരിൽനിന്ന് വേർപെട്ട്, ഒഡീസ്സിയെപ്പോലെ അലഞ്ഞുതിരിയും ഒടുവിൽ കാണാതാ കും. അപ്പോൾ പാവങ്ങളായ നമ്മൾക്ക് എന്തുമാത്രം അധിക ജോലി യാണ് ചെയ്യേണ്ടിവരിക, അവന്റെ സ്വത്ത് മുഴുവൻ നമ്മൾക്ക് വീതിച്ചെ ടുക്കേണ്ടിവരില്ലേ! ആ വീടും സ്ഥലവും നമ്മൾ അവന്റെ അമ്മക്ക് കൊടു ക്കുവാനായിരിക്കും ഞാൻ വോട്ടു ചെയ്യുക. അവരെ ഭാര്യയാക്കുന്ന മനു ഷ്യന് അത് ലഭിക്കട്ടെ!"

അപ്രകാരം അവർ കളിവാക്കുകൾ പുലമ്പിക്കൊണ്ടിരുന്നു. എന്നാൽ ടെലെമാക്കസ് അവരെ വിട്ട് അച്ഛന്റെ കലവറയിലേക്ക് പോയി. അതിന്റെ പൊക്കമുള്ള, വിശാലമായ ഗോപുരത്തിനു കീഴിൽ സ്വർണ്ണവും ചെമ്പും കൂട്ടിയിട്ടിരിക്കുന്നു. പെട്ടികൾ നിറയെ വസ്ത്രങ്ങളും ധാരാളം സുഗന്ധം പരത്തുന്ന ഒലിവെണ്ണയും ഉണ്ട്. ചുമരിൽ ഉറപ്പിച്ച റേക്കുകളിൽ വരിവരി യായി പഴയ സ്വാദിഷ്ടമായ വീഞ്ഞ് ഭരണികൾ ആയി നിരത്തിയിരിക്കു ന്നു. ഓരോ ജാറിലും ശുദ്ധമായ വീഞ്ഞാണ് നിറച്ചിട്ടുള്ളത്. ദൈവ ങ്ങൾക്ക് യോജിച്ചവ എല്ലാം ഒഡീസ്സിയുടെ മടങ്ങി വരവിനെ കാത്തിരി ക്കയാണ്. കഷ്ടപ്പാടും വേദനകളും സഹിച്ച് അവൻ എന്നെങ്കിലും തിരി ച്ചെത്തിയെങ്കിൽ! ഈ ഖജനാവിന് കരുത്തുറ്റ ഇരട്ട വാതിലുകളാണു ള്ളത്; അവ എപ്പോഴും അടഞ്ഞുകിടക്കും. അതിനുള്ളിൽ രാവും പകലും

ഒരു പോലെയാണ്. ഓപ്സിന്റെ പുത്രി യൂറിക്ലിയയാണ് അതിന്റെ കാവൽക്കാരി. അവൾ വിവേകപൂർവ്വം എല്ലാ സമ്പത്തും കാത്ത് സൂക്ഷിക്കുന്നു.

ടെലെമാക്കസ് അവളെ മുറിയിലേക്ക് വിളിച്ച് പറഞ്ഞു. 'നല്ലവളായ അമ്മേ, ദയവായി എനിക്കുവേണ്ടി ജാറുകളിൽ കുറേ വീഞ്ഞ് പകർന്ന് നിറച്ച് വെക്കൂ: നിങ്ങളുടെ ഏറ്റവും നല്ല വീഞ്ഞിന് താഴെയുള്ളത്. വളരെ സ്പെഷ്യൽ ആയ വീഞ്ഞ് നിങ്ങൾ അദ്ദേഹത്തിനായി മാറ്റിവെച്ചിരിക്കയാണല്ലോ. ആ നിർഭാഗ്യവാന്, ദൈവം പോലുള്ള ഒഡീസ്സിക്ക്; അദ്ദേഹം മരണത്തെയും വിധിയേയും കളിപ്പിച്ച് വിജയപൂർവ്വം തിരിച്ചെത്തിയെങ്കിലോ! എനിക്കുവേണ്ടി പന്ത്രണ്ട് ജാറുകൾ നിറയ്ക്കുക. ഓരോന്നും അടപ്പിട്ട് സീൽ ചെയ്യണം. പിന്നെ കട്ടിയുള്ള തുകൽ ചാക്കുകളിൽ ബാർളി നിറക്കുക, നിങ്ങളുടെ നല്ല ഇനം ഉമികളഞ്ഞ ബാർളി. നിങ്ങളെ ആരും രഹസ്യമായി വീക്ഷിക്കുന്നില്ലെന്ന് ഉറപ്പുവരുത്തുക. എല്ലാ സാധനങ്ങളും ഒരേ സ്ഥലത്ത് കൂട്ടിവെക്കണം; അപ്പോൾ, അമ്മ വൈകുന്നേരം കിടപ്പുമുറി തയ്യാറാക്കാൻ പോയ ശേഷം എനിക്കവ ഇന്നുതന്നെ എടുത്തുകൊണ്ടുപോകാം. ഞാൻ സ്പാർട്ടായിലേക്കും പൈലോമണൽതിട്ടിലേക്കും പോകുകയാണ്. അവിടന്ന് എന്റെ അച്ഛന്റെ തിരിച്ചുവരവിനെക്കുറിച്ചുള്ള എന്തെങ്കിലും വാർത്ത കിട്ടുമെന്ന പ്രതീക്ഷയിലാണ് ഞാൻ."

അവനെ സ്നേഹിച്ചിരുന്ന വളർത്തമ്മ യൂറിക്ലിയ, ഈ വാർത്ത കേട്ട് ഉറക്കെ നിലവിളിക്കുകയും കണ്ണുനീരോടെ അവനോട് കെഞ്ചുകയും ചെയ്തു. "കഷ്ടം എന്റെ ഏറ്റവും പ്രിയപ്പെട്ട കുട്ടീ, എങ്ങനെയാണ് നിന്റെ തലയിലേക്ക് ഇത്തരം ഒരു ആശയം വന്നത്? വിശാലമായ ഈ ഭൂമി മുഴുവൻ ചുറ്റിയടിക്കാമെന്ന് നീ എങ്ങനെയാണ് പ്രത്യാശിക്കുന്നത്? ദൈവങ്ങളുടെ വംശജനായ നിന്റെ പിതാവ് ഒഡീസ്സി തന്നെ അജ്ഞാതമായ ചില സ്ഥലത്ത് അലഞ്ഞു തിരിഞ്ഞ്, ദൂരദേശത്ത് നശിച്ചുപോയില്ലേ? അതിനും പുറമെ, നീ പിൻവാങ്ങിയാൽ ഉടനെ നിന്റെ അതിഥി ഹാളിലെ ഈ മനുഷ്യർ നിന്നെ കുടുക്കാനുള്ള ചില ദുഷ്കർമ്മങ്ങളെക്കുറിച്ച് ചിന്തിക്കും. അങ്ങനെ ഒരു കെണിയിൽപ്പെട്ട് നീ മരിക്കും. അവർ നിന്റെ സ്വത്തെല്ലാം പങ്കിട്ടെടുക്കുകയും ചെയ്യും. ഇവിടെ സ്വന്തം സ്ഥലത്ത് നീ സ്വസ്ഥമായി ഇരിക്കുക. ശൂന്യമായ കടലിൽ നിർഭാഗ്യം തേടി അലഞ്ഞു തിരിയൽ നിന്റെ കർത്തവ്യമൊന്നുമല്ല."

ബുദ്ധിമാനായ ടെലെമാക്കസ് അവൾക്ക് മറുപടി നല്കി. "ധീരയായിരിക്കുക, നല്ലവളായ പോറ്റമ്മേ. സ്വർഗ്ഗത്തിലെ ദേവതകളുടെ പ്രേരണയാലാണ് ഈ പദ്ധതി എന്നിലേക്ക് വന്നത്. എന്നാൽ പതിനൊന്നോ പന്ത്രണ്ടോ ദിവസം കഴിയുന്നതുവരെയോ അവരെന്നെ കാണാഞ്ഞിട്ട് വ്യസനിക്കയോ ഞാൻ പോയെന്നറിയുകയോ ചെയ്യുന്നതുവരെ എന്റെ പ്രിയപ്പെട്ട അമ്മയോട് നിങ്ങൾ ഒരക്ഷരം പറയില്ലെന്ന് ശപഥം ചെയ്യുക. അവരുടെ സുന്ദരമായ മുഖത്ത് കണ്ണുനീർ ചാലുകൾ ഒഴുകുന്നതു കാണാൻ എനിക്കിഷ്ടമില്ല." അപ്രകാരം അവൻ പറഞ്ഞപ്പോൾ ആ സ്ത്രീ

ദൈവങ്ങളെ പിടിച്ച് ആണയിട്ടു. അതിനുശേഷം തൽക്ഷണം അവൾ സ്ഥലം വിട്ടു. വീഞ്ഞു ഭരണികൾ അവൾ പുറത്തെടുത്തു; കനത്ത തുകൽ സഞ്ചികളിൽ ബാർളി നിറച്ചു. ടെലെമാക്കസ് സന്ദർശനമുറിക ളിലേക്ക് തിരിച്ചുവന്ന് വിവാഹാർത്ഥികളെ ഉപചരിച്ചു.

ഈ സമയമത്രയും തിളങ്ങുന്ന കണ്ണുകളുള്ള എഥീനി ദേവി തന്റെ പദ്ധതിയുടെ അടുത്ത ഘട്ടങ്ങളെക്കുറിച്ച് ചിന്തിക്കുകയായിരുന്നു. ടെലെ മാക്കസ്സിന്റെ വേഷത്തിൽ അവൾ നഗരം മുഴുവൻ ചുറ്റിക്കറങ്ങി. തന്റെ ആളുകളോട് രാത്രി ആകുമ്പോഴേക്കും നല്ലവേഗതയുള്ളൊരു കപ്പൽ സംഘടിപ്പിക്കണമെന്ന് അഭ്യർത്ഥിച്ചു. ഫ്രോനിയസ്സിന്റെ കീർത്തിമാനായ പുത്രൻ നോമോനോട് അവൾ കപ്പൽ ആവശ്യപ്പെട്ടപ്പോൾ അവനത് ഹൃദ യപൂർവ്വം അനുവദിച്ചു നല്കി.

സൂര്യൻ അസ്തമിച്ചു. തെരുവുകളിൽ ഇരുട്ടും വ്യാപിച്ചു. അപ്പോൾ എഥീനി വേഗതയുള്ള ആ കപ്പൽ വെള്ളത്തിലിറക്കി. നല്ലൊരു കപ്പലി നാവശ്യമുള്ള എല്ലാ സാധനസാമഗ്രികളും കപ്പലിൽ കയറ്റി. തുറമുഖ ത്തിലേക്കതിനെ ഓടിച്ചുകൊണ്ടുവന്ന്, തെരഞ്ഞെടുക്കപ്പെട്ട കപ്പൽ ജോലിക്കാർക്കടുത്ത് നിർത്തി. തിളങ്ങുന്ന കണ്ണുകളുള്ള ആ ദേവതയുടെ ഉത്സാഹം അവരെ ഓരോരുത്തരെയും ഉത്തേജിപ്പിച്ചു.

എഥീനി അചഞ്ചലയായി തന്റെ പ്രവൃത്തി തുടർന്നു. അടുത്തതാ യി, ഒഡീസ്സിയുടെ മഹത്തായ വീട്ടിൽ എത്തി. വിവാഹാർത്ഥി കൾക്കുമേൽ സുഖനിദ്ര ചൊരിഞ്ഞു. കുടിച്ചുകൊണ്ടിരിക്കവെത്തന്നെ അവരെ സ്തംഭിപ്പിച്ചു. ഉറക്കം തൂങ്ങുന്ന അവരുടെ കൈകളിൽനിന്ന് മദ്യക്കോപ്പുകൾ വഴുതിവീണു. അവർ കഷ്ടപ്പെട്ട്, നഗരത്തിലെ തങ്ങ ളുടെ മുറികളിലേക്ക് ഉറങ്ങാനായി പോയി. അങ്ങനെ, സംയമനമില്ലാതെ ആ സൽക്കാരം അവസാനിപ്പിക്കപ്പെട്ടു. പിന്നെ, ഹാളിന് പുറത്തുനിന്ന് ആശ്വാസത്തോടെ സംസാരിക്കാനായി ആ ദേവത ടെലെമാക്കസ്സിനെ വിളിച്ചു. വീണ്ടും അവൾ മെന്ററിന്റെ രൂപത്തിലും ഭാഷയിലുമായിരുന്നു സംസാരിച്ചത്. ടെലെമാക്കസ് അവൾ പറഞ്ഞു. “നിങ്ങളുടെ കൂടെ യാത്ര ചെയ്യുന്നവരെല്ലാം ആയുധം ധരിച്ച് തയ്യാറായി നില്ക്കുന്നു. നിങ്ങളുടെ ആഗമനം മാത്രം പ്രതീക്ഷിച്ച്, വെള്ളത്തിൽ വിലങ്ങനെ ഇട്ടിരിക്കുന്ന പ ടികളിൽ കാത്ത് നില്ക്കുകയാണ്. നമുക്ക് പോകാം. യാത്ര അധികം വൈകിപ്പിക്കരുത്.”

ഇത്രയും പറഞ്ഞ് എഥീനി വേഗം മുന്നോട്ട് നടന്നു. അവൻ അവളെ പിൻതുടർന്നു. അവർ കപ്പലിനടുത്ത്, കടൽതീരത്തെത്തിയപ്പോൾ അവിടെ നീണ്ടതലമുടിക്കാരായ സഹയാത്രികർ കാത്തു നില്ക്കുന്നത് കണ്ടു. അവരോട് അവരുടെ നിയുക്ത നേതാവ് തന്റെ ആദ്യ പ്രഭാഷണം നടത്തി. “സുഹൃത്തുക്കളേ എന്നോടൊപ്പം വന്ന് ഭക്ഷണസാമഗ്രികൾ എടുത്തുകൊണ്ടുവരാനായി ഒന്ന് സഹായിക്കുക. ഞാൻ എല്ലാം വീട്ടിൽ എടുത്ത് കൂട്ടിവെച്ചിട്ടുണ്ട്. പിന്നെ, എന്റെ അമ്മയ്ക്ക് നമ്മുടെ പദ്ധതിയെ കുറിച്ചൊന്നും അറിയില്ല. വീട്ടുവേലക്കാരികൾക്കും അറിയില്ല. അവരിൽ ഒരു സ്ത്രീയോടു മാത്രമേ ഞാൻ കാര്യങ്ങൾ പറഞ്ഞിട്ടുള്ളൂ.”

അത്രയും പറഞ്ഞശേഷം അവൻ പിൻവാങ്ങി. അവർ അവനോടൊപ്പം ചെന്നു. അവർ സാധനങ്ങളെല്ലാം ചുമലിലേറ്റി കപ്പലിലേക്ക് കൊണ്ടുവന്ന്, ഒഡീസ്സിയുടെ പ്രിയപുത്രന്റെ നിർദ്ദേശാനുസരണം താഴെ അടക്കിവെച്ചു. പിന്നീട് ടെലിമാക്കസ് കപ്പലിന് മുകളിൽ കയറിച്ചെന്ന് കപ്പലിന്റെ പിൻഭാഗത്ത്, നായകസ്ഥാനത്ത് ഇരുന്നു. അവന് മുമ്പ് എത്തിയിരുന്ന എഥീനി ഇരുന്നതിന്റെ തൊട്ടടുത്ത ഇരിപ്പിടത്തിൽ. കപ്പൽ ജോലിക്കാർ കയറുകൾ അഴിച്ച്, പ്രയാസപ്പെട്ട് കപ്പലിന് മുകളിൽക്കയറി, തുഴബെഞ്ചുകളിൽ ഇരുപ്പുറപ്പിച്ചു.

അപ്പോൾ തിളങ്ങുന്ന കണ്ണുകളുള്ള എഥീനി അനുകൂലമായൊരു കാറ്റിനെ, അതിവേഗം കറുത്ത കടലിനു മീതെ പായുന്ന പടിഞ്ഞാറൻ കാറ്റിനെ വിളിച്ചു. കപ്പൽ പുറപ്പെടാമെന്ന് ടെലിമാക്കസ് അനുയായികൾക്ക് ഉത്തരവ് നല്കി. അവർ അനുസരിച്ചു. പാമരം മുകളിലേക്ക് ഉയർത്തി ഡെക്കിൽ ഉറപ്പിച്ചു. അതിന്റെ കയറുകൾ വലിച്ച് മുറുക്കിക്കെട്ടി. വെളുത്ത കാറ്റുപായകൾ വലിച്ചുകയറ്റി. കാറ്റുപായകളിൽ കാറ്റ് പിടിച്ചു. അവ പുറത്തേക്ക് വീർത്തു. കപ്പലിന്റെ മുൻഭാഗത്ത് കറുത്ത തിരമാലകൾ അടിക്കുന്ന ശബ്ദം പ്രതിദ്ധ്വനിച്ചു, കപ്പൽ കടലിലേക്ക് ദ്രുതഗതിയിൽ നീങ്ങി.

അവർ എല്ലാ ഉപകരണങ്ങളും വേഗതയിൽ ഇട്ടുവെച്ചു; പിന്നെ മദ്യചഷകങ്ങൾ പുറത്തെടുത്തു. അവയിൽ വീഞ്ഞുനിറച്ച്, അനശ്വരരായ ദൈവങ്ങൾക്കായി അർപ്പിച്ചു: പ്രത്യേകിച്ച് തിളങ്ങുന്ന കണ്ണുകളുള്ള സ്യൂസ് പുത്രിക്ക്: നീണ്ടരാത്രിയിലൂടെ കപ്പൽ പ്രഭാതത്തിലേക്ക് നീങ്ങിക്കൊണ്ടിരുന്നു.

മൂന്ന്

കടലിൽനിന്നും സൂര്യൻ പിച്ചള നിറമുള്ള ആകാശത്തേക്ക് കുതിച്ചുയർന്നു. പിന്നെ അനശ്വരരായ ദൈവങ്ങൾക്കുമേൽ പ്രകാശം ചൊരിഞ്ഞു; അതുപോലെ, ഭൂമിയിലെ ധാന്യവയലുകളിൽ നടക്കുന്ന മനുഷ്യർക്കുമേലെയും. നെലൂസിന്റെ കോട്ട നഗരമായ പൈലോസിലേക്ക് കപ്പൽ നീങ്ങിക്കൊണ്ടിരുന്നു. അവിടെ കടൽത്തീരത്ത് ആ നിവാസികൾ സമ്മേളിച്ച്, ഭൂമി ഇളക്കുന്നവനായ കറുത്ത ചുരുളൻ മുടിയുള്ള പൊസീഡൻ ദേവനുവേണ്ടി മൃഗബലിനടത്തുകയായിരുന്നു. ഒമ്പത് സമ്മേളനങ്ങൾ അവർ നടത്തി; ഓരോന്നിലും അഞ്ഞൂറ് പേർ പങ്കെടുത്തു; ഓരോന്നിലും അവർ ഒമ്പത് ബലിമൃഗങ്ങളെ ദൈവത്തിന് അർപ്പിച്ചു; കറുകറുപ്പു നിറമുള്ള കാളകൾ, ഒരു പുള്ളിപോലും ഇല്ലാത്തവ! ദൈവത്തിന്റെ ബഹുമാനാർത്ഥം തുടയെല്ലുകൾ അവർ തീയിലിട്ട് പൊരിക്കുകയായിരുന്നു; അവയുടെ ആന്തരാവയവങ്ങൾ അവർ ഭക്ഷിച്ചു.

നേരെ ഈ കടലോരത്തേക്കവർ കപ്പൽ വിട്ടു. അവിടെ എത്തിയപ്പോൾ കപ്പൽ ജോലിക്കാർ കാറ്റു പായകൾ ചുരുട്ടി, നങ്കൂരമിട്ടു. അതി

നുശേഷം അവരെല്ലാവരും (ടെലെമാക്കസ് അടക്കം) തിളങ്ങുന്ന കണ്ണു കളുള്ള എഥീനിയുടെ അകമ്പടിക്കാരായി പുറത്തിറങ്ങി. അവൾ അവനു നേരെ തിരിഞ്ഞ് പറഞ്ഞു, ടെലെമാക്കസ് ഇവിടെ വ്യാജവിനയത്തിന് ഒട്ടും പ്രസക്തിയില്ല. നിന്റെ അച്ഛനെ അന്വേഷിച്ചല്ലേ കടൽ യാത്ര ചെയ്ത് നീ ഇവിടെ വന്നത്? അദ്ദേഹത്തെ ഈ ഭൂമി എവിടെയാണ് ഒളിപ്പിച്ചിട്ടു ള്ളതെന്നും അല്ലെങ്കിൽ എന്ത് നിർഭാഗ്യമാണ് അദ്ദേഹം സ്വയം വരുത്തി വെച്ചതെന്നും അറിയുവാൻ ഇപ്പോൾ നീ നേരെ വിവേകശാലിയായ നെസ്റ്റ റിന്നടുത്തേക്ക് പോകുക, അദ്ദേഹത്തിന്റെ മനസ്സിനുള്ളിലെ രഹസ്യങ്ങൾ നിന്നോട് പറയാനായി അഭ്യർത്ഥിക്കുക. നീ സ്വയം അദ്ദേഹത്തോട് കേണ പേക്ഷക്കുക; അപ്പോൾ അദ്ദേഹം നമ്മളോട് സത്യംപറയും. കാരണം അദ്ദേഹം സന്മനസ്സ് ഉള്ളവനാണ്."

കൂർമ്മബുദ്ധിയുള്ള ടെലെമാക്കസ് പ്രതികരിച്ചു. "മെന്റർ, ഞാനെ ങ്ങനെ അദ്ദേഹത്തെ സമീപിക്കാൻ ധൈര്യപ്പെടും. നിഗൂഢ ഭാഷയിൽ സംസാരിക്കാൻ ജ്ഞാനമില്ലാത്ത ഞാൻ എങ്ങനെയാണ് അദ്ദേഹത്തോട് അപേക്ഷിക്കുക? ഒരു യുവാവ് മുതിർന്നവനോട് അപേക്ഷിക്കുമ്പോൾ ആ യുവാവിന് ആത്മവിശ്വാസ കുറവുണ്ടാകും എന്നത് ഒരു സത്യമാണ്." ദേവി മറുപടി നല്കി. "നിന്റെ ഹൃദയം നിന്നെ പ്രേരിപ്പിക്കും: ബാക്കി കാര്യങ്ങൾ എങ്ങിനെ പറയണമെന്ന് നിന്റെ മനസ്സ് നിന്നെ പഠിപ്പിക്കും. എനിക്ക് തോന്നുന്നത്, ദൈവചിന്തയോടെ വളർന്ന് യുവത്വത്തിലെത്തിയ മറ്റൊരുവ്യക്തി നിന്നെപ്പോലെ മറ്റാരുമില്ലെന്നാണ്."

അവൾ സംസാരിച്ചുകൊണ്ടുതന്നെ അതിവേഗം നടന്നു. അവളുടെ ദൈവീകമായ ചുവടുകൾ ടെലെമാക്കസ് പിന്തുടർന്നു; അങ്ങനെ അവർ പൈലോസിന്റെ ജനാവലിയെ അഭിമുഖീകരിച്ചു. അതാ അവിടെ തന്റെ പുത്രന്മാർക്കിടയിൽ നെസ്റ്റർ ഇരിക്കുന്നു; അവന്റെ അനുയായികൾ അവന് ചുറ്റും തിരക്കുപിടിച്ച് നടക്കുന്നു, സദ്യക്കുള്ള തയ്യാറെടുപ്പുകൾ നടത്തുന്നു, മാട്ടിറച്ചി സന്ധികൾ പൊരിക്കുന്നു,. അപരിചിതരെ കണ്ട ഉടനെ അവർ മുന്നോട്ട് ചെന്ന് അവരെ സ്വാഗതം ചെയ്തു. സമ്മേളന ത്തിൽ ഇരുത്തുവാനാഗ്രഹിച്ച്. നെസ്റ്ററിന്റെ പുത്രൻ പിസിട്രേറ്റസ് ആദ്യം അവരുടെ അടുത്തെത്തി. അവൻ എഥീനിയുടെ ഒരു കരവും ടെലെമാ ക്കസ്സിന്റെ ഒരു കരവും പിടിച്ച് അവരെ ചെമ്മരിയാട്ടിൻ തോൽ വിരിച്ച മണൽത്തട്ടിലേക്ക് നയിച്ചു അവിടെ അവന്റെ സഹോദരൻ ത്രാസി മീഡ്സും. പിതാവ് നെസ്റ്ററും ഇരിക്കുന്നുണ്ട് അവരുടെ അടുത്ത് തളിക കൾ നിരത്തിയിരുന്നു. അവൻ അവർക്ക് ബീഫ്-ബോട്ടി കൊടുത്തു. സ്യൂസിന്റെ പുത്രിയായ പല്ലാസ് എഥീനിക്ക് ഒരു സ്വർണ്ണ മൊന്തയിൽ വീഞ്ഞ് ഒഴിച്ച് നീട്ടിക്കൊണ്ട് പറഞ്ഞു:

"നമ്മുടെ പ്രഭു പൊസീഡന് ഒരു പ്രാർത്ഥന നടത്തുക, ഓ അതിഥി; അവനുള്ള സദ്യയിൽ നിങ്ങൾ ഇപ്പോൾ ഞങ്ങളെ സന്ദർശിക്കാനിടയായി. നിങ്ങളുടെ വീഞ്ഞ് അർപ്പണത്തിനും പ്രാർത്ഥനയ്ക്കും ശേഷം ഈ മധു രമുള്ള വീഞ്ഞ് നിങ്ങളുടെ ഈ സുഹൃത്തിന് നല്കുക, അവനത് അർപ്പി

ക്കട്ടെ. കാരണം, നിങ്ങളെപ്പോലെ അവനും അനശ്വരരായ ദൈവങ്ങളോട് പ്രാർത്ഥിക്കാൻ ആഗ്രഹിക്കുന്നുണ്ടാകും, എന്തുകൊണ്ടെന്നാൽ അവരുടെ അഭാവം ലോകത്തിലുള്ളവരുടെ ഹൃദയം മുഴുവൻ ദുരിതപൂർണ്ണമാക്കും. അവനു മുമ്പ് ഞാൻ കൊത്തുപണിയുള്ള കപ്പ് നിങ്ങൾക്ക് തന്നത് അവൻ ചെറുപ്പമായതിനാലാണ്, എന്റെ തലമുറക്കാരൻ."

അപ്രകാരം പറഞ്ഞ് മധുരമുള്ള വീഞ്ഞ് അവൻ അവൾക്ക് കൈമാറി. ആ മനുഷ്യന്റെ ആദരണീയമായ ജന്മവാസനയിൽ അവൾ വളരെയേറെ സന്തോഷിച്ചു- സ്വർണ്ണക്കപ്പിൽ അവളെ ആദ്യം സേവിക്കുവാൻ അവൻ കൂടുതൽ ഇഷ്ടപ്പെട്ടല്ലോ; അവൾ ദേവനായ പൊസീഡനെ തന്റെ എല്ലാ ആഗ്രഹങ്ങൾക്കും വേണ്ടി പ്രാർത്ഥിച്ചു.

"ഞങ്ങളുടെ പ്രാർത്ഥന കേൾക്കുക, ലോകത്തെ ഇളക്കുന്നവനെ, ഞങ്ങളുടെ ലക്ഷ്യപ്രാപ്തിക്കുവേണ്ടി അത്യാഗ്രഹത്തോടെയുള്ള പ്രാർത്ഥനയാണിതെന്ന് കരുതി ഇത് നിരസിക്കല്ലെ. തന്റെ പരമ്പരയിലെ ഏറ്റവും മഹാനായ നെസ്റ്ററിൽ പ്രതാപം ചൊരിയുക, അവനെ പിന്തുടരുന്ന പുത്രന്മാർക്കും. ഇത്രയും വിപുലമായ രീതിയിൽ ഈ നൂറ് ബലിമൃഗങ്ങളെ ത്യാഗം ചെയ്ത പൈലോസിലെ എല്ലാ മനുഷ്യർക്കും ഉദാരമായ പ്രതിഫലം നല്കുക. അതിനും പുറമെ ഞാനും ടെലിമാക്കസും തിരിച്ചുപോകുമ്പോൾ ഞങ്ങൾ ഞങ്ങളുടെ അമിത വേഗമുള്ള കറുത്ത കപ്പലിൽ നടത്തിയ കടൽയാത്രയുടെ ലക്ഷ്യം സഫലമാക്കി തരേണമേ." അപ്രകാരം അവൾ പ്രാർത്ഥിച്ചു; പിന്നെ, ആ വില പിടിച്ച സ്നേഹത്തിന്റെ കപ്പ് ഒഡീസ്സിയുടെ പ്രിയ പുത്രന് നല്കി, അവൻ അവളുടെ പ്രാർത്ഥന ആവർത്തിച്ചു.

അപ്പോഴേക്കും മറ്റുള്ളവർ ബലിമൃഗങ്ങളുടെ മാംസം പൊരിച്ചെടുത്തു. മാംസക്കഷണങ്ങൾ കുന്തത്തിൽ തുളച്ചുകയറ്റി തീക്കനലിൽ ചുട്ടെടുത്തു. അതിന്റെ ഭാഗങ്ങൾ എല്ലാവർക്കും വീതിച്ചുകൊടുത്തു. അവർ എല്ലാവരും സുഖസമൃദ്ധമായി കഴിച്ചു. ഒടുവിൽ വിശപ്പും ദാഹവും ശമിച്ചപ്പോൾ ജെറീനിയായുടെ വീരയോദ്ധാവായ നെസ്റ്റർ അവരോട് സംസാരിക്കാൻ തുടങ്ങി:

"നവാഗതർ സംതൃപ്തരായി ആഹാരം കഴിച്ചു കഴിഞ്ഞാൽ അവർ ആരാണെന്ന് അന്വേഷിച്ചറിയുന്നതാണ് ശരിയായ രീതി. അതുകൊണ്ട് നിങ്ങൾ ആരാണെന്ന് ഞങ്ങളോട് പറയുക. എവിടെ നിന്നാണ് നിങ്ങൾ കടൽ യാത്ര പുറപ്പെട്ടത്? നിങ്ങളുടേത് ഒരു വ്യാപാര സംരംഭമാണോ അതോ കടൽക്കൊള്ളക്കാരെപ്പോലെയുള്ള ആകസ്മികമായ സമുദ്രപര്യടനമാണോ?"

അദ്ദേഹത്തോട് സധൈര്യം മറുപടി നല്കാൻ ടെലിമാക്കസ് പ്രചോദിപ്പിക്കപ്പെട്ടു; അവന്റെ അച്ഛന്റെ തിരോധാനത്തെക്കുറിച്ചുള്ള വാർത്തകൾ ചുറുചുറുക്കോടെ അന്വേഷിക്കുന്നതിലൂടെ, അവൻ ആ മനുഷ്യരുടെ ആദരവ് പിടിച്ചുപറ്റണമെന്ന് എഥീനി അതുവരെ ഹൃദയപൂർവ്വം അവനെ ഉപദേശിച്ചുകൊണ്ടിരുന്നതാണല്ലോ!

"ഓ, നെലൂസിന്റെ പുത്രനായ നെസ്റ്റർ, അക്കായിയന്മാരുടെ മുഖ്യ പ്രതാപമേ! ഞങ്ങൾ എവിടന്നാണ് വരുന്നതെന്ന് അങ്ങ് ചോദിച്ചുവല്ലോ. ഞാൻ എല്ലാം തുറന്ന് പറയാം. ഞങ്ങൾ ഇഥാക്കയിൽ നിന്നുള്ളവരാണ്, 'നിയോണിന്, താഴെ സ്ഥിതി ചെയ്യുന്ന സ്ഥലം: ഇപ്പോൾ ഞങ്ങൾ ഇറങ്ങിത്തിരിച്ചതിന്റെ ഉദ്ദേശം വ്യക്തിപരമാണ്, പൊതുകാര്യമല്ല. ലോകപ്രശസ്തി ആർജ്ജിച്ച എന്റെ അച്ഛൻ, ശക്തനും ശാന്തനുമായ ഒഡീസ്സിയെ അന്വേഷിച്ച് പുറപ്പെട്ടതാണ് ഞങ്ങൾ. ട്രോജൻ തലസ്ഥാനത്തിന്റെ ആക്രമണത്തിൽ നമ്മുടെ ഭാഗത്തുനിന്ന് അദ്ദേഹം പോരാടിയതായി ജനസംസാരമുണ്ടായിരുന്നു. ട്രോയിൽ സേവനമനുഷ്ഠിച്ച എല്ലാവരുടെയും വിവരം നമ്മുടെ പക്കലുണ്ട്; ഓരോരുത്തരുടെയും ദാരുണ മരണത്തെക്കുറിച്ചും എവിടെയാണവർ മരിച്ചതെന്നതിനെക്കുറിച്ചും നമ്മുടെ പക്കൽ രേഖകളുണ്ട്. എന്നാൽ, ഈ അവസാന മനുഷ്യന്റെ വിധിയെക്കുറിച്ചു മാത്രം സ്യൂസ് ദുരൂഹത നിലനിർത്തുന്നു. എവിടെ വെച്ചാണ് അദ്ദേഹത്തെ കാണാതായതെന്ന് ആർക്കും ഉറപ്പിച്ച് പറയാൻ കഴിയുന്നില്ല. വൻകരയിൽ വെച്ച് അദ്ദേഹത്തെ വെറുക്കുന്ന മനുഷ്യർകൊണ്ടുപോയതാണോ, അതോ 'ആംഫ്രി ട്രൈറ്റി'ലെ തിരമാലകൾക്കടിയിലെ ആഴങ്ങളിലേക്ക് പോയതാണോ, എന്നറിയില്ല! ഇതുകാരണം ഞാൻ അങ്ങയുടെ കാല്ക്കൽ താണു വീണ് അപേക്ഷിക്കുന്നു, ഓ നെസ്റ്റർ സ്വന്തം കണ്ണുകൾകൊണ്ട് നിങ്ങൾ കണ്ടരീതിയിൽ അദ്ദേഹത്തിന്റെ ദയനീയമായ മരണത്തെക്കുറിച്ച് എനിക്ക് വിശദീകരിച്ചു തരേണമെന്ന് ഞാൻ യാചിക്കുകയാണ്; അല്ലെങ്കിൽ മറ്റൊരു അനാഥന്റെ ചുണ്ടുകളിൽ നിന്ന് കേട്ടറിഞ്ഞ രീതിയിൽ. ദയയുടെ പേരിൽ സത്യത്തെ മറച്ചുവെച്ച്, സൗമ്യമായി കാര്യങ്ങൾ എന്നോട് അവതരിപ്പിക്കരുത്. നിങ്ങൾ കൺമുന്നിൽ കണ്ടത് അതേപടി പറയുന്നതാണ് ഭേദം. ഞാൻ നിങ്ങളോട് കേണപേക്ഷിക്കുകയാണ്, എന്റെ അച്ഛൻ, ശ്രേഷ്ഠനായ ഒഡീസ്സി എപ്പോഴെങ്കിലും നിങ്ങളോട് സത്യപ്രതിജ്ഞയെടുക്കുകയും അദ്ദേഹത്തിന്റെ കരാർ നിറവേറ്റുകയും ചെയ്തിട്ടുണ്ടെങ്കിൽ- നിങ്ങൾ എന്നോട് പരിഗണന കാണിക്കുകയും നഗ്നസത്യങ്ങൾ തുറന്നു കാണിക്കുകയും ചെയ്യുക."

അപ്പോൾ ജെറീനിയായുടെ വീരയോദ്ധാവ് നെസ്റ്റർ അവനോട് മറുപടി പറഞ്ഞു. "പ്രിയപ്പെട്ട കുട്ടീ, നീ എന്റെ മനസ്സിലേക്ക് ആ ദുഃഖകരമായ ഓർമ്മകൾ തിരിച്ചുകൊണ്ടുവന്നതിനാൽ ആ മാരകമായ മണ്ണിൽ ഞങ്ങൾ സഹിച്ചതിന്റെ കഥ ഞാൻ പറയാം, കേൾക്കുക- ഞങ്ങൾ നിഷ്ഠുരരായ അച്ചടക്കമില്ലാത്ത, അക്കായിയന്മാർ കൊള്ളയടിച്ച് മടങ്ങവെ, മൂടൽമഞ്ഞ് നിറഞ്ഞ കടലിൽ വഴിതെറ്റിപ്പോയ അക്കിലെസ് നയിച്ച ഞങ്ങൾ അനുഭവിച്ച ദുരിതങ്ങൾ: അതുപോലെ പ്രിയാം രാജാവിന്റെ കോട്ട നഗരത്തിൽ നടന്ന പോരാട്ടങ്ങൾ. അവിടെ ഞങ്ങളുടെ ഏറ്റവും വലിയ ധീരന്മാർ മരിച്ചുവീണു: അക്കിലെസ് അടക്കം! പട്രോക്ലിസ്സും അവിടെ വീരമൃത്യു അടഞ്ഞു; കൗൺസിലിൽ ദൈവത്തെപ്പോലുള്ള ബുദ്ധി വൈഭവമാണവൻ പ്രകടിപ്പിച്ചിരുന്നത്. അവിടെ വെച്ചാണെന്റെ

ശക്തനും ശുദ്ധനുമായ പ്രിയ പുത്രൻ ആന്റിലോക്കസ് കൊല്ലപ്പെട്ടത്. അതിവേഗതയുള്ളൊരു പോരാളി ആയിരുന്നു അവൻ. ഇതിനപ്പുറം നിരവധി ദുരിതങ്ങൾ ഞങ്ങൾ അനുഭവിച്ചു. നീ ഇവിടെ അഞ്ചോ ആറോ വർഷം താമസിച്ച് അവിടെ വീരമൃത്യു അടഞ്ഞ അക്കായിയൻ വീരപരാക്രമികളെക്കുറിച്ച് അന്വേഷണം നടത്തിയാലും, മുഴുവൻ കഥയും കേൾക്കാൻ കഴിയില്ല!

ഒമ്പത് വർഷങ്ങൾ ഞങ്ങൾ ഉത്സാഹത്തോടെ പോരാടി. എല്ലാ കുതന്ത്രങ്ങളും ഉപയോഗിച്ച് ശത്രുവിനെ കുടുക്കി; സ്യൂസ് അക്കാര്യത്തിൽ ഞങ്ങളെ കടന്നുപോകാൻ സഹായിച്ചില്ല. ഞങ്ങളിൽ ഒരു പ്രത്യേക മനുഷ്യൻ എന്നും കൗശലങ്ങളുടെ അധിപനായിരുന്നു. ഏത് തരത്തിലുള്ള കപടസൂത്രവും ആവിഷ്കരിക്കാൻ നിന്റെ പ്രതാപിയായ അച്ഛൻ നിപുണനായിരുന്നു. നിന്നെ സൂക്ഷിച്ചു നോക്കുമ്പോൾ എനിക്ക് വല്ലാത്ത ആശ്ചര്യം തോന്നുന്നു. നിനക്ക് അച്ഛന്റെ സംഭാഷണ ചാതുര്യം പൂർണ്ണമായും കിട്ടിയിട്ടുണ്ട്. അവനെപ്പോലെ ഒരു കുട്ടിക്കും സംസാരിക്കാൻ കഴിയില്ലെന്ന് ആരും ശപഥം ചെയ്യും. നിനക്കറിയാമോ, മഹാനായ ഒഡീസ്സിയും ഞാനും ഒന്നിച്ചുള്ളപ്പോൾ കൗൺസിൽ ചേമ്പറിലോ തുറന്ന അസംബ്ലിയിലോ ഞങ്ങൾ രണ്ട് രീതിയിൽ ഒരിക്കലും സംസാരിച്ചിട്ടില്ല. ഒരേ ഹൃദയം ആണ് ഞങ്ങളുടേത് എന്ന രീതിയിലായിരുന്നു സംസാരം. ആ ഹൃദയത്തിൽനിന്ന് ആർഗൈവുകൾക്ക് ഞങ്ങൾ മുൻകരുതലോടെ വിശദീകരിച്ചു കൊടുത്തു; എങ്ങിനെയാണ് അവർ അത് ഏറ്റവും നല്ലതിന്നായി ക്രമീകരിക്കേണ്ടതെന്നു ധരിപ്പിച്ചു.

അങ്ങനെ പ്രശസ്തമായ "പ്രിയാം" നഗരം ഞങ്ങൾ തകർത്തു. പിന്നീട് ദൈവം അക്കായിയന്മാരെ പിരിച്ചു വിട്ടു. ഞങ്ങൾ എല്ലാവരും കപ്പലുകളിലേക്ക് പോയപ്പോൾ ആണ് സ്യൂസ് ആർഗൈവുകളെ ഖേദപൂർവ്വം തിരിച്ചുവിടുവാനുള്ള ഉപായം മനസ്സിൽ ചിന്തിച്ചത്. എന്തുകൊണ്ടെന്നാൽ അവർ സത്യസന്ധരോ ജാഗ്രതയുള്ളവരോ ആയിരുന്നില്ല. അവരിൽ നിരവധി പേരുടെ ഭീകരമായ നാശത്തിന് കാരണം തിളങ്ങുന്ന കണ്ണുകളുള്ള ദൈവപുത്രിയുടെ മാരകമായ ക്രോധമായിരുന്നു. അവൾ ആട്രിയസ്സിന്റെ രണ്ട് പുത്രന്മാർക്കുമിടയിൽ അനൈക്യം സൃഷ്ടിച്ചു. ആകയാൽ ഈ രണ്ട് മേധാവികളും സൈനികരെ മുഴുവൻ സൂര്യാസ്തമയത്തിൽ മര്യാദയോടെ ഒന്നിച്ച് വിളിച്ചുകൂട്ടി, വീഞ്ഞ് സൽക്കാരം നടത്തി, അക്കായിയക്കാർ കേൾക്കുന്നവിധത്തിൽ സഹോദരന്മാർ തമ്മിലുള്ള സ്പർദ്ധയെക്കുറിച്ച് മര്യാദയില്ലാതെ വിളിച്ചുകൂവി.

അക്കായിയന്മാർക്ക് ഉടനെ തിരിച്ച് പോകാൻ ആണ് താല്പര്യമെന്ന് അപ്പോൾ മെനലോസ് ശഠിച്ചു. എന്നാൽ, ഈ ഉപദേശം അവന്റെ സഹോദരൻ ആഗാമെമ്നോന് ഇഷ്ടപ്പെട്ടില്ല. അവന്റെ പ്ലാൻ സൈന്യത്തെ അവിടെത്തന്നെ നിർത്താനായിരുന്നു. ആ സമയം അവൻ നൂറുകണക്കിന് ബലിമൃഗങ്ങളെ എഥീനിയുടെ ഭീകരമായ കോപം ശമിപ്പിക്കുവാനായി ബലിയർപ്പിച്ചു. വിഡ്ഢി: ആ രീതിയിൽ അവളെ അനുനയിപ്പിക്കുവാൻ

കഴിയില്ലെന്നവന് മനസ്സിലാക്കാനായില്ല. അനശ്വരരായ ദൈവങ്ങളുടെ മുഖം പെട്ടെന്ന് മാറുകയില്ല. അങ്ങനെ, ആ സഹോദരന്മാർ പരസ്പരം വഴക്കായി. അക്ഷമരായ അക്കായിയന്മാർ യുദ്ധകാഹളം മുഴക്കി. അന്നു രാത്രി ഞങ്ങൾക്ക് ഉറങ്ങാൻ കഴിഞ്ഞില്ല. ഞങ്ങൾക്ക് മുകളിൽ അപ്പോൾ സ്യൂസ് അടയിരിക്കുന്നതുപോലെ തോന്നി. ഞങ്ങളുടെ അധർമ്മത്തിന്റെ വിത്തുകൾ ഉത്തേജിപ്പിക്കപ്പെട്ടു!

പ്രഭാതത്തിൽ ഞാൻ ഉൾപ്പെട്ട ചേരി ഞങ്ങളുടെ കപ്പൽ കടലിലിറക്കി. അതിൽ ഞങ്ങളുടെ വിലപിടിച്ച സാധനങ്ങളും ഞങ്ങളുടെ തടവുകാരേയും നാഗരികരല്ലാത്ത നല്ല നിതംബമുള്ള ട്രോജൻ സ്ത്രീകളെയും കയറ്റി. അതേസമയം മറുചേരിക്കാർ ആഗാമെമ്നോന്റെ നേതൃത്വത്തിലുള്ളവർ, അവിടെത്തന്നെ തങ്ങി. യാത്രതിരിച്ച ഞങ്ങൾ കടൽ യാത്ര തുടർന്നുകൊണ്ടിരുന്നു. വളരെ വേഗത്തിൽ ഞങ്ങൾ നീങ്ങി കാരണം ടെനെ ഡോസ് എത്തുന്നതുവരെ കടൽ ദൈവസഹായത്താൽ, ശാന്തമായിരുന്നു; അവിടെ വെച്ച് മടക്കയാത്രക്കാർക്ക് അനുയോജ്യമായ വിധത്തിൽ ഞങ്ങൾ ദൈവങ്ങൾക്ക് മൃഗബലി നടത്തി.

എന്നിട്ടും ഒരു അപകടമില്ലാത്ത മടക്കയാത്ര സ്യൂസ് നിഷേധിച്ചു: തീർച്ചയായും അവൻ ക്രൂരനായിരുന്നു; രണ്ടാം തവണയും ഞങ്ങൾക്കിടയിൽ കലഹം അഴിച്ചുവിട്ടു. അതുകൊണ്ട് ടെനെ ഡോസിൽ വെച്ച് ഞങ്ങളിൽ ചിലർ ചാഞ്ചാടിക്കൊണ്ടിരുന്നു. അവർ വന്നിടത്തേക്കുതന്നെ തിരിച്ചുപോയി. ഇതിൽ ഒഡീസ്സിയുടെ പാർട്ടിയുമുണ്ടായിരുന്നു. അപാരധാരണാശക്തിയുള്ളവനും വിഭവശേഷിയുള്ളവനുമായ അവൻ ഒരിക്കൽ കൂടി ആട്രൈഡ്സ് - ആഗാ മെമ്നോനെ അനുകൂലിക്കാൻ തീരുമാനിച്ചു.

ഞാനാവട്ടെ അവിടുന്ന് ഓടി രക്ഷപ്പെട്ടു. ഒരു കപ്പൽപ്പട എന്നെ പിന്തുടർന്നു. ദൈവം കുഴപ്പങ്ങൾ സൃഷ്ടിച്ചുകൊണ്ടിരിക്കയാണെന്ന് എന്റെ ഹൃദയം എന്നെ ഉദ്ബോധിപ്പിച്ചു. ടൈഡിയസ്സിന്റെ പോരാളിയായ മകൻ ഡിച്ചയോ മീഡിസ് ഓടിപ്പോയി; അവന്റെ മാതൃക മറ്റെല്ലാ കൂട്ടുകാരും പിന്തുടർന്നു. ഞങ്ങൾ രണ്ടുപേരും പോയശേഷം സുന്ദരനായ മെനെലോസും ഞങ്ങളെ പിന്തുടർന്നു. അവൻ ഞങ്ങളെ ലെസ്ബോസിൽവെച്ച് കണ്ട്, ഞങ്ങളുടെ നീണ്ട കടൽ യാത്രയെക്കുറിച്ച് ചർച്ച ചെയ്തു. കിഴുക്കാംതൂക്കായ കുന്നുകളുടെ ചിയോസ് കടന്ന്, ഇടതുവശത്തുള്ള സൈറിയ ദ്വീപ് വഴിക്ക് പോകുന്നതാണോ ഏറ്റവും നല്ലത്, അതോ ചിയോസിന്റെ മറുവശത്തെ കാറ്റടിക്കുന്ന മിമാസിനരികിലൂടെ പോകുന്നതോ? ഞങ്ങളെ നയിക്കുവാൻ ഞങ്ങൾ ദൈവത്തോട് ആവശ്യപ്പെട്ടു. സെൻട്രൽ കടൽ മുറിച്ചുകടന്ന് യുബോവായിലേക്ക് പോകുന്നതാണ് അപകടത്തിൽ നിന്ന് ഏറ്റവും വേഗം രക്ഷപ്പെടാനുള്ള മാർഗ്ഗമെന്ന് അവൻ മറുപടി നല്കി. അപ്പോൾ ശക്തമായൊരു കാറ്റടിച്ചു; കപ്പലുകൾ ത്വരിതഗതിയിൽ പാഞ്ഞു. മത്സ്യങ്ങൾ നിറഞ്ഞ മാർഗ്ഗങ്ങൾ മറികടന്ന്, പാതിരാത്രി ജെറേസ്റ്റസ്സിലെത്തി. ഞങ്ങൾ കടൽത്തീരത്തിറങ്ങി നിരവധി കാളകളെ കൊന്ന് അവയുടെ മജ്ജയുള്ള എല്ലുകൾ പൊസീഡ

നുവേണ്ടി തീയിൽ ഹോമിച്ചു. വിശാലമായ കടൽ അപായമില്ലാതെ കടന്നുപോകാൻ വേണ്ടി പ്രാർത്ഥിച്ചു. നാല് ദിവസങ്ങൾക്കുശേഷം, കുതിരകളെ കീഴ്പ്പെടുത്തുന്നവനെന്ന് പ്രശസ്തി നേടിയ ഡിയോമീഡ്സിന്റെ അനുയായികളുടെ ഭംഗിയുള്ള കപ്പലുകൾ ആർഗോസിലെത്തി.

ഞാൻ പൈലോസിലേക്ക് വിട്ടു; ദൈവാനുഗ്രഹത്താൽ ആദ്യ ദിവസം മുതൽ സൗഹൃദമുള്ള ആ കാറ്റ് ഞങ്ങളെ ഒരിക്കലും വിട്ടൊഴിഞ്ഞില്ല. അങ്ങനെ പ്രിയപ്പെട്ട കുട്ടീ, ഞാൻ സുരക്ഷിതനായി വീട്ടിൽ തിരിച്ചെത്തി; മറ്റ് അക്കായിയന്മാരുടെ വിധിയെക്കുറിച്ച് യാതൊന്നും അറിഞ്ഞില്ല. ആരൊക്കെ രക്ഷപ്പെട്ടെന്നോ, ആരെയൊക്കെ കാണാതായെന്നോ അറിഞ്ഞില്ല. ഇവിടെ എന്റെ വിശാലമായ ഹാളിൽ ശാന്തനായി ഇരുന്നുകൊണ്ട് ഞാൻ ശേഖരിച്ച വാർത്തകൾ എന്നിൽനിന്ന് ഒന്നും വിടാതെ ഇപ്പോൾ നിനക്ക് കേൾക്കാം.

ആ കുന്തധാരികളായ മിർമിഡന്മാർ, വിശാലഹൃദയനായ അക്കിലെസ്സിന്റെ പ്രശസ്ത പുത്രന് കീഴിൽ സുഖമായി തിരിച്ചെത്തി. പോയിയാസ്സിന്റെ ധീരപുത്രൻ ഫിലോക്ടീറ്റ്സിന്റെ കാര്യവും അപ്രകാരം തന്നെ. ഇഡോമെനിയസ് തന്റെ സൈന്യത്തെ മുഴുവൻ ക്രീറ്റിലേക്ക് കൊണ്ടുവന്നു- അതായത് യുദ്ധത്തിൽനിന്ന് രക്ഷപ്പെട്ട എല്ലാവരേയും. അവനിൽനിന്ന് ആരേയും കടൽ പിടിച്ചെടുത്തില്ല. ആട്രിയസ്സിന്റെ പുത്രൻ ആഗാമെമ്നോന്റെ യോഗത്തെക്കുറിച്ചുള്ള വിവരം ദൂരെയുള്ള നിന്റെ വീട്ടിൽപ്പോലും എത്തിക്കാണും; ഈജിസ്തസ് അവനുവേണ്ടി പദ്ധതിയിട്ട ശോചനീയമായ വിധിക്കു വേണ്ടി നടത്തിയ അപകടകരമായ തിരിച്ചുവരവ്! എന്നിട്ടും, ഈജിസ്തസിനോട് കണക്ക് തീർത്തു, കൂടുതൽ ഭീകരമായി! ആ ഇരയുടെ ഒരു മകൻ അതിജീവിച്ചത് എത്ര നന്നായി; ഈജിസ്തസ്സിന്റെ കൈയാൽ ക്രൂരമായി വധിക്കപ്പെട്ട തന്റെ മഹാനായ പിതാവിനുവേണ്ടി അവന് പ്രതികാരം ചെയ്യാൻ കഴിഞ്ഞു! സ്വയം ശക്തിപ്പെടുക, എന്റെ സുന്ദരനായ സുഹൃത്തേ, ഈ മാതൃക സ്വീകരിക്കുക! ഭാവിതലമുറകൾ നിന്നെക്കുറിച്ച് സ്തുതിഗീതങ്ങൾ ആലപിക്കട്ടെ."

ടെലെമാക്കസ് ഗൗരവത്തോടെ അദ്ദേഹത്തിന് മറുപടി നല്കി. "നെസ്റ്റർ, നെല്യൂസിന്റെ പുത്രാ, അക്കായിയൻമാരുടെ മുഖ്യ പ്രതാപമേ: തന്റെ പ്രതികാരത്തിന്റെ അവസാന തുള്ളിവരെ ഓറെസ്റ്റെസ് പ്രയോഗിച്ചതിൽ ഞാൻ അങ്ങയോട് വകവെച്ചുതരുന്നു, അതുകൊണ്ട് എന്നുമെന്നും അക്കായിയന്മാർ തീർച്ചയായും അവന്റെ യശസ്സിനെ പ്രകീർത്തിക്കണം. അവനെപ്പോലെ ദൈവങ്ങൾ എന്നിലും ശക്തി ചൊരിഞ്ഞിരുന്നെങ്കിൽ, ഈ നീതിരഹിതരായ വിവാഹാർത്ഥികളുടെ, എന്റെ നേരെയുള്ള നിന്ദ ഞാൻ അവസാനിപ്പിച്ചേനെ. എന്നാൽ ദൈവങ്ങൾ എനിക്കും എന്റെ അച്ഛനുമെതിരെ വിധിയുടെ വല നെയ്യുമ്പോൾ, അവർ ഞങ്ങൾക്ക് വേണ്ടി അത്തരം സ്വർഗ്ഗീയശക്തിയൊന്നും പ്രദാനം ചെയ്യില്ല. സഹിക്കുക എന്നത് മാത്രമാണ് ഞങ്ങളുടെ വിധി."

അപ്പോൾ ജെറേനിയായുടെ നെസ്റ്റർ പറഞ്ഞു. "സ്നേഹിതാ ഇപ്പോഴാണ് ഈ കാര്യം നീ എന്നോട് സൂചിപ്പിച്ചത്, നിന്റെ കൊട്ടാരം എപ്ര

കാരമാണ് ഈ വിവാഹാർത്ഥികളെകൊണ്ട് നിറഞ്ഞിരിക്കുന്നതെന്ന് ഞാൻ മനസ്സിലാകുന്നു. നീ അവർക്ക് കീഴടങ്ങാൻ തയ്യാറാണോ? എന്നോട് പറയൂ. അല്ലെങ്കിൽ ഏതെങ്കിലും ദൈവിക മനസ്സ് നിന്റെ നാട്ടുകാരെ നിനക്കെതിരായി തിരിക്കുന്നുണ്ടോ? ആർക്കറിയാം, ഒരുപക്ഷേ, ഒരുദിവസം അവൻ എത്തുകയും അവരുടെ അക്രമത്തെ അക്രമം കൊണ്ടുതന്നെ പകരം വീട്ടുകയും ചെയ്തേക്കാം. അവന് തുല്യശക്തിയോടെ പ്രവർത്തിക്കാൻ കഴിയുന്നതിനാൽ അവൻ ഒറ്റയ്ക്ക് വരുകയോ, അക്കായിയന്മാരുടെ കരുത്തോട് കൂടിയോ വന്നേക്കാം. അതിനുംപുറമെ തിളങ്ങുന്ന കണ്ണുകളുള്ള എഥീനി നിന്നെ ഒറ്റയ്ക്ക് വാത്സല്യപൂർവ്വം പരിലാളിക്കുമോ, ട്രോഡിൽവെച്ച് പ്രശസ്തനായ ഒഡീസ്സിയോട് സ്നേഹപൂർവ്വം അവൾ പെരുമാറിയതുപോലെ! ഞങ്ങൾ അക്കായിയന്മാർ അവിടെ വെച്ച് വളരെ കഷ്ടപ്പെട്ടു— ദൈവങ്ങളുടെ ഭാഗത്തുനിന്ന് അത്തരം തുറന്ന സ്നേഹപ്രകടനം ഞാൻ ഒരിക്കലും കണ്ടിട്ടില്ല. പല്ലാസ് പ്രകടിപ്പിച്ചതുപോലെ! അവൾ പരസ്യമായി അവന്റെ ഭാഗത്ത് നിലയുറപ്പിച്ചു- പല്ലാസ് അപ്രകാരം നിന്നെ സ്നേഹിക്കുകയും അവളുടെ ഹൃദയം നിനക്കുവേണ്ടി പ്രകോപിപ്പിക്കുകയും ചെയ്താൽ അവരുടെ ശ്രദ്ധ വിവാഹം എന്ന ആശയത്തിൽനിന്നും പൂർണ്ണമായും വ്യതിചലിപ്പിക്കപ്പെട്ടതുതന്നെ!"

ടെലിമാക്കസ് ദുഃഖത്തോടെ മറുപടി നല്കി. "ആദരണീയനായ സാർ, അങ്ങയുടെ ഈ വാക്കുകൾ പ്രായോഗികമാണെന്ന് ഞാൻ കരുതുന്നില്ല. അങ്ങ് പറഞ്ഞത് വളരെ മഹത്തായൊരു കാര്യമാണ്. അത്രയ്ക്ക് മഹത്തായതിനാൽ എനിക്ക് ഭയം തോന്നുന്നു. എന്റെ പ്രതീകങ്ങളൊന്നും സഫലമാകാൻ പോകുന്നില്ല. ദൈവങ്ങളുടെ ദയാവായ്പ് അതിനോടൊപ്പമില്ല."

ഈ സമയം എഥീനി ദേവി ഇടയ്ക്കുകയറി പറഞ്ഞു. "ടെലിമാക്കസ് അത്തരം വാക്കുകൾ നിന്റെ നാവിൽ നിന്ന് പൊട്ടിപ്പുറപ്പെട്ടത് അനുചിതമായി. ഒരു ദൈവത്തിന് വേണമെങ്കിൽ ഭൂമിയുടെ അറ്റങ്ങളിൽ പോലും ഒരു മനുഷ്യനെ ഭദ്രമായി സൂക്ഷിക്കാൻ കഴിയും. എന്നെ സംബന്ധിച്ച് പറയുകയാണെങ്കിൽ എന്റെ വീട്ടിലേക്കുള്ള മാർഗ്ഗത്തിൽ എല്ലാ വിധത്തിലുള്ള വേദനകളും എന്നെ അലട്ടി; ഒടുവിൽ ഞാനവിടെ എത്തുകയും മടക്കയാത്ര ആസ്വദിക്കുകയും ചെയ്തു. എന്റെ തീച്ചൂളയ്ക്കടുത്തിരുന്ന് മരണം ഏറ്റുവാങ്ങുവാൻവേണ്ടി തിരിച്ചുപോകുന്നതിനേക്കാൾ ഭേദം അതായിരുന്നു, തന്റെ ഭാര്യയുടേയും ഈജിസ്തസ്സിന്റെയും ചതിപ്രയോഗത്തിലൂടെ ആഗാമെമ്നോൻ മരിച്ചതുപോലെ! എന്നാലും, ഞാൻ സമ്മതിക്കുന്നു, മരണം എന്ന സാധാരണ പാരിതോഷികത്തിൽനിന്ന് അനശ്വരരായ ദൈവങ്ങൾക്കും അവർ സ്നേഹിക്കുന്ന മനുഷ്യനെ എന്നെന്നേക്കുമായി പരിരക്ഷിക്കാൻ കഴിയില്ല. അല്ലെങ്കിൽ ആ മാരകമായ ദൈവകല്പിതം തുടർച്ചയായി ഒഴിവാക്കാനും കഴിയില്ല. എല്ലാ മനുഷ്യനും അവസാനം ശവക്കുഴിയിലേക്ക് പോകുന്നു എന്നതാണ് ദൈവകല്പിതം."

ടെലെമാക്കസ് പതിവ് രീതിയിൽ മറുപടി നല്കി. "മെന്റർ നമ്മൾ അതിനെക്കുറിച്ച് കൂടുതലൊന്നും സംസാരിക്കേണ്ട. അനശ്വരരായവർ അദ്ദേഹത്തിന് മരണവും അതിനെ പിന്തുടരുന്ന അന്ധകാരവും നല്കിക്കഴിഞ്ഞ നിലയ്ക്ക്, അദ്ദേഹത്തിന്റെ തിരിച്ചുവരവ് സങ്കല്പിച്ചുകൊണ്ട് നമ്മൾ എന്തിന് വേദനിക്കണം? എന്നാൽ നോക്കൂ, ഞാൻ ഈ വിഷയം മാറ്റാൻ ആഗ്രഹിക്കുന്നു, ഞാൻ നെസ്റ്ററിനോട് മറ്റൊരു കാര്യം ചോദിക്കാൻ ആഗ്രഹിക്കുന്നു, ചട്ടങ്ങളുടെയും തീർപ്പുകളുടെയും അന്തിമ അധികാരിയാണല്ലോ അങ്ങ്. ആളുകൾ പറയുന്നു സാധാരണ തലമുറയുടെ മൂന്നിരട്ടികാലം അദ്ദേഹം രാജാവായിരുന്നെന്ന്. ഈ ശ്രേഷ്ഠത അനുസരിച്ച് എന്റെ കാഴ്ചപ്പാടിൽ അദ്ദേഹം ഏറക്കുറെ ഒരു അനശ്വരനാണെന്ന് കാണപ്പെടുന്നു. അതുകൊണ്ട് നെല്യൂസിന്റെ പുത്രനായ നെസ്റ്റർ കൂടുതൽ സത്യസന്ധമായ ചരിത്രം എനിക്ക് പറഞ്ഞുതരൂ- ആട്രിസിന്റെ പുത്രൻ ആഗാമെമ്നോൻ എന്ന മഹാനായ രാജാവ് എങ്ങിനെയാണ് മരിച്ചത്? തന്നേക്കാൾ സമർത്ഥനായ ഒരു മനുഷ്യനെ എന്ത് നിഗൂഢമായ തന്ത്രം പ്രയോഗിച്ചാണ് ഈജിസ്തസ് കെണിയിൽപ്പെടുത്തി കൊന്നത്? ഈ സംഭവം നടന്നസമയം മെനെലോസ് എവിടെയായിരുന്നു? ഒരുപക്ഷേ, അക്കായിയന്മാർ ആർഗോസിൽനിന്ന് വളരെ ദൂരെ വിദേശ സഞ്ചാരത്തിലായിരുന്നോ?"

ജെരീനിയായുടെ നെസ്റ്റർ മറുപടി നല്കി. "എന്റെ കുട്ടീ, ഞാൻ മുഴുവൻ സത്യവും നിന്നോട് തുറന്നു പറയാം. നീ ശരിയായ രീതിയിലാണ് ഊഹിച്ചത്. വെയിൽ കൊണ്ട് കരുവാളിച്ച മെനെലോസ്, ആഗാമെമ്നോന്റെ സഹോദരൻ, ട്രോയിൽനിന്ന് മടങ്ങിവന്ന് അവന്റെ സഹോദരന്റെ സ്ഥലത്ത്, ഈജിസ്തസ് ജീവനോടെ ഇരിക്കുന്നത് കണ്ടിരുന്നെങ്കിൽ എന്ത് സംഭവിക്കുമായിരുന്നു! മതപരമായ ചടങ്ങനുസരിച്ച് ശവസംസ്കാരം നടത്താൻ മൃതശരീരംപോലും കിട്ടില്ലായിരുന്നു. നായ്ക്കളും ശവംതീനികാക്കകളും നഗരാതിർത്തിക്കപ്പുറത്തുള്ള തുറസ്സായ സ്ഥലത്ത് ആ ശവം കടിച്ചു കീറിത്തിന്നുമായിരുന്നു. നമ്മുടെ ഒറ്റസ്ത്രീ പോലും അവനുവേണ്ടി മരണവിലാപം നടത്തില്ലായിരുന്നു. കാരണം, അത്രയ്ക്ക് വെറുപ്പുളവാക്കുന്നതായിരുന്നു ആ മനുഷ്യന്റെ കുറ്റം.

"ഞങ്ങൾ ദൂരെ കോട്ട ഉപരോധിച്ച് മഹത്തായ പോരാട്ടത്തിലേർപ്പെട്ടിരിക്കവെ, അവൻ ആർഗോസിന്റെ ഹൃദയഭാഗത്ത് പച്ചപ്പുൽ മൈതാനിയിൽ ആർഗാമെമ്നോന്റെ പത്നിയുടെ പ്രേമം കവർന്നെടുക്കാനായി അവളുടെ കാതിൽ മന്ത്രിച്ചുകൊണ്ടിരിക്കയായിരുന്നു. കുറെക്കാലം അവൾ ആ കള്ളക്കളി അനുസരിച്ചില്ല. അവൾ സ്വഭാവ വൈശിഷ്ട്യമുള്ളവൾ ആയിരുന്നു. അതിനും പുറമെ എപ്പോഴും അവളുടെ ഭാഗത്ത് കുടുംബസംരക്ഷകൻ ഉണ്ടായിരുന്നു, ആട്രൈഡ്സ് ട്രോയിലേക്ക് പോകുന്നതിനു മുമ്പ് അവന്റെ ഭാര്യയെ സംരക്ഷിക്കണമെന്ന് അവരോട് ആവശ്യപ്പെട്ടിരുന്നു.

എന്നിട്ടും, ഒടുവിൽ ദൈവശിക്ഷ അവളെ നാശവുമായി കൂട്ടിയിണക്കി. ഈജിസ്തസ് അയാളെ വശീകരിച്ച് ഒരു മരുഭൂമിയായ ദ്വീപിലേക്ക് കൊണ്ടുപോയി, പക്ഷികൾക്ക് ഇരയായി അവിടെ ഉപേക്ഷിച്ചു പോന്നു. അതിനുശേഷം അവളുടെ ഭോഗേച്ഛയും അവളുടെ കാമുകന്റേതുമായി പൊരുത്തപ്പെട്ടു; അവൻ അവളെ തന്റെ വീട്ടിലേക്ക് കൊണ്ടുപോയി. ദൈവങ്ങളുടെ അൾത്താരയിൽ അനേകം തുടയെല്ലുകൾ അവൻ ദൈവങ്ങൾക്കായി ഹോമിച്ചു. തന്റെ ഹൃദയാഭിലാഷങ്ങൾക്കപ്പുറം താൻ താല്ക്കാലികവിജയം കൈവരിച്ചതിൽ നിരവധി ചിത്രകംബളങ്ങളും സ്വർണ്ണവും അവൻ നന്ദിപൂർവ്വം അർപ്പിച്ചു. അപ്പോൾ ആത്മസുഹൃത്തുക്കളായ ഞാനും ആട്രൈഡ്സും മെനെലോസും ഒന്നിച്ചാണ് മടക്കയാത്ര നടത്തിയത്. എന്നാൽ ഏഥൻസിന്റെ പുണ്യസ്ഥലമായ സുനിയാമിൽ വെച്ച് ഫോബസ് അപ്പോളോ അസ്ത്രം അയച്ച് മെനെലോസിന്റെ നാവികനെ വധിച്ചു. അയാൾ മരിച്ചപ്പോഴും ഓടിക്കൊണ്ടിരിക്കുന്ന കപ്പലിന്റെ സ്റ്റിയറിങ് സ്വന്തം കൈകളിലായിരുന്നു. ഓനേറ്ററിന്റെ പുത്രനായ ഈഫ്രോന്റിസ് ഈ തൊഴിലിലുള്ള എല്ലാവരേക്കാൾ സമർത്ഥനായിരുന്നു, എത്ര വലിയ അപകടം നേരിട്ടാലും അയാൾ കപ്പൽ ശരിയായ മാർഗ്ഗത്തിലൂടെ നയിക്കുമായിരുന്നു. അതുകൊണ്ട് കപ്പൽ യാത്ര തുടരുവാൻ ഉൽക്കണ്ഠയുള്ളവനായിരുന്നെങ്കിലും, മെനെലോസിസിന് യാത്ര വൈകിപ്പിക്കേണ്ടിവന്നു; തന്റെ സഹായിക്ക് നല്ലൊരു ശവസംസ്കാരം നടത്തിയ ശേഷമേ കടൽയാത്ര പുനരാരംഭിച്ചുള്ളൂ. ഒടുവിൽ, അവന്റെ കപ്പൽ അതിവേഗം അഗാധമായ കടലിലൂടെ മാലിയായുടെ ചെങ്കുത്തായ പ്രദേശം വരെ, പാഞ്ഞു. അവിടെവെച്ച് സ്യൂസ് അവനെ ഖേദകരമാംവിധം മറ്റ് കപ്പലുകളിൽ നിന്നും വഴി തെറ്റിച്ച് വിട്ടു. ശക്തമായ കൊടുങ്കാറ്റിലും ഭീകരമായ തിരമാലകളിലും അവന്റെ കപ്പൽപെട്ടു. അവൻ ഒറ്റപ്പെട്ടു.

കപ്പൽപ്പട ഛിന്നഭിന്നമായി. തെക്കുപടിഞ്ഞാറൻ കാറ്റടിച്ചപ്പോൾ വലിയൊരു തിരമാല ഉയരത്തിൽ ഉരുണ്ടുവന്ന് കിഴുക്കാംതൂക്കായ പാറയിൽ വന്നലച്ചു; താഴ്ന്ന പാറക്കൂട്ടം തിരയുടെ ഗതി തടഞ്ഞു. പടക്കപ്പൽക്കൂട്ടത്തിന്റെ പാതിയും ഇതിനുമേൽ വന്നു. കുത്തനെ നിലകൊള്ളുന്ന പാറയിലടിച്ച തിരമാലകളുടെ ശക്തിയിൽ കപ്പലുകൾ തകർന്നുപോയി. അതിലുണ്ടായിരുന്ന മനുഷ്യർ മരണത്തിൽനിന്ന് കഷ്ടിച്ച് രക്ഷപ്പെട്ടു.

ആ കൂട്ടത്തിലെ മറ്റ് അഞ്ച് കപ്പലുകൾ കാറ്റടിച്ച് ഈജിപ്ത് തീരത്തെത്തി. ആ അപരിചിതസ്ഥലത്ത്, അതിലെ വിദേശികളോടൊപ്പം മെനെലോസ് ധാരാളം സ്വർണ്ണവും മറ്റ് വസ്തുക്കളും വാരിക്കൂട്ടി മടക്കയാത്ര വൈകിപ്പിച്ചു. ഈ സമയമെല്ലാം ഈജിസ്തസ് വീട്ടിലിരുന്ന് തന്റെ നികൃഷ്ടമായ പദ്ധതി നടപ്പാക്കുകയായിരുന്നു. അങ്ങനെ, ആട്രൈഡ്സിനെ കൊന്ന ശേഷം ഏഴ് വർഷം മൈസിനെ ഭരിക്കാനവന് കഴിഞ്ഞു. എന്നാൽ എട്ടാമത്തെ വർഷം ഏഥൻസിൽനിന്ന് ശ്രേഷ്ഠനായ ഓറെസ്റ്റെസ് തിരി

ച്ചെത്തി. തന്റെ പിതാവിന്റെ ഘാതകനായ വഞ്ചകൻ ഈജിസ്തസ്സിനെ ഒറെസ്റ്റെസ് വധിച്ചു. തന്റെ പ്രതികാരം നിറവേറ്റിയശേഷം ആർഗൈവ്കാർക്ക് ഒറെസ്റ്റെസ് ഒരു ശവസംസ്കാര സദ്യ നല്കി, അവൻ വെറുത്തിരുന്ന അമ്മയുടെയും നികൃഷ്ടനായ ഈജിസ്തസ്സിന്റെയും ശവശരീരത്തിനു മേൽ! അതേ ദിവസമാണ് കപ്പലിൽ കയറ്റാവുന്നിടത്തോളം സമ്പത്ത് കയറ്റി മെനെലോസ് യാത്ര പുറപ്പെട്ടത്.

ഇതിൽനിന്ന് ഒരു കാര്യം മനസ്സിലാക്കുക എന്റെ സുഹൃത്തേ, ദീർഘമായൊരു കാലം നിങ്ങളുടെ സ്വത്ത് ഉപേക്ഷിച്ച് വീട് വിട്ട് അലഞ്ഞുതിരിയരുത്. അപ്പോൾ, വീട്ടിൽ ഓടിക്കയറി എല്ലാം പങ്കിട്ടെടുക്കുകയും നിങ്ങൾക്കുള്ളതെല്ലാം ഉപയോഗിച്ച് തീർക്കുകയും ചെയ്യുന്നതരം ആളുകൾ ഉണ്ടാകും. അപ്രകാരം നിങ്ങളുടെ യാത്രതന്നെ ഒരു പരാജയത്തിലവസാനിക്കും. എന്നാലും ഞാൻ നിന്നോട് ഉദ്ബോധിപ്പിക്കുന്നു, അല്ല ഉത്തരവിടുന്നു, വിദേശത്തുനിന്ന് ഇപ്പോൾ തിരിച്ചെത്തിയ മെനെലോസിനെ നീ സന്ദർശിക്കുക. ആ ഭീകരമായ കര കാണാത്ത കടലിൽ കൊടുങ്കാറ്റടിച്ച് ഒഴുകിപ്പോയ കപ്പലിൽ തിരിച്ചെത്തിയ എത്ര ധീര ഹൃദയനായ വ്യക്തിയും ഹതാശനായിരിക്കും.

ആകയാൽ, നീ സ്വന്തം കപ്പൽ ജോലിക്കാരോടൊപ്പം സ്വന്തം കപ്പലിൽ അവനെ പോയിക്കാണണം. എന്നാൽ കരമാർഗ്ഗം പോകാനാണ് നീ കൂടുതൽ ഇഷ്ടപ്പെടുന്നതെങ്കിൽ ഒരു തേരും സംഘവും എന്റെ മക്കളോടൊപ്പം നിനക്കു വേണ്ടി തയ്യാറാണ്. എന്റെ മക്കൾ നിന്നെ ലേസെഡേമോണിൽ മെനെലോസിന്റെ അടുത്തേക്ക് നയിക്കും. നീ സ്വയം അവനോട് അഭ്യർത്ഥിക്കുക; അപ്പോൾ അവൻ ശ്രദ്ധിച്ച് കേൾക്കും, വിവേകശാലിയായ അവൻ സത്യസന്ധമായി മറുപടി നല്കും. നിന്നോട് തെറ്റായ വിവരങ്ങൾ നല്കാൻ ചിന്തിക്കില്ല."

നെസ്റ്റർ അവിടെ വെച്ച് നിർത്തി. അപ്പോൾ സൂര്യൻ, അസ്തമിച്ചുകൊണ്ടിരിക്കുകയായിരുന്നു; ഇരുട്ട് കൂടിവന്നു. തിളങ്ങുന്ന കണ്ണുകളുള്ള എഥീനി ദേവി ആ സംഘത്തോട് പറഞ്ഞു "മുതിർന്നവനെ, നിങ്ങളുടെ കഥ ഞങ്ങളോട് പറഞ്ഞത് വളരെ നന്നായി: എന്നാൽ സംസാരം നിർത്തി വീഞ്ഞ് പകരേണ്ട സമയമായി. നമുക്ക് പൊസീഡനും മറ്റ് ദൈവങ്ങൾക്കും ഉള്ള അർപ്പണം പൂർത്തിയാക്കാം. പിന്നെ, കിടക്കാനുള്ള കാര്യം ചിന്തിക്കാം. കാരണം, ഉറങ്ങാനുള്ള സമയമായി. സൂര്യൻ ഇരുളിലേക്ക് മുങ്ങിപ്പോയി. നമുക്കും പോകണം."

പ്രേക്ഷകർ അവൾ പറഞ്ഞത് അംഗീകരിച്ചു. ഭൃത്യന്മാർ അവരുടെ കൈകളിൽ വെള്ളം ഒഴിച്ചുകൊടുത്തു. പരിചാരകർ കോപ്പകളിൽ വീഞ്ഞ് നിറച്ചു. കാളകളുടെ നാവുകൾ തീജ്ജ്വാലയിലേക്ക് ഇട്ടു. ഓരോരുത്തനും എഴുന്നേറ്റുനിന്ന് തന്റെ മധുപാനനിവേദ്യം ഹോമകുണ്ഡത്തിലേക്കൊഴിച്ചു. അപ്രകാരം നിവേദിച്ച ശേഷം ബാക്കിയുള്ളത് മതിയാവോളം കുടിച്ചു. ഒടുവിൽ എഥീനിയും ദൈവ സമാനനായ ടെലിമാക്കസും അവരുടെ കപ്പലിലേക്ക് തിരിച്ചു പോകാൻ തുടങ്ങിയപ്പോൾ നെസ്റ്റർ അവരെ പ്രതിഷേധത്തോടെ തടഞ്ഞു.

"സ്യൂസും മറ്റ് മുഴുവൻ ദൈവങ്ങളും എന്നെ വിധി കല്പിക്കട്ടെ. നിങ്ങൾ എന്റെ വീട് നിസ്സാരമായി കരുതി, നിങ്ങളുടെ കപ്പലിൽ ഉറങ്ങാനായിപോകുകയാണ്. ഞാൻ ഉടുക്കാനൊന്നുമില്ലാത്ത ദരിദ്രനാണെന്നതുപോലെ! എനിക്കോ എന്റെ അതിഥികൾക്കോ സുഖമായി ഉറങ്ങാനുള്ള പുതപ്പോ മേലങ്കിയോ ഇല്ലാത്തവനാണ് എന്നതുപോലെ! വാഴ്ത്തപ്പെടട്ടെ, എനിക്ക് മെത്തകളുടെ വലിയൊരു ശേഖരം തന്നെയുണ്ട്. ഞാൻ ജീവിച്ചിരിക്കുമ്പോൾ എന്റെ സ്നേഹിതൻ, ഒഡീസ്സിയുടെ പ്രിയമകൻ അവന്റെ കപ്പലിലെ ബോർഡിൽ ഒരിക്കലും കിടക്കുകയില്ല. ഞാൻ ശപഥം ചെയ്യുന്നു- എന്റെ കൊട്ടാരത്തിൽ വരുന്ന ഏത് അതിഥികളെയും പരിചരിക്കാൻ എന്റെ മക്കൾ ഉള്ളിടത്തോളം കാലം എനിക്ക് കഴിയും." എഥീനി മറുപടി നല്കി. "നല്ല കാര്യമാണ് പറഞ്ഞത്, പഴയ സുഹൃത്തേ. അത് ഏറ്റവും അനുയോജ്യമായതിനാൽ ടെലെമാക്കസ് നിങ്ങളുടെ ആജ്ഞാനുസരണം പ്രവർത്തിക്കും. ഇപ്പോൾത്തന്നെ അവൻ നിങ്ങളോടൊപ്പം നിങ്ങളുടെ കൊട്ടാരത്തിൽ ഉറങ്ങാനായി പോകട്ടെ. എന്നാൽ എന്റെ കർത്തവ്യം ഞങ്ങളുടെ കറുത്ത കപ്പലിൽ ഈ വാർത്തകളോടൊപ്പം തിരിച്ചുചെന്ന് കപ്പൽ ജോലിക്കാരെ ധൈര്യപ്പെടുത്തലും ആജ്ഞാപിക്കലുമാണ്. നിങ്ങൾക്കറിയാമോ, ആ സംഘത്തിൽ പക്വതയുള്ളൊരു മനുഷ്യൻ ഞാൻ മാത്രമാണ്, മറ്റുള്ളവരെല്ലാം യുവാക്കൾ, ശക്തനായ ടെലെമാക്കസ്സിന്റെ സമപ്രായക്കാർ, കടൽ യാത്രയോടുള്ള ഇഷ്ടം കൊണ്ട് ഞങ്ങളോടൊപ്പം വന്നവരാണവർ. അതുകൊണ്ട് ഇന്ന് രാത്രി മുഴുവൻ ഞാൻ അവരോടൊപ്പം ഉറങ്ങുകയാണ്. ഞങ്ങളുടെ കറുത്ത കപ്പലിന്റെ ഡെക്കിൽ രാവിലെ ഞാൻ ആദരണീയരായ കോക്കോനിയക്കാരുടെ അടുത്തേക്ക് പോകുകയാണ്. അവർ എനിക്ക് നല്ലൊരു തുക കടപ്പെട്ടിരിക്കുന്നു. അതിനിടയ്ക്ക് നിങ്ങളുടെ അതിഥിയായ ടെലെമാക്കസ്സിനെ നിങ്ങളുടെ പുത്രന്മാരിൽ ഒരാളോടൊപ്പം ഏറ്റവും വേഗതയുള്ള ഒരു രഥത്തിൽ അയയ്ക്കുക, അതിനുവേണ്ടി ഏറ്റവും ശക്തരായ കുതിരകളെ തെരഞ്ഞെടുക്കുക."

ആ ദേവി തന്റെ സംസാരം നിർത്തി, കടൽപ്പരുന്ത്പോലെ അവരിൽ നിന്ന് പറന്നകന്നു. അവിടെ സന്നിഹിതരായിരുന്നവരെല്ലാം ആശ്ചര്യപ്പെട്ടുപോയി; അഭിവന്ദ്യനായ ആ മനുഷ്യൻ ഭയഭക്തിയോടെ ആ കാഴ്ച നോക്കി ഇരുന്നു. അദ്ദേഹം ടെലെമാക്കസ്സിന്റെ കൈപിടിച്ച് ഉറക്കെ പറഞ്ഞു. "സുഹൃത്ത് ടെലെമാക്കസ്, നീ ദുർബ്ബലനായി വളരുമെന്നോർത്ത് ആർക്കും പേടിക്കേണ്ടിവരില്ല, നിന്റെ ചെറുപ്പകാലം മുതൽ, ദൈവങ്ങളല്ലേ നിന്നോടൊപ്പം, മാർഗ്ഗ നിർദ്ദേശകരായി നടക്കുന്നത്? ഇത് സർവ്വശക്തനായ സ്യൂസിന്റെ പുത്രിയല്ലാതെ മറ്റാരുമാകാൻ സാദ്ധ്യതയില്ല. അവൾ പതിവായി നിന്റെ മഹാനായ അച്ഛനെ, മറ്റ് ആർഗൈവുകളിൽനിന്ന് വേർതിരിച്ച്, ആദരിക്കുമായിരുന്നു."

"ഓ രാജ്ഞി ഞാൻ പ്രാർത്ഥിക്കുന്നു, ഞങ്ങളോട് കൃപാലു ആയിരിക്കുക, മനുഷ്യർക്കിടയിൽ നല്ല കീർത്തി നേടാനായി എന്നെ അനുഗ്ര

ഹിക്കുക; എന്നേയും എന്റെ മക്കളേയും ഞാൻ സ്നേഹിക്കുന്ന ഭാര്യയേയും അനുഗ്രഹിക്കുക. ഞാൻ നിനക്ക്, ഒരാണ്ടു പ്രായമുള്ള, മനുഷ്യന്റെ നുകം ചുമന്നിട്ടില്ലാത്ത, തടിച്ചുകൊഴുത്തൊരു കാളക്കുട്ടനെ ബലി അർപ്പിക്കുമെന്ന് ശപഥം ചെയ്യുന്നു. അതിന്റെ കൊമ്പുകൾ ഞാൻ ശുദ്ധ സ്വർണ്ണം കൊണ്ട് പൊതിയും."

ഇതാണ് അദ്ദേഹം നടത്തിയ പ്രാർത്ഥന. എഥീനി അവന്റെ പ്രാർത്ഥന കേട്ടു.

അപ്പോൾ ജെരീനിയായുടെ യോദ്ധാവായ നെസ്റ്റർ തന്റെ മക്കളെയും മരുമക്കളെയും കൊട്ടാരത്തിലെ സ്വീകരണ ഹാളിലേക്ക് ആനയിച്ച് ക്രമാനുസരണം സിംഹാസനത്തിലോ കസേരയിലോ ഇരുത്തി. വൃദ്ധനായ രാജാവ് തന്റെ അതിഥികൾക്കായി പതിനൊന്ന് കൊല്ലം പഴക്കമുള്ള ഒരു കപ്പ് വീഞ്ഞ് കൂട്ടിക്കലർത്തി. ആദ്യകപ്പ് വീഞ്ഞ് അദ്ദേഹം എഥീനിക്കായി ഒഴിച്ച്, ആ സ്യൂസിന്റെ പുത്രിയോട് ഭക്തിനിർഭരനായി പ്രാർത്ഥിച്ചു.

മറ്റുള്ളവരും വീഞ്ഞ് അർപ്പിച്ച്, ഹൃദയത്തിന് തൃപ്തിയാവോളം കുടിച്ചു. പിന്നെ ആ സംഘം പിരിഞ്ഞ് അവരവരുടെ സ്ഥലത്തേക്ക് ഉറങ്ങാനായി പോയി. ദൈവത്തെപ്പോലുള്ള ഒഡീസ്സിപുത്രൻ ടെലിമാക്കസ്സിനെ മാത്രം കൊട്ടാരത്തിന്റെ കവാടത്തിന്നടുത്തുള്ള അതിഥി മുറിയിൽ നല്ല മെത്തവിരികൾ വിരിച്ച കട്ടിലിൽ നെസ്റ്റർ കിടത്തി. കൂട്ടിനായി ചാരനിറമുള്ള കുന്തമേന്തിയ പീസിസ്ട്രേറ്റസ് ഉണ്ടായിരുന്നു. യുദ്ധത്തിൽ തന്റെ സൈനിക വിഭാഗത്തെ നയിച്ച, നല്ല പൊക്കമുള്ളവനായ പീസിസ്ട്രേറ്റസ് അപ്പോഴും അവിവാഹിതരനായിരുന്നു. അതുകൊണ്ട് മക്കളിൽ അവൻ മാത്രമാണ് അച്ഛന്റെ വീട്ടിൽ താമസിക്കുന്നത്. വലിയ കൊട്ടാരത്തിന്റെ ഉള്ളിലാണ് വൃദ്ധൻ രാജാവിന്റെ ഉറക്കമുറി; അദ്ദേഹത്തിന്റെ പത്നി കട്ടിലും കിടക്കയും വിരിച്ച് തയ്യാറാക്കിവെക്കുന്നു.

നേരം പുലർന്നു: പ്രഭാതത്തിന്റെ റോസ് നിറമുള്ള വിരലുകൾ ആകാശത്തേക്ക് ഇഴഞ്ഞുകയറി. ജെരീനിയായുടെ നേതാവ്, നെസ്റ്റർ, തന്റെ കിടക്ക വിട്ടെഴുന്നേറ്റ് വീടിന്റെ ഗംഭീരമായ ഉമ്മറത്ത് ഇരിക്കാനായി വന്നു. അവിടെ നിർമ്മിച്ചിട്ടുള്ള മിനുസമുള്ള പ്ലാറ്റ്ഫോമിലാണ് അദ്ദേഹത്തിന്റെ ഇരിപ്പിടം. അതിലെ വെളുത്ത കല്ലുകൾ ഭംഗിയായി പോളിഷ് ചെയ്തിരിക്കുന്നു. ഒരിക്കലും തെറ്റു പറ്റാത്ത, പരേതനായ കൗൺസിലർ നെല്യൂസിന്റെ ഇരിപ്പിടമാണത്. അദ്ദേഹം മൃതി അടഞ്ഞപ്പോൾ, നെസ്റ്ററിനെ അക്കായിയന്മാരുടെ രക്ഷകനായി നിയോഗിച്ച് അദ്ദേഹത്തിന്റെ സ്ഥാനത്ത് ഇരുത്തി, രാജാധികാരം ഏല്പിച്ചു. അദ്ദേഹത്തിന് ചുറ്റും തന്റെ മക്കളുടെ സംഘം അവരവരുടെ സ്വന്തം വസതികളിൽനിന്ന് വന്ന്, ഇരുപ്പുറപ്പിച്ചു; എച്ചിഫ്രോൺ, സ്റ്റേട്രറ്റിയസ്, പെർസുവസ്, അരേറ്റസ്, പ്രതാപിയായ ത്രാസിമേഡെസ് എന്നിവരും ആറാമത്തെ പുത്രൻ, ധീരനായ പീസിസ്ട്രേറ്റസ്സും വന്നു. അവരും നല്ലവനായ ടെലിമാക്കസ്സിനെയും കൊണ്ടുവന്നിരുന്നു. അവർക്കിടയിൽ അവനെ അവർ ഇരുത്തി. നെസ്റ്റർ അവരെ അഭിസംബോധന ചെയ്തു.

"പെട്ടെന്ന്, പെട്ടെന്ന്, പ്രിയ പുത്രന്മാരെ, എന്റെ ആജ്ഞപ്രകാരം ചെയ്യൂ. ഞാൻ ആദരിക്കാനായി എല്ലാ ദൈവങ്ങളിൽനിന്നും ദൈവത്തിന്റെ ദിവ്യമായ വിരുന്നിന് ഇന്നലെ നേരിട്ട് എത്തിയ എഥീനിയെ വേറിട്ട് പൂജിക്കുന്നു. നിങ്ങളിലൊരാൾ മേച്ചിൽ സ്ഥലത്തേക്ക് ഓടിപ്പോയി ഒരു വയസ്സുള്ള ഒരു കാളക്കുട്ടനെ കഴിയുന്നത്ര വേഗം ഇങ്ങോട്ട് കൊണ്ടുവരിക. മറ്റൊരാൾ വേഗം വിശാലഹൃദയനായ ടെലെമാക്കസ്സിന്റെ കറുത്ത കപ്പലിൽ പോയി, അവന്റെ ആളുകളെ, രണ്ടുപേരെ ഒഴിച്ച്, മറ്റെല്ലാവരെയും കൂട്ടികൊണ്ടുവരിക. ആരെങ്കിലും ചെന്ന് സ്വർണ്ണം പൂശുന്നവനായ ലാർടെസ്സിനോട് വരാൻ പറയൂ, ബലിമൃഗത്തിന്റെ കൊമ്പുകളിൽ അയാൾ സ്വർണ്ണം പൂശട്ടെ. ബാക്കിയുള്ളവരെല്ലാം, വീട്ടിലെ സ്ത്രീകൾ നമ്മുടെ പ്രശസ്ത ഹാളിൽ മേശകൾ ഒരുക്കുന്നതും, ഇരിപ്പിടങ്ങൾ തയ്യാറാക്കുന്നതും ആവശ്യത്തിനുള്ള ഭക്ഷണസാധനങ്ങളും വെള്ളവും കൊണ്ടുവരുന്നത് ഉറപ്പാക്കുക" അപ്രകാരം നെസ്റ്ററ് ഉത്തരവ് നല്കി. ആ ഉത്തരവ് അനുസരിക്കാനായി അവർ ഓടി. മേച്ചിൽ സ്ഥലത്തുനിന്ന് കാളക്കുട്ടനും ടെലെമാക്കസ്സിന്റെ സുന്ദരമായ കപ്പലിൽനിന്ന് അവന്റെ കപ്പൽ ജോലിക്കാരും എത്തി; അതോടൊപ്പം സ്വർണ്ണം പൂശുന്നവൻ തന്റെ ഉപകരണങ്ങളുമായി അവിടെ വന്നു ചേർന്നു- ആൽവിൽ, ചുറ്റിക, ചവണ തുടങ്ങിയവയുമായി!

തനിക്കുള്ള ബലി സ്വീകരിക്കാനായി എഥീനിയും വന്നു. അപ്പോൾ, പഴയ യോദ്ധാവായ നെസ്റ്റർ സ്വർണ്ണം പുറത്തെടുത്തു; ആ ശില്പി അതിവിദഗ്ദ്ധമായി ദേവത പ്രസാദിക്കും വിധം അവൾക്ക് അർപ്പിച്ച കാളയുടെ കൊമ്പുകളിൽ സ്വർണ്ണം പൂശി. സ്ട്രേറ്റിയസ്സും ശ്രേഷ്ഠനായ എച്ചിഫ്രോണും കൂടി ആ മൃഗത്തെ മുന്നോട്ട് നയിച്ചു. അരേറ്റസ് ഒരു കൈയിൽ ശുദ്ധീകരണത്തിനായുള്ള ഒരു പാത്രവും മറ്റെ കൈയിൽ ഒരു ബാർളി സഞ്ചിയുമായി സ്വീകരണമുറിയിൽനിന്ന് പുറത്തുവന്നു. ശക്തനായ പോരാളി ത്രാസിമേഡെസ്, കാളയെ അറക്കുവാൻ തയ്യാറെടുത്ത് മൂർച്ചയേറിയ കോടാലിയും പിടിച്ച് നിന്നു. പെർസുവസ് രക്തം നിറയ്ക്കാനുള്ള ബേസിൻ പിടിച്ചു.

വന്ദ്യവയോധികനായ നെസ്റ്റർ വെള്ളത്തിൽ കൈമുക്കി, അവരെ പരിശുദ്ധരാക്കാൻ വേണ്ടിയുള്ള ബലി പൂജ ആരംഭിച്ചു. പിന്നെ അദ്ദേഹം ആഹാരവസ്തുക്കൾ ഹോമകുണ്ഡത്തിലേക്ക് വിതറാൻ തുടങ്ങി. ആത്മാർത്ഥതയോടെ എഥീനിയെ പ്രാർത്ഥിച്ചുകൊണ്ട്, കാളക്കുട്ടിയുടെ നെറ്റിയിലെ കുറച്ച് രോമങ്ങൾ പിഴുതെടുത്ത് തീജ്വാലയിലേക്ക് ഇട്ടു. അവരുടെ കൂട്ടായ പ്രാർത്ഥനയ്ക്കുശേഷം പെട്ടെന്ന് നെസ്റ്ററിന്റെ കരുത്തനായ പുത്രൻ ത്രാസിമേഡസ് മുന്നോട്ടുവന്ന് കാളക്കുട്ടിയെ ഒറ്റവെട്ട്! കഴുത്തിലെ ഞരമ്പ് ആ കോടാലി അറുത്ത് കളഞ്ഞു; ആ കാളക്കുട്ടി നിലംപതിച്ചു. സ്ത്രീകൾ നിലവിളിച്ചു, രാജാവിന്റെ പുത്രിമാരും മരുമക്കളും ആദരണീയ പത്നി, യൂരിഡൈസും. ചവുട്ടി മെതിച്ച തറയിൽ നിന്നും ആ മൃഗത്തിന്റെ തല അവർ നീട്ടിപ്പിടിച്ച്, പീസിസ്ട്രേറ്റസ് അതിന്റെ കഴുത്തറുത്തു.

ഇരുണ്ട രക്തം ചീറ്റി; അതിന്റെ ജീവൻ പോയി. അതിവേഗം അവർ അതിന്റെ സന്ധിയെല്ലുകൾ വെട്ടി വേർപെടുത്തി; തുടയെല്ലുകളിൽനിന്നും മാംസം പിഴുതെടുത്തു; പിന്നെ മാംസത്തിന്റെ നെയ്യുള്ള ഭാഗം കൊണ്ട് എല്ലുകളെ പൊതിഞ്ഞു, മുതിർന്നവൻ തീച്ചൂളയിലെ വിറകിന് തീ കൊളുത്തി, നിവേദ്യം പാകം ചെയ്തു, തീജ്ജ്വാലയ്ക്കുമീതെ ചുകന്ന വീഞ്ഞ് തെളിച്ചു. അപ്രകാരം തുടയെല്ലുകൾ പൂർണ്ണമായും ദഹിപ്പിക്കപ്പെട്ടു. ആ സമയം യുവാക്കൾ ഉള്ളിലെ മാംസം, അച്ഛനരികിൽ അഞ്ചു മുനയുള്ള വറുക്കുന്ന ഫോർക്കുകൾ കൈയിൽ പിടിച്ചുകൊണ്ട് ആസ്വദിച്ച് കഴിച്ചു. പിന്നീടവർ ബാക്കിയുള്ള ഇറച്ചി ചെറിയ കഷണങ്ങളാക്കി മുറിച്ച്, അവ ശൂലത്തിൽ കേറ്റി കനലിൽ വേവിച്ചെടുത്തു.

ഈ മൃഗബലി നടക്കുന്ന സമയത്ത്, നെല്യൂസിന്റെ പുത്രൻ നെസ്റ്ററിന്റെ യുവതിയും സുന്ദരിയുമായ ഏറ്റവും ഇളയ പുത്രി പോളികാസ്റ്റ് ടെലെമാക്കസ്സിനെ സ്നാനം ചെയ്യിപ്പിക്കുകയായിരുന്നു; സ്നാനത്തിനു ശേഷം നല്ല ഒലിവ് എണ്ണ പുരട്ടി, ചന്തമുള്ളൊരു ഉടുപ്പും മേലങ്കിയും അവൾ അവനെ ധരിപ്പിച്ചു. അങ്ങിനെ കുളിമുറിയിൽ നിന്നവൻ പുറത്തു കടന്നപ്പോൾ അനശ്വരനായൊരു ദേവനെപ്പോലെ ഉണ്ടായിരുന്നു. ജനങ്ങളുടെ ആട്ടിടയനായ നെസ്റ്ററിനടുത്ത പീഠത്തിലവൻ ചെന്നിരുന്നു. മാംസം അപ്പോഴേക്കും പാകം ചെയ്തു കഴിഞ്ഞിരുന്നു. ഫോർക്കു കൊണ്ടവർ അത് കോരി ഇട്ട്, കഴിക്കാനിരുന്നു. പരിചാരകർ അവരെ സേവിക്കാനായി എത്തി, അവരുടെ സ്വർണ്ണക്കോപ്പകളിൽ വീഞ്ഞ് നിറച്ചുകൊടുത്തു. മതിയാവോളം തിന്നുകയും കുടിക്കുകയും ചെയ്ത ശേഷം ജെരീനിയായുടെ യോദ്ധാവ്, നെസ്റ്റർ വീണ്ടും സംസാരിക്കാനായി വായ തുറന്നു.

"ഇപ്പോൾ എന്റെ മക്കളെ, നീണ്ട കുഞ്ചിരോമങ്ങളും, അന്തസ്സാർന്ന വാലുകളുമുള്ള കുതിരകളെ ടെലെമാക്കസ്സിന്റെ രഥത്തിൽ പൂട്ടാനുള്ള സമയമായി, അങ്ങനെ അവൻ യാത്ര പുറപ്പെടട്ടെ" അപ്രകാരം അദ്ദേഹം പറഞ്ഞപ്പോൾ അവർ അദ്ദേഹത്തിന്റെ ആജ്ഞ അനുസരിക്കാനായി ശ്രദ്ധയോടെ പാഞ്ഞു. അതിവേഗം രഥത്തിൽ അതിവേഗതയുള്ള കുതിരകളെ പൂട്ടി തയ്യാറാക്കി നിർത്തി. വീട്ടുകാര്യസ്ഥ കലവറയിൽനിന്ന് അപ്പവും വീഞ്ഞും കെട്ടിപ്പൊതിഞ്ഞ് കൊണ്ടുവന്നു; അതോടൊപ്പം രാജാക്കന്മാർ പതിവായി കഴിക്കാറുള്ള മധുരപലഹാരങ്ങളും ഉണ്ടായിരുന്നു.

ടെലെമാക്കസ് രാജകീയ രഥത്തിൽ ചാടിക്കയറി. പീസിസ്ട്രേറ്റസ്, നെസ്റ്ററിന്റെ ശ്രേഷ്ഠ പുത്രൻ, അവന്റെ ഒരുവശത്ത് കയറിയിരുന്ന് കടിഞ്ഞാൺ കൈയിലെടുത്തു. പിന്നെ ചാട്ടവാറെടുത്ത് കുതിരകളെ അടിച്ചു, സ്വതന്ത്രരാക്കപ്പെട്ട കുതിരകൾ ആഹ്ലാദപൂർവ്വം പൈലോസ് കോട്ടയുടെ കുത്തനെയുള്ള പാറയിൽനിന്ന് സമതല പ്രദേശത്തേക്ക് കുതിച്ചു പാഞ്ഞു. ദിവസം മുഴുവൻ അവർ ആ യാത്ര സ്ഥിരോത്സാഹത്തോടെ തുടർന്നു.

സൂര്യൻ അസ്തമിച്ചു; റോഡ് ഇരുളിൽ ആണ്ടു. അവർ തേരെയിലെ ഓർട്ടിലോക്കസ്സിന്റെ പുത്രനായ ഡിയോക്കിൾസിന്റെ വീടിന് സമീപം

എത്തി. അവനോടൊപ്പം രാത്രി അവർ വിശ്രമിച്ചു; ഉചിതമായ രീതിയിലവർ സൽക്കരിക്കപ്പെട്ടു. അരുണോദയത്തിന്റെ ആദ്യകിരണങ്ങൾ ആകാശത്ത് ഉയർന്നതോടെ അവർ രഥത്തിൽ കുതിരകളെ പൂട്ടി യാത്രയുടെ അടുത്ത ഘട്ടത്തിലേക്ക് കടക്കാൻ തയ്യാറായി.

അവർ മുറ്റത്തെ ഗേറ്റ് കടന്ന്, വീണ്ടും സാരഥി തന്റെ ചാട്ടവാർ വീശി: വീണ്ടും സസന്തോഷം കുതിരകൾ മുന്നോട്ട് പാഞ്ഞു. അവർ ഗോതമ്പ് വയലുകളിലെത്തിയതോടെ തങ്ങളുടെ യാത്ര അവസാനിക്കാറായി എന്നവർക്ക് തോന്നി; അത്രയ്ക്ക് വേഗതയോടെ ആയിരുന്നു കുതിരകൾ കുതിച്ചു കൊണ്ടിരുന്നത്! വീണ്ടും സൂര്യൻ അസ്തമിച്ചു, റോഡുകൾ ഇരുളിലാണ്ടു.

നാല്

അവർ ലേസെഡാമൻ പ്രദേശത്തെത്തി. കുന്നുകൾക്കിടയിലെ ഒരു താഴ്വരയിലാണത്. അവർ പ്രശസ്തനായ മെനെലോസിന്റെ വീട്ടിലേക്ക് തേര് ഓടിച്ചു. അദ്ദേഹം തന്റെ പുത്രന്റെയും പുത്രിയുടെയും വിവാഹ വിരുന്നുകൾ വീട്ടിൽ വെച്ച് നടത്തുകയായിരുന്നു; അനേകം ബന്ധുക്കൾ ആ ചടങ്ങുകളിൽ പങ്കുകൊള്ളാനായി എത്തിയിട്ടുണ്ട്. യുദ്ധത്തിൽ പേരെടുത്ത അക്കിലെസ്സിന്റെ പുത്രനാണ് അദ്ദേഹം തന്റെ മകളെ വിവാഹം കഴിച്ചുകൊടുക്കുന്നത്. ട്രോയിൽ വെച്ചാണ് ആദ്യമായി മകൾക്കുവേണ്ടിയുള്ള വിവാഹാഭ്യർത്ഥന മെനെലോസ് സ്വീകരിച്ച് തല കുനിച്ചത്. ഇപ്പോൾ കുതിരകളും തേരുകളുമായി അദ്ദേഹം മകളെ മിർമിഡോൺ നഗരത്തിലേക്ക് അയയ്ക്കാൻ നില്ക്കുകയാണ്. വരൻ അവിടുത്തെ രാജാവാണ്. അവരുടെ വിവാഹപ്പെരുത്തം ദൈവങ്ങളാൽ നിറവേറ്റപ്പെട്ടതാണ്. ഇനി മകന്റെ കാര്യം. സ്പാർട്ടാ പട്ടണത്തിൽനിന്ന് അലെക്കറുടെ പുത്രിയെയാണദ്ദേഹം തന്റെ മെഗാപെന്തേസിനെക്കൊണ്ട് വിവാഹം കഴിപ്പിക്കുന്നത്; അയാളുടെ ഏക മകൻ, കരുത്തുറ്റവൻ; എന്നാൽ ഒരു അടിമപ്പെണ്ണിലുണ്ടായ പുത്രനാണവൻ; കാരണം, ഹെലന് ആദ്യത്തെ സുന്ദരിയായ കുഞ്ഞ് ഹെർമിയോൺ പിറന്നശേഷം ദൈവങ്ങൾ അവളെ വീണ്ടും ഗർഭധാരണത്തിന് കൃപ കാട്ടിയില്ല. അങ്ങനെ, പ്രശസ്തനായ മെനെലോസിന്റെ ബന്ധുക്കളും അയൽവാസികളും ആഹ്ലാദപൂർവ്വം ആഹാരം കഴിക്കുകയായിരുന്നു. ആ സംഘത്തിൽ ഒരാൾ ഗായകനായിരുന്നു, അയാൾ വാദ്യോപകരണം ഉപയോഗിച്ച്, സംഗീതത്തിനനുസരിച്ച്, സ്വർഗ്ഗീയമായി ഗാനമാലപിച്ചു. വീണക്കമ്പി മീട്ടി തുടങ്ങിയതോടെ അതിഥികളിൽനിന്ന് രണ്ട് കോമാളികൾ എഴുന്നേറ്റ് വന്ന് നൃത്തം വച്ചു.

ആ സമയം വീടിന് മുന്നിലെ തുറസ്സായ സ്ഥലത്ത് ഒരു രഥം വന്നു നിന്നു, അതിൽനിന്ന് വീരനായ ടെലെമാക്കസും നെസ്റ്ററുടെ പ്രശസ്തനായ പുത്രനും പുറത്തിറങ്ങി. കീർത്തിമാനായ മെനെലോസിന്റെ

ഊർജ്ജസ്വലനായ സായുധ സഹചരൻ മാസ്റ്റർ എട്ടോണിയസ് അവർ വരുന്നത് കാണാനിടയായി. അയാൾ ഓടി കൊട്ടാരത്തിൽച്ചെന്ന് ജനങ്ങളെ പരിപാലിക്കുന്നവനെ ഈ വാർത്ത അറിയിച്ചു. അദ്ദേഹത്തിന്റെ അടുത്തെത്തി അവരെ ചൂണ്ടിക്കാണിച്ചുകൊണ്ട് പറഞ്ഞു. "രണ്ട് മനുഷ്യർ വരുന്നു, എന്റെ മെനെലോസ് പ്രഭോ, സ്യൂസിന്റെ കുഞ്ഞേ, അപരിചിതരാണ്, എന്നാൽ കാഴ്ചയിൽ സ്യൂസിന്റെ ബന്ധുക്കളെപ്പോലെയുണ്ട്. വേഗം എന്നോട് പറയൂ, നമ്മൾ അവരുടെ വേഗതയുള്ള കുതിരകളെ അഴിച്ചു മാറ്റേണമോ? അതോ മറ്റേതെങ്കിലും യോജിച്ച ആളുടെ അടുത്തേക്ക് അതിഥിസേവനത്തിനായി അയക്കേണമോ?"

മെനെലോസ് കോപം കൊണ്ട് ജ്വലിച്ചു, അയാളോട് അലറി "നീ മുമ്പ് ഇത്തരം ഒരു വിഡ്ഢി ആയിരുന്നില്ലല്ലോ. എട്ടോണിയസ്, ബോതൂസിന്റെ പുത്രാ! എന്നാൽ ഇപ്പോൾ ഒരു മണ്ടൻ കുട്ടിയെപ്പോലെ നീ പുലമ്പുന്നു. ഈ കൊട്ടാരത്തിലേക്ക് തിരിച്ചുവരുമ്പോൾ എത്ര പ്രാവശ്യം നമ്മൾ ഇരുവരും മറ്റ് മനുഷ്യരുടെ വീട്ടിൽ ആതിഥ്യം സ്വീകരിച്ചിട്ടുണ്ടെന്ന് നീ മറന്നോ? വേഗം പോയി, നമ്മുടെ അതിഥികളുടെ രഥത്തിൽനിന്ന് കുതിരകളെ അഴിച്ചുമാറ്റുകയും ആ രണ്ട് അശ്വാരൂഢരെ നമ്മോടൊപ്പം സദ്യയിൽ പങ്കുകൊള്ളാനായി കൊണ്ടുവരികയും ചെയ്യുക." അദ്ദേഹത്തിന്റെ ആജ്ഞ ലഭിച്ച ഉടനെ അയാൾ മറ്റ് സേവകരെയും കൂട്ടി പുറത്തേക്ക് പാഞ്ഞു. അവർ വിയർക്കുന്ന കുതിരകളെ നുകത്തിൽനിന്ന് അഴിച്ചു മാറ്റി; അവയെ കുതിരലായത്തിൽ കൊണ്ടാക്കി അവയ്ക്ക് ചോളവും ബാർലിയും ചേർത്ത കാലിത്തീറ്റ നല്കി. അവർ ഗേറ്റിനടുത്ത് രഥത്തിന് മുട്ടു കൊടുത്ത് നിർത്തി, അതിഥികളെ പ്രതാപം നിറഞ്ഞ വീട്ടിലേക്ക് ആനയിച്ചു.

ദൈവീക പരിപാലനം ലഭിച്ച ഈ രാജാവിന്റെ കൊട്ടാരം ആദ്യമായി കണ്ട സന്ദർശകർ അത്ഭുതസ്തബ്ധരായി നിന്നുപോയി. അതിലൂടെ കടന്നുപോയ തേജസ്സ്, സൂര്യനോ ചന്ദ്രനോ പ്രശസ്തനായ മെനെലോസിന്റെ കൊട്ടാരത്തിൽ ഉദിച്ചുയർന്നതുപോലൊരു പ്രതീതി സൃഷ്ടിച്ചു. നയനാനന്ദകരമായ ആ കാഴ്ച അവർ മിഴിച്ചുനോക്കി നിന്നു. പിന്നെ പോളിഷ് ചെയ്ത ബാത്ടബ്ബുകളിൽ കിടന്ന് സ്നാനം ചെയ്തു. വീട്ടുവേലക്കാരികൾ അവരെ എണ്ണതേച്ച് കുളിപ്പിച്ചു എന്ന് പറയുകയാകും ഭേദം. അവരെ ഭംഗിയായി വസ്ത്രം ധരിപ്പിച്ച്, ആട്രിയസ്സിന്റെ മകനായ മെനെലോസിന്റെ സിംഹാസനത്തിനരികിൽ, അവരുടേതായ സിംഹാസനത്തിൽ ഇരുത്തി.

ഒരു പരിചാരിക സ്വർണ്ണ ജഗ്ഗിൽ വെള്ളം കൊണ്ടുവന്ന് അവരുടെ കൈകളിലേക്ക് ഒഴിച്ചുകൊടുത്തു, വെള്ളിത്തൊട്ടിയിലേക്കവർ കൈകഴുകി. അവൾ തിളങ്ങുന്ന ഒരു മേശ അവരുടെ അടുത്ത് കൊണ്ടുവന്നു വെച്ചു; അതിൽ മുതിർന്ന പരിചാരിക അപ്പവും മറ്റ് സ്വാദിഷ്ടമായ വിഭവങ്ങളും സസന്തോഷം നിരത്തി. വിവിധതരം മാംസാഹാരങ്ങളും വീഞ്ഞ് നിറച്ച സ്വർണ്ണക്കപ്പുകളുമായി കലവറക്കാരനും എത്തി. മെനെലോസ്

വിഭവസമൃദ്ധമായ ഭക്ഷണത്തിലേക്ക് കൈ ചൂണ്ടി അതിഥികളോട് പറഞ്ഞു, "ഞങ്ങളുടെ ആഹാരം ആസ്വദിച്ച് സന്തുഷ്ടരാകുക: ഭക്ഷണം കഴിച്ചശേഷം നിങ്ങൾ ആരാണെന്നും മറ്റുമുള്ള കാര്യങ്ങൾ ചോദിച്ചറിയാം. നിങ്ങളെപ്പോലുള്ള മക്കളെ കണ്ടാൽ പിതാക്കന്മാരുടെ മഹത്ത്വം ഊഹിക്കാനാകും. നിങ്ങൾ രാജവംശജരാണെന്ന് പ്രകടമാണ്. സ്യൂസിന്റെ ചെങ്കോൽ ധരിച്ച ദൈവപുത്രന്മാർ. താഴ്ന്ന മനുഷ്യർക്ക് നിങ്ങളെപ്പോലുള്ള മക്കൾ ഉണ്ടാവില്ല." ഈ ആമുഖത്തോടെ അദ്ദേഹം തന്റെ പ്രത്യേകാവകാശമായി എത്തിച്ച കാളയുടെ സ്വാദിഷ്ടമായ തുട അവർക്കായി നീട്ടി: അങ്ങനെ അവർ തീറ്റയിലും കുടിയിലും മുഴുകി.

വിശപ്പും ദാഹവും ശമിച്ചപ്പോൾ ടെലിമാക്കസ് തന്റെ ശിരസ്സ് നെസ്റ്ററുടെ പുത്രനു നേരെ കുനിച്ച്, മറ്റുള്ളവർ കേൾക്കാത്ത രീതിയിൽ അവന്റെ ചെവിയിൽ മന്ത്രിച്ചു. "എന്റെ ഹൃദയത്തിന്റെ ആനന്ദമായ നെസ്റ്ററിന്റെ പുത്രാ, നോക്കൂ, പോളിഷ് ചെയ്ത ചെമ്പിന്റേയും സ്വർണ്ണത്തിന്റെയും വെള്ളിയുടേയും ആനക്കൊമ്പിന്റെയും എന്തൊരു ഉജ്ജ്വല പ്രകാശമാണ് ഈ പ്രതിദ്ധ്വനിക്കുന്ന ഹാളിലൂടെ പോകുന്നത്. തീർച്ചയായും ഒളിമ്പിയൻ സ്യൂസിന്റെ കൊട്ടാരങ്ങൾ ഇതുപോലെ ആയിരിക്കണം. ഇതിന്റെ മഹത്തായ തേജസ്സ് വർണ്ണനാതീതമാണ്. അതിന്റെ ദർശനം എന്നെ അത്ഭുതപ്പെടുത്തുന്നു."

നല്ല മുടിയുള്ള മെനെലോസ് അവന്റെ മന്ത്രിക്കൽ കേൾക്കാനിടയായി. പെട്ടെന്നദ്ദേഹം അവരോട് പറഞ്ഞു "പ്രിയപ്പെട്ട കുട്ടികളേ, സ്യൂസിനോട് ഒരു മനുഷ്യനും മത്സരിക്കാൻ കഴിയില്ല. അവന്റെ വീടുകളും ഖജനാവും അനന്തമാണ്, ശാശ്വതമാണ്. ഭൂമിയിൽ എന്നെപ്പോലെ ധനികനായൊരു മനുഷ്യൻ ഉണ്ടായിരിക്കാം; ഇല്ലായിരിക്കാം- എന്നാൽ, ഭയങ്കരമായ കഷ്ടപ്പാടുകൾ സഹിച്ച്, വിദേശ രാജ്യങ്ങളിൽ എട്ടു വർഷങ്ങൾ നീണ്ടുനിന്ന വീരസാഹസങ്ങൾക്കുശേഷമാണ് ഞാൻ ഇത്രയും സമ്പത്ത് വീട്ടിലെത്തിക്കുന്നതിൽ വിജയിച്ചത്. സൈപ്രസ്, ഫൊനീഷ്യാ, ഈജിപ്ത് തുടങ്ങിയ രാജ്യങ്ങളിൽ ഞാൻ അലഞ്ഞു നടന്നു; ഞാൻ എത്തിയോപ്പിയക്കാരേയും, സിഡോനിയക്കാരേയും എറേമ്പികളേയും അവരുടെ സ്വന്തം നാട്ടിൽ കണ്ടുമുട്ടി.

"നിങ്ങൾ കണ്ട ഈ സമ്പത്തെല്ലാം അത്തരം സ്ഥലങ്ങളിൽ ചുറ്റിക്കറങ്ങി സമ്പാദിക്കവെ, മറ്റൊരു മനുഷ്യൻ, ആരേയും സംശയിക്കാത്ത എന്റെ സഹോദരന്റെ അടുക്കൽ നുഴഞ്ഞു കയറി, ദുഷ്ടയായ ഭാര്യയുടെ മൗനാനുവാദത്തോടെ അദ്ദേഹത്തെ കൊലപ്പെടുത്തി. അതുകൊണ്ട് ഇത്രയെല്ലാം സമ്പത്തുള്ള ഒരു ഭരണാധിപനായിട്ടും, എനിക്ക് യാതൊരു സന്തോഷവുമില്ല. ഒരുപക്ഷേ, ഈ കഥ നിങ്ങളുടെ പിതാക്കന്മാർ നിങ്ങളോട് പറഞ്ഞുകാണും; നിങ്ങൾ ആരുടെ പുത്രന്മാർ ആയാലും. സമ്പന്നവും, അഭിവൃദ്ധി പ്രാപിച്ചു വന്നിരുന്നതുമായൊരു കുടുംബമാണ് നശിച്ചുപോയത്; എനിക്കതിൽ വല്ലാത്ത വേദനയുണ്ട്. എന്റെ ഹൃദയം ഇടയ്ക്കിടെ ദുഃഖം കൊണ്ട് നിറയുന്നു. ഇപ്പോൾ എന്റെ കണ്ണുകൾ വരണ്ടുപോയിരിക്കുന്നു; കണ്ണുനീരിന്റെ ആശ്വാസം തണുത്ത് മരവിച്ചു കഴിഞ്ഞു

എന്നിട്ടും എന്റെ എല്ലാ കൂട്ടുകാർക്കുമുപരി ഒരു വ്യക്തിക്കുവേണ്ടി, പ്രത്യേകിച്ച് എന്റെ ഹൃദയം വേദനിച്ച് കരഞ്ഞുകൊണ്ടിരിക്കുന്നു; അവന്റെ ഓർമ്മ എന്നെ ഉറക്കം കെടുത്തുന്നു, ആഹാരത്തോട് താല്പര്യമില്ലാത്തവനാകുന്നു. ഒറ്റ അക്കായിയനും ഒഡീസ്സിയെപ്പോലെ അദ്ധ്വാനിക്കുകയും കഷ്ടപ്പെടുകയും ചെയ്തിട്ടില്ല. ദുഃഖത്തിനുമേൽ ദുഃഖമായിരുന്നു അവന്റെ വിധി. അവനുവേണ്ടിയുള്ള തീവ്രദുഃഖം ഒരുകാലത്തും മറക്കാനാവില്ല, അവൻ ജീവിച്ചിരിപ്പുണ്ടോ മരിച്ചോ എന്നറിയാത്തിടത്തോളംകാലം. വൃദ്ധൻ ലാർട്ടെസ്സും പെനെലോപ്പും ടെലെമാക്കസ്സും അവനുവേണ്ടി വിലപിക്കുന്നുണ്ടെന്ന കാര്യത്തിൽ സംശയമില്ല. അച്ഛൻ വീടുവിട്ടു പോകുമ്പോൾ ടെലെമാക്കസ് ജനിച്ചതേയുള്ളൂ."

അപ്രകാരം അദ്ദേഹം സംസാരിച്ചു. അദ്ദേഹത്തിന്റെ വാക്കുകൾ ആ മകനിൽ അച്ഛനെക്കുറിച്ചുള്ള ഓർമ്മകൾ ഉയർത്തി. അവൻ പൊട്ടിക്കരച്ചിലിന്റെ വക്കിലെത്തി. ഒരു കണ്ണുനീർത്തുള്ളി നിലത്തേക്ക് ഇറ്റുവീണു; അവൻ ഇരുകൈകൾ കൊണ്ടും തന്റെ ചുകന്ന മേലങ്കി പൊക്കിപ്പിടിച്ച് കണ്ണുകൾ മറച്ചു; ഇതുകണ്ട മെനെലോസ് അതിന്റെ പൊരുൾ മനസ്സിലാക്കി, അവൻ സ്വന്തം അച്ഛന്റെ പേര് വെളിപ്പെടുത്തുന്നതുവരെ കാക്കണോ എന്ന് ചിന്തിച്ചു: അതോ, അവന്റെ ഓരോ വാക്കും എതിർവിസ്താരം നടത്തേണമോ?

അപ്രകാരം അദ്ദേഹത്തിന്റെ ഹൃദയവും മനസ്സും വാഗ്വാദം നടത്തിക്കൊണ്ടിരിക്കവെ ഹെലൻ തന്റെ മനോഹരമായ മുറിയിൽ നിന്ന് തന്റെ പരിചാരികമാരോടൊപ്പം പുറത്തുവന്നു; അവരിൽ ആഡ്രേറ്റ് എന്ന ഭൃത്യ യജമാനത്തിക്കു വേണ്ടി ഒരു സുന്ദരമായ ചാരുകസേര കൊണ്ടുവന്നു; ആൽകിപ് മൃദുവായൊരു വുള്ളൻ കാർപ്പെറ്റും ഫൈലോ ഒരു വെള്ളി കുട്ടയും കൊണ്ടുവന്നു; ആ കുട്ട ഈജിപ്തിലെ തീബ്സിൽ താമസിക്കുന്ന പോളിബസ്സിന്റെ പത്നി 'ആൽ കൺഡ്രെ' രാജ്ഞിക്ക് കൊടുത്തതാണ്, ഭൂമിയിലെ എല്ലാ നഗരങ്ങളിലെ കൊട്ടാരങ്ങളിൽ ഉള്ളതിനേക്കാൾ വിലപ്പെട്ടതാണത്. പോളിബസ് തന്നെ മെനെലോസിന് രണ്ട് വെള്ളി കൊണ്ടുള്ള ബാത്തിങ് ടബ്ബുകളും ഒരു ജോടി മൂന്നു കാലുള്ള കുട്ടകങ്ങളും പത്ത് ടാലന്റ് സ്വർണ്ണവും നല്കിയിരുന്നു: അതേസമയം അദ്ദേഹത്തിന്റെ പത്നി മറ്റ് അതിശയകരമായ പല പാരിതോഷികങ്ങളും ഹെലനുവേണ്ടി കൊടുത്തു; ഇപ്പോൾ ഫൈലോ കൊണ്ടു വന്നു വച്ച വെള്ളി കുട്ടയ്ക്ക് പുറമെ, ഒരു സ്വർണ്ണംകൊണ്ടുള്ള സ്പിൻഡിലും. കുട്ട ഒരു ചക്രമുള്ള വണ്ടിയിലാണ് പിടിപ്പിച്ചിട്ടുള്ളത്, വണ്ടിയും വെള്ളികൊണ്ടാണ് നിർമ്മിക്കപ്പെട്ടിട്ടുള്ളത്, അതിന്റെ റിമ്മുകൾ സ്വർണ്ണം കൊണ്ടും.

രാജ്ഞി തന്റെ ചാരുകസേരയിൽ ഇരുന്നു, അവരുടെ കാലുകൾ വെക്കാൻ ഒരു സ്റ്റൂൾ ഉണ്ടായിരുന്നു. അവൾ തന്റെ ഭർത്താവിനോട് സംസാരിക്കാൻ തുടങ്ങി, "അവന്റെ ഓർമ്മ എന്നെ ഉറക്കം കെടുത്തുന്നു, സ്വർഗ്ഗീയ പരിപാലനം ലഭിച്ച മെനെലോസ്, നമ്മുടെ രണ്ട് സന്ദർശകരുടെ നാവിൽ നിന്നു തന്നെ അവർ ആരാണെന്ന സത്യം നമ്മൾ മനസ്സി

ലാക്കിയോ? എന്റെ ജന്മവാസന എന്താണ് ഉറപ്പിച്ച് പറയുന്നതെന്ന് ഞാൻ വെളിപ്പെടുത്തട്ടെ? എന്റെ ഹൃദയത്തിലത് നിറഞ്ഞു നില്ക്കുകയാണ്. എനിക്കത് പറയണം, എന്റെ അത്ഭുത പാരവശ്യത്തിലും നിന്നെനിക്ക് മോചനം വേണം. എന്റെ ജീവിതത്തിൽ, ഈ യുവാവിന് ഒഡീസ്സി യോടുള്ളതുപോലെ അസാധാരണ സാമ്യം മറ്റൊരു പുരുഷനിലും ഞാൻ കണ്ടിട്ടില്ല, തീർച്ചയായും അദ്ദേഹം വിട്ടുപോയ കൊച്ചുകുഞ്ഞായ മകൻ ടെലെമാക്കസ് തന്നെ ആയിരിക്കണം ഇവൻ; ഈ വിലയില്ലാത്ത എനിക്ക് വേണ്ടി നിങ്ങൾ അക്കായിയന്മാരെല്ലാം ഒഡീസ്സിയോടൊപ്പം ട്രോയ് നഗ രത്തിനെതിരെ ഉഗ്രമായ പോരാട്ടത്തിന് പോയപ്പോൾ ഉണ്ടായിരുന്ന ഒഡീ സ്സിയുടെ കുഞ്ഞ്."

തവിട്ടു നിറമുള്ള മെനെലോസ് അവൾക്ക് മറുപടി നല്കി "തീർച്ച യായും, ഇപ്പോൾ നീ പറഞ്ഞതുപോലുള്ള സാമ്യം എനിക്ക് കാണാൻ കഴിയുന്നു. അത് ഒഡീസ്സിയുടെ പാദങ്ങളാണ്; അവന്റെ കൈകളും കണ്ണു കളിലെ തിളക്കവും ശിരസ്സും മുടിയുമെല്ലാം അതുപോലെത്തന്നെയുണ്ട്. ഇപ്പോൾത്തന്നെ ഞാൻ ഒഡീസ്സിയെ കുറിച്ചോർത്ത്, എനിക്കു വേണ്ടി അവൻ അനുഭവിച്ച കഷ്ടപ്പാടുകളെയും കഠിനാദ്ധ്വാനത്തേയും കുറിച്ച് വിവരിച്ചപ്പോൾ ഈ യുവാവിന്റെ കണ്ണുകളിൽനിന്ന് കണ്ണുനീർത്തു ള്ളികൾ ഇറ്റിറ്റു വീണു; പെട്ടെന്നവൻ തന്റെ ചുകന്ന മേലങ്കിപ്പൊക്കിപ്പി ടിച്ച് കണ്ണുകൾ മറച്ചു."

നെസ്റ്ററിന്റെ പുത്രൻ പീസിസ്ട്രോറ്റസ് മറുപടി പറഞ്ഞു "ആട്രിയ സ്സിന്റെ, സ്യൂസ് സംരക്ഷിക്കുന്ന പുത്രാ, സാധാരണക്കാരുടെ നേതാവേ, എന്റെ ഈ സ്നേഹിതൻ തീർച്ചയായും ആ മനുഷ്യന്റെ പുത്രനാണ്; ഒരേ ഒരു പുത്രൻ, നിങ്ങൾ പറഞ്ഞതുപോലെ! എന്നാൽ, അവൻ വളരെ സാവധാനം സംസാരിക്കുന്നവനാണ്, നിങ്ങളുടെ മുന്നിൽ ആദ്യമായി വരു മ്പോൾ വാചാലനാകുന്നതിൽ അവന് ലജ്ജയുണ്ട്; അവന്റെ സ്വരം ദൈവ ത്തിന്റെ സ്വരമാണെന്നതുപോലെ നമ്മൾ ഇരുവരും സസന്തോഷം കേൾക്കുന്നു! അതുകൊണ്ടാണ് ജെരീനിയായുടെ നെസ്റ്റർ, രഥങ്ങളു ടെയും കുതിരകളുടെയും യജമാനൻ ടെലെമാക്കസ്സിന്റെ മാർഗ്ഗദർശിയായി എന്നെ അവനോടൊപ്പം അയച്ചത്. കാരണം, ടെലെമാക്കസ്സിന് അങ്ങയെ കാണാൻ വലിയ ആഗ്രഹമായിരുന്നു, അങ്ങ് എന്തെങ്കിലും വാക്കാലോ പ്രവൃത്തിയാലോ പ്രചോദിപ്പിക്കുമെന്നവൻ ആശിച്ചു. വീട്ടിലിരിക്കുന്ന ഒരു മകന് അച്ഛന്റെ അസാന്നിദ്ധ്യം കനത്ത ദുഃഖം വരുത്തിവെക്കുന്നു. അവനെ പരിരക്ഷിക്കുവാൻ ഒരു രക്ഷിതാവിനെയും അവന് കാണാൻ കഴിയുന്നില്ല. ടെലെമാക്കസ്സിന്റെ പിതാവ് ഇപ്പോഴും എത്തിയിട്ടില്ല. അവനെ അത്യാപത്തിൽനിന്ന് രക്ഷിക്കുവാൻ വീട്ടിൽ ആളുകൾ ഇല്ല."

അതിനുള്ള മഞ്ഞമുടിക്കാരന്റെ മറുപടി ഇതായിരുന്നു. "അത്ഭുത കരം, അത്ഭുതകരം! എനിക്കുവേണ്ടി എണ്ണിയാലൊടുങ്ങാത്തത്ര അഗ്നി പരീക്ഷകൾ സഹിച്ച, എന്റെ ഏറ്റവും അടുത്തുകൂട്ടുകാരന്റെ മകൻ ഈ വീട്ടിലേക്ക് വന്നത് അതിശയകരം തന്നെ! ഞാൻ സ്വയം ശപഥം ചെയ്തി

രുന്നതാണ് ഒഡീസ്സി വന്നാൽ, എന്റെ എല്ലാ ആർഗൈവുകളേക്കാൾ ഉപരി ഞാൻ അവനെ കൈക്കൊള്ളും. എല്ലാം അറിയുന്ന ഒളിമ്പിയൻ സ്യൂസ് ഞങ്ങളെ സ്വന്തം കപ്പലുകളിൽ കടൽ കടക്കാനനുവദിച്ചിരുന്നെങ്കിൽ. ഞാൻ അവനെ ഇഥാക്കയിൽനിന്ന്, എല്ലാ സ്വത്തുക്കളോടും പുത്രനോടും എല്ലാ ആശ്രിതരോടുമൊപ്പം ഒഴിപ്പിച്ചുകൊണ്ടുവന്ന് അവനുവേണ്ടി ആർഗോസിൽ ഒരു വാസകേന്ദ്രംനിർമ്മിച്ച് കൊടുക്കുമായിരുന്നു, ഒരു കൊട്ടാരം, ഒരു നഗരം, എന്റെ അധീനതയിലുള്ള ഒരു പട്ടണത്തിൽനിന്ന് അവിടത്തെ നിവാസികളെ മുഴുവൻ അതിനുവേണ്ടി ഒഴിപ്പിക്കും. അപ്പോൾ ഇടയ്ക്കിടെ ഞങ്ങൾ ഇവിടെ ഒന്നിച്ച് കൂടിയേനെ; ഒരു ശക്തിക്കും ഞങ്ങളെ വേർപെടുത്താൻ കഴിയില്ല; ഞങ്ങൾക്ക് മീതെ ഉരുണ്ടുകയറുന്ന മരണത്തിന്റെ കാർമേഘത്തിനു മാത്രമേ ഞങ്ങളെ വേർപെടുത്താൻ കഴിയൂ. ഞങ്ങളുടെ ജീവിതത്തിൽ ഉണ്ടായേക്കാവുന്ന ആനന്ദകരമായ ദിനങ്ങളെക്കുറിച്ചോർത്ത് ദൈവത്തിനുതന്നെ ഞങ്ങളോട് അസൂയ തോന്നിക്കാണുമെന്ന് ഞാൻ കരുതുന്നു. ചുരുങ്ങിയത്, ദുഃഖിതനായ ഒഡീസ്സി തിരിച്ചുവരരുതെന്ന് അവൻ വിധി കല്പിച്ചു."

അപ്രകാരം അദ്ദേഹം സംസാരിച്ചു. അദ്ദേഹത്തിന്റെ വാക്കുകൾ അവരെ കരച്ചിലിന്റെ വക്കത്തെത്തിച്ചു. സ്യൂസിന്റെ പരമ്പരയായ ആർഗിവ് ഹെലൻ പൊട്ടിക്കരഞ്ഞു. ടെലിമാക്കസ്സും ആർട്രെഡ്സ് മെനെലോസും കണ്ണുനീരൊഴുക്കി. നെസ്റ്ററിന്റെ പുത്രനും കണ്ണുനീർ തടയാനായില്ല; കാരണം അവന്റെ ഓർമ്മയിൽ നിഷ്കളങ്കനായ, ആന്റിലോക്കസ് കടന്നുവന്നു- അവനെ തിളങ്ങുന്ന ഉഷസ്സിന്റെ പ്രസിദ്ധനായ പുത്രനാണ് വധിച്ചത്. അക്കാര്യം ഓർത്തുകൊണ്ടവൻ പറഞ്ഞു: "ആട്രൈഡ്സ്, ഏതൊരു മനുഷ്യനേക്കാളേറെ പൂർണ്ണമായ ദൈവീകജ്ഞാനമാണ് അങ്ങേക്കുള്ളത്. ഞങ്ങൾ അങ്ങയെക്കുറിച്ച് വീട്ടിൽ സംസാരിക്കവെ വന്ദ്യവയോധികനായ നെസ്റ്റർ അതെപ്പോഴും പറയുമായിരുന്നു. എങ്കിലും ഇപ്പോൾ, അത് നിയമാനുസൃതമാണെങ്കിൽ അങ്ങയോട് ഞാൻ അഭിപ്രായം ചോദിക്കട്ടെ. അത്താഴത്തിനുശേഷം കണ്ണീരൊഴുക്കാൻ എനിക്ക് ഇഷ്ടമില്ല. എന്നാൽ ഇപ്പോൾ അത്താഴം കഴിഞ്ഞ് സമയം കുറെ ആയി. രാത്രി പുതിയൊരു പ്രഭാതത്തിന്റെ പിറവിയിലേക്ക് മുന്നേറുകയാണ്.

തന്റെ വിധി നിറവേറ്റുകയും വീരമൃത്യു കൈവരിക്കുകയും ചെയ്ത മനുഷ്യപുത്രന്മാരിൽ ഏതൊരുവനും വേണ്ടിയുള്ള കരച്ചിലിന്റെ ഔചിത്യത്തെ ഞാൻ നിഷേധിക്കുന്നില്ല. ദുഃഖാർത്തരായ മനുഷ്യവർഗ്ഗത്തിനായി നമുക്ക് ചെയ്യാവുന്ന അന്തിമ ആദരാഞ്ജലി നമ്മുടെ താടി വടിച്ച് കവിളുകളിലൂടെ കണ്ണുനീർ നിർബ്ബാധം ഒഴുകാൻ അനുവദിക്കൽ ആണ്. നോക്കൂ, ഞാനും വലിയ നഷ്ടം സഹിച്ചിട്ടുണ്ട്. എന്റെ സഹോദരൻ, പ്രഗത്ഭനായൊരു അക്കായിയൻ! അങ്ങ് അദ്ദേഹത്തെക്കുറിച്ച് അറിയുന്നത് നന്നായിരിക്കും ഞാനന്ന് നന്നെ ചെറുതായിരുന്നു: എന്നാൽ, ആന്റിലോക്കസ് ഒരു അസാമാന്യ പ്രതിഭയായിരുന്നു എന്നാണവർ പറയുന്നത്; വേഗതയിൽ അവൻ മറ്റ് മനുഷ്യരെ മറികടന്നു; യുദ്ധത്തിൽ അതിശയകരമായ വിധത്തിൽ അവൻ ശോഭിച്ചു."

നല്ലവനായ മെനെലോസ് പറഞ്ഞു "എന്റെ പ്രിയപ്പെട്ടവനെ, നീ ഒരു ജ്ഞാനിയെപ്പോലെയാണ് ഇത്രയും പറഞ്ഞത്, അദ്ദേഹം നിന്നെക്കാൾ മുതിർന്നതലമുറയിൽപെട്ടവനായിരുന്നെങ്കിലും അത്തരം ഒരു അച്ഛന്റെ മകൻ ആയതിനാൽ സ്വാഭാവികമായും നീ വിവേകപൂർവ്വം സംസാരിക്കുന്നു. നെസ്റ്റർ എന്നും ശാന്തമായി ജീവിച്ച് വാർദ്ധകൃത്തിലേക്ക് നീങ്ങും; തന്റെ സുഖകരമായ ദർബ്ബാർ ഹാളിൽ യോദ്ധാക്കളായ പുത്രന്മാരാൽ ചുറ്റപ്പെട്ട്, അവർക്ക് സദുപദേശങ്ങൾ നല്കി ജീവിക്കും. അതുകൊണ്ട് നമ്മൾ മുമ്പ് കണ്ണീരൊഴുക്കിയ കാര്യം മറന്ന്, വീണ്ടും അത്താഴത്തെക്കുറിച്ച് ഓർക്കുക. ഹോ, ആരവിടെ, ഞങ്ങളുടെ കൈകൾ കഴുകുവാൻ വീണ്ടും വെള്ളം ഒഴിച്ചു തരിക, ഞങ്ങൾ ഭക്ഷണം കഴിക്കട്ടെ! രാവിലെ ടെലിമാക്കസ്സും ഞാനും ഞങ്ങളുടെ കഥകളുടെ ചുരുളഴിക്കും."

അദ്ദേഹം അപ്രകാരം പറഞ്ഞു. അപ്പോൾ ആ മഹൽവ്യക്തിയുടെ ഏറ്റവും അടുത്തുണ്ടായിരുന്ന ഭൃത്യൻ അവരുടെ കരങ്ങളിൽ വെള്ളം ഒഴിച്ചുകൊടുത്തു. വിഭവസമൃദ്ധമായ ഭക്ഷണം തയ്യാറായി. എന്നാൽ ഹെലൻ, സ്യൂസിന്റെ പരമ്പരയിൽപ്പെട്ടവൾ മറ്റൊരു വിഭവം നല്കി. അവർ കുടിച്ചിരുന്ന വീഞ്ഞിലേക്കവൾ ഒരു മരുന്നു ഇട്ടു. അത് ദുഃഖം അലിയിക്കുകയും, മനുഷ്യരുടെ വേദനകൾ വിസ്മരിപ്പിക്കുകയും ചെയ്യുന്നു. അത് വീഞ്ഞ് കപ്പിൽ അലിയിച്ച് കുടിച്ചാൽ, ആ ദിവസം കണ്ണിൽ നിന്ന് ഒരു തുള്ളി കണ്ണുനീർ പോലും പൊഴിയില്ല. മാതാപിതാക്കൾ മരിച്ചാലോ സ്വന്തം സഹോദരനെ ആളുകൾ വെട്ടിക്കൊന്നാലോ തന്റെ കൺമുന്നിൽ വെച്ച് പ്രിയപുത്രനെ വെട്ടിനുറുക്കിയാലോ അവൻ കരയില്ല. നിഗൂഢമായ വീര്യമുള്ള ഈ മരുന്ന് സ്യൂസിന്റെ പുത്രിക്ക് എത്തിച്ചുകൊടുത്തത് 'തോണി'ന്റെ പത്നിയാണ്. ഈജിപ്തിലെ കൃഷിസ്ഥലങ്ങൾ ഭൂമിയിലെ മറ്റെല്ലാ കൃഷിസ്ഥലങ്ങളേക്കാളേറെ സമൃദ്ധമായി ഔഷധച്ചെടികൾ വളരുന്ന സ്ഥലമാണ്. അവയിൽ ചിലവ അസുഖം മാറ്റുന്നവയും, മറ്റു ചിലവ വിഷാംശം ഉള്ളവയുമാണ്. ആ രാജ്യത്തിന്റെ എല്ലാ മനുഷ്യരും വൈദ്യന്മാരാണ്, വിജ്ഞാനമുള്ളവർ, എന്തുകൊണ്ടെന്നാൽ, ദൈവങ്ങളെ സുഖപ്പെടുത്തുന്ന 'പയോണി'ന്റെ യഥാർത്ഥ വംശമാണവർ.

ആ ഈജിപ്ഷ്യൻ മരുന്ന് അവരുടെ വീഞ്ഞിൽ കലർത്തിയ ശേഷം ഹെലൻ സംഭാഷണത്തിലേക്ക് തിരിച്ചുവന്നു. "മെനെലോസ്, ആട്രിയസ്സിന്റെ പുത്രനും സ്യൂസിന്റെ തലതൊട്ട കുട്ടിയുമായവനെ, മഹൽ വ്യക്തിയുടെ മറ്റ് പുത്രന്മാരെ, സ്യൂസ് നന്മയും തിന്മയും പകർന്നു കൊടുക്കുന്ന രീതി ഇതാണ്; ഇപ്പോൾ ആ മനുഷ്യന്, മറ്റ് ചിലപ്പോൾ മറ്റ് മനുഷ്യന്! അവൻ സർവ്വശക്തൻ ആണ്. നിങ്ങളുടെ ഇപ്പോഴത്തെ പങ്ക് ഹാളിലിരുന്ന് ആഹാരം കഴിപ്പിക്കുകയും കഥകൾ കേട്ട് രസിക്കുകയും ആണ്. ഒഡീസ്സിയുടെ അനേകം വീരകൃത്യങ്ങളിൽ കാലോചിതമായ ഒന്ന് ഞാൻ ആദ്യം പറയാം, ആ സാഹസികന്റെ വിക്രമങ്ങൾ ആണവ. എല്ലാ അക്കാ

യിയന്മാർക്കും അസുഖകരമായ ഓർമ്മകൾ ആയി നിലനിന്ന, ആ ഉരുക്കു മനുഷ്യൻ രൂപം നല്കിയതും ട്രോയിൽ നടപ്പാക്കാൻ ധൈര്യപ്പെട്ടതുമായ ഈ ധീരകൃത്യം ആശ്ചര്യകരമായിരുന്നു. അപമാനകരമായ രീതിയിൽ ചാട്ടകൊണ്ട് സ്വയം പുറത്ത് അടിച്ച് ശിക്ഷിച്ച്, ഒരു അടിമയെപ്പോലെ അവൻ ഒരു വൃത്തികെട്ട പരുക്കൻ തുണി തോളിൽ പുതച്ച്; ശത്രുനഗരത്തിലെ തന്റെ എതിരാളികൾക്കിടയിലൂടെ വിശാലമായ നഗരവീഥികളിലേക്ക് നടന്നു. തന്റെ വിദേശിരൂപം സ്വയം ഒളിപ്പിച്ച് ഒരു ഭിക്ഷക്കാരനാണെന്നവരെ വിശ്വസിപ്പിക്കുന്ന രീതിയിലായിരുന്നു നടത്തം; അക്കായിയന്മാരിൽനിന്ന് തികച്ചും വ്യത്യസ്തമായ രൂപം. അങ്ങനെ ഈ പ്രച്ഛന്ന വേഷത്തിൽ ട്രോജൻകാരുടെ നഗരത്തിൽ അവൻ ചുറ്റിക്കറങ്ങി- ഒറ്റ വ്യക്തിയും അവന്റെ അടുത്തുചെന്ന് സംസാരിക്കാൻ തുനിഞ്ഞില്ല. എന്നാൽ ആരാണീ മനുഷ്യനെന്ന് എനിക്കറിയാമായിരുന്നു; അവൻ എന്റെ ചോദ്യങ്ങളിൽ നിന്ന് തന്ത്രപൂർവ്വം ഒഴിഞ്ഞുമാറി. കളി കഴിഞ്ഞ്, എണ്ണ പുരട്ടിയശേഷം അവനെ പുതിയ വസ്ത്രം ധരിപ്പിക്കവെ, ഞാനവനോട് ദൃഢമായൊരു ശപഥം ചെയ്തു, ഇത് ഒഡീസ്സിയാണെന്ന് ഞാൻ ട്രോജൻകാരോട് പ്രഖ്യാപിക്കില്ലെന്ന്. അവൻ തന്റെ വേഗതയുള്ള കപ്പലുകളിലേക്കോ, പട്ടാളക്യാമ്പുകളിലേക്കോ തിരിച്ചുപോകുന്നതുവരെ ഞാൻ നിശ്ശബ്ദത പാലിക്കുമെന്ന് അപ്പോൾ അക്കായിയന്മാരുടെ എല്ലാ ഉദ്ദേശങ്ങളും അവൻ തുറന്നുപറഞ്ഞു. പിന്നെ, എല്ലാ വിലപ്പെട്ട വാർത്തകളും ശേഖരിച്ച് അവൻ തിരിച്ചുപോയി. മാർഗ്ഗമദ്ധ്യേ അനേകം ട്രോജൻകാരെ അവൻ തന്റെ നീണ്ട് കൂർത്ത വാളിനിരയാക്കി; ട്രോജൻ സ്ത്രീകളുടെ കൂട്ടക്കരച്ചിൽ ഉയർന്നു. എന്നാൽ എന്റെ ഹൃദയം പൊട്ടിച്ചിരിച്ചു. കാരണം, അപ്പോൾ എന്റെ ആഗ്രഹം വീട്ടിലേക്ക് തിരിച്ചെത്താനായിരുന്നു. വളരെ വൈകിയാണെങ്കിലും അഫ്രോഡൈറ്റിനാൽ സൃഷ്ടിക്കപ്പെട്ട മതിഭ്രമത്തെ ഞാൻ അപലപിച്ചു. വിവാഹബന്ധങ്ങളേയും കുട്ടിയേയും വിവേകശാലിയും സുമുഖനുമായ ഭർത്താവിനെയും ഉപേക്ഷിച്ച്, എന്റെ പ്രിയപ്പെട്ട രാജ്യത്തുനിന്നും പലായനം ചെയ്യേണ്ടിവന്നതിൽ ഞാൻ ഖേദിക്കുന്നു."

നല്ലവനായ മെനേലോസ് ആ കഥ ഏറ്റെടുത്തു: "ഈ കാര്യങ്ങളിൽ എന്റെ ഭാര്യയായ മഹതി, ആവശ്യമുള്ളതെല്ലാം നീ പറഞ്ഞു കഴിഞ്ഞു. എന്റെ ജീവിതത്തിൽ ഞാൻ ഉപദേശങ്ങൾ കേട്ടിട്ടുണ്ട്, അനേകം ധീരന്മാരെക്കുറിച്ച് ചിന്തിച്ചിട്ടുണ്ട്, നിരവധി രാജ്യങ്ങളിൽ സഞ്ചരിച്ചിട്ടുണ്ട്; എന്നാൽ, എന്റെ പ്രിയപ്പെട്ടവനായ ഒഡീസ്സിയെപ്പോലെ ഉന്നതഹൃദയമുള്ള മറ്റൊരാളെ ഞാനൊരിക്കലും കണ്ടിട്ടില്ല. അവന്റെ ധീരഹൃദയം വിഭാവനം ചെയ്യുന്നതരം പ്രവൃത്തിയും കലാപരമായി കുതിരയെ നിർമ്മിച്ചതുപോലുള്ള വീരസാഹസവും ആ കുതിരയ്ക്കുള്ളിൽ നമ്മൾ ആർഗൈവ്ക്കാരെല്ലാം ഒളിച്ചിരുന്നതും, ട്രോയിക്കുവേണ്ടി മരണവും നാശവും പ്രതിഫലമായി ലഭിച്ചതും അവിസ്മരണീയമായ സംഭവങ്ങളാണ്. നീ അപ്പോൾ ഞങ്ങളുടെ അടുത്തു വന്നു, തീർച്ചയായും

ഏതോ ദൈവം ട്രോജൻകാരെ വാഴ്ത്തുവാൻ നിന്നെ പ്രേരിപ്പിച്ചു. ദൈവതുല്യനായ ഡീഫോബസ് നിന്നെ അവിടേക്ക് അകമ്പടി സേവിച്ചു. മൂന്നുപ്രാവശ്യം നീ ഞങ്ങളുടെ ഒളിസങ്കേതം ചുറ്റിനടന്നു, സ്വന്തം കൈകൾകൊണ്ട് നീ അതിൽ ഇടിച്ചുകൊണ്ട് എന്റെ പേരെടുത്തു വിളിച്ചു. നിന്റെ ശബ്ദം ഞങ്ങളുടെ സന്നിഹിതരല്ലാത്ത എല്ലാ ഭാര്യമാരുടെയും ശബ്ദമായിരുന്നു. ഞാനും ടൈഡിയസ്സിന്റെ മകനും കരുത്തനായ ഒഡീസ്സിയും അതിന്റെ ഉള്ളിലിരുന്ന് നിന്റെ വിളി കേട്ടു. സത്യത്തിൽ ഞാനും ഡിയോമെഡെസും ക്രുദ്ധരായി തലപൊക്കി. അകത്തുനിന്ന് പെട്ടെന്ന് നിന്നെ വിളിക്കാനോ നിനക്ക് മറുപടി തരാനോ തുനിഞ്ഞതാണ്. എന്നാൽ കരുത്തനായ ഒഡീസ്സി ഞങ്ങളുടെ വൈകാരിക ആവേശത്തെ തടുത്തു. ആകയാൽ മറ്റ്, അക്കായിയന്മാരെല്ലാം നിശ്ചലരായി, എന്നാൽ ആന്റിക്ലസ് മാത്രം നിന്നോട് സംസാരിക്കാൻ ശ്രമിച്ചു. അപ്പോൾ ഒഡീസ്സി തന്റെ ശക്തമായ കൈകൾകൊണ്ട് അവന്റെ താടി എല്ലുകൾ കൂട്ടിപ്പിടിച്ചു, അപ്രകാരം എല്ലാ അക്കായിയന്മാരേയും രക്ഷിച്ചു. ഒടുവിൽ പല്ലാസ് എഥീനി നിന്നെ ദൂരേക്ക് വിളിച്ചുകൊണ്ടുപോയി."

അദ്ദേഹത്തോട് ശാന്തഭാവമുള്ള ടെലെമാക്കസ് പറഞ്ഞു: "ആട്രിയസ്സിന്റെ പുത്രാ, മെനെലോസ്, സ്യൂസിന്റെ വളർത്തുമകനെ, യുദ്ധരംഗത്ത് പുറം കോട്ടയായി സ്ഥിതി ചെയ്യുന്നവനെ, എന്നിട്ടും നമ്മുടെ കഠിന വേദന ബാക്കി. കാരണം, ഈ ധീരത അദ്ദേഹത്തെ ദുഃഖകരമായ ദുരിതത്തിൽനിന്നും കരകയറ്റിയില്ല. ഇപ്പോൾ ഞങ്ങളെ കിടപ്പറകളിലേക്ക് പോകാൻ അനുവദിക്കൂ, ഞങ്ങൾ നീണ്ടുനിവർന്നു കിടന്ന് സുഖനിദ്ര ആസ്വദിക്കട്ടെ."

ഇത് കേട്ടതോടെ ഹെലൻ തന്റെ ഭൃത്യകളോട് അതിഥിഗൃഹത്തിൽ മെത്ത സജ്ജീകരിക്കാനായി ഉത്തരവിട്ടു. പുതയ്ക്കാനായി ചുകന്ന മൃദുവായ ബ്ലാങ്കറ്റും അതിനുമീതെ തടിച്ച കമ്പിളിപ്പുതപ്പും വിരിക്കാനായി നിർദ്ദേശിച്ചു. ഭൃത്യകൾ കൈയിൽ തീപന്തങ്ങളുമായി മെത്തകൾ ഒരുക്കാനായി ഹാളിൽനിന്നും പുറത്തേക്ക് പോയി. അപ്പോൾ ദ്വാരപാലകൻ അതിഥികളെ കിടക്കമുറികളിലേക്ക് ആനയിച്ചു. അങ്ങനെ ധീരനായ ടെലെമാക്കസ്സും നെസ്റ്ററിന്റെ തേജസ്സിയായ പുത്രനും അവിടെ സുഖമായി കിടന്നുറങ്ങി. ആട്രിയസ്സിന്റെ പുത്രൻ വലിയ കൊട്ടാരത്തിനുള്ളിൽ ശയിച്ചു. അടുത്ത് ഏറ്റവും സുന്ദരിയായ ഹെലൻ മൃദുവായ മേൽക്കുപ്പായവും ധരിച്ച് കിടന്നു.

അരുണോദയത്തിന്റെ ആദ്യകിരണങ്ങൾ ആകാശത്ത് പ്രത്യക്ഷപ്പെട്ടപ്പോൾ വീരപരാക്രമിയായ മെനെലോസ് മെത്തയിൽ നിന്നെഴുന്നേറ്റ്, സ്വയം വസ്ത്രധാരണം ചെയ്ത്, മൂർച്ചയുള്ള വാൾ ബെൽറ്റിൽ ഞാത്തിയിട്ട്, ജീവസ്സുറ്റ പാദങ്ങളിൽ ചെരുപ്പുകൾ ധരിച്ച്, ഒരു ദൈവത്തെപ്പോലെ മുറിയിൽനിന്നും നടന്നു ചെന്ന്, തന്റെ അടുത്തിരിക്കാനായി ടെലെമാക്കസ്സിനെ വിളിച്ചു. അവനെ അഭിവാദ്യം ചെയ്തുകൊണ്ടദ്ദേഹം ചോദിച്ചു "എന്റെ അടുത്തേക്ക് വരുവാൻ നിന്നെ എന്താണ് പ്രേരിപ്പിച്ചത്. ടെലെ

മാക്കസ് രാജകുമാരാ? വിശാലവും പ്രക്ഷുബ്ധവുമായ കടൽ കടന്ന് ലേസെഡേമോനിലേക്ക് വരാൻ എന്താണ് കാരണം? പൊതുജനത്തെ സംബന്ധിച്ച കാര്യമാണോ, സ്വകാര്യ ആവശ്യമാണോ? എന്നിൽ വിശ്വാ സമർപ്പിച്ച് മനോഗതം വെളിപ്പെടുത്തുക."

ടെടെമാക്കസ്സ് അദ്ദേഹത്തോട് കരുതലോടെ മറുപടി നല്കി. "ദൈവത്തിന്റെ വളർത്തു പുത്രനായ ആട്രൈഡ്സ് മെനെലോസ്, യുദ്ധത്തിൽ പ്രമുഖനായ വീരയോദ്ധാവേ ഞാനിവിടെ വന്നത്, സന്ദർഭവശാൽ അങ്ങേക്ക് എന്റെ പിതാവിനെക്കുറിച്ച് എന്തെങ്കിലും വിവരം തരാൻ കഴിയുമോ എന്നറിയാനാണ്. എന്റെ വീട്ടിലെ ആഹാരമെല്ലാം തിന്ന് മുടിക്കപ്പെടുകയും സ്വത്തെല്ലാം നശിപ്പിക്കപ്പെടുകയും ആണ്. എന്റെ വീട് നിറയെ ദുഷ്ടജനങ്ങൾ ആണ്, ഭയങ്കര അഹങ്കാരികളായ ഇവർ എന്റെ അമ്മയുടെ വിവാഹാർത്ഥികളാണ്. അവർ നിരവധി ചെമ്മരിയാടുകളെയും ചുരുണ്ട കൊമ്പുകളുള്ള തടിച്ച് കൊഴുത്ത കാളകളേയും കശാപ്പ് ചെയ്ത് എന്നും സദ്യ നടത്തുന്നു. അതുകൊണ്ട് ഞാൻ അങ്ങയുടെ കാല് പിടിച്ചപേക്ഷിക്കാൻ വന്നതാണ്, അങ്ങ് സ്വന്തം കണ്ണുകൾ കൊണ്ട് കണ്ടതോ, അല്ലെങ്കിൽ മറ്റേതെങ്കിലും സഞ്ചാരികളിൽ നിന്നു കേട്ടതോ ആയ എന്റെ അച്ഛന്റെ ദയനീയമായ തകർച്ചയുടെ കഥ എന്നോട് പറയാമെന്ന് സമ്മതിക്കണം. ഭയങ്കര കഷ്ടത അനുഭവിക്കാൻ വേണ്ടിയാണ് അദ്ദേഹത്തിന്റെ അമ്മ അദ്ദേഹത്തെ ഗർഭം ധരിച്ചത്. അങ്ങ് അ സ്ഥാനത്ത് ദയ കാണിച്ച് ഒന്നും വിട്ടുകളയരുത്, ഒന്നും മാപ്പാക്കരുത്. അദ്ദേഹത്തെക്കുറിച്ച് നേരിട്ടുകണ്ട കാര്യങ്ങളെല്ലാം അതേപടി വിവരിക്കുക. എന്റെ അച്ഛൻ ഉൽകൃഷ്ടനായ ഒഡീസ്സി, സ്വന്തം വാഗ്ദാനവും നിങ്ങളോട് ട്രോയിൽവെച്ച് അക്കായിന്മാരുടെ കഷ്ടപ്പാടുകളുടെ പേരിൽ ചെയ്ത ശപഥവും നിറവേറ്റിയിട്ടുണ്ടോ? എങ്കിൽ, അത് ഓർത്തുകൊണ്ട്, സത്യസന്ധമായി എനിക്കത് വിവരിച്ചുതരണമെന്ന് ഞാനങ്ങയോട് യാചിക്കുന്നു."

മെനെലോസ് കോപം കൊണ്ട് ജ്വലിച്ചു; അദ്ദേഹം അട്ടഹസിച്ചു: "ആ വീരയോദ്ധാവിന്റെ മെത്തയിൽ ശയിക്കാനാഗ്രഹിക്കുന്ന കൃമികൾ! പ്രസവിച്ച ഉടനെ തന്റെ കുഞ്ഞിനെ ഒരു സിംഹത്തിന്റെ ഗുഹയിൽ കിടത്തി, പുൽമൈതാനത്തിൽ മേയാനായി പോയ മാൻപേടയെപ്പോലെയാണത്! ശക്തനായ സിംഹം തിരിച്ചെത്തുമ്പോൾ ഈ അതിക്രമിച്ചു കടന്നവരെ ദാരുണമാംവിധം കടിച്ചു കീറും. ഈ കൃമികൾക്ക് ഒഡീസ്സിയിൽ നിന്ന് അത്തരം നീച മരണമാണ് ഏറ്റുവാങ്ങേണ്ടി വരിക. നമ്മുടെ തലതൊട്ടപ്പനായ സ്യൂസ്, എഥീനി, അപ്പോളോ! സുഖസമൃദ്ധമായ ലെസ്ബോസിൽ ഒഡീസ്സി കുപിതനായി എഴുന്നേറ്റ് ഫിലോമെലീഡെസുമായി ദ്വന്ദ്വയുദ്ധം ചെയ്തതും അവനെ ശക്തമായി വീശിയെറിഞ്ഞതും ഞാൻ ഓർക്കുന്നു, ഗ്രീക്കുകാരെല്ലാം ആഹ്ലാദിച്ചു. ആ പഴയ ശക്തിയോടെ അവന് വിവാഹാർത്ഥികളോട് എതിരിടാൻ കഴിഞ്ഞിരുന്നെങ്കിൽ! എത്ര പെട്ടെന്ന് അവരുടെ വിധി പൂർണ്ണമായി അടച്ച് പൂട്ടപ്പെടുമെന്നോ! നീ എന്നോടഭ്യർത്ഥിച്ച ചോദ്യങ്ങൾക്ക് യാതൊന്നും മറച്ചുവെക്കാതെ

യാഥാർത്ഥ്യങ്ങൾ നേരെ തുറന്നു പറയുമെന്ന് ഞാൻ ശപഥം ചെയ്യുന്നു, യാതൊന്നും ഞാൻ വളച്ചൊടിക്കുകയില്ല, ഒറ്റവാക്കുപോലും ഒളിച്ചുവെക്കില്ല; ആ പുരാതന കടൽ, ഒരിക്കലും തെറ്റുപറ്റാത്ത കടൽ, എന്നോട് പറഞ്ഞതെല്ലാം.

അത് ഈജിപ്തിൽ ആയിരുന്നു. ഞാൻ തിരിച്ചുപോകാൻ ആകാംക്ഷയുള്ളവനായിരുന്നു. എന്നാൽ, ദൈവം എന്നെ അവിടെ വൈകിപ്പിച്ചു; കാരണം, അവർക്കുള്ള ബലി ഞാൻ പൂർണ്ണമായി നിർവ്വഹിച്ചുകഴിഞ്ഞിരുന്നില്ല. ദൈവങ്ങൾ എന്നും അസൂയാലുക്കൾ ആണ്; നമ്മൾ മനുഷ്യർ, അവർക്ക് അർഹമായത് നല്കണം. ഈജിപ്തിന്റെ നദീമുഖത്ത് ഒരു ദ്വീപുണ്ട്; ആളുകൾ ഫാരോസ് എന്നാണതിനെ വിളിക്കുന്നത്. അതിൽ നിന്ന് അധികം ദൂരെ അല്ലാതെ ഒരു കപ്പൽ പകൽസമയത്ത് അനുകൂലമായ കാറ്റടിച്ച് അവടെ എത്തി. ആ ദ്വീപിൽ നല്ല വിശാലമായ കടൽത്തീരം ഉണ്ട്, വൃത്തിയും ആഴവുമുള്ള ശുദ്ധജലം നിറഞ്ഞ കിണറുകൾ ഉണ്ട്. അവയിൽനിന്നും ആളുകൾ കപ്പലിൽ വെള്ളം നിറച്ചു, ഈ ദ്വീപിൽ ദൈവങ്ങൾ എന്നെ ഇരുപത് ദിവസം താമസിപ്പിച്ചു. കടലിന്റെ ഉന്നതമായ തിരമാലകൾക്കു മീതെ കപ്പലിന് പോകാനുള്ള കടൽക്കാറ്റ് അപ്പോൾ ഇല്ലായിരുന്നു.

ഞങ്ങളുടെ അവസാന ആഹാരപദാർത്ഥങ്ങളും തിന്നുതീർന്നതോടെ എന്റെ ആളുകളുടെ ധൈര്യവും ചോർന്നുപോയിക്കൊണ്ടിരുന്നു. ഒരു ദേവത എന്നിൽ ദയ കാണിച്ചില്ലായിരുന്നെങ്കിൽ എന്റെ നില പരിതാപകരമായേനെ. കടലിന്റെ ആരാധ്യനായ അധിപൻ പ്രോട്ടിയസ്സിന്റെ പുത്രി ഈഡോത്തിയയാണവൾ. ഞാനെന്റെ ആശ്രിതരിൽനിന്നും മാറി ആരുമറിയാതെ ചുറ്റിനടക്കവെ, അവൾ എന്നെ കണ്ടുമുട്ടി; എന്റെ വിഷാദമയമായ മുഖം അവളുടെ ഹൃദയത്തെ സ്പർശിച്ചു. എന്റെ അനുയായികൾ എന്നും ദ്വീപിൽ ചുറ്റിക്കറങ്ങി ചൂണ്ടലിട്ട് മീൻ പിടിച്ചുതിന്ന് വിശപ്പടക്കുമായിരുന്നു. ഈഡോത്തിയ എന്റെ അടുത്തുവന്ന് ഒരു ചോദ്യം ചോദിച്ചു. "നവാഗതാ, സ്വയം ദുഃഖം വിളിച്ചുവരുത്താൻ മാത്രം നീ ഒരു വിഡ്ഢിയോ അലസനോ ആണോ? ഇത്രയും നാൾ നീ ദ്വീപിൽ ബന്ധനസ്ഥനാക്കപ്പെട്ടു. എത്രകാലം വൈകും എന്നുമറിയില്ല; നിങ്ങളുടെ അനുയായികളുടെ ആവേശം ആണെങ്കിൽ തണുത്തുതുടങ്ങി." ഞാനതിന് മറുപടി നല്കി, "നിങ്ങൾ ഏത് ദേവതയാണെങ്കിലും ഞാൻ നിങ്ങളോട് പ്രതിഷേധിക്കുന്നു. ഞാൻ എന്റെ ഇഷ്ടാനുസരണം ഇവിടെ തങ്ങിയതല്ല. സ്വർഗ്ഗത്തിലുള്ള അനശ്വരരായ ദൈവങ്ങൾക്കെതിരെ ഞാൻ അതിക്രമം നടത്തി എന്ന് തോന്നിപ്പിക്കുന്നു. അതുകൊണ്ട് നിങ്ങളുടെ ജ്ഞാനം ഉപയോഗിച്ച്, ഏത് ദേവനാണ് എന്നെ ഇവിടെ തടഞ്ഞുവെച്ചിരിക്കുന്നതെന്നും, എന്നെ പോകാനനുവദിക്കാത്തതെന്നും എന്നോട് പറയുക (കാരണം, ദൈവങ്ങൾ എല്ലാം അറിയുന്നു), എന്റെ തിരിച്ചുപോക്കിനെക്കുറിച്ചും പറയുക; എങ്ങനെയാണ് ഈ പ്രക്ഷുബ്ധമായ കടൽ കടക്കുക?"

ഞാൻ അപ്രകാരം ചോദിച്ചപ്പോൾ സുന്ദരിയായ ദേവത മറുപടി

നല്കി "ഞാൻ തുറന്ന് പറയാം, നവാഗതാ. കടലിന്റെ പ്രാചീനൻ ഈജിപ്തിന്റെ അനശ്വരനായ പ്രോട്ടിയസ് സദാസമയം ചെല്ലുന്ന സ്ഥലമാണിത്. അഗാധമായ സമുദ്ര-കുഴികളെക്കുറിച്ച് അവന് അറിയാം. പൊസീഡന്റെ ഒന്നാം മന്ത്രിയാണവൻ. എന്റെ അച്ഛനാണദ്ദേഹം എന്നൊരു കേട്ടുകേൾവി നിലനില്ക്കുന്നു. നീ തന്ത്രമുപയോഗിച്ച് അദ്ദേഹത്തെ പിടികൂടിയാൽ, എങ്ങനെ, എവിടെ, എപ്പോൾ ആണ് നിന്റെ മുന്നോട്ടുള്ള പോക്ക് എന്നും ഏത് രീതിയിലുള്ള മടക്കം ആയിരിക്കും നിന്റേതെന്നും അദ്ദേഹം നിനക്ക് പറഞ്ഞു തരും. ദൈവത്തിന്റെ വളർത്തു പുത്രാ, നീ നിർബ്ബന്ധിച്ചാൽ നിന്റെ ഈ ക്ലേശകരമായ യാത്രയ്ക്കിടെ നിന്റെ വീട്ടിൽ നടന്ന നല്ലതും ചീത്തയുമായ സംഭവങ്ങൾ പോലും അദ്ദേഹം നിന്നോട് പറയും." ഞാൻ പറഞ്ഞു. "ദേവതേ, ഈ പതിയിരുന്നുള്ള ആക്രമണം വിജയിക്കണമെങ്കിൽ അത് നിന്റെ ആസൂത്രണമായിരിക്കണം; അല്ലെങ്കിൽ പ്രാചീന ദൈവം അത് സംശയത്തോടെ വീക്ഷിക്കുകയും എന്റെ കെണി ഒഴിവാക്കുകയും ചെയ്യും. നശ്വരനായ മനുഷ്യന് ഒരു ദൈവത്തെ നിർബ്ബന്ധിക്കുവാൻ വിഷമമാണ്."

തേജസ്സുറ്റ ദേവത ഉടനെ ആ അഭിപ്രായം അംഗീകരിച്ചു. "അപ്പോൾ ഈ വിശദമായ പദ്ധതി കേൾക്കുക. ഉയർന്നു പോകുന്ന സൂര്യൻ ആകാശത്തിന്റെ മൂർദ്ധന്യത്തിലെത്തുമ്പോൾപോലും എന്നും തെറ്റുപറ്റാത്ത കടലിന്റെ പ്രാചീനൻ അഗാധതയിൽനിന്നും പടിഞ്ഞാറൻ കാറ്റുമായി എത്തുന്നു. തിരമാലകൾ അടിച്ച് തേഞ്ഞ ഗുഹകളിലേക്കവൻ വരുന്നു. അവയിൽ കിടന്ന് വിശ്രമിക്കുന്നു. ഒരു സമുദ്രദേവത ഉപ്പുവെള്ളത്തിൽ പെറ്റുവളർത്തിയ നീർനായകൾ ഉപ്പുവെള്ളം ഉപേക്ഷിച്ച് അവന് ചുറ്റും കിടന്നുറങ്ങുന്നു. അവയുടെ ശ്വാസോച്ഛ്വാസത്തിൽനിന്ന് സമുദ്രത്തിന്റെ അഗാധതയിലെ ദുർഗ്ഗന്ധം അവിടെ വ്യാപിക്കുന്നു. നേരം പുലരുമ്പോൾ അങ്ങോട്ടേക്ക് ഞാൻ നിങ്ങളെ കൊണ്ടുവരും, പതിയിരുന്ന് ആക്രമിക്കാനായി നിങ്ങളെ തയ്യാറാക്കും. നിങ്ങളും, നിങ്ങളുടെ സുദൃഢമായ കപ്പലിനെ ശ്രദ്ധയോടെ തെരഞ്ഞെടുക്കുക. മൂന്ന് വിശ്വസ്തരേയും. ഈ വൃദ്ധ ദൈവത്തിന്റെ എല്ലാ പ്രബലമായ കൗശലങ്ങളെക്കുറിച്ചും ഞാൻ നിങ്ങൾക്ക് മുന്നറിയിപ്പ് തരാം. ആദ്യം അവൻ തന്റെ നീർനായകളെ ഒന്നിച്ച് നിർത്തും, എണ്ണുവാനായി. അവരെയെല്ലാവരെയും തൊട്ട് എണ്ണി ഓരോന്നിനേയും തിരിച്ചറിഞ്ഞശേഷം അയാൾ അവയ്ക്കിടയിൽ, ആട്ടിൻകൂട്ടത്തിനിടയിലെ ആട്ടിടയനെപ്പോലെ കിടക്കും. അവൻ കിടന്നു എന്ന് കണ്ടാൽ, ആ നിമിഷം നിന്റെ ശക്തി മുഴുവൻ സംഭരിച്ച് അവനെ മുറുക്കിപ്പിടിക്കുക. അവൻ നിന്നിൽനിന്ന് രക്ഷപ്പെടാനായി ശക്തമായ ശ്രമം നടത്തും, സാഹസികതയോടെ! അവന്റെ ഈ അടിയന്തരാവസ്ഥയിൽ ഈ ഭൂമിയിൽ ഇഴയുന്ന എല്ലാ ജീവികളുടെയും രൂപം അവൻ കൈക്കൊള്ളും. അവൻ വെള്ളത്തിലേക്ക് തിരിയും ആകാശത്തോളം ഉയരുന്ന തീജ്ജ്വാലയിലേക്ക് തിരിയും: എന്നാൽ നീ പതറാതെ അവനെ കൂടുതൽ മുറുക്കി പിടിക്കുക. ഒടുവിൽ അവൻ തന്റേതായ രീതിയിൽ

സംസാരിക്കും. അവൻ ഉറങ്ങാൻ കിടക്കുന്നത് നിനക്ക് കാണാനാകുമ്പോൾ, അപ്പോൾ തീർച്ചയായും, വീരപുരുഷാ, നിന്റെ പ്രയത്നം നിർത്തുക, ആ വൃദ്ധനെ വിടുക: ഏത് ദൈവങ്ങൾ ആണ് നിന്നോട് കോപമുള്ളവരെന്നും കടൽ കടന്ന് എങ്ങനെയാണ് നീ രക്ഷപ്പെടുക എന്നും നീ അവനോട് ചോദിക്കുക." ഇത്രയും പറഞ്ഞ് അവൾ കടലിനടിയിലേക്ക് ഊളിയിട്ടു പോയി. ഞാൻ ആയാസപ്പെട്ട് കടൽത്തീരത്ത് നങ്കൂരമിട്ടു കിടക്കുന്ന കപ്പലുകളിലേക്ക് പോയി. ഞാൻ അങ്ങോട്ടു പോകുമ്പോൾ എന്റെ മനസ്സ് ഉൽക്കണ്ഠയാൽ മ്ലാനമാക്കപ്പെട്ടിരുന്നു. എന്തായാലും, ഞാൻ കപ്പലിൽ തിരിച്ചെത്തി; രാത്രി ആയതോടെ അവരോടൊപ്പം അത്താഴം കഴിച്ച് ഉറങ്ങാൻ കിടന്നു.

കിഴക്ക് അരുണോദയം കണ്ടതോടെ ഞാൻ എഴുന്നേറ്റു; നീണ്ടുകിടക്കുന്ന കടലോരത്തുകൂടെ നടന്നുകൊണ്ട് ഞാൻ ഏറ്റവും ആത്മാർത്ഥയോടെ ദൈവങ്ങളോട് പ്രാർത്ഥിച്ചു: പിന്നെ ഏത് പ്രവൃത്തിയിലും എനിക്ക് ഏറ്റവുമധികം വിശ്വാസമർപ്പിക്കാവുന്ന മൂന്ന് അനുയായികളെ ഞാൻ തെരഞ്ഞെടുത്തു. സമുദ്രത്തിനടിയിലേക്ക് പോയ ദേവത അഗാധതയിൽ നിന്ന് അപ്പോൾത്തന്നെ ഉരിഞ്ഞെടുത്ത നാല് നീർനായ തുകലുമായി തിരിച്ചെത്തി. തന്റെ പിതാവിനെ പറ്റിക്കാനുള്ള ഒരു മാർഗ്ഗം അവൾ ചിന്തിച്ചുവെച്ചിരുന്നു. കടൽത്തീരത്ത് മണൽത്തിട്ടയിൽ കിടക്കാനുള്ള ഗുഹകൾ കുഴിച്ചിട്ടുണ്ടായിരുന്നു. അവയുമായി അവൾ ഞങ്ങളെ കാത്തിരിക്കുകയായിരുന്നു. ഞങ്ങൾ അവളുടെ അടുത്തെത്തി; ഞങ്ങളോട് ഈ ഗുഹകളിൽ കിടക്കാനവൾ നിർദ്ദേശിച്ചു; ഓരോരുത്തരുടേയും മീതെ അവൾ ഓരോ നീർനായത്തോൽ വിരിച്ചു. പിന്നെ ഞങ്ങളുടെ ഉറക്കമൊഴിച്ചുള്ള ആ കിടപ്പ് ഏറ്റവും ഭീകരമായിരുന്നു. നീർനായകളുടെ ദുർഗ്ഗന്ധം അത്രയ്ക്ക് അസഹ്യമായിരുന്നു.

എന്നാൽ ദേവത കൊണ്ടുത്തന്ന സുഗന്ധദ്രവ്യം വെച്ചപ്പോൾ മൃഗത്തിന്റെ ദുർഗ്ഗന്ധം നിശ്ശേഷം മാറി. അപ്രകാരം രാവിലത്തെ സമയം മുഴുവൻ ഞങ്ങൾ എല്ലാം സഹിച്ച് കിടന്നു. അപ്പോൾ നീർനായകൾ കൂട്ടമായി കടലിൽനിന്നുവന്ന് കടൽത്തീരത്ത് കാറ്റ് കൊള്ളാനായി കിടന്നു. ഉച്ചയ്ക്ക് കടലിന്റെ പ്രാചീന ദേവൻ സ്വയം എത്തി തന്റെ തടിച്ച നീർനായകളെ കണ്ടു. പിന്നെ താഴെയുള്ള നീർനായ കൂട്ടത്തേയും കണ്ടു. എല്ലാവരുടേയും എണ്ണം എടുത്തു; ആദ്യത്തെ നാല് നീർനായകൾ ഞങ്ങൾ ആയിരുന്നു. നടക്കാൻ പോകുന്ന വഞ്ചനയെക്കുറിച്ച് അവന്റെ ഹൃദയം യാതൊരു താക്കീതും അവന് നല്കിയില്ല. പിന്നെ, അവൻ കിടന്നു. ഞങ്ങൾ ഉറക്കെ അട്ടഹസിച്ചുകൊണ്ട് അവനുമേൽ ചാടിവീണ്, അവനെ പിടിച്ചമർത്തി. ആ വൃദ്ധൻ തന്റെ മാജിക്കുകൾ ഒന്നും മറന്നിരുന്നില്ല. അവന്റെ ആദ്യത്തെ മാറ്റം ഒരു രോമാവൃതമായ സിംഹമായിട്ടായിരുന്നു. പിന്നെ ഒരു ഡ്രാഗൺ: അതിനുശേഷം ഒരു പുള്ളിപ്പുലി, പിന്നെ കരുത്തനായൊരു കരടി. അവൻ ഒരു ജലധാരയായി മാറി, പിന്നീട് വലിയ ശാഖകളുള്ള ഒരു മരം. ഞങ്ങൾ കഠിനഹൃദയരെപ്പോലെ അവനെ വിടാതെ അള്ളിപ്പിടിച്ച് കിടന്നു.

ഒടുവിൽ ആ വൃദ്ധ മാന്ത്രികൻ തളർന്ന്, എന്നോട് ചോദിച്ചു. "ആട്രിയസ്സിന്റെ പുത്രാ, ഞാനറിയാതെ എന്നെ ഒളിപ്പോര് നടത്തി കീഴ്പ്പെടുത്തുവാൻ ഏത് ദൈവവുമായാണ് നീ ഗൂഢാലോചന നടത്തിയത്? അതുകൊണ്ട് നിനക്കെന്താണ് കിട്ടിയത്?"

ഞാൻ മറുപടി നല്കി "പ്രാചീന ദേവാ, അത് നിങ്ങൾക്കറിയാം. എന്തിന് ചോദ്യം ചെയ്ത് ഞങ്ങൾക്ക് ചിന്താക്കുഴപ്പം സൃഷ്ടിക്കണം? ഞാൻ കുറെ നാളായി ഈ ദ്വീപിൽ തടഞ്ഞുവെക്കപ്പെട്ടിട്ട്; എന്തുകൊണ്ടാണെന്ന് ഒരു സൂചനയും കിട്ടുന്നില്ല. അതുകൊണ്ട് എന്റെ ഹൃദയം തളരുന്നു. എല്ലാം അറിയാവുന്ന ദൈവങ്ങളിൽ ഒരാളായ അങ്ങ് ഇപ്പോൾ പറയുമോ ഏത് ദൈവമാണ് എന്നെ ഇവിടെ തടഞ്ഞുവെച്ച് എന്റെ യാത്ര വൈകിപ്പിച്ചത് എന്ന്? എന്റെ മടക്കയാത്രയ്ക്കായി എന്ത് ഉപായമാണ് പ്രയോഗിക്കേണ്ടത്?"

ഉടനെ അവൻ എനിക്ക് മറുപടി നല്കി. "തീർച്ചയായും നിന്റെ തെറ്റ് യാത്ര പുറപ്പെടും മുമ്പ് സ്യൂസിനും മറ്റ് ദൈവങ്ങൾക്കും ഉദാരമായ ബലിദാനം ചെയ്യാതിരുന്നതാണ്. അത് നിന്റെ നാട്ടിലേക്കുള്ള കടൽ യാത്ര സുഗമമാക്കിയേനെ. ഇപ്പോൾ വിധിക്കപ്പെട്ടിരിക്കുന്നത്, നീ വീണ്ടും ഈജിപ്തിന്റെ നദിയിൽ പ്രവേശിച്ച് (സ്വർഗ്ഗീയ മഴയാൽ സൃഷ്ടിക്കപ്പെട്ട പുണ്യനദി) ദൈവങ്ങൾക്ക് അവരുടെ വിശുദ്ധ കർമ്മമായ ശതബലി നടത്തുക. അതിനുശേഷം നിന്റെ ആഗ്രഹപ്രകാരം ദൈവങ്ങൾ വഴിതുറന്നുതരും."

ഒരിക്കൽ കൂടി ആ ഇരുളടഞ്ഞ കടൽ കടന്ന്, സുദീർഘവും ശോചനീയവുമായ ഈജിപ്തിലേക്കുള്ള കടൽ യാത്ര നടത്തണമെന്നു കേട്ട് എന്റെ മനസ്സ് പേടിച്ചുവിറച്ചു. എന്നിരുന്നാലും ഞാൻ മറുപടി നല്കി. "ഞാൻ അങ്ങയുടെ ആജ്ഞ നിർവ്വഹിക്കും, അഭിവന്ദ്യനായ പ്രഭോ, എന്നാലും മറ്റൊരു കാര്യം കൂടി വ്യക്തമാക്കണമെന്ന് ഞാൻ അങ്ങയോട് യാചിക്കുന്നു. ഞാനും നെസ്റ്ററും ട്രോയിൽ നിന്ന് മടക്കയാത്ര പുറപ്പെട്ട ശേഷം എല്ലാ അക്കായിയന്മാരും യാതൊരപകടവും കൂടാതെ നാട്ടിൽ തിരിച്ചെത്തിയോ അതോ ആരെങ്കിലും കപ്പൽ തകർന്ന് മരിച്ചുവോ?" എന്റെ ചോദ്യത്തിനവൻ മറുപടി നല്കി. "ആട്രിയസ്സിന്റെ പുത്രാ, ഇക്കാര്യം എന്തിനാണിത്ര സൂക്ഷ്മമായി എന്നോട് അന്വേഷിക്കുന്നത്? എനിക്കറിയാവുന്നതിനെക്കുറിച്ച് നീ അറിയുകയോ മനസ്സിലാക്കുകയോ ചെയ്യേണ്ടതിന്റെ ആവശ്യം നിനക്കില്ല. ഞാൻ നിനക്ക് മുന്നറിയിപ്പ് നല്കുകയാണ്. സത്യങ്ങളെല്ലാം കേട്ടാൽ നിനക്ക് കണ്ണുനീർ പ്രവാഹം തടയാൻ കഴിയില്ല. മറ്റുള്ളവരിൽ കുറേ ആളുകൾ മുങ്ങിപ്പോയി; കുറേപ്പേർ രക്ഷപ്പെട്ടു. എത്രമാത്രം ആളുകൾ യുദ്ധത്തിൽ കൊല്ലപ്പെട്ടു എന്ന് നീ കണ്ടതാണ്: എന്നാൽ വെങ്കല പടച്ചട്ട ധരിച്ച രണ്ട് അക്കായിയൻ സേനാനായകന്മാർ മാത്രമാണ് തിരിച്ചുവരുമ്പോൾ മാർഗ്ഗമദ്ധ്യേ മൃതിയടഞ്ഞത്. മറ്റൊരാൾ ഇപ്പോഴും എങ്ങനെയോ ജീവിച്ചിരിപ്പുണ്ട്; അനന്തമായ കടലിൽ ബന്ധനസ്ഥനെപ്പോലെ ചുണകെട്ട് കഴിയുന്നു. ആയാസിന്റെ കരുത്തുറ്റ കപ്പൽ തകർന്നപ്പോൾ അവനെ പോസീഡൻ ജെറെ പാറക്കൂട്ട

ത്തിലേക്ക് കൊണ്ടു പോയി, തിരമാലകളിൽ നിന്ന് രക്ഷിച്ചു. അങ്ങനെ എഥീനിക്ക് അവനോട് സ്പർദ്ധ ഉണ്ടായിരുന്നിട്ടുപോലും അവൻ നാശത്തിൽനിന്നും രക്ഷപ്പെട്ടേനെ. എന്നാൽ അവന്റെ ഭയങ്കര അഹങ്കാരത്തോടെയുള്ള ദൈവദൂഷണം പൊസീഡനെ കുപിതനാക്കി. അതുകേട്ടു പൊസീഡൻ തന്റെ തൃശൂലം ജൈറെപാറയ്ക്കു നേരെ വിട്ടു. ആ പാറയെ ഛിന്നഭിന്നമാക്കി. അതിന്റെ അടിഭാഗം മാത്രം ബാക്കിയായി. 'അയാസ്' ആദ്യം ഇരുന്ന് വീമ്പിളക്കുകയും ദൈവദൂഷണം നടത്തുകയും ചെയ്തിരുന്ന കുതയുള്ള കൊടുമുടി തകർന്ന് കടലിലേക്ക് വീണു; അവൻ കടലിന്റെ അഗാധതയിലേക്ക് മുങ്ങിപ്പോയി, ഉപ്പുവെള്ളം കുടിച്ച് ചത്തു.

നിന്റെ സഹോദരൻ ആഗാമെമ്നോൻ വിധിയിൽനിന്ന് എങ്ങനെയോ രക്ഷപ്പെട്ട്, തന്റെ ഭംഗിയുള്ള കപ്പലിൽ സ്ഥലം വിട്ടു. ഹീരാ ആയിരുന്നു അവന്റെ രക്ഷക. ആ ചെങ്കുത്തായ മല, മാലിയായിലെത്തുന്നതുവരെ അവൾ അവനെ സംരക്ഷിച്ചു. അവിടെവെച്ച് ഒരു കൊടുങ്കാറ്റവനുമേൽ ആഞ്ഞടിച്ചു; അവനെ മാർഗ്ഗത്തിൽനിന്ന് തെറ്റിച്ചു. അതവനെ തെളിച്ചുകൊണ്ടുപോയി. 'തൈസ്റ്റൊസി'ന്റെ പഴയ കുടിയേറ്റ സ്ഥലമായ കടലിലേക്ക് തള്ളിനില്ക്കുന്ന സ്ഥലത്തെത്തിച്ചു. ഇപ്പോൾ ഈജിറാഹസ് ആണതിന്റെ അവകാശി. എന്നാൽ ഇവിടെയും തിരിച്ചുപോകാനുള്ള പ്രതീക്ഷ തീർച്ചയായും തെളിഞ്ഞുവന്നു. ദൈവങ്ങൾ വീണ്ടും കാറ്റ് അനുകൂലമാക്കി മാറ്റി. അവർ നാട്ടിലേക്ക് തിരിച്ചു; ആഹ്ലാദവാനായ നേതാവ് സ്വന്തം നാട്ടിൽ കാലെടുത്തു വെച്ചപ്പോൾ, കുനിഞ്ഞ് ആ മണ്ണിനെ ചുംബിച്ചു. ആനന്ദത്തിന്റേതായ ചുടുകണ്ണുനീർ പൊഴിച്ചു. ഒടുവിൽ അവൻ തന്റെ ജന്മനാട് കണ്ടു.

കാവൽസ്ഥാനത്ത് നിലയുറപ്പിച്ചിരുന്ന കാവല്ക്കാരൻ മുകളിൽ നിന്ന് അവനെ കണ്ടു- രണ്ട് സ്വർണ്ണ നാണയം പാരിതോഷികമായി നല്കാമെന്ന വാഗ്ദാനത്തിന്മേലാണ് വിശ്വാസവഞ്ചകനായ ഈജിസ്തസ് ഒരു കാവല്ക്കാരനെ നിയോഗിച്ചിട്ടുള്ളത്. ഒരു വർഷമായി ആഗാമെമ്നോൻ രാജാവിനെതിരെ ഇപ്രകാരം ചാരപ്പണി തുടരുന്നു; അദ്ദേഹം ആരാലും ശ്രദ്ധിക്കപ്പെടാതെ കടന്നുവന്ന്, തന്റെ വീട് പിടിച്ചെടുത്തവരെ മുൻപിൻ നോക്കാതെ ആക്രമിച്ചെങ്കിലോ! ഈ വാർത്തയുമായി കാവൽക്കാരൻ ഈജിസ്തസ്സിന്റെ അടുത്തേക്ക് ഓടി; തൽക്ഷണം അവൻ തന്ത്രപരമായൊരു പദ്ധതി തയ്യാറാക്കി. തെരഞ്ഞെടുത്ത, ഏറ്റവും സമർത്ഥരായ, ഇരുപത് തദ്ദേശവാസികളെ പതിയിരുന്ന് ആക്രമിക്കാനായി തയ്യാറാക്കി നിർത്തി; അതേസമയം സ്വീകരണഹാളിൽ ഉഗ്രൻ സദ്യക്ക് ഏർപ്പാട് ചെയ്തു. പിന്നെ കുതിരകളും വണ്ടികളുമായി ആഗാമെമ്നോൻ രാജാവിനെ സ്വീകരിക്കാനായി പുറപ്പെട്ടു. എന്നാൽ അവന്റെ പൊള്ളയായ മനസ്സ് നിറയെ അധർമ്മമായിരുന്നു. തന്റെ വീട്ടിലേക്ക് ഈജിസ്തസ് അദ്ദേഹത്തെ കൂട്ടിക്കൊണ്ടുവന്നു. (അവിടെ മൂടിവെച്ച മരണത്തെക്കുറിച്ച് യാതൊരു സംശയവും തോന്നാത്തരീതിയിൽ) അദ്ദേഹത്തിന് സദ്യ നല്കി. പിന്നീടദ്ദേഹത്തെ വെട്ടിവീഴ്ത്തി- തൊഴു

ത്തിൽവെച്ച് ഒരു മനുഷ്യൻ ഒരു കാളയെ വെട്ടിക്കൊല്ലുന്നതുപോലെ! അവിടെ ആട്രൈഡ്സിന്റേയോ ഈജിസ്തസിന്റെയോ ഒറ്റ അനുയായിയും അവശേഷിച്ചില്ല. അവരെല്ലാവരും ആ കൊട്ടാരത്തിൽ മരിച്ചുവീണു.

ഇവിടെ പ്രോട്ടിയസ് തന്റെ കഥപറച്ചിൽ നിർത്തി. വീണ്ടും എന്റെ ഹൃദയം തകർന്നു. ഞാൻ മണലിൽ കിടന്നുകൊണ്ട് കരഞ്ഞു. എന്റെ മനസ്സിൽ ജീവിക്കാനുള്ള മോഹം ഇല്ലാതായി. എന്നാലും പിന്നീട് ഞാൻ കണ്ണീരൊഴുക്കി മണലിൽ കിടന്ന് ഉരുളവെ, കടലിന്റെ വന്ദ്യവയോധികൻ ഒരിക്കലും തെറ്റുപറ്റാത്തവൻ, വീണ്ടും എന്നെ അഭിസംബോധന ചെയ്തു. ഇങ്ങനെ കരയുന്നതിൽ വാശി പിടിക്കല്ലെ, ആട്രിയസ്സിന്റെ പുത്രാ: നമ്മൾ ഒരു അവസാനത്തിലെത്തില്ല അതിന് പകരം ഏറ്റവും വേഗം നിന്റെ നാട്ടിലേക്ക് തിരിച്ചുപോകാൻ തയ്യാറാകൂ. അവിടെ ഒരുപക്ഷേ, ആ കുറ്റവാളി ഇപ്പോഴും ജീവിച്ചിരിക്കുന്നത് നിനക്ക് കാണാൻ കഴിഞ്ഞേക്കാം. അല്ലെങ്കിൽ, ഓറെസ്റ്റെസ് നിനക്കുമുന്നെ പദ്ധതി ഇട്ട് അവനെ വധിച്ചിരിക്കാം. അങ്ങിനെയാണെങ്കിൽ ശവസംസ്കാരച്ചടങ്ങിനായി കൃത്യസമയത്ത് നിനക്കവിടെ എത്താൻ കഴിയും. അപ്പോൾ എന്റെ ദുഃഖാർത്തമായ മനസ്സും ഹൃദയവും ഒരിക്കൽ കൂടി ജ്വലിച്ചു. പെട്ടെന്ന് ഞാനവന് മറുപടി കൊടുത്തു. "ഈ മനുഷ്യരെ ഞാൻ കേട്ടിട്ടുണ്ട്: എന്നാൽ, വിശാലമായ കടലിൽ എവിടെയോ തങ്ങി നില്ക്കുന്ന ഇപ്പോഴും ജീവിച്ചിരിക്കുന്ന മൂന്നാമത്തെ മനുഷ്യന്റെ പേര് പറയൂ: അല്ലെങ്കിൽ മരിച്ചോ? എന്റെ ദുഃഖം അസഹ്യമാകുമെങ്കിലും അതറിയാൻ ഞാനാഗ്രഹിക്കുന്നു."

അപ്രകാരം ഞാൻ പറഞ്ഞതിനവൻ മറുപടി നല്കി. "ലാർട്ടെസ്സിന്റെ പുത്രൻ, ഇഥാക്കായുടെ അധിപൻ. ഞാനവനെ ഒരു ദ്വീപിൽ കണ്ടു. ജലദേവതയായ കാലിപ്സൊയുടെ രാജ്യത്ത്, അവൾ അവനെ അവിടെ ബലാൽക്കാരമായി ബന്ധിച്ചിരിക്കുന്നു. അതുകൊണ്ട് അവന് സ്വന്തം നാട്ടിലേക്ക് തിരിച്ചു പോകാൻ കഴിയില്ല. കാരണം, അവന് സ്വന്തമായൊരു കപ്പലോ, പ്രക്ഷുബ്ധമായ കടൽ കടക്കാൻ സഹായിക്കുന്ന അനുയായികളോ ഇല്ല. അവസാനമായി നിന്റെ വിധിയെക്കുറിച്ച്, ഓ മെനെലോസ്, സ്യൂസിന്റെ വളർത്തുപുത്രാ നീ ആർഗോസിൽ മരിക്കാൻ വിധിക്കപ്പെട്ടവനല്ല. അനശ്വരരായവർ നിന്നെ എലീഷ്യൻ സമതലത്തേക്ക് കൊണ്ടുപോകും, ലോകത്തിനപ്പുറത്തേക്ക്, മനോഹരമായ മുടിയുള്ള രാധാമന്തുസ്സിന്റെ സ്ഥലത്തേക്ക്. മനുഷ്യർക്കവിടെ ഏറ്റവും സുഖകരമായ രീതിയിൽ ജീവിക്കാം. ആ സ്ഥലത്ത് മഞ്ഞു വീഴ്ചയോ, കഠിനമായ ശീതകാലമോ പേമാരിയോ ഇല്ല. എന്നാൽ ഭൂമിയിലെ നദിയിൽനിന്ന് പടിഞ്ഞാറൻ കാറ്റ് മൃദുവായി ഗാനം ആലപിച്ചുകൊണ്ട് എത്തുന്നു. അത് മനുഷ്യമനസ്സിനെ പുളകം കൊള്ളിക്കുന്നു. അവിടെ നിനക്കുവേണ്ടി ഹെലൻ ഉണ്ടായിരിക്കും. അത് സ്യൂസിന്റെ ഗൃഹമായി കരുതപ്പെടും."

ഇത്രയും പറഞ്ഞ് അവൻ കടലിലേക്ക് ചാടി, ഊളിയിട്ടുപോയി. എന്റെ വീരന്മാരായ അനുയായികളോടൊപ്പം ഞാൻ കപ്പലുകളിലേക്ക്

തിരിച്ചു. അങ്ങോട്ടു പോകുമ്പോൾ എന്റെ ഹൃദയം വല്ലാതെ ചിന്താകുല മായിരുന്നു. ഞങ്ങൾ കടൽത്തീരത്തെത്തി. അത്താഴം ഉണ്ടാക്കി കഴിച്ചു. കപ്പലുകളിൽ കയറി. രാത്രി സുഖമായി കിടന്നുറങ്ങി. അരുണോദയ ത്തോടെ ഞങ്ങൾ എല്ലാവരും ഉണർന്ന് കപ്പലുകൾ വെള്ളത്തിലിറക്കി. കൊടിമരങ്ങളും കാറ്റുപായകളും അവയിൽ പൊക്കിക്കെട്ടി. ആളുകൾ കപ്പലിൽ കയറി തുഴകൾക്കടുത്ത്, പുറപ്പെടാൻ തയ്യാറായി ഇരുന്നു. സജ്ജീകരണങ്ങൾ പൂർത്തിയായതോടെ അവർ തുഴഞ്ഞുതുടങ്ങി. ഞങ്ങൾ ഈജിപ്തിന്റെ നദിയിൽ തിരിച്ചെത്തി. ദൈവങ്ങളുടെ ജലത്തിൽ ബലിദാനം നടത്താനായി ഞാൻ കപ്പലുകൾ അവിടെ കെട്ടിയിട്ടു. അന ശ്വരരായ ദൈവങ്ങളുടെ കോപം ശമിപ്പിച്ചശേഷം, ആഗാമെമ്നോന്റെ പേരിൽ വലിയൊരു മണൽ കൂമ്പാരം ഉണ്ടാക്കി, അവന്റെ പ്രതാപം ഒരി ക്കലും നശിച്ചുപോകരുത്. അങ്ങനെ എല്ലാ കാര്യങ്ങളും പൂർത്തീകരി ക്കപ്പെട്ടു. ഞാൻ മടക്കയാത്ര ആരംഭിച്ചു. ദൈവങ്ങൾ എനിക്ക് അനുകൂ ലമായ കാറ്റ് നല്കി; അതെന്നെ അതിവേഗം എന്റെ പ്രിയപ്പെട്ട നാട്ടിലെ ത്തിച്ചു.

എന്നാൽ നോക്കൂ, ടെലെമാക്കസ് നീ എന്നോടൊപ്പം എന്റെ കൊട്ടാ രത്തിൽ പതിനൊന്നോ പന്ത്രണ്ടോ ദിവസം തങ്ങുക. അപ്പോൾ ഞാൻ നിന്നെ ശ്രദ്ധേയമായ സമ്മാനങ്ങളോടെ ശ്രേഷ്ഠമായ രീതിയിൽ യാത്ര യാക്കും. മൂന്നു കുതിരകളും മനോഹരമായ കൊത്തുപണികളോടുകൂ ടിയ രണ്ട് ഇരിപ്പിടങ്ങളോടുകൂടിയ ഒരു തേരും, അതെ, ഒരു മനോഹര മായ ചിത്രവേലകൾ ചെയ്ത കപ്പും. അങ്ങിനെ, ഓരോ പ്രാവശ്യവും അതിൽ ദൈവങ്ങൾക്കായി നിവേദ്യം ഒഴിക്കുമ്പോൾ നീ എന്നെ ജീവിത കാലം മുഴുവൻ ഓർക്കുമല്ലോ?"

അദ്ദേഹത്തോട് ടെലെമാക്കസ് പറഞ്ഞു. "ആട്രൈഡ്സ്, ഞാൻ അങ്ങയോട് യാചിക്കുന്നു, അത്രയും നാൾ എന്നെ വൈകിപ്പിക്കല്ലെ. പിന്നീട് ഞാൻ അങ്ങയുടെ അടുത്തുവന്ന്, വീടിനെയും രക്ഷിതാക്കളെയും മറന്ന് ഒരു കൊല്ലം മുഴുവൻ അങ്ങയുടെ സംഭാഷണവും കഥകളും കേട്ട് ഇരിക്കാം; എനിക്ക് അത്രയ്ക്ക് ഹർഷോന്മാദമുണ്ടാകുന്നവയാണത്. എന്നാൽ സുഖകരമായ പൈലോസിൽ എന്റെ കൂട്ടുകാർ വെറിപിടിച്ച് ഇരിക്കുകയാണ്; അപ്പോൾ അങ്ങ് എന്നെ കുറേ ദിവസങ്ങൾ കൂടി ഇവിടെ പിടിച്ച് നിർത്തുമോ? അങ്ങ് സസന്തോഷം എനിക്ക് തരുന്ന സമ്മാന ത്തെക്കുറിച്ച് പറഞ്ഞാൽ, അതൊരു പരമ്പരാഗത കുടുംബസ്വത്ത് ആയി രിക്കട്ടെ. കുതിരകളെ എനിക്ക് ഇഥാക്കയിലേക്ക് കൊണ്ടുപോകാൻ കഴി യില്ല. അങ്ങയെ ആദരിക്കാനായി ഞാനവയെ ഇവിടെ വിടുന്നതായിരിക്കും കൂടുതൽ നല്ലത്. അങ്ങയുടെ സമതല പ്രദേശം വളരെ വിശാലമാണ്. അവിടെ നിറയെ കോവർ പുല്ല്, ഗോതമ്പ്, കനത്ത വൈക്കോലുകൾ ബാർളി എന്നിവ സമൃദ്ധമായി വളരുന്നു. ഇഥക്കയിൽ വിശാലമായ സവാരി സ്ഥലങ്ങൾ ഇല്ല. പുൽത്തകിടികൾ ഒട്ടുമില്ല. ഞങ്ങളുടെ ഈ ദ്വീപുകൾ കടലിൽ നിന്നുയർന്നുവന്ന പാറക്കൂട്ടങ്ങൾ പോലുണ്ട്. ഒന്നും

കുതിരസവാരിക്ക് യോജിച്ചതല്ല. പുല്ലുള്ളതുമല്ല. എന്റെ ഇഥാക്ക ആണ് ഏറ്റവും മോശം. ആടുകളെ മേയ്ക്കാനുള്ള സ്ഥലങ്ങൾ ഇല്ല."

അവൻ അപ്രകാരം മറുപടി നല്കി. മെനെലോസ് ഉറക്കെപൊട്ടിച്ചിരിച്ചു, അവനെ വാത്സല്യപൂർവ്വം പുറത്തു തട്ടിക്കൊണ്ട് പറഞ്ഞു: "എന്റെ കുട്ടീ, നിന്റെ സൗമ്യമായ വാക്കുകൾ നിന്റെ ശ്രേഷ്ഠകുലത്തെ വെളിപ്പെടുത്തുന്നു. തീർച്ചയായും ഞാൻ സമ്മാനങ്ങൾ കൈമാറ്റം ചെയ്യാം. ഞാൻ വേറെ സമ്മാനം തെരഞ്ഞെടുക്കാം. നോക്കൂ, എന്റെ വീട്ടിലെ ഖജനാവിൽ ഏറ്റവും നല്ലതും വിലകൂടിയതുമായ വസ്തു, വെള്ളികൊണ്ട് നിർമ്മിച്ച് സ്വർണ്ണംകൊണ്ട് പൊതിഞ്ഞ അരികുള്ള ഒരു പാത്രം ഞാൻ നിനക്ക് തരുന്നു. ഹെഫേസ്റ്റസ് ഉണ്ടാക്കിയത്. ഞാൻ നാട്ടിലേക്ക് തിരിച്ചുവരുമ്പോൾ അഭയം തന്ന സിഡോൺ രാജാവ്, ഫെഡിമസ് എനിക്ക് നല്കിയതാണ് അത്. ഇപ്പോൾ അത് നിനക്ക് കൈമാറുന്നതിൽ എനിക്ക് സന്തോഷമുണ്ട്." അവർ അപ്രകാരം സംസാരിച്ചുകൊണ്ടിരിക്കവെ രാജകൊട്ടാരത്തിൽ അന്നുരാത്രി ആഘോഷങ്ങൾ നടത്തേണ്ടവർ, അതിനാവശ്യമുള്ള ചെമ്മരിയാടുകളെ നയിച്ച്, വീഞ്ഞും കൈയിലേന്തി അവിടെ എത്തി. അവർക്ക് തങ്ങളുടെ ശിരോവസ്ത്രം ധരിച്ച ഭാര്യമാർ ഗോതമ്പ് അപ്പവും കൊടുത്തയച്ചു.

ഇവിടെ ഈ മനുഷ്യർ അന്നുരാത്രി കൊട്ടാരത്തിൽ സദ്യക്കുള്ള ഏർപ്പാടുകൾ ചെയ്തുകൊണ്ടിരിക്കവെ, ഇഥാക്കയിൽ വിവാഹാർത്ഥികൾ ഒഡീസ്സിയുടെ വീടിനു മുന്നിൽ അവരുടേതായ ധിക്കാരത്തോടെ വിനോദങ്ങളിൽ ഏർപ്പെട്ടുകൊണ്ടിരിക്കുകയായിരുന്നു; മുറ്റത്ത് കുന്തം വീശി എറിയൽ ആയിരുന്നു ഇപ്പോഴത്തെ ഭ്രമം. ആന്റിനസ്സും, ഗാംഭീര്യം തുളുമ്പുന്ന യൂറിമാക്കസ്സും നോക്കിക്കൊണ്ടിരുന്നു. ഈ രണ്ട് പേരായിരുന്നു ഏറ്റവും കീർത്തിയുള്ളവരായ വിവാഹാർത്ഥികൾ. അവരുടെ അടുത്തേക്ക് ഫ്രോണിയസ്സിന്റെ പുത്രൻ നോമോൺ ചെന്ന് ആന്റിനസ്സിനെ അഭിവാദ്യം ചെയ്ത് ചോദിച്ചു, "ആന്റിനസ്, ടെലെമാക്കസ് പൈലോസിൽനിന്ന് എന്നാണ് തിരിച്ചെത്തുക എന്ന് ആർക്കെങ്കിലും വല്ല രൂപവുമുണ്ടോ? അവൻ എന്റെ കപ്പലും കൊണ്ടാണ് പോയിട്ടുള്ളത്; എനിക്ക് എലിസ്സിനടുത്തേക്ക് പോകാൻ ആ കപ്പൽ ആവശ്യമാണ്. അവിടത്തെ വിശാലമായ സ്ഥലത്ത് പന്ത്രണ്ട് പെൺകുതിരകളും, കരുത്തുറ്റ കഴുതക്കുട്ടികളും ഉണ്ട്.

അവനിൽ നിന്ന് ലഭിച്ച ഈ വാർത്ത അവരെ അത്ഭുതപ്പെടുത്തി. ആ യുവാവ് പൈലോസിലേക്ക് പോയിട്ടുണ്ടാകുമെന്ന് ഒരിക്കലും അവർ വിഭാവനം ചെയ്തിട്ടുണ്ടായിരുന്നില്ല. അവൻ എസ്റ്റേറ്റിലെ ആളുകളോടൊപ്പമോ, പന്നികളെ മേയുന്നവരോടൊപ്പമോ ആയിരിക്കുമെന്നാണവർ കരുതിയത്. അതുകൊണ്ട് യുപിത്തെസ്സിന്റെ പുത്രൻ ആന്റിനസ് നോമോനു നേരെതിരിഞ്ഞ് ആജ്ഞാപിച്ചു: "ഇതിന്റെ മുഴുവൻ സത്യവും ഞാൻ കേൾക്കട്ടെ. അവൻ എപ്പോഴാണ് പോയത്? അവനെ സഹായിക്കുന്ന യുവാക്കൾ ആരെല്ലാമാണ്? തെരഞ്ഞെടുക്കപ്പെട്ട ഇഥാ

ക്കാരാണോ അവർ അതോ, തന്റെ ഇഷ്ടാനുസരണം ഉപയോഗിക്കാവുന്ന അവന്റെ വിട്ടുവേലക്കാരും അടികമളുമാണോ? നീ നിരുപാധികം പ്രതിജ്ഞ ചെയ്യുക. എനിക്കത് ഉറപ്പാക്കണം. നിന്റെ കറുത്ത കപ്പൽ അവൻ നിർബ്ബന്ധപൂർവ്വം പിടിച്ചുകൊണ്ടുപോയതാണോ, നിന്റെ സമ്മതമില്ലാതെ? അതോ, അവൻ ഈ ആനുകൂല്യത്തിനായി യാചിച്ചപ്പോൾ നീ അവന് സ്വമനസ്സാലേ വായ്പ കൊടുത്തതാണോ?"

ഫ്രോണിയസ്സിന്റെ പുത്രൻ നോമോൻ മറുപടി നല്കി. "ഞാനാ കപ്പൽ അവന് വെറുതെ വിട്ടുകൊടുത്തതാണ്. അത്തരം ഒരു മനുഷ്യൻ ഹൃദയവേദനയോടെ ഒരു കാരുണ്യത്തിനായി അവശ്യപ്പെടുമ്പോൾ, എന്താണൊരാൾക്ക് ചെയ്യാൻ കഴിയുക? ആ അഭ്യർത്ഥന നിരസിക്കുന്നത് മര്യാദകേടാണ്. അവനൊടൊപ്പം പോയ കപ്പൽ ജോലിക്കാർ ഈ നാട്ടിലെ ഏറ്റവും നല്ല മനുഷ്യരാണ്. അവർ കപ്പലിൽ കയറിയപ്പോൾ ക്യാപ്റ്റനെ ഞാൻ തിരിച്ചറിഞ്ഞു. അത് മെന്റർ ആയിരുന്നു. അല്ലെങ്കിൽ അദ്ദേഹത്തിന്റെ അതേ രൂപമുള്ള ഏതോ ദൈവം. അക്കാര്യം എന്നെ അമ്പരപ്പിച്ചു. കാരണം ഇന്നലെ പ്രഭാതത്തിൽ നല്ലവനായ മെന്ററിനെ ഈ നഗരത്തിൽ ഞാൻ കണ്ടിരുന്നു; അദ്ദേഹം പൈലോസിലേക്കുള്ള കപ്പലിൽ പോയതാണല്ലോ!"

അവൻ ഇത്രയും പറഞ്ഞശേഷം തന്റെ അച്ഛന്റെ വീടിനുനേരെ തിരിച്ചു നടന്നു. അവന്റെ പ്രേക്ഷകരായ രണ്ടുപേർ കോപം കൊണ്ട് ജ്വലിച്ചു. അവർ വിവാഹാർത്ഥികളുടെ കളി നിർത്തിച്ച്, രഹസ്യയോഗം കൂടി. യൂപീത്തെസ്സിന്റെ പുത്രൻ ആന്റിനസ് അവരെ അഭിസംബോധന ചെയ്തു. അവൻ വല്ലാതെ വികാരവിവശനായിരുന്നു. അവന്റെ ഹൃദയം ഉഗ്രമായ കോപത്താൽ കിടന്ന് പിടച്ചു. കണ്ണുകളിൽനിന്ന് തീജ്ജ്വാല ഉയർന്നു! "സ്വർഗ്ഗവും നരകവും!" അവൻ അലറി. "ഇതാ ടെലെമാക്കസ് നടത്തിയ ഒരു നല്ലകാര്യം- അവന്റെ ഈ യാത്ര; അത് വൃഥാവിലാകുമെന്ന് നമ്മൾ പതിവായി ശപഥം ചെയ്യാറുള്ള കാര്യം; എന്നിട്ടും ആ ചെറുപ്പക്കാരൻ നമ്മുടെ എല്ലാവരുടെയും ഇഷ്ടത്തിനെതിരെ തെന്നിമാറി സ്ഥലത്തെ ഏറ്റവും നല്ല ആളുകളോടൊപ്പം കപ്പലിൽ സ്ഥലം വിട്ടിരിക്കുന്നു. അവൻ നമ്മളെ എന്നത്തേക്കാളേറെ മോശമായ രീതിയിൽ ഭീഷണിപ്പെടുത്തുന്നു. അവൻ ഒരു പുരുഷനായി വളരുന്നതിനുമുമ്പ് സ്യൂസ് അവന്റെ ശക്തി അറുത്ത് കളയട്ടെ! ഒരു വേഗതയുള്ള കപ്പലും ഇരുപത് കപ്പൽ ജോലിക്കാരേയും നിങ്ങൾ എനിക്ക് എത്തിച്ചു തരുവാൻ ഞാൻ നിങ്ങളോട് ആവശ്യപ്പെടുന്നു. അതുമായി അവനെ നിരീക്ഷിക്കണം. ഇഥാക്കയ്ക്കും ചെങ്കുത്തായ സാമോസിനും ഇടയ്ക്കുള്ള ഇടുങ്ങിയ കടലിടുക്കിലൂടെ അവൻ വരുമ്പോൾ അവനെ പതിയിരുന്ന് ആക്രമിക്കണം. അച്ഛനു പിന്നാലെയുള്ള ഈ അലച്ചിൽ ഒടുവിലവന് വളരെ വിലപ്പെട്ടതായിത്തീരും!" അവൻ പറഞ്ഞു നിർത്തി. അവർ ആർത്തുവിളിച്ചുകൊണ്ട് കൈയടിച്ചു. അത് നിറവേറ്റുവാൻ അവനെ നിർബ്ബന്ധിച്ചു. പിന്നെ അവർ എഴുന്നേറ്റ് ഒഡീസ്സിയുടെ വീട്ടിലേക്ക് മടങ്ങി.

വിവാഹാർത്ഥികളുടെ ഈ ക്രൂരമായ ഗൂഢാലോചനകളെക്കുറിച്ച് പെനെലോപ്പ് ബോധവതിയായിരുന്നു. എന്തുകൊണ്ടെന്നാൽ, അവരുടെ കൗൺസിലിൽ പറഞ്ഞത് സന്ദർഭവശാൽ കേൾക്കാനിടയായ കാര്യം മെഡോൺ അവളോട് പറഞ്ഞു; അവർ മുറ്റത്തെ മതിലുകൾക്കുള്ളിൽ സഭ കൂടിയിരുന്നപ്പോൾ അയാൾ അതിന് തൊട്ടു പിറകിൽ വന്ന് അവരുടെ പദ്ധതികൾ ശ്രദ്ധിക്കുകയായിരുന്നു. മെഡോൺ ധൃതി പിടിച്ച് കെട്ടിടത്തിനുള്ളിലേക്ക് ഓടിച്ചെന്ന് പെനെലോപ്പിന് ആ സന്ദേശം നല്കാൻ ശ്രമിച്ചു. അയാൾ അവളുടെ വാസസ്ഥലത്തിന്റെ പൂമുഖം കടന്നുവരുമ്പോൾ അയാൾക്കുനേരെ കർക്കശസ്വരത്തിൽ പെനെലോപ് ചോദിച്ചു. “വിളംബരം ചെയ്യുന്നവനെ എന്തിനാണ് പ്രശസ്തരായ വിവാഹാർത്ഥികൾ നിന്നെ ഇങ്ങോട്ടയച്ചത്? ദൈവത്തെപ്പോലുള്ള ഒഡീസ്സിയുടെ വീട്ടുവേലക്കാരികൾക്കുപോലും അവർ ഉത്തരവ് കൊടുത്തു തുടങ്ങിയോ? അവരോട് സ്വന്തം ചുതമലകൾ ഉപേക്ഷിച്ച് അവർക്ക് സദ്യ തയ്യാറാക്കാൻ ആജ്ഞ നല്കിത്തുടങ്ങിയോ? ഇന്നത്തേത് അവരുടെ അവസാനത്തെ സദ്യയാണോ, ഇനി ഒരിക്കലും സമ്മേളിക്കില്ലേ, ഇനിയൊരിക്കലും അനുനയിപ്പിക്കൽ തുടരില്ലേ! നിങ്ങൾ കൂട്ടംകൂടി ബുദ്ധിമാനായ ടെലിമാക്കസ്സിന്റെ സ്വത്തും ജീവിതവും നശിപ്പിക്കുന്നു. ബാല്യത്തിൽ നിങ്ങളുടെ പിതാക്കന്മാരിൽ നിന്ന് അവർക്ക് എന്തുമാത്രം ഔദാര്യങ്ങളാണ് ഒഡീസ്സി നല്കിയിട്ടുള്ളതെന്ന് ഒരിക്കലും കേട്ടിട്ടില്ലേ? ഒരിക്കലും ഒരു ഏകപക്ഷീയമായ പ്രവൃത്തിയോ, വാക്കോ ഈ നഗരത്തിൽ ഉണ്ടായിട്ടില്ല! ഒഡീസ്സി ഒഴിച്ച് മറ്റെല്ലാ രാജാക്കന്മാരുടെയും വിശേഷാധികാരമാണ് ഇഷ്ടാനുസരണം ഇഷ്ടവും അനിഷ്ടവും പ്രകടിപ്പിക്കൽ എന്നാൽ, അദ്ദേഹം ആരോടും അനീതികാട്ടിയിട്ടില്ല. തീർച്ചയായും നിങ്ങളുടെ മനോഭാവവും വൃത്തികെട്ട പണികളും ഇപ്പോൾ പുറത്ത് വന്നിരിക്കുന്നു. കഴിഞ്ഞകാല ആനുകൂല്യങ്ങളുടെ യാതൊരു ദയയും അവശേഷിക്കുന്നില്ല.”

മെഡോണിന്റെ വിവേകമുള്ള മനസ്സ് അവനെ ഉപദേശിച്ചു. അയാൾ ശാന്തനായി മറുപടി നല്കി. “ഓ രാഞ്ജി, അത് മാത്രമായിരുന്നു നമ്മുടെ ഏറ്റവും മോശം കുഴപ്പങ്ങൾ എങ്കിൽ എത്ര നന്നായിരുന്നു! അതിനേക്കാൾ എത്രയോ വലിയ ദുഷ്ടതയെക്കുറിച്ചാണ് വിവാഹാർത്ഥികൾ ചർച്ച ചെയ്യുന്നത്. തങ്ങളുടെ മൂർച്ചയുള്ള വാളുകൾ കൊണ്ട് ടെലിമാക്കസ്സിനെ അവന്റെ മടക്കയാത്രയിലവർ വെട്ടിക്കൊല്ലുമെന്ന് പൂർണ്ണ തീരുമാനത്തിലെത്തിയിരിക്കയാണ്. അവൻ തന്റെ അച്ഛനെക്കുറിച്ചുള്ള വാർത്തകൾ അറിയാൻ ഏറ്റവും പാവനമായ പൈലോസിലേക്കും പവിത്രമായ ലെസെഡേമാനിലേക്കും പോയിരിക്കയാണെന്ന് നിങ്ങൾക്കറിയാമല്ലോ.”

അയാൾ സംസാരിക്കവെ അവളുടെ കാൽമുട്ടുകൾ തളർന്നു, സ്നേഹനിർഭരമായ ഹൃദയം തകർന്നു. അവളുടെ സംസാരശേഷി നഷ്ടപ്പെട്ടു. അവളുടെ കണ്ണുകൾ നിറഞ്ഞു, അവളുടെ വാചാലത നിലച്ചു. കുറേസമയത്തിനുശേഷം അവൾക്ക് ശബ്ദം തിരിച്ചുകിട്ടി. അവൾ ചോദിച്ചു: “വിളമ്പരം ചെയ്യുന്നവനെ, എന്തിനാണെന്റെ മകൻ പോയത്? എന്താ

യാലും അവനെ ആരും വിളിച്ചിട്ടുണ്ടായിരുന്നില്ല. കുതിരകളെപ്പോലെ, കടലിൽ കുതിച്ചു പായുന്ന വേഗതയുള്ള കപ്പലിൽ യാത്ര പോകാനോ കടലിനക്കരെ കടക്കാനോ അവനെ ആരും വിളിച്ചിട്ടില്ല. മനുഷ്യർക്കിടയിൽ അവന്റെ പേര് പോലും നിലനില്ക്കരുതെന്ന് അവൻ തീരുമാനിച്ചോ?"

മെഡോൺ പറഞ്ഞു: "ഒരു ദൈവം അവനെ ഇളക്കിവിട്ടോ എന്നെനിക്കറിയില്ല. അല്ലെങ്കിൽ അച്ഛന്റെ മടക്കയാത്രയേയും വിധിയേയും കുറിച്ച് അന്വേഷിച്ചറിയാൻ സ്വന്തം ഹൃദയം അവനെ പൈലോസിലേക്ക് ഓടിപ്പിച്ചതാണോ?" അയാൾ ഇത്രയും പറഞ്ഞ് ഒഡീസ്സിയുടെ വീട്ടിൽ നിന്നും തിരിച്ചു നടന്നു. പെട്ടെന്നവൾക്ക് ഭയങ്കര ഹൃദയവേദന അനുഭവപ്പെട്ടു. അവൾ വാതിലിന്റെ കട്ടിളപ്പടിയിൽ ഇരുന്നുപോയി; പിന്നെ, ദയനീയമായി നിലവിളിച്ചു. വീട്ടിലെ എല്ലാ വേലക്കാരികളും അവളുടെ ചുറ്റും ഓടിക്കൂടി. അസഹ്യമായ ദുഃഖത്തോടെ പെനെലോപ് അവരോട് വിലപിച്ചു–

"ഞാൻ പറയുന്നത് കേൾക്കൂ, ഇപ്പോൾ ഒളിമ്പസ്സിന്റെ ദൈവം എനിക്ക് മറ്റെല്ലാ സ്ത്രീകളേക്കാളേറെ ദുഃഖം വരുത്തിവെച്ചിരിക്കുന്നു. മുമ്പ് എനിക്ക് ശക്തനും ധീരനും, സത്യത്തിൽ എല്ലാ ഗ്രീക്കുകാരന്റെയും പ്രശംസ പിടിച്ചുപറ്റിയവനുമായ, എന്റെ ഭർത്താവ് നഷ്ടപ്പെട്ടു. തീർച്ചയായും, ഹെല്ലാസിലും ആർഗ്ഗോസിലും കീർത്തിപരന്ന ഒരു ശ്രേഷ്ഠനായിരുന്നു അദ്ദേഹം. എന്നാൽ ഇപ്പോൾ ചുഴലിക്കാറ്റ് നമ്മുടെ മതിലുകൾക്കുള്ളിൽനിന്ന് എന്റെ പ്രിയപ്പെട്ട മകനെ ഹീനമായ രീതിയിൽ തട്ടിയെടുത്തിരിക്കുന്നു; അവൻ പോയ വിവരം പോലും ഞാനറിഞ്ഞില്ല. മകൻ തന്റെ കറുത്തകപ്പലിലേക്ക് പോയപ്പോൾ എന്നെ കിടക്കയിൽ നിന്ന് വിളിച്ചെഴുന്നേല്പിക്കുവാൻ എല്ലാം അറിയുന്ന ദുഷ്ട സ്ത്രീകൾ വിചാരിച്ചില്ല. അവൻ യാത്ര പോകാനുദ്ദേശിക്കുന്നുണ്ടെന്ന് ഞാൻ അറിഞ്ഞിരുന്നെങ്കിൽ, അവൻ എത്ര മോഹമുള്ളവനായാലും തീരുമാനം നീട്ടിവെച്ചേനെ. അല്ലെങ്കിൽ, എന്റെ മൃതദേഹം സ്വീകരണമുറിയിലുപേക്ഷിച്ച് അവന് പോകേണ്ടിവന്നേനെ. വേഗം നിങ്ങളിൽ ആരെങ്കിലും പോയി വൃദ്ധൻ ഡോലിയസ്സിനെ വിളിക്കൂ. ഈ വീട്ടിൽ ഞാൻ പ്രവേശിക്കുന്നതിനേക്കാൾമുമ്പ് എന്റെ അച്ഛൻ എനിക്കുതന്ന അടിമയാണ് ഡോലിയസ്, എന്റെ തോട്ടക്കാരൻ, തോട്ടത്തിലെ മരങ്ങളെല്ലാം നോക്കി വളർത്തുന്നവൻ. അവൻ ലാർട്ടെസ്സിന്റെ അടുത്ത് ഓടിച്ചെന്ന്, അദ്ദേഹത്തിന്റെ അടുത്തിരുന്ന് ഇക്കാര്യങ്ങളെല്ലാം വിശദമായി വിവരിക്കട്ടെ. ഒരുപക്ഷേ, അദ്ദേഹം തന്റെ മനസ്സിൽ എന്തെങ്കിലുമൊരു ഉപായം കണ്ടെത്തിയേക്കാം; ഈ ജനങ്ങളോട് പൊതു അഭ്യർത്ഥന നടത്തി തന്റെ പുത്രനേയും ദൈവസമാനനായ ഒഡീസ്സിയുടെ പുത്രനേയും അവർ ഉന്മൂലനം ചെയ്യുന്നതിൽനിന്ന് രക്ഷിച്ചേക്കാം."

പ്രത്യേകാവകാശമുള്ള യൂറിക്ലിയ എന്ന പോറ്റമ്മ മറുപടി നല്കി. "എന്റെ രാജ്ഞി, നിങ്ങൾ നിർദ്ദയമായ വാളുകൊണ്ട് എന്നെ വെട്ടിക്കൊല്ലുകയോ, നിങ്ങളെ സേവിച്ച് ജീവിക്കാൻ അനുവദിക്കുകയോ എന്തുവേ

ണമെങ്കിലും ചെയ്തോളൂ. എങ്കിലും എനിക്കത് പ്രഖ്യാപിക്കാതിരിക്കാനാവില്ല. അവന്റെ ഉദ്ദേശം എനിക്കറിയാമായിരുന്നു; അവൻ എന്നോടാജ്ഞാപിച്ചപ്രകാരം ഭക്ഷ്യധാന്യങ്ങളും മധുരമുള്ള വീഞ്ഞും ഞാൻ നല്കി. അവൻ എന്നെക്കൊണ്ട് ശപഥം ചെയ്യിച്ചിരുന്നു, അക്കാര്യങ്ങൾ പന്ത്രണ്ട് ദിവസം കഴിയുംമുമ്പ് ഞാൻ നിങ്ങളോട് പറയരുതെന്ന്, അവനെ കാണാതെ നിങ്ങൾ വ്യസനിക്കുകയും അവൻ സ്ഥലം വിട്ടെന്ന് കേൾക്കുകയും ചെയ്യുന്നതുവരെ! എന്തുകൊണ്ടെന്നാൽ നിങ്ങളുടെ സുന്ദരമായ മുഖം കണ്ണീരിനാൽ അവലക്ഷണമാകുന്നത് കാണാനവൻ ആഗ്രഹിച്ചില്ല. അതുകൊണ്ട് നിങ്ങൾ കുളിച്ച് വൃത്തിയുള്ള വസ്ത്രം ധരിക്കുക. പിന്നീട് നിങ്ങളുടെ പരിചാരികമാരോടൊപ്പം മുകളിലെ മുറിയിൽ പോയി സ്യൂസിന്റെ പുത്രിയായ എഥീനിയെ പ്രാർത്ഥിക്കുക. യദൃച്ഛയാ ടെലെമാക്കസ്സിനെ മരണത്തിൽനിന്നും അവൾ രക്ഷിച്ചെങ്കിലോ! യാതൊരു കാരണവുമില്ലാതെ, രോഗിയായികിടക്കുന്ന വൃദ്ധൻ ലാർട്ടെസ്സിനെ കൂടുതൽ വേദനിപ്പിക്കല്ലെ."

യൂറിക്ലിയായുടെ വാക്കുകൾ ആ മഹതിയുടെ കരച്ചിലിന് ശമനം വരുത്തി. അവളുടെ കണ്ണുനീർ തോർന്നു. അവൾ കുളിച്ച് വസ്ത്രങ്ങൾ മാറ്റി, പരിചാരികമാരോടൊപ്പം മുകളിലേക്ക് പോയി. പൂജാദ്രവ്യങ്ങൾ അർപ്പിച്ച് എഥീനിയെ പ്രാർത്ഥിച്ചു: "എന്റെ പ്രാർത്ഥന കേൾക്കൂ, ഒരിക്കലും തളരാത്ത ദേവി സ്യൂസിന്റെ പുത്രീ: അനുഭവജ്ഞാനമുള്ള ഒഡീസ്സി ഈ ഹാളുകളിൽ നിനക്കുവേണ്ടി എന്നെങ്കിലും കാളകളുടേയും ചെമ്മരിയാടുകളുടെയും തടിച്ച തുടകൾ ഹോമിച്ചിട്ടുണ്ടെങ്കിൽ, ഇപ്പോൾ അതോർത്ത് എന്റെ പ്രിയപ്പെട്ട മകനെ രക്ഷിക്കുക: വിവാഹാർത്ഥികളിൽ നിന്നും, അവരുടെ അതിക്രമങ്ങളിൽ നിന്നും മോചിപ്പിക്കുക." അവളുടെ തീവ്രാഭിലാഷം ദേവിയോടുള്ള ഒരു കരച്ചിലായി മാറി. ദേവി ആ കേണപേക്ഷിക്കൽ കേട്ടു. താഴെ ഇരുണ്ട ഹാളുകളിൽ വിവാഹാർത്ഥികൾ മദ്യപാനാഘോഷം നടത്തിക്കൊണ്ടിരിക്കവെ, ചില ധിക്കാരികളായ യുവാക്കൾ വീണ്ടും വീണ്ടും വീരവാദം മുഴക്കിക്കൊണ്ടിരുന്നു. 'ധാരാളം വിവാഹഭ്യർത്ഥനകൾ ലഭിച്ചിട്ടുള്ള ഈ രാജ്ഞി നമ്മളുമായുള്ള വിവാഹത്തിന് തയ്യാറെടുക്കട്ടെ, അവളുടെ മകന് മരണം വിധിക്കപ്പെട്ടിരിക്കയാണെന്ന് ഒരിക്കലും അവൾക്ക് ഊഹിക്കാനാവില്ല.' മറ്റുള്ളവരും ആ വാക്കുകൾ ആവർത്തിച്ചു. മതിഭ്രമമുള്ള അവർക്കും എങ്ങനെയാണ് അവന് മൃത്യു വിധിക്കപ്പെട്ടതെന്ന് ഊഹിക്കാനായില്ല. അപ്പോൾ ആന്റിനസ് പറഞ്ഞു. "ഇങ്ങോട്ട് നോക്കൂ. എന്റെ കൂട്ടരേ, ഇത്രയും സന്തോഷകരമായ ഈ വാക്കുകൾ വീട്ടിൽ മറ്റാരെങ്കിലും ആവർത്തിക്കുന്നതുവരെ നമ്മൾ ഉച്ചരിക്കാതിരിക്കുക. അതിനുപകരം, നമ്മൾ തയ്യാറാക്കിയ പദ്ധതി നിശ്ശബ്ദം നടപ്പാക്കാൻ ഉണർന്ന് പ്രവർത്തിക്കുക." അതിനുശേഷം അവൻ കരുത്തരായ ഇരുപതു പേരെ തെരഞ്ഞെടുത്തു; അവർ എഴുന്നേറ്റ് കടൽത്തീരത്ത് കെട്ടിയിട്ടിരുന്ന കപ്പലിനെ വലിച്ച് കടലിലിറക്കാനായിപോയി. അവർ കാറ്റുപായകൾ വലിച്ച് പൊക്കിക്കെട്ടി. പങ്കായങ്ങൾ

തുഴയാവുന്ന രീതിയിൽ കെട്ടിവെച്ചു. ഭൃത്യന്മാർ പുച്ഛഭാവത്തിൽ പട ക്കോപ്പുകൾ ചുമന്നുകൊണ്ടുവന്ന് അവർക്ക് കൊടുത്തു. അവർ കപ്പൽ വെള്ളത്തിലിറക്കി, നങ്കൂരമിട്ട് അത്താഴം കഴിക്കാനായി കടൽത്തീരത്തെ ത്തി. ഇരുട്ടാകുവാനായി അവർ അവിടെ കാത്തിരുന്നു.

ഇതെല്ലാം നടന്നത് ഏത് വിഷയത്തിലും ജാഗ്രതയുള്ള പെനെലോപ് ആഹാരപാനീയങ്ങൾ വർജ്ജിച്ച്, തന്റെ നിഷ്കളങ്കനായ മകൻ മരണ ത്തിൽനിന്ന് രക്ഷപ്പെടുമോ അതോ അസഹിഷ്ണുക്കളായ വിവാ ഹാർത്ഥികളുടെ കൈകളിലകപ്പെടുമോ എന്നുള്ള ചിന്തയിൽ മനഃക്ഷോ ഭത്തോടെ തന്റെ മുകളിലെ മുറിയിൽ കിടക്കുമ്പോഴായിരുന്നു. ഭിത്തി കൾക്കിടയിൽ ജനക്കൂട്ടത്തിനുള്ളിൽ അകപ്പെട്ട് എങ്ങനെ തനിക്ക് ചുറ്റും സൂത്രത്തിൽ അവർ പരന്നു നിന്നു എന്ന് ഉൽക്കണ്ഠ നിറഞ്ഞ കണ്ണുക ളോടെ വീക്ഷിക്കുന്ന ഒരു സിംഹത്തിന്റേതുപോലുള്ള തീവ്രദുഃഖമായി രുന്നു പെനെലോപ്പിന്റെ ദുഃഖം. അത്തരം ഭീതിയുമായി മല്ലിട്ടുകൊണ്ടി രിക്കവെ മന്ദമന്ദം സുഖനിദ്ര അവളിലേക്കൊഴുകി വന്നു. അവൾ നിവർന്നു കിടന്ന് ഉറങ്ങി. ശരീരത്തിന് നല്ല വിശ്രമം ലഭിച്ചു.

അപ്പോൾ തിളങ്ങുന്ന കണ്ണുകളുള്ള ദേവി എഥീനി പുതിയൊരു രൂപം സ്വീകരിച്ചു. കരുത്തനായ ഇക്കാരിയസ്സിന്റെ പുത്രി ഇഫ്തിമിന്റെ രൂപം. യൂമെലസ്സിനെ വിവാഹം കഴിച്ച് ഫെറെയിൽ താമസിക്കുകയാണ് ഇഫ്തിമി. ഈ ഫാന്റത്തിനെ അവൾ ദൈവതുല്യനായ ഒഡീസ്സിയുടെ വീട്ടിലേക്കയച്ചു, കരഞ്ഞ് കണ്ണീരൊഴുക്കുന്ന പെനെലോപ്പിന്റെ അരികി ലേക്ക്; അവളുടെ കണ്ണുനീരും വിലാപവും നിർത്തിക്കുകയായിരുന്നു ലക്ഷ്യം. താക്കോൽ ദ്വാരത്തിലൂടെ അത് പെനെലോപിന്റെ മുറിയിലേക്ക് കടന്നു. ശിരസ്സിനു പിന്നിൽ വന്നു നിന്ന് ഇപ്രകാരം പറഞ്ഞു. “നിന്റെ സ്നേഹമുള്ള ഹൃദയത്തിന് ഇത്ര ക്ഷതമേറ്റിട്ടും നീ ഉറങ്ങുകയാണോ, പെനെലോപ്? സ്വന്തം ഇടപാടുകൾക്കു മേൽ സ്വസ്ഥമായി ഇരിക്കുന്ന ദൈവങ്ങൾക്കുപോലും നിന്റെ കരച്ചിലും കഷ്ടപ്പാടുകളും സഹിക്കാൻ കഴിയുന്നില്ല; ആകയാൽ നിന്റെ മകൻ വീട്ടിൽ തിരിച്ചെത്തുമെന്നാണ് തീരുമാനിക്കപ്പെട്ടിട്ടുള്ളത്. അവൻ ദൈവങ്ങൾക്കെതിരായ ഒരു നിയമ ലംഘകനല്ല.”

സുഖമായി ഉറങ്ങവെ, സ്വപ്നകവാടത്തിൽ ഇരുന്ന്, ജാഗ്രതയുള്ള പെനെലോപ് മന്ത്രിച്ചു. “എന്തിനാണിപ്പോൾ വന്നത്, സഹോദരി, അത്ര വിദൂരമായ നിങ്ങളുടെ വീട്ടിൽനിന്ന് എത്ര വിരളമായാണ് നീ ഇവിടെ വരാറുള്ളത്? എന്റെ ഹൃദയത്തേയും മനസ്സിനെയും വേദനിപ്പിക്കുന്ന അനേകം ദുഃഖങ്ങൾ ഉപേക്ഷിക്കുവാൻ നീ എന്നോട് പറയുന്നു. കുറച്ചു നാൾ മുമ്പ് ഹെല്ലാസിലും ആർഗോസിലും കീർത്തി നേടിയ ധീരനായ എന്റെ ഭർത്താവ് എനിക്ക് നഷ്ടപ്പെട്ടു, ഇപ്പോൾ പ്രിയപുത്രൻ. സംസാര ത്തിലോ പ്രവൃത്തിയിലോ പക്വത വന്നിട്ടില്ലാത്ത ഒരു കുട്ടി, ഒരു കപ്പ ലിൽ യാത്ര പോയിരിക്കുന്നു. എന്റെ ഭർത്താവിനേക്കാളേറെ അവനു വേണ്ടി ഞാൻ ദുഃഖിക്കുന്നു. അപരിചിതർക്കിടയിലോ വിശാലമായ കട ലിലോ അവന് എന്തൊക്കെ കഷ്ടപ്പാടുകളാണ് സഹിക്കേണ്ടിവരുക

എന്നോർത്ത് ഞാൻ പേടിച്ച് വിറയ്ക്കുന്നു. അവന്റെ അനേകം ശത്രുക്കൾ, അവൻ വീട്ടിൽ തിരിച്ചെത്തുന്നതിനുമുമ്പ് അവനെ കൊല്ലാനായി കെണികൾ കണ്ടുപിടിച്ചിട്ടുണ്ട്."

ആ അവ്യക്തമായ ഫാന്റം മറുപടി നല്കി. "ധൈര്യമായിരിക്കൂ. പേടിച്ച് ഹൃദയ വേദന സൃഷ്ടിക്കേണ്ട. അവനോടൊപ്പം അവന്റെ വഴികാട്ടിയായൊരു ശക്തിയും പോകുന്നുണ്ട്. എല്ലാ മനുഷ്യരും തങ്ങളോടൊപ്പം നില്ക്കുമെന്ന് പ്രാർത്ഥിക്കുന്ന തരത്തിലുള്ളൊരു വഴികാട്ടി. പല്ലാസ് എഥീനി! നിന്റെ ദുഃഖത്തിൽ ദയ തോന്നി, അവളെന്നെ നേരെ നിന്റെ അടുത്തേക്കയച്ചിരിക്കുകയാണ്, നിന്നോട് ഈ ആശ്വാസ വചനങ്ങൾ പറയുവാൻ."

വിവേകശാലിയായ പെനെലോപ് വീണ്ടും പറഞ്ഞു. "നിങ്ങൾ ദൈവകല്പിതവും ഒരു ദൈവത്തിന്റെ ശബ്ദം കേട്ടിട്ടുള്ളവനുമാണെങ്കിൽ എന്റെ നിർഭാഗ്യവാനായ ഭർത്താവിന്റെ നിലയെക്കുറിച്ച് എന്നെ ബോധവതിയാക്കൂ. അദ്ദേഹം ഇപ്പോഴും ജീവിച്ചിരിപ്പുണ്ടോ, അതോ മൃതിയടഞ്ഞോ?"

അവ്യക്തമായ നിഴൽ പറഞ്ഞു. "ഞാനത് നിന്നോട് പറയില്ല. അവൻ ജീവിച്ചിരിപ്പുണ്ടെങ്കിലും മരിച്ചിട്ടുണ്ടെങ്കിലും. അക്കാര്യം ലാഘവത്തോടെ പറയുന്നത് തിന്മയാണ്." ഈ വാക്കുകളോടെ ആ രൂപം കതകിന്റെ തുളയിലൂടെ അപ്രത്യക്ഷമായി, വായുവിൽ അലിഞ്ഞുചേർന്നു. പെനെലോപ്, ഇക്കാരിയസ്സിന്റെ പുത്രി, ഉറക്കത്തിൽ നിന്ന് എഴുന്നേറ്റു, സ്വപ്നത്തിന്റെ സ്പഷ്ടതയാൽ അവളുടെ സ്നേഹം നിറഞ്ഞ ഹൃദയം ഊഷ്മളമായി.

ടെലിമാക്കസ്സിന്റെ പെട്ടെന്നുള്ള മരണം മനസ്സിൽ സങ്കല്പിച്ചു കൊണ്ട് വിവാഹാർത്ഥികൾ കടലിന്നുള്ളിലെ ഒരു ശിലാ ദ്വീപുവരെ കപ്പലിലെത്തി. ഇഥാക്കയ്ക്കും സാമോസിനും തുല്യദൂരത്തിൽ സ്ഥിതി ചെയ്യുന്ന കല്ല് നിറഞ്ഞ ദ്വീപ് ആണത്. വലിയ സ്ഥലമല്ല. കപ്പലുകൾക്കു വേണ്ടിയുള്ള ഒരു തുറമുഖം അവിടെയുണ്ട്, ഇരുവശത്തുനിന്നും പ്രവേശിക്കാവുന്ന ഒരു തുറമുഖം. അവർ അവിടെ കപ്പൽ അടുപ്പിച്ച് അവനു വേണ്ടി കാത്തിരുന്നു.

അഞ്ച്

ദൈവങ്ങൾക്കും മനുഷ്യർക്കും പകൽ വെളിച്ചം പകരുവാനായി പ്രഭാതം ഉണർന്നെഴുന്നേറ്റു. സർവ്വശക്തനായ സ്യൂസിനോടൊപ്പം ദൈവങ്ങൾ സഭ കൂടി. ഒഡീസ്സിയുടെ നിരവധി നിർഭാഗ്യങ്ങളെക്കുറിച്ചും ജലദേവതയുടെ വീട്ടിൽ അവന് ദീർഘകാലം തങ്ങേണ്ടി വന്ന ദുരവസ്ഥയെ കുറിച്ചും അവരെ ഓർമ്മപ്പെടുത്തുവാൻ ഉദ്ദേശിച്ചു കൊണ്ട് അവരോട് എഥീനി ഇപ്രകാരം സംസാരിച്ചു–

"പിതാവേ, സ്യൂസ്, അനശ്വരരായ ദൈവങ്ങളിൽവെച്ച് സർവ്വശക്തനായവനെ, ഇനി മേലാൽ ചെങ്കോൽ ധരിച്ച ഒരു രാജാവും ദയാലുവും

മാന്യനും ആകുവാൻ അഭ്യസിക്കാതിരിക്കട്ടെ, അല്ലെങ്കിൽ നീതിയും ധർമ്മവും സുരക്ഷിതമാക്കാതിരിക്കട്ടെ. പരുഷമായും അയോഗ്യമായും പ്രവർത്തിക്കുന്നതാണ് കൂടുതൽ ലാഭകരം. വിശുദ്ധനായ ഒഡീസ്സി ഒരു കരുണാനിധിയും പിതൃസമാനനുമായ ഒരു രാജാവായിരുന്നു. എന്നാൽ അവന്റെ പ്രജകളായ ഒറ്റ മനുഷ്യനും അവനെക്കുറിച്ചോർക്കുന്നില്ല. വിധി അവനെ കെലിപ്സൊ ദേവിയുടെ ദ്വീപിൽ കഠിനവേദനയോടെ ചുണ കെട്ട് ജീവിക്കുവാൻ വിട്ടു. കെലിപ്സോ അവനെ തന്റെ വീട്ടിൽ ഒരു തടവുകാരനായി ഇട്ടിരിക്കയാണ്. തന്റെ അച്ഛന്റെ ഭൂമികൾ വീണ്ടെടുക്കാനുള്ള ശക്തിയും അവനില്ല. അതിനും പുറമെ, അവന്റെ പ്രിയ പുത്രനെ കൊല ചെയ്യാനുള്ള ഒരു ഗൂഢാലോചനയും ഇപ്പോൾ അരങ്ങേറിക്കഴിഞ്ഞിരിക്കുന്നു. വിശുദ്ധ പൈലോസിൽനിന്നോ, ശ്രേഷ്ഠമായ ലാസെഡാമനിൽനിന്നോ മടങ്ങുമ്പോൾ വധിക്കാനാണവരുടെ പദ്ധതി. പിതാവിനെക്കുറിച്ച് എന്തെങ്കിലും വാർത്ത അറിയാൻ കഴിയുമെന്ന പ്രതീക്ഷയിലാണവൻ അവിടെ പോയത്."

സ്യൂസ് അവൾക്ക് മറുപടി നല്കി. "എന്റെ കുട്ടീ, നിന്റെ വായിൽ നിന്ന് പുറപ്പെടുന്ന വിമർശനങ്ങൾ അതിഘോരമാണ്. അതിനും പുറമെ ഈ അവസാന നീക്കം നിന്റെ ഗൂഢ പദ്ധതിയാണെന്ന് ഞാൻ കരുതുന്നു, ഒഡീസ്സി തിരിച്ചുവരുമ്പോൾ ആ മനുഷ്യരോട് അവൻ പ്രതികാരം ചെയ്യാൻവേണ്ടിയുള്ള പദ്ധതി. ടെലിമാക്കസ്സിനെ ഒരു പോറലുപോലുമേല്ക്കാതെ അവന്റെ സ്വന്തം വീട്ടിൽ തിരിച്ചെത്തിക്കാനുള്ള കാര്യബോധവും ശക്തിയും വൈദഗ്ദ്ധ്യവും നിനക്കുണ്ട്. അതപ്രകാരം തന്നെയാകട്ടെ. വിവാഹാർത്ഥികളും അവരുടെ കപ്പലിൽ, പോയതുപോലെതന്നെ തിരിച്ചുവരട്ടെ."

തന്റെ പ്രിയ പുത്രൻ ഹെർമെസ്സിനു നേരെ സ്യൂസ് തിരിഞ്ഞുകൊണ്ട് പറഞ്ഞു. 'നമ്മുടെ പ്രത്യേക സന്ദേശ വാഹകൻ എന്ന നിലയ്ക്കുള്ള നിന്റെ ജോലി എന്താണെന്ന് കേൾക്കുക, ഹെർമെസ്. എന്റെ ഉറച്ച തീരുമാനം ഈ ജലദേവതയെ അറിയിക്കുക. വളരെക്കാലമായി കഷ്ടപ്പെടുന്ന ഒഡീസ്സിയെ കഴിയാവുന്നത്ര വേഗം വീട്ടിലേക്ക് തിരിച്ചുപോകാനനുവദിക്കുക, ദൈവങ്ങളിൽ നിന്നോ മനുഷ്യരിൽ നിന്നോ കൂടുതൽ ഇടപെടലുകൾ ഇല്ലാതെ. അതുകൊണ്ട് ദൃഢമായൊരു ചങ്ങാടം കെട്ടിയുണ്ടാക്കി, അതിൽ കയറി സാഹസികമായ യാത്ര ചെയ്ത് ഒഡീസ്സി സമ്പന്നമായ പേർഷ്യൻ ഭൂമിയിലെ ഷീരിയായിലെത്തട്ടെ. ദൈവീക പാരമ്പര്യമുള്ള പേർഷ്യൻ നിവാസികൾ അവനെ ഹൃദയപൂർവ്വം ആദരവോടെ സ്വീകരിക്കും. പിന്നെ ചെമ്പും സ്വർണ്ണവും വസ്ത്രങ്ങളും സമ്മാനമായി കപ്പലിൽ നിറച്ച് അവനെ ജന്മനാട്ടിലേക്കയക്കും. ഒരിക്കലും ഇത്രമാത്രം സമ്പത്ത് ഒഡീസ്സി സ്വരൂപിച്ചുകാണില്ല, ട്രോയിൽ നേടിയ യുദ്ധക്കൊള്ളയിൽ പോലും. അപ്രകാരം സുഹൃത്തുക്കളുടെ അടുത്ത് വീണ്ടും എത്തി തന്റെ പിതാക്കന്മാരുടെ ഭൂമിയിൽ സ്വന്തം രാജകീയ ഗൃഹത്തിൽ പ്രവേശിക്കണം എന്നാണ് കല്പന."

അപ്രകാരമായിരുന്നു ആജ്ഞ. സന്ദേശവാഹകൻ (ആർഗസ്-ഘാതകൻ) അനുസരിക്കുന്നതിൽ യാതൊരു താമസവും വരുത്തിയില്ല. തൽക്ഷണം അവൻ സ്വർണ്ണംകൊണ്ടുള്ള ജീർണ്ണിക്കാത്ത ചെരുപ്പിട്ട് കാറ്റുപോലെ സമുദ്രത്തിനും തരിശുഭൂമിക്കും മീതെ പറന്നു. അവൻ തന്റെ മന്ത്രകോൽ കൈയിലെടുത്തിരുന്നു; അതുകൊണ്ടവന് മനുഷ്യരെ മയക്കി കെടുത്താനും, ഊർജ്ജസ്വലരാക്കാനും കഴിയും. അതും കൈയിലേന്തി, അതിശീഘ്രം വായുവിലൂടെ പാഞ്ഞു. പീരസ് കൊടുമുടിക്ക് മീതെ പറന്ന് ആകാശത്തുനിന്നും സമുദ്ര നിരപ്പിലെത്തി. പിന്നെ നീണ്ടകഴുത്ത്, കടൽമീനുകളെ പറന്നെത്തിപ്പിടിക്കുന്ന കോർമറന്റ് പക്ഷിയെപ്പോലെ നീട്ടി, അവൻ തിരമാലകൾക്കുമീതെ പാഞ്ഞു.

ഒടുവിലവൻ ദൂരെ ഒറ്റപ്പെട്ടുകിടക്കുന്ന ആ ദ്വീപിലെത്തി. സുന്ദരമായ മുടിയുള്ള ആ ജലദേവതയുടെ വാസസ്ഥലമായ വലിയ ഗുഹ വരെ അവൻ ചെന്നു. ദേവദാരുമരത്തടി കത്തിക്കുന്ന ഒരു ചൂളയിൽനിന്ന് ആ ദ്വീപിൽ സുഗന്ധം പരന്നിരുന്നു. ആ ചൂളയ്ക്കരികിലായി അവളെ കണ്ടെത്താൻ കഴിയുമെന്നവൻ കരുതി. ഗുഹയ്ക്കകത്തുനിന്ന് ജലദേവതയുടെ മധുരഗാനം കേൾക്കാൻ കഴിഞ്ഞു. ഒരു സ്വർണ്ണതറി ഉപയോഗിച്ച് ഒരു കൈത്തറിയിൽ തുണി നെയ്തുകൊണ്ടിരിക്കവെ ആയിരുന്നു ഈ ഗാനാലാപനം. ഗുഹാമുഖത്തിന് ചുറ്റും ആൽഡെർ മരങ്ങളുടേയും കറുത്ത പോപ്ലാർ മരങ്ങളുടെയും സുഗന്ധ പൂരിതമായ സൈപ്രസ് മരങ്ങളുടെയും കൂട്ടങ്ങൾ തിങ്ങി വളരുന്നു. നീണ്ടവാലുള്ള പക്ഷികൾ, മൂങ്ങകൾ, പരുന്തുകൾ, കാക്കകൾ തുടങ്ങിയവ രാത്രിയിൽ ഈ മരങ്ങളിൽ ചേക്കേറുന്നു- ഈ കടൽപക്ഷികളുടെ ഉപജീവനം കടലിലെ മീനുകളാണ്. ഗുഹാമുഖത്തെ ഹാരമണിയിച്ചുകൊണ്ട് കനത്ത മുന്തിരിക്കുലകൾ നിറഞ്ഞ മുന്തിരിച്ചെടി പടർന്നുനില്ക്കുന്നു. പൂന്തോട്ടം നനയ്ക്കാനായി ശുദ്ധജലം നിറഞ്ഞ നാല് ചോലകൾ ഉണ്ട്. പുൽത്തകിടി മൃദുവും മനോഹരവുമാണ്. അവിടെ എത്തുന്ന ദൈവങ്ങൾപോലും അതിന്റെ മനോഹാരിതയിൽ കണ്ണും നട്ട്, ആഹ്ലാദിച്ച് നിന്നുപോകും. ആർഗസ് ഘാതകനായ സന്ദേശവാഹകൻ ആശ്ചര്യ ഭരിതനായി സ്തംഭിച്ച് നിന്നു! മനസ്സ് സമനിലയിലെത്തിയപ്പോൾ അവൻ ആ വലിയ ഗുഹയിലേക്ക് കയറിച്ചെന്നു. അയാളെ കണ്ടപ്പോൾ കാലിപ്സൊ ദേവതയ്ക്ക് യാതൊരു പരിചയക്കുറവും തോന്നിയില്ല (അവർ എത്രദൂരം താമസിക്കുന്നവരായാലും പരസ്പരം കാണുമ്പോൾ തിരിച്ചറിയാൻ കഴിയുമെന്നത് ദൈവങ്ങൾക്കുള്ള ഒരു വരദാനമാണ്). ഗുഹയിലവന് വിശാല ഹൃദയനായ ഒഡീസ്സിയെ കാണാൻ കഴിഞ്ഞില്ല; ഒഡീസ്സി പതിവുപോലെ കടൽത്തീരത്തിരുന്ന് വിഫലമായ കടലിൽ കണ്ണും നട്ട് ദുഃഖത്തോടെ കണ്ണുനീർ പൊഴിക്കുകയായിരുന്നു.

സുന്ദരിയായ ദേവത, കാലിപ്സൊ ഹെർമെസ്സിനെ അതിവിശിഷ്ടമായൊരു സിംഹാസനത്തിലിരുത്തി ചോദിച്ചു. "സ്വർണ്ണദണ്ഡ് പിടിച്ച ഹെർമെസ്, അങ്ങയെ ആദരപൂർവ്വം സ്വാഗതം ചെയ്യുന്നു, പണ്ടുമുതലേ

എന്നെ സന്ദർശിക്കുന്ന ശീലം നിങ്ങൾക്ക് ഉണ്ടായിരുന്നില്ലല്ലോ. എന്തു കൊണ്ടാണ് നിങ്ങൾ ഇന്നിവിടെ വന്നത്? നിങ്ങളുടെ മനസ്സിലുള്ളത് എന്നോടു പറയൂ. നിങ്ങളുടെ ആഗ്രഹം സാധിപ്പിച്ചു തരുവാൻ എന്റെ മനസ്സ് വെമ്പുന്നു. അത് എന്റെ കഴിവിനുള്ളിലുള്ളതും നിയമാനുസൃത മായി നിർവ്വഹിക്കാൻ പറ്റുന്നതുമാണെങ്കിൽ ഞാനത് ചെയ്തുതരും. എന്തായാലും ആദ്യം ഗുഹയ്ക്കുള്ളിലേക്ക് കയറിവരൂ. ഒരു അതിഥിയോ ടുള്ള കടമ ഞാൻ നിർവ്വഹിക്കട്ടെ." ഇപ്രകാരം പറഞ്ഞ് ദേവത അമൃത് പുരട്ടിയ ആഹാരപദാർത്ഥങ്ങൾ ഒരു മേശയിൽ നിരത്തി, ഒപ്പം ചുകന്ന മധുവും കുടിക്കാനായി നല്കി. ആർഗസ് ഘാതകനായ സന്ദേശവാഹകൻ മതിയാവോളം തിന്നുകയും കുടിക്കുകയും ചെയ്തു. അങ്ങിനെ സംതൃ പ്തനായ അവൻ സംസാരിച്ചുതുടങ്ങി.

"ദൈവത്തോടെന്നപോലെ നിങ്ങൾ എന്നോട് ചോദിക്കുന്നു, എന്നോട് ആജ്ഞാപിക്കുന്നു, ഞാൻ എന്തിനാണ് വന്നതെന്ന് പറയു വാൻ. സത്യം ഇതാണ്, കേൾക്കുക! സ്യൂസ് കല്പിച്ചതനുസരിച്ചാണ് ഞാൻ യാത്ര ചെയ്ത് ഇവിടെ എത്തിയത്. എന്റെ ഇഷ്ടപ്രകാരമല്ല. മനുഷ്യരുടെ നഗരം അടുത്തില്ലാത്തിടത്തേക്ക് ആരാണ് സ്വന്തം ഇഷ്ടാ നുസരണം വരുക. മനുഷ്യരുണ്ടായിരുന്നെങ്കിൽ അവർ നൂറുകണക്കിന് സ്വാദുള്ള കാളകളെ ദൈവങ്ങൾക്കായി ബലി അർപ്പിച്ചേനെ! കേൾക്കുക- സ്യൂസിന്റെ കല്പനയിൽ ഏതെങ്കിലും കൂട്ടാനോ കുറയ്ക്കാനോ മറ്റൊരു ദൈവത്തിന് കഴിയില്ല. നിങ്ങളോടൊപ്പം ഏറ്റവും ദുഃഖിതനായ മനുഷ്യൻ ഉണ്ടെന്ന് അവൻ പ്രഖ്യാപിക്കുന്നു- പ്രിയംകോട്ടയ്ക്ക് ചുറ്റും ഒമ്പത് കൊല്ലം പോരാടുകയും പത്താം കൊല്ലം ആ നഗരം കൊള്ളയടിച്ച് വീട്ടി ലേക്ക് തിരിച്ചുപോയവരെക്കാൾ വളരെ കുറവ് സന്തുഷ്ടിയുള്ളവൻ. എന്നിട്ടും അവരുടെ മടക്കയാത്രയിൽ അവർ എഥീനിയോട് അപരാധം ചെയ്തു. അവൾ അവർക്കെതിരെ ദൗർഭാഗ്യം നിറഞ്ഞ കൊടുങ്കാറ്റി നെയും ഭീകരമായ തിരമാലകളെയും അയച്ചു. അതിലകപ്പെട്ട് ഈ മനു ഷ്യന്റെ മുഴുവൻ കൂട്ടുകാരും ദൂരദേശത്തേക്ക് അയയ്ക്കപ്പെട്ടു. അവനെ കാറ്റടിച്ച് ഈ സ്ഥലത്തെത്തിച്ചു. ആയതിനാൽ അവനെ അതിവേഗം പറഞ്ഞയയ്ക്കുവാൻ ഇപ്പോൾ പിതാവ് ആജ്ഞാപിക്കുന്നു. എന്തുകൊ ണ്ടെന്നാൽ, അവൻ തന്റെ സുഹൃത്തുക്കളിൽനിന്നും അകന്ന് വിദൂര ദേശത്ത് മരിക്കാൻ വിധിക്കപ്പെട്ടവനല്ല. നേരെമറിച്ച് വീണ്ടും അവൻ ഈ സുഹൃത്തുക്കളോടൊപ്പം തന്റെ രാജ്യത്ത് തന്റെ ശ്രേഷ്ഠമായ കൊട്ടാര ത്തിൽ ഇരിക്കേണ്ടവനാണ്." അപ്രകാരം അവൻ പറയവെ, സുന്ദരിയായ ദേവത കാലിപ്സൊ തണുത്ത് വിറച്ചു. പിന്നെ കൂർത്ത വാക്കുകളിൽ അവൾ മറുപടി നല്കി. "നിങ്ങൾ ദൈവങ്ങൾ ക്രൂരന്മാരാണ്. മറ്റുള്ളവ രോട് ഭയങ്കര അസൂയയുള്ളവർ. പ്രത്യേകിച്ച് ദേവതമാർ പരസ്യമായി ശിക്ഷിക്കുവാനായി മനുഷ്യരെ തെരഞ്ഞെടുക്കുമ്പോൾ, അല്ലെങ്കിൽ മനു ഷ്യരെ പ്രേമിക്കുകയും ബന്ധം സ്ഥാപിക്കുകയും ചെയ്യുമ്പോൾ. അരു ണോദയം ഓറിയോനെ തെരഞ്ഞെടുത്തപ്പോൾ എന്താണ് സംഭവിച്ച

തെന്ന് ഓർക്കുക. നിങ്ങൾ ദൈവങ്ങൾ സുഖമായി നിങ്ങളുടെ സ്വർഗ്ഗത്തിലിരുന്ന് ഈ കൂട്ടുകെട്ടിനെ പകയോടെ വീക്ഷിച്ചു. ഒടുവിൽ പരിശുദ്ധയായ ആർട്ടെമിസ് തന്റെ അമ്പെയ്ത് ഓർട്ടിജിയയിൽ വെച്ച് അവനെ കൊന്നു. വീണ്ടും അത്തരം സംഭവം നടന്നു, ഡിമിറ്റർ വൈകാരികബന്ധത്തിലേർപ്പെട്ടവനെ അധികനാൾ കഴിയുന്നതിന് മുമ്പുതന്നെ സ്യൂസ് ഇടിമിന്നൽ അയച്ച് വധിച്ചു.

അതേരീതിയിൽ നിങ്ങൾ ദൈവങ്ങൾ എനിക്ക് അടുപ്പമുള്ള ഈ മനുഷ്യന്റെ പേരിൽ എന്നോട് അസൂയപ്പെടുകയാണ്. ഞാനാണവനെ രക്ഷിച്ചത്. അവന്റെ കപ്പൽ കറുത്ത സമുദ്രത്തിൽ ലക്ഷ്യബോധമില്ലാതെ ഒഴുകിനടക്കുകയായിരുന്നു. സ്യൂസ് ശക്തമായൊരു ഇടിമിന്നൽ ആ കപ്പലിനു നേരെ വിട്ട് അതിനെ തകർത്തുകളഞ്ഞു. ആ കപ്പൽത്തകർച്ചയിൽ എല്ലാ കഴിവുള്ള ജോലിക്കാരും മരിച്ചുപോയി. സന്ദർഭവശാൽ മാത്രമാണ് അവൻ കാറ്റിലും തിരയിലും പെട്ട് എന്റെ കടൽത്തീരത്തേക്ക് ഒഴുകി എത്തിയത്. ഞാനവനെ സ്നേഹിച്ചു, അവനെ ശുശ്രൂഷിച്ചു, അവൻ മരിക്കരുതെന്നും ജീവിതം മുഴുവൻ ഇവിടെ ചെലവഴിക്കണമെന്നും ഞാൻ സ്വയം ശപഥം ചെയ്തു. എന്നാലും നീ പറഞ്ഞത് ശരിയാണ് സ്യൂസിന്റെ ഉത്തരവ് താഴെയുള്ള ഒരു ദൈവത്തിനും മറികടക്കാൻ കഴിയില്ല. അക്കാരണത്താൽ പ്രേരണയും ആജ്ഞയും അവനിൽ നിന്നുള്ളതാണെങ്കിൽ ഞാനെന്റെ മനുഷ്യനെ കടൽ കടന്നു പോകാനനുവദിക്കാം. എന്നാൽ, പറഞ്ഞയയ്ക്കുന്നത് ഒരു വിധത്തിലും എന്റെ ചുമതലയല്ല. തിരിച്ചുകൊണ്ടുവിടുവാൻ ഇവിടെ പങ്കായങ്ങളുള്ള കപ്പലോ, കപ്പൽ ജോലിക്കാരോ ഇല്ല. എങ്ങനെ സുരക്ഷിതമായി അവന് സ്വന്തം നാട്ടിലെത്താം എന്നതിനുള്ള ഏറ്റവും നല്ല ഉപദേശം ഞാനവന് നിസ്സങ്കോചം പറഞ്ഞുകൊടുക്കാം."

ആ സന്ദേശ വാഹകൻ, ആർഗസിന്റെ ഘാതകൻ മറുപടി നല്കി: "ഒരു ഉറപ്പിനു വേണ്ടി അവനെ ഇപ്പോൾ പറഞ്ഞയക്കൂ, സ്യൂസിനെ കുപിതനാക്കാതിരിക്കാനും അനുസരണയും ആദരവും കാണിക്കാനും വേണ്ടി അപ്രകാരം പ്രവർത്തിക്കുക. നിന്നോടദ്ദേഹം കോപിക്കാനിടയായാൽ പിന്നീടത് ഉൾപ്പകയ്ക്ക് ഇടയാക്കും." ഇത്രയും പറഞ്ഞ്, ശക്തനായ ആർഗസ് ഘാതകൻ സ്ഥലം വിട്ടു. ജലദേവത വിശാലഹൃദയനായ ഒഡീസ്സിയെ കാണാനായി പുറപ്പെട്ടു. സ്യൂസ് അയച്ച ഉത്തരവ് അനുസരിച്ച് പ്രവർത്തിക്കണമല്ലോ. അവൻ കടലോരത്ത് ഇരിക്കുന്നതവൾ കണ്ടു. അവന്റെ കണ്ണുകൾ എന്നത്തേയുംപോലെ ഈറനണിഞ്ഞിരുന്നു. രക്ഷപ്പെടാനുള്ള ചിന്തയിൽ അവൻ തന്റെ വിലപ്പെട്ട ജീവിതം വിലപിച്ച് പാഴാകുകയായിരുന്നു. തന്റെ സങ്കല്പം ജലദേവതയ്ക്ക് ഇഷ്ടമല്ലെന്നവന് അറിയാമായിരുന്നു. എല്ലാ രാത്രിയും അവളോടൊപ്പം അവൻ ശയിച്ചിരുന്നു എന്നതൊരു വാസ്തവമാണ്. അവളുടെ ഗുഹയിൽ താമസിക്കുമ്പോൾ അവന് മറ്റൊന്നും തെരഞ്ഞെടുക്കാൻ കഴിയില്ലായിരുന്നു. എന്നാലും അവൻ അത് ഇഷ്ടപ്പെട്ടില്ല, അവളാണെങ്കിൽ വല്ലാതെ ഇഷ്ടപ്പെടുകയും

ചെയ്തു! അവൻ എപ്പോഴും ആ ദ്വീപിന്റെ പാറകളും വെള്ളാരം കല്ലുകളുമുള്ള കടൽത്തീരത്ത് ചെല്ലും. ദിവസം മുഴുവൻ കരഞ്ഞും വേദനയോടെ നെടുവീർപ്പിട്ടും വിജനതയിലേക്ക് കണ്ണും നട്ട് ഇരിക്കും.

ദേവത അവന്റെ അടുത്തുചെന്ന് പറഞ്ഞു: "നിർഭാഗ്യവാനായ മനുഷ്യാ, ഈ സ്ഥലത്ത് ഇനി ദുഃഖിച്ച് ഇരിക്കേണ്ട. നിന്റെ ജീവിതം അപ്രകാരം നശിക്കുകയില്ല. എന്തുകൊണ്ടെന്നാൽ നോക്കൂ, ഇവിടെ നിന്ന് നിന്നെ പറഞ്ഞയയ്ക്കാൻ എന്റെ മനസ്സ് തയ്യാറാണ്. വലിയ മരത്തടികൾ വെട്ടിവീഴ്ത്തി, ഇരുമ്പ് പണിയായുധങ്ങൾ ഉപയോഗിച്ച് അവയെ ചെത്തി രൂപപ്പെടുത്തി വലിയൊരു ചങ്ങാടം ഉണ്ടാക്കുക. അതിന്റെ മുകൾ നില വെള്ളത്തിൽ നിന്നും നന്നായി പൊന്തി നില്ക്കണം. അതിൽ മഞ്ഞു മൂടിയ സമുദ്രത്തിന് മുകളിലൂടെ നിനക്ക് യാത്ര ചെയ്യാം. നിന്റെ വിശപ്പും ദാഹവും തീർക്കാനായി ഞാൻ ഭക്ഷണവും വെള്ളവും ചുകന്ന വീഞ്ഞും തരാം. ഞാൻ നിനക്ക് വിലപിടിച്ച വസ്ത്രങ്ങൾ തരും; നിന്റെ കപ്പൽ മാർഗ്ഗത്തിൽ അനുകൂലമായ കാറ്റ് ഉറപ്പുവരുത്തി യാതൊരപകടവും ഇല്ലാതെ നിന്നെ നാട്ടിലെത്തിക്കും. ദൈവങ്ങൾ അപ്രകാരമാണ് ആഗ്രഹിക്കുന്നതെങ്കിൽ: എന്തുകൊണ്ടെന്നാൽ വിശാലമായ ആ സ്വർഗ്ഗത്തിലെ ദൈവങ്ങൾ എന്നേക്കാൾ വളരെയേറെ ശക്തിയുള്ളവരാണ്. ഉദ്ദേശത്തിലും നിർവ്വഹണത്തിലും ഒരുപോലെ ശക്തിയുള്ളവരാണ്."

അവളുടെ പ്രഭാഷണം ദൃഢചിത്തനായ ഒഡീസ്സിയെ വിറപ്പിച്ചു. അവൻ ഉറക്കെ തിരിച്ചടിച്ചു. "തീർച്ചയായും ദേവതേ അതൊരിക്കലും എന്റെ ഗുണത്തിനു വേണ്ടിയുള്ളതല്ല, നേരെ മറിച്ചുള്ളതാണ്- വളരെ പൊക്കമുള്ള അതിവേഗത്തിൽ പായുന്ന വലിയ കപ്പലുകൾക്ക് പോലും സുരക്ഷിതമല്ലാത്ത ആപൽക്കരവും ദുർഘടം പിടിച്ചതുമായ ആഴക്കടലിൽ ഒരു ചങ്ങാടത്തിൽ ഞാൻ യാത്ര ചെയ്യുക എന്നത് - സ്യൂസിന്റെ അനുഗ്രഹത്തോടെയും സംതൃപ്തിയോടെയും അനുകൂലമായ കാറ്റോടുകൂടിയുമാണെങ്കിൽ പോലും ആ യാത്ര ദുഷ്കരമായിരിക്കും. അതുകൊണ്ട് ഒരു കാര്യം മനസ്സിലാകുക, നിങ്ങളുടെ ഇച്ഛാനുസരണമല്ലാതെ ഞാനീ ചങ്ങാട സാഹസിക സംരംഭത്തിന് തുനിയുകയില്ല. ഞാനതിന് തയ്യാറാകണമെങ്കിൽ എനിക്കുവേണ്ടി കൂടുതൽ ആപത്തുകൾ നിങ്ങൾ ഈ പദ്ധതിയിലൂടെ ആസൂത്രണം ചെയ്യുന്നില്ല എന്ന് ഒരു ദേവത എന്ന നിലയ്ക്ക് എന്നോട് ഉഗ്രശപഥം ചെയ്യാൻ സമ്മതിക്കണം."

അവന്റെ വാക്കുകൾ സുന്ദരിയായ ജലദേവത, കാലിപ്സൊയെ ചിരിപ്പിച്ചു. അവൾ സ്നേഹപൂർവ്വം അവന്റെ പേര് വിളിച്ച്, സ്വന്തം കൈകൊണ്ട് തലോടി സാന്ത്വനപ്പെടുത്തി. അവൾ അവനോട് പറഞ്ഞു "എന്നെക്കുറിച്ച് അപ്രകാരം സങ്കല്പിക്കുവാനും അതെന്നോട് പറയുവാനും ധൈര്യപ്പെട്ട നീ അതിബുദ്ധിമാനായൊരു പോക്കിരിതന്നെ! ഭൂമിയേയും, മുകളിലെ വിശാലമായ സ്വർഗ്ഗത്തേയും താഴോട്ടൊഴുകുന്ന 'സ്റ്റിക്സ്' നദിയേയും സാക്ഷി നിർത്തി നിനക്കെതിരായി ഒരു തരത്തിലുള്ള ദ്രോഹവും ഞാൻ ഉദ്ദേശിക്കുന്നില്ലെന്ന് ശപഥം ചെയ്യുന്നു (അനുഗൃഹീതരായ ദൈവ

ങ്ങൾക്കിടയിൽ പ്രചാരത്തിലുള്ള ഏറ്റവും വലുതും ഏറ്റവും ഭീകരവുമായ ശപഥമാണിത്). അതിനേക്കാളേറെ സൂക്ഷ്മമായ ശ്രദ്ധയോടെ ഞാൻ പദ്ധതി ആസൂത്രണം ചെയ്യുകയും നിന്നെ ഉപദേശിക്കുകയും ചെയ്യുമെന്ന് വാക്കു തരുന്നു. എന്നെ വിശ്വസിക്കുക. എന്റെ ഹൃദയം ഇരുമ്പുകൊണ്ടു സൃഷ്ടിക്കപ്പെട്ടതല്ല, അത് വളരെ കരുണാർദ്രമാണ്."

ഇത്രയും പറഞ്ഞശേഷം ദേവത പെട്ടെന്ന് തിരിഞ്ഞു. ഒഡീസ്സി അവളെ പിന്തുടർന്നു. അവർ വീണ്ടും ഗുഹയിലേക്ക് പ്രവേശിച്ചു. ദേവതയും മനുഷ്യനും! അല്പം മുമ്പ് ഹെർമെസ് ഇരുന്ന സിംഹാസനത്തിൽ അവൻ ഇരുന്നു, ദേവത അവന് വിവിധതരത്തിലുള്ള ആഹാരപാനീയങ്ങൾ നല്കി സല്ക്കരിച്ചു. അതിനുശേഷം ആ ധീരന് മുന്നിൽ അവൾ ഇരുന്ന് അമൃത് കഴിച്ചു. തൃപ്തിയാകുംവരെ സസന്തോഷം അവർ ആഹാരം കഴിച്ചു. അപ്പോൾ സുന്ദരിയായ ദേവത കാലിപ്സൊ സംസാരിക്കാൻ തുടങ്ങി-

"സ്യൂസിന്റെ ബന്ധുവും ലാർട്ടെസ്സിന്റെ പുത്രനുമായ ഒഡീസ്സീ, സ്വന്തം നാട്ടിലേക്ക് പോകണമെന്നത് നിന്റെ യഥാർത്ഥ ആഗ്രഹം തന്നെയാണോ? ദൈവം നിന്നോട് പൊറുക്കട്ടെ: നീ അവിടെ സന്തോഷവാനായിരിക്കുമോ! നീ അന്വേഷിക്കുന്ന വീട്ടിൽ ചെന്നു ചേരുന്നതിനു മുമ്പ് എന്തെല്ലാം ദൗർഭാഗ്യങ്ങൾ നിനക്ക് വന്നു ചേരുമെന്ന് നീ ചിന്തിച്ചിട്ടുണ്ടോ? സത്യത്തിൽ നീ ഇവിടെ എന്നോടൊപ്പം എന്നും ജീവിക്കുന്നതാണ് നല്ലത്, എന്റെ വീട്ടിൽ അനശ്വരനായി കഴിയാം. എന്നും ദിവസം മുഴുവൻ. സ്വന്തം ഭാര്യയെ കാണുവാൻ കൊതിച്ചുകൊണ്ടുള്ള ഈ അലച്ചിൽ ഉപേക്ഷിക്കുക. അവൾ എന്റെ പ്രതിയോഗിയാണെന്ന് ഞാൻ പരസ്യമായി പറയുമെന്ന് ചിന്തിക്കയേ വേണ്ട. ഏത് രൂപത്തിലായാലും ഒരു വെറും സ്ത്രീ അമർത്ത്യരോട് മത്സരിക്കുന്നത് മര്യാദകേടാണ്."

മഹാനായ ഒഡിസ്സി വിവേകപൂർവ്വം മറുപടി നല്കി. "ഓ ദേവതേ, ഇത് എനിക്കെതിരായി കാണരുതേ. എനിക്ക് തീർച്ചയായും അറിയാം ശരീരവടിവിലും അഴകിലും പെനെലോപ് എത്രയോ താഴെയാണെന്ന്. എന്തുകൊണ്ടെന്നാൽ അവൾ ഒരു മനുഷ്യസ്ത്രീയാണ്. നിങ്ങൾ മാറ്റമില്ലാത്തവളും മരണമില്ലാത്തവളും നിത്യയൗവനം ഉള്ളവളുമാണ്. എന്നിരുന്നാലും ഞാൻ നാട്ടിലേക്ക് യാത്ര ചെയ്യാനാണ് തീരുമാനിക്കുന്നത്. ആ മോഹത്തിലാണ് എന്റെ ദിവസങ്ങളെല്ലാം ഞാൻ ചെലവഴിച്ചത്. ഒരു ദൈവം എന്നെ നടുക്കടലിൽവെച്ച് തകർക്കുമെങ്കിൽ അങ്ങനെയാകട്ടെ. മഹാമനസ്കതയോടെ ഞാനത് സഹിക്കും. എന്തുകൊണ്ടെന്നാൽ എന്റെ ശൗര്യം എല്ലാ കഷ്ടപ്പാടുകളും സഹിക്കാനായി പാകപ്പെടുത്തപ്പെട്ടിട്ടുള്ളതാണ്. കൊടുങ്കാറ്റിലായാലും യുദ്ധത്തിലായാലും ഞാൻ എല്ലാതരം, വേദനകളും കഷ്ടപ്പാടുകളും അനുഭവിച്ചറിഞ്ഞിട്ടുള്ളതാണ്. വരാൻപോകുന്ന ദുർഗ്ഗതിയും അതിനോടൊപ്പം കൂട്ടിച്ചേർക്കട്ടെ" അവൻ സംസാരിച്ചുകൊണ്ടിരിക്കെ സൂര്യനസ്തമിച്ചു. ഇരുട്ട് വ്യാപിക്കാൻ തുടങ്ങി. അവർ എഴുന്നേറ്റ് ഗുഹയുടെ അകത്തേക്ക് പോയി. ഏറ്റവും അറ്റത്തെ മിനുസ

മുള്ള ചുമരുകളുള്ള മുറിയിലേക്ക് ചെന്ന് അവിടെ രാത്രി മുഴുവൻ ആഹ്ലാദപൂർവ്വം കാമലീലകളിൽ മുഴുകി.

അരുണോദയമായപ്പോൾ ഒഡീസ്സി എഴുന്നേറ്റ് വസ്ത്രം മാറ്റി. കാലിപ്സോ തന്റെ നനുത്ത് മൃദുവായ വെള്ള ഗൗൺ ധരിച്ചു. അരയിൽ ശുദ്ധ സ്വർണ്ണംകൊണ്ടുള്ള അരഞ്ഞാണം കെട്ടി. തലമുടി ഒരു ശിരോവസ്ത്രം കൊണ്ട് മൂടി. പിന്നെ വിശാല ഹൃദയനായ ഒഡീസ്സിയോടൊപ്പം വേഗം നടന്നു.

ആദ്യം ചെമ്പുകൊണ്ടുള്ളൊരു വലിയ കോടാലി അവൾ അവന് നല്കി. അവന് ഉപയോഗിക്കാൻ പാകത്തിനുള്ളത്. രണ്ട് വശങ്ങളും മൂർച്ച കൂട്ടിയ ആ കോടാലിക്ക് നന്നായി ഉരുട്ടിയെടുത്ത ഒലിവ് മരംകൊണ്ടുള്ള പിടിയാണുണ്ടായിരുന്നത്. പിന്നെ മരം ചെത്തി മിനുക്കാനായി നല്ലൊരു ഉളിയും അവന് കൊടുത്തു. വളരെ പൊക്കത്തിൽ വളർന്നു നില്ക്കുന്ന ആൽഡർ മരങ്ങളും പോപ്ലാറുകളും പൈൻ മരങ്ങളുമുള്ള ദ്വീപിന്റെ അറ്റത്തേക്കവൾ അവനെ നയിച്ചു. വളരെക്കാലമായി ഉണങ്ങി വരണ്ട് നില്ക്കുകയാണവ. അത് വെള്ളത്തിൽ നന്നായി പൊന്തിക്കിടക്കും. ഏറ്റവും ഉയരമുള്ള മരങ്ങൾ എവിടെയാണ് വളരുന്നതെന്ന് കാലിപ്സോ ദേവത അവന് കാണിച്ചുകൊടുത്തു. പിന്നെ അവൾ സ്വന്തം ഗുഹയിലേക്ക് മടങ്ങി. അവൻ മരം മുറിക്കുന്നതിലും കൊണ്ടുവരുന്നതിലും വ്യാപൃതനായി. ഇരുപത് വൃക്ഷങ്ങൾ അവൻ വെട്ടിവീഴ്ത്തി. മഴുവും ഉളിയുമുപയോഗിച്ച് ഒരു വിദഗ്ദ്ധനെപ്പോലെ അവ ചെത്തിമിനുക്കി.

അപ്പോൾ അവന്റെ സുന്ദരിയായ ദേവത തുളയിടാനായി ഡ്രിൽ കൊണ്ടുവന്നു. അത് ഉപയോഗിച്ച് തടികളിലവൻ തുളകളിട്ട് കൂട്ടിക്കെട്ടി വിശാലമായൊരു കച്ചവടക്കപ്പലിന്റെ ഡെക്ക് രൂപകല്പന ചെയ്യുന്ന സമർത്ഥനായൊരു കപ്പൽ നിർമ്മാതാവിനെപ്പോലെ, തന്റെ ചങ്ങാടം നിർമ്മിച്ചു. അടുത്തടുത്തായി അനേകം കാലുകൾ നാട്ടി അപ്പർഡെക് ഉണ്ടാക്കി. തന്റെ ചങ്ങാടത്തിലവനൊരു പാമരം പിടിപ്പിച്ചു. അമരം പിടിക്കാനായി ഒരു ചുക്കാൻ ഉറപ്പിച്ചു. പ്രക്ഷുബ്ധമായ കടലിൽ നിന്ന് രക്ഷപ്പെടാനായി ചങ്ങാടത്തിന്റെ വശങ്ങളിൽ മരക്കമ്പുകൾ കൊണ്ട് മെടഞ്ഞ വേലികൾ കെട്ടി ഉറപ്പിച്ചു. അതിന്റെ താങ്ങിനായി കൈവരികളും പിടിപ്പിച്ചു. കാറ്റുപായകളുമായി കാലിപ്സൊ വീണ്ടും എത്തി. അതവൻ നല്ല ഉറപ്പോടെ തുന്നിപ്പിടിപ്പിച്ചു. പിന്നെ, ഷീറ്റുകൾ പിടിപ്പിച്ചു. ഒടുവിൽ തടികൾ ഉപയോഗിച്ച് തള്ളി പവിത്രമായ കടലിലേക്കവൻ ചങ്ങാടം ഇറക്കി.

നാലാം ദിവസം വൈകുന്നേരത്തോടെ ജോലികൾ തീർന്നു. പിറ്റേന്ന്, അഞ്ചാം ദിവസം സുന്ദരിയായ കാലിപ്സൊ അവനെ തന്റെ ദ്വീപിൽ നിന്ന് യാത്രയാക്കി. പുറപ്പെടുംമുമ്പ് അവനെ സ്നാനം ചെയ്യിച്ച്. സുഗന്ധം പരത്തുന്ന വസ്ത്രങ്ങൾ ഭംഗിയായി ധരിപ്പിച്ചു. അവന്റെ ചങ്ങാടത്തിൽ ദേവത ഭക്ഷണപദാർത്ഥങ്ങൾ ഒരുക്കിവെച്ചു. ഒരു തുകൽ സഞ്ചി നിറയെ കറുത്ത വീഞ്ഞ്. മറ്റൊരു വലിയ തുകൽ സഞ്ചിയിൽ വെള്ളം, അതുപോലെ ഒരു തുകൽ സഞ്ചിയിൽ അവനിഷ്ടപ്പെട്ട അനേകം രുചിക

രമായ ഭക്ഷണങ്ങൾ. അവൾ കാരുണ്യമുള്ള ഊഷ്മളമായ ഒരു കാറ്റിനെ അവനനുകൂലമായി വിളിച്ചുവരുത്തി. ആഹ്ലാദവാനായ ഒഡീസ്സി ഈ കാറ്റിനുനേരെ കാറ്റുപായ വിരിച്ചു, വിദഗ്ദ്ധമായി ചുക്കാൻ പിടിച്ച് ഇരിപ്പുറപ്പിച്ചു. കണ്ണടയ്ക്കാതെ, ഇടവിട്ടിടവിട്ട് ആകാശത്തേക്ക് കണ്ണുംനട്ട് പ്ലീഡെസ് നക്ഷത്രത്തെ നിരീക്ഷിച്ച് അവൻ ഇരുന്നു. കടൽ യാത്ര ചെയ്യുമ്പോൾ എപ്പോഴും ഈ നക്ഷത്രത്തെ തന്റെ ഇടതുവശത്തായി നിലനിർത്തണമെന്ന് കാലിപ്സൊ ദേവത അവനോട് ഉപദേശിച്ചിരുന്നു. അപ്രകാരം പതിനേഴ് ദിവസം കടന്നുപോയി. പതിനെട്ടാം ദിവസം ഫീഷ്യൻ രാജ്യത്തിന്റെ ഏറ്റവും അടുത്ത മലയുടെ കൊടുമുടി അവ്യക്തമായി അവന് കാണാൻ കഴിഞ്ഞു. കാർമേഘം നിറഞ്ഞ കടൽമുഖത്തിനു മീതെ പൊക്കിപ്പിടിച്ച ഒരു മേൽക്കൂര പോലെ അത് കാണപ്പെട്ടു.

എന്നിട്ടും ഭൂമി കുലുക്കുന്നവനായ ദൈവം ദൂരെ സോളിമി മലയിൽ നിന്നവനെ രഹസ്യമായി വീക്ഷിക്കുന്നുണ്ടായിരുന്നു. ഇത്തിയോപ്പിയായിൽനിന്ന് തിരിച്ചുവരികയായിരുന്നു അവൻ. തന്റെ കടലിലൂടെ യാത്ര ചെയ്യുന്ന ഒഡീസ്സിയെ കണ്ട് പൊസീഡൻ കുപിതനായി. തലകുലുക്കിക്കൊണ്ട് അവൻ സ്വയം പിറുപിറുത്തു. “ഞാൻ ഇത്തിയോപ്പിയക്കാർക്കിടയിലായിരുന്ന സമയം കൊണ്ട് ഒഡീസ്സിയെ കുറിച്ചുള്ള ഈ ദൈവങ്ങളുടെ അഭിപ്രായം മാറിയിരിക്കുന്നു. കഷ്ടം, അവൻ ഫീഷ്യൻ രാജ്യത്തിനടുത്തെത്തിയിരിക്കയാണ്. ഇനിയുള്ള അവന്റെ കഷ്ടപ്പാടുകളെല്ലാം അവിടെ എത്തുന്നതോടെ മാറും. എന്തായാലും എനിക്കവന് ദുഃഖത്തിലേക്കുള്ള നീണ്ട ഒരു വിനോദയാത്ര കൊടുക്കാൻ കഴിയുമെന്ന് ഞാൻ കരുതുന്നു.”

ഉടനെ അവൻ കാർമേഘങ്ങളെ മുഴുവൻ കുന്നുകൂട്ടി ത്രിശൂലം കൈയിലേന്തി, അവ ഒന്നിച്ച് ശൂന്യമായ കടലിലേക്കെറിഞ്ഞു. എല്ലാതരം കൊടുങ്കാറ്റുകളേയും അവൻ വിളിച്ച്, അനിയന്ത്രിതമായി അഴിച്ചുവിട്ടു. കടലും കരയും കാർമേഘങ്ങളാൽ മൂടി. ആകാശം ഇരുണ്ടു. കടൽ പ്രക്ഷുബ്ധമായി ഇളകിമറിഞ്ഞു. കിഴക്കൻ കാറ്റ് തെക്കൻ കാറ്റുമായി കൂട്ടിമുട്ടി. വിനാശകരമായ പടിഞ്ഞാറൻ കാറ്റ് വടക്കൻ കാറ്റുമായും. ഒഡീസ്സിയുടെ കാൽമുട്ടുകളും ഊഷ്മളഹൃദയവും വിറച്ചു. അവൻ സ്വന്തം മനസ്സുമായി സംവാദത്തിലേർപ്പെട്ടു.

“നിർഭാഗ്യവാനേ, എന്റെ മാർഗ്ഗത്തിലെ ഏറ്റവും പുതിയ ഈ ദുരിതം എന്താണ്? ദേവത സത്യമാണ് പറഞ്ഞത്, ഞാൻ വീട്ടിലെത്തുന്നതിനു മുമ്പ് എനിക്ക് ഒരു പാട് ആപത്തുകൾ അഭിമുഖീകരിക്കേണ്ടി വരുമെന്ന്. തീർച്ചയായും ഇതിന്റെ അന്ത്യമാണ്. സ്വർഗ്ഗം മുഴുവൻ എന്ത് കൊടുങ്കാറ്റാണ് സ്യൂസ് ഉയർത്തിയതെന്ന് നോക്കൂ, എത്ര അഗാധമായാണ് കടൽ ഇളകി മറിഞ്ഞത്. ലോകത്തിന്റെ നാല് മൂലകളിൽ നിന്നും ആക്രോശങ്ങൾ പാഞ്ഞടുക്കുന്നു. എന്റെ നാശം അനിവാര്യമായിരിക്കുന്നു. ട്രോയിൽ മരിച്ചുവീണ ഗ്രീക്കുകാർ, ആട്രിയസ്സിന്റെ പുത്രന്മാരെ സേവിച്ചവർ എത്രയോ അനുഗൃഹീതരാണ്. പെലിയസ്സിന്റെ മൃതശരീരത്തിന്നരികിൽ

വെച്ച് ട്രോജൻ ജനക്കൂട്ടം അവരുടെ കുന്തങ്ങൾക്കിടയിൽപ്പെടുത്തിയ ദിവസം ഞാൻ തീർച്ചയായും മരിച്ചുപോകേണ്ടതായിരുന്നു. അപ്രകാരം മരിച്ചിരുന്നെങ്കിൽ എനിക്ക് ശവസംസ്കാരക്രിയ ലഭിച്ചേനെ; അക്കായിയന്മാർ എന്റെ കീർത്തി വ്യാപിപ്പിച്ചേനെ. എന്നാൽ ഇപ്പോൾ വിധി എന്നെ അപകീർത്തിപരമായ മരണത്തിന്റെ കെണിയിൽ വീഴ്ത്തി."

പെട്ടെന്ന് ഭീകരമായൊരു കാറ്റ് അവന്റെ ചങ്ങാടത്തിൽ ആഞ്ഞടിച്ച്, അതിനെ ചുറ്റിക്കറക്കി. ചുറ്റുപാട് നിന്നു പാഞ്ഞെത്തിയ ഭയങ്കര കാറ്റ് അതിന്റെ പായ് മരം ഒടിച്ചുവീഴ്ത്തി. കാറ്റുപായ കടലിലേക്ക് പറന്നു പോയി. ചുക്കാൻ പിടിച്ചിരുന്ന ഒഡീസ്സിയുടെ കൈയിൽ നിന്നത് വഴുതി വീണു. അവൻ തന്നെ തിരമാലകളിലേക്ക് തെറിച്ചുവീണു; കുറേനേരം അവൻ വെള്ളത്തിൽ മുങ്ങിക്കിടന്നു. കാലിപ്സൊ ദേവത അണിയിച്ചിരുന്ന ആഡംബര വസ്ത്രങ്ങൾ മൂലം മുകളിലേക്ക് പൊന്തിവരാനവൻ പാടുപെട്ടു.

എന്നിട്ടും ഒടുവിലവൻ ഉയർന്നുവന്നു. കുറേ ഉപ്പുവെള്ളം അവൻ ഛർദ്ദിച്ചു. അത്തരം ദാരുണമായ വിപത്തിലും അവൻ തന്റെ ചങ്ങാടം മറന്നില്ല. അതിനു പിന്നാലെ കഷ്ടപ്പെട്ടവൻ നീന്തിച്ചെന്നു. അലതല്ലുന്ന തിരമാലകൾക്കിടയിൽനിന്നതിനെ പിടികൂടി; അതിൽ ചാടിക്കയറി. ഒരു നിമിഷത്തിനുള്ളിൽ ആസന്നമായ മരണത്തിൽനിന്നവൻ രക്ഷപ്പെട്ടു. അവന്റെ അഭയസ്ഥാനം ശക്തമായ തിരമാലകളാൽ അങ്ങോട്ടുമിങ്ങോട്ടും അമ്മാനമാടുകയായിരുന്നു. പല ഗതിയിൽ നിന്ന് വരുന്ന കാറ്റുകൾ വെള്ളത്തിനു മീതെ ചങ്ങാടത്തെ പന്ത് കളിക്കുന്നതുപോലെ തട്ടിക്കളിച്ചു. ചിലപ്പോൾ തെക്കൻ കാറ്റതിനെ വടക്കൻ കാറ്റിന് വലിച്ചെറിഞ്ഞുകൊടുത്തു, അല്ലെങ്കിൽ കിഴക്കൻ കാറ്റ് അതിനെ പിന്നാക്കം തള്ളാനായി പടിഞ്ഞാറൻ കാറ്റിനെ അനുവദിച്ചു.

മെലിഞ്ഞ കണങ്കാലുകളുള്ള ഇനൊ അവനെ കണ്ടു. കേഡ്മസ്സിന്റെ പുത്രിയായ ഇനൊ ഒരു മർത്ത്യയായാണ് പിറന്നത്. വെറും സാധാരണക്കാരി പെൺകുട്ടി. എന്നാൽ അവൾ ദൈവങ്ങൾക്കിടയിൽ ആദരവ് നേടി. ഇപ്പോൾ അഗാധമായ കടലിൽ സ്വതന്ത്രയായി വിഹരിക്കുന്നു. അവൾക്ക് ഉൽക്കണ്ഠാകുലനായ ഒഡീസ്സിയോട് സഹാനുഭൂതി തോന്നി. നിഷ്പ്രയാസം ഒരു കടൽ പക്ഷിയെപ്പോലെ കടലിൽനിന്ന് പറന്നുചെന്നവൾ ചങ്ങാടത്തിൽ ഇരുന്ന് പറഞ്ഞു. "നിർഭാഗ്യവനായ മനുഷ്യാ, നിനക്കെതിരെ പൊസീഡൻ ഇത്ര ക്രൂരമായി പ്രകോപിപ്പിക്കപ്പെട്ടത് എന്തുകൊണ്ടാണ്? നിന്റെ മാർഗ്ഗത്തിൽ ഇപ്രകാരം അനേകം ദുരിതങ്ങൾ സൃഷ്ടിക്കുന്നത് എന്തിനാണ്? അവന്റെ എല്ലാ വിധ ദ്രോഹങ്ങൾ ഉണ്ടായിട്ടും നീ പൂർണ്ണമായും നശിക്കുന്നില്ലല്ലോ. നോക്കൂ. ഇതാണ് നീ ചെയ്യേണ്ടതെന്ന് ഞാൻ കരുതുന്നു. നിനക്ക് മനസ്സിലാകുന്നുണ്ടെങ്കിൽ ഞാൻ പറഞ്ഞതുപോലെ ചെയ്യുക. നീ ധരിച്ചിട്ടുള്ള വസ്ത്രങ്ങളെല്ലാം ഊരിക്കളയൂ, ചങ്ങാടം ഉപേക്ഷിക്കൂ അത് കാറ്റിനോടൊപ്പം പോകട്ടെ, നീ നീന്തി ഫേഷ്യൻ തീരത്തെത്താൻ ശ്രമിക്കൂ. അതാണ് മുൻകൂട്ടി തീരു

മാനിക്കപ്പെട്ട നിന്റെ സുരക്ഷിത മാർഗ്ഗം. അതിനും പുറമെ, എന്റെ ഈ ദൈവികമായ ശിരോവസ്ത്രം എടുത്ത് നിന്റെ നെഞ്ചിൽ ചുറ്റിക്കെട്ടുക. അത് ധരിക്കുമ്പോൾ നീ ദുരിതമനുഭവിക്കുകയോ മരിക്കുകയോ ഇല്ല. പിന്നീട് നീ ഭൂമിയിൽ കാലെടുത്ത് വെക്കുമ്പോൾ ആ ശിരോവസ്ത്രം അഴിച്ച് കടലിലേക്ക് വലിച്ചെറിയുക."

അപ്രകാരം പറഞ്ഞ് ദേവത അവന് തന്റെ ശിരോവസ്ത്രം കൊടുത്തു. പിന്നെ പക്ഷിയുടെ വേഗതയോടെ വീണ്ടും തിരമാലകളിലേക്ക് മടങ്ങിപ്പോയി. അപ്പോൾ കരുത്തനായ ഒഡീസ്സി വല്ലാതെ പരിഭ്രാന്തനായി, സ്വന്തം ഹൃദയവുമായി അവൻ ചർച്ച ചെയ്തു. 'കഷ്ടപ്പാടിനു മീതെ കഷ്ടപ്പാടാണ് എനിക്ക്. പകയോടെ വീക്ഷിക്കുന്ന ഒരു ദേവതയുടെ പുതിയൊരു കെണിയാകാം എന്നെക്കൊണ്ട് ചങ്ങാടം ഉപേക്ഷിപ്പിക്കുന്നത്. ആ സമയത്ത് ഞാനവളുടെ ഉപദേശം സ്വീകരിക്കാൻ ധൈര്യപ്പെട്ടില്ല. എന്തുകൊണ്ടെന്നാൽ എന്റെ സ്വന്തം കണ്ണുകൾകൊണ്ട് എന്നോട് രക്ഷപ്പെടാൻ അവൾ പറഞ്ഞ കടൽത്തീരം എത്രദൂരെയാണെന്ന് ഞാൻ അളന്നു. മരത്തടികൾ കൂട്ടിക്കെട്ടി അതിൽ കിടന്ന് പോകുന്നതായിരിക്കും ഏറ്റവും നല്ല മാർഗ്ഗം എന്ന് ഞാൻ കരുതി. ഞാൻ അവിടെനിന്ന് എന്റെ ദുർഘടത്തെ ധീരതയോടെ അഭിമുഖീകരിക്കാൻ തീരുമാനിച്ചു. എന്നാൽ ചങ്ങാടത്തിന്റെ മരത്തടികൾ തിരമാലകൾ തകർത്തുകളഞ്ഞാൽ ഞാൻ അവിടേക്ക് നീന്തും. ആ സമയത്തിനുള്ളിൽ ഒരു മനുഷ്യബുദ്ധിക്ക് അതിനേക്കാൾ ഭേദപ്പെട്ട ഒരു പദ്ധതി ആവിഷ്കരിക്കാൻ കഴിയില്ല?

ഇപ്രകാരത്തിലുള്ള ഒരു തീരുമാനത്തിലെത്തി നില്ക്കവെ പൊസീഡൻ, ഭൂമി കുലുക്കുന്നവൻ ഭയങ്കര പൊക്കത്തിലുള്ള തിരമാലകൾ അവനെതിരായി അയച്ചു. ഇതവനെ വല്ലാതെ പീഡിപ്പിച്ചു. ശക്തമായ ആ കാറ്റ് ചങ്ങാടത്തിന്റെ വലിയ മരത്തടികളെ ഛിന്നഭിന്നമാക്കിക്കളഞ്ഞു. ഒഡീസ്സി ഒരു മരത്തടിയിൽ ചാടിക്കയറി, അതിന്റെ ഇരുവശത്തും കാലുകൾ ഞാത്തിയിട്ട് ഒരു കുതിരയെ ഓടിപ്പിക്കുന്നതുപോലെ ഇരുന്നു. കാലിപ്സൊ സമ്മാനിച്ച വസ്ത്രങ്ങൾ അവൻ വലിച്ചുകീറി. പിന്നെ ആ ശിരോവസ്ത്രം നെഞ്ചിൽ ചുറ്റിക്കെട്ടി തിരമാലകൾക്കിടയിലൂടെ നീന്തി. അഹങ്കാരിയായ ഭൂമി കുലുക്കുന്നവൻ പൊസീഡൻ അവനെ കണ്ടു തലയാട്ടി രസിച്ചുകൊണ്ട് സ്വയം പറഞ്ഞു, "നീ പോകുന്നിടത്തെല്ലാം കുഴപ്പമാണ്, കടൽ മുഴുവൻ! ഒടുവിൽ സ്യൂസ് അനുകൂലിക്കുന്നവർക്കിടയിൽ നീ ചെന്നെത്തുമെന്നും സന്തോഷവാനായിരിക്കുമെന്നും ഉള്ള കാര്യത്തിൽ സംശയമില്ല. എന്നാലും നിനക്കു കിട്ടിയ ശിക്ഷ അപര്യാപ്തമായിരുന്നെന്ന് നീ ഒരിക്കലും പരാതിപ്പെടില്ല എന്നതെനിക്കുറപ്പാണ്." അവൻ തന്റെ ശോഭയാർന്ന കുതിരകളെ തെളിച്ച് തന്റെ സുന്ദരമായ ഈജിയിലേക്ക് പോയി.

ഈ സമയത്താണ് സ്യൂസിന്റെ പുത്രി എഥീനി പ്രതിരോധ നടപടികൾ എടുത്തത്. അവൾ എല്ലാ കാറ്റുകളേയും കൂട്ടിക്കെട്ടി എല്ലാവരോടും

നിശ്ശബ്ദരായി കിടന്നുറങ്ങാൻ ആജ്ഞാപിച്ചു. സാഹസികനായ വടക്കൻ കാറ്റിനെ മാത്രം ഒഴിവാക്കി. അവനെ അവൾ പ്രോത്സാഹിപ്പിച്ചു; അവന്റെ ശക്തി ഉപയോഗിച്ച് തിരമാലകളെ നിരപ്പാക്കി. അങ്ങനെ സ്യൂസിന്റെ ബന്ധുവായ ഒഡീസ്സിയെ എങ്ങിനെയെങ്കിലും കടൽയാത്രക്കാരായ ഫേഷ്യൻക്കാരുടെ അടുത്തെത്തിച്ച്, അവനെ മരണത്തിൽനിന്ന് രക്ഷിക്കണം.

എന്നിരുന്നാലും രണ്ട് രാവും പകലും അവൻ തിരമാലകളിലും ഒഴുക്കിലും പെട്ട് അലഞ്ഞുതിരിഞ്ഞു; പലപ്പോഴും മരണഭയം അവന്റെ ഹൃദയത്തിൽ ഉയർന്നുവന്നു. എന്നാൽ മൂന്നാം ദിവസം പ്രഭാതമായപ്പോൾ കൊടുങ്കാറ്റ് നിലയ്ക്കുകയും അന്തരീക്ഷവും കടലും അവർണ്ണനീയമായ ശാന്തത കൈവരിക്കുകയും ചെയ്തു! എങ്കിലും, വൻ തിരമാലകൾ അടിച്ചുകൊണ്ടിരുന്നു. അങ്ങിനെ ഒരു വൻതിരയുടെ ശിഖരത്തിലേക്കവൻ പൊങ്ങിയപ്പോൾ യദൃച്ഛയാ ഒരുകര അധികം ദൂരയില്ലാതെ അവന് കാണാൻ കഴിഞ്ഞു. കഠിനമായ വേദന അനുഭവിച്ച് ദീർഘകാലം രോഗിയായി കിടന്ന ഒരച്ഛനിൽ ജീവന്റെ കിരണങ്ങൾ കാണാൻ കഴിഞ്ഞ മക്കളെപ്പോലെ ആയിരുന്നു ആ വയലുകളും വൃക്ഷങ്ങളും കണ്ടപ്പോഴുള്ള ഒഡീസ്സിയുടെ നില! തങ്ങളുടെ അച്ഛന്റെ വേദന ദൈവങ്ങൾ മാറ്റിയപ്പോൾ മക്കൾ ആഹ്ലാദിച്ചതുപോലെ, ഒഡീസ്സി ആഹ്ലാദപൂർവ്വം കരയിൽ കാലുകുത്താനായി അതിവേഗം നീന്തി. എന്നാൽ കരയിൽനിന്ന് ഒരു വിളിപ്പാടകലെ എത്തിയപ്പോൾ കരയിലടിച്ച് ഗർജ്ജിക്കുന്ന, പതയുന്ന തിരമാലകളാണവൻ കണ്ടത്. ചെങ്കുത്തായ കടലോരത്തായിരുന്നു ആ വലിയ തിരകൾ അടിച്ചു ഘോരമായ പേമാരിപോലെ പൊട്ടിച്ചിതറിയത്. കപ്പലുകളോ ചങ്ങാടങ്ങളോ അടുപ്പിക്കാവുന്ന ഒരു ഇടവും ആ കടൽത്തീരത്ത് കാണാനായില്ല; പൊക്കമുള്ള മുനമ്പുകളും കിഴുക്കാം തൂക്കായ പാറകളും മാത്രം! അതുകണ്ട് ഒഡീസ്സിയുടെ കാൽമുട്ടുകൾ തളർന്നുപോയി; ധൈര്യം ചോർന്നുപോയി. അവൻ സ്വന്തം ധീരാത്മാവിനെ ഖേദപൂർവ്വം ചോദ്യം ചെയ്തു. "എന്റെ ദുർഗ്ഗതി! എന്നെ ഹതാശനാക്കാൻവേണ്ടി മാത്രമാണോ സ്യൂസ് ദേവൻ എനിക്കീ കര കാണിച്ചു തന്നത്? ഒഴുക്കിൽ നിന്നും തിരമാലകളിൽനിന്നും ഞാൻ രക്ഷപ്പെട്ട് ഇവിടെ എത്തിയത് ഈ പതയ്ക്കുന്ന വെള്ളത്തിൽനിന്ന് മോചനമില്ല എന്നു കാണാൻ വേണ്ടിയാണോ! കിഴുക്കാം തൂക്കായ പാറകളാണെന്നെ അഭിമുഖീകരിക്കുന്നത്. അതിൽ പ്രക്ഷുബ്ധമായ കടൽ ഉറക്കെ ആഞ്ഞടിക്കുന്നു. ആ പാറ ഉടനീളം മിനുസമുള്ളതിനാൽ അപായമില്ലാതെ അതിലൂടെ കുത്തനെ മുകളിലേക്ക് കയറാനെനിക്ക് കഴിയില്ല. ഞാൻ കയറാൻ ശ്രമിച്ചാൽ അടുത്ത തിരമാല പിന്നിലൂടെ വന്ന് എന്നെ പൊട്ടിയപാറയിലേക്ക് എടുത്തെറിയും. എന്റെ പ്രയത്നമെല്ലാം വൃഥാവിലായി. എന്തെങ്കിലും സുരക്ഷിതമായ കടൽത്തീരം തിരക്കി നീന്താമെന്ന് വെച്ചാൽ മറ്റൊരു കൊടുങ്കാറ്റടിച്ച് എന്നെ വലിയ മത്സ്യങ്ങളുള്ള കടലിനടിയിലേക്ക് താഴ്ത്തിയെങ്കിലോ അല്ലെങ്കിൽ ദേവൻ എനിക്കെതിരെ കടലാനയെ വിട്ടാലോ? പൊസീഡൻ,

ഭൂമികുലുക്കുന്ന ദേവൻ, എനിക്കു നേരെ എന്തെല്ലാം ദ്രോഹങ്ങളാണ് ചെയ്തതെന്നതിന് എനിക്ക് തെളിവ് ഉള്ളതാണല്ലോ."

അത്തരം കാര്യങ്ങൾ അവൻ ചിന്തിച്ചുകൊണ്ടിരിക്കെ വലിയൊരു തിരമാല അവനെ നിമ്നോന്നമായ തീരത്തേക്ക് എടുത്തെറിഞ്ഞു. പെട്ടെന്ന് ഇരുകരങ്ങളും കൊണ്ട് പാറയിൽ കൂട്ടിപ്പിടിക്കാൻ എഥീനി ദേവി അവനെ പ്രേരിപ്പിച്ചില്ലായിരുന്നെങ്കിൽ അവന്റെ മാംസവും അസ്ഥിയും ഒടിഞ്ഞു ചതഞ്ഞേനെ. തേങ്ങിക്കരഞ്ഞുകൊണ്ട് ആ തിരമാല കടന്നു പോകുന്നതുവരെ അതിലവൻ പിടിച്ച് തൂങ്ങിക്കിടന്നു. അങ്ങനെ വലിയൊരപകടം അവൻ ഒഴിവാക്കി. എന്നാൽ, പിന്നീട് പിൻവാങ്ങിയ വെള്ളം അവനെ വീണ്ടും ആഴത്തിലേക്ക് മുക്കി. അവന്റെ കൈകളിലെ തൊലിയെല്ലാം ചീന്തിപ്പോയിരുന്നു. തിരമാലകൾ അവനെ മൂടി.

തിളങ്ങുന്ന കണ്ണുകളുള്ള എഥീനി ദേവി ഒഡീസ്സിക്ക് അപ്പോൾ അഗാധമായ ബുദ്ധി ശക്തി പ്രദാനം ചെയ്തില്ലായിരുന്നെങ്കിൽ അവൻ മരിച്ചുപോയേനെ. അവൻ വെള്ളത്തിന്നടിയിൽ നിന്ന് പൊന്തിവന്നപ്പോൾ, തനിക്ക് പുതുതായി ലഭിച്ച കൂർമ്മബുദ്ധി ഉപയോഗിച്ച്, കടൽതീരത്തെ കുത്തനെയുള്ള പാറയിൽ ഏതെങ്കിലും വിടവ് ഉണ്ടോ എന്ന് പരിശോധിച്ചു. എങ്കിൽ അതിന്റെ സഹായത്തോടെ പുറത്ത് കടന്ന്, കരയിലെത്താമല്ലോ. അവൻ കുറച്ചുനേരം നീന്തിക്കൊണ്ട് ചെങ്കുത്തായ പാറകൾ പരിശോധിച്ചപ്പോൾ ഒരു പുഴവന്ന് പതിക്കുന്ന ഒരു ഭാഗം കണ്ടു; അതാണ് രക്ഷപ്പെടാൻ ഏറ്റവും അനുയോജ്യമായ സ്ഥലം എന്ന് ഒഡീസ്സിക്ക് തോന്നി. അത് കടലിലെ പാറക്കൂട്ടങ്ങളിൽനിന്നും കാറ്റിൽനിന്നും സുരക്ഷ നല്കും. പുഴയിൽ നിന്നുള്ള ഒഴുക്ക് അവന് അനുഭവപ്പെട്ടു; അവൻ അതിന്റെ ദൈവത്തോട് മനസ്സിൽ പ്രാർത്ഥിച്ചു: "അങ്ങ് ഏത് ദൈവമായാലും എന്റെ പ്രാർത്ഥന കേൾക്കുമോ! ഞാൻ അങ്ങയുടെ സമീപത്തേക്ക് പ്രാർത്ഥനയുമായി വന്നിരിക്കയാണ്. പൊസീഡന്റെ ഭീഷണിയിൽ നിന്ന് ഓടി രക്ഷപ്പെടുന്ന ഒരു അഭയാർത്ഥി- കടലിൽനിന്ന്. അനശ്വരരായ ദേവകളാൽ പോലും ആദരിക്കപ്പെടുന്നവർ, എന്നെപ്പോലെ അലഞ്ഞുതിരിയുന്നു; വല്ലാതെ തളർന്ന നിലയിലാണ് ഞാൻ അങ്ങയുടെ കാല്ക്കൽ എത്തിയിരിക്കുന്നത്. എന്നോട് ദയ കാണിക്കേണമേ, പ്രഭോ. എന്റെ വിനീതാഭ്യർത്ഥന അങ്ങ് സ്വീകരിക്കേണമേ എന്ന് ഞാൻ യാചിക്കുന്നു."

അപ്രകാരമായിരുന്നു അവന്റെ അപേക്ഷ. ദൈവം ഉടനെ ഒഴുക്ക് ശമിപ്പിച്ചു; ചുഴികൾ നിരപ്പാക്കി, അവന്റെ മാർഗ്ഗം ശാന്തമാക്കി, സുരക്ഷിതനായി അവനെ നദീമുഖത്തേക്ക് ആനയിച്ചു. കടലിനോട് മല്ലടിച്ച് ഒഡീസ്സിയുടെ കാൽമുട്ടുകളും കരുത്തുറ്റകരങ്ങളും തളർന്നുകഴിഞ്ഞിരുന്നു. അവന്റെ മൂക്കിൽനിന്നും വായിൽ നിന്നും കടൽവെള്ളം ചീറ്റി. അങ്ങിനെ സംസാരിക്കാനോ, ശ്വസിക്കാനോ പോലും പറ്റാത്ത ഒരു നിസ്സഹായാവസ്ഥയിലായിരുന്നു അവൻ. അവൻ ഭയങ്കരമായി തളർന്നുകഴിഞ്ഞിരുന്നു.

ഒടുവിൽ അവൻ ശ്വാസോച്ഛ്വാസം ചെയ്തുതുടങ്ങി; ഹൃദയത്തിനും ശക്തി തിരിച്ചുകിട്ടി. അപ്പോൾ അവൻ ദേവതയുടെ ആവരണം ശരീരത്തിൽ നിന്നും അഴിച്ച് കടലിലേക്കൊഴുകുന്ന പുഴയിലിട്ടു. ശക്തമായ, പ്രവാഹത്തിൽ അത് താഴേക്ക് ഒഴുകി, ഇനൊ സസന്തോഷം അത് പിടിച്ചെടുത്തു. പിന്നെ വളരെ പ്രയാസപ്പെട്ട് ഒഡീസ്സി പുഴയിൽനിന്ന് പൊന്തി ഒരു ഈറ്റക്കൂട്ടത്തിലേക്ക് കയറി, നിലത്ത് കമഴ്ന്ന് കിടന്നു. അവിടെ കിടന്നവൻ ചിന്തിച്ചു "കഷ്ടം, ഞാനിനി എന്താണ് ചെയ്യേണ്ടത്? എനിക്കെന്താണിനി സംഭവിക്കാൻ പോകുന്നത്? ഞാൻ ഈ നദീതീരത്ത് രാത്രി മുഴുവൻ കഴിച്ചുകൂട്ടിയാൽ, എന്റെ ദുർബ്ബല ഹൃദയത്തെ രാത്രിയിലെ ഐസും മഞ്ഞുതുള്ളികളും അപകടത്തിലാക്കും. നേരം പുലരുമ്പോഴുള്ള തണുത്തുറഞ്ഞ കാറ്റ് തീർച്ചയായും അസഹ്യമായിരിക്കും. എന്നാൽ ഞാൻ ആ ചരിവു കയറി നിബിഢമായ വനത്തിലെത്തിയാൽ, മരത്തിനടിയിൽ കിടന്നാൽ തണുപ്പിൽനിന്നും ക്ഷീണത്തിൽ നിന്നും ഒരു പക്ഷേ, എനിക്ക് രക്ഷപ്പെടാൻ കഴിഞ്ഞേക്കും, സുഖമായി ഉറങ്ങാനും പറ്റിയേക്കും. കാട്ടുമൃഗങ്ങൾക്ക് ഞാൻ ഇരയായെങ്കിലോ എന്ന ഭയം ഉണ്ട്.

എന്നാലും അവ തമ്മിൽ താരതമ്യപ്പെടുത്തി നോക്കിയപ്പോൾ, ഇതാണ് കൂടുതൽ ഭേദം എന്ന് തോന്നി. അവൻ കാട്ടിലേക്ക് പോകാൻ സ്വയം നിർബ്ബന്ധിതനായി, കടലിൽ നിന്ന് അത്ര ദൂരെയൊന്നുമല്ലായിരുന്നു. ആ കാട്. ഒരു ഇരട്ട മരത്തിനടിയിൽ അവൻ കിടന്നു. ഒറ്റവേരും രണ്ട് തടിയുമുള്ള മരം- ഒന്ന് കാട്ടു ഒലിവ്, മറ്റേത് യഥാർത്ഥ ഒലിവിന്റെ ഒരു ഓക്കുമരം. അത്രയ്ക്ക് തൊട്ടുതൊട്ട് ഒട്ടിയാണവ വളർന്നത്, അതിനിടയിലൂടെ കാറ്റുപോലും കടക്കില്ല, സൂര്യരശ്മിയും കടക്കില്ല. മഴവെള്ളവും അതിനെ നനയ്ക്കില്ല.

അതിന് അടിയിലേക്ക് ഒഡീസ്സി ഇഴഞ്ഞു ചെന്ന്, കുന്നുകൂടിക്കിടന്നിരുന്ന ഉണക്ക ഇലകൾ പരത്തിയിട്ട്, സുഖമായി കിടക്കാവുന്ന വിധത്തിലൊരു മെത്ത ഉണ്ടാക്കി. രണ്ടുമൂന്നുപേർക്ക് ഒരു ശീതകാലത്ത് ചൂടോടെ പൊതിഞ്ഞു കിടക്കാൻ ആ ഉണക്കയിലകൾ ധാരാളമായിരുന്നു! ആ കരിയിലകൾ കണ്ട് ഒഡീസ്സി ആഹ്ലാദിച്ചു. അവനതിൽ കിടന്ന് ശരീരത്തിൽ നിറയെ ഇലകൾ വാരി ഇട്ട് പൊതിഞ്ഞു. ഒഡീസ്സി കിടന്ന ഉടനെ എഥീനി ദേവി അവന്റെ കണ്ണുകളിലേക്ക് നിദ്ര പകർന്നുകൊടുത്തു. കൺപോളകൾ മൂടി; അതിവേഗം ക്ഷീണത്തിൽ നിന്നവനെ മോചിപ്പിച്ചു.

ആറ്

അങ്ങിനെ നീണ്ട കഷ്ടപ്പാടുകൾക്കുശേഷം ഒഡീസ്സി അവിടെ തളർന്നുകിടന്നുറങ്ങി. എഥീനി നേരെ ഫേഷ്യൻ ജനങ്ങളുടെ പ്രദേശത്തെ മുഖ്യപട്ടണത്തിലേക്കുപോയി. ഇവർ മുമ്പ് സൈക്ലോപ്സിനടുത്തുള്ള ഹൈപീരിയ എന്ന വിശാലമായ പ്രദേശത്തായിരുന്നു താമസിച്ചിരുന്നത്; ക്രൂരരും ഭീഷണിപ്പെടുത്തി ദ്രോഹിക്കുന്നവരുമായൊരു വംശമായിരുന്നു

അവർ; ഫേഷ്യൻകാരേക്കാൾ കായികശക്തിയുള്ള അവർ ഫേഷ്യൻ കാരെ പതിവായി കൊള്ളയടിക്കുമായിരുന്നു. അങ്ങനെ ദേവതുല്യനായ നോസിത്തസ് നേതൃത്വത്തിലേക്ക് ഉയർന്നുവന്ന്, തന്റെ ജനതയെ ലോക ത്തിന്റെ മോഹങ്ങൾക്കപ്പുറത്തുള്ള ഷേരിയായിലേക്ക് കൊണ്ടുപോയി. അവിടെ പുതിയ പട്ടണം നിർമ്മിക്കാനുദ്ദേശിക്കുന്ന സ്ഥലത്തിന് ചുറ്റും മതിൽക്കെട്ട് പണിതു, വീടുകൾ നിർമ്മിച്ചു, ദൈവങ്ങൾക്ക് ദേവാലയ ങ്ങൾ നിർമ്മിച്ചു, കൃഷി ഭൂമി പകുത്തുകൊടുത്തു.

നോസിത്തസ്സിന്റെ കാലശേഷം ആൽസിനസ് വിവേകപൂർവ്വം രാജ്യം ഭരിച്ചു; കാരണം, ദൈവങ്ങൾ അവനെ നയിച്ചു. അവന്റെ വീട്ടിലേക്കാണ് വിശാല ഹൃദയനായ ഒഡീസ്സിക്ക് സ്വീകരണം ഒരുക്കുവാനായി പദ്ധതി യിട്ടുകൊണ്ട് തിളങ്ങുന്ന കണ്ണുകളുള്ള എഥീനി ദേവി പോയത്. ആൽസി നസ്സിന്റെ പുത്രി നോസിക്കായുടെ മനോഹരമായ കിടപ്പുമുറിയിലേക്ക് പ്രവേശിക്കാനാണ് ദേവി തീരുമാനിച്ചത്. അനശ്വരരായ ദേവത കളെപ്പോലെ സുന്ദരിയാണവൾ. വാതിലിന് ഇരുവശത്തുമായി സുന്ദരി കളായ രണ്ട് പരിചാരികമാർ കിടന്നുറങ്ങുന്നു. ശോഭയാർന്ന വാതിൽപ്പാളികൾ അടച്ചിരിക്കുന്നു. എന്നിട്ടും അതിനിടയിലൂടെ കാറ്റു പോലെ എഥീനി ആ പെൺകുട്ടിയുടെ ശിരസ്സിലേക്ക് കടന്നുചെന്നു. അവൾക്ക് സന്ദേശം നല്കാൻ വേണ്ടി, നോസിക്കായുടെ പ്രായത്തിലുള്ള അവളുടെ പ്രിയങ്കരിയായ കളിക്കൂട്ടുകാരി, പ്രശസ്ത നാവിക കാപ്റ്റൻ ഡെമാസിന്റെ പുത്രിയുടെ രൂപത്തിലാണ് ദേവി ചെന്നത്. ഈ രൂപത്തിൽ തിളങ്ങുന്ന കണ്ണുകളുള്ള എഥീനി പറഞ്ഞു:

“അല്ലയോ നോസിക്കാ, എത്ര അശ്രദ്ധയോടെയാണ് നീ വളരുന്നത്! ഈ വില പിടിച്ച വസ്ത്രങ്ങളെല്ലാം ആരും ശ്രദ്ധിക്കാതെ അഴുക്കു പുരണ്ട് കിടക്കുന്നു; നിന്റെ വിവാഹ സമയം അടുത്ത് വരുകയാണ്. ആ സമ യത്ത് നീ വിശേഷമായ രീതിയിൽ വസ്ത്രധാരണം ചെയ്യണം. വധു വിന്റെ ഘോഷയാത്രയിൽ പങ്കെടുക്കുന്നവരും അപ്രകാരം ചെയ്യണം. ഇത്തരം ചെറിയ ചെറിയ കാര്യങ്ങൾ ചെയ്യുമ്പോൾ ലോകത്തിൽ നിനക്ക് സൽപേര് കിട്ടും. അച്ഛനമ്മമാർക്ക് നിന്റെ പേരിൽ അഭിമാനവും സന്തോ ഷവും തോന്നും.

അതുകൊണ്ട് നാളെ രാവിലെ നമ്മൾക്ക് തുണികൾ അലക്കാനായി പോകാം. ഞാൻ നിന്നെ സഹായിക്കാനായി വരാം. നാട്ടിലെ നിന്റെ ഏറ്റവും നല്ല ബന്ധുക്കളും ശേഷക്കാരുമായ ഫേഷ്യൽ പയ്യന്മാർ നിന്നോട് വിവാഹാഭ്യർത്ഥനയുമായി എത്തിക്കാണുമല്ലോ? അതിനാൽ, നീ അച്ഛനോട് കാലത്ത് ആദ്യം ചോദിക്കേണ്ട കാര്യം ഓർക്കുക- വലി യൊരു വണ്ടിയും കഴുതകളും, നിന്റെ ഉടുപ്പുകളും കിടക്കവിരികളും മറ്റ് വസ്ത്രങ്ങളും ചുമന്ന് കൊണ്ടു പോകാനായി തരണമെന്ന് അഭ്യർത്ഥി ക്കുക. നീയും വണ്ടിയിലിരുന്നു പോകുന്നതാണ് നല്ലത്; കാരണം, പട്ട ണത്തിൽ നിന്ന് നടക്കാവുന്നതിലേറെ ദൂരെയാണ് തുണി അലക്കാനുള്ള പടവുകൾ.”

തന്റെ ഉദ്ദേശം നിർവ്വഹിച്ചശേഷം എഥീനി ദേവി ഒളിമ്പസ്സിലേക്ക് പോയി. അവിടെയാണ് ദൈവങ്ങളുടെ വാസസ്ഥലം: അവിടെ കൊടുങ്കാറ്റടിക്കുകയോ മഴ പെയ്യുകയോ, മഞ്ഞ് വീഴുകയോ ചെയ്യുന്നില്ല. അവിടെ മേഘമില്ലാത്ത നക്ഷത്രഖചിതമായ ആകാശം പരന്നുകിടക്കുന്നു, അതിലെ മതിലുകൾ സുന്ദരമായ സൂര്യപ്രകാശം ഏറ്റ് ശോഭിക്കുന്നു. അവിടെ അനുഗൃഹീതരായ ദൈവങ്ങൾ എന്നും സന്തുഷ്ടരായി വാഴുന്നു.

മനോഹരമായ മേലങ്കി അണിഞ്ഞ നോസിക്കായെ ഉണർത്താനായി പ്രതാപിയായ പ്രഭാതം വന്നെത്തി. ഉറക്കമുണർന്നവൾ തന്റെ സ്വപ്നത്തെക്കുറിച്ചോർത്ത് ആശ്ചര്യപ്പെട്ടു; അവൾ നേരെ മാതാപിതാക്കളെ ഇക്കാര്യം അറിയിക്കാനായി ചെന്നു. അവർ മുറിക്കകത്തുണ്ടായിരുന്നു. അമ്മ തന്റെ ഭൃത്യകളോടൊപ്പം അടുപ്പിനടുത്തിരുന്ന്, ചുകന്ന ചായം മുക്കിയ നൂൽ ചക്രത്തിൽ ചുറ്റുകയായിരുന്നു. അച്ഛൻ പ്രഗത്ഭരായ രാജകുമാരന്മാരുമായി ചർച്ച ചെയ്യാനായി പുറത്തേക്ക് പോകുന്നതവൾ വാതില്ക്കൽ വെച്ച് കണ്ടു- ഏറ്റവും ശ്രേഷ്ഠരായ ഫേഷ്യന്മാരെയാണ് ആയോഗത്തിലേക്ക് വിളിച്ചിട്ടുള്ളത്. അവൾ തന്റെ സ്നേഹം നിറഞ്ഞ അച്ഛന്റെ അടുത്തുചെന്ന് ഇപ്രകാരം മൃദുവായി പറഞ്ഞു.

“പ്രിയപ്പെട്ട അച്ഛാ, എന്റെ മുറിയിൽ കിടക്കുന്ന അഴുക്കു പിടിച്ച എല്ലാ നല്ല തുണികളും പുഴയിൽ കൊണ്ടുപോയി അലക്കാനായി ആ വലിയ വണ്ടി എനിക്ക് തരുമോ? അങ്ങ് നേതാക്കന്മാരുമായി യോഗങ്ങൾക്ക് പോകുമ്പോൾ നല്ല വൃത്തിയുള്ള ഉടുപ്പല്ലേ ധരിക്കാറുള്ളത്, അതാണ് ശരി. വീട്ടിലുള്ള അങ്ങയുടെ അഞ്ച് പുത്രന്മാരിൽ രണ്ടുപേർ മാത്രമാണ് വിവാഹം കഴിച്ചിട്ടുള്ളവർ. മറ്റ് മൂന്ന് ഉല്ലാസവാന്മാരായ മക്കൾ പുറത്തേക്ക് നൃത്തപരിപാടികൾക്ക് പോകുമ്പോൾ പുതുതായി അലക്കിയ വസ്ത്രങ്ങൾ ധരിക്കുവാൻ എപ്പോഴും ആഗ്രഹിക്കുന്നുണ്ടാകും. ഇതെല്ലാം ഓർത്തുകൊണ്ടാണ് ഞാനിങ്ങനെ ഒരു കാര്യം ചെയ്യാൻ തീരുമാനിച്ചത്.”

അത്രയും അവൾ പറഞ്ഞു; അടുത്ത് നടക്കാൻ പോകുന്ന തന്റെ വിവാഹത്തെക്കുറിച്ച് അച്ഛനോട് പറയാനവൾക്ക് നാണമായിരുന്നു. എന്നാൽ, അദ്ദേഹം എല്ലാം കണ്ടുകൊണ്ട് മറുപടി നല്കി. “എന്റെ കഴുതകളേയോ, മറ്റെന്തെങ്കിലും കഴുതകളേയോ കൊണ്ടുപോകുന്നതിൽ എനിക്ക് വിരോധമില്ല. ചെല്ലൂ. ആ ഭൃത്യന്മാർ നിനക്ക് നല്ലവണ്ടി കൊണ്ടുവന്നു തരും.”

അത്രയും പറഞ്ഞ് അദ്ദേഹം ഭൃത്യന്മാർക്ക് വേണ്ടതായ നിർദ്ദേശങ്ങൾ നല്കി. അവർ അതനുസരിച്ചു സുഖമായി ഓടുന്ന ഒരു വണ്ടിയും കഴുതകളേയും അവർ കൊട്ടാരത്തിന് പുറത്തേക്ക് കൊണ്ടുവന്ന് വണ്ടിയിൽ പൂട്ടി തയ്യാറാക്കി നിർത്തി. പെൺകുട്ടി അവളുടെ കിടപ്പുമുറിയിൽ നിന്ന് മുഷിഞ്ഞ തുണികൾ എടുത്തുകൊണ്ടുവന്ന് വണ്ടിയിൽ കൂട്ടിയിട്ടു. അവളുടെ അമ്മ സ്വാദിഷ്ടമായി പാകം ചെയ്ത ആഹാര പദാർത്ഥങ്ങൾ പെട്ടിയിലാക്കി അവൾക്കു കൊടുത്തു; ഒരു തുകൽ സഞ്ചിയിൽ വീഞ്ഞും നല്കി. പിന്നെ, അവൾ വണ്ടിയിൽ കയറിയപ്പോൾ അവളുടെ അമ്മ ഒരു

സ്വർണ്ണകുപ്പിയിൽ ശുദ്ധമായ തെളിഞ്ഞ ഒലിവ് എണ്ണ അവൾക്ക് നല്കി. അവൾക്കും ഭൃത്യകൾക്കും കുളികഴിഞ്ഞ ശേഷം ശരീരത്തിൽ പുരട്ടാൻ വേണ്ടി ആയിരുന്നു അത്. നോസിക്ക ചമ്മട്ടി കൈയിലെടുത്തു, കടിഞ്ഞാൺ തുടച്ചു മിനുക്കി. പിന്നെ കഴുതകളെ ചാട്ടവാർകൊണ്ട് അടിച്ച്, അവൾ വണ്ടിവിട്ടു.

യാത്രയുടെ അന്ത്യത്തിൽ, മനോഹരമായ നദിയുടെ ഒഴുക്കുള്ള ചോലയിലെത്തി; വസ്ത്രം അലക്കാനുള്ള പടവുകൾ അവർ കണ്ടെത്തി. അതിന്റെ അടിയിലൂടെ നല്ല ഒഴുക്കുണ്ട്. ശുദ്ധമായ വെള്ളം കുമിളകളായി മുകളിലേക്ക് പൊങ്ങിവരുന്നു. എത്ര മുഷിഞ്ഞതുണി ആയാലും വൃത്തിയായി കഴുകുവാൻ ആ ഒഴുക്ക് തന്നെ ധാരളമാണ്! അവിടെ അവർ കഴുതകളെ വണ്ടിയിൽനിന്നും അഴിച്ചു ചോലയിലെ വെള്ളത്തിലേക്ക് വിട്ടു. പുഴയോരത്ത് അവർക്ക് മേയാനായി ധാരാളം മൃദുവായ പുല്ലുകളുണ്ട്. പിന്നെ അവർ തുണികളെല്ലാമെടുത്ത് പടവുകളിലിട്ടു; മത്സരബുദ്ധിയോടെ നൃത്തം ചവുട്ടി കുത്തിത്തിരുമ്മി. പിന്നീട്, അഴുക്കെല്ലാം കഴുകി കളഞ്ഞപ്പോൾ പുഴയോരത്ത് തുണികളെല്ലാം ഉണങ്ങാനായി വിരിച്ചു.

പണി കഴിഞ്ഞശേഷം അവർ കുളിക്കാനിറങ്ങി; പിന്നെ ഒലിവെണ്ണ ശരീരത്തിൽ പുരട്ടി, ഒരു മൂലയിൽ ചെന്നിരുന്ന് ആഹാരം കഴിച്ചു, വെയിലിൽ തുണികൾ ഉണങ്ങുന്നത് കാത്തിരുന്നു. ആ സമയം, ആഹാരം കഴിച്ച് സന്തുഷ്ടരായ ഭൃത്യകളും കൊച്ചമ്മയും തങ്ങളുടെ സ്കാർഫുകളെല്ലാം ഒരിടത്തിട്ട് പന്ത് കളിക്കാൻ ഇറങ്ങി.

ഒടുവിൽ തിരിച്ചുപോകാൻ സമയമായപ്പോൾ, അവർ കഴുതകളെ വണ്ടിയിൽ പൂട്ടി, വസ്ത്രങ്ങൾ എല്ലാം മടക്കിവെച്ചു. അപ്പോൾ ഒഡീസ്സിയെ എങ്ങനെയാണ് ഉണർത്തുക എന്ന് എഥീനി ദേവി ചിന്തിക്കുകയായിരുന്നു- അവൻ ആ സുന്ദരിയായ കുമാരിയെ കാണുകയും ഫേഷ്യൻ നഗരത്തിലേക്കവൾ അവനെ നയിക്കുകയും വേണം! അങ്ങനെ ദേവി അവർ കളിക്കുന്ന പന്ത് പുഴയുടെ ചുഴിയിലേക്ക് തട്ടിത്തെറിപ്പിച്ചു. അതുകണ്ട് അവരെല്ലാം ഉറക്കെ ചീറി. അവരുടെ ശബ്ദം ബഹുദൂരം മാറ്റൊലിക്കൊണ്ടു. അതുകേട്ട് ഒഡീസ്സി ഞെട്ടി എഴുന്നേറ്റു. അവൻ മ്ലാനതയോടെ കുമ്പിട്ടിരുന്നു.

“ഹാ, ഏത് മനുഷ്യവർഗ്ഗത്തിന്റെ നാട്ടിലാണ് ഞാൻ വന്നുപെട്ടിരിക്കുന്നത്? അവർ സംസ്കാരമില്ലാത്തവരും, നീതിയില്ലാത്ത പ്രാകൃതരുമായിരിക്കുമോ? അതോ, അപരിചിതരോട് ദയയുള്ളവരും ദൈവഭയമുള്ളവരുമായിരിക്കുമോ? എന്റെ അടുത്ത് എങ്ങനെയാണവർ കളിക്കുന്നത്? ഈ ചീറുന്ന ശബ്ദം പെൺകുട്ടികളുടേതാണോ, അതോ അപ്രാപ്യമായ പർവ്വതങ്ങളുടെ ശൃംഗങ്ങളും നദികളും പുൽമേടുകളും അധീനമാക്കിയിട്ടുള്ള ദേവതകളുടേതോ? ശബ്ദത്തിൽ നിന്നവർ മനുഷ്യരാണെന്നാണെനിക്ക് തോന്നുന്നത്. ഞാൻ മുന്നോട്ടു പോയി നോക്കട്ടെ, എനിക്ക് കാണാൻ കഴിഞ്ഞെങ്കിൽ...”

അപ്രകാരം പിറുപിറുത്തുകൊണ്ട് ഒഡീസ്സി തന്റെ കുറ്റിക്കാട്ടിൽ നിന്ന് ഇഴഞ്ഞു പുറത്തുവന്നു. അവൻ തന്റെ ബലിഷ്ഠമായ കൈകൊണ്ട് ഒരു മരച്ചില്ല പൊട്ടിച്ചെടുത്ത് സ്വന്തം നഗ്നത മറച്ചു. പിന്നെ അവൻ വേഗം മുന്നോട്ടു നടന്നു. ജ്വലിക്കുന്ന കണ്ണുകളോടെ നീങ്ങുന്ന തന്റെ കരുത്തിൽ മതിമറന്നാഹ്ലാദിക്കുന്ന കാട്ടിലെ സിംഹത്തെപ്പോലെ!

അപ്രകാരം, ശക്തമായ നഗ്നശരീരം പ്രദർശിപ്പിച്ച് ഒഡീസ്സി ആ കുമാരിമാരുടെ കൂട്ടത്തിലേക്ക് ധീരതയോടെ ചെന്നു; അനിവാര്യത അവനെ അതിന് നിർബ്ബന്ധിച്ചു. കടലിലെ ചെളിയും പായലും പിടിച്ചു അഴുക്ക് പുരണ്ട ശരീരം കണ്ടമാത്രയിൽ ഓക്കാനം വന്ന് ആ പെൺകുട്ടികൾ കടൽത്തീരത്തേക്ക് ഓടി. ആൽസിനസ്സിന്റെ പുത്രി മാത്രം അവിടെ നിന്നു. കാരണം, എഥീനിദേവി അവളുടെ ഹൃദയത്തിലേക്ക് ധൈര്യം പകർന്നു കൊടുത്തിരുന്നു; അവൾ നിശ്ചലയായി അവനെ അഭിമുഖീകരിച്ച് നിന്നു. താൻ അവളുടെ കാലുകൾ പിടിച്ച് ഈ സുന്ദരി പെൺകുട്ടിയോട് യാചിക്കേണമോ, അതോ ദൂരെ മാറിനിന്ന് മധുരമായ വാക്കുകൾ കൊണ്ടവളെ മുഖസ്തുതി പറഞ്ഞ് സ്വാധീനിച്ച്, തന്നെ ആവശ്യമുള്ള വസ്ത്രം ധരിപ്പിച്ച് നഗരത്തിനകത്തേക്ക് കൊണ്ടു പോകുവാൻ പ്രേരിപ്പിക്കണോ എന്ന് ഒഡീസ്സി ആശ്ചര്യത്തോടെ ചിന്തിച്ചു. ഇക്കാര്യങ്ങൾ അവൻ പരിഗണിച്ചു കൊണ്ടിരിക്കവെ, മുഖസ്തുതി പറഞ്ഞ് പ്രലോഭിപ്പിക്കുന്നതുതന്നെയാണ് തനിക്ക് പ്രയോജനപ്രദമാവുക എന്നവന് തോന്നി. കാരണം, അവളുടെ കാലുപിടിച്ചാൽ അതവളുടെ വിനയത്തോടുള്ള മര്യാദലംഘനമായെങ്കിലോ! അതുകൊണ്ടവൻ മൃദുവായ വാക്കുകളിൽ പറയാൻ തുടങ്ങി.

"ഞാൻ നിങ്ങളുടെ പാദങ്ങളിൽ താണുവീണ് അപേക്ഷിക്കുകയാണ്. അല്ലയോ രാജ്ഞി എന്നാലും നിങ്ങൾ ഒരു ദേവിയാണോ, മനുഷ്യസ്ത്രീയാണോ എന്നെനിക്ക് സംശയമുണ്ട്. സ്വർഗ്ഗത്തിൽനിന്നുള്ള ദേവിയാണെങ്കിൽ നിങ്ങൾ മഹാനായ സ്യൂസ് ദേവന്റെ പുത്രി ആർട്ടെമിസ് ആയിരിക്കണം. എന്നാൽ, നിങ്ങൾ ഒരു മനുഷ്യസ്ത്രീയാണെങ്കിൽ നീ ഈ ഭൂമിയിലെ നിന്റെ മാതാപിതാക്കൾക്കും കുടുംബത്തിനും വലിയൊരനുഗ്രഹം തന്നെ! നിന്നെ കാണുമ്പോഴെല്ലാം അവരുടെ ഹൃദയം ആനന്ദത്താൽ എത്രമാത്രം ഊഷ്മളമാകുന്നുണ്ടായിരിക്കും. മനുഷ്യരിൽ ഏറ്റവും അനുഗൃഹീതനായിട്ടുള്ളവൻ നിന്നെ വിവാഹം കഴിച്ച് വീട്ടിലേക്ക് കൊണ്ടുപോകുന്നവനായിരിക്കും! ഒരിടത്തും ഇതുപോലൊരു സ്ത്രീയേയോ പുരുഷനെയോ ഞാൻ കണ്ടിട്ടില്ല. നിന്റെ സാന്നിദ്ധ്യം എന്നിൽ ഭയഭക്തി ബഹുമാനം ഉയർത്തുന്നു. എന്നാലും, ഒരുപക്ഷേ, നിങ്ങളെപ്പോലെ ഒരാളെ ഞാൻ ഡെലോസിൽ കണ്ടതുപോലെ തോന്നുന്നു- അപ്പോളൊയുടെ അൾത്താരക്കരുകിൽ. എനിക്കതിശയം തോന്നുന്നൂ ഭവതി; നിങ്ങളുടെ കാല് പിടിക്കുവാൻ നിർബ്ബന്ധിതനാകുന്നതുപോലെ എനിക്ക് തോന്നുന്നു. ഞാൻ അത്രയ്ക്ക് ദുരിതത്തിലാണ്. ഇരുപത് ദിവസത്തിനുശേഷം ഇന്നലെയാണ് പ്രക്ഷുബ്ദമായ കടലിൽ നിന്ന് ഞാൻ രക്ഷപ്പെട്ടത്. ഒഗിലിയായിൽനിന്ന് ഇവിടംവരെ ഭീകരമായ തിരമാലകൾ

എന്നെ ക്ഷോഭിച്ച കടലിൽ വലിച്ചെറിഞ്ഞുകൊണ്ടിരുന്നു, അതോടൊപ്പം ഭീകരമായ കൊടുങ്കാറ്റും. ഇപ്പോൾ ഏതോ ശക്തി എന്നെ ഈ തീരത്തേക്ക് വലിച്ചുകൊണ്ടുവന്നു; ഇവിടെയും ഞാൻ പീഡിപ്പിക്കപ്പെടാനാണ് സാദ്ധ്യത. ഇനിയും ഒരു ദുരിതാശ്വാസത്തിനായി അന്വേഷണം നടത്താനെനിക്ക് ധൈര്യമില്ല. അതിനുമുമ്പ് മറ്റ് പല വേദനകളും ദൈവം എന്നിൽ അടിച്ചേല്പിക്കും.

"അല്ലയോ രാജ്ഞി, എന്നോട് ദയ കാണിക്കുക. വളരെ ദയനീയാവസ്ഥയിലാണ് ഞാൻ നിങ്ങളുടെ അടുത്തു വന്നത്, ഈ പട്ടണത്തിലെയും നാട്ടിലേയും ഒറ്റ ആളെപ്പോലും ഞാൻ അറിയില്ല. എനിക്ക് നഗരം കാണിച്ചുതരൂ. എന്റെ ശരീരം മറയ്ക്കാനായി ഒരു കീറത്തുണിയെങ്കിലും തരൂ. നിങ്ങൾ അലക്കിയ തുണികൾ പൊതിയുന്ന തുണിക്കഷണമായാലും മതി- അതിന് പ്രത്യുപകാരമായി ദൈവങ്ങൾ നിങ്ങളുടെ ഹൃദയാഭിലാഷങ്ങളെല്ലാം പൂർത്തീകരിച്ചുതരും. ഭർത്താവ്, വീട്, പ്രത്യേകിച്ച് ആ വീടിനുള്ളിൽ എല്ലാ അവശ്യസാധനങ്ങളും. ഭർത്താവും ഭാര്യയും തങ്ങളുടെ വീട്ടിൽ ഐക്യമനസ്സോടെ ജീവിക്കുന്നതിൽപ്പരം മനോജ്ഞമായി എന്താണുള്ളത്! അതവരുടെ ശത്രുക്കൾക്ക് വിഷമവും, സുഹൃത്തുക്കൾക്ക് ആനന്ദവും നല്കും."

സുന്ദരിയായ നോസിക്കാ മറുപടി നല്കി. "അപരിചിതാ- എനിക്ക് നിങ്ങൾ ഒരു ചീത്ത മനുഷ്യനോ, ചിന്താ ദുർബ്ബലനോ ആയി തോന്നുന്നില്ല. സ്യൂസ് ദേവൻ ആണ് സ്വന്തം ഇഷ്ടാനുസരണം മനുഷ്യർക്ക് സുഖവും ദുഃഖവും നല്കുന്നത്. അതുകൊണ്ട് തീർച്ചയായും, അദ്ദേഹമാണ് നിങ്ങൾക്ക് ഈ ദുഃഖം തന്നത്, നിങ്ങൾ അത് സഹിക്കണം; എന്നാൽ, നിങ്ങൾ ഞങ്ങളുടെ സ്ഥലത്ത് എത്തിയ നിലയ്ക്ക്, നിങ്ങൾ സ്വീകരിക്കപ്പെട്ടാൽ വസ്ത്രത്തിനോ, മറ്റേതെങ്കിലും വസ്തുക്കൾക്കോ, ഒരു തകർന്ന അഭയാർത്ഥി എന്ന നിലയ്ക്ക്, ബുദ്ധിമുട്ടുണ്ടാവില്ല. ഞാൻ നിങ്ങൾക്ക് നഗരം കാണിച്ചുതരാം. അവിടെ ഉള്ളവരേയും പരിചയപ്പെടുത്തിത്തരാം. ആ പട്ടണവും പ്രദേശവും ഫേഷ്യൻക്കാരുടേതാണ്; അവരുടെ ശക്തിയും അധികാരവും അവരുടെ രാജാവായ അൽസിനസ്സിലാണ് അധിഷ്ഠിതമായിരിക്കുന്നത്; ഞാൻ അദ്ദേഹത്തിന്റെ പുത്രിയാണ്."

ഇത്രയും പറഞ്ഞ് അവൾ തന്റെ ദാസിമാർക്ക് ഉറക്കെ ഉത്തരവ് നല്കി: "എല്ലാവരും എന്റെ അടുത്ത് വരുക, സ്ത്രീകളെ, ഒരു മനുഷ്യനെ കാണുമ്പോൾ എന്തിനാണ് നിങ്ങൾ ഓടിപ്പോകുന്നത്? അയാളെ ഒരു ശത്രുവായി കരുതരുത്. ഫേഷ്യൻ ദേശം നശിപ്പിക്കാനായി ഒരു മനുഷ്യൻ ജനിച്ചിട്ടില്ല, ഇനി ജനിക്കുകയുമില്ല. ദൈവങ്ങൾ ഫേഷ്യന്മാരെ വളരെയേറെ സ്നേഹിക്കുന്നു. അതിനും പുറമെ കലുഷിതമായ സമുദ്രങ്ങൾക്കപ്പുറത്ത് വളരെ അകലെയാണ് നമ്മൾ സ്ഥിതി ചെയ്യുന്നത്, ഏറ്റവും അകലെയുള്ള മനുഷ്യവംശം. നിർഭാഗ്യവാനായൊരു സഞ്ചാരിയെന്ന നിലയിലാണ് ഈ മനുഷ്യൻ യാചിക്കുന്നത്, അയാളെ നമ്മൾ ഇപ്പോൾ ദയയോടെ പരിചരിക്കണം. സ്യൂസ് ദേവന്റെ ദൃഷ്ടിയിൽ അവ

രെല്ലാം വസതികളില്ലാത്ത തകർന്ന മനുഷ്യരാണ്. അവർക്ക് ചില ചെറിയ ഉപകാരങ്ങൾ ചെയ്യുന്നത്. ഒരു സല്പ്രവൃത്തിയാണ്: അതു കൊണ്ട് എന്റെ പരിചാരികമാരേ, അദ്ദേഹത്തിന് ഭക്ഷണവും പാനീയവും നല്കുക. പുഴയിൽ കാറ്റടിക്കാത്ത സ്ഥലത്ത് കൊണ്ടുപോയി അദ്ദേഹത്തെ കുളിപ്പിക്കുക."

സാവധാനം അവർ ദൃഢമായി നിന്ന് പരസ്പരം അവളുടെ ഉത്തരവ് ആവർത്തിച്ചു. വേഗം അവർ ഒഡീസ്സിയെ, വിശാലഹൃദയനായ ആൽസീനസ്സിന്റെ പുത്രി നോസിക്കായുടെ ആജ്ഞപ്രകാരം, ഒരു സുരക്ഷിതസ്ഥലത്തേക്ക് കൊണ്ടുപോയി നിർത്തി; അവർ ഒരു ഷർട്ടും, കൈയില്ലാത്തൊരു അയഞ്ഞ കുപ്പായവും കൊടുത്തു; സ്വർണ്ണക്കുപ്പിയിലുണ്ടായിരുന്ന ഒലിവെണ്ണയും നല്കി. പിന്നെ, പുഴയിൽ കുളിക്കാനായി നിർബ്ബന്ധിച്ചു. എന്നാൽ ശ്രേഷ്ഠനായ ഒഡീസ്സി എഴുന്നേറ്റ് പരിചാരികമാരോട് പറഞ്ഞു. "പരിചാരികമാരെ, നിങ്ങൾ ദൂരെ മാറി നില്ക്കൂ, എങ്കിൽ ഞാൻ ശരീരത്തിൽ പറ്റിപ്പിടിച്ച പായലും ചെളിയുമെല്ലാം കഴുകിക്കളഞ്ഞ്, എണ്ണ പുരട്ടാം. വളരെക്കാലമായി എന്റെ ചർമ്മത്തിൽ എണ്ണ തട്ടിയിട്ട്! എന്നാലും നിങ്ങളുടെ കൺമുന്നിൽ വെച്ച് ഞാൻ കുളിക്കില്ല. സ്ത്രീകൾക്ക് മുന്നിൽ നഗ്നനായി നില്ക്കാനെനിക്ക് നാണമാണ്." അവൻ അപ്രകാരം പറഞ്ഞപ്പോൾ അത് തന്റെ കൊച്ചമ്മയെ അറിയിക്കാനായി അവർ പോയി.

അതിനിടയിൽ മഹാനായ ഒഡീസ്സി തന്റെ പുറവും തോളുകളും ഉരച്ചുകഴുകി വൃത്തിയാക്കി. തലമുടിയിൽ പറ്റിപ്പിടിച്ചിരുന്ന അഴുക്കും ചെളിയുമെല്ലാം കഴുകിക്കളഞ്ഞു. അയാൾ വൃത്തിയായി കുളിച്ച് ശരീരത്തിൽ ഒലിവെണ്ണ പുരട്ടി ആ പെൺകുട്ടി കൊടുത്ത വസ്ത്രങ്ങൾ ധരിച്ച് നിന്നപ്പോൾ, സ്യൂസ് ദേവന്റെ പുത്രി എഥീനി ഉപായത്തിൽ അവനെ കൂടുതൽ പൊക്കവും കരുത്തും ഉള്ളവനാക്കി; തലമുടിയിലെ ചുരുളുകൾ എടുത്തു മാറ്റി. അങ്ങിനെ ദേവി അവന്റെ ശിരസ്സിനും തോളുകൾക്കും കുലീനത നല്കി. അപ്പോൾ ഒഡീസ്സി എഴുന്നേറ്റ് ദൂരേക്ക് പോയി കടൽത്തീരത്ത് ചെന്നിരുന്നു. തേജസ്സുറ്റ അവന്റെ മുഖം ഐശ്വര്യം തുളുമ്പുന്നതായിരുന്നു. അതുകണ്ട് ആ പെൺകുട്ടി ആശ്ചര്യത്തോടെ അവളുടെ പരിചാരികമാരോട് പറഞ്ഞു.

"ഞാൻ പറയുന്നത് ശ്രദ്ധിച്ചു കേൾക്കൂ, എന്റെ സുന്ദരികളായ പരിചാരികന്മാരെ. പവിത്രരായ ഫേഷ്യന്മാർക്കിടയിൽ ഈ മനുഷ്യൻ പ്രവേശിക്കുന്നത് ഒളിമ്പസ്സ് നിവാസികളായ എല്ലാ ദൈവങ്ങളും എതിർത്തിട്ടൊന്നുമില്ല. ആദ്യം അയാൾ ഒരു യോഗ്യനായ മനുഷ്യനാണെന്ന് എനിക്ക് തോന്നിയില്ല: എന്നാൽ ഇപ്പോൾ അയാൾ സ്വർഗ്ഗത്തിലെ ദൈവങ്ങളെപ്പോലെയാണെനിക്ക് തോന്നുന്നത്. അത്തരം ഒരു മനുഷ്യൻ നമ്മുടെ നഗരത്തിൽ സംതൃപ്തനായി സ്ഥിരതാമസമാക്കേണ്ടതാണ്; എന്റെ ഭർത്താവാകേണ്ടതാണ്! എന്നാൽ വരൂ. സ്ത്രീകളെ, ആ അപരിചിതന് ആഹാരവും പാനീയവും നല്കൂ."

അവർ സസന്തോഷം അനുസരിച്ചു. ദേവതുല്യനായ ഒഡീസ്സിക്കു മുന്നിൽ അവർ ഭക്ഷണം നിരത്തി; എത്രയോ ദിവസങ്ങളായി ഭക്ഷണം കഴിച്ചിട്ടില്ലാത്ത അവൻ ആർത്തിയോടെ തിന്നാനും കുടിക്കാനും തുടങ്ങി. അപ്പോൾ സുന്ദരിയായ നോസിക്കാ അടുത്ത കാര്യത്തിലേക്ക് കടക്കുകയായിരുന്നു. അലക്കിയ തുണികളെല്ലാം വണ്ടിയിൽ മടക്കിവെച്ചു. കരുത്തുറ്റ കോവർകഴുതകളെ വണ്ടിയിൽപൂട്ടി. ആ കുമാരി വണ്ടിയിൽക്കയറി ഒഡീസ്സിയോട് വിളിച്ചു പറഞ്ഞു. "എഴുന്നേല്ക്കൂ അപരിചിതാ, നഗരത്തിലേക്ക് പോകാം. അവിടെ എന്റെ വിവേകശാലിയായ അച്ഛന്റെ വീട് ഞാൻ കാണിച്ചുതരാം. അദ്ദേഹത്തിന്റെ ദർബ്ബാറിൽ ഏറ്റവും പ്രശസ്തരായ ഫേഷ്യൻക്കാരെയെല്ലാം നിങ്ങൾക്ക് പരിചയപ്പെടാൻ കഴിയുമെന്ന് ഞാൻ ഉറപ്പുതരുന്നു. എന്നാലും, ബുദ്ധിമാനായ നിങ്ങൾ താഴെ പറയും വിധം പ്രത്യേക ശ്രദ്ധ ചെലുത്തേണ്ടതുണ്ട്. നമ്മൾ ആളുകളുള്ള വയലുകളും ഗ്രാമപ്രദേശങ്ങളും കടന്നുപോകുമ്പോൾ നിങ്ങൾ വണ്ടിക്കു പിന്നാലെ എന്റെ പരിചാരികമാരോടൊപ്പം വേഗം നടക്കുക. അത്രദൂരം ഞാൻ നിങ്ങളുടെ മാർഗ്ഗദർശിയായിരിക്കും. എന്നാൽ നഗരത്തിൽ പ്രവേശിച്ചാൽ- അതിന്റെ ഉയർന്ന ഗോപുരങ്ങൾ മനസ്സിലാക്കാൻ എളുപ്പമാണ്. അതിന് ഇരുവശവും നല്ലൊരു തുറമുഖമാണ് ഉള്ളത്. അതിനിടയിലുള്ള പാത ഇടുങ്ങിയതാണ്. കാരണം, കപ്പലിന്റെ പള്ളകൾ അവിടെ നിരത്തിവെച്ചിരിക്കയാണ്, ഓരോ കപ്പലുടമയ്ക്കും പതിച്ച് കൊടുത്തിട്ടുള്ള സ്ഥലങ്ങളാണവ. പൊസീഡൻ ദേവന്റെ ക്ഷേത്രത്തിന് ചുറ്റും സമ്മേളനസ്ഥലം ഉണ്ട്. ആ പരിസരത്ത് കല്ല് സ്ലേബുകൾ മണ്ണിൽ ദൃഢമായി ഉറപ്പിച്ചിരിക്കുന്നു. ഇവിടെയാണവർ കപ്പലുകൾക്കു വേണ്ടിയുള്ള പണി ആയുധങ്ങൾ, കയറുകൾ, കാൻവാസ് എന്നിവ നിർമ്മിക്കുന്നത്. തുഴകളുടെ ബ്ലേഡുകൾ രാകിയെടുക്കുന്നതും ഇവിടെയാണ്. ഞങ്ങൾ ഫേഷ്യൻകാർക്ക് അമ്പും വില്ലുമൊന്നുമല്ല അഭിമാനിക്കാവുന്ന കാര്യം, എന്ന് മനസ്സിലാക്കുക. എല്ലാ ആനന്ദവും പ്രക്ഷുബ്ധമായ കടൽ കടക്കുവാനുള്ള മനോഹരമായ കപ്പലുകളിലും, കൊടിമരങ്ങളിലും തുഴകളിലുമാണ്.

ഈ കടൽയാത്രക്കാരുടെ മര്യാദയില്ലാത്ത പരിഹാസവാക്കുകളിൽ നിന്ന് ഞാൻ ഒഴിഞ്ഞുമാറുന്നു, അപരിചിതാ: ആരെങ്കിലും എന്നെ അധിക്ഷേപിച്ചെങ്കിലോ! ജനങ്ങൾക്കിടയിൽ ഒരുപാട് ദുഷിച്ച നാവുള്ളവർ ഉണ്ട്- "ആരാണ് നോസിക്കായെ പിൻതുടങ്ങുന്ന ഈ പൊക്കമുള്ള അപരിചിതൻ? എവിടന്നാണവൾ അവനെ പെറുക്കിയെടുത്തത്? അവൻ അവളുടെ അഭിരുചിക്കനുസൃതനായ ഭർത്താവാകുമെന്നതിൽ സംശയമില്ല! ഒരുപക്ഷേ, ഒരു കപ്പലിൽ നിന്ന് രക്ഷപ്പെട്ട് അലഞ്ഞുതിരിയുന്ന ഒരു വിദേശി ആയിരിക്കാം. കാരണം, ഇത്തരം അയൽവാസികൾ നമുക്കില്ല. അല്ലെങ്കിൽ, അവൻ ഏതെങ്കിലും ദേവൻ ആകാം, നീണ്ട അപേക്ഷകൾക്ക് അവളോട് മറുപടി നല്കാനായി സ്വർഗ്ഗത്തിൽനിന്ന് ഇറങ്ങി വന്നതാകാം. അവളെ എന്നെന്നേക്കുമായി സ്വന്തമാക്കാൻ വേണ്ടി വന്ന

താകാം. എവിടന്നെങ്കിലും അവൾ സ്വയം ഒരു ഇണയെ കുഴിച്ചെടുത്ത താണെങ്കിൽ, നല്ലത് തന്നെ! എന്തുകൊണ്ടെന്നാൽ, അവൾ ഫേഷിയ ന്മാർക്കിടയിൽ അത്ര സ്വീകാര്യയായി ഒരിക്കലും കാണപ്പെട്ടിട്ടില്ല, ഉന്നത പദവിയിലുള്ള പല യുവാക്കളും അവളെ വിവാഹാഭ്യർത്ഥനയുമായി സമീ പിച്ചിരുന്നെങ്കിലും; അപ്രകാരമായിരിക്കും അവർ സംസാരിക്കുക. അതെല്ലാം എനിക്കൊരു അധിക്ഷേപമായിത്തീരും. തീർച്ചയായും അത്തരം കാര്യങ്ങൾ ചെയ്യുന്ന ഒരു പെൺകുട്ടിയെ ഞാനും കുറ്റപ്പെടു ത്തും.

അതുകൊണ്ട് അപരിചിതാ, എന്റെ ഈ നിർദ്ദേശങ്ങൾ നന്നായി പരിഗണിക്കുക. അങ്ങനെ നിങ്ങളുടെ സുരക്ഷിതമായ പെരുമാറ്റത്തിലൂടെ എന്റെ അച്ഛന്റെ പ്രീതി നിങ്ങൾ കരസ്ഥമാക്കുക. നിങ്ങൾക്ക് പാതയോ രത്ത് എഥീനി ദേവിയുടെ പേരിലുള്ള ഒരു രാജകീയ വൃക്ഷത്തോപ്പ് കാണാൻ കഴിയും. കറുത്ത പോപ്ലാർമരങ്ങൾ നിറഞ്ഞൊരു തോപ്പ്. അതി നുള്ളിൽ ഒരു തടാകമുണ്ട്, ചുറ്റും പുൽമൈതാനങ്ങൾ, ഒപ്പം വിശാല മായ പൂന്തോട്ടവും എന്റെ അച്ഛന്റെ ഒരു എസ്റ്റേറ്റ് ആണത്. പട്ടണത്തിൽ നിന്ന് ദൂരെയല്ല അത് സ്ഥിതി ചെയ്യുന്നത്. ഒരു വിളിപ്പാടകലെ മാത്രം, ഞങ്ങൾ നഗരത്തിലേക്കു പോയി. അച്ഛന്റെ വീട്ടിലെത്തുന്നതുവരെ നിങ്ങൾ ആ ഉദ്യാനത്തിൽ കാത്തിരിക്കുക. ഞാൻ വീട്ടിൽ എത്തിക്കാ ണുമെന്ന് നിങ്ങൾക്ക് തോന്നിയാൽ നിങ്ങൾ ഫേഷ്യൻ നഗരത്തിൽ പ്രവേ ശിച്ച് അച്ഛന്റെ കൊട്ടാരം അന്വേഷിക്കുക, ഉദാരമതിയായ അൽസിന സ്സിന്റെ കൊട്ടാരം. അത് വളരെ എളുപ്പം തിരിച്ചറിയാവുന്നതാണ്. ഒരു കൊച്ചുകുട്ടിക്കുപോലും നിങ്ങളെ അവിടേക്ക് ആനയിക്കാൻ കഴിയും. ഒരുതരത്തിലും സാധാരണ പൗരന്മാരുടെ വീടുകളുമായി അതിനെ താര തമ്യപ്പെടുത്താനാവില്ല. അൽസിനസ് രാജാവിന്റെ കൊട്ടാരംപോലെ മറ്റൊ ന്നില്ല.

എന്നാൽ, വീടുകളും അങ്കണങ്ങളും നിങ്ങൾ പിന്നിട്ടു കഴിഞ്ഞാൽ കഴിയാവുന്നത്ര വേഗത്തിൽ ആ വലിയ ഹാൾ കടന്ന് അമ്മയുടെ അടു ത്തെത്തുക. അമ്മ ചൂളയ്ക്കടുത്തിരുന്ന് തീജ്വാലയുടെ വെളിച്ചത്തിൽ നൂല്നൂല്ക്കുന്നുണ്ടായിരിക്കും. അമ്മയുടെ കസേര ഒരു തൂണിൽ ചാരി വെച്ചിരിക്കും. അവരുടെ ഭൃത്യകളെല്ലാം പിന്നിൽ ഇരിക്കുന്നുണ്ടാകും. എന്റെ അച്ഛന്റെ സിംഹാസനം അമ്മയുടെ സമീപം ഇട്ടിട്ടുണ്ടായിരിക്കും. അതിൽ അദ്ദേഹം ഒരു ദേവനെപ്പോലെ ഇരുന്ന് വീഞ്ഞ് കുടിക്കുന്നു ണ്ടാകും. അദ്ദേഹത്തെ കടന്ന് ചെന്ന് അമ്മയുടെ കാല്ക്കൽ വീഴുക. നിങ്ങളുടെ കാര്യം ഭംഗിയായി വേഗം നടക്കണമെന്ന് ആഗ്രഹിക്കുന്നു ണ്ടെങ്കിൽ, ഇതേ ഒരു മാർഗ്ഗമുള്ളൂ. നിങ്ങളുടെ ജന്മനാട് എത്ര ദൂരെയാ ണെങ്കിലും അമ്മയുടെ മനസ്സിൽ നിങ്ങൾ സഹാനുഭൂതി പതിപ്പിച്ചാൽ നിങ്ങളുടെ രാജകീയ ഭവനത്തിലേക്കും പിതൃഭൂമിയിലേക്കും പോകാൻ കഴിയുമെന്ന ആശ വെച്ചുപുലർത്താനാകും." അവൾ സംഭാഷണം നിർത്തി, തന്റെ തിളങ്ങുന്ന ചമ്മട്ടികൊണ്ട് കഴുതകളെ അടിച്ചു. പെട്ടെ

ന്നവ പുഴയോരം വിട്ട് മുന്നോട്ട് നീങ്ങി. നോസിക്കാ കടിഞ്ഞാൺ പിടിച്ച് ചാട്ടവാർ വകതിരിവോടെ പ്രയോഗിച്ച് വണ്ടി ഓടിച്ചു. അവളുടെ പരിചാരികമാരും ഒഡീസ്സിയും അതിന് പിന്നാലെ ധൃതിയിൽ നടന്നു. സൂര്യൻ അസ്തമിച്ചു. അവർ എഥീനി ദേവിയുടെ നാമത്തിലുള്ള പ്രശസ്തമായ തോപ്പിൽ എത്തി. അവിടെ ഒഡീസ്സി അല്പനേരം നിന്ന് മഹാനായ സ്യൂസ് ദേവന്റെ പുത്രിയോട് പ്രാർത്ഥിച്ചു.

"ഞാൻ പറയുന്നത് കേൾക്കു, അനശ്വരയായവളെ, സ്യൂസ് ദേവന്റെ പുത്രീ, എന്റെ പ്രാർത്ഥന കേൾക്കുവാൻ ഞാൻ ഇപ്പോൾ പ്രത്യേകം അഭ്യർത്ഥിക്കുന്നു. പ്രശസ്തനായ പൊസീഡൻ എന്നെ തകർത്തു കളഞ്ഞത് ദേവി കണ്ടതാണല്ലോ. ഫേഷ്യന്മാർക്കിടയിൽ എനിക്ക് സ്നേഹവും ദയയും കണ്ടെത്താൻ കഴിയേണമേ."

അപ്രകാരം അവൻ പ്രാർത്ഥിച്ചു. പല്ലാസ് എഥീനി അവന്റെ പ്രാർത്ഥന കേട്ടു, എന്നാൽ അവൾ സ്വയം മുഖാമുഖം വന്നില്ല, അവളുടെ അച്ഛന്റെ സഹോദരനോടുള്ള ആദരവ് മൂലമായിരുന്നു അത്; അദ്ദേഹത്തിന് ഒഡീസ്സിയോടുള്ള കടുത്ത കോപം അവൻ സ്വന്തം കടൽത്തീരത്തെത്തുന്നതുവരെ നിലനിന്നു.

ഏഴ്

അങ്ങനെ അഭിമാനിയായ ഒഡീസ്സി ആ സ്ഥലത്തുകാത്തുനിന്ന് പ്രാർത്ഥിച്ചു. ആ സമയം രണ്ട് കരുത്തരായ കോവർകഴുതകൾ ആ പെൺകുട്ടിയെ നഗരത്തിലൂടെ വണ്ടി ഓടിച്ചു മഹാനായ പിതാവിന്റെ കൊട്ടാരത്തിലെത്തിച്ചു. അതിന്റെ വാതിലിന് മുന്നിൽ അവൾ നിന്നു. ദേവതുല്യരായ അവളുടെ സഹോദരന്മാർ പുറത്തുവന്ന് അവളുടെ ചുറ്റും നിന്നു. അവർ കഴുതകളെ വണ്ടിയിൽനിന്നും അഴിച്ച് അലക്കിയ വസ്ത്രങ്ങൾ അകത്തേക്ക് എടുത്തുകൊണ്ടുപോയി. അവൾ സ്വന്തം മുറിയിലേക്ക് പോയി. അവിടെ അവളുടെ വൃദ്ധ പരിചാരിക, അപേരിയാക്കാരി അവൾക്കുവേണ്ടി തീച്ചൂള കത്തിച്ച് തയ്യാറാക്കിവെച്ചിരുന്നു. ആ വൃദ്ധ പരിചാരികയുടെ പേര് യൂറിമെഡൂസാ എന്നായിരുന്നു. കടലിലൂടെയുള്ള ഒരു മിന്നലാക്രമണത്തിൽ അപേരിയായിൽനിന്ന് അടിമയായി പിടിക്കപ്പെട്ടവളാണവൾ. പിന്നീട് അവളെ അൽസിനസ്സിന്റെ ബഹുമാനാർത്ഥം, ഒരുപാരിതോഷികമായി, മാറ്റിനിർത്തി, കാരണം, ഫേഷ്യൻക്കാരുടെ പരമാധികാരിയായ ഭരണാധിപനാണദ്ദേഹം, അദ്ദേഹത്തെ ഒരു ദൈവമായാണ് സാധാരണക്കാർ കരുതുന്നത്. ആ സ്ത്രീയാണ് ചെറുപ്രായം മുതൽ സുന്ദരിയായ നോസിയായെ കൊട്ടാരത്തിൽ വളർത്തി വലുതാക്കിയത്. ഇപ്പോൾ അവൾ തീ കത്തിച്ച് പതിവുപോലെ രാജകുമാരിയുടെ മുറിയിൽ ആഹാരം നിരത്തുകയായിരുന്നു.

ഒടുവിൽ, ഒഡീസ്സി എഴുന്നേറ്റ് നഗരത്തിലേക്ക് നടക്കാൻ തുടങ്ങി. അപ്പോഴേക്കും എഥീനി ദേവി, അവനോടുള്ള സ്നേഹത്തിന്റെ പേരിൽ,

അവനെ മൂടൽമഞ്ഞുകൊണ്ട് പൊതിഞ്ഞു. അവൻ പോകുന്നവഴിക്ക് നില്ക്കുന്ന പൊങ്ങച്ചക്കാരായ പേഷ്യൻക്കാരുടെ ചോദ്യം ചെയ്യ ലിൽനിന്നും അവൻ ആരാണെന്ന് കണ്ടുപിടിച്ച് പരിഹാസം ചൊരിയ ലിൽ നിന്നും അവനെ രക്ഷപ്പെടുത്താൻ വേണ്ടിയായിരുന്നു ദേവി അപ്ര കാരം ചെയ്തത്. അവനെ കൂടുതൽ ശ്രദ്ധിക്കാൻ വേണ്ടി എഥീനി ദേവി ഒരു കൊച്ചു പെൺകുട്ടിയുടെ രൂപത്തിൽ ഒരു വെള്ളം നിറച്ച ജാറും പിടിച്ച് നഗര കവാടത്തിൽ അവനെ കണ്ടുമുട്ടി. ആ പെൺകുട്ടി അവന് തൊട്ടടുത്തെത്തിയപ്പോൾ ശങ്കിച്ചു നിന്നു. ഒഡീസ്സി അവളോട് യാചിച്ചു. "കുട്ടീ ഇവിടത്തെ രാജാവായ അൽസിനസിന്റെ കൊട്ടാരത്തിലേക്ക് എന്നെ വഴികാട്ടാമോ? ഞാനൊരു അപരിചിതനാണ്. വിദൂരദേശത്ത് നിന്നുള്ള മാർഗ്ഗ മദ്ധ്യേ ഞാൻ കഠിനമായ ക്ലേശങ്ങൾ സഹിച്ചു. എനി ക്കിവിടത്തെ ഒറ്റ മനുഷ്യനേയും അറിയില്ല. ഒറ്റ വീട്ടുകാരനേയും അറി യില്ല."

അവനോട് ദേവി മറുപടി പറഞ്ഞു. "ഉടനെ പറയാം, അപരിചിതാ നിങ്ങൾ ആവശ്യപ്പെട്ട വീട് ഞാൻ കാണിച്ചുതരാം, അതെന്റെ ആദര ണീയനായ അച്ഛന്റെ വീടിന് തൊട്ടടുത്താണ്. ഞാൻ കാണിക്കുന്ന വഴി യിലൂടെ നിങ്ങൾ നിശ്ശബ്ദം എന്നെ പിന്തുടരുക; നമ്മൾ കണ്ടുമുട്ടുന്ന ഒറ്റ വ്യക്തിയേയും മിഴിച്ചു നോക്കരുത്; അടുത്തുചെന്നവരോട് സംസാരിക്ക യുമരുത്. ഇവിടത്തെ ആളുകൾ അപരിചിതരോട് മര്യാദകാണിക്കാത്ത വരാണ്, വിദേശികളെ അവർക്കിഷ്ടമല്ല. ആഴക്കടലിൽ, ചിറകുകളുടേയോ ചിന്തകളുടെയോ വേഗത്തിൽ പറക്കുന്ന അവരുടെ കപ്പലുകളുടെ വേഗ തയിൽ മാത്രമേ അവർ വിശ്വാസമർപ്പിക്കുന്നുള്ളൂ." ഇത്രയും പറഞ്ഞ് എഥീനി വേഗം മുന്നോട്ടു നടന്നു, അവളുടെ ദൈവീകപാദങ്ങളെ തൊട്ട ടുത്തായി ഒഡീസ്സി പിന്തുടർന്നു. ആ പ്രശസ്തനാവികരായ ഫേഷ്യൻകാർ അവർ തങ്ങൾക്കിടയിലൂടെ കടന്നുപോയത് ശ്രദ്ധിച്ചതേയില്ല! മുടി താഴ്ത്തിയിട്ടിരുന്ന ദേവിയുടെ മുഖം ആർക്കും മനസ്സിലാക്കാനായില്ല; അവനോട് തന്റെ ഹൃദയത്തിലുണ്ടായിരുന്ന സൗഹൃദം മൂലം അവനെ അമാനുഷമായ മൂടൻ മഞ്ഞുകൊണ്ട് ദേവി പൊതിഞ്ഞു.

ആ നൗകാശയങ്ങളും കപ്പലുകളും കണ്ട് ഒഡീസ്സി അത്ഭുതപ്പെട്ടു. എത്ര വലിയ അസംബ്ലി യാർഡുകൾ! അതിശയകരമായ കാഴ്ച തന്നെ! അവർ പ്രശസ്തമായ രാജകൊട്ടാരത്തിലെത്തിയപ്പോൾ എഥീനി വീണ്ടും സംസാരിക്കാൻ തുടങ്ങി

"ഇതാണ് വീട്, ആരാധ്യനായ അപരിചിതാ, ഇതാണ് നിങ്ങൾ എന്നോട് കാണിച്ചുതരാനാവശ്യപ്പെട്ട രാജകൊട്ടാരം. ഇതിനുള്ളിൽ, ആഹാരം കഴിച്ചുകൊണ്ടിരിക്കുന്ന രാജാക്കന്മാരെകാണാം. നിർഭയം അക ത്തേക്ക് ചെല്ലുക. ഏതൊരു വിദേശി ആയാലും, ഏത് നിർണ്ണായക അവ സ്ഥയിലും അവന്റെ ഐശ്വര്യമുള്ള മുഖമാണ് രാജാവിനെ അവന്റെ രക്ഷ ക്കായി എത്തിക്കുന്നത്. കർമ്മവശാൽ നിങ്ങൾ ആദ്യം കാണേണ്ടത് രാജ്ഞി ആരിറ്റെയെ ആണ്. രാജ്ഞിയുടെ വംശപരമ്പരയും രാജാവി

ന്റേതുപോലെ ദൈവങ്ങളിൽനിന്ന് ഉത്ഭവിച്ചിട്ടുള്ളതാണ്. ആരിറ്റെയെ അവൾ നഗരത്തിലൂടെ കടന്നുപോകുമ്പോൾ ഭർത്താവ് അൽസിനസ്സും എല്ലാ ജനങ്ങളും ഒരു ദേവതയെപ്പോലെയാണ് ആദരിച്ചിരുന്നത്. അവൾ ശ്രേഷ്ഠ ഗുണങ്ങൾ ഉള്ള ഒരു സ്ത്രീയായിരുന്നു. അവൾ മുഖം കൊടുത്ത ഏതൊരുവന്റെ വഴക്കുകളും ഭംഗിയായി പരിഹരിക്കുമായിരുന്നു, പുരുഷന്മാർ തമ്മിലുള്ള പ്രശ്നങ്ങൾ പോലും! നിങ്ങൾക്കു നേരെ അമ്മയെ സഹാനുഭൂതിയുള്ളവളായി മാറ്റാൻ കഴിഞ്ഞാൽ നിങ്ങൾക്ക് ശരിക്കും സ്വന്തം വീടും ജന്മനാടും സുഹൃത്തുക്കളും വീണ്ടും ലഭ്യമാകും."

ഇത്രയും പറഞ്ഞ് എഥീനി ദേവി അവനെ വിട്ട് പോയി. ഒഡീസ്സി അല്പനേരം അൽസിനസ്സിന്റെ പ്രസിദ്ധമായ കൊട്ടാര കവാടത്തിൽ നിന്നു. അതിന്റെ ചെമ്പുകൊണ്ട് നിർമ്മിച്ച പൂമുഖത്തേക്കവൻ കടന്നില്ല, അവന്റെ ഹൃദയത്തിൽ അനേകം ചിന്തകൾ തിങ്ങിവിങ്ങുകയായിരുന്നു. പ്രതാപിയായ അൽസിനസ്സിന്റെ ഉയർന്ന തട്ടുള്ള മുറികളിലെ ശോഭ സൂര്യപ്രകാശമോ നിലാവോ പോലെ ആയിരുന്നു! കാരണം, അകത്തെ ഭിത്തികൾ ചെമ്പ് പ്ലേറ്റ് ചെയ്തവയാണ്. വാതിൽ മുതൽ വീടിന്റെ അങ്ങേയറ്റം വരെ. അതിന് ചുറ്റുമുള്ള ചുമരിന്റെ മുകളിലെ ശില്പവേല നീലനിറത്തിൽ വെട്ടിത്തിളങ്ങുന്നു. പൂമുഖത്തെ വാതിൽ വെള്ളികൊണ്ട് നിർമ്മിക്കപ്പെട്ടവയാണ്; മുകളിലെ തട്ടും അപ്രകാരം തന്നെ. വാതിൽ പിടി സ്വർണ്ണം കൊണ്ടുള്ളതാണ്. പോർച്ചിന്റെ ഇരുഭാഗത്തും ഹെഫൈസ്റ്റസ് ദേവൻ സ്വർണ്ണത്തിലും വെള്ളിയിലും കൊത്തുപണി ചെയ്ത, അതിമനോഹരമായ നായകളുടെ രൂപങ്ങൾ ഉറപ്പിച്ചിരിക്കുന്നു. വിശാല ഹൃദയനായ അൽസിനസ്സിന്റെ വീട്ടിലെ അനശ്വരരായ കാവൽ നായ്ക്കളാണവ. ഇടയ്ക്കിടെ ചുമരിനോടടുപ്പിച്ച് സിംഹാസനങ്ങൽ ഇട്ടിട്ടുണ്ട്. വീട്ടിലെ സ്ത്രീകൾ ഭംഗിയായി നെയ്തെടുത്ത തിരശ്ശീലകൾ ഈ സിംഹാസനങ്ങൾക്ക് മുന്നിൽ ഞാത്തിയിട്ടിരിക്കുന്നു. അവയിലാണ് ഫേഷ്യൻ പ്രഭുക്കന്മാർ ഇരുന്ന് ആഹാരം കഴിക്കുന്നതും കുടിക്കുന്നതും. കൊട്ടാരത്തിലെ ആതിഥ്യമര്യാദ അത്രയ്ക്ക് ഉദാരമാണ്. ഇരുട്ടാകുമ്പോൾ വിശാലമായ ഹാളുകളിൽ സ്വർണ്ണനിർമ്മിതമായ യുവാക്കളുടെ പ്രതിമകളിൽ പന്തം കത്തിച്ച് പിടിപ്പിക്കുന്നു; പീഠങ്ങളിലാണ് ഈ പ്രതിമകൾ ഉറപ്പിച്ചിട്ടുള്ളത്. ഈ വീട് നോക്കിനടത്തുന്ന അൻപത് സ്ത്രീകളിൽ ചിലർ തിരികല്ലിൽ ധാന്യം പൊടിക്കയും ചിലർ തറികളിൽ നൂൽ നൂല്ക്കുകയും തുന്നുകയും മറ്റും ചെയ്തുകൊണ്ടിരിക്കുന്നു. അവരുടെ നൂലിന്റെ ഇഴകൾ അത്രയ്ക്ക് അടുത്തടുത്തായതിനാൽ കട്ടികുറഞ്ഞ എണ്ണ പോലും അതിലൂടെ കടക്കുകയില്ല. വേഗതയുള്ള കപ്പലുകൾ കടലിലൂടെ ഓടിക്കാൻ ഫേഷ്യൻ നാവികർ അതിവിദഗ്ദ്ധരാണെന്നതു പോലെ, തുന്നലിൽ അവരുടെ സ്ത്രീകൾ അതിവിദഗ്ദ്ധരായ കലാകാരികളാണ്! മനോഹരമായ സാധനങ്ങൾ നിർമ്മിക്കുവാനുള്ള ഈ ഉജ്ജ്വലകലാവാസന എഥീനി ദേവി നല്കിയതാണ്.

മുറ്റത്തിന് പുറത്ത് നാലേക്കർ വിസ്താരമുള്ള ഒരു വലിയ തോപ്പ്

നീണ്ടു; കിടക്കുന്നു, അത് വേലി കെട്ടി ഭദ്രമാക്കിയിട്ടുണ്ട്. അതിൽ നിറയെ പൊക്കമുള്ള വൃക്ഷങ്ങളാണ്. എല്ലാതരം പഴവർഗ്ഗങ്ങളും അവിടത്തെ മരങ്ങളിൽ കായ്ച്ചു നില്ക്കുന്നു. ഫിഗുകളും ഒലിവുകളുമുണ്ട്. എല്ലാ കാലങ്ങളിലും, ശീതകാലത്തും വേനൽകാലത്തും, കൊല്ലം മുഴുവൻ, അവയിൽ പഴങ്ങൾ ഉണ്ടായിരിക്കും. പേറും ആപ്പിളും മുന്തിരിയും അത്തിപ്പഴവും അവിടെ സമൃദ്ധമായി വിളയുന്നു. രാജാവിനുവേണ്ടി ഒരു പ്രത്യേക വീഞ്ഞുതോട്ടം ഇവിടെയുണ്ട്. എല്ലാകാലത്തും പൂക്കൾ വിരിയുന്ന പൂന്തോട്ടങ്ങളും അവിടെയുണ്ട്. അത്തരം ശ്രേഷ്ഠമായ സമ്മാനങ്ങളാണ് ദൈവങ്ങൾ അൽസിനസ്സിന്റെ കൊട്ടാരത്തിൽ ഉദാരമായി ചൊരിഞ്ഞു കൊടുത്തിട്ടുള്ളത്.

മഹാനായ ഒഡീസ്സി അവിടെ മിഴിച്ചുനോക്കി നിന്നു. എന്നാൽ അതെല്ലാം കാണുകയും മനസ്സിലാക്കുകയും ചെയ്ത ഉടനെ അവൻ പൂമുഖം കടന്ന്, വീടിനുള്ളിലേക്ക് പ്രവേശിച്ചു. അവിടെ ഫേഷ്യൻ നേതാക്കന്മാരും പ്രഭുക്കന്മാരും വീഞ്ഞുപാത്രം കാലിയാക്കുന്നതവൻ കണ്ടു. ഉറങ്ങാൻ പോകുന്നതിനു മുമ്പ് ഹെർമിസിനുവേണ്ടി അവസാനകപ്പ് രാത്രി അകത്താക്കുന്നതവരുടെ ഒരു ആചാരമാണ്.

ഒഡീസ്സി ധൃതിയിൽ ഹാളിലൂടെ മുന്നോട്ടുനടന്നു. എഥീനി അവനെ പൊതിഞ്ഞിരുന്ന കനത്ത നീരാവി അവൻ ആരിറ്റെ രാജ്ഞിയുടേയും അൽസിനസ് രാജാവിന്റെയും അടുത്തെത്തുന്നതുവരെ നിലനിന്നു. ഒഡീസ്സി ചെന്ന ഉടനെ ആരിറ്റെയുടെ പാദങ്ങളിൽ വീണു; ദൈവീകമായ മൂടൽമഞ്ഞ് അവനെ വിട്ടുമാറി. ആ വീരനെ കണ്ട ഉടനെ അവിടെ കൂടിയിരുന്ന മനുഷ്യരുടെ ശബ്ദം നിലച്ചു. അവർ സ്തബ്ദ്ധരായി വാ പിളർന്നു നിന്നു!

ഒഡീസ്സി കേണപേക്ഷിച്ചു. “അല്ലയോ ആരിറ്റെ, ദേവനെപ്പോലുള്ള റെക്സെനറിന്റെ പുത്രീ, എന്റെ കഷ്ടപ്പാടിന്റെ പാരമ്യത്തിൽ അങ്ങയുടെ ഭർത്താവിന്റെയും അങ്ങയുടെയും കാലുപിടിക്കാൻ എത്തിയിരിക്കയാണ് ഞാൻ; ഈ അതിഥികളുടെയും കൂടി. ദൈവം അവർക്ക് സുഖകരമായ ജീവിതം നല്കട്ടെ! എന്റെ കാര്യത്തിൽ അങ്ങ് കരുണ കാണിക്കണം. എന്നെ കഴിയുന്നത്ര വേഗം എന്റെ ജന്മനാട്ടിലേക്കയയ്ക്കുവാൻ ദയവുണ്ടാകണം. കുറേക്കാലമായി ഞാനെന്റെ സ്വന്തക്കാരിൽ നിന്ന് വേർപെട്ട്, കഷ്ടതകൾ അനുഭവിക്കുന്നു!” ഇത്രയും പറഞ്ഞു അവൻ അതീവ വിനയത്തോടെ തീച്ചൂളക്കരികിൽ ചാരമുള്ള തറയിൽ കുനിഞ്ഞ് ഇരുന്നു. അല്പനേരം ഹാൾ മുഴുവൻ പൂർണ്ണ നിശ്ശബ്ദതയിലാണ്ടു.

ഒടുവിൽ ഫേഷ്യന്മാരിലെ മുതിർന്ന പൗരനായ എക്കീനിയസ് സംസാരിച്ചു; നല്ല വാഗ്മിയും വിവേകശാലിയുമാണദ്ദേഹം. അദ്ദേഹം ആത്മാർത്ഥതയോടെ പ്രതിഷേധ സ്വരത്തിൽ പറഞ്ഞു. “അൽസിനസ് ഈ അപരിചിതനെ ചൂളയുടെ ചാരം നിറഞ്ഞ നിലത്ത് ഇരുത്തുന്നത് ശരിയല്ല, നിങ്ങളുടെ കീർത്തിക്ക് യോജിച്ചതുമല്ല. മറ്റെല്ലാക്കാര്യങ്ങളും തല്ക്കാലം നില്ക്കട്ടെ. ഈ അപരിചിതനെ ഒരു വെള്ളി സിംഹാസന

ത്തിൽ ഇരുത്തുക. പരിചാരകന്മാരോട് നമ്മൾക്കായി വീഞ്ഞ് തയ്യാറാക്കാൻ പറയുക, സ്യൂസ് ദേവന് അത് അർപ്പിക്കാം. ഈ അപരിചിതന് വീട്ടിൽ ഉള്ള എന്തെങ്കിലും ആഹാരം നല്കാനായി അടുക്കളക്കാരിയോട് പറയുക; അയാൾ അത്താഴം കഴിക്കട്ടെ."

പവിത്രനായ രാജാവ് ഈ ഉപദേശം കേട്ടപ്പോൾ, ഒഡീസ്സിയെ പൊടി പിടിച്ച തറയിൽനിന്നും പിടിച്ചെഴുന്നേല്പിച്ച് തന്റെ ഏറ്റവും അടുത്ത പീഠത്തിൽ ഇരുത്തി; തന്റെ പ്രിയപ്പെട്ട യുവാവായ പുത്രൻ ഇരുന്ന വെള്ളി സിംഹാസനമായിരുന്നു അത്. രാജാവ് മകനെ എഴുന്നേല്പിച്ചാണ് ആ സിംഹാസനം ഒഡീസ്സിക്ക് നല്കിയത്. പരിചാരിക ഒഡീസ്സിക്ക് കൈകഴുകാനായി ഒരു സ്വർണ്ണപ്പാത്രത്തിൽനിന്ന് വെള്ളം ഒഴിച്ചുകൊടുത്തു. വെള്ളി ബേസിനിലേക്ക് കഴുകിയവെള്ളം ശേഖരിച്ചു. തിളങ്ങുന്നൊരു മേശകൊണ്ടുവന്ന് അതിലവൾ പലതരം ആഹാരപദാർത്ഥങ്ങൾ സസന്തോഷം നിരത്തി. ഒഡീസ്സി അതെല്ലാം മതിയാവോളം കഴിച്ചു. അപ്പോൾ രാജാവ് വിളംബരം ചെയ്യുന്നവനെ വിളിച്ചു പറഞ്ഞു. "പോണ്ടോണസ്, ഞങ്ങൾക്കുവേണ്ടി വീഞ്ഞ് തയ്യാറാക്കുക, എന്നിട്ടത് വീട്ടിലുള്ള എല്ലാവർക്കും കുടിക്കാനായി നല്കുക. നമ്മൾ സ്യൂസിന്നത് അർപ്പിക്കട്ടെ."

അദ്ദേഹം പറഞ്ഞതുപ്രകാരം പൊണ്ടോണസ് തേനൂറുന്ന വീഞ്ഞ് തയ്യാറാക്കി. എല്ലാവരുടെ കപ്പുകളിലും പകർന്നു. അവർ മതിയാവോളം കുടിച്ചുകഴിഞ്ഞപ്പോൾ അൽസിനെസ് വീണ്ടും അതിഥികളെ അഭിസംബോധന ചെയ്തു. "ഞാൻ പറയുന്നത് കേൾക്കുക. ഫേഷ്യൻ നേതാക്കളേ, എന്റെ ഹൃദയത്തിൽ ഉള്ളത് ഞാൻ പറയാം. നമ്മുടെ സദ്യ അവസാനിച്ചു. ഇനി നിങ്ങൾക്ക് വീട്ടിൽ പോയി സുഖമായി കിടന്നുറങ്ങാം. നാളെ രാവിലെ നമുക്ക് മുതിർന്നവരുടെ ഒരു മഹാസമ്മേളനം വിളിച്ചുകൂട്ടി, നമ്മുടെ അതിഥിഹാളിൽ ആതിഥേയ ആചാരങ്ങൾ നടത്താം, അതോടൊപ്പം ദൈവങ്ങൾക്ക് ഉചിതമായ ബലിയും നടത്താം. ഈ ചടങ്ങുകൾക്കുശേഷം അവന് അപകടമില്ലാത്ത സുഖമായ മടക്കയാത്ര നമ്മൾ ഉറപ്പു വരുത്തണം. അവന്റെ വീട് വളരെ ദൂരെ ആയിരിക്കാം. അവന്റെ യാത്രയ്ക്കിടയിലെ കഷ്ടതകളിൽ നിന്നും പീഡനങ്ങളിൽ നിന്നും നമ്മൾ അവനെ കാത്തുരക്ഷിക്കണം, അവൻ ജന്മനാട്ടിൽ ഇറങ്ങുന്നതുവരെ ഒരിക്കൽ അവിടെ എത്തിയാൽ നമ്മുടെ ചുമതല കഴിഞ്ഞു. ഗുരുതരമായ വിധി എന്തെല്ലാം അവന്റെ ജീവിതത്തിൽ വരുത്തി വെച്ചാലും, അവന് സഹിക്കാതെ നിവൃത്തിയില്ല. ഒരു പക്ഷേ, ഇവൻ സ്വർഗ്ഗത്തിൽ നിന്നും ഇറങ്ങിവന്ന അനശ്വര ദൈവങ്ങളിൽ ആരെങ്കിലും ആയിരിക്കുമോ? അങ്ങിനെയാണെങ്കിൽ ദൈവങ്ങൾ നമ്മളോടുള്ള പെരുമാറ്റത്തിൽ മാറ്റം വരുത്തിയിരിക്കണം. മുമ്പെല്ലാം നമ്മൾ ചില സുപ്രധാന ബലികർമ്മങ്ങൾ നടത്തുമ്പോൾ അവർ സാധാരണരീതിയിലാണ് പതിവായി പ്രത്യക്ഷപ്പെടാറുള്ളത്. അതേ രീതിയിൽത്തന്നെ നമ്മുടെ നടുവിലിരുന്ന് യഥാർത്ഥ രൂപത്തിൽ സദ്യയിൽ പങ്കുകൊള്ളുമായിരുന്നു. എന്തിന്, ഒരു സാധാരണ യാത്രക്കാരൻ ഒറ്റയ്ക്ക് ഒരു ദൈവത്തെ കാണാ

നിടയായാൽ പോലും അത് വേഷ പ്രച്ഛന്നനായിട്ടായിരുന്നില്ല. എന്തൊക്കെ ആയാലും നമ്മൾ അവരുടെ അടുത്ത ബന്ധുക്കളല്ലേ, സൈക്ലോപ്സി നെപ്പോലെയോ നിയമവിരുദ്ധരായ രാക്ഷസവർഗ്ഗത്തെപ്പോലെയോ അടുപ്പമുള്ളവർ?"

അപ്പോൾ ചതുരനായ ഒഡീസ്സി മറുപടി നല്കി. "അൽസിനസ് രാജാവേ, അങ്ങനെ ചിന്തിക്കേണ്ട കാര്യമില്ല! സ്വർഗ്ഗത്തിലെ അനശ്വര ദൈവങ്ങളെപ്പോലെയൊന്നുമല്ല ഞാൻ; എന്റെ ശരീരമോ, പ്രകൃതിയോ അപ്രകാരമുള്ളതല്ല, മരണമുള്ളതാണ്. വേദനയും ദുഃഖവും അനുഭവിക്കുന്നവരിൽപ്പെടുന്നവനാണ് ഞാൻ. ദൈവങ്ങൾ എന്നിൽ ഏല്പിച്ച പീഡനകഥകൾ ഞാൻ എത്രവേണമെങ്കിലും പറയാം. വിശപ്പിന്റെ വേദനപോലെ മറ്റൊന്നില്ല; ആത്മാവിന്റെ വേദനയേക്കാൾ ഉപരിയാണത്. അങ്ങയോട് ഞാൻ കേണപേക്ഷിക്കുകയാണ്, നാളെ രാവിലെ നിർഭാഗ്യവാനും അവശനുമായ എന്നെ എന്റെ അച്ഛന്റെ നാട്ടിൽ കൊണ്ടുവിടാനുള്ള പദ്ധതി തയ്യാറാക്കുമോ? ഞാൻ എന്റെ ജന്മനാട്ടിൽ എത്തിയശേഷം ചത്താലും കുഴപ്പമില്ല. എന്റെ മരിക്കുന്ന കണ്ണുകൾക്ക് എന്റെ ഭൂമിയും എന്റെ ആളുകളെയും എന്റെ രാജകീയ ഗൃഹവും കാണാമല്ലോ."

അപ്രകാരം അവൻ പറഞ്ഞു. അവന്റെ പ്രഭാഷണം കേട്ട് എല്ലാവരും കൈയ്യടിച്ചു. ആ അപരിചിതനെ തീർച്ചയായും നാട്ടിലേക്ക് പറഞ്ഞയക്കണമെന്ന് അവർ വിളിച്ചു പറഞ്ഞു. ഇതിനകം എല്ലാവരും മതിയാവോളം വീഞ്ഞ് കുടിച്ചിരുന്നതിനാൽ അവർ സ്വന്തം വീടുകളിലേക്ക് ഉറങ്ങാനായിപോയി. ഹാളിൽ ഒഡീസ്സിയുടെ അടുത്ത് ആരിറ്റെയും അൽസിനസ്സും മാത്രം ബാക്കിയായി. ഭൃത്യർ സദ്യയുടെ അവശിഷ്ടങ്ങൾ വൃത്തിയാക്കിക്കൊണ്ടിരുന്നു. താനും പരിചാരികമാരും നെയ്തെടുത്ത വസ്ത്രങ്ങളാണ് ഒഡീസ്സി ധരിച്ചിരിക്കുന്നതെന്ന് ആരിറ്റെ തിരിച്ചറിഞ്ഞിരുന്നു. അതുകൊണ്ടവൾ മുന്നോട്ടാഞ്ഞ് അവനോട് ചോദിച്ചു: "അപരിചിതാ, എനിക്ക് ചില കാര്യങ്ങൾ നിന്നോട് ചോദിക്കാനുണ്ട്; ഒന്നാമത്, നിങ്ങൾ ആരാണ്? എവിടന്നാണ് വരുന്നത്? ആരാണ് നിങ്ങൾക്ക് ഈ വസ്ത്രങ്ങൾ തന്നത്? ഇപ്പോൾ നിങ്ങൾ ഞങ്ങളോട് പറഞ്ഞ കഥ, കടലിലെ സാഹസയാത്രയ്ക്കുശേഷം ഇവിടെ എത്തി എന്നല്ലേ."

ചതുരനായ ഒഡീസ്സി മറുപടി നല്കി. "അല്ലയോ രാജ്ഞി, എന്റെ വേദനകളുമായി ബന്ധപ്പെട്ട കഥകൾ പറയുന്നതെനിക്ക് വളരെ ദുഃഖകരമായ കാര്യമാണ്. അത്ര അധികമാണ് സ്വർഗ്ഗീയ ദേവന്മാർ എനിക്ക് നല്കിയത്. എന്നാലും അങ്ങയുടെ ചോദ്യത്തിന് മറുപടിയായി ഞാൻ പറയാം. സമുദ്രത്തിൽ വളരെ ദൂരെ ഒഗീഗിയ എന്നൊരു ദ്വീപുണ്ട്; അതിൽ അറ്റ്ലസ്സിന്റെ സുന്ദരിയായ പുത്രി, കലിപ്സൊ വസിക്കുന്നു. അവൾ ദേവതയാണ്, വിചിത്ര സ്വഭാവമുള്ളവൾ. അവളുമായി ദൈവങ്ങൾക്കോ മനുഷ്യർക്കോ യാതൊരു ബന്ധവുമില്ല. എന്തോ ദിവ്യശക്തിയാണ് ഭാഗ്യഹീനനായ എന്നെ അവളുടെ വീട്ടിലെത്തിച്ചത്- എന്നെ മാത്രം, കാരണം, സ്യൂസ് ദേവൻ ഉഗ്രമായൊരു ഇടിമിന്നൽ പായിച്ച് ഞങ്ങളുടെ കപ്പൽ

നടുക്കടലിൽ വെച്ച് തകർത്തുകളഞ്ഞു. എന്റെ എല്ലാ സുഹൃത്തുക്കളും അവിടെ മുങ്ങിമരിച്ചു. ഞാൻ മാത്രം കപ്പലിന്റെ വളഞ്ഞ കീലിൽ ഇരു കൈകൾ കൊണ്ടും ബലമായി പിടിച്ച് ഞാന്നുകിടന്നു. ഒൻപത് ദിവസം അപ്രകാരം അതിൽ പിടിച്ച് ഒഴുകി നടന്നു. പത്താം ദിവസം ദൈവങ്ങൾ എന്നെ കലിപ്സൊ താമസിക്കുന്ന ഒഗീഗിയാ ദ്വീപിനടുത്തെത്തിച്ചു. ആദരണീയയായ ദേവി എന്നെ എടുത്ത് വൈകാരികമായ സ്നേഹത്തോടെ പരിചരിച്ചു. എന്നെ മരണമില്ലാത്തവനും പ്രായമാവാത്തവനുമായി മാറ്റുമെന്നവൾ പ്രതിജ്ഞ ചെയ്തു. എന്നാൽ എന്റെ ഹൃദയം കവരാനവൾക്ക് കഴിഞ്ഞില്ല. എന്നിരുന്നാലും ഏഴ് വർഷം ഞാനതെല്ലാം സഹിച്ചു, തുടർച്ചയായി അവൾക്കടിമപ്പെട്ടു. ഞാൻ കണ്ണുനീർകൊണ്ടെന്റെ വസ്ത്രങ്ങൾ നനച്ചു, എന്റെ ബഹുമാനാർത്ഥം കലിപ്സൊ സമ്മാനിച്ച അനശ്വര വസ്ത്രങ്ങൾ! എന്നാൽ, എട്ടാം വർഷത്തിൽ അവൾ എന്നോട് പെട്ടെന്ന് പൊയ്ക്കൊള്ളാൻ പറഞ്ഞു, അതിനായി ധൃതി കൂട്ടി. സ്യൂസ് ദേവനിൽനിന്ന് എന്തെങ്കിലും സന്ദേശം എത്തിയിരുന്നോ എന്നെനിക്കറിയില്ല; അതോ അവസാനം അവളുടെ സ്വന്തം മനോഭാവം തന്നെ മാറിയതാണോ എന്നും അറിയില്ല."

"ഒരു ശക്തമായ ചങ്ങാടത്തിലായിരുന്നു പാരിതോഷികങ്ങളുമായി അവളെന്നെ കയറ്റി വിട്ടത്, നല്ല ഭക്ഷണവും മധുരമുള്ള വീഞ്ഞും അവളെനിക്ക് തന്നു, സ്വർഗ്ഗീയ വസ്ത്രങ്ങൾ ധരിപ്പിച്ചു. എനിക്കനുകൂലമായ ഊഷ്മളമായ കാറ്റ് അയച്ചു, പതിനേഴ് ദിവസം അത് തുടർന്നു; പതിനെട്ടാം ദിവസം നിങ്ങളുടെ നാടിനടുത്തുള്ള ചെങ്കുത്തായ പാറയിൽ മഞ്ഞുമൂലം ഇരുട്ടിൽപ്പെട്ട് ചങ്ങാടംചെന്ന് ഇടിച്ചു. എന്റെ ചങ്ങാടം ഛിന്നഭിന്നമായി; തിരമാലകൾ എന്നെ വലിച്ചെറിഞ്ഞു. ഞാൻ ആ ഉൾക്കടൽ നീന്തിക്കടന്നു, കാറ്റിനും തിരമാലകൾക്കുമിടയിലൂടെ കടന്ന്, നിങ്ങളുടെ കരയ്ക്കടുത്തെത്തി. ഞാൻ പാറയിൽ പിടിച്ച് മുകളിലേക്ക് കയറവെ, ശക്തമായൊരു തിരമാല വന്ന് എന്നെ അടിച്ചുതെറിപ്പിച്ചു. അതുകൊണ്ട് ആ ഉദ്യമം ഉപേക്ഷിച്ച് എനിക്ക് പിന്നാക്കം നീന്തേണ്ടിവന്നു; ഒടുവിൽ ഒരു നദീമുഖം ഞാൻ കണ്ടെത്തി. കാറ്റില്ലാത്ത ആ സ്ഥലത്ത് പാറകളും ഇല്ലായിരുന്നു. ശുഭകരമായ രണ്ടാമത്തെ ശ്രമം! ഞാൻ അതിലൂടെ പുറത്ത് ചാടി, ധൈര്യം സംഭരിച്ചു. അപ്പോഴേക്കും രാത്രിയായി.

ഞാൻ പുഴയിൽനിന്ന് പുറത്തുവന്ന് മരങ്ങൾക്കടിയിൽ ചെന്ന് കരിയിലകൾകൊണ്ട് പുതച്ച് സുഖമായി ഉറങ്ങി. ഗാഢനിദ്രയിലാണ്ട് രാത്രി മുഴുവൻ അവിടെ കിടന്നു, പിറ്റേന്ന് ഉച്ചവരെ ആ സുഖനിദ്ര നീണ്ടു നിന്നു. സത്യം പറഞ്ഞാൽ സൂര്യൻ പടിഞ്ഞാറ് അസ്മതിക്കാൻ പോയപ്പോഴാണ് ഞാൻ ഉറക്കമുണർന്നത് - നിങ്ങളുടെ മകളുടെ പരിചാരികമാർ കടലോരത്ത് കളിക്കാൻ തുടങ്ങിയപ്പോൾ നിങ്ങളുടെ മകൾ അവർക്കിടയിൽ ഒരു ദേവതയെപ്പോലെ ശോഭിച്ചിരുന്നു! ഞാനവളോട് കൂപ്പുകൈയോടെ അഭ്യർത്ഥിച്ചു. അവൾ പ്രായത്തേക്കാളേറെ പക്വതയും വിധികല്പിക്കാൻ പ്രാപ്തിയുള്ളവളുമാണെന്ന് തെളിയിക്കപ്പെട്ടു: പുതിയ തലമുറ

പൊതുവെ ചിന്താശൂന്യരാണല്ലോ! എന്തായാലും അവൾ എനിക്ക് വയറു നിറയെ ആഹാരവും തിളങ്ങുന്ന വീഞ്ഞും തന്നു. പിന്നെ പുഴയിൽ നല്ലൊരു സ്നാനം കഴിഞ്ഞ ശേഷം നിങ്ങൾ കാണുന്ന ഈ വസ്ത്രവും തന്നു. ഞാൻ ഇപ്പോൾ നിങ്ങളോട് പറഞ്ഞത് സത്യമാണ്. അതെന്നെ നിങ്ങളുടെ ഇഷ്ടക്കേടിന് ഇടവരുത്തുമെങ്കിലും."

അൽസിനസ് മറുപടി നല്കി. "അപരിചിതാ, എന്റെ മകൾക്ക് ഇക്കാര്യത്തിൽ ചിന്തിക്കാൻ കഴിയാതിരുന്ന ഒരു കാര്യം, അവൾ നിങ്ങളെ നേരെ ഞങ്ങളുടെ അടുത്തേക്ക് കൊണ്ടുവരാതിരുന്നതാണ്. നിങ്ങൾ ആദ്യം അഭ്യർത്ഥന നടത്തിയത് അവളോടായതിനാൽ അതവളുടെ കർത്തവ്യമായിരുന്നു."

ഒഡീസ്സി പറഞ്ഞു "രാജാവേ, നിഷ്കളങ്കയായ ആ കുമാരിയെ ഇക്കാര്യത്തിൽ കുറ്റപ്പെടുത്തരുതേ. അവളുടെ പരിചാരികകളുടെ പിന്നാലെ ഇങ്ങോട്ട് വരാൻ അവൾ പറഞ്ഞതാണ്. ഞാനാണതിൽ നിന്ന് ഒഴിഞ്ഞുമാറിയത്, അവരോടൊപ്പം എന്നെ കാണുമ്പോൾ അങ്ങയുടെ മനസ്സ് കോപിച്ച്, ഞാൻ അപമാനിതനാകാൻ ഇടയായെങ്കിലോ! ഈ തലമുറയിലെ ആളുകൾ വല്ലാത്ത സംശയാലുക്കളാണ്."

അതിന് അൽസിനസ് ഉറക്കെ മറുപടി നല്കി "അപരിചിതാ, എന്റെ നെഞ്ചിനുള്ളിലെ ഈ ഹൃദയം അത്ര ലോലമല്ല, ഒരു നിസ്സാരകാര്യത്തിനുവേണ്ടി ഇളകുവാൻ. എന്നാലും, എല്ലാ കാര്യത്തിലും ഒരു പരിധിവരെ മാന്യത പാലിക്കുന്നത് നല്ലതാണെന്ന് ഞാൻ സമ്മതിക്കുന്നു. ആഹ്! സ്യൂസ് ദേവന്റേയും എഥീനിയുടേയും അപ്പോളോയുടെയും പേരിൽ ഞാൻ ആണയിട്ട് പറയുന്നു! നിങ്ങളെപ്പോലൊരു മനുഷ്യനെ കണ്ടെത്തിയാൽ എന്റെ മകളെ സ്വീകരിക്കുവാനും എന്റെ ജാമാതാവാകുവാനും സ്ഥിരമായി ഇവിടെ താമസിക്കാനും ഞാൻ പറഞ്ഞേനെ! നീ ഇവിടെ തങ്ങുമെങ്കിൽ നിനക്ക് വീടും സ്വത്തും തരുന്നതിൽ എനിക്ക് സന്തോഷമേയുള്ളൂ. എന്നാലും, ഞങ്ങൾ ഏതെങ്കിലും ഫേഷ്യന്മാർ ദുഷ്പ്രവൃത്തികളിലൂടെ നിന്നെ പിടിച്ചുനിർത്തുമെന്ന് ഭയപ്പെടേണ്ട. അത് സ്യൂസ് ദേവന് ഇഷ്ടപ്പെടുകയില്ല. നേരെ മറിച്ച് നീ തീർച്ചയായും ഒരു കാര്യം മനസ്സിലാക്കുക, ഞാനിപ്പോൾ നിനക്ക് പോകേണ്ട ദിവസം ഉറപ്പിക്കും. അത് നാളെ തീരുമാനിക്കാം! നാളെ നീ സുഖമായി കിടന്നുറങ്ങുമ്പോൾ നിന്റെ നാവികരുടെ തുഴകൾ ശാന്തമായ കടലിനെ ഭേദിച്ചുകൊണ്ട് നിന്നെ പ്രിയപ്പെട്ട സ്വന്തം ജന്മനാട്ടിലേക്ക് കൊണ്ടുപോകുകയായിരിക്കും! അതെത്ര ദൂരെയായാലും സാരമില്ല, അത് യുബോവയേക്കാൾ ദൂരെ ആയിക്കൊള്ളട്ടെ! നമ്മുടെ ചില ആളുകൾ കരുതുന്നത് യുബോവായാണ് ലോകത്തിന്റെ അറ്റം എന്നാണ്!"

അപ്രകാരം അദ്ദേഹം പറഞ്ഞപ്പോൾ അവൻ വളരെ അധികം സന്തോഷിച്ചു. അവൻ ദൈവത്തോട് ഹ്രസ്വമായൊരു പ്രാർത്ഥന ചൊല്ലി. "എല്ലാവരുടേയും പിതാവായ സ്യൂസ് ദേവാ, അൽസിനസ് പറയുന്നതുപോലെ എല്ലാ കാര്യങ്ങളും അദ്ദേഹത്തിന് നിറവേറ്റാൻ സാധിക്കേണമേ.

അപ്പോൾ ഈ ഔദാര്യം നിറഞ്ഞ ലോകത്ത് അദ്ദേഹത്തിന്റെ പ്രതാപം ഒരിക്കലും മങ്ങാതിരിക്കട്ടെ. അപ്രകാരം എന്റേതായ രീതിയും" അങ്ങനെ കുറേനേരം അവർ പരസ്പരം സംസാരിച്ചു. ഒടുവിൽ സുന്ദരിയായ ആരിറ്റെ തന്റെ പരിചാരികമാരോട് ഒഡീസ്സിക്കുവേണ്ടി പൂമുഖത്ത് മെത്ത വിരിക്കാനായി ആജ്ഞാപിച്ചു. മെത്തയിൽ നല്ല കമ്പിളി പുതപ്പും മനോഹരമായ ഷീറ്റും വിരിച്ചു. കൈയിൽ പന്തവുമായി അവർ എല്ലാ പണികളും ഭംഗിയായി നിർവ്വഹിച്ച ശേഷം ഒഡീസ്സിയുടെ കസേരയ്ക്കടുത്ത് വന്ന് നിന്നു മെല്ലെ പറഞ്ഞു. "ഇപ്പോൾ എഴുന്നേറ്റ് ഉറങ്ങാനായി വരു അപരിചിതാ. നിങ്ങളുടെ മെത്തവിരിച്ചിരിക്കുന്നു. അവർ പറഞ്ഞതുകേട്ടപ്പോൾ ഉറക്കം ശരിക്കും സ്വാഗതാർഹമാണെന്നവന് തോന്നി. ക്ഷീണിതനായ ഒഡീസ്സി മൃദുവായ മെത്തയിൽ സുഖമായി കിടന്നുറങ്ങി.

അൽസിനസ് രാജാവ് കൊട്ടാരത്തിനുള്ളിലെ മുറിയിലേക്ക് നടന്നു. അവിടെ അദ്ദേഹത്തിന്റെ പത്നി മെത്ത തയ്യാറാക്കിവെച്ചിരുന്നു.

എട്ട്

നേരം പുലർന്നതോടെ മഹാനായ അൽസിനസ്സും സ്യൂസിന്റെ ബന്ധുവായ ഒഡീസ്സിയും മെത്തവിട്ട് എഴുന്നേറ്റു. രാജാവ് അവനെ ഔദ്യോഗിക ഫേഷ്യൻ ദർബ്ബാറിലേക്ക് കൂട്ടിക്കൊണ്ടുപോയി. അവിടെ സദസ്യരെല്ലാം മിനുക്കിയ കല്ലുകൊണ്ടുള്ള ഇരിപ്പിടങ്ങളിൽ ആസനസ്ഥരായി. പല്ലാസ് എഥീനി വിളംബരം ചെയ്യുന്നവന്റെ രൂപത്തിൽ ധീരനായ ഒഡീസ്സിയെ വീട്ടിലേക്ക് തിരിച്ചയക്കേണ്ട പദ്ധതിയിൽ മുഴുകി അങ്ങോട്ടുമിങ്ങോട്ടും ധൃതിപിടിച്ച് ഓടിനടക്കുകയായിരുന്നു. താൻ കണ്ടുമുട്ടിയവരോടെല്ലാം അവൾ വിളിച്ചുപറഞ്ഞു. "ഫേഷ്യൻ നേതാക്കന്മാരെ, ബുദ്ധിമാന്മാരായ പോരാളികളെ, സമ്മേളനസ്ഥലത്തേക്ക് ചെല്ലുക. കടലിൽനിന്ന് അലഞ്ഞുതിരിഞ്ഞെത്തിയ അപരിചിതന്റെ കാര്യത്തിൽ നിങ്ങൾ ഒരു തീരുമാനത്തിലെത്തുക; നമ്മുടെ വിവേകശാലിയായ അൽസിനസ് രാജാവിന്റെ അതിഥിയാണവനിപ്പോൾ; അവനെ കണ്ടാൽ അനശ്വര ദേവനാണെന്നേ തോന്നൂ. എല്ലാവരുടെയും ഉത്സാഹവും ജിജ്ഞാസയും വളർത്താൻ വേണ്ടിയായിരുന്നു അത്തരം വാക്കുകൾ അവൾ പറഞ്ഞത്. പെട്ടെന്ന് സമ്മേളനസ്ഥലം ജനങ്ങളെക്കൊണ്ട് നിറഞ്ഞു. അവർക്കെല്ലാം തന്ത്രജ്ഞനായ ഒഡീസ്സിയുടെ രൂപം അത്ഭുതകരമായിതോന്നി. കാരണം. എഥീനി അവന്റെ ശിരസ്സും തോളുകളും സ്തുത്യർഹമാവിധം തേജസ്സുറ്റതായിരിക്കുന്നു! എല്ലാ ഫേഷ്യൻകാരുടേയും സ്നേഹവും ആദരവും ഭയഭക്തി ബഹുമാനവും അവൻ കരസ്ഥമാക്കി. അങ്ങനെ, അതിശയകരമായ ശക്തി പ്രദർശിപ്പിക്കാനുള്ള കഴിവ് എഥീനി ദേവി അവന് അനുഗ്രഹിച്ചു നല്കി.

എല്ലാവരും യോഗസ്ഥലത്ത് സമ്മേളിച്ചപ്പോൾ അൽസിനസ് രാജാവ് ശബ്ദമുയർത്തി പറഞ്ഞു. "ഞാൻ പറയുന്നത് കേൾക്കൂ, ഫേഷ്യൻ നേതാ

ക്കന്മാരേ, എന്റെ ഹൃദയത്തിൽ നിന്ന് വരുന്ന വാക്കുകളാണിവ. ഈ അപരിചിതൻ (എനിക്കദ്ദേഹത്തെ അറിയില്ല) എന്റെ വീട്ടിലേക്ക് അലഞ്ഞു തിരിഞ്ഞു വന്നതാണ്, അവനു വേണ്ടി ഗ്യാരണ്ടി നില്ക്കാൻ ആരുമില്ല. പൂർവ്വദേശത്ത് നിന്നോ, പശ്ചിമദേശത്തു നിന്നോ അദ്ദേഹം വന്നതെന്ന് പറയാനും കഴിയില്ല. കടൽ യാത്രചെയ്യാനുള്ള സഹായം അദ്ദേഹം നമ്മോടഭ്യർത്ഥിക്കുന്നു, അത് ഉറപ്പാക്കണമെന്ന് യാചിക്കുന്നു. കീഴ്വഴക്കമനുസരിച്ച്, അദ്ദേഹത്തിന്റെ തിരിച്ച് പോക്ക് നമ്മൾ വേഗം നിർവ്വഹിച്ചു കൊടുക്കേണ്ടതാണ്. എന്റെ വീട്ടിൽ വന്നവരാരും ഒരിക്കലും തിരിച്ചു പോകാനാവാതെ കഷ്ടപ്പെട്ട് ഇവിടെ തങ്ങിയിട്ടില്ല. അതുകൊണ്ട് നമുക്ക് പുതിയൊരു കപ്പൽ കന്നിയാത്രക്കായി പവിത്രമായ കടലിലിറക്കാം. അത് തുഴയാനായി അമ്പത്തിരണ്ട് യുവാക്കളെ തെരഞ്ഞെടുക്കുക. അവർക്കുള്ള ഉത്തരവ് ഇതാണ്:-

എല്ലാവരും വേഗം കടൽത്തീരത്തെത്തുക. വേണ്ട തയ്യാറെടുപ്പുകളെല്ലാം ചെയ്തശേഷം എന്റെ വീട്ടിലേക്ക് തിരിച്ചുവരിക, ഇവിടെ ഞാൻ നിങ്ങൾക്കുവേണ്ടി ഗംഭീരമായൊരു ഔദ്യോഗിക വിരുന്ന് ഒരുക്കിയിട്ടുണ്ടായിരിക്കും. ബാക്കി പ്രഭുക്കന്മാരോട് ഞാൻ പറയട്ടെ, നിങ്ങൾ എല്ലാവരും എന്റെ വീട്ടിലേക്ക് പോകുക. അവിടെ വലിയ ഹാളിൽ നമുക്ക് ആ അപരിചിതനെ വിനോദിപ്പിക്കാം. നിങ്ങളാരും ഈ സംഗമത്തിൽ വരാതിരിക്കരുത്. നിങ്ങളിൽ ആരെങ്കിലും പോയി സംഗീതവിദ്വാനായ ഡെമോഡോക്കസ്സിനെ വിളിച്ചുകൊണ്ട് വരിക. അദ്ദേഹം ഏത് ഗാനം ആലപിച്ചാലും പ്രേക്ഷകരുടെ ഹൃദയം ആകർഷിക്കാനുള്ള കഴിവ് ദൈവം കനിഞ്ഞ് നല്കിയിട്ടുണ്ട്.”

അത്രയും പറഞ്ഞ് രാജാവ് മുന്നോട്ട് നടന്നു, പ്രഭുക്കന്മാർ അദ്ദേഹത്തെ പിൻതുടർന്നു. ദൈവീകഗായകൻ എത്തി. തെരഞ്ഞെടുക്കപ്പെട്ട അൻപത്തിരണ്ട് യുവാക്കൾ കടലോരത്തേക്ക് പോയി. അവിടെ എത്തിയ അവർ കപ്പൽ കടലിൽ ഇറക്കി. പായ്മരം നാട്ടി, കാറ്റുപായ പിടിപ്പിച്ചു. അങ്ങിനെ കപ്പൽ കടൽയാത്രയ്ക്ക് തയ്യാറെടുത്ത് നിന്നു അതിനുശേഷം അവർ പ്രതാപിയായ അൽസിനസ്സിന്റെ കൊട്ടാരത്തിലേക്ക് നടന്നു. അദ്ദേഹത്തിന്റെ ഗാലറികളും മുറികളും ഹാളുകളും ജനങ്ങളെക്കൊണ്ട് നിറഞ്ഞിരുന്നു. അവരുടെ സൽക്കാരത്തിനായി പന്ത്രണ്ട് ചെമ്മരിയാടുകൾ, എട്ട് പന്നികൾ, രണ്ട് കാളകൾ എന്നിവയാണ് തയ്യാറാക്കിയിരുന്നത്. ഹൃദ്യമായൊരു വിരുന്നായിരുന്നു അത്!

പ്രിയങ്കരനായ ഗായകനോടൊപ്പം വിളംബരം ചെയ്യുന്നവൻ എത്തി. കാവ്യദേവതയ്ക്കവനോട് പ്രത്യേക സ്നേഹമാണ്. എന്നാലും അവനവൾ നല്കിയ വരദാനം സമ്മിശ്രമായിരുന്നു, നല്ലതും ചീത്തയും. അവൾ അവന്റെ കാഴ്ചശക്തി കവർന്നെടുത്തു. എന്നിട്ട് മനോഹരവും പ്രൗഢവുമായ സ്വരമാധുരി അവന് നല്കി. അതിഥികളുടെ മദ്ധ്യത്തിൽ ഒരു തൂണിനോട് ചാരിയിട്ട വെള്ളി സിംഹാസനത്തിൽ പോണ്ടോണസ് സംഗീതജ്ഞനെ ഇരുത്തി. അദ്ദേഹത്തിന് മുന്നിലായി ഒരു കുറ്റിയിൽ വാദ്യോ

പകരണം ഞാത്തിയിട്ട്, കൈനീട്ടി അത് തൊട്ടു കാണിച്ചു. അങ്ങനെ ആവശ്യം വരുമ്പോൾ അദ്ദേഹത്തിനത് കൈനീട്ടി എടുക്കാമല്ലോ. അദ്ദേഹത്തിനടുത്ത് ഒരു ഭക്ഷണ പാത്രവും ഒരു നല്ല മേശയും ഒരു വീഞ്ഞ് കപ്പും തയ്യാറാക്കി വെച്ചു. അദ്ദേഹത്തിന് ആവശ്യം തോന്നുമ്പോൾ കുടിക്കാമല്ലോ! വീഞ്ഞും മാംസവും മതിവരുവോളം അവർ കഴിച്ചു. പിന്നെ പഴയ വീരസാഹസികരുടെ സുപ്രസിദ്ധങ്ങളായ ചരിത്രങ്ങൾ ഗാനരൂപേണ ആ ഗായകൻ ആലപിക്കാൻ തുടങ്ങി. ഒഡീസ്സിയും പിലിയസിന്റെ പുത്രൻ അക്കിലസ്സും തമ്മിലുള്ള വഴക്ക്, ദൈവങ്ങൾക്കായുള്ള ഒരു ഗംഭീരസദ്യയിൽ ഒരിക്കൽ ഭീകരമായ വാക്കുകൾ പ്രയോഗിച്ച് അവർ പരസ്പരം ആരോപണങ്ങൾ ഉന്നയിച്ചത്, ട്രോജന്മാരുടെയും ഡനാനുകളുടെയും കഷ്ടതകൾ തുടങ്ങിയവയായിരുന്നു ആ പ്രശസ്തഗായകൻ ആലപിച്ച ഗാനങ്ങളിലെ കഥാസാരം. എന്നാൽ, ആ സമയം ഒഡീസ്സി തന്റെ വീതിയുള്ള ചുകന്ന ഉത്തരീയം ശിരസ്സിലേക്ക് വലിച്ചിട്ട് സുന്ദരമായ മുഖം മറച്ചു. ഫേഷ്യന്മാർക്കുമുന്നിൽ പരസ്യമായി കണ്ണീരൊഴുക്കാൻ അവൻ ലജ്ജിച്ചു. ഓരോ പ്രാവശ്യം ആ സ്വർഗ്ഗീയഗായകൻ തന്റെ ഗാനം നിർത്തുമ്പോഴും ഒഡീസ്സി കണ്ണുനീർ തുടച്ചുകളഞ്ഞ്, ശിരസ്സിൽനിന്ന് ഉത്തരീയം എടുത്ത് മാറ്റും. പിന്നെ തന്റെ പ്രിയപ്പെട്ട കപ്പിൽ നിന്ന് ദൈവത്തിനായി ഒരു മധുപാനനിവേദ്യം ഒഴിച്ചുകൊടുക്കും. എന്നാൽ വീണ്ടും ഫേഷ്യൻ മുഖ്യന്മാരുടെ നിർദ്ദേശപ്രകാരം ഗാനാലാപനം ആരംഭിക്കുമ്പോൾ ഒഡീസ്സി വീണ്ടും ശിരസ്സ് മറയ്ക്കുകയും ശ്വാസംമുട്ടുന്ന രീതിയിൽ തേങ്ങുകയും ചെയ്തു. മറ്റുള്ളവർ അവന്റെ കണ്ണുനീർ കണ്ടില്ല. അടുത്തിരുന്ന അൽസിനസ്സ് രാജാവ് മാത്രമാണത് ശ്രദ്ധിച്ചത്; അസഹ്യ വേദനയോടെയുള്ള അവന്റെ തേങ്ങൽ കേട്ട്, അവസരം കിട്ടിയ ഉടനെ രാജാവ് ഫേഷ്യന്മാരോട് പറഞ്ഞു. "ഞാൻ പറയുന്നത് ശ്രദ്ധിക്കുക ചാമ്പ്യന്മാരെ കൗൺസിലർമാരെ; നമ്മൾ മതിവരുവോളം സംഗീതവും വിഭവസമൃദ്ധമായ ഭക്ഷണവും ആസ്വദിച്ചു. ഇനി അല്പം കായികാഭ്യാസങ്ങളിലേക്ക് ശ്രദ്ധ തിരിക്കാം. അങ്ങനെ ആ അപരിചിതൻ സ്വന്തം നാട്ടിൽ തിരിച്ചെത്തുമ്പോൾ അദ്ദേഹത്തിന്റെ സുഹൃത്തുക്കളോട് നമ്മുടെ വൈദഗ്ദ്ധ്യത്തെക്കുറിച്ച് പറയട്ടെ!"

അത്രയും പറഞ്ഞ് അദ്ദേഹം നടന്നു. മറ്റുള്ളവർ രാജാവിനെ പിന്തുടർന്നു. വിളംബരം ചെയ്യുന്നവൻ വാദ്യോപകരണം കുറ്റിയിൽ ഞാത്തിയിട്ട് ഡെമോഡോക്കസ്സിന്റെ കൈപിടിച്ച് ഹാളിൽ നിന്ന് പുറത്ത് കൊണ്ടുവന്ന് മറ്റ് ഫേഷ്യന്മാർ കായികാഭ്യാസ പ്രകടനം കാണാൻ കൂടി നിന്നിരുന്ന സ്ഥലത്തേക്ക് നയിച്ചു. ആയിരക്കണക്കിന് ആളുകളാണവിടെ തടിച്ചുകൂടിയിരുന്നത്. കുറേ പ്രഗത്ഭരായ യുവാക്കൾ മത്സരാർത്ഥികളായി നിലയുറപ്പിച്ചിരുന്നു. അൽസിനസ് രാജാവിന്റെ മൂന്നു പുത്രന്മാർ ലോഡാമസ്, ഹാലിയസ്, ദേവനെപ്പോലുള്ള ക്ലിട്ടോണിയസ് എന്നിവരും അതിലുണ്ടായിരുന്നു.

ആദ്യ കാര്യപരിപാടി ഓട്ടമായിരുന്നു. അവർ ആ പരന്നഭൂമിയിലൂടെ

പൊടിപടലമുയർത്തിക്കൊണ്ട് പാഞ്ഞു. ശ്രേഷ്ഠനായ ക്ലിട്ടോണിയസ് അവരെയെല്ലാം ബഹുദൂരം പിന്നിലാക്കിക്കൊണ്ട് ഒന്നാമനായി വിജയിച്ചു. അടുത്ത ഇനം ഗുസ്തിയായിരുന്നു. യുറിയാലസ് അതിൽ ചാമ്പ്യനായി. ആംഫിയാലസ് ചാട്ടത്തിലും എലാട്രിയസ് ഭാരം എറിയുന്നതിലും ഒന്നാമതായി. അൽസിനസ് രാജാവിന്റെ പരാക്രമിയായ പുത്രൻ ലോഡോമസ് ആണ് ബോക്സിങ്ങിൽ വിജയിയായത്. ഹർഷപുളകിതരായാണ് എല്ലാവരും ആ കായികാഭ്യാസം വീക്ഷിച്ചത്. എല്ലാം അവസാനിച്ചപ്പോൾ അൽസിനസ് രാജാവിന്റെ പുത്രൻ ഫോഡോമസ് പറഞ്ഞു. "സുഹൃത്തുക്കളെ, എന്നോടൊപ്പം വരൂ നമുക്ക് നവാഗതനോട് അദ്ദേഹം കായികാഭ്യാസിയാണോ എന്ന് ചോദിക്കാം. ആണെങ്കിൽ എന്തെങ്കിലും അഭ്യാസം കാണിക്കാനായി ആവശ്യപ്പെടാം. എന്തായാലും അദ്ദേഹം ഒരു വിധത്തിലും ആരോഗ്യമില്ലാത്തവനായി കാണപ്പെടുന്നില്ല. ആ തുടകളും കാൽവണ്ണകളും കഴുത്തും കൈകളും അപാര ശക്തിയുടെ ലക്ഷണമാണ്. അദ്ദേഹത്തിന് യുവത്വം നഷ്ടപ്പെട്ടിട്ടൊന്നുമില്ല. അമിതമായ കഠിനാദ്ധ്വാനം മൂലമുള്ള തളർച്ച മാത്രമേയുള്ളൂ."

യൂറിയാലസ് മറുപടി നല്കി. "ലോഡാമസ്, നീ കാര്യമാണ് പറഞ്ഞത്. നീ ഇപ്പോൾത്തന്നെ പോയി സ്വയം പരിചയപ്പെടുത്തി, അദ്ദേഹത്തെ വിളിച്ചുകൊണ്ടുവരൂ."

അപ്പോൾ അൽസിനസ്സിന്റെ സത്യസന്ധനായ മകൻ ജനാവലിക്കിടയിലൂടെ നടന്നു ചെന്ന് ഒഡീസ്സിയോട് പറഞ്ഞു. "ആദരണീയനായ നവാഗതാ, നിങ്ങൾക്ക് കായികാഭ്യാസത്തിൽ കഴിവുണ്ടെങ്കിൽ (ഉണ്ടെന്ന് ഞാൻ കരുതുന്നു) ഏതെങ്കിലും അഭ്യാസം പ്രദർശിപ്പിക്കാമോ? കാരണം ഒരു മനുഷ്യന്റെ ജീവിതകാലത്ത് അവൻ സ്വന്തം കൈകാലുകൾ കൊണ്ടു നേടുന്നതിനേക്കാൾ ഉറപ്പുള്ള മറ്റൊരു കീർത്തിയില്ല. പ്രത്യേകിച്ചും നിങ്ങൾ കപ്പൽ യാത്രയ്ക്ക് തയ്യാറായി നില്ക്കെ, നിങ്ങൾ ശാരീരികമായും മാനസികമായും സ്വയം ശുദ്ധീകരിച്ച് കഴിവ് തെളിയിക്കുക. കപ്പൽ കടലിലിറക്കി നിങ്ങളുടെ നാവികർ യാത്ര പുറപ്പെടാനൊരുങ്ങി നില്ക്കുകയാണ്."

തന്ത്രജ്ഞനായ ഒഡീസ്സി മറുപടി നല്കി. "ലോഡാമസ് നിങ്ങൾ എന്തിനാണെന്നെ ഇപ്രകാരം ക്ഷണിക്കുന്നത്, കളിയാക്കാനോ? എന്റെ മനസ്സിലിപ്പോൾ കായികാവിനോദങ്ങളല്ല, ദുഃഖമാണ് നിറഞ്ഞിരിക്കുന്നത്. ദീർഘകാലമായി ഞാൻ കഷ്ടപ്പാടും ദുരിതവും അനുഭവിക്കുകയായിരുന്നു. ഞാൻ ഈ ജനക്കൂട്ടത്തിനിടയിൽ എത്തിയത് നിങ്ങളുടേയും രാജാവിന്റേയും സഹായം യാചിക്കാൻ വേണ്ടി മാത്രമാണ്, എന്റെ ജന്മനാട്ടിലേക്ക് തിരിച്ചയയ്ക്കുവാനായി കേണപേക്ഷിക്കാൻ!"

യൂറിയാലസ് ഒഡീസ്സിയുടെ മുഖത്ത് നോക്കി പുച്ഛത്തോടെ ഗോഷ്ഠി കാണിച്ച് പറഞ്ഞു, "ശരിയാണ് നവാഗതാ, നിങ്ങൾ നല്ലൊരു കായികാഭ്യാസിയാണെന്ന് ഞാൻ കരുതുന്നില്ല. ചരക്കുകയറ്റി കച്ചവടം നടത്തി കഴിയുന്ന ഒരു കപ്പലിലെ കപ്പിത്താൻ മാത്രമാണ് നിങ്ങൾ എന്നെനിക്ക്

തോന്നുന്നു; ലാഭത്തിൽ മാത്രമാണ് നിങ്ങളുടെ സൂക്ഷ്മ ദൃഷ്ടി. നിങ്ങൾ ഒരു കായികാഭ്യാസിയായി സൃഷ്ടിക്കപ്പെട്ടവനല്ല!"

ഒഡീസ്സി അവനെ തുറിച്ചു നോക്കി ഗർജ്ജിച്ചു. "നിങ്ങൾ ആരായാലും സംസാരിച്ചത് ശരിയായ രീതിയിലല്ല. ഒരു നീചനായ മനുഷ്യനെപ്പോലെയാണ് നിങ്ങൾ സംസാരിച്ചത്. നിങ്ങളുടെ അധിക്ഷേപം എന്റെ ഹൃദയമിടിപ്പ് വർദ്ധിപ്പിച്ചിരിക്കുന്നു. ഞാൻ കായികാഭ്യാസത്തിന്റെ കാര്യത്തിൽ ഒരു മൂഢനൊന്നുമല്ല, നിങ്ങൾ കരുതുന്നതുപോലെ! എന്റെ കാലത്ത് ഏറ്റവും സമർത്ഥനായ കായികാഭ്യാസികളിൽ ഒരാളായിരുന്നു ഞാൻ. എന്റെ ചെറുപ്പകാലത്തെ കായികാഭ്യാസികളെക്കുറിച്ചുള്ള ഓർമ്മപ്പെടുത്തലുകൾ ഞാൻ ഇപ്പോഴും കേൾക്കുന്നു- ഞാനിപ്പോൾ വേദനയിലും കഷ്ടപ്പാടിലുമാണ് ജീവിക്കുന്നത്. യുദ്ധത്തിലും കടൽ യാത്രയിലും പെട്ട് ഞാൻ തളർന്നവശനായി. ഇത്തരം ദുരിതങ്ങളാൽ തകർക്കപ്പെട്ടവനാണ് ഞാൻ എങ്കിലും നിങ്ങളുടെ ശക്തി പരീക്ഷകളിൽ പങ്കെടുക്കാൻ ഞാൻ തയ്യാറാണ്. നിങ്ങളുടെ പരിഹാസ വാക്കുകൾ എന്നെ കുത്തിമുറിവേല്പിച്ചു."

അപ്രകാരം പറഞ്ഞ് ഒഡീസ്സി ചാടി എഴുന്നേറ്റു. അവൻ അടുത്തു കിടന്ന വലിയൊരു പാറക്കല്ലെടുത്ത് ഫേഷ്യന്മാർ മത്സരത്തിനുപയോഗിക്കുന്നതിനേക്കാൾ വളരെ വലിയത്, ചുഴറ്റി വീശി എറിഞ്ഞു. ആ കല്ലു വായുവിലൂടെ ചീറിപ്പാഞ്ഞു. അതുവരെ ഫേഷ്യന്മാർ എറിഞ്ഞ റിക്കാർഡ് മുഴുവൻ തകർത്ത് ആ കല്ല് വളരെദൂരെ ചെന്ന് പതിച്ചു. എഥീനി മനുഷ്യരൂപത്തിൽ പെട്ടെന്ന് പ്രത്യക്ഷപ്പെട്ട് അത് നിലത്ത് പതിച്ച ദൂരം അടയാളപ്പെടുത്തി. അവൾ ഉറക്കെ ഒഡീസ്സിയോട് വിളിച്ചുപറഞ്ഞു. "നവാഗതാ ഒരു അന്ധന്റെ തപ്പിത്തടയുന്ന കൈക്ക് പോലും നിന്റെ കല്ലിന്റെ പാട് വേർതിരിച്ചറിയാൻ കഴിയും. എന്തുകൊണ്ടെന്നാൽ അത് മറ്റ് അടുത്തടുത്ത് കിടക്കുന്ന കല്ലിന്റെ പാടുകൾക്ക് വളരെ മുന്നിൽ ഒറ്റപ്പെട്ടാണ് കിടക്കുന്നത്. ദൃഢവിശ്വാസത്തോടെ നില്ക്കുക. നീ എറിഞ്ഞ അത്രയ്ക്ക് ദൂരം മറ്റൊരു ഫേഷ്യനും എറിയാനാവില്ല. പിന്നെയാണോ അത് കവച്ചുവെക്കുന്നത്." അപ്രകാരം ദേവി വിളിച്ചുപറഞ്ഞു. അക്കൂട്ടത്തിൽ ശക്തനായ ഒരു യുവാവിനെ കണ്ട്, മഹാനായ ഒഡീസ്സി വളരെ സന്തോഷത്തോടെ ഫേഷ്യന്മാരെ വെല്ലുവിളിച്ചു.

"എന്റെ യുവകായികാഭ്യാസികളെ, കഴിവുണ്ടെങ്കിൽ എന്നോട് കിടപിടിക്കുന്ന രീതിയിൽ എറിയുക. അതിനുശേഷം ഉടനെതന്നെ അത്രയും ദൂരേക്കോ അതിന്നപ്പുറത്തേക്കോ ഞാൻ എറിയും. ബാക്കിയുള്ളവരിൽ ആർക്കു വേണമെങ്കിലും എന്നോട് ദ്വന്ദ്വയുദ്ധമോ, ഗുസ്തിയോ ഓട്ടമത്സരമോ നടത്താം. ഏത് മത്സരത്തിനും ഞാൻ തയ്യാറാണ്; ഒറ്റ ഫേഷ്യനേയും ഞാൻ നിരസിക്കില്ല. എന്റെ ആതിഥേയൻ ലോഡാമാസിനെ ഒഴിച്ച്. മന്ദബുദ്ധിയായൊരു വിഡ്ഢി മാത്രമേ സ്വന്തം രക്ഷകനോട് മത്സരിക്കുകയുള്ളൂ. ഒരു വിദേശ രാജ്യത്ത് കാരുണ്യത്തിനുവേണ്ടി കെഞ്ചുമ്പോൾ അവന്റെ ആതിഥേയനെ വെല്ലുവിളിക്കുന്നത് സ്വയം ദ്രോഹിക്ക

ലാണ്. എന്നാൽ മറ്റാരേയും ഞാൻ തിരസ്കരിക്കുകയില്ല, ഒഴിഞ്ഞു മാറുകയില്ല. ഞാൻ എല്ലാവരേയും അഭിമുഖീകരിക്കുകയും അവർക്ക് എന്റെ കഴിവു തെളിയിച്ച് കൊടുക്കുകയും ചെയ്യും. മനുഷ്യൻ മത്സരിക്കുന്ന ഒരു കായികാഭ്യാസത്തിലും ഞാൻ മാനക്കേടുണ്ടാക്കില്ല. എനിക്ക് നന്നായി അമ്പും വില്ലും ഉപയോഗിക്കാനറിയാം. എന്നോടൊപ്പം ഉള്ള അനുയായികളുടെ സംഖ്യ എത്രയായാലും ഞാൻ യുദ്ധത്തിൽ ശത്രുസേനയെ അമ്പെയ്ത് നശിപ്പിച്ചിട്ടുണ്ട്. ട്രോജൻ മൈതാനത്ത് അക്കായിന്മാർ അസ്ത്രാഭ്യാസം നടത്തിയപ്പോൾ ഫിലോക്ടെറ്റിസ് മാത്രമാണ് എന്നെ കവച്ചുവെച്ചത്. പുരാതന മനുഷ്യരുമായി എന്നെ തുലനം ചെയ്യാൻ ഞാൻ ആഗ്രഹിക്കുന്നില്ല. അനശ്വര ദൈവങ്ങളുമായി മത്സരത്തിന് പുറപ്പെട്ടവരാണ് ഹെരാക്ലിസും യൂറിറ്റസും അസ്ത്രമത്സരത്തിനായി, അപ്പോളൊ ദേവനെ വെല്ലുവിളിച്ച യൂറിറ്റസ്സിനെ ദേവൻ ചെറുപ്രായത്തിലേ കൊന്നുകളഞ്ഞു. ഏതൊരു മനുഷ്യൻ അമ്പ് വിടുന്നതിനേക്കാൾ ദൂരേക്ക് എനിക്ക് കുന്തമെറിയാൻ കഴിയും! ചില ഫേഷ്യന്മാർ ഓട്ടത്തിൽ എന്നെ തോല്പിച്ചേക്കാമെന്നു എനിക്ക് പേടിയുണ്ട്. കാരണം, തുടർച്ചയായി കടലിലെ തിരമാലകളടിച്ച് എന്റെ കാൽമുട്ടുകളെല്ലാം ദുർബ്ബലമായിക്കഴിഞ്ഞു."

അപ്രകാരം ഒഡീസ്സി പറഞ്ഞവസാനിപ്പിച്ചപ്പോൾ അവരെല്ലാവരും നിശ്ശബ്ദം കാത്തിരുന്നു. അൽസിനസ് രാജാവ് മാത്രം ഇപ്രകാരം മറുപടി നല്കി. "നോക്കൂ, അപരിചിതാ, നിങ്ങളുടെ വാക്കുകൾ ഞങ്ങൾ നീരസത്തോടെ വീക്ഷിക്കുന്നില്ല. ഞാൻ പറയുന്നത് കേൾക്കുക, സ്യൂസ് ഞങ്ങൾക്ക് അനുഗ്രഹിച്ചു നല്കിയ വൈദഗ്ദ്ധ്യവും ഞങ്ങളുടെ നേട്ടവും ഓർക്കുക- ഞങ്ങളുടെ പൂർവ്വികന്മാരുടെ കാലം മുതൽ ഇതുവരെ- നിങ്ങൾ വീട്ടിലിരുന്ന് ഭാര്യയോടും കുട്ടികളോടുമൊപ്പം അത്താഴം കഴിക്കുമ്പോൾ ഈ കഥകൾ മറ്റ് വീരന്മാരോട് പറയുക. ഞങ്ങൾ ദ്വന്ദ്വയുദ്ധത്തിലോ ഗുസ്തിയിലോ പ്രഗത്ഭരായ പോരാളികളല്ലെന്ന് ഞാൻ ഏറ്റുപറയുന്നു. എന്നാൽ ഞങ്ങൾ വേഗതയുള്ള ഓട്ടക്കാരാണ്; വിദഗ്ദ്ധരായ നാവികരുമാണ്. ഞങ്ങൾ ഭക്ഷണപ്രിയരും വാദ്യസംഗീതജ്ഞരും നർത്തകരും നന്നായി വസ്ത്രധാരണം ചെയ്യുന്നവരുമാണ്. അതുകൊണ്ട് എന്റെ ആളുകൾ നിങ്ങളെ ഉത്സാഹിപ്പിക്കാനായി ഫേഷ്യൻകാർക്കിടയിലെ ഏറ്റവും നല്ല നർത്തകരെ നമ്മൾക്ക് മുന്നിൽ നൃത്തം ചെയ്യാനായി വിളിക്കുന്നു. അപ്പോൾ ഈ അപരിചിതൻ നാട്ടിൽ ചെല്ലുമ്പോൾ അദ്ദേഹത്തിന്റെ സുഹൃത്തുക്കളോട് നാവിക ജോലിയിലും ഓട്ടത്തിലും നൃത്തത്തിലും സംഗീതത്തിലും നമ്മൾക്കുള്ള അതിശയകരമായ കഴിവിനെക്കുറിച്ച് പറയുമല്ലോ. ആരെങ്കിലും വേഗം നമ്മുടെ കൊട്ടാരത്തിൽച്ചെന്ന് ഗായകനായ ഡെമോഡോക്കസ്സിന്റെ വാദ്യോപകരണം ഇങ്ങോട്ടുകൊണ്ടുവരൂ. അതവിടെ എവിടെയെങ്കിലും ഞാത്തിയിട്ടിട്ടുണ്ടാകും."

അൽസിനസ് രാജാവിന്റെ വാക്ക് കേട്ട ഉടനെ വിളംബരം ചെയ്യുന്നവൻ ഓടിപ്പോയി വാദ്യോപകരണം എടുത്തുകൊണ്ടുവന്നു. പൊതുജന

ങ്ങളിൽ നിന്ന് ഒമ്പതുപേരെ തെരഞ്ഞെടുത്തത് സ്റ്റേജ് തയ്യാറാക്കാനായി നിയോഗിച്ചു. അവർ പെട്ടെന്ന് മനോഹരമായൊരു നൃത്തമണ്ഡപം സൃഷ്ടിച്ചെടുത്തു! ഡെമോഡോക്കസ് അവിടേക്ക് വാദ്യോപകരണവുമായിച്ചെന്നു. അദ്ദേഹത്തിനരികിൽ നൃത്തകലയിൽ പ്രാവീണ്യം നേടിയ ബാലന്മാർ അണിനിരന്നു; താളത്തിനൊപ്പം അവർ നൃത്തം ചെയ്തു. ഒഡീസ്സി അവരുടെ പാദങ്ങളുടെ താളാത്മകമായ ചലനം ആശ്ചര്യപൂർവ്വം വീക്ഷിച്ചുകൊണ്ടിരുന്നു.

നൃത്തപരിപാടിക്കുശേഷം ഗാനാലാപനമായിരുന്നു. ഗ്രീക്ക് പുരാണത്തെ ആസ്പദമാക്കിയ ഗാനങ്ങളായിരുന്നു അവ. ഹെഫൈസ്റ്റസ്സിന്റെ വീട്ടിൽ അരങ്ങേറിയ എരിസിന്റെയും അപ്രൊഡൈറ്റിന്റെയും പ്രേമലീലകൾ. തന്നെ വഞ്ചിച്ചു ഭാര്യയേയും ജാരനേയും ഹെഫൈസ്റ്റസ് ക്രൂരമായി ശിക്ഷിക്കുന്നു. ഇത്തരത്തിലുള്ള അനശ്വര ദൈവങ്ങളുടെ കഥകളായിരുന്നു ആ സ്വർഗ്ഗീയ ഗായകൻ ആലപിച്ചത്.

പ്രശസ്ത നാവികരായ ഫേഷ്യന്മാരെ പോലെ ഒഡീസ്സിയും ആ ഗാനങ്ങൾ മതിമറന്ന് ആസ്വദിച്ചു. പിന്നെ, ഹാലിയസ്സിനോടും ലേഡാമാസിനോടും നൃത്തം ചെയ്യാൻ അൽസിനസ് രാജാവ് ഉത്തരവിട്ടു. കാരണം, മറ്റാരും അവരോടൊപ്പം നൃത്തം ചെയ്യാൻ ഒരിക്കലും ധൈര്യപ്പെട്ടിരുന്നില്ല! അവർ തങ്ങളുടെ കൈകളിൽ പ്രശസ്തനായ പോളിബസ് ഉണ്ടാക്കിയ ഒരു ചുകന്ന പന്ത് എടുത്ത് കളിക്കാൻ തുടങ്ങി. സർക്കസ്സുകാരെപ്പോലെ ഒരാൾ പന്ത് ആകാശത്തേക്കെറിയുകയും മറ്റേ ആൾ അന്തരീക്ഷത്തിലേക്ക് പറന്നു ചെന്ന് അത് വിസ്മയകരമാം വിധം പിടിക്കുകയും ചെയ്തു. ഈ അഭ്യാസം തുടർന്നുകൊണ്ടിരിക്കവെ നൃത്തവും തകൃതിയായി നടന്നു. മറ്റ് യുവാക്കൾ നൃത്തമണ്ഡപത്തിന് ചുറ്റുംനിന്ന് ഉച്ചത്തിൽ ആഹ്ലാദപ്രകടനം നടത്തി. മഹാനായ ഒഡീസ്സി അൽസിനസിനു നേരെതിരിഞ്ഞ് പറഞ്ഞു. “അല്ലയോ, എന്റെ പ്രഭോ രാജാധിരാജാ, നിങ്ങളുടെ നർത്തകർ ഏറ്റവും കഴിവുള്ളവരാണെന്ന് അങ്ങ് ഞങ്ങളോട് ഉറപ്പ് പറഞ്ഞിരുന്നു. അത് സത്യമാണെന്ന് ഇപ്പോൾ തെളിയിക്കുകയും ചെയ്തു. ഈ ദൃശ്യം വിസ്മയാവഹം തന്നെ!”

അതുകേട്ട് പവിത്രനായ രാജാവ് ആഹ്ലാദിച്ചു, പെട്ടെന്ന് ഫേഷ്യന്മാരോട് പറഞ്ഞു. “ഞാൻ പറയുന്നത് കേൾക്കുക, യുദ്ധവീരന്മാരും രാജ്യതന്ത്രജ്ഞന്മാരുമായ ഫേഷ്യന്മാരെ ഈ അപരിചിതൻ അസാധാരണ ജ്ഞാനിയായൊരു മനുഷ്യനാണ്. നമ്മൾക്കദ്ദേഹത്തിന് ഉചിതമായ നല്ല പാരിതോഷികങ്ങൾ നല്കാം. ഇവിടെ ഭരണാധിപന്മാരായ പന്ത്രണ്ട് ശ്രേഷ്ഠരായ രാജാക്കന്മാർ ഉണ്ട്, ഞാനടക്കം പതിമൂന്ന്. നമ്മൾ ഓരോരുത്തരും ഒരു പുത്തൻ മേലങ്കിയും ഉടുപ്പും ഒരു ടാലന്റ് സ്വർണ്ണവും അദ്ദേഹത്തിന് സമ്മാനിക്കുക. അത്താഴത്തിന് മുമ്പായി ഈ പാരിതോഷികങ്ങളെല്ലാം അപരിചിതനെ ഏല്പിക്കണം. യൂറിയാലസ് തന്റെ മോശം പെരുമാറ്റത്തിന് ഭംഗിവാക്കുംകൊണ്ടും പാരിതോഷികം കൊണ്ടും പ്രായശ്ചിത്തം ചെയ്യട്ടെ.”

എല്ലാവരും ആ നിർദ്ദേശം സ്വീകരിക്കുകയും അതിനായി ആജ്ഞകൾ നല്കുകയും ചെയ്തു. സമ്മാനങ്ങൾ എടുത്തുകൊണ്ടുവരുവാനായി ആളുകൾ പോയി. അപ്പോൾ യൂറിയാലസ് പറഞ്ഞു "എന്റെ പ്രഭോ, അൽസിനസ്, ഞങ്ങളുടെ നേതാവേ, അങ്ങ് ആജ്ഞാപിച്ചതുപോലെ സത്യമായും ഞാൻ അപരിചിതനോട് തെറ്റ് തിരുത്തും. നോക്കൂ. യഥാർത്ഥ ലോഹം കൊണ്ട് നിർമ്മിച്ച ഈ നീളം കുറഞ്ഞ വാൾ ഞാനിത് അതിന്റെ വെള്ളി പിടിയോടും ആനക്കൊമ്പു കൊണ്ടുള്ള ഉറയോടും കൂടി അദ്ദേഹത്തിന് നല്കുന്നു. ഇതദ്ദേഹത്തിന് വളരെ ഉപകാരപ്രദമായിരിക്കും." ഇത്രയും പറഞ്ഞ് അവനത് ഒഡീസ്സിയുടെ കൈകളിൽ വെച്ച് കൊടുത്തു. അവൻ ഒഡീസ്സിയോട് പറഞ്ഞു. "അല്ലയോ, ആദരണീയനായ നവാഗതാ, എന്റെ നാവിൽനിന്ന് എന്തെങ്കിലും കടുത്തവാക്കുകൾ പൊട്ടിപ്പുറപ്പെട്ടിട്ടുണ്ടെങ്കിൽ അത് മറന്നുകളയുക. അങ്ങയെ സ്വന്തം നാട്ടിലെത്തിക്കാനും ഭാര്യയെ കാണിക്കാനും ദൈവം അനുഗ്രഹിക്കട്ടെ. സ്വന്തക്കാരിൽനിന്ന് വേർപെട്ട് വളരെക്കാലമായല്ലോ അങ്ങ് പീഡനമനുഭവിക്കുവാൻ തുടങ്ങിയിട്ട്."

ഉടനെ ഒഡീസ്സി അവന് മറുപടി നല്കി. "എന്റെ സുഹൃത്തേ, നിനക്കും എന്റെ ഊഷ്മളമായ അഭിവാദ്യങ്ങൾ! ദൈവങ്ങൾ നിനക്ക് സന്തോഷം നല്കട്ടെ. ഇപ്പോൾ നീ എനിക്കു തന്ന ഈ വാളിന്റെ അഭാവം ഒരിക്കലും നിന്നെ വിഷമിപ്പിക്കാതിരിക്കട്ടെ. ഒഡീസ്സി വെള്ളിപ്പിടിയുള്ള വാൾ അവന്റെ തോളിൽ ഞാത്തി ഇട്ടു. സൂര്യൻ അസ്തമിച്ചു, വിലപിടിച്ച സമ്മാനങ്ങൾ വന്നുതുടങ്ങി. വിളംബരം ചെയ്യുന്നവർ അവ കൊട്ടാരത്തിലേക്ക് ചുമന്നുകൊണ്ടുവന്നു; അവിടെ മഹാനായ രാജാവിന്റെ മക്കൾ അവ ഒഡീസ്സിക്കുവേണ്ടി സ്വീകരിച്ചു; ആദരണീയയായ അമ്മയെ സൂക്ഷിക്കാനായി ഏല്പിച്ചു. രാജാവ് അതിഥികളെ അവരവരുടെ ഇരിപ്പിടങ്ങളിലേക്ക് ആനയിച്ചു.

പിന്നെ, അൽസിനസ് രാജാവ് തന്റെ പത്നി ആരിറ്റെയെ വിളിച്ചു. "ഭവതി, നിങ്ങളുടെ ഏറ്റവും വിലപിടിച്ച ഒരു പെട്ടികൊണ്ട് വരിക. അതിൽ പുതുതായി അലക്കി വൃത്തിയാക്കിയ ഒരു മേലങ്കി കുപ്പായവും വെക്കുക. പിന്നെ ആ നവാഗതന് കുളിക്കാനായി വെള്ളം ചൂടാക്കുക. അങ്ങനെ കുളി കഴിഞ്ഞശേഷം അദ്ദേഹം ഫേഷ്യൻ നേതാക്കന്മാർ സമ്മാനിച്ച വസ്തുക്കൾ കാണട്ടെ. അതിനു ശേഷം അദ്ദേഹം സദ്യയും ഗായകന്റെ സംഗീതവും ആസ്വദിക്കട്ടെ. നില്ക്കൂ: ഈ സമ്മാനങ്ങളോടൊപ്പം എന്റെ മനോഹരമായ ഈ സ്വർണ്ണക്കപ്പും ചേർക്കട്ടെ. അപ്പോൾ അദ്ദേഹം സ്വന്തം വീട്ടിൽ സ്യൂസ് ദേവനും മറ്റ് ദേവന്മാർക്കും മദ്യം അർപ്പിക്കുമ്പോൾ എന്നെ എപ്പോഴും ഓർക്കും."

ആരിറ്റെ തന്റെ ഭൃത്യകളോട് വലിയൊരു പാത്രത്തിൽ വെള്ളം ചൂടാക്കാനായി പറഞ്ഞു. വെള്ളം ചൂടാക്കുന്നതിന്നിടയിൽ അവർ കിടപ്പുമുറിയിൽനിന്ന് നല്ലൊരു പെട്ടി വരുത്തി, സന്ദർശകന്റെ സമ്മാനങ്ങളും വസ്ത്രങ്ങളും സ്വർണ്ണവും അതിൽ നിറച്ചു. ഫേഷ്യൻമാർ നല്കിയ ഈ പാരി

തോഷികങ്ങൾക്ക് പുറമെ, സ്വന്തം കലവറയിൽനിന്ന് രാജ്ഞി സുന്ദരമായൊരു മേലങ്കിയും ഷർട്ടും നല്കി. അവനോട് ഇപ്രകാരം ചുരുക്കി പറഞ്ഞു. "നീ കപ്പൽ യാത്രയ്ക്കിടെ സുഖമായി കിടന്നുറങ്ങുമ്പോൾ ആരെങ്കിലും നിന്നെ കൊള്ളയടിക്കാതിരിക്കാനായി ഇതിന്റെ നല്ല ഉറപ്പുള്ള പൂട്ടുപയോഗിച്ച് ഭദ്രമായി പൂട്ടിയിടുക." ഒഡീസ്സി ഉടനെ രാജ്ഞി പറഞ്ഞതുപോലെ മൂടി എടുത്ത് ഉറപ്പിച്ചു. ഭദ്രമായി പൂട്ടി. നേരെ പോയി കുളിച്ചു വരുവാനായി രാജ്ഞി പറഞ്ഞു. ആവി പറക്കുന്ന വെള്ളം കണ്ട് അവൻ ആഹ്ലാദിച്ചു. കലിപ്സൊയെ വിട്ടുപോന്നശേഷം അവന് ഇത്തരം സുഖം ആസ്വദിക്കാനുള്ള ഭാഗ്യം കൈവന്നിട്ടില്ല. അവളോടൊപ്പം ഒരു ദേവൻ അനുഭവിക്കുന്ന സുഖസൗകര്യങ്ങളായിരുന്നു തുടർച്ചയായി അവൻ ആസ്വദിച്ചിരുന്നത്.

അവനെ പരിചാരികമാർ എണ്ണതേച്ച് കുളിപ്പിച്ചശേഷം വിലപിടിച്ച ഉടുപ്പും മേലങ്കിയും ധരിപ്പിച്ചു. കുളിമുറിയിൽനിന്നും അവൻ വീഞ്ഞു കുടിക്കുന്ന സദസ്സിലേക്ക് പോയി. മാർഗ്ഗമദ്ധ്യേ ഒരു തൂണുംചാരി ഒഡീസ്സിയെ ആരാധനയോടെ നോക്കി നില്ക്കുന്ന സുന്ദരിയായ നോസിക്കായെ കണ്ടു. അവൾ അവനെ നേരിട്ട് അഭിസംബോധന ചെയ്തു. "സുഖമായി പോയ് വരിക, നവാഗത; സ്വദേശത്ത് ആയിരിക്കുമ്പോൾ വല്ലപ്പോഴും എന്നെ ഓർക്കുക. നിങ്ങളുടെ ജീവിതം രക്ഷപ്പെട്ടതിന് പ്രധാനമായും എന്നോടാണ് നിങ്ങൾ കടപ്പെട്ടിരിക്കുന്നത്."

ഒഡീസ്സി മറുപടി നല്കി. "നോസിക്കാ, ഉന്നതമനസ്സുള്ള അൽസിനസ്സിന്റെ പുത്രീ: ഹീരാദേവിയുടെ ഭർത്താവായ സ്യൂസ് ദേവന്റെ കൃപയാൽ ഞാൻ വീട്ടിലെത്തിയാൽ അവിടെവെച്ച് തന്നെ ഒരു ദേവിയോടെന്നപോലെ ഞാൻ നിന്നോട് ശപഥം ചെയ്യും, എന്റെ ജീവിതകാലം മുഴുവൻ ഓരോ ദിവസവും ഞാൻ നിന്നെ ഓർക്കും. കാരണം, നീയാണെനിക്ക് ജീവിതം നല്കിയത്, കന്യകേ."

അത്രയും പറഞ്ഞ് ഒഡീസ്സി അൽസിനസ് രാജാവിനടുത്തുള്ള തന്റെ ഇരിപ്പിടത്തിൽ ചെന്നിരുന്നു. പരിചാരകർ വീഞ്ഞും മാംസവും വിളമ്പുകയായിരുന്നു. വിളംബരം ചെയ്യുന്നവൻ ഗായകനായ ഡെമോഡോക്കസ്സിനെ സദ്യയിൽ പങ്കുകൊണ്ടിരുന്നവരുടെ മദ്ധ്യത്തിലേക്ക് കൊണ്ടുവന്നു. അവൻ അദ്ദേഹത്തെ ഒരു തൂണിന് മുന്നിലായി ഇരുത്തി.

എല്ലാവരും സുഭിക്ഷമായി ആഹാരവും വീഞ്ഞും അകത്താക്കിക്കഴിഞ്ഞപ്പോൾ ഒഡീസ്സി ഡെമോഡോക്കസ്സിനെ അഭിസംബോധന ചെയ്തു. "അല്ലയോ ഡെമോഡോക്കസ് ഞാൻ നിങ്ങളെ എല്ലാ മർത്ത്യരേക്കാളും ഉപരിയായി വാഴ്ത്തുന്നു; സ്യൂസ് ദേവന്റെ പുത്രി, മ്യൂസ് ദേവിയാണോ അതോ അപ്പോളോ ദേവൻ തന്നെയാണോ നിങ്ങളെ പഠിപ്പിച്ചതെന്ന് എനിക്കറിയില്ല. എന്തായാലും നിങ്ങൾ യഥാർത്ഥ ചരിത്രം തന്നെയാണ് ആലപിച്ചത്. അക്കായിയന്മാരുടെ അത്യാഹിതങ്ങൾ, അവരുടെ പ്രവൃത്തികൾ, കഷ്ടപ്പാടുകൾ, അവരുടെ ദുഃഖങ്ങൾ എന്നിവയെല്ലാം നിങ്ങൾ അത് സാക്ഷ്യം വഹിച്ചതുപോലെയോ അല്ലെങ്കിൽ ഒരു ദൃക്സാ

ക്ഷിയിൽനിന്ന് കേട്ടതുപോലെയോ വർണ്ണിക്കുന്നു! ഇനി ആ സംഗീത വിഷയം മാറ്റുക. എങ്ങനെയാണ് എഥീനിയുടെ സഹായത്തോടെ എപ്പിയസ് ആ ഗംഭീരമായ മരക്കുതിരയെ നിർമ്മിച്ചതെന്ന് ആലപിക്കുക. ആ കൗശലസൃഷ്ടിക്കകത്ത് മനുഷ്യരെ നിറച്ചാണ് ബുദ്ധിമാനായ ഒഡീസ്സി കോട്ടയ്ക്കകത്ത് കടന്നതും, ആ നഗരം തകർത്ത് നശിപ്പിച്ചതും: ഇതെല്ലാം കാലാനുസൃതമായി എനിക്ക് പാടികേൾപ്പിക്കുക. അപ്പോൾ ദൈവാനുഗ്രഹം അങ്ങയുടെ ഗാനാലാപനത്തിൽ വേണ്ടുവോളം ചൊരിഞ്ഞിട്ടുണ്ടെന്ന് ഞാൻ എല്ലായിടത്തും സമർത്ഥിക്കും."

അപ്രകാരം ഒഡീസ്സി പറഞ്ഞപ്പോൾ ദൈവത്താൽ ഉത്തേജിതനായ ആ ഗായകൻ തന്റെ അസാമാന്യപ്രാവീണ്യം തെളിയിച്ചു.

ആർഗൈവ് സൈന്യം കൂടാരങ്ങൾ തീയിട്ടശേഷം കപ്പലുകളിൽ കയറി കടൽ യാത്ര പുറപ്പെട്ട സംഭവത്തോടെ അദ്ദേഹം കഥ ആരംഭിച്ചു. ട്രോജന്മാർ വന്ന്, പ്രശസ്തനായ ഒഡീസ്സിയും കൂട്ടുകാരും ഒളിച്ചിരുന്ന മരക്കുതിര കോട്ടയ്ക്കുള്ളിലേക്ക് വലിച്ചിഴച്ച് കൊണ്ട് പോയി. ട്രോജന്മാർ ഭാവി പരിപാടിയെക്കുറിച്ച് അനിശ്ചിതമായ സംവാദം നടത്തിക്കൊണ്ടിരിക്കുമ്പോൾ ആ മരക്കുതിര അവരുടെ അടുത്ത് നില്ക്കുകയായിരുന്നു. മൂന്ന് കാര്യങ്ങളാണവർ നിർദ്ദേശിച്ചത് ഒന്നുകിൽ അവരുടെ നിർദ്ദയമായ അറക്കവാളുകൾ കൊണ്ട് കുതിരയുടെ വയറ് അറത്ത് മുറിക്കുക; അല്ലെങ്കിൽ അതിനെ ചെങ്കുത്തായ കുന്നിൻ മുകളിൽ കൊണ്ടുപോയി താഴെ പാറക്കൂട്ടത്തിലേക്ക് ഉരുട്ടി വിടുക.അതുമല്ലെങ്കിൽ ദൈവങ്ങൾക്ക് സമാധാനത്തിനുള്ള അർപ്പണമായി അതവിടെത്തന്നെ വിട്ടുപോകുക. ഒടുവിൽ ഈ അവസാന ഉപദേശമാണ് സ്വീകരിക്കപ്പെട്ടത്. കാരണം, ഈ ഭീമാകാരമായ കുതിരയാൽ അവരും നഗരവും നശിക്കപ്പെടണമെന്നായിരുന്നു വിധി. എങ്ങനെയാണ് ആർഗൈവുകൾ ആ മരക്കുതിരയുടെ പുറത്ത് വന്നതെന്നും നഗരം തകർത്തതെന്നും ആ ഗായകർ പാടി. ഓരോ ധീരപോരാളിയുടെ സാഹസങ്ങളെക്കുറിച്ചും ഒഡീസ്സിയും മെനെലോസും കൂടി ഡിഫോബസിന്റെ വീട് ആക്രമിച്ചതിനെക്കുറിച്ചും അദ്ദേഹം ആലപിച്ചു. ഒഡീസ്സി അവിടെ ഭീകരമായ തടസ്സങ്ങൾ പലതും നേരിട്ടെങ്കിലും മനോദാർഢ്യമുള്ള എഥീനിയുടെ സഹായത്താൽ ഒടുവിൽ വിജയം കൈവരിച്ചു.

അപ്രകാരം പ്രശസ്തഗായകന്റെ സംഗീതം ഒഴുകിക്കൊണ്ടിരുന്നു. ഒഡീസ്സിയുടെ ഹൃദയം അലിഞ്ഞു. അവന്റെ കവിളുകളിലൂടെ കണ്ണുനീർച്ചാലുകൾ ഒഴുകി ഇപ്രാവശ്യവും ഒഡീസ്സിയുടെ അടുത്തിരുന്ന അൽസിനസ് രാജാവ് ഒഴികെ മറ്റാരും അവന്റെ കണ്ണുനീർ ശ്രദ്ധിച്ചില്ല. രാജാവ് അവന്റെ ദുഃഖം മനസ്സിലാക്കിക്കൊണ്ട് ഫേഷ്യന്മാരോട് പറഞ്ഞു.

"കേപ്റ്റന്മാരെ, കൗൺസിലർമാരെ ഞാൻ പറയുന്നത് കേൾക്കുക. തല്ക്കാലം ഡെമോഡോക്കസ് ഗാനാലാപനം നിർത്തട്ടെ. അത്താഴത്തിനുശേഷം ആ സ്വർഗ്ഗീയഗായകൻ ഗാനം ആലപിക്കാൻ തുടങ്ങിയശേഷം ഈ നവാഗതൻ കടുത്ത ദുഃഖത്തിലാണ്. എന്തോ തീവ്രദുഃഖം അദ്ദേഹ

ത്തിന്റെ ഹൃദയത്തെ വേദനിപ്പിക്കുന്നു. അതുകൊണ്ട് പാട്ട് നിർത്തട്ടെ. നമ്മൾ എല്ലാ ആതിഥേയന്മാരും അതിഥികളും അല്പം വിനോദങ്ങളിലേർപ്പെടുക. അതുകൊണ്ട് നവാഗതാ, ഞാൻ ആവശ്യപ്പെടുന്നവിവരങ്ങൾ തന്ത്രപൂർവ്വം മറച്ചുവെക്കരുത്. തുറന്ന് പറയാനുള്ള ശ്രേഷ്ഠത കാണിക്കുക. നിങ്ങൾ വീട്ടിൽ ഏത് പേരിലാണ് അറിയപ്പെടുന്നത്. എന്ന് ഞങ്ങളോട് പറയുക. നിങ്ങളുടെ അമ്മയും അച്ഛനും നഗരത്തിലേയും ആളുകളും എന്ത് പേരാണ് നിങ്ങളെ വിളിക്കുന്നത്? എല്ലാമാതാപിതാക്കളും തങ്ങൾക്ക് കുഞ്ഞുങ്ങൾ പിറന്ന ഉടനെ ഒരു പേര് ഇടുമല്ലോ. എത്ര ദരിദ്രരായാലും താഴ്ന്നവനായാലും അവൻ പേരില്ലാത്തവനായിരിക്കില്ല. നിങ്ങളുടെ നാടിന്റെയും നഗരത്തിന്റെയും പേരെന്താണെന്ന് എന്നോടു പറയുക. അതനുസരിച്ച് ഞങ്ങളുടെ സ്പർശനബോധമുള്ള കപ്പലിന് യാത്രയ്ക്കുള്ള ഗതി ഉറപ്പിക്കാമല്ലോ. സാധാരണ കപ്പലുകളല്ല ഫേഷ്യന്മാരുടേത്; മനുഷ്യർ എന്താണ് ചിന്തിക്കുന്നതെന്നും അവരുടെ ലക്ഷ്യമെന്താണെന്നും കപ്പലുകൾക്കറിയാം. എല്ലാ മനുഷ്യരുടേയും നഗരങ്ങളും സമ്പന്നരാജ്യങ്ങളും അവർക്കറിയാം; എത്ര കനത്ത മൂടൽമഞ്ഞിലൂടെയും ഇരുളടഞ്ഞ കാർമേഘങ്ങളിലൂടെയും അതിശീഘ്രം അവ ഉൾക്കടലുകൾ കടക്കുന്നു. അവ ഒരിക്കലും പരിഭ്രാന്തരാക്കുകയോ അപകടത്തിൽപ്പെടുകയോ ഇല്ല. എന്നാലും എല്ലാ മനുഷ്യവർഗ്ഗത്തേയും ഞങ്ങൾ നിഷ്പക്ഷമായി അഭയം നല്കുകയും അവരെ സുരക്ഷിതരാക്കി ജന്മനാട്ടിലെത്തിക്കുകയും ചെയ്യുന്നതിൽ പോസിഡോൺ ഞങ്ങളോട് പ്രകോപിതനാണെന്ന് എന്റെ അച്ഛൻ നോസിത്തസ് ഒരിക്കൽ പറഞ്ഞത് ഞാൻ കേട്ടിട്ടുണ്ട്. അപ്രകാരം വീട്ടിലേക്ക് തിരിച്ചുവരുന്ന ഒരു പേഷ്യൻ കപ്പലിനെ മൂടൽ മഞ്ഞുള്ളൊരു കടലിൽ വെച്ച് ഒരു ദിവസം തകർക്കുമെന്നും ഞങ്ങളുടെ നഗരത്തെ വലിയൊരു മലകൊണ്ട് മൂടാമെന്നും അദ്ദേഹം പറഞ്ഞിരുന്നു. ദൈവം അങ്ങനെ ചെയ്തേക്കാം, അല്ലെങ്കിൽ ചെയ്യാതിരുന്നേക്കാം. അതദ്ദേഹത്തിന്റെ ഇഷ്ടം."

"എന്നാൽ, ഇപ്പോൾ നിങ്ങളുടെ ഹൃദയം തുറക്കുക, ഏതെല്ലാം രാജ്യങ്ങൾ നിങ്ങൾ സന്ദർശിച്ചു? എങ്ങനെയുള്ള നഗരങ്ങളായിരുന്നു അവ? എപ്രകാരമുള്ള മനുഷ്യരായിരുന്നു? അവർ? പ്രാകൃതരും നീതിയില്ലാത്തവരും ക്രൂരന്മാരുമായിരുന്നോ അതോ മനുഷ്യത്വമുള്ളവരും ആതിഥ്യമര്യാദയുള്ളവരും ദൈവഭയമുള്ളവരുമായിരുന്നോ? എന്തുകൊണ്ടാണ് ആർഗൈവ് ഡനാനുകളെക്കുറിച്ചും ഇലിയൻ പതനത്തെക്കുറിച്ചും കേട്ടപ്പോൾ നിങ്ങൾ രഹസ്യമായി കഠിനദുഃഖത്തോടെ കരഞ്ഞത്? ദൈവമാണവരുടെ ജീവിത ദൈർഘ്യം നിശ്ചയിച്ചതും വരാൻ പോകുന്ന തലമുറയ്ക്ക് അവരുടെ വിധി പാടി കേൾപ്പിക്കാൻ വേണ്ടി ഒരു കാവ്യമാക്കിയതും. നിങ്ങളുടെ പത്നിയുടെ ഏതെങ്കിലും ബന്ധുക്കൾ ഇലിയോസിനു മുന്നിൽ കൊല്ലപ്പെട്ടുവോ? വിവാഹത്തിലൂടെ നല്ല ബന്ധുക്കളാകുന്ന ചിലർ നമ്മുടെ രക്തബന്ധമുള്ളവരെ പോലെ നമുക്ക് ഏറ്റവും അടുത്തവരായിത്തീരുന്നില്ലേ? അല്ലെങ്കിൽ ഒരുപക്ഷേ, അത് ആത്മാർത്ഥ

മായി സ്നേഹിക്കുന്ന ഏതെങ്കിലും സുഹൃത്തായിരിക്കാം? പരസ്പര ധാരണയുള്ള ഹൃദയത്തോടുകൂടിയ സുഹൃത്തുക്കൾ സഹോദരന്മാരെപ്പോലെ പ്രിയങ്കരരാണ്."

ഒൻപത്

പ്രഗത്ഭനായ ഒഡീസ്സി പറയാൻ തുടങ്ങി. "ഏറ്റവും ശ്രേഷ്ഠനായ അൽസിനസ് രാജാവേ, സ്വർഗ്ഗീയ സ്വരമാധുരിയുള്ളൊരു ഗായകൻ നമ്മുടെ കേൾവിക്കുള്ളിൽ ഉണ്ടായതൊരു മഹാഭാഗ്യമാണ്. ഞാൻ നിങ്ങളോട് പറയട്ടെ, ഒരു ഹാളിൽ ഒരു കൂട്ടം ആളുകൾ ഒന്നിച്ചിരിക്കുകയും മേശനിറയെ അപ്പവും മാംസവും നിരത്തിവെച്ച് പരിചാരകർ കപ്പുകളിൽ വീഞ്ഞ് നിറച്ചുകൊണ്ടിരിക്കുകയും സംഗീതജ്ഞൻ മധുരഗാനങ്ങൾ ആലപിക്കുകയും ചെയ്യുമ്പോൾ എന്റെ മനസ്സ് ആനന്ദമൂർച്ഛയിലെത്തുന്നു! തീർച്ചയായും ഞാൻ പറഞ്ഞതുപോലെ, ഇതാണ് ഈ ലോകത്തിലെ ഏറ്റവും സുഖകരമായ കാര്യം."

എന്നിട്ടും അത്തരം ഒരു നിമിഷത്തിൽ നിങ്ങൾ എന്റെ നിർഭാഗ്യകരമായ കഥ കേൾക്കാനാഗ്രഹിക്കുന്നു. ആ കഥപറച്ചിൽ എന്റെ കണ്ണുകളിൽനിന്ന് കൂടുതൽ കണ്ണുനീർ ഒഴുക്കാൻ ഇടവരുത്തിയേക്കും. എങ്ങനെയാണ് ഞാനെന്റെ ദുഃഖങ്ങൾ അടുക്കടുക്കായി നിരത്തിവെക്കുക, ഏത് ആദ്യം, ഏത് പിന്നീട്, എന്നിങ്ങനെ? സ്വർഗ്ഗസ്ഥരായ ദൈവങ്ങൾ എനിക്കത്രമാത്രം തീവ്ര ദുഃഖങ്ങളാണ് തന്നിട്ടുള്ളത്. ഞാൻ എന്റെ പേരിൽനിന്ന് തുടങ്ങാം; അപ്പോൾ എന്നിൽ നിങ്ങൾക്ക് വിശ്വാസമർപ്പിക്കാം - ഈ ക്രൂരമായ കാലയളവ് കഴിഞ്ഞാൽ ഞാൻ എന്റെ വിദൂരമായ വീട്ടിൽ നിങ്ങളുടെ ആതിഥേയനായിരിക്കുമെന്ന് നിങ്ങൾക്ക് വിശ്വസിക്കാം! ഞാൻ ലാർട്ടെസ്സിന്റെ പുത്രൻ ഒഡീസ്സിയാണ്. എല്ലാ മനുഷ്യമനസ്സിലും തങ്ങിനില്ക്കുന്ന ഒരുപേര്. എന്റെ കീർത്തി സ്വർഗ്ഗം വരെ എത്തുന്നു. പ്രസന്നമായ ഇഥാക്കാ ദ്വീപിലാണ് ഞാൻ ജീവിക്കുന്നത്. അതിനടുത്ത് അനേകം ദ്വീപുകൾ ഉണ്ട്, ഡുലിക്കിയം, സെയിം, സാസിന്തസ് തുടങ്ങിയവ. അഗാധമായ കടലിലാണ് എന്റെ ദ്വീപ് സ്ഥിതി ചെയ്യുന്നത്. മറ്റ് ദ്വീപുകളുടെ പടിഞ്ഞാറ് ഭാഗത്ത്. സൂര്യോദയം അവിടെനിന്ന് കാണാം. അതൊരു പരുക്കൻ ഭൂമിയാണെങ്കിലും നല്ല യുവാക്കളുടെ നാടാണ്. എല്ലാ മനുഷ്യരുടെ കണ്ണിലും സ്വന്തം ജന്മനാടിനേക്കാൾ നല്ലതായ മറ്റൊരു നാടില്ല. എന്റെ കാര്യം എടുക്കുക. കലിപ്സൊ, സുന്ദരിയായ ദേവത എന്നെ ഭർത്താവാക്കി, അവളുടെ ഗുഹയിൽ താമസിപ്പിക്കാൻ ആഗ്രഹിച്ചു, ഈയായിലെ കൗശലക്കാരിയായ സിർസിയും എന്നെ അവളുടെ വീട്ടിൽനിർത്താൻ ശ്രമിച്ചു. അവളും എന്നെ ഭർത്താവാക്കാനാഗ്രഹിച്ചു, എന്നാൽ അവർ ഇരുവർക്കും എന്റെ ഹൃദയം മാറ്റിയെടുക്കാൻ കഴിഞ്ഞില്ല. അതുകൊണ്ടാണ് ഞാൻ പറയുന്നത് വിദേശത്ത് ഒരു മനുഷ്യന്റെ നില എത്രതന്നെ സമ്പന്നമായിരുന്നുകൊള്ളട്ടെ സ്വന്തം

വീട്ടിൽ മാതാപിതാക്കളോടൊപ്പമുള്ള മധുരമായ ജീവിതവുമായി അതിനെ തുലനം ചെയ്യാൻ കഴിയില്ല. എന്തായാലും ട്രോയിൽനിന്ന് നാട്ടിലേക്കുള്ള ആപല്ക്കരമായ മടക്കയാത്രയ്ക്കിടയിൽ സ്യൂസ് ദേവൻ എന്നിൽ ഏല്പിച്ച പീഡാനുഭവങ്ങളുടെ കഥയിലേക്ക് തിരിച്ചുപോകാം.

ഇലിയോസിൽനിന്ന് സിക്കോണിയൻകാരുടെ ഇസ്മാറസ് വരെ കാറ്റ് എന്നെ അനുകൂലമായി സേവിച്ചു. ഞാൻ ആ നഗരം ആക്രമിച്ചുതകർത്തു, ആളുകളെ കൊന്നൊടുക്കി. അവരുടെ ഭാര്യമാരെയും അവരുടെ സ്വത്തും ഞങ്ങൾ പിടിച്ചെടുത്ത് ആർക്കും ആവലാതിക്കിടവരുത്താത്തവിധം വീതിച്ചെടുത്തു. അവിടെനിന്നും വേഗം ഓടിപ്പോകാമെന്ന് ഞാൻ അഭിപ്രായപ്പെട്ടതാണ്. എന്റെ വിഡ്ഢികളായ ആളുകൾ സമ്മതിച്ചില്ല. ഇഷ്ടംപോലെ കുടിക്കാനായി വീഞ്ഞും മാംസവും ഉണ്ടായിരുന്നിട്ടും! ഇതിനിടയിൽ ഈ സൈക്കോണിയന്മാർ അയൽപ്രദേശത്തുള്ള മറ്റ് സൈക്കോണിയന്മാരെ സഹായത്തിനായി വിളിച്ചു. അയൽവാസികളായ ഇവർ സംഖ്യാബലത്തിലും കഴിവിലും മുന്നിട്ടു നിന്നു. കുതിരപ്പുറത്തും നടന്നും പോരാടുവാൻ അവർ സമർത്ഥരായിരുന്നു. വസന്തകാലത്ത് മരത്തിൽ മുകുളങ്ങൾ പ്രത്യക്ഷപ്പെടുന്നതുപോലെ പ്രഭാതത്തിലവർ ഞങ്ങൾക്ക് മുന്നിൽ ചാടി വീണു! ഞങ്ങൾക്കുവേണ്ടി സ്യൂസ് ദേവൻ കൂടുതൽ വേദനകൾ കരുതിവെച്ചിരുന്നു. കപ്പലുകൾക്കരികിലെത്തി അവർ ചെമ്പ് മുനപിടിപ്പിച്ച കുന്തങ്ങൾ ഞങ്ങൾക്കു നേരെ വീശി എറിഞ്ഞു. ഉച്ചവരെ ഞങ്ങൾ ദൃഢമായി പിടിച്ചുനിന്നു. സന്ധ്യയായപ്പോൾ അക്കായിന്മാർ അവർക്ക് മുന്നിൽ പതറി സ്വയം കീഴടങ്ങി. ഓരോ കപ്പലിലേയും ആറ് ഭടന്മാർ വീതം കൊല്ലപ്പെട്ടു. മരണത്തിൽനിന്ന് രക്ഷപ്പെട്ട ഞങ്ങൾ സമ്മിശ്ര വികാരങ്ങളോടെയാണ് അവിടെനിന്നും കപ്പൽ വിട്ടത്. ജീവൻ കിട്ടിയതിൽ സന്തോഷിച്ചെങ്കിലും സുഹൃത്തുക്കളുടെ മരണത്തിൽ ഞങ്ങൾ വിലപിച്ചു. സിക്കോണിയന്മാർ വധിച്ചവരുടെ പേരെടുത്ത് മൂന്ന് പ്രാവശ്യം പ്രാർത്ഥിച്ച ശേഷം ഞങ്ങൾ സ്ഥലം വിട്ടു.

അടുത്തതായി സ്യൂസ് ദേവൻ ഞങ്ങളുടെ കപ്പലുകൾക്കുനേരെ ശക്തമായ വടക്കൻ കാറ്റും ചീറിവിളിക്കുന്ന പേമാരിയും അഴിച്ചുവിട്ടു. അദ്ദേഹം ഭൂമിയും കടലും ഒരുപോലെ കാർമേഘം കൊണ്ട് നിറച്ച് ഇരുട്ടാക്കി. കൊടുങ്കാറ്റടിച്ച് കപ്പലുകൾ പല ദിശകളിലേക്ക് പാഞ്ഞു. കപ്പൽ പായകൾ കീറിപ്പൊളിഞ്ഞു. മരണഭയം ഞങ്ങളെ വേട്ടയാടി, വേഗം തുഴകളെടുത്ത് തുഴഞ്ഞ് കപ്പലുകളെ കരക്കെത്തിക്കാൻ കഠിനമായി യത്നിച്ചു. രണ്ട് രാവും പകലും ഞങ്ങൾ അവിടെ കിടന്നു. യാതൊരു മാർഗ്ഗവും മുന്നിലില്ലായിരുന്നു, നിരാശയിൽ ഹൃദയം തകർന്നു. നിലയ്ക്കാത്ത കഠിനാദ്ധ്വാനം. മൂന്നാം ദിവസം പ്രഭാതം പ്രസന്നമായിരുന്നു. അപ്പോൾ പായ്മരങ്ങൾ ഉയർത്തി, തിളങ്ങുന്ന വെളുത്ത കാറ്റുപായകൾ വലിച്ചുകെട്ടി. ഞങ്ങൾ കാറ്റിന്റെ ഗതിയും ചുക്കാൻ പിടിക്കുന്നവരുടെ ദിശയും നോക്കി ശാന്തരായിരുന്നു. തീർച്ചയായും ആ സമയം ക്ഷതമൊന്നുമേല്ക്കാതെ എന്റെ ജന്മനാടിനടുത്ത് എത്തിയതാണ്! ഭയ

ങ്കര തിരമാലയും ഒഴുക്കും വടക്കൻ കാറ്റും ഒന്നിച്ച് എനിക്കെതിരെ പ്രവർത്തിച്ചു. കേപ് മലിയായിൽ നിന്നും എന്നെ സിത്തേരാ ഭാഗത്തേക്ക് കൊണ്ടുപോയി! അതിനുശേഷം ഒൻപത് ദിവസം ശക്തമായ കൊടുങ്കാറ്റിൽപ്പെട്ട് കടലിൽ അലഞ്ഞുതിരിഞ്ഞു. പത്താം ദിവസം താമരപ്പൂക്കൾ തിന്ന് ജീവിക്കുന്ന മനുഷ്യരുടെ നാട്ടിൽ ഞങ്ങൾ എത്തിപ്പെട്ടു. ഞങ്ങൾ അവിടന്ന് വെള്ളവും ആഹാരവും കഴിക്കാനായി ഇറങ്ങി. വിശപ്പും ദാഹവും ശമിപ്പിച്ച ശേഷം ഞാൻ മൂന്ന് അനുയായികളെ ഉൾനാട്ടിലേക്ക് വിട്ട് അവിടെ ജീവിക്കുന്ന മനുഷ്യരെക്കുറിച്ച് അറിയുവാനായി വിട്ടു. അവർ ഉടനെ ഒരു സംഘം നാട്ടുകാരുമായി പരിചയത്തിലായി, എന്റെ ദൂതന്മാരെ അവർ കൊല്ലാനൊന്നും തുനിഞ്ഞില്ല. നേരെമറിച്ച് അവർക്ക് കഴിക്കാനായി ഓരോ പ്ലേറ്റ് പാകം ചെയ്ത താമരപൂക്കൾ കൊടുക്കുകയാണുണ്ടായത്. അങ്ങനെ സ്വാദിഷ്ടമായി ആ ഭക്ഷണം അവർ കഴിച്ചു. അതോടെ വാർത്തകൾ കൊണ്ടുവരാനോ, തിരിച്ചുവരാനോപോലും അവർക്കാഗ്രഹമില്ലാതായി. നേരെമറിച്ച് ആ നാട്ടുകാരോടൊപ്പം സ്ഥിരതാമസമാക്കാനവർ ആഗ്രഹിച്ചു! അവരുടെ ആഹാരം കഴിച്ചതോടെ സ്വന്തം വീടിനെക്കുറിച്ചുള്ള ഓർമ്മ അവരുടെ മനസ്സിൽനിന്നും മാഞ്ഞുപോയി. എനിക്ക് അവരെ അന്വേഷിച്ച് ഉൾഗ്രാമത്തിലേക്ക് പോകേണ്ടിവന്നു. ഞാനവരെ പിടികൂടി വലിച്ചിഴച്ച് കപ്പലിലേക്ക് കൂട്ടിക്കൊണ്ടുവന്നു. അവർ കരഞ്ഞു. ഞങ്ങൾ അവരെ ബലമായി കപ്പലിനടിയിലേക്ക് കൊണ്ടുപോയി ചങ്ങലയ്ക്കിട്ടു. മറ്റുള്ളവരോട് വേഗം കപ്പലിൽ കയറുവാനായി ഞാൻ ആജ്ഞാപിച്ചു. അവരും താരമപ്പൂക്കൾ കഴിച്ച് വീട്ടിലേക്ക് പോകാനുള്ള മോഹം ഉപേക്ഷിച്ചെങ്കിലോ! അവർ തൽക്ഷണം കപ്പലിൽ കയറി ഇരുന്നു. എല്ലാവരും കൂടി കപ്പൽ തുഴഞ്ഞു.

ഞങ്ങൾ നിരുത്സാഹത്തോടെയായിരുന്നു സ്ഥലം വിട്ടത്. പിന്നീട്, ധിക്കാരികളും അധാർമ്മികരുമായ സൈക്ലോപ്പുകളുടെ നാട്ടിലാണ് ഞങ്ങൾ എത്തിയത്. എല്ലാം ദൈവത്തിന് വിട്ടുകൊടുക്കുന്നതരം ആളുകൾ ആണവർ. അവർ നിലം ഉഴുത് മറിക്കുകയോ കൃഷി ഇറക്കുകയോ ചെയ്തിരുന്നില്ല. എന്നിട്ടും ധാന്യവും ബാർളിയും മുന്തിരിപോലും സുലഭമായി വളരുന്നു! സ്യൂസ് ദേവന്റെ മഴ അവയെ തഴച്ചു വളർത്തുന്നു. അവർക്ക് ഭരണാധികാരികളോ ഭരണനിർവ്വഹണസമിതികളോ നീതിന്യായ കോടതികളോ ഇല്ല. മലമുകളിലെ ഗുഹകളിലാണവരുടെ വാസം. ഓരോരുത്തനും അവന്റെ ഭാര്യയേയും മക്കളേയും ഭരിക്കുന്നു, അവന്റേതായ നിയമമാണവൻ പിന്തുടരുന്നത്. സൈക്ലോപ്പുകളുടെ കടലിടുക്കിന്നപ്പുറത്ത് ഫലഭൂയിഷ്ഠമായൊരു ദ്വീപുണ്ട്. മരങ്ങൾ നിറഞ്ഞൊരു പ്രദേശം. അധികം ദൂരെയല്ല, എന്നാൽ അത്ര അടുത്തുമല്ല. നിറയെ കാട്ടാടുകളാണവിടെ. ഒരു മനുഷ്യജീവിയും അവയെ പേടിപ്പിക്കാറില്ല. ഒരു വേട്ടക്കാരനും നായ്ക്കളോടൊപ്പം അവയെ ഓടിപ്പിക്കാറില്ല. അവർക്ക് തിന്നാനായി വേണ്ടുവോളം പുല്ല് അവിടെ വളരുന്നു. എന്നാൽ ആ ചെടികൾ ആട്ടിൻകൂട്ടങ്ങൾ മേഞ്ഞ് നശിപ്പിക്കുകയോ, ഉഴുത് മറിക്കുകയോ ചെയ്തി

ട്ടില്ല. അത് ഏകാന്തസ്ഥലമായിത്തന്നെ തുടരുന്നു, പൂർണ്ണമായും കൃഷി ചെയ്യപ്പെടാത്തത്, ആടുകളുടെ ഒരു പറുദീസ! സൈക്ലോപ്പുകൾക്ക് കപ്പലുകളോ കടൽയാത്രയ്ക്ക് പറ്റിയ കപ്പൽ നിർമ്മിക്കുന്നവരോ ഇല്ല. അതുകൊണ്ട് സാധാരണ മനുഷ്യർക്കുള്ളതുപോലെ മറ്റ് നഗരങ്ങൾ കാണാനോ മറ്റുള്ളവരെ അറിയാനോ സ്വയം അറിയപ്പെടാനോ ഉള്ള ജിജ്ഞാസ സൈക്ലോപ്പുകൾക്ക് ഇല്ല. അല്ലെങ്കിൽ ഈ ദ്വീപ് അവർ തങ്ങളുടേതാക്കിയേനെ, അതത്ര മോശം സ്ഥലമൊന്നുമല്ല. കാലാവസ്ഥയ്ക്കനുസൃതമായി എന്തും ആ കടലിന് പിന്നിലെ നനഞ്ഞ പുൽപ്രദേശത്ത് നന്നായി വളരും. ആവശ്യത്തിലേറെ മുന്തിരി അവിടെ വളരുന്നു. ഫലഭൂയിഷ്ഠമായ ആ മണ്ണിൽ കൃഷിയിറക്കിയാൽ ധാന്യവിളവ് അപാരമായിരിക്കും! ആ ഉൾക്കടൽ ഒരു സ്വാഭാവിക തുറമുഖം പോലെയാണ്. നങ്കൂരമോ കയറോ ഒന്നും ആവശ്യമില്ലാതെ കപ്പലുകൾ നേരെ കടൽത്തീരത്തേക്ക് കൊണ്ടുപോയി ഇടാം. അവിടെ ശാന്തമായ അന്തരീക്ഷത്തിൽ അതിന് കിടക്കാം. നാവികർക്ക് മറ്റ് കാര്യങ്ങളിൽ മനസ്സ് തിരിക്കാം. അതിന്റെ ഒരറ്റത്ത് ഒരു ഗുഹയിൽനിന്ന് പ്രവഹിക്കുന്ന ശുദ്ധജലം ലഭ്യമാണ്. അതിന് മീതെ കറുത്ത പോപ്ലാർ മരങ്ങൾ നിഴൽ പതിപ്പിക്കുന്നു.

ഏതോ ദൈവം ഞങ്ങളെ നയിച്ചതുപോലെ ഞങ്ങൾ അങ്ങോട്ട് യാത്ര ചെയ്തു; രാത്രി ഭയങ്കര ഇരുട്ടായിരുന്നു. മങ്ങിയ വെളിച്ചം പോലുമില്ലായിരുന്നു. മൂടൽ മഞ്ഞ് ഞങ്ങളുടെ കപ്പലിനെ പൊതിഞ്ഞു. താഴെയുള്ള കാർമേഘങ്ങളെ തുളച്ച് നിലാവിന് ആകാശത്തുനിന്ന് താഴോട്ട് വരാനും കഴിഞ്ഞില്ല. അതുകൊണ്ട് ഞങ്ങൾക്കാർക്കും ദ്വീപിലെ യാതൊന്നും കാണാൻ കഴിഞ്ഞില്ല. കടൽത്തീരത്തേക്ക് മെല്ലെ ഉരുണ്ട് വരുന്ന തിരമാലകളേയും കാണാൻ കഴിഞ്ഞില്ല. ഞങ്ങളുടെ കപ്പൽ സാവധാനം മണലിലേക്ക് കയറി എന്നുമാത്രം ഞങ്ങൾക്ക് അറിയാൻ കഴിഞ്ഞു. അപ്പോൾ ഞങ്ങൾ പുറത്തിറങ്ങി. അവിടെ വെള്ളത്തിനടുത്ത്, കടൽത്തീരത്ത് ഉറക്കം തൂങ്ങി കൊണ്ട് നേരം പുലരാൻ വേണ്ടി ഞങ്ങൾ കാത്തിരുന്നു. പ്രഭാതത്തിൽ ഞങ്ങൾ അതിശയത്തോടെ ദ്വീപിൽ ചുറ്റിക്കറങ്ങി, സൂക്ഷ്മനിരീക്ഷണം നടത്തി. നിറയെ കോലാടുകളായിരുന്നു അവിടെ. ഞങ്ങൾ കപ്പലിൽ നിന്ന് അമ്പും വില്ലും കുന്തങ്ങളും കൊണ്ടുവന്ന്, മൂന്ന് സംഘങ്ങളായി പിരിഞ്ഞ്, നായാട്ട് ആരംഭിച്ചു. പെട്ടെന്ന് ഞങ്ങൾക്ക് ആവശ്യത്തിനുള്ള ആടുകളെ എയ്ത് വീഴ്ത്താൻ കഴിഞ്ഞു. ഒൻപത് ആടുകൾ വീതം ഓരോ കപ്പലിനും നല്കി. മൊത്തം പന്ത്രണ്ട് കപ്പലുകൾ. എന്റെ കപ്പലിന് മാത്രം സ്പെഷ്യൽ ആയി പത്തെണ്ണം നല്കപ്പെട്ടു. അതിനുശേഷം ദിവസം മുഴുവൻ, സൂര്യൻ അസ്തമിക്കുന്നതുവരെ ഞങ്ങൾ തീറ്റയും കുടിയുമായി സമയം ചെലവഴിച്ചു. കാരണം, മാംസം സുലഭമായിരുന്നു. ഉഗ്രൻ വീഞ്ഞും. ചുകന്ന വീഞ്ഞ് ഞങ്ങളുടെ കപ്പലിൽ ധാരാളം ഉണ്ടായിരുന്നു. സൈക്കോൺ തലസ്ഥാനം തകർത്തപ്പോൾ ഞങ്ങൾ അവിടന്ന് അനേകം വീഞ്ഞ് ജാറുകൾ കൊണ്ടുവന്നിരുന്നു. ഞങ്ങൾ ഭക്ഷണം കഴിച്ചുകൊണ്ടിരിക്കവെ, സൈക്ലോപ്പുകളുടെ

നാട്ടിലേക്ക് നോക്കി, അവിടെനിന്ന് പുക ഉയരുന്നതും മനുഷ്യരുടെ ശബ്ദവും ചെമ്മരിയാടുകളുടേയും കോലാടുകളുടെയും കരച്ചിലും കേട്ടു. അത് അടുത്തുനിന്നാണ് കേൾക്കുന്നതെന്ന് തോന്നി. ഇരുട്ടായപ്പോൾ ഞങ്ങൾ കടൽത്തീരത്തുതന്നെ കിടന്നുറങ്ങി.

പ്രഭാതമായപ്പോൾ ഞാൻ ആളുകളെ വിളിച്ചുകൂട്ടി സംസാരിച്ചു. എന്റെ വിശ്വസ്തരായ കൂട്ടുകാരെ, നിങ്ങൾ ഇവിടെത്തന്നെ തങ്ങുക; ഞാനും നാവികരും എന്റെ കപ്പലിൽ പോയി അവർ ക്രൂരരായ പ്രാകൃതരാണോ, അതോ ആതിഥ്യമര്യാദയുള്ള മാന്യന്മാരാണോ എന്ന് കണ്ടുപിടിച്ച് വരാം! ഇപ്രകാരം ഉത്തരവ് നല്കിയശേഷം ഞാൻ എന്റെ കപ്പലിൽച്ചെന്ന് അതിലെ നാവികരോട് കപ്പൽ കെട്ടഴിച്ച്, യാത്രയ്ക്ക് തയ്യാറാകാൻ പറഞ്ഞു. അവർ ഉടനെ അതനുസരിച്ചു. കപ്പൽ പുറപ്പെട്ടു. ആ കരയ്ക്കടുത്തെത്തിയപ്പോൾ കടലിലേക്ക് തള്ളിനില്ക്കുന്ന ഭാഗത്ത് ഒരു ഗുഹ ഞങ്ങൾക്ക് കാണാൻ കഴിഞ്ഞു. ഗംഭീരമായൊരു ഗുഹ, പൂച്ചെടികളാൽ ചുറ്റപ്പെട്ടത്! അവിടെ ചെമ്മരിയാടുകളേയും കോലാടുകളെയും കൂട്ടമായി രാത്രി പതിവായി കെട്ടിയിടാറുള്ളതിന്റെ ലക്ഷണങ്ങൾ ഉണ്ട്. ഗുഹാമുഖത്തിന് ചുറ്റും ഉറപ്പുള്ള പാറകൾ കൊണ്ട് നിർമ്മിച്ച മതിലും, പൈൻ മരങ്ങൾ കൊണ്ടും ഓക്ക് മരങ്ങൾ കൊണ്ടും ഉണ്ടാക്കിയ വേലിയുമുണ്ട്. വാസ്തവത്തിൽ അതൊരു രാക്ഷസന്റെ ഗുഹയായിരുന്നു. മനുഷ്യരിൽ നിന്നും ഒഴിഞ്ഞുമാറി തന്റെ ആട്ടിൻകൂട്ടങ്ങളെ മേച്ച് അവിടെ വസിക്കുന്ന ഒരു ഭീകരജീവിയാണവൻ. ഈ രാക്ഷസൻ ഒരു ദൈവഭയമില്ലാത്ത, ഭയാനകമായി സൃഷ്ടിക്കപ്പെട്ട ഒരു ഏകാന്ത ജീവിയാണ്. ഒരു സാധാരണമനുഷ്യനല്ല, ഉന്നതമായ മലകളിൽ ചെങ്കുത്തായി നിലകൊള്ളുന്ന പാറപോലെ കരുത്തുള്ളവൻ! ഞാൻ എന്റെ വിശ്വസ്തരായ നാവികരോട് കപ്പലിനരികിൽ കാവൽ നില്ക്കാൻ ആജ്ഞാപിച്ചു. ഏറ്റവും നല്ല പന്ത്രണ്ട് പേരെ തിരഞ്ഞെടുത്ത് ഞാൻ അവരേയും കൂട്ടി പുറപ്പെട്ടു. ഒരു ആട്ടിൻ തോൽ സഞ്ചിനിറയെ വിശിഷ്ടമായ വീഞ്ഞ് ഞാൻ എടുത്തിരുന്നു. അപ്പോളോ ദേവന്റെ പുരോഹിതനായ മരോണിൽനിന്ന് എനിക്ക് ലഭിച്ചതാണ് ഈ വീഞ്ഞ്. അദ്ദേഹം താമസിച്ചിരുന്ന പട്ടണം ഞങ്ങൾ ആക്രമിച്ച് തകർത്തപ്പോൾ മരോണിനെയും അദ്ദേഹത്തിന്റെ ഭാര്യയേയും കുട്ടിയേയും ഞങ്ങൾ വെറുതെ വിട്ടു. അതിന് പ്രതിഫലമായി വിലപിടിച്ച സമ്മാനങ്ങൾ അദ്ദേഹം എനിക്ക് നല്കി. ശുദ്ധമായ സ്വർണ്ണം, വെള്ളി പാത്രം, പന്ത്രണ്ട് ശുദ്ധമായ വീഞ്ഞ് നിറച്ച ജാറുകൾ എന്നിവ. ദൈവങ്ങൾക്ക് അർപ്പിക്കാനായി വെച്ചിരുന്നതായിരുന്നു ഈ വീഞ്ഞ്. അയാൾക്കും ഭാര്യക്കും വീട് സൂക്ഷിപ്പുകാരിക്കും മാത്രമേ ഈ വീഞ്ഞ് അവിടെ ഉള്ള കാര്യം അറിയുമായിരുന്നുള്ളൂ. അതിന് പുറമെ ഒരു തുകൽ സഞ്ചി നിറഞ്ഞ ധാന്യവും എടുത്തിരുന്നു.

വേഗം ഞങ്ങൾ ഗുഹയിലെത്തി. അതിന്റെ ഉടമ അവിടെ ഉണ്ടായിരുന്നില്ല. തന്റെ ആടുകളെ മേയ്ക്കാൻ പോയിരിക്കയായിരുന്നു. അതുകൊണ്ട് ഗുഹയ്ക്കകം മുഴുവൻ ഞങ്ങൾ നിരീക്ഷിച്ചു– റേക്കുകൾ നിറയെ

ചീസ് കട്ടകൾ, ചെമ്മരിയാട്ടിൻ കൂട്ടങ്ങൾ, അവയുടെ കുട്ടികൾ; പല പ്രായത്തിലുള്ളതിനെ പ്രത്യേകം പ്രത്യേകം മാറ്റി പാർപ്പിച്ചിരിക്കുന്നു. തൊട്ടികൾ, ബക്കറ്റുകൾ, ടബ്ബുകൾ - എന്റെ ആളുകളുടെ ആദ്യ അപേക്ഷ ആ ചീസ് കട്ടകൾ കൈവശപ്പെടുത്തണമെന്നായിരുന്നു. പിന്നെ ചെമ്മരിയാടുകളെയും കുട്ടികളെയുംകൊണ്ട് കപ്പലിലേക്ക് വേഗം തിരിച്ചുപോകണമെന്നും. ഇതായിരുന്നു ഞങ്ങൾക്ക് പ്രയോജനകരമെങ്കിലും അപ്പോൾ ഞാനത് ഗൗനിച്ചില്ല. അതിന്റെ യജമാനനെ കണ്ട് അവനിൽനിന്നും അതിഥി സമ്മാനമായി അത് നേടാമെന്നും ഞാൻ വിചാരിച്ചു. എന്നാൽ അത് ആപല്ക്കരമാണെന്ന് തെളിയിക്കപ്പെട്ടു.

ഞങ്ങൾ തീ കത്തിച്ച് ദൈവത്തോട് പ്രാർത്ഥിച്ചു. കന്നുകാലികളെ മേയ്ക്കാൻ പോയവൻ തിരിച്ചുവരുന്നതും കാത്ത് ഞങ്ങൾ ചീസ് തിന്നുകൊണ്ട് ഗുഹയ്ക്കകത്ത് ഇരുന്നു. ആ ഭീകര മനുഷ്യൻ വലിയൊരു കെട്ട് ഉണങ്ങിയ വിറകുമായി എത്തി. അത്താഴം തയ്യാറാക്കാനുള്ളതാണത്. അവനത് ഗുഹയുടെ തറയിൽ ഇട്ടു. ആ ശബ്ദം കേട്ട് ഞങ്ങൾ പേടിച്ച് ഗുഹയുടെ ദൂരെയുള്ള മൂലകളിലേക്ക് മാറി. ആ ആടുകൾക്കിടയിൽ പാൽ കറന്നെടുക്കേണ്ടവയെ അവൻ അകത്തേക്ക് മാറ്റിനിർത്തി. ബാക്കി കൊറ്റനാടുകളെ വിശാലമായ മുറ്റത്തുനിർത്തി. പിന്നെ അവൻ തന്നെപ്പോലെ ഭീകരമായൊരു കല്ല് സ്ലാബ് എടുത്ത് ഗുഹാമുഖത്ത് ഇട്ടു. ഇരുപത്തിരണ്ട് നാലുചക്രവണ്ടികൾക്കുപോലും നിലത്തുനിന്ന് മാറ്റാൻ പറ്റാത്തത്ര വലിയ സ്ലാബ് ആയിരുന്നു അത്. ഈ കല്ലുകൊണ്ടാണവൻ ഗുഹയുടെ വാതിൽ അടയ്ക്കാറുള്ളത്. അതിനുശേഷം അവൻ ആടുകളെ കറക്കാൻ തുടങ്ങി. പാൽ കറന്നശേഷം ആട്ടിൻകുട്ടികളെ അവയുടെ തള്ളമാരുടെ അടുത്തേക്ക് വിട്ടു. ആ പാലിന്റെ പാതി ചീസ് ഉണ്ടാക്കുവാനും മറ്റേ പാതി അത്താഴ സമയത്ത് കുടിക്കാനുമായി മാറ്റിവെച്ചു.

ഇതുവരെ അയാൾ ജോലിയിൽ മുഴുകിയിരിക്കയായിരുന്നു. ഇപ്പോൾ തീകത്തിച്ച് ചുറ്റുപാടും നോക്കിയപ്പോൾ അവൻ ഞങ്ങളെകണ്ടു. "എന്ത് അപരിചിതർ?" അവൻ ചോദിച്ചു. "നിങ്ങൾ ആരാണ്? കടലിനപ്പുറത്തെ ഏതു രാജ്യത്തുനിന്നാണ് നിങ്ങൾ വരുന്നത്? നിങ്ങൾ വ്യാപാരികളാണോ? അതോ കടൽക്കൊള്ളക്കാരോ?" അവന്റെ ഭീകരരൂപവും ഭയാനകമായ ശബ്ദവും കേട്ട് ഞങ്ങളുടെ ആത്മവിശ്വാസം തകർന്നു. എന്നാലും ഞാൻ ദൃഢതയോടെ പറഞ്ഞു. "ഞങ്ങൾ ട്രോയിൽനിന്നു വരുന്ന അക്കായിയൻ അനാഥരാണ്. നാട്ടിലേക്ക് തിരിച്ചു പോകവെ കൊടുങ്കാറ്റിൽപ്പെട്ട് കടലിൽ അലഞ്ഞു തിരിയുകയായിരുന്നു. അത് സ്യൂസ് ദേവന്റെ ആഗ്രഹപ്രകാരമായിരിക്കാം. ഞങ്ങൾക്ക് വേണമെങ്കിൽ ആത്മപ്രശംസ നടത്താം, ആഗമെംനന്റെ കൂട്ടുകാരാണ് ഞങ്ങൾ എന്ന്! ഭൂമിയിലെ ഏറ്റവും മഹത്തായ നഗരം തകർത്ത്, ഏറ്റവും അധികം ജനങ്ങളെക്കൊന്നൊടുക്കിയവനാണ് ആഗമെംനൻ. ഇവിടെ ഞങ്ങൾ നിങ്ങളോട് സഹായം അഭ്യർത്ഥിക്കാൻ വന്നിരിക്കയാണ്. ഞങ്ങൾക്ക് എന്തെങ്കിലും നല്ല പാരിതോഷികങ്ങൾ തന്ന് തിരിച്ചയക്കണമെന്ന് അഭയാർത്ഥി

കളായ ഞങ്ങൾ നിങ്ങളോട് കേണപേക്ഷിക്കുന്നു. സർവ്വശക്തനായ ദൈവത്തെ ഓർക്കുക! സ്യൂസ് ദേവൻ എന്നും അർഹരായ അഭയാർത്ഥികളോടൊപ്പമുണ്ടാകും. അദ്ദേഹം അവരുടെ രക്ഷിതാവാണ്."

അത്രയും ഞാൻ പറഞ്ഞു. എന്നാൽ ഇപ്രകാരമായിരുന്നു ആ കഠിന ഹൃദയന്റെ മറുപടി. "അല്ലയോ അപരിചിതാ, നിങ്ങൾ ഒന്നുകിൽ ഒരു ശുദ്ധഗതിക്കാരനാണ് അല്ലെങ്കിൽ ഒരു പ്രകൃതൻ, അതുകൊണ്ടാണ് എന്നോട് ദൈവഭയം വേണമെന്ന് പറയുന്നത്. ഞങ്ങൾ സൈക്ലോപ്പുകളാണ്; അതിശക്തരായതിനാൽ നിങ്ങളുടെ സ്യൂസ് ദേവനെയോ മറ്റേതെങ്കിലും ദൈവങ്ങളെയോ ഞങ്ങൾ വകവെക്കുന്നില്ല. നിങ്ങളുടേയും നിങ്ങളുടെ സുഹൃത്തുക്കളെയും ജീവൻ ഞാൻ വിട്ടു തരുന്നുണ്ടെങ്കിൽ അത് നിങ്ങളുടെ സ്യൂസ് ദേവന്റെ കോപത്തെ പേടിച്ചിട്ടല്ല. എന്റെ ഹൃദയം നിങ്ങളോട് കരുണ കാണിക്കണമെന്ന് ആവശ്യപ്പെടുന്നതുകൊണ്ടാണ്. പറയൂ, നിങ്ങൾ എവിടെയാണ് നിങ്ങളുടെ കപ്പൽ കെട്ടിയിട്ടിട്ടുള്ളത്? ദൂരെയുള്ള കടൽത്തീരാത്താണോ, അതോ അടുത്തോ? എനിക്കതറിയണം."

ഈ വാക്കുകൾ തന്ത്രപരമായി ഞങ്ങളെ കുടുക്കാനുള്ള ഒരു കെണിയാണെന്ന് എനിക്ക് വ്യക്തമായി. വഞ്ചനയെ വഞ്ചനകൊണ്ടുതന്നെ നേരിടുക എന്ന ചിന്തയിൽ ഞാൻ മറുപടി നല്കി. "എന്റെ കപ്പൽ ഭൂമി കുലുക്കുന്നവനായ പൊസീഡൻ ദേവൻ തകർത്തു കളഞ്ഞു. നിങ്ങളുടെ നാടിന്റെ അറ്റത്തുള്ള മുനമ്പിലേക്കതിനെ വലിച്ചുകൊണ്ടുപോയി. കടലിലെ പാറക്കൂട്ടത്തിൽ അത് ഇടിച്ച് തകർന്നു. പുറം കടലിൽനിന്ന് കാറ്റ് ഞങ്ങളെ ഇങ്ങോട്ട് ഒഴുക്കിക്കൊണ്ടു വന്നു. ഞാനും ഈ ഏതാനും സുഹൃത്തുക്കളും മാത്രം രക്ഷപ്പെട്ടു."

അവൻ നിന്ദാപൂർവ്വം എന്നെ നോക്കി; മറുപടി ഒന്നും പറഞ്ഞില്ല. അവൻ ചാടി എഴുന്നേറ്റ്, പട്ടിക്കുട്ടികളെ പിടിച്ചു പൊക്കുന്നതുപോലെ എന്റെ രണ്ട് കൂട്ടുകാരെ പിടിച്ച് പൊക്കിനിലത്തടിച്ചു. അവരുടെ തലയോടുകൾ തകർന്ന് തലച്ചോറ് ചിന്നിച്ചിതറി. അവൻ തൽക്ഷണം അവരുടെ അവയവങ്ങൾ ഒടിച്ച് കഷണങ്ങളാക്കി, ഒരു കാട്ടു സിംഹത്തെപ്പോലെ എല്ലാം തിന്നുതീർത്തു- കുടലുകൾ, മാംസം, എല്ലുകൾ; എല്ലുകളിലെ മജ്ജപോലും വലിച്ച് കുടിച്ചു! ഞങ്ങൾ കരഞ്ഞുകൊണ്ട് പേടിച്ച് കൈകൾ പൊക്കി സ്യൂസ് ദേവനോട് പ്രാർത്ഥിച്ചു. ഞങ്ങളുടെ കൺമുമ്പിൽ വെച്ച് നടന്ന ഈ ക്രൂരകൃത്യം ഞങ്ങളെ നടുക്കിയിരുന്നു. എന്നിട്ടും ഞങ്ങൾക്കൊന്നുംചെയ്യാൻ കഴിഞ്ഞില്ല. മനുഷ്യമാംസം കൊണ്ട് വയറ് നിറച്ച ഈ സൈക്ലോപ്പ്സ് പാലുകൊണ്ട് കൈകഴുകി. ഗുഹയിൽ ആടുകൾക്കിടയിൽ നീണ്ടുനിവർന്നു കിടന്ന് ഉറങ്ങി.

ഞാൻ എന്റെ അരയിൽ ഞാത്തി ഇട്ടിരിക്കുന്ന വാൾ ഊരി, അവന്റെ ഹൃദയത്തിനും കരളിനും ഇടയ്ക്കുള്ള ഭാഗത്ത് കുത്തിയിറക്കിയെങ്കിലോ എന്ന് ആശ്ചര്യപൂർവ്വം ചിന്തിക്കുകയായിരുന്നു. പക്ഷേ, പുനർ ചിന്തയിൽ ആ പദ്ധതി ഞാൻ ഉപേക്ഷിച്ചു. എന്തുകൊണ്ടെന്നാൽ ആ പ്രവൃത്തി ഞങ്ങളുടെതന്നെ നാശത്തിന് തന്നെ വഴി തെളിയിക്കാനിടവരും. അവൻ

ഗുഹാമുഖം അടയ്ക്കാനായി എടുത്തുവെച്ച ഭീകരമായ ആ കരിങ്കൽ സ്ലാബ് തള്ളിമാറ്റാനുള്ള ശക്തി ഞങ്ങളുടെ കൈകൾക്കില്ലതന്നെ! അതുകൊണ്ട് രാത്രി മുഴുവൻ ഞങ്ങൾ വിഷമിച്ചു നെടുവീർപ്പിട്ടുകൊണ്ട് പ്രഭാതവും കാത്തുകൊണ്ടിരുന്നു.

നേരം പുലർന്നു. രാക്ഷസൻ ഉണർന്നെഴുന്നേറ്റു. വിറക് കത്തിച്ച് വെളിച്ചം ഉണ്ടാക്കി. ആടുകളെ കറന്നു. തന്റെ പതിവ് ജോലികളെല്ലാം ചെയ്തുതീർത്തശേഷം ഞങ്ങളിൽ രണ്ടുപേരെ കൂടി അവൻ പിടിച്ച് നിലത്തടിച്ചുകൊന്ന് പ്രാതലായി കഴിച്ചു. പിന്നെ ആട്ടിൻകൂട്ടത്തെ ഗുഹയിൽനിന്ന് പുറത്തേക്ക് തെളിച്ചു. ആ വലിയ വാതിൽ സ്ലാബ് അനായാസം വലിച്ചു തുറന്ന് വീണ്ടും തള്ളി അടച്ചു. ഒച്ചവെച്ച് കൊണ്ട് ആട്ടിൻപറ്റത്തെ ആ രാക്ഷസൻ മേയാനായി മുന്നോട്ടു നയിച്ചു. എന്നെ ഗുഹയ്ക്കുള്ളിൽ തടവിലിട്ടു. അവനെ കൊല്ലാനുള്ള പദ്ധതികൾ ഞാനെന്റെ മനസ്സിൽ മെനെഞ്ഞെടുക്കുകയായിരുന്നു. അവനെ തിരിച്ചടിക്കാനുള്ള മാർഗ്ഗം എന്താണ്? എന്റെ പ്രാർത്ഥന എഥിനീ ദേവി കൈക്കൊണ്ട് എനിക്കതിനൊരവസരം അനുഗ്രഹിച്ച് നല്കില്ലേ?

എന്റെ മനസ്സിൽ തോന്നിയ പദ്ധതികളിൽ ഏറ്റവും നല്ലത് ഇതായിരുന്നു. ആട്ടിൻകൂട്ടത്തിൽ സൈക്ലോപ്സിന്റെ വലിയ ദണ്ഡ് കിടക്കുന്നുണ്ടായിരുന്നു. ഒലിവ് മരത്തിന്റെ ഒരു ശാഖയായിരുന്നു അത്. ഇരുപത് തുഴകളുള്ള കപ്പലിന്റെ പായ്മരത്തിന് പറ്റിയ വലിപ്പം ഉണ്ടതിന്. അത്രയ്ക്ക് നീളവും വണ്ണവും. ഞാനതിൽ നിന്നും ഒരു ഫാതം നീളത്തിൽ മുറിച്ചെടുത്ത് എന്റെ ആളുകളെ അതിന്റെ ഒരറ്റം കൂർപ്പിക്കാനായി ഏല്പിച്ചു. അതിന് നല്ല കൂർത്ത മുന ഉണ്ടാക്കാനായി ഞാനും സഹായിച്ചു. പിന്നെ ഞാനതെടുത്ത് തീക്കടലിൽ വെച്ച് അതിന്റെ അറ്റം കടുപ്പമുള്ളതാക്കി. അതിന് ശേഷം ഗുഹയ്ക്കകത്ത് കുന്ന് കൂട്ടി ഇട്ടിരുന്ന ആട്ടിൻ കാട്ടത്തിനുള്ളിലത് ഒളിപ്പിച്ചു വെച്ചു. ഒടുവിൽ അവൻ ഗാഢനിദ്രയിലാണ്ട് കിടക്കുമ്പോൾ ഈ കുന്തം അവന്റെ കണ്ണിൽ തിരിച്ച് കയറ്റുവാനായി എന്നെ സഹായിക്കുന്നവരെ കൂട്ടുകാരിൽനിന്ന് നറുക്കിട്ട് എടുത്തു. നാലുപേർക്കാണ് നറുക്ക് വീണത്. ഞാൻ നേരിട്ട് തിരഞ്ഞെടുത്താലും അവർ തന്നെ ആകുമായിരുന്നു എന്റെ സഹായികൾ! ഞാൻ ആയിരുന്നു ആ പാർട്ടിയിലെ അഞ്ചാമൻ.

സൈക്ലോപ്സ് വൈകുന്നേരം ആട്ടിൻ പറ്റവുമായി തിരിച്ചെത്തി. അവയെ നേരെ ഗുഹയിലേക്ക് കടത്തിവിട്ടു. ഒറ്റ ആടിനേയും പുറത്ത് നിർത്തിയില്ല. അവന്റെ മനസ്സിൽ എന്തോ ഉണ്ടായിരുന്നോ?' അതോ ഏതെങ്കിലും ദൈവത്തിന്റെ പ്രേരണയാണോ? പിന്നെ ആ വലിയ കല്ല് സ്ലാബ് എടുത്ത് ഗുഹാമുഖം അടച്ചു. അതിനുശേഷമാണ് ആടുകളെ കറന്നതും ആട്ടിൻകുട്ടികളെ അവയുടെ അമ്മയുടെ അടുത്തേക്ക് വിട്ടതും. പെട്ടെന്നവൻ തന്റെ വീട്ടുപണികളെല്ലാം ചെയ്ത് തീർത്തു. അതിനുശേഷം ഞങ്ങളിൽ രണ്ടുപേരെ പിടിച്ചുകൊന്നു. തിന്ന് വിശപ്പടക്കി. അപ്പോൾ ഒരു കപ്പ് വീഞ്ഞ് കൈയിൽ പിടിച്ച് ഞാനവനെ ക്ഷണിച്ചു.

“സൈക്ലോപ്സ് മനുഷ്യമാംസത്തിനുമീതെ ഈ വീഞ്ഞ് ഒന്നു കുടിച്ചു നോക്കൂ. എന്റെ കപ്പലിൽ ഒളിച്ചുവെച്ചിരുന്ന വീഞ്ഞിന്റെ രുചി ഒന്ന് ആസ്വദിച്ചു നോക്കൂ. ഞാനത് നിനക്കുവേണ്ടി കൊണ്ടുവന്നതാണ്. നാട്ടിലേക്കുള്ള യാത്രയിൽ നീ എന്നോട് സഹാനുഭൂതി കാണിക്കുമെന്ന പ്രതീക്ഷയിൽ! എന്നാൽ നിന്റെ അവിവേകം എല്ലാ ധാരണകൾക്കും അപ്പുറത്താണ്. ഇത്രയും മനഃസ്സാക്ഷിയില്ലാതെ ഞങ്ങളോട് പെരുമാറിയശേഷം ഈ വിശാലമായ ലോകത്തിലെ മറ്റേതൊരു മനുഷ്യനാണ് നിന്നെ സന്ദർശിക്കാനെത്തുമെന്ന് നീ പ്രതീക്ഷിക്കുന്നത്?”

അവൻ വീഞ്ഞ് വാങ്ങിക്കുടിച്ചു. ആ മദ്യം പ്രാകൃതമായൊരു ആഹ്ലാദം അവനിൽ ഉണർത്തി. അവൻ ഒരു കപ്പ് കൂടി ആവശ്യപ്പെട്ടു. ഒന്നുകൂടിതരൂ, പിന്നെ നിന്റെ പേര് പെട്ടെന്ന് പറയൂ; എനിക്ക് നിനക്കൊരു അതിഥി സമ്മാനം തരണം. അത് നിന്റെ ഹൃദയം ഊഷ്മളമാക്കും. ഞങ്ങൾ സൈക്ലോപ്സുമാർക്കു വേണ്ടി ഇവിടത്തെ ഫലഭൂയിഷ്ഠമായ മണ്ണ് നല്ല മുന്തിരിച്ചെടികൾ വളർത്തുന്നുണ്ട്. ആകാശത്ത് നിന്ന് വർഷിക്കുന്ന ഈർപ്പം അതിന്റെ വിളവ് വർദ്ധിപ്പിക്കുകയും ചെയ്യുന്നു. എന്നാൽ ഈ വീഞ്ഞ് യഥാർത്ഥ അമൃത് തന്നെയാണ്.” അപ്രകാരം അവൻ പ്രഖ്യാപിച്ചപ്പോൾ ഞാൻ രണ്ടാമതൊരു കപ്പ് നിറയെ വീഞ്ഞവന് ഒഴിച്ചുകൊടുത്തു. പിന്നെ ഒന്നുകൂടി; അങ്ങനെ ബുദ്ധിഹീനനായ അവൻ മൂന്ന് പാത്രം വീഞ്ഞ് അകത്താക്കി. മദ്യം അവന്റെ തലച്ചോറിൽ പ്രവർത്തനം ആരംഭിച്ചു കഴിഞ്ഞിരുന്നു. അപ്പോൾ ഞാൻ പറഞ്ഞു “സൈക്ലോപ്സ്, എന്റെ പേരെന്താണെന്ന് നീ ചോദിച്ചു. ഞാൻ അത് നിന്നോട് പറയാം. അപ്പോൾ നീ വാഗ്ദാനം ചെയ്തതുപോലെ അതിഥി സമ്മാനം എനിക്ക് തരുമോ? എന്റെ പേര് നോമാൻ എന്നാണ്. അവരെല്ലാവരും എന്നെ അങ്ങനെയാണ് വിളിക്കുന്നത്, എന്റെ അച്ഛനമ്മമാരും സുഹൃത്തുക്കളുമെല്ലാം.”

അപ്പോൾ ആ നിഷ്ഠുര ഹൃദയൻ പറഞ്ഞു. “ഞാൻ നിന്റെ എല്ലാ സുഹൃത്തുക്കളേയും തിന്ന ശേഷമേ നിന്നെ തിന്നുകയുള്ളൂ, നോമാൻ. മറ്റുള്ളവരെ ആദ്യം- അങ്ങനെ ഒരു ഉപകാരം ചെയ്യാം.” അവൻ നിലത്ത് നീണ്ടു നിവർന്ന് മലർന്നു കിടന്നു, തടിച്ച കഴുത്ത് ഒരു വശത്തേക്ക് ചെരിച്ചുവെച്ചു. അവൻ ഗാഢനിദ്രയിലാണ്ടു. അവൻ തിന്ന നരമാംസവും കുടിച്ച വീഞ്ഞും ഛർദ്ദിച്ചു. ഉടനെ ഞാൻ കുന്തമുന തീയിൽ പിടിച്ചു ചൂടാക്കി. എന്റെ സുഹൃത്തുക്കൾ ആവേശഭരിതരായി. ജ്വലിക്കുന്ന ഒലിവു മരക്കുന്തം അവരുടെ സഹായത്തോടെ ഞാൻ പൊക്കിയെടുത്ത് ഭ്രാന്തമായ ചങ്കൂറ്റത്തോടെ അതിന്റെ കൂർത്തമുന നേരെ അവന്റെ കണ്ണിൽ കുത്തി ഇറക്കി. ഞാനെന്റെ ഭാരം മുഴുവൻ അതിൽ ചെലുത്തി. കുന്തം കണ്ണിനുള്ളിലേക്ക് തുളച്ചുകയറി. കപ്പൽ പണിക്കാരൻ മരപ്പലകയിൽ ഡ്രിൽബിറ്റ് തുളച്ചുകയറ്റുന്നതുപോലെയാണത് കണ്ണിലേക്ക് തുളച്ചുകയറ്റിയത്! കുന്തമുന തുരന്ന് കടന്നപ്പോൾ രക്തം പ്രവഹിച്ചു; നേത്രഗോളം പൊട്ടിത്തകർന്നു. അവൻ അലറി വിളിച്ചു; ആ അലർച്ച ഗുഹാമതിലുക

ളിൽത്തട്ടി മാറ്റൊലിക്കൊണ്ടപ്പോൾ, ഞങ്ങൾ പേടിച്ച് അതിന്നുള്ളിൽ പരക്കം പാഞ്ഞു. അവൻ മരക്കുന്തം കണ്ണിൽനിന്ന് വലിച്ചൂരി, കട്ടി പിടിച്ച രക്തത്തോടൊപ്പം അത് പുറത്ത് വന്നു. അസഹ്യമായ വേദനയോടെ അവൻ ആ മരക്കുന്തം വലിച്ചെറിഞ്ഞു. ചുറ്റുപാടുള്ള കുന്നുകളിൽ കുടിലുകെട്ടി താമസിക്കുന്ന മറ്റ് സൈക്ലോപ്സുകളെ അവൻ സഹായത്തിനായി കൂക്കിവിളിച്ചു. അവന്റെ നിലവിളികേട്ട് അവർ അടഞ്ഞുകിടക്കുന്ന ഗുഹാമുഖത്തെത്തി പ്രശ്നമെന്താണെന്ന് ആരാഞ്ഞു. "എന്താണ് നിന്നെ വിഷമിപ്പിക്കുന്നത്, പോളിഫെമസ്, നീ രാത്രി ഇത്ര ഉറക്കെ നിലവിളിച്ച് ഞങ്ങളുടെ ഉറക്കം കളഞ്ഞല്ലോ. ഏതെങ്കിലും മനുഷ്യൻ നിന്റെ ആട്ടിൻകൂട്ടത്തെ നിന്നിൽനിന്ന് ബലം പ്രയോഗിച്ച് തെളിച്ച് കൊണ്ടുപോകുന്നുവോ? അല്ലെങ്കിൽ കൗശലപ്രയോഗത്തിലൂടെ നിന്നെ കൊല്ലാൻ നോക്കുന്നോ?"

ഭീമാകാരനായ പോളിഫെമസ് അവരോട് ഉറക്കെ വിളിച്ചു പറഞ്ഞു. "എന്റെ സുഹൃത്തുക്കളേ നോമാൻ എന്നെ കൊല്ലാനൊരുങ്ങുന്നു."

അവർ ഉടനെ തിരിച്ചടിച്ചു. ഒരു മനുഷ്യനും നിന്നെ കൊല്ലാൻ നോക്കുന്നില്ല, നീ ഒറ്റയ്ക്കാണു താനും! അപ്പോൾ നിന്റെ വേദന സ്യൂസിൽനിന്നുള്ള ഒഴിവാക്കാനാവാത്ത വ്യാധി മൂലമായിരിക്കും. എങ്കിൽ നീ പൊസീഡൻ ദേവനെ പ്രാർത്ഥിക്കൂ."

അവർ തിരിച്ചുപോയി. ഞാൻ ഹൃദ്യമായി ചിരിച്ചു. കാരണം എന്റെ തന്ത്രപരമായ സൂത്രം- കള്ളപ്പേര് പ്രയോഗം- അവരെ പൂർണ്ണമായി കബളിപ്പിച്ചല്ലോ! വേദന സഹിക്കാനാകാതെ സൈക്ലോപ്സ് നിലവിളിച്ചുകൊണ്ടിരിക്കയായിരുന്നു. അവൻ തപ്പിത്തടഞ്ഞ് ഗുഹാമുഖത്തെത്തി അത് മൂടിയിരുന്ന കരിങ്കൽ സ്ലേബ് എടുത്തുമാറ്റി. എന്നിട്ട് കൈയും നീട്ടി അവിടെ ഇരിപ്പുറപ്പിച്ചു. ആടുകളെ കട്ടുകൊണ്ടുപോകുന്നവരെ കൈയോടെ പിടികൂടുകയായിരുന്നു അവന്റെ ലക്ഷ്യം. ഞാൻ അത്തരം ഒരു വിഡ്ഢിയാണെന്നവൻ മനസ്സാ വിധികല്പിച്ചിരുന്നു. അതേസമയം മരണത്തിന്റെ പിടിയിൽനിന്നും ഞങ്ങൾക്ക് ഉപായത്തിൽ രക്ഷപ്പെടാനുള്ള മാർഗ്ഗം കഷ്ടപ്പെട്ട് മെനെഞ്ഞെടുക്കുകയായിരുന്നു ഞാൻ. പല മാർഗ്ഗങ്ങളും ആശയങ്ങളും ജീവൻ രക്ഷിക്കാൻവേണ്ടി ഞാൻ പ്ലാൻ ചെയ്തു. ഒടുവിൽ ഇതാണ് ഏറ്റവും നല്ലതെന്ന് എനിക്ക് തോന്നി. ഇവിടെ ഭയങ്കര വലിപ്പത്തിലുള്ള ചില മുട്ടനാടുകൾ ഉണ്ട്. അവയുടെ ശരീരത്തിൽ നീണ്ട രോമങ്ങൾ തൂങ്ങിക്കിടന്നിരുന്നു. ഞാൻ നിശ്ശബ്ദം മുമ്മൂന്ന് ആടുകളെ ഒന്നിച്ച് പിടിച്ചു കൊണ്ടുപോയി. വൃക്ഷത്തൊലി ഉപയോഗിച്ച് ചുമലോട് ചുമലായി ബന്ധിച്ചു. അപ്പോൾ നടുവിലെ ആടിന് ഒരാളെ ചുമന്ന് കൊണ്ടുപോകാൻ കഴിയും. ഇരുവശത്തെ ആടുകൾ അവനെ കണ്ടുപിടിക്കാനാവാതെ രക്ഷിച്ചുകൊള്ളും. അതായത് ഓരോരുത്തനും മൂന്ന് ആടുകൾ വീതം. അങ്ങനെ ഭയങ്കര ഉദ്വേഗത്തോടെ പ്രഭാതമാകാൻ വേണ്ടി ഞങ്ങൾ കാത്തിരുന്നു.

നേരം പുലർന്നതോടെ ആടുകൾ മേച്ചിൽ സ്ഥലത്തേക്ക് പാഞ്ഞു.

എന്നാൽ, ആട്ടിൻ കൊറ്റികൾ നിറഞ്ഞ അകിടുമായി വേദനയോടെ പാൽ കറക്കാൻ വേണ്ടി കരഞ്ഞുകൊണ്ടിരുന്നു. യജമാനൻ അസഹ്യമായ വേദനയോടെയാണെങ്കിലും തന്നെ കടന്നുപോകുന്ന ആടുകളുടെ പുറം തലോടി നോക്കി. അവയ്ക്കുകീഴിൽ മനുഷ്യൻ പതിയിരിക്കുന്നുണ്ടെന്ന വസ്തുത ആ മണ്ടൻ സംശയിച്ചതേയില്ല. അവസാനം എന്നെ അടിയിൽ വഹിച്ചുകൊണ്ട് ഏറ്റവും കരുത്തനായ കോലാടും പുറത്തുവന്നു. രാക്ഷസൻ പോളിമസ് അതിന്റെ പുറത്ത് തട്ടിക്കൊണ്ടു പറഞ്ഞു. “പ്രിയങ്കരനായ കോലാടേ എന്തുകൊണ്ടാണ് നീ എല്ലാ ആടുകളുടേയും പിന്നിലായത്, നീയാണല്ലോ ഏറ്റവും മുമ്പേ പുൽനാമ്പുകൾ തിന്നാനായി ഓടാറുള്ളതും കാട്ടുചോലയിൽ നിന്ന് വെള്ളം കുടിക്കാറുള്ളതും. വൈകുന്നേരം തിരിച്ചുവരുമ്പോഴും നീ ഒന്നാമനായിരുന്നു. ഇപ്പോൾ നീ അവസാനമാണ്! നിന്റെ യജമാനന് കണ്ണ് നഷ്ടപ്പെട്ടതിലുള്ള വിഷമമാണോ നിനക്ക്? വഞ്ചകനായ ആ നാവികരോടൊപ്പം ആ വില്ലനാണ് എനിക്ക് വീഞ്ഞ് തന്ന് നിസ്സഹായനാക്കി എന്നെ അന്ധനാക്കിയത്. ആ ‘നോമാൻ’ ഇനിയും മരണത്തിൽനിന്ന് രക്ഷപ്പെട്ടിട്ടില്ല എന്ന് ഞാൻ ശപഥം ചെയ്യുന്നു. നിനക്ക് സംസാരിക്കാൻ കഴിഞ്ഞിരുന്നെങ്കിൽ അവൻ എവിടെയാണ് എന്നിൽ നിന്ന് ഒളിച്ചിരിക്കുന്നതെന്ന് പറഞ്ഞേനെ! ഈ നിസ്സാരനായ മനുഷ്യൻ എനിക്കേല്പിച്ച ഹൃദയവേദന കുറയ്ക്കാൻ ഞാനവന്റെ തല നിലത്തിട്ടടിച്ച് തലച്ചോറ് തെറിപ്പിക്കും!”

അവൻ കോലാടിനെ മെല്ലെ വാതിലിലൂടെ പുറത്തേക്ക് തള്ളി. ഞങ്ങൾ ഗുഹയിൽനിന്ന് അല്പം ദൂരം പോയപ്പോൾ ഞാൻ സ്വയം എന്റെ കെട്ട് ഊരി സ്വതന്ത്രനായി മറ്റുള്ളവരേയും സ്വതന്ത്രരാക്കി. പിന്നെ തടിച്ചുകൊഴുത്ത ആട്ടിൻപറ്റത്തെ ഞങ്ങൾ കപ്പലിലേക്ക് നയിച്ചു. ഞങ്ങൾ മരണത്തിൽനിന്നും രക്ഷപ്പെട്ടുവരുന്നതുകണ്ട് മറ്റുള്ളവർ ആഹ്ലാദിച്ചു. മരിച്ചവർക്കുവേണ്ടി വിലപിക്കാനായി അവർ അവിടെ തങ്ങാൻ ആഗ്രഹിച്ചു. എന്നാൽ, ഞാനവരെ അതിന് അനുവദിച്ചില്ല. ഞാൻ ദേഷ്യത്തോടെ നെറ്റി ചുളിച്ച് ഓരോരുത്തന്റെയും വിലാപം തടഞ്ഞു. ഞാനവരോട് ആ തടിച്ചുകൊഴുത്ത ആടുകളെ കപ്പലിൽ കയറ്റി കപ്പൽ കടലിൽ ഇറക്കാനായി ആംഗ്യം കാട്ടി. അതിവേഗം അവർ തങ്ങളുടെ ഇരിപ്പിടത്തിൽ ചെന്നിരുന്ന് കപ്പൽ തുഴയാൻ തയ്യാറെടുത്തു. എന്നാൽ ഞങ്ങളുടെ കപ്പൽ കരയിൽനിന്ന് ഒരു വിളിപ്പാട് അകലെ എത്തിയപ്പോൾ ഞാൻ സൈക്ലോപ്സിനോട് അവഹേളിക്കുന്ന രീതിയിൽ ഉറക്കെ വിളിച്ചു പറഞ്ഞു, “സൈക്ലോപ്സേ, നീ നിർഭാഗ്യവാനാണ്. നിന്റെ ഗുഹയ്ക്കുള്ളിൽ വെച്ചു ഈ ചെറിയ മനുഷ്യന്റെ അനുയായികളെ മുഴുവൻ പിടിച്ചു തിന്നാനുള്ള ശക്തി നിനക്കു ഇല്ലാതെ പോയല്ലോ. അതിനു പകരം നിന്റെ വീട്ടിലെ അതിഥികളെ തിന്നാൻ ശ്രമിച്ച നിന്റെ ദൈവനിന്ദയ്ക്ക് തക്കതായ ശിക്ഷവിധി നിനക്ക് നല്കി. സ്യൂസ് അതിന് പകരം വീട്ടി, മറ്റ് ദൈവങ്ങൾ അത് അംഗീകരിച്ചു.”

എന്റെ ശബ്ദം അവന്റെ ഹൃദയത്തിൽ ഭീകരമായി തുളച്ചുകയറി. അവൻ മലമുകളിൽ നിന്ന് വലിയൊരു പാറക്കല്ലെടുത്ത് ഞങ്ങളുടെ കപ്പ

ലിനു നേരെ വീശി എറിഞ്ഞു. എന്നാൽ തലനാരിഴയ്ക്ക് കപ്പൽ രക്ഷപ്പെട്ടു! തുഴയുടെ അറ്റം ആ പാറക്കല്ല് തകർത്തുകളഞ്ഞേനെ! തിരമാലകൾ വല്ലാതെ പൊന്തിവന്നു. അത് പിൻവാങ്ങിയപ്പോൾ ഞങ്ങളെ അതിവേഗം അത് കരയിലേക്ക് കൊണ്ടുപോയി. കരയിൽ കപ്പൽ ഉറച്ചുപോകുമോ എന്ന് പോലും തോന്നിപ്പോയി! എന്റെ അനുയായികളോട് സകല ശക്തിയുമുപയോഗിച്ച് തണ്ടിൽ ഞാന്നു കിടന്ന് തുഴയാൻ ഞാനവർക്ക് ആംഗ്യം കാണിച്ചു. അല്ലെങ്കിൽ അത്യാപത്ത് ഒഴിവാക്കാനാവില്ലെന്ന് ഞാനവരെ ധരിപ്പിച്ചു. അവർ അപ്രകാരം ചെയ്തതോടെ കപ്പൽ കരയിൽ നിന്ന് വേഗം മുന്നോട്ട് നീങ്ങി. കുത്തുവാക്കുകൾ പറഞ്ഞ് ഞാനവനെ വീണ്ടും നിന്ദിച്ചേനെ. എന്നാൽ എന്റെ അനുയായികൾ സൗമ്യമായ വാക്കുകളോടെ എന്നെ വിലക്കി. “എന്തിനാണ് ആ പ്രാകൃതനെ കൂടുതൽ പ്രകോപിപ്പിക്കുന്നത്? അവന്റെ മാരകമായ ഒറ്റ ഏറ് നമ്മുടെ കപ്പലിനെ വീണ്ടും കരയ്ക്കടുത്ത് എത്തിച്ചില്ലേ, നമ്മൾ മരിച്ചുപോകുമെന്ന് കരുതിയതാണ്. ഇപ്പോൾ നമ്മുടെ സംസാരം കേട്ടാൽ, അവൻ പാറക്കല്ല് എടുത്തെറിഞ്ഞ് നമ്മുടെ തലകളും കപ്പലിന്റെ മരപ്പലകകളും തകർത്ത് കളയും. അവനൊരു അതിവിദഗ്ദ്ധനായ ഏറുകാരനാണ്.”

അപ്രകാരമായിരുന്നു അവരുടെ അഭ്യർത്ഥന; എന്നാൽ എന്റെ അഭിമാനം പിന്തിരിപ്പിക്കാവുന്നതായിരുന്നില്ല. ഞാൻ വീണ്ടും എന്റെ ഹൃദയത്തിലെ വിദ്വേഷം അവനു മേൽ ചൊരിഞ്ഞു. “സൈക്ലോപ്സ്, നിന്റെ കണ്ണുകൾ ഇത്രയും വൃത്തികെട്ട രീതിയിൽ കുത്തിപ്പൊട്ടിച്ചതാരാണെന്ന് ഏതെങ്കിലും മനുഷ്യജീവി ചോദിച്ചാൽ നഗരങ്ങൾ തകർക്കുന്ന ഒഡീസ്സിയാണ് അത് ചെയ്തതെന്ന് പറയുക; ലാർട്ടെസ്സിന്റെ പുത്രൻ, ഇഥക്കാനിവാസി.”

അപ്രകാരം ഞാൻ അട്ടഹസിച്ചു. അവന്റെ ദയനീയ സ്വരത്തിലുള്ള മറുപടി വന്നു. “ഓഹ്, എന്ത് ദുരിതപൂർണ്ണമായ ദിവസം, പഴയ പ്രവചനം സത്യമായി ഭവിച്ചിരിക്കുന്നു. ഞങ്ങളോടൊപ്പം ജീവിച്ചിരുന്ന നല്ലവനും മഹാനുമായ ഒരു പ്രവാചകൻ ഉണ്ടായിരുന്നു. ഏറ്റവും നല്ല ഭാവിപ്രവചാകനായ യൂറിമസ്സിന്റെ പുത്രൻ ടെലിമസ്, അവൻ ജീവിതകാലം മുഴുവൻ സൈക്ലോപ്സുകളായ ഞങ്ങളോടൊപ്പമാണ് കഴിഞ്ഞത്. ആ കല ഞങ്ങൾക്കിടയിൽ അദ്ദേഹം പരിശീലിച്ചുപോന്നു. അദ്ദേഹം എന്നോടു പറഞ്ഞിരുന്നു, കുറച്ചുനാൾക്കുശേഷം ഒരു ഒഡീസ്സിയുടെ കൈകൊണ്ട് എന്റെ കാഴ്ച നഷ്ടപ്പെടാനിടവരുമെന്ന്. അതുകൊണ്ട് എപ്പോഴെങ്കിലും നല്ല കരുത്തും പൊക്കവുമുള്ള മനുഷ്യരെ കാണുമ്പോൾ ഞാൻ അവരെ നിരീക്ഷിക്കുമായിരുന്നു. അതിനുപകരം ഈ ദുർബ്ബലനായ കുള്ളനാണ് മദ്യം തന്ന് എന്നെ മയക്കി എന്റെ കണ്ണുകൾ ചൂഴ്ന്നെടുത്തത്! ഇങ്ങോട്ടുനോക്കൂ, എന്റെ ഒഡീസ്സി, എന്റെ അതിഥി സമ്മാനം സ്വീകരിക്കുക. അതോടൊപ്പം പൊസീഡനോട് നിനക്ക് വേഗതയുള്ള യാത്ര അനുഗ്രഹിച്ച് നല്കാനും ഞാൻ പ്രാർത്ഥിക്കാം. കാരണം പൊസീഡൺ പരസ്യമായി സമ്മതിച്ചിട്ടുള്ളതാണ് അദ്ദേഹം എന്റെ പിതാ

വാണെന്ന്! അതുകൊണ്ട് അദ്ദേഹത്തിന്റെ പുത്രനാണ് ഞാൻ എന്ന് എനിക്ക് ചങ്കൂറ്റത്തോടെ പറയാൻ കഴിയും. അദ്ദേഹം കാരുണ്യവാനാണെങ്കിൽ എന്റെ മുറിവ് സുഖപ്പെടുത്തും, അത് മറ്റേതൊരു ദേവനോ മനുഷ്യനോ ചെയ്യാൻ പറ്റില്ല."

"നിന്റെ കാഴ്ച സുഖപ്പെടുത്തുകയോ" ഞാൻ അവനുനേരെ ഉറക്കെ വിളിച്ചുപറഞ്ഞു. "ഒരിക്കലുമില്ല, പൊസീഡൻ പോലും അതിന് കഴിയില്ല. നിന്നെ കൊന്ന് പാതാളത്തിലേക്കയയ്ക്കാൻ ദൈവം എനിക്ക് ശക്തി തന്നിരുന്നെങ്കിൽ!"

അവൻ അപ്പോൾ ആകാശത്തേക്ക് കൈകൾ ഉയർത്തി പൊസീഡണിനോട് പ്രാർത്ഥിച്ചു. "പൊസീഡൻ ദേവാ, ഞാൻ പറയുന്നത് കേൾക്കുക. ഞാൻ അങ്ങയുടെ പുത്രനാണെങ്കിൽ ഈ ഒഡീസ്സി, ഇഥാക്കയിലെ ലാർട്ടെസ്സിന്റെ പുത്രൻ, സ്വന്തം രാജ്യത്ത് തിരിച്ചെത്താതിരിക്കട്ടെ. അവൻ സ്വന്തം വീട്ടിലെത്തി ബന്ധുക്കളേയും സുഹൃത്തുക്കളേയും കാണും എന്നാണവന്റെ വിധിയെങ്കിൽ, നിരവധി ദുരിതങ്ങളും യാതനകളും അനുഭവിച്ച് എല്ലാ നാവികരും മരിച്ച് വളരെ കാലത്തിനുശേഷം വിചിത്രമായൊരു കപ്പലിലാകട്ടെ അവന്റെ ആഗമനം. വീട്ടിൽ വലിയ കുഴപ്പങ്ങൾ അവൻ അഭിമുഖീകരിക്കാനിടവരട്ടെ!"

അവന്റെ അപേക്ഷ ദേവൻ കേട്ടു. പിന്നെ മുമ്പത്തേക്കാൾ വലിയൊരു പാറയെടുത്ത് അളവറ്റ ശക്തിയോടെ അവൻ വീശി എറിഞ്ഞു. അതും കപ്പലിന് വളരെ അടുത്ത് വന്ന് പതിച്ചു, ചുക്കാൻ തകർത്തുകളയേണ്ടതായിരുന്നു. കടലിലെ വെള്ളം മുകളിലേക്ക് പൊന്തി, തിരമാലകൾ ഞങ്ങളുടെ കപ്പലിനെ ബഹുദൂരം മുന്നോട്ട് തള്ളി. ഇത്രയും നാളുകളായി ഞങ്ങളെക്കാണാതെ ദുഃഖിതരായിരുന്ന ഞങ്ങളുടെ അനുയായികളുള്ള ദ്വീപിലേക്ക് ഞങ്ങൾ പ്രവേശിച്ചു. സൈക്ലോപ്സിന്റെ ആടുകളെയും കൊണ്ട് കടൽത്തീരത്തിലെ മണൽത്തിട്ടയിലൂടെ ഞങ്ങൾ ഓടി. ആടുകളെ എല്ലാവർക്കും ഒരുപോലെ വീതിച്ചുകൊടുത്തു. ആരുടെയും പങ്ക് കുറഞ്ഞുപോകാതിരിക്കാനായി ഞാൻ പ്രത്യേകം ശ്രദ്ധിച്ചു. എന്റെ പടയാളി സുഹൃത്തുക്കൾ ആ കൂറ്റൻ മുട്ടനാടിനെ ബഹുമാനസൂചകമായി എനിക്ക് സമ്മാനിച്ചു. ഞാനതിന്റെ മാംസളമായ തുടകൾ ക്രോണോസിന്റെ പുത്രനായ സ്യൂസ് ദേവന് അഗ്നിയിൽ അർപ്പിച്ചു. എന്നിട്ടും സ്യൂസ് ദേവൻ എന്റെ നേർച്ച ശ്രദ്ധിച്ചില്ല. എന്റെ എല്ലാ കപ്പലുകളെയും വിശ്വസ്തരായ അനുചരന്മാരേയും തകർക്കാനുള്ള മാർഗ്ഗങ്ങൾ കണ്ടെത്തുകയായിരുന്നു അദ്ദേഹം.

സൂര്യൻ അസ്തമിച്ചു. ഞങ്ങൾ കടലോരത്തിരുന്ന് സുഭിക്ഷമായി മാംസവും വീഞ്ഞും കഴിച്ചു. നേരം പുലരും വരെ കടൽത്തീരത്ത് തന്നെ കിടന്നുറങ്ങി. രാവിലെ എഴുന്നേറ്റ് എല്ലാവരും കപ്പലിൽ കയറി, നീട്ടിവലിച്ച് തുഴയാൻ തുടങ്ങി. ഞങ്ങൾക്ക് മരണത്തിൽനിന്ന് രക്ഷപ്പെടാൻ കഴിഞ്ഞതിൽ വലിയ സന്തോഷം തോന്നിയെങ്കിലും, നഷ്ടപ്പെട്ട സുഹൃത്തുക്കളെ ഓർത്ത് ഞങ്ങളുടെ കടൽയാത്ര വിഷാദം നിറഞ്ഞതായിരുന്നു.

പത്ത്

അങ്ങനെ ഞങ്ങൾ ഇയോലിയൻ ദ്വീപിലെത്തി. അനശ്വരദേവന്മാരുടെ ഒരു സുഹൃത്തായ ഹിപ്പോറ്റസ്സിന്റെ പുത്രൻ ഇയോലസ്സും അവന്റെ ആറ് പുത്രിമാരും ശക്തരായ ആറ് പുത്രന്മാരുമാണവിടെ താമസിക്കുന്നത്. അവിടത്തെ ആചാരമനുസരിച്ച്, പുത്രന്മാർ പുത്രിമാരെ വിവാഹം കഴിക്കട്ടെ എന്ന് ഇയോലസ് ഉത്തരവിട്ടു. അവർ മാതാപിതാക്കളോടൊപ്പം ഒറ്റ മേശയിൽ ഒന്നിച്ചിരുന്നാണ് ഭക്ഷണം കഴിച്ചിരുന്നത്. അവർക്ക് മുന്നിൽ രുചികരമായ വിഭവങ്ങൾ നിരത്തിയിട്ടുണ്ടാകും. ദിവസം മുഴുവൻ ആ വീട്ടിൽ ആഘോഷം അലതല്ലുന്നു. രാത്രി അവർ തങ്ങളുടെ സുന്ദരികളായ ഭാര്യമാരോടൊപ്പം മനോഹരമായ മെത്തകളിൽ സുഖമായി കിടന്നുറങ്ങുന്നു.

ഈ മനോഹരമായ കൊട്ടാരത്തിലേക്കാണ് ഞങ്ങൾ ചെന്നത്. ഒരു മാസം സുഖമായി അവിടെ കഴിഞ്ഞശേഷം, ട്രോയിയെ കുറിച്ചും ആർഗൈവ് കപ്പലുകളെക്കുറിച്ചും നാട്ടിലേക്കുള്ള മടക്കയാത്രയിൽ അനുഭവിച്ച വിവിധ അത്യാഹിതങ്ങളെക്കുറിച്ചും നിരവധി ചോദ്യങ്ങൾ ഇയോലസ് ചൊരിഞ്ഞു. അവയെല്ലാം സംഭവിച്ച രീതിയിൽത്തന്നെ ഞാൻ ആവർത്തിച്ചു. അതിനുശേഷം എനിക്ക് തിരിച്ചുപോകാനുള്ള ആശ അദ്ദേഹത്തിന് മുന്നിൽ അവതരിപ്പിച്ചു. അദ്ദേഹത്തിന്റെ സഹായത്തിനായി കെഞ്ചി. അദ്ദേഹം എന്നെ വിലക്കിയില്ല. വിടവാങ്ങൽ സമ്മാനവും നല്കി, ഒരു ഒമ്പത് വയസ്സുള്ള കാളയുടെ തോലുകൊണ്ട് നിർമ്മിച്ച സഞ്ചിയിൽ മുഴുവൻ അപകടകാരികളായ കൊടുങ്കാറ്റുകളേയും അടക്കം ചെയ്ത്- കാറ്റുകളെ ഇഷ്ടാനുസരണം നിശ്ചലമാക്കാനും ഉത്തേജിപ്പിക്കാനും ഉള്ള കഴിവ് സ്യൂസ് ദേവൻ അദ്ദേഹത്തിന് നല്കിയിരുന്നു. ഈ തുകൽ സഞ്ചി തിളങ്ങുന്ന ഒരു വെള്ളി കമ്പികൊണ്ട് കപ്പലിന്റെ ഹള്ളിനോട് ചേർന്ന് വരിഞ്ഞുകെട്ടി വെച്ചു; നേരിയ ചോർച്ചപോലും ഉണ്ടാകാത്ത രീതിയിലായിരുന്നു ആ കെട്ട്. അതിനു പുറമെ ദൃഢമായ നല്ലൊരു പടിഞ്ഞാറൻ കാറ്റ് ഞങ്ങളുടെ കപ്പലുകൾക്കനുകൂലമായി അടിച്ചുകൊണ്ടിരിക്കുകയും ചെയ്തു. ഞങ്ങളുടെ അശ്രദ്ധമായ മണ്ടത്തരം വലിയ അത്യാഹിതത്തിലേക്ക് ഞങ്ങളെ നയിച്ചു.

ഒമ്പത് രാവും പകലും ഞങ്ങൾ സന്തോഷമായി യാത്ര ചെയ്തു. പത്താംദിവസം ഞങ്ങൾ സ്വന്തം നാടിന്റെ പച്ചപിടിച്ച മലഞ്ചെരുവുകൾ കണ്ടു. സസന്തോഷം ഞാനല്പം മയങ്ങിപ്പോയി. യാത്രയിലുടനീളം ഞാനായിരുന്നു കപ്പൽ നിയന്ത്രിച്ചിരുന്നത്. എനിക്കപ്പോൾ വല്ലാത്ത ക്ഷീണം തോന്നി. ഞാൻ ഉറങ്ങിക്കൊണ്ടിരിക്കവെ, ഉദാരനായ ഇയോലസ് എനിക്ക് വീട്ടിൽ കൊണ്ടുപോകാനായി സമ്മാനിച്ച സ്വർണ്ണത്തേയും വെള്ളിയേയും കുറിച്ച് നാവികർ പിറുപിറുത്തുകൊണ്ടിരുന്നു. അവർ ഓരോരുത്തരും പരസ്പരം പറഞ്ഞു "ലോകം മുഴുവൻ ഈ മനുഷ്യനെ ഇപ്രകാരം സ്നേഹിക്കുന്നത് അത്ഭുതകരം തന്നെ. ലോകത്തിന്റെ ഏത്

ഭാഗത്ത് ചെന്നാലും അവർ തൽക്ഷണം അദ്ദേഹത്തെ ആദരിക്കാനായി പരക്കം പായുന്നു. ട്രോയ് തകർത്തശേഷം അദ്ദേഹം കൊണ്ടുപോകുന്ന സ്വത്തിനെക്കുറിച്ചൊന്ന് ഓർത്തുനോക്കൂ, അതേസമയം അദ്ദേഹത്തിന്റെ പങ്കാളികളായ നമ്മൾ വഴിക്കുവെച്ച് എല്ലാ ദുരിതങ്ങളും ക്ലേശങ്ങളും അപകടങ്ങളും അഭിമുഖീകരിച്ച് വെറും കൈയോടെ മടങ്ങുന്നു! അതിന് മകുടം ചൂടാനെന്നോണം അദ്ദേഹത്തോടുള്ള ബഹുമാന സൂചകമായി കൂടുതൽ കൂടുതൽ പാരിതോഷികങ്ങൾ ഇയോലസ് അദ്ദേഹത്തിന് നല്കുന്നു! നമ്മൾക്ക് പെട്ടെന്ന് ആ കാളത്തോൽ സഞ്ചി തുറന്ന് എന്തു മാത്രം സ്വർണ്ണവും വെള്ളിയുമാണ് അതിൽ ഒളിപ്പിച്ചു വെച്ചിട്ടുള്ളതെന്ന് നോക്കാം." അതായിരുന്നു അവരുടെ അസൂയ നിറഞ്ഞ വാക്കുകൾ. എന്റെ വാകികർ ഭയങ്കര അസൂയാലുക്കളായി മാറി. അവർ ആ തുകൽ സഞ്ചിയുടെ കെട്ടഴിച്ചു കാറ്റുകൾ ഒന്നിച്ച് പുറത്തു ചാടി. തൽക്ഷണം ഞങ്ങളെ ആ കൊടുങ്കാറ്റുകൾ ദൂരക്കടലിലേക്ക് പായിച്ചു. പിതൃരാജ്യ ത്തിന് വളരെ ദൂരേക്ക്; നാവികർ ഉറക്കെ കരഞ്ഞു. ഈ സമയം ഞാൻ ഉറക്കത്തിൽനിന്ന് ഉണർന്നു. ഈ നിർഭാഗ്യം നിശ്ശബ്ദം സഹിച്ച് ജീവി ക്കുന്നതിനേക്കാൾ ഭേദം കടലിൽ വീണ് ചാകുന്നതല്ലേ എന്ന് ഞാൻ ഒരുനിമിഷം ചിന്തിച്ചുപോയി. എന്തായാലും എല്ലാം സഹിച്ച് ജീവിക്കാൻ തന്നെ ഞാൻ തീരുമാനിച്ചു. തല്ക്കാലം ശിരസ്സ് മൂടി ഞാൻ കപ്പലിൽകി ടന്നു. എന്റെ അടുത്തിരുന്ന് നാവികർ മോങ്ങുന്നുണ്ടായിരുന്നു. ഭീകര മായ കൊടുങ്കാറ്റ് കപ്പലുകളെ നേരെ പിന്നാക്കം പായിച്ചു. ഇയോലസിന്റെ ദ്വീപ് വരെ. അവിടെ ഞങ്ങൾ ഇറങ്ങി കുടിവെള്ളം നിറച്ചു, കടൽത്തീര ത്തിരുന്ന് നാവികർ പെട്ടെന്ന് ഭക്ഷണം പാകം ചെയ്തു."

വിശപ്പും ദാഹവും ശമിച്ചപ്പോൾ ഞാൻ ഒരു നാവികനേയും ഒരു പരിചാരകനേയും കൂട്ടി വീണ്ടും ഇയോലസ്സിന്റെ പ്രസിദ്ധിയാർജ്ജിച്ച കൊട്ടാരത്തിലേക്ക് നടന്നു. അവിടെ എത്തിയപ്പോൾ അദ്ദേഹം പത്നി യോടും പുത്രന്മാരോടുമൊപ്പം ആഹാരം കഴിച്ച്കൊണ്ടിരിക്കയായിരുന്നു. ഞങ്ങൾ ഹാളിന്റെ വാതില്ക്കൽ എത്തി. അവിടെ കാത്തിരുന്നു. എന്നെ വീണ്ടും കണ്ടപ്പോൾ അവർ ആശ്ചര്യത്തോടെ ചോദിച്ചു: "ഇപ്പോൾ എന്തുപറ്റി ഒഡീസ്സി? എന്തെങ്കിലും പുതിയ ദൗർഭാഗ്യകരമായ പ്രകൃതി ക്ഷോഭം മൂലമാണോ ഈ തിരിച്ചുവരവ്? തീർച്ചയായും ഹൃദ്യമായ രീതി യിലല്ലേ ഞങ്ങൾ നിങ്ങളെ യാത്രയാക്കിയത്. നിങ്ങൾക്ക് നാട്ടിലോ ഇഷ്ട പ്പെട്ട മറ്റ് ഏതെങ്കിലും സ്ഥലത്തോ സുരക്ഷിതമായി എത്താനുള്ള എല്ലാ സജ്ജീകരണങ്ങളും ചെയ്തിരുന്നല്ലോ."

ഞാൻ ഖേദപൂർവ്വം കുറ്റസമ്മതം നടത്തി. "എന്റെ ദുഷിച്ച സഹ യാത്രികർ എന്നെ തുലച്ചു - അവരും അസമയത്തെ ഉറക്കവും എന്നെ പരാജിതനാക്കി. എന്നാലും നിങ്ങളുടെ കഴിവുകൊണ്ട് അതിനൊരു പരി ഹാരം കാണുക, സുഹൃത്തുക്കളേ."

ഏറ്റവും താഴ്മയോടെ ഞാനവരോട് യാചിച്ചു. അവർ എന്നെ നിശ്ശബ്ദം മിഴിച്ചുനോക്കി. അച്ഛന് മാത്രം വാക്കുകൾ കണ്ടെത്താൻ കഴി

ഞ്ഞുള്ളൂ. അദ്ദേഹം അട്ടഹസിച്ചു. “ഈ ദ്വീപിൽനിന്ന് ഉടനെ കടന്നുപോകൂ. ജീവിച്ചിരിക്കുന്നവരിൽ വെച്ച് ഏറ്റവും നികൃഷ്ടരായവരെ! ദൈവങ്ങൾ വെറുക്കുന്നവരെ പതിവായി രക്ഷിക്കുന്നവനല്ല ഞാൻ. നിങ്ങളുടെ തിരിച്ചുവരവ് സൂചിപ്പിക്കുന്നത് അനശ്വരരായ ദൈവങ്ങളുടെ വെറുപ്പ് നിങ്ങൾ വരുത്തിവെച്ചു എന്നാണ് കടന്നുപോകൂ! പുറത്ത്!”

അദ്ദേഹത്തിന്റെ വാക്കുകൾ കേട്ട് ഞാൻ ദുഃഖത്തോടെ കൊട്ടാരത്തിൽനിന്ന് പുറത്തുവന്നു. ഞങ്ങളുടെ കടൽയാത്ര വിഷാദപൂർണ്ണമായിരുന്നു; അനുകൂലമായ കാറ്റ് ഇല്ലായിരുന്നു. അതുകൊണ്ട് തുടർച്ചയായി കപ്പൽ തുഴയേണ്ടിവന്നു. കഷ്ടപ്പെട്ടു തുഴഞ്ഞ് നാവികർ തളർന്നു.

അങ്ങിനെ ആറ് രാപ്പകലുകൾ കടന്നുപോയി. ഏഴാം ദിവസം ഞങ്ങൾ ലാമോസ് കോട്ടയിലെത്തി. ആളുകൾ അതിനെ പൊക്കമുള്ളവർ എന്നാണ് വിളിക്കുന്നത്. ലേസ്ട്രിഗോണുകൾ ആണവിടത്തെ നിവാസികൾ. നല്ല തുറമുഖമാണത്. ചുറ്റും കുത്തനെയുള്ള പാറകൾ മതിലുകൾ പോലെ തുറമുഖത്തെ സംരക്ഷിക്കുന്നു. പ്രവേശന കവാടം ഇടുങ്ങിയതാണ്. എല്ലാ കപ്പലുകളും ഉൾക്കടലിന് അകത്തേക്ക് കരയിലേക്ക് കയറിട്ട് അടുത്തടുത്തായി കെട്ടിയിട്ടു. ഉൾക്കടലിൽ തിരമാലകളോ ഒഴുക്കോ ഇല്ലാത്തതിനാൽ അങ്ങനെ ഇട്ടതുകൊണ്ട് കുഴപ്പമൊന്നുമില്ല. എന്നാലും ഞാൻ എന്റെ കപ്പൽ പുറത്താണ് ഇട്ടത്; ഏറ്റവും അറ്റത്തെ ഒരു പാറയിൽ കയറിട്ട് കപ്പൽ കെട്ടിയിട്ടു. ഞാൻ കുത്തനെ നില്ക്കുന്ന ആ പാറയിൽ കയറി ദൂരേക്ക് ദൃഷ്ടി പായിച്ചു. ഒറ്റ മനുഷ്യജീവിയെയും കാണാനെനിക്ക് കഴിഞ്ഞില്ല! എന്നാൽ, അല്പം ദൂരെ നിന്ന് പുക ഉയരുന്നത് ഞാൻ കണ്ടു!

ഈ നാട്ടിലെ ആളുകൾ എപ്രകാരമുള്ളവരാണെന്ന് അറിയാനായി ഞാൻ മൂന്നുപേരെ അയച്ചു. അവർ കടലോരത്തെ വണ്ടിച്ചാലിലൂടെ നടന്നു; ഉയർന്ന പ്രദേശത്തുനിന്ന് മരം കയറ്റിക്കൊണ്ടുവരാൻ ഉപയോഗിച്ചിരുന്ന പാതയാണത്. ആൾപ്പാർപ്പുള്ള സ്ഥലത്തിന് അല്പം മുമ്പായി വെള്ളം നിറയ്ക്കുന്ന ഒരു പെൺകുട്ടിയെ അവർ കാണാനിടയായി. അത് ലാസ്ട്രിഗോനിയൻ ആന്റിഫേറ്റ്സിന്റെ യുവതിയായ പുത്രിയായിരുന്നു. അവൾ, അവിടത്തെ സമ്പ്രദായമനുസരിച്ച്, ആർട്ടാസിയാ, ചോലയിൽ നിന്ന് ശുദ്ധജലം നിറച്ചു പട്ടണത്തിലേക്ക് കൊണ്ടുപോകാൻ വന്നതാണ്. അവർ അവളെ വണങ്ങി, ആ ദ്വീപിലെ രാജാവിനെയും പ്രജകളെയും കുറിച്ച് അന്വേഷിച്ചു. അവൾ പെട്ടെന്ന് അച്ഛന്റെ വലിയ കൊട്ടാരത്തിലേക്കുള്ള വഴി ചൂണ്ടിക്കാണിച്ചു. എന്നാൽ, അവർ കൊട്ടാരത്തിലെത്തിയപ്പോൾ രാജാവിന്റെ പത്നിയെയാണ് അകത്ത് കണ്ടത്. ഒരു മലപോലെ വലിപ്പമുള്ള ആ സ്ത്രീയെ കണ്ട് അവർ പേടിച്ചുപോയി. തന്റെ ശക്തനായ ഭർത്താവ് ആന്റിഫേറ്റ്സിനെ രാജസഭയിൽ നിന്നവൾ വിളിച്ചുവരുത്തി. അവന്റെ ഉദ്ദേശം എന്റെ ആളുകളെ ക്രൂരമായി കൊല ചെയ്യലായിരുന്നു. ആദ്യത്തെ ആളെ അവൻ പിടികൂടി ഭക്ഷണത്തിന് തയ്യാറാക്കി. മറ്റുരണ്ടുപേർ ജീവനും കൊണ്ടുപാഞ്ഞു കപ്പലിൽ തിരിച്ചെത്തി. ആ

സമയം രാജാവ് നഗരം മുഴുവൻ ആപത്സൂചകധ്വനി മുഴക്കി. കരുത്തരായ ആയിരക്കണക്കിന് ലാസ്ട്രിഗോണുകൾ ഓടികൂടി - മനുഷ്യരെപ്പോലുള്ള ജീവികളല്ല അവർ, രാക്ഷസന്മാരാണ്. അവർ ഒരു മനുഷ്യന്റെ അത്രഭാരമുള്ള ഓരോ പാറക്കല്ലുകൾ എടുത്ത് ചെങ്കുത്തായ മലയിൽ നിന്ന് ഞങ്ങൾക്കു നേരെ എറിഞ്ഞു. കപ്പലിൽനിന്ന് 'ഹൾ' പൊട്ടിപ്പൊളിയുന്നതിന്റെ ശബ്ദവും മനുഷ്യരുടെ മരണവിളിയും ഉയർന്നു; അന്നാട്ടുകാർ എന്റെ ആളുകളെ മീനുകളെപ്പോലെ എറിഞ്ഞുവീഴ്ത്തുന്നതിൽ വ്യാപൃതരായി. പിന്നെ അവരെ എടുത്തുകൊണ്ടുപോയി അറപ്പുളവാക്കുന്ന ഭക്ഷണം പാകം ചെയ്തു.

തുറമുഖത്തിന് ചുറ്റും വളഞ്ഞുനിന്നുകൊണ്ടവർ കൂട്ടക്കൊല തുടർന്നപ്പോൾ ഞാൻ മൂർച്ചയുള്ള വാൾ അരയിൽനിന്ന് വലിച്ചൂരി. എന്റെ കപ്പൽ കെട്ടിയിട്ടിരുന്ന തടിച്ച കയറുകൾ ഞാൻ വെട്ടിമുറിച്ചു. പിന്നെ സത്യസന്ധരായ നാവികരോട് പെട്ടെന്ന് കപ്പൽ തുഴഞ്ഞ് മരണത്തിൽനിന്ന് രക്ഷപ്പെടാനായി വിളിച്ചു പറഞ്ഞു. മരണഭീതിയിൽ അവർ ഒറ്റക്കെട്ടായി തുഴഞ്ഞു. അങ്ങനെ എന്റെ കപ്പൽ ചെങ്കുത്തായ പാറകളാൽ ചുറ്റപ്പെട്ട് ഉൾക്കടലിൽ നിന്ന് പുറം കടലിലേക്ക് പാഞ്ഞു. ഉൾക്കടലിനുള്ളിലുണ്ടായിരുന്ന എല്ലാ കപ്പലുകളും ഒന്നിച്ചു മുങ്ങി. അതുകൊണ്ട്, തകർന്ന ഹൃദയത്തോടെയാണ് ഞങ്ങൾ കപ്പൽ തുഴഞ്ഞിരുന്നത് ഞങ്ങളുടെ പ്രിയങ്കരരായ എല്ലാ സ്നേഹിതന്മാരും മരിച്ചുകഴിഞ്ഞിരുന്നു. (ഞങ്ങൾ ഇപ്പോഴും ജീവിച്ചിരിക്കുന്നുണ്ടല്ലോ എന്നൊരാശ്വാസം മാത്രം). അങ്ങിനെ ഞങ്ങൾ 'ഈയിയാ' ദ്വീപിലെത്തി. ഉഗ്രപ്രതാപിയായൊരു ദേവത അവിടെയാണ് താമസിക്കുന്നത് - സെഴ്സി. നമ്മുടെ ഭാഷയാണവൾ സംസാരിക്കുന്നത്. യുദ്ധദേവനായ ഈയിറ്റാസിന്റെ സ്വന്തം സഹോദരി; അവർ ഇരുവരും ഹീലിയോസിന്റെ മക്കളാണ്, മനുഷ്യവർഗ്ഗത്തിന് പ്രകാശം നല്കുന്ന സൂര്യന്റെ മക്കൾ; അവരുടെ അമ്മ ഓഷ്യാനസ്സിന്റെ പുത്രി 'പെഴ്സി'യും.

കരയാൽ ചുറ്റപ്പെട്ട ആ തുറമുഖത്ത് ദൈവകൃപയാൽ ഞങ്ങൾ നിശ്ശബ്ദം കാത്തു കിടന്നു. രണ്ട് രാവും പകലും അവിടെ കിടന്നപ്പോഴേക്കും ഞങ്ങളെ ക്ഷീണവും വേദനയും വിഴുങ്ങിക്കഴിഞ്ഞിരുന്നു. മൂന്നാം ദിവസം പ്രഭാതം വളരെ പ്രസന്നമായിരുന്നു; ഞാൻ വാളും കുന്തവുമെടുത്ത് കപ്പലിൽനിന്ന് വേഗം നടന്ന് അടുത്തുള്ള ഏറ്റവും പൊക്കമുള്ള സ്ഥലത്ത് ചെന്ന് മനുഷ്യവർഗ്ഗത്തെ കാണാനോ മനുഷ്യസ്വരം കേൾക്കാനോ കഴിയുമെന്ന പ്രതീക്ഷയിൽ നോക്കിനിന്നു. കുറച്ചുദൂരെ ഓക്ക് മരക്കാട്ടിൽ നിന്ന് പുക ഉയരുന്നത് ഞാൻ കണ്ടു; അവിടെയാണ് സെഴ്സിയുടെ വീട്. ഈ തീപ്പുക കണ്ട സ്ഥലത്തേക്ക് ഞാൻ ഉടനെ പോകാണോ വേണ്ടയോ എന്നതിനെ ചൊല്ലി എന്റെ മനസ്സിൽ ഒരു വാഗ്വാദം നടന്നു. ആദ്യം കപ്പലിൽച്ചെന്ന് റേഷൻ വിതരണം ചെയ്ത് ചിലരെ അന്വേഷണസംഘത്തിലേക്ക് തെരഞ്ഞെടുക്കാം, അതാണ് ഏറ്റവും വിവേകപൂർവ്വമായ പ്രവൃത്തി എന്ന് ഞാൻ കരുതി. ഞാൻ താഴെ

ക്കിറങ്ങി കപ്പലിനടുത്തെത്തിയപ്പോൾ എന്റെ നിസ്സഹായാവസ്ഥയിൽ സഹാനുഭൂതി തോന്നിയ ഏതോ ദൈവം വലിയൊരു ആൺമാനിനെ എന്റെ പാതയിലേക്കയച്ചു. വെയിലേറ്റ് ദാഹിച്ച് കാട്ടുചോലയിൽ നിന്ന് വെള്ളം കുടിക്കാൻ വന്നതായിരുന്നു ആ മാൻ. അത് വെള്ളം കുടിച്ച് മുകളിലേക്ക് വരുമ്പോൾ, ഞാനതിന്റെ നട്ടെല്ലിൽ കുന്തം എറിഞ്ഞുകയറ്റി, തൽക്ഷണം അത് മണ്ണിൽ ചത്ത് വീണു. ഞാനതിനെ കയറുകൊണ്ട് കെട്ടി എടുത്ത്, കാലുകൾ വേച്ചുവേച്ചു നടന്ന് കപ്പലിനടിയിലെത്തി. അത് വലിയൊരു മൃഗമായതിനാൽ മുകളിലേക്ക് ചുമന്നുകൊണ്ടുപോകുവാൻ പ്രയാസമായിരുന്നു.

ഞാനാ ഭാരം എന്റെ കപ്പലിന് മുന്നിൽ നിലത്തുവെച്ച്, സുഹൃത്തുക്കളെ സൗമ്യമായി വിളിച്ചു. “സ്നേഹിതന്മാരെ, നമ്മുടെ മരണസമയമാകുന്നതിനുമുമ്പ് അമിതമായ ദുഃഖവും പേറി നമ്മൾ സ്വയം പാതാളത്തിലേക്ക് പോകാനിടവരുത്തേണ്ട. അതുകൊണ്ട് കപ്പലിൽ മാംസവും വീഞ്ഞും ഉള്ളിടത്തോളം കാലം നമ്മൾ, സ്വന്തം വയറുകളെക്കുറിച്ച് ഓർക്കാം. വിശപ്പിനെ മറക്കാം.” തൽക്ഷണം എന്റെ അഭിപ്രായം അവർ സ്വീകരിച്ചു. എല്ലാവരും പുറത്തേക്ക് നോക്കി. അവർ കടലോരത്തുവന്ന് എന്റെ മഹത്തായ വിജയചിഹ്നത്തെ, ആ വലിയ ആൺമാനെ നോക്കി അഭിനന്ദിച്ചു.

പിന്നീടവർ അതിനെ പാകം ചെയ്ത്, രാത്രിവരെ തീറ്റയും കുടിയുമായി ആഘോഷപൂർവ്വം ദിവസം ചിലവഴിച്ചു. രാത്രി ഞങ്ങൾ കടലോരത്തുതന്നെ കിടന്നുറങ്ങി. നേരം പുലർന്നപ്പോൾ ഞാൻ ഒരു യോഗം വിളിച്ചുകൂട്ടി, ഇപ്രകാരം പറഞ്ഞു. “എന്റെ വാക്കുകൾ കേൾക്കുക, കൂട്ടരെ, നമ്മൾ ഒരു ഗതികെട്ടനിലയിൽ എത്തിയിരിക്കുകയാണ്. എന്റെ സുഹൃത്തുക്കളെ, ഇപ്പോൾ കിഴക്ക് ഏതെന്നോ പടിഞ്ഞാറ് ഏതെന്നോ, എവിടെയാണ് പകലെന്നോ എവിടെയാണ് രാത്രി എന്നോ കണ്ടു പിടിക്കാൻ നമ്മൾക്ക് കഴിയുന്നില്ല. എവിടെയാണ് സൂര്യൻ അസ്തമിക്കുന്നത്, എവിടെയാണെന്ന് ഉദിക്കുന്നത്? അതുകൊണ്ട് ആർക്കെങ്കിലും എന്തെങ്കിലും അഭിപ്രായം പറയാനുണ്ടെങ്കിൽ പെട്ടെന്ന് പറയുക. എന്റേതായ പദ്ധതി ഒന്നുമില്ലെന്ന് ഞാൻ ഏറ്റുപറയുന്നു. ഞാൻ ആ കുന്നിൽ മുകളിൽച്ചെന്ന് പരിസരം നിരീക്ഷിച്ചത് നിങ്ങൾക്കറിയാമല്ലോ. അനന്തമായ സമുദ്രത്താൽ ചുറ്റപ്പെട്ട ഒരു ദ്വീപാണ് ഇത്. ദ്വീപ് മുഴുവൻ പരന്നുകിടക്കുന്ന സമതലമാണ്. നിബിഡ വനത്തിനുള്ളിൽനിന്ന് പുക ഉയരുന്നത് എനിക്ക് കാണാൻ കഴിഞ്ഞു. എന്റെ വാർത്ത അവരെ നടുക്കി. ലാസ്ട്രി ഗോണിയൻ ആന്റി ഫേറ്റസ്സിനേയും നരഭോജിയായ സൈക്ലോപ്സിനെയും അവർ ഓർത്തു! കണ്ണുനീരൊഴുക്കിക്കൊണ്ടവർ വിലപിച്ചു. എന്നാലും ഈ വിലാപം കൊണ്ട് യാതൊരു പ്രയോജനവുമില്ല. അതുകൊണ്ട് ഞാൻ എന്റെ അനുചരന്മാരെ രണ്ടായി വിഭജിച്ചു, ഓരോന്നിനും അതിന്റേതായ നേതാവ് ഉണ്ട്. ഒന്ന് ഞാൻ മറ്റേത് ദേവതുല്യനായ യൂറിലോക്കസ്. ഞങ്ങൾ ടോസ് ഇട്ടു. യൂറിലോക്കസിന്നാണ് നറുക്ക് വീണത്. അപ്പോൾ

യൂറിലോക്കസ് തന്റെ ഇരുപത്തിരണ്ട് പേരോടൊപ്പം ഉറക്കെ കരഞ്ഞുകൊണ്ട് മുന്നോട്ടു നീങ്ങി. എന്നോടൊപ്പം ഉള്ള ഇരുപത്തിരണ്ടുപേർ അവരോട് സഹതാപം പ്രകടിപ്പിച്ചുകൊണ്ട് കരഞ്ഞു.

ആ സംഘം കാട്ടുപാതയിലൂടെ നടന്ന് സെഴ്സിയുടെ വീടിന്റെ തിളങ്ങുന്ന മതിലുകൾക്കടുത്തെത്തി; നാട്ടിൻ പുറത്തെ അഭിമുഖീകരിച്ചുകൊണ്ടാണ് ആ ഭവനം നിലകൊള്ളുന്നത്. സെഴ്സിയുടെ മന്ത്രശക്തിയാൽ മലയിൽ നിന്നെത്തിയ സിംഹങ്ങളും ചെന്നായ്ക്കളും അവിടെ ചുറ്റിക്കറങ്ങുന്നു. എന്റെ ആളുകളെ അവർ ആക്രമിച്ചില്ല. അവർ വാലുകൾ ആട്ടി, വാത്സല്യപൂർവ്വം കാൽ പത്തികൊണ്ട് അവരെ തലോടി. നായ്ക്കൾ തങ്ങളുടെ യജമാനനോട് ചെയ്യുന്നതുപോലെ! ഇപ്രകാരം ആഹ്ലാദത്തോടെയാണ് ആ സിംഹങ്ങളും ചെന്നായ്ക്കളും എന്റെ ആളുകൾക്ക് ചുറ്റും തുള്ളിച്ചാടിയിരുന്നത്. എന്നാൽ എന്റെ ആളുകൾ ഈ വിചിത്രമായ കരുത്തുറ്റ വളർത്തുമൃഗങ്ങൾക്കു മുന്നിൽ ഭീരുക്കളെപ്പോലെ നിന്നു. വീടിന്റെ വാതിലിനപ്പുറത്തുനിന്ന് അവർ സുന്ദരമായ തലമുടിയുള്ള സെഴ്സി പാടുന്നത് കേട്ടു. ദേവതമാർ പതിവായി ചെയ്യാറുള്ളതുപോലെ, തുന്നൽ വേലയിൽ ഏർപ്പെട്ടിരിക്കുമ്പോഴായിരുന്നു ഈ ഗാനാലാപനം. എന്റെ ഇഷ്ടതോഴനായ പൊളിറ്റീസ് അപ്പോൾ മറ്റുള്ളവരോട് പറഞ്ഞു: "നാവികരെ, നെയ്ത്തുയന്ത്രത്തിനരികിൽ നിന്നും ഉയരുന്ന മധുരമായ ഈ സ്വരം ഒരു സ്ത്രീയുടേതാണ്- ഒരു ദേവതയുടേതുപോലുണ്ട്. നമ്മൾക്കവളെ ഒന്ന് വിളിച്ച് നോക്കാം."

അവൻ സമ്മതിച്ചു, ഉറക്കെ വിളിച്ചു, ഉടനെ അവൾ പുറത്തുവന്ന്, വാതിൽതുറന്ന്, അവരോട് അകത്ത് വരാനാവശ്യപ്പെട്ടു. അവളുടെ ലാളിത്യത്തിൽ പ്രീതരായ അവരെല്ലാം അകത്തേക്ക് ചെന്നു. എന്തോ ചതിപ്രയോഗമുണ്ടെന്ന് ശങ്കിച്ച യൂറിലോക്കസ് മാത്രം പുറത്ത് നിന്നു. അവൾ അവരെ ഇരിപ്പിടങ്ങളിലേക്ക് ആനയിച്ച് ചീസും ബാർലിയും തേനും വീഞ്ഞും നല്കി. വീഞ്ഞിനോടൊപ്പം അവരുടെ ജന്മനാടിനെക്കുറിച്ചുള്ള ഓർമ്മകൾ മുഴുവൻ എടുത്തുകളയാനുള്ള ശക്തമായ മരുന്നും കലക്കിച്ചേർത്തിരുന്നു. അവർ കപ്പിൽ നിന്ന് വീഞ്ഞ് കുടിച്ച ഉടനെ അവൾ തന്റെ മാന്ത്രിക ദണ്ഡുകൊണ്ട് അവരെ തലോടി. തൽക്ഷണം അവർ തേറ്റയും നീണ്ട രോമങ്ങളുമുള്ള പന്നികളായി മാറി! ശബ്ദവും പന്നികളുടേതു തന്നെ. അവരുടെ വിവേകം മാത്രം പഴയതുപോലെ ഉറച്ചു നിന്നു. അതുകൊണ്ട് തങ്ങൾ സ്വയം പന്നിക്കൂട്ടിൽ വന്നു കിടക്കുന്നതു കണ്ടവർ ദുഃഖിച്ചു, കരഞ്ഞു. സെഴ്സി അവർക്ക് പന്നി തീറ്റ തിന്നാനായി ഇട്ടുകൊടുത്തു.

തന്റെ കൂട്ടുകാരുടെ ദുഃഖകരമായ അന്ത്യം അറിയിക്കാനായി യൂറിലോക്കസ് മെല്ലെ തിരിഞ്ഞ് കപ്പലിലേക്ക് നടന്നു. ഞങ്ങൾ അവന് ചുറ്റും വന്ന് ചോദ്യം ചെയ്യാൻ തുടങ്ങിയപ്പോൾ പല പ്രാവശ്യം അവൻ മറുപടി പറയാനായി ശ്രമിച്ചെങ്കിലും ദുഃഖം മൂലം ഹൃദയം തകർന്ന അവനിൽ നിന്ന് വാക്കുളൊന്നും പുറത്തുവന്നില്ല; അവന്റെ കണ്ണുകൾ നിറഞ്ഞു,

പൊട്ടിക്കരയാനവൻ ആഗ്രഹിച്ചു. ഒടുവിൽ ഞങ്ങളുടെ ചോദ്യവർഷത്തിന്നവൻ മറുപടി നല്കാൻ തയ്യാറായി; ആ അത്യാഹിതം അവൻ വിവരിച്ചു."

"ഒഡീസ്സി, നിങ്ങൾ പറഞ്ഞതുപോലെ ആ വനപാതയിലൂടെ ഞങ്ങൾ പോയി. ആ കാട്ടുവഴിയോരത്ത് കല്ലുകൊണ്ട് നിർമ്മിച്ച വലിയൊരു ശ്രേഷ്ഠമായ വീട് ഞങ്ങൾ കണ്ടു. അകത്ത് കൈത്തറിയുടെ അരികിൽനിന്ന് ഒരു ഗാനം ഉയർന്നിരുന്നു, ഒരു ദേവതയുടേതോ സ്ത്രീയുടേതോ. ഞങ്ങൾ വിളിച്ചു. അവൾ വാതിൽ തുറന്ന് ഞങ്ങളെ അകത്തേക്ക് ക്ഷണിച്ചു. യാതൊന്നും ചിന്തിക്കാതെ എല്ലാവരും ഉള്ളിലേക്ക് കയറി. എന്തോ ചതിപ്രയോഗം ശങ്കിച്ച ഞാൻ പുറത്ത് നിന്നു. അപ്പോൾ മുതൽ അവർ എല്ലാം അപ്രത്യക്ഷരാണ്. ഞാൻ കുറേ നേരം അവിടെ കാത്തിരുന്നെങ്കിലും ആരും തിരിച്ചുവന്നില്ല."

അവൻ കൊണ്ടുവന്ന ഈ വാർത്ത കേട്ട ഉടനെ ഞാൻ എന്റെ നീണ്ട വാളെടുത്ത് തോളിൽ ഞാത്തി ഇട്ടു. അമ്പും വില്ലും എടുത്തു. അവൻ പോയ വഴിയിലൂടെ എന്നെ നയിക്കാനായി ഞാൻ അവനോട് പറഞ്ഞു. അവനെന്റെ കരങ്ങൾ ഗ്രഹിച്ച് കാൽമുട്ടിൽ വീണു. കണ്ണുനീരോടെ അപേക്ഷിച്ചു. "എന്നെ വീണ്ടും പോകാനായി നിർബ്ബന്ധിക്കല്ലേ. എന്നെ ഇവിടെ നില്ക്കാനനുവദിക്കൂ. ഇതിലും ഭേദം ബാക്കിയുള്ളവരെയെല്ലാം ഉടനെ രക്ഷപ്പെടാനനുവദിക്കുന്നതാണ്. ഇനിയും മരണത്തിൽനിന്ന് രക്ഷപ്പെടാൻ കഴിഞ്ഞേക്കും! നിങ്ങൾ പോകുകയാണെങ്കിൽ തീർച്ചയായും, തിരിച്ചുവരില്ല- എന്നിട്ടല്ലേ ബാക്കിയുള്ളവരെ തിരിച്ചുകൊണ്ടുവരുന്ന കാര്യം!"

ഞാൻ ഉറക്കെ മറുപടി നല്കി. "നിങ്ങൾക്ക് അതാണ് ഇഷ്ടമെങ്കിൽ ഇവിടെ നിന്നോളൂ, യൂറി ലോക്കസ്, തിന്നും കുടിച്ചും കപ്പലിൽ താമസിച്ചോളൂ. എന്നാൽ ഞാൻ പോകുകയാണ്. എനിക്ക് പോകണം."

ഞാൻ കടലോരംവിട്ട് കാട്ടുപാതയിലൂടെ നടന്ന് സെഴ്സിയുടെ വീടിനരികിലെത്തി ആ സമയം എന്നെ കാണാനായി അതാ വരുന്നു സുമുഖനായ യുവാവിന്റെ രൂപത്തിൽ ഹെർമസ് ദേവൻ! അദ്ദേഹം എന്നെ പേരെടുത്തു വിളിച്ചു. എന്റെ കൈപിടിച്ചുകൊണ്ട് പറഞ്ഞു. "അല്ലയോ നിർഭാഗ്യവാനേ, നീ വീണ്ടും അപകടത്തിൽ ചെന്നു ചാടാനായി കാട്ടിലേക്ക് പോകുകയാണോ? നിന്റെ അനുയായികൾ എല്ലാം സെഴ്സിയുടെ വീട്ടിലെ പന്നിക്കൂട്ടിൽ പന്നികളായി കിടക്കുകയാണ്. അവരെ മോചിപ്പിക്കാൻവേണ്ടി വന്നതാണോ നീ? ഞാൻ പറയട്ടെ, നിനക്കും അവിടെ നിന്ന് രക്ഷപ്പെടാൻ കഴിയില്ല. നീയും അവരോടൊപ്പം പന്നിയായി കൂട്ടിൽ കിടക്കേണ്ടി വരും. എന്നാൽ കേൾക്കൂ, എനിക്ക് നിന്നെ ഈ തിന്മയിൽനിന്ന് രക്ഷിക്കാൻ കഴിയും.. അതിനായി വീര്യമുള്ള ഒരു മരുന്ന് എന്റെ പക്കലുണ്ട്. അതിന്റെ ശക്തിയാൽ നിനക്ക് സെഴ്സിയുടെ വീട്ടിൽ പ്രവേശിക്കാൻ കഴിയും, നിനക്കവളുടെ മാന്ത്രികശക്തിയെ പ്രതിരോധിക്കാനുള്ള ശക്തിയുണ്ടാകും. സെഴ്സിയുടെ മാരകകല എന്താണെന്ന് ശ്രദ്ധിക്കുക. അവൾ നിനക്ക് ആഹാരവും പാനീയവും വിളമ്പിത്തരും, അതിൽ അറിയാതെ

ഒരു വിഷം കലർത്തും. എന്നാൽ നിനക്കെതിരെ അവളുടെ മാന്ത്രിക ശക്തി ഫലിക്കില്ല. ഞാൻ തരുന്ന ഈ മരുന്ന് അതിനെ തടയും. നീ എന്താണ് ചെയ്യേണ്ടതെന്ന് ഞാൻ വിശദീകരിക്കാം. സെഴ്സി തന്റെ മാന്ത്രികദണ്ഡുകൊണ്ട് നിന്നെ ഉഴിഞ്ഞാൽ, നിന്റെ അരയിൽ ഞാത്തിയിട്ട മൂർച്ചയുള്ള വാൾ വലിച്ചൂരി അവളെ വെട്ടിക്കൊല്ലുമെന്ന ഭാവത്തിൽ ഓങ്ങുക. അവൾ പേടിച്ച് കുനിഞ്ഞ് വണങ്ങി നില്ക്കും. ഉപദ്രവിക്കുന്നതിനുപകരം അവളോടൊപ്പം മെത്തയിൽ ശയിക്കാനായി നിന്നോട് അപേക്ഷിക്കും. ഈ ദേവതയുടെ കള്ളപ്രേമാഭ്യാർത്ഥന നീ നിരസിക്കരുത്. നിന്റെ അനുചരന്മാരെ രക്ഷിക്കാനുള്ള ഒരു മാർഗ്ഗമായി അവളോടൊപ്പമുള്ള ഈ ശയനത്തെ നീ ഉപയോഗിക്കണം. അതോടൊപ്പം അവളിൽനിന്ന് കരുണാർദ്രമായ പെരുമാററവും നീ നേടിയെടുക്കണം. നിന്നോട് ദുഷ്പ്രവൃത്തികളൊന്നും അവൾ ചെയ്യില്ലെന്ന് ദൈവങ്ങളെ പിടിച്ച് ഉഗ്രശപഥം ചെയ്യിപ്പിക്കണം. അല്ലെങ്കിൽ നിന്റെ നഗ്നത മുതലെടുത്ത ശേഷം നിന്റെ പുരുഷത്വം ഇല്ലാതാക്കിയെങ്കിലോ!"

അപ്രകാരം വിശദീകരിച്ചശേഷം ഹെർമിസ് ദേവൻ താൻ വാക്കുകൊടുത്തതനുസരിച്ചുള്ള ഔഷധച്ചെടി മണ്ണിൽനിന്ന് പറിച്ചെടുത്തു. ഇതിനെ 'മോളി' എന്നാണ് ദൈവങ്ങൾ വിളിക്കുന്നത്. ആ ചെടി എനിക്കദ്ദേഹം കാണിച്ചുതന്നു, കറുത്തവേരും പാലുപോലെ വെളുത്ത ഒരു പൂവുമാണതിനുള്ളത്. മനുഷ്യർക്കോ മരണമുള്ളവർക്കോ മോളിപറിച്ചെടുക്കാൻ പറ്റില്ല. എന്നാൽ ദൈവങ്ങൾക്ക് എന്ത് വേണമെങ്കിലും ചെയ്യാം. അത്രയും പറഞ്ഞ് ഹെർമിസ് ദേവൻ ആ കാടുപിടിച്ച ദ്വീപിൽനിന്ന് ഒളിമ്പസ്സിലേക്ക് പറന്നു.

ഞാൻ അസ്വസ്ഥമായ മനസ്സോടെ സെഴ്സിയുടെ വീട്ടിലേക്ക് നടന്നു. ഞാനവളുടെ ഗേറ്റിന് മുന്നിൽ നിന്ന് അവളെ വിളിച്ചു. ദേവത എന്റെ വിളികേട്ട് വാതിൽതുറന്ന് എന്നെ അകത്തേക്ക് ക്ഷണിച്ചു. ഞാൻ വൈമനസ്യത്തോടെ പ്രവേശിച്ചു. എന്നെ അവൾ ഒരു വെള്ളി സിംഹാസനത്തിലിരുത്തി, കാൽവെക്കാനൊരു സ്റ്റൂളും നല്കി, എല്ലാം നല്ല ശില്പകലകളോടുകൂടിയവ! ഒരു സ്വർണ്ണക്കപ്പിൽ അവൾ എനിക്ക് വീഞ്ഞ് പകർന്നുതന്നു. എന്റെ നാശത്തിനു വേണ്ടിയുള്ള ഒരു തുള്ളി ദ്രാവകവും അവളതിൽ ചേർത്തു. എന്നിട്ട് എനിക്കത് തന്നു. യാതൊരു കുഴപ്പവുമില്ലാതെ ഞാനത് കുടിച്ചു. അവൾ എഴുന്നേറ്റ് തന്റെ മാന്ത്രികദണ്ഡുകൊണ്ട് എന്നെ ഉഴിഞ്ഞ്, ഗർജ്ജിച്ചു "നീ പന്നിയാകട്ടെ, അവിടെ നിന്റെ കൂട്ടുകാരോടൊപ്പം ചെളിയിൽ കിടന്നുരുളുക!" ഞാൻ ഉടനെ വാളൂരിപ്പിടിച്ചു അവളെ കൊല്ലുമെന്ന ഭാവത്തിൽ ചാടിവീണു! അവൾ പൊട്ടിക്കരഞ്ഞ്, ഓടിവന്ന്, എന്റെ കാൽമുട്ടുകളിൽ പിടിച്ച് കണ്ണീരൊഴുക്കി. അവൾ തുളച്ചുകയറുന്ന ശബ്ദത്തിൽ വിലപിച്ചു. "എന്തുതരം മനുഷ്യനാണ് നിങ്ങൾ: ഏത് നഗരത്തിൽ നിന്നാണ്, ഏത് കുടുംബത്തിൽ നിന്ന്? നിങ്ങൾ എന്റെ പാനീയ ഔഷധം കുടിച്ചിട്ടും ആഭിചാരത്താൽ മയങ്ങാതിരുന്നത് ആശ്ചര്യകരമാണ്! മുമ്പൊരിക്കലും ഒരു മനുഷ്യനും ഈ മരുന്നിനെ പ്രതി

രോധിച്ചിട്ടില്ല, ഒരിക്കൽ അവന്റെ തൊണ്ടയിലൂടെ അത് ഇറങ്ങിക്കഴിഞ്ഞാൽ എല്ലാം തീർന്നു! നിങ്ങളുടെ അജയ്യമായ മനസ്സ് എത്ര ദൃഢമാണ്. തീർച്ചയായും ചതുരനായ ഒഡീസ്സിയാണ് നിങ്ങൾ. തന്റെ കപ്പലിൽ ട്രോയിൽ നിന്ന് മടങ്ങുംവഴി നിങ്ങൾ ഇവിടെ വരുമെന്ന് സ്വർണ്ണ ദണ്ഡ് ഏന്തിയ ഹെർമസ് അർഗസ് ബേൻ പലപ്പോഴും എന്നോട് പറയുമായിരുന്നു. നിങ്ങളോട് ആ വാൾ ഉറയിലുടുവാൻ ഞാൻ അഭ്യർത്ഥിക്കുന്നു. നമ്മൾക്ക് ഇരുവർക്കും പോയി മെത്തയിൽ ശയിക്കാം. അങ്ങനെ നമ്മുടെ ശരീരങ്ങൾ ഒന്നിച്ചു ചേർന്ന് സ്നേഹത്തിന്റെ പരീക്ഷണങ്ങളിലൂടെ പരസ്പരം വിശ്വസിക്കാൻ പഠിക്കട്ടെ."

അവളുടെ അഭ്യർത്ഥനയ്ക്ക് ഞാൻ മറുപടി നല്കി. "എന്റെ അനുയായികളെ പന്നികളാക്കി മാറ്റി നിങ്ങളുടെ വീട്ടിൽ കൂട്ടിലിട്ടശേഷം എന്നോട് ലൈംഗികബന്ധത്തിനായി അഭ്യർത്ഥിക്കാൻ നിങ്ങൾക്കെങ്ങനെ ധൈര്യം വന്നു? എന്നെ നഗ്നനാക്കിയശേഷം ജനനേന്ദ്രിയം ഛേദിച്ച് എന്റെ പുരുഷത്വം നശിപ്പിക്കാനായിരിക്കാം നിങ്ങൾ മെത്തയിൽ ശയിക്കാനായി തന്ത്രത്തിൽ ക്ഷണിക്കുന്നതെങ്കിലോ? അതുകൊണ്ട്, ദേവി, നിങ്ങൾ എന്നെ യാതൊരുവിധത്തിലും ദ്രോഹിക്കില്ലെന്ന് ദൈവങ്ങളെ പിടിച്ച് സത്യം ചെയ്താലല്ലാതെ ഞാൻ നിങ്ങളുടെ മെത്തയിലേക്ക് വരികയില്ല." ഞാൻ അപ്രകാരം പ്രഖ്യാപിച്ചപ്പോൾ അവൾ ഉടനെ സത്യം ചെയ്തു. ഞാൻ അവളോടൊപ്പം സെഴ്സിയുടെ മെത്തയിലേക്ക് ചെന്നു.

അതിനിടയിൽ ആ വീട്ടിലെ നാല് പരിചാരിക കന്യകമാർ ഹാൾ സജ്ജീകരിക്കുകയായിരുന്നു. കടലിലേക്കൊഴുകുന്ന അരുവികളുടേയും പവിത്ര നദികളുടെയും കുറ്റിക്കാടുകളുടെയും പുത്രിമാരായിരുന്നു അവർ. ആദ്യത്തെ പെൺകുട്ടി ഇരിപ്പിടങ്ങളിൽ ശ്രേഷ്ഠമായ ചുകന്ന തുണി വിരിക്കയായിരുന്നു. രണ്ടാമത്തവൾ ഈ ഇരിപ്പിടങ്ങൾക്ക് മുന്നിൽ വെള്ളി മേശകൾ ഇടുകയും അവയിൽ സ്വർണ്ണക്കട്ടകൾ വെക്കുകയും ചെയ്യുന്നു. മൂന്നാമത്തവൾ തേനൂറുന്ന വീഞ്ഞ് ഒരു വെള്ളിത്തൊട്ടിയിൽ നിറയ്ക്കുന്നു. നാലാമത്തവൾ വലിയൊരു ചെമ്പുകലത്തിൽ വെള്ളം ചൂടാക്കാനായി വെക്കുന്നു. വെള്ളം നന്നായി ചൂടായപ്പോൾ പാകത്തിന് തണുത്ത വെള്ളം കലർത്തി ടബ്ബിൽ ഒഴിച്ച് എന്നെ നന്നായി കളിപ്പിച്ചു. അതോടെ എന്റെ ക്ഷീണമെല്ലാം പറപറന്നു. കുളി കഴിഞ്ഞശേഷം അവൾ എന്റെ ശരീരത്തിൽ ശുദ്ധമായ ഒലിവെണ്ണ പുരട്ടി, കുപ്പായവും മേലങ്കിയും ധരിപ്പിച്ചു, വീണ്ടും വെള്ളി സിംഹാസനത്തിൽ ഇരുത്തി, കാലുകൾ വെക്കാനായി ഒരുസ്റ്റൂളും വെച്ചു. എനിക്ക് കൈകഴുകാനായി ആ യുവതി സ്വർണ്ണ പാത്രത്തിൽ വെള്ളം കൊണ്ടുവന്നു. തിളങ്ങുന്ന ഒരു മേശ അവൾ എന്റെ ഒരുവശത്തേക്ക് മാറ്റിയിട്ടു. ഒരു പ്രൗഢയായ സ്ത്രീ അപ്പവും മറ്റ് ഭക്ഷണ പദാർത്ഥങ്ങളും എനിക്ക് സസന്തോഷം കൊണ്ടുതന്നു. അവൾ എന്നെ കഴിക്കാനായി നിർബ്ബന്ധിച്ചു. എന്നാൽ മറ്റ് കാര്യങ്ങളിൽ എന്റെ മനസ്സ് വ്യാപൃതമായിരുന്നതിനാൽ എനിക്ക് ഭക്ഷണം കഴിക്കാൻ താല്പര്യം തോന്നിയില്ല. ഞാൻ അസംതൃപ്തനായി അവിടെ ഇരുന്നു.

ഞാൻ ആഹാരമൊന്നും കഴിക്കാതെ വിഷമിച്ച് നിശ്ചലനായി ഇരിക്കുന്നത് സെഴ്സി കണ്ടു. പെട്ടെന്നവൾ എന്റെ അരികിലെത്തി ചോദിച്ചു. "എന്തുകൊണ്ടാണ് ഒഡീസ്സി നിങ്ങൾ ഒന്നും തിന്നുകയോ കുടിക്കുകയോ ചെയ്യാതെ ഒരു ഊമയെപ്പോലെ ഇരിക്കുന്നത്? എപ്പോഴും നിങ്ങൾ എന്നെ ഒരു വഞ്ചകിയാണെന്ന് സംശയിക്കുന്നോ? പേടിക്കേണ്ട; തീർച്ചയായും ഞാൻ നിന്നോട് ചെയ്ത ശപഥം എന്നും പാലിക്കാൻ ബാദ്ധ്യസ്ഥയാണ്." ഞാൻ മറുപടി നല്കി. "സെർസി, എന്റെ സുഹൃത്തുക്കളെ മോചിപ്പിച്ചു മുന്നിൽ കൊണ്ടുവരുന്നതുവരെ എങ്ങനെയാണ് അന്തസ്സുള്ള ഒരു മനുഷ്യന് തിന്നാനും കുടിക്കാനും കഴിയുക? നീ സത്യമായും ഞാൻ സദ്യയിൽ പങ്കുകൊള്ളണമെന്ന് ആഗ്രഹിക്കുന്നുണ്ടെങ്കിൽ അവരെ സ്വതന്ത്രരാക്കി എന്റെ കൺമുന്നിൽ എത്തിക്കുക."

അത് കേട്ട ഉടനെ സെഴ്സി മാന്ത്രികദണ്ഡുമായി പുറത്ത് പോയി പന്നിക്കൂടിന്റെ വാതിൽ തുറന്ന് അവരെ മാന്ത്രികദണ്ഡുകൊണ്ട് ഉഴിഞ്ഞു. തൽക്ഷണം അവരുടെ ശരീരത്തിലെ നീണ്ട രോമങ്ങളെല്ലാം കൊഴിഞ്ഞുപോയി. അവർ വീണ്ടും മനുഷ്യരൂപം പ്രാപിച്ചു. അവർ വേഗം എന്റെ മുന്നിലേക്ക് വന്നു. കൂടുതൽ ഉന്മേഷവും പൊക്കവുമുള്ള യുവാക്കളായി അവർ കാണപ്പെട്ടു. അവർക്കെന്നെ മനസ്സിലായി. ഓരോരുത്തനും വന്നു എന്റെ കരം ഗ്രഹിച്ചു, ആനന്ദക്കണ്ണുനീർ പൊഴിച്ചു. അവരുടെ തേങ്ങിക്കരച്ചിൽ ആ വലിയ വീട്ടിൽ മാറ്റൊലിക്കൊണ്ടു. ആ ദേവതയുടെ ഹൃദയത്തിൽ പോലും അത് സ്പർശിച്ചു.

പിന്നീടവൾ എന്റെ അടുത്തുവന്ന് പറഞ്ഞു. "ലാർട്ടെസ്സിന്റെ പുത്രാ, ഇപ്പോൾ നിങ്ങൾ കടലോരത്ത് കിടക്കുന്ന കപ്പലിലേക്ക് പോകുക, അത് കരയിലേക്ക് വലിച്ചുകയറ്റി ഇടുക. പിന്നെ അതിലെ യന്ത്രസാമഗ്രികളും സാമാനങ്ങളും എന്റെ ഗുഹകളിൽ അടുക്കിവെക്കുക. അതെല്ലാം ചെയ്തുതീർത്ത് അനുയായികളോടൊപ്പം പെട്ടെന്ന് തിരിച്ചുവരിക." എന്റെ ആഗ്രഹവും അതുതന്നെ ആയിരുന്നു.

അതുകൊണ്ട്, ഞാൻ ദുഃഖിച്ച് കണ്ണുനീർ പൊഴിച്ചു കൊണ്ടിരിക്കുന്ന എന്റെ സുഹൃത്തുക്കളെ കാണാനായി കടൽത്തീരത്തേക്ക് പോയി. എന്റെ വരവുകണ്ട അവർ ഓടി എത്തി. എന്റെ ചുറ്റും കൂടി നിന്ന് വിലപിച്ചു. സ്വന്തം ജന്മഭൂമിയായ ഇഥാക്കയിലെത്തിയതുപോലുള്ള ആനന്ദ നിർവൃതിയാണവർക്ക് എന്റെ ആഗമനം നല്കിയത്. അവരുടെ വികാരം ഈ വാക്കുകളിലൂടെയാണ് നിർഗ്ഗമിച്ചത്. "അങ്ങയുടെ തിരിച്ചുവരവ്, ഞങ്ങളിൽ പിതൃഭൂമിയായ ഇഥാക്ക കണ്ടതുപോലുള്ള ആനന്ദം ഉളവാക്കുന്നു, ദൈവത്തെപോലുള്ളവനെ! ഇനി ഞങ്ങളോട് പറയൂ, നമ്മുടെ മറ്റ് സ്നേഹിതന്മാർ എങ്ങനെയാണ് മരിച്ചത്?"

അവർക്ക് ആശ്വാസമേകും വിധം ഞാൻ മറുപടി നല്കി. "ഇല്ല; ആദ്യം നമുക്ക് കപ്പൽ കരയിലേക്ക് വലിച്ചുകയറ്റിയിടാം, പിന്നെ യന്ത്രസാമഗ്രികളും മറ്റും ഗുഹകളിൽ അടുക്കിവെക്കാം. അതിനുശേഷം നിങ്ങൾ എന്നോടൊപ്പം വന്ന് അവർ സെഴ്സിയുടെ പുണ്യഭവനത്തിൽ സദ്യ കഴിക്കുന്നത് കാണുക. അവർ വലിയ ആഡംബരത്തിലാണ്."

ഞാൻ പറഞ്ഞത് എല്ലാവരും വിശ്വസിച്ചു, എന്നാൽ യൂറിലോക്കസ് മാത്രം അത് മുഖവിലയ്ക്കെടുത്തില്ല. അവൻ മാറിനിന്നു; മറ്റുള്ളവരെ മാറ്റി നിർത്താനും ആഗ്രഹിച്ചു. അവൻ അവരെ ശക്തമായി ശകാരിച്ചു. പാവം വിഡ്ഢികൾ, അടുത്തതെന്താണ്? നിങ്ങൾക്ക് സെഴ്സിയുടെ വീട്ടിൽ പോയി, പന്നികളോ ചെന്നായകളോ സിംഹങ്ങളോ ആയി രൂപാന്തരപ്പെട്ട് അവരുടെ വീട്ടുകാവല്ക്കാരായി കഷ്ടപ്പെടണമെന്ന് ആഗ്രഹമുണ്ടോ? അപ്രകാരമാണ് നമ്മളിൽ ചിലർ നിർവ്വികാരനായ ഒഡീസ്സിയോടൊപ്പം സൈക്ലോപ്പ്സിന്റെ ഗുഹയിൽ പോയതും അവന് നമ്മളെ വധിക്കാൻ അവസരം കൊടുത്തതും! ഈ മനുഷ്യന്റെ അതിസാഹസികതയാണ് അവരെ കൊല്ലാൻ ഇടവരുത്തിയത്."

അവന്റെ വാക്കുകൾ എന്നെ വല്ലാതെ കുപിതനാക്കി. വാൾ വലിച്ചൂരി, ഒറ്റവെട്ടിന് അവന്റെ തല അറുത്തുവീഴ്ത്തി, നിലത്തിട്ടുരുട്ടാൻ എനിക്കു തോന്നി, അവൻ എന്റെ സഹോദരീ ഭർത്താവാണെങ്കിലും. എന്നാൽ മറ്റുള്ളവർ എന്നെ ആശ്വസിപ്പിച്ചുകൊണ്ട് പറഞ്ഞു. "ഞങ്ങൾ സെഴ്സിയുടെ പുണ്യഭവനത്തിലേക്ക് പോകാനായി അങ്ങയുടെ മാർഗ്ഗനിർദ്ദേശത്തിനായി കാത്തിരിക്കുന്നു. അയാളെ വേണമെങ്കിൽ അങ്ങേക്ക് കപ്പൽ സൂക്ഷിപ്പുകാരനായി ഇവിടെ വിടാം." അപ്രകാരം പറഞ്ഞു അവർ കടലിൽനിന്ന് പോന്നു. എന്നാലും യൂറിലോക്കസ് കപ്പലിൽ ഒറ്റയ്ക്ക് നിന്നില്ല, എന്റെ ക്രൂരമായ ശകാരം കേട്ട് വിറച്ചു കൊണ്ട് അവനും പിന്നാലെ വന്നു.

അതിനിടയിൽ എന്റെ കൂട്ടുകാർക്ക് കുളിക്കാനുള്ള സൗകര്യങ്ങൾ സെഴ്സി തന്റെ വീട്ടിൽ ഒരുക്കി. എല്ലാവർക്കും ഒലിവ് എണ്ണയും ഉടുപ്പും മേലങ്കിയും നല്കി. അങ്ങനെ അവർ നല്ല വസ്ത്രങ്ങൾ ധരിച്ച് വിഭവസമൃദ്ധമായ സദ്യ ആസ്വദിക്കുന്നതാണ് ഞങ്ങൾ കണ്ടത്. പരസ്പരം കണ്ട് തിരിച്ചറിഞ്ഞപ്പോൾ വീണ്ടും കണ്ണുനീർ ഒഴുക്കിക്കൊണ്ടവർ കരയാൻ തുടങ്ങി, ആ കരച്ചിൽ മുറികളിൽ മാറ്റൊലിക്കൊണ്ടു, ദേവി എന്റെ അടുത്ത് വന്ന് പറഞ്ഞു. "ലാർട്ടെസിന്റെ പുത്രാ ഇപ്രകാരം ദുഃഖിച്ച് കരഞ്ഞുകൊണ്ടിരിക്കാനനുവദിക്കില്ല. കടലിൽ നിങ്ങൾ എന്തുമാത്രം പീഡനം അനുഭവിച്ചെന്ന് തീർച്ചയായും ഞാൻ മനസ്സിലാക്കുന്നു. അതുപോലെ കരയിലെ ക്രൂരരായ മനുഷ്യർ നിങ്ങളോട് ചെയ്ത ദുഷ്പ്രവൃത്തികളും എനിക്കറിയാം. എന്നാൽ അതങ്ങനെ നില്ക്കട്ടെ. ഇപ്പോൾ നന്നായി തിന്നുകയും കുടിക്കുകയും ചെയ്യുക, ധീരത നിങ്ങളിലേക്ക് തിരിച്ചുവരട്ടെ. നിങ്ങളുടെ ഇഥാക്കയിലെ പൂർവ്വികഗൃഹങ്ങളിൽനിന്ന് വിട്ടുപോരുമ്പോൾ ഉണ്ടായിരുന്നതുപോലുള്ള കരുത്ത് നിങ്ങൾക്ക് ആർജ്ജിക്കാൻ കഴിയട്ടെ! തുടർച്ചയായ അലച്ചിൽ മൂലം നിങ്ങൾ എന്തുമാത്രം ക്ഷീണിതരും ദുർബ്ബല ഹൃദയരുമായി മാറിയെന്ന് നോക്കുക! സുദീർഘവും ഭീകരവുമായ വേദനകൾ നിങ്ങളെ സദ്യകൾക്കും ആഘോഷങ്ങൾക്കും താല്പര്യമില്ലാത്തവരാക്കിത്തീർത്തിരിക്കുന്നു!" ഞങ്ങളുടെ അന്തസ്സുള്ള മനസ്സ് അവളുടെ ഉപദേശം സ്വീകരിച്ചു. ഒരു വർഷം മുഴു

വൻ അവിടെ സസുഖം ഞങ്ങൾ താമസിച്ചു. അവളുടെ വിഭവസമൃദ്ധമായ ആഹാരവും സ്വാദിഷ്ടമായ വീഞ്ഞും കഴിച്ച് ആനനന്ദകരമായി ദിവസങ്ങൾ കടന്നുപോയി! ഒരുദിവസം എന്റെ അനുയായികൾ അടുത്തു വന്ന് പറഞ്ഞു. "പ്രഭോ അങ്ങ് സ്വന്തം ജന്മനാടിനെക്കുറിച്ച് ഓർക്കേണ്ട കാലമായി, വിധി അനുവദിക്കുമെങ്കിൽ അങ്ങ് പൂർവ്വികഭവനത്തിൽ ജീവനോടെ ചെന്നെത്തണം."

അവർ അപ്രകാരം പറഞ്ഞപ്പോൾ എന്റെ കുലീനത അവർ പറഞ്ഞത് അംഗീകരിച്ചു! അന്ന് അവസാനമായി ഞങ്ങൾ ഒന്നിച്ചിരുന്ന് സൂര്യൻ അസ്തമിക്കുന്നതുവരെ തിന്നും കുടിച്ചും ആനന്ദിച്ചു. രാത്രി ആയപ്പോൾ എല്ലാവരും ഹാളിൽ സുഖമായി കിടന്നുറങ്ങി. ഞാൻ സെഴ്സിയുടെ സുന്ദരമായ മെത്തയിൽ കയറിയിരുന്ന്, അവളുടെ കാൽമുട്ടുകൾ പിടിച്ച് വിനീതമായി അഭ്യർത്ഥിച്ചു. 'അല്ലയോ സെഴ്സി, നാട്ടിലേക്ക് തിരിച്ചുപോകാൻ എന്നെ സഹായിക്കാമെന്ന് ദേവി തന്ന വാഗ്ദാനം ഇപ്പോൾ നിറവേറ്റിത്തന്നാലും. ആ ചിന്തയിൽ എന്റേയും എന്റെ അനുയായികളുടെയും ഹൃദയങ്ങൾ വീർപ്പുമുട്ടുന്നു. അങ്ങയുടെ അസാന്നിദ്ധ്യത്തിൽ അവർ എന്റെ അടുത്തുവന്ന് അവരുടെ തിരിച്ചുപോകാനുള്ള മോഹം എന്നെ അറിയിച്ചു."

സുന്ദരിയായ ദേവത എനിക്ക് മറുപടി തന്നു. "ലാർട്ടസ്സിന്റെ പുത്രാ, സമർത്ഥനായ ഒഡീസ്സി, നങ്ങളുടെ ഇഷ്ടത്തിനെതിരായി നിങ്ങളെ എന്റെ വീട്ടിൽ നില്ക്കുവാൻ ഞാൻ നിർബ്ബന്ധിക്കില്ല. എന്നാൽ ഒരു കാര്യം മനസ്സിലാക്കുക, നിങ്ങളുടെ അടുത്ത യാത്ര ഒരു വിചിത്രമായ ലക്ഷ്യത്തിലേക്കായിരിക്കും. പാതാളലോകം വരെ പോകേണ്ടിവരും; പിന്നെ ഭീകരിയായ പെഴ്സി ഫോണിയുടെ വീട്ടിലേക്കും! തീബ്സിലെ ടീരിസിയാസിന്റെ ആത്മാവിനെകണ്ട് ഉപദേശം തേടണം. ആ അന്ധനായ പ്രവാചകൻ മാത്രം മൃതിയടഞ്ഞിട്ടും എല്ലാം അറിയുന്നവനായി നിലകൊള്ളും എന്നത് പെഴ്സിഫോണിയുടെ വിധികല്പനയാണ്. മറ്റെല്ലാ മൃതിയടഞ്ഞവരുടെയും ആത്മാക്കൾ നിഴലുകൾ ആണ്, വ്യർത്ഥമായി ഒഴുകിക്കൊണ്ടിരിക്കും."

അവൾ നിർത്തി: വീണ്ടും എന്റെ ഹൃദയം തകർന്നു. അവളുടെ മെത്തയിലിരുന്ന് ഞാൻ കരഞ്ഞു. വീണ്ടും പ്രഭാതം കാണാനുള്ള മോഹം എന്റെ ആത്മാവ് ഉപേക്ഷിച്ചു. ജീവനിലുള്ള ആശ വെടിഞ്ഞു. ഞാൻ സെഴ്സിയോട് ചോദിച്ചു. "അല്ലയോ സെഴ്സി, എന്നാൽ ഞങ്ങളെ ഈ വഴിയിലൂടെ ആർക്കാണ് നയിക്കാൻ കഴിയുക? ഇതുവരെ ഒറ്റ മനുഷ്യനും നമ്മുടെ കപ്പലിൽ പാതാളത്തിലെത്തിയിട്ടില്ല."

അപ്പോൾ ദേവി മറുപടി നല്കി. "കപ്പലിലെ പൈലറ്റിനെക്കുറിച്ചോർത്ത് നിങ്ങൾ വിഷമിക്കേണ്ട. പായ്മരം നാട്ടി, കാറ്റ് പായ ഉയർത്തി, ശാന്തനായി കപ്പലിൽ ഇരിക്കുക. വടക്കൻ കാറ്റ് നിങ്ങളെ അവിടെ എത്തിക്കും. സമുദ്രം കടന്നാൽ നിങ്ങൾ പെഴ്സിഫോണിയുടെ കടൽത്തീരത്തെത്തും. ഭയങ്കര പൊക്കമുള്ള പോപ്ലാർമരങ്ങളും വില്ലോവൃക്ഷങ്ങളും

നിറഞ്ഞതാണ് അവളുടെ തോപ്പ്. ചുഴികളുള്ള ആ കടൽ തീരത്ത് നിങ്ങളുടെ കപ്പൽ കെട്ടിയിടുക. പിന്നെ അവിടെനിന്ന് ഹെയ്ഡീന്റെ ഈറനണിഞ്ഞ ഗൃഹത്തിലേക്ക് പോകുക. അവിടെ പൈരിഫ്ളെഗിത്തോണും കോസിറ്റസും കൂടി ആക്കിരോണിലേക്ക് ഒഴുകുന്നു, ഒരു പാറയ്ക്കടുത്തുവെച്ച് ഗർജ്ജിക്കുന്ന ഈ രണ്ട് നദികൾ കൂട്ടിമുട്ടുന്നു. അവിടെ ശൂരനായ നിങ്ങൾ പുഴയോരത്തേക്കു ചെന്ന് ഒരു കുഴി കുഴിക്കുക- ഇതുപോലെ ഒരു ക്യൂബിറ്റ് സമചതുരം- മരിച്ചവർക്കെല്ലാം അതിൽ മധുനിവേദ്യം നടത്തണം. ആദ്യം പാലും തേനും- പിന്നെ മധുരമുള്ള വീഞ്ഞ്, അവസാനം വെള്ളം. അതിനു മീതെ എല്ലാവരും വെളുത്ത മുത്ത്- ബാർളി വിതറുക. അതിനുശേഷം മൃതിയടഞ്ഞവരോട് ആത്മാർത്ഥമായ ഉറക്കെ പ്രാർത്ഥിക്കുക. ഇഥാക്കയിൽ തിരിച്ചെത്തിയശേഷം നിങ്ങൾ സ്വന്തം വീട്ടിൽ ഏറ്റവും നല്ല തടിച്ചുകൊഴുത്ത ഒരു പശുവിനെ ഒരു ഹോമകുണ്ഡത്തിൽ അർപ്പിക്കുമെന്ന് പ്രതിജ്ഞചെയ്യുക. ടെറീസയസ്സിന്, പ്രത്യേകിച്ച് നിങ്ങളുടെ പക്കലുള്ള ഏറ്റവും നല്ല കറുത്ത കൊറ്റൻ ആടിനെ ബലിയർപ്പിക്കണം. അങ്ങിനെ പരേതാത്മാക്കളോട് പ്രാർത്ഥിച്ചശേഷം അവർക്കുവേണ്ടി ഒരു കോലാടിനെയും ഒരു കറുത്ത ചെമ്മരിയാടിനെയും ബലികൊടുക്കുക, നിങ്ങൾ അവയെ എറിബസ്സിനു നേരെ ചൂണ്ടി, ശിരസ്സ് പുഴയിലേക്ക് തിരിച്ച് നടക്കുക, പരേതാത്മാക്കൾ നിങ്ങളെ പിന്തുടരും. നിങ്ങൾ വാളുകൊണ്ട് വെട്ടിക്കൊന്ന് ആ രണ്ട് ചെമ്മരിയാടുകളെ നിങ്ങളുടെ ആളുകളോട് തൊലിയുരിച്ച് ഹോമിക്കുവാൻ ആജ്ഞാപിക്കുക. അതേസമയം എല്ലാവരും ദൈവങ്ങളേയും ഹേയ്ഡീസിനേയും പേഴ്സിഫോണിയേയും പ്രാർത്ഥിച്ചുകൊണ്ടിരിക്കുക. നിങ്ങൾ മൂർച്ചയുള്ള ആ വാൾ അരയിൽ നിന്നും ഊരിപ്പിടിച്ച് തയ്യാറായിരിക്കുക; കാര്യങ്ങൾ ടൈറീസിയസ്സിനോട് സംസാരിച്ച് തീരുന്നതുവരെ ആടി ഉലയുന്ന പ്രേതാത്മാക്കളെ രക്തം സ്പർശിക്കുന്നത് കർശനമായി തടയുക. അപ്പോൾ പ്രവാചകൻ നിങ്ങളുടെ അടുത്തേക്ക് വരും. ജനനേതാവേ, അദ്ദേഹം നിങ്ങളുടെ മാർഗ്ഗം വിവരിച്ചുതരും. അതിലെ പലഘട്ടങ്ങളും പറഞ്ഞുതരും. എങ്ങിനെ പാതാളത്തിലെത്താമെന്നും എങ്ങിനെ തിരിച്ചുവരാമെന്നും എല്ലാം."

അവൾ നിർത്തി. അരുണോദയമായി. ആ ദേവത തിളങ്ങുന്ന ഒരു നേർത്ത വെള്ള ഗൗൺ ധരിച്ചു, ശിരോവസ്ത്രം കൊണ്ട് തലമുടി മറച്ചു. എന്നെ ഷർട്ടും മേലങ്കിയും അണിയിപ്പിച്ചു. ഞാൻ വീട്ടിനുള്ളിലേക്ക്ചെന്ന് എന്റെ ആളുകളെ എഴുന്നേല്പിച്ച് മൃദുവായി പറഞ്ഞു. "ഇനി ശാന്തമായി കിടന്നുറങ്ങി സ്വപ്നം കാണേണ്ട. നമ്മൾക്ക് പോകാം. സെഴ്സി ദേവി എനിക്ക് വഴി പറഞ്ഞുതന്നിട്ടുണ്ട്." അവർ ധൈര്യത്തോടെ എഴുന്നേറ്റു വന്നു. എന്നിട്ടും എല്ലാവരേയും സുരക്ഷിതരായി പുറത്തുകൊണ്ടുവരാനെനിക്ക് കഴിഞ്ഞില്ല. ഞങ്ങൾക്കിടയിൽ ഏറ്റവും ഇളയവനായ എൽപെനർ അമിതമായി മദ്യപിച്ചിരുന്നതിനാൽ തണുപ്പ് കിട്ടാൻ വേണ്ടി മേല്ക്കൂരയിലാണ് കിടന്നുറങ്ങിയിരുന്നത്. മറ്റുള്ളവർ എഴുന്നേറ്റ് നടക്കുന്ന

കാലടി സ്വരം കേട്ടപ്പോൾ കോണിപ്പടിയിലൂടെ വരുന്നതിനുപകരം, സമയം ലാഭിക്കാനായി മേല്ക്കൂരയിൽ നിന്ന് താഴേക്ക് ചാടി! അവന്റെ കഴുത്തൊടിഞ്ഞു. തൽക്ഷണം അവന്റെ ആത്മാവ് പാതാളത്തിലേക്ക് പറന്നു!

ഞങ്ങൾ ഒന്നിച്ച് പുറത്തേക്ക് പോകവെ, ഞാനെന്റെ അനുയായികളോട് പറഞ്ഞു "നമ്മൾ നേരെ പ്രിയപ്പെട്ട സ്വന്തം നാട്ടിലേക്കാണ് പോകുന്നതെന്നാണോ നിങ്ങൾ കരുതുന്നത്? എന്നാൽ സെഴ്സി തികച്ചും വ്യത്യസ്തമായൊരു ചലനമാർഗ്ഗമാണ് പറഞ്ഞുതന്നിട്ടുള്ളത്, അത് നമ്മളെ ടൈറീസിയാസിന്റെ ആത്മാവിനെ അന്വേഷിക്കാനായി പാതാളത്തിലേക്കും ഭീകരയായ പേഴ്സിഫോണിയുടെ അടുക്കലേക്കും നയിക്കും." ആ വാർത്ത അവരുടെ ഹൃദയം തകർത്തു. അവർ അവിടെത്തന്നെ ഇരുന്ന് തങ്ങളുടെ തലമുടി പിടിച്ചുവലിച്ച് വിലപിച്ചു. എന്നാൽ അതുകൊണ്ടൊന്നും ഒരു ഗുണവുമുണ്ടായില്ല. അത്രയ്ക്ക് ദുഃഖത്തോടെ കണ്ണീരൊഴുക്കിക്കൊണ്ടാണ് ഞങ്ങൾ കടലിലേക്ക് നടന്നത്. അതിനിടയിൽ സെഴ്സി ഞങ്ങൾക്കു മുമ്പ് കപ്പലിലെത്തി, ഒരു കൊറ്റനാടിനേയും ഒരു കറുത്ത ചെമ്മരിയാടിനെയും അവിടെ കെട്ടിയിട്ടിരുന്നു!

പതിനൊന്ന്

ഒടുവിൽ കപ്പൽ കിടന്നിരുന്ന കടൽത്തീരത്ത് ഞങ്ങൾ എത്തി. ഉടനെ ഞങ്ങൾ കപ്പൽ കടലിൽ ഇറക്കി, പായ് മരം ഉയർത്തി, കാറ്റുപായ കെട്ടി, യാത്ര ആരംഭിച്ചു. ഞങ്ങളുടെ ഹൃദയം തകർന്നിരുന്നെങ്കിലും കണ്ണുനീർ പ്രവഹിച്ചിരുന്നെങ്കിലും ഞങ്ങൾ ആടുകളുടെ കാര്യം മറന്നിരുന്നില്ല. ഞങ്ങളുടെ കപ്പലിന് പിന്നിൽ അനുകൂലമായ കാറ്റ് അടിച്ചുകൊണ്ടിരുന്നു. ആ കാറ്റിന്, ഭയം തോന്നിപ്പിക്കുന്നവളാണെങ്കിലും കരുണാമയിയായ സെഴ്സിയോട് ഞങ്ങൾ കടപ്പെട്ടിട്ടുണ്ട്. ഓരോ മനുഷ്യനും ജോലി ഏല്പിച്ചശേഷം, കാറ്റ് ഞങ്ങളെ മുന്നോട്ടു നയിക്കുന്നതും നോക്കി ഇരിക്കുകയായിരുന്നു ഞങ്ങൾ. അഗാധമായ സമുദ്രം അതിവേഗം മുറിച്ചുകടന്ന്, ഞങ്ങൾ ഭൂമിയുടെ അറ്റത്തെത്തി. 'സിമെറിയൻ' മനുഷ്യരുടെ കാർമേഘവും മൂടൽമഞ്ഞും നിറഞ്ഞ സമുദ്രത്താൽ ചുറ്റപ്പെട്ട, സ്ഥലമാണത്. ഒരിക്കലും സൂര്യരശ്മി തട്ടാത്ത സ്ഥലം! അവിടെ സൂര്യോദയമോ, സൂര്യാസ്തമനമോ ഇല്ല. അനന്തവും മാരകവുമായ രാത്രി അവിടത്തെ വിഷാദരായ മനുഷ്യർക്കുമേൽ വ്യാപിച്ചിരിക്കുന്നു.

ആ കടൽക്കരയിൽ ഞങ്ങൾ കപ്പൽ അടുപ്പിച്ച് കെട്ടിയിട്ടു. പിന്നെ ആടുകളെയും കൂട്ടി സേഴ്സി പറഞ്ഞ സ്ഥലത്തേക്ക് നടന്നു. ഞാൻ അരയിൽ നിന്നും വാൾ ഊരിപ്പിടിച്ച് നിന്നു. ഒരു ക്യൂബിറ്റ് സ്മചതുരവും ഒരു ക്യൂബിറ്റ് ആഴവുമുള്ള ഒരു കുഴി ആ മണ്ണിൽ കുഴിച്ചു. പരേതാത്മാക്കൾക്കുവേണ്ടിയുള്ള ബലിദർപ്പണം അതിൽ നടത്തി. ആദ്യം തേനും പാലും പിന്നെ മധുരമുള്ള വീഞ്ഞ്, ഒടുവിൽ വെള്ളം. ഞാൻ അതിനുമീതെ തിളങ്ങുന്ന ബാർളി വിതറി. ഞാൻ ഇഥാക്കയിലെ എന്റെ കൊട്ടാ

രത്തിലെത്തിയാൽ കിട്ടാവുന്നതിൽ വെച്ച് ഏറ്റവും തടിച്ചുകൊഴുത്തൊരു കാളക്കുട്ടിയെ പരേതാത്മാക്കൾക്കായി ഹോമം ചെയ്യുമെന്നും പ്രാർത്ഥിച്ചു. അതേസമയം ടൈരേസിയസ്സിനായി ഞങ്ങളുടെ ആട്ടിൻ കൂട്ടത്തിലെ ഏറ്റവും നല്ല കറുത്തകൊറ്റനാടിനെ ഹോമിക്കുമെന്നും വാഗ്ദാനം ചെയ്തു.

അപ്രകാരം പ്രേതാത്മാക്കളോട് പ്രാർത്ഥിച്ചശേഷം ഞാൻ രണ്ട് ആടുകളേയും എടുത്ത് ആ കുഴിയിൽ കൊണ്ടുപോയി കഴുത്തറുത്തു. ചുടുചോര ആ കുഴിയിലേക്ക് ഒഴുക്കി. അപ്പോൾ എരിബസിൽനിന്ന് പ്രേതാത്മാക്കളുടെ കൂട്ടം എത്തി എന്റെ ചുറ്റും നിലയുറപ്പിച്ചു. മണവാട്ടികളും കുട്ടികളും വന്നു. വൃദ്ധന്മാർ, ശിശുക്കൾ, കുത്തേറ്റ് മരിച്ചപടയാളികൾ, രക്തക്കറയുള്ള ആയുധമേന്തിയ യുദ്ധത്തിന്റെ ഇരകൾ. എല്ലാവരും അസ്വസ്ഥരായി കുഴിയുടെ അരികിൽ തിങ്ങിക്കൂടി ഭയാനകമാം വിധം വിലപിച്ചു. ഞാൻ വല്ലാതെ പേടിച്ചുപോയി. ധൃതിയിൽ ഞാൻ മറ്റുള്ളവരെ വിളിച്ചു ഞാൻ വെട്ടിക്കൊന്ന ആടുകളെ തൊലിയുരിഞ്ഞ് തീയിൽ ഹോമിക്കാൻ പറഞ്ഞു. അവർ അതനുസരിച്ചു. ദൈവങ്ങളോടും ഹെയ്ഡീസിനോടും പഴ്സെഫോണിയോടും നിർത്താതെ മന്ത്രം ചൊല്ലിക്കൊണ്ടിരുന്നു. ഞാൻ ആ സമയമത്രയും വാളൂരിപ്പിടിച്ച് ആ കുഴിക്കുമീതെ ഇരിക്കുകയായിരുന്നു. ടൈരീസിയസ്സിൽനിന്നും എന്റെ ചോദ്യത്തിന് മറുപടി ലഭിക്കുന്നതുവരെ ഈ പ്രേതാത്മാക്കളെ ചോരക്കുഴിയിലേക്കടുക്കുന്നത് എനിക്ക് തടയണം.

എന്റെ അനുയായി എൽപനോറിന്റെ ആത്മാവിനെയാണ് ഞാൻ ആദ്യം അറിഞ്ഞത്, അവന്റെ മൃതശരീരം വേണ്ടരീതിയിൽ ഇനിയും മറവ് ചെയ്തിട്ടില്ലായിരുന്നു. ഞങ്ങൾ അവനെ മണ്ണിൽ മറവുചെയ്യാതെ സെഴ്സിയുടെ വീട്ടിൽ വിട്ടുപോരുകയാണുണ്ടായത്. മരണവിലാപം പോലും നടത്തിയിട്ടില്ല. ഞങ്ങൾക്കപ്പോൾ അത്യാവശ്യമായി ചെയ്തുതീർക്കേണ്ട പല പണികളുമുണ്ടായിരുന്നു. അവനെകണ്ടപ്പോൾ വല്ലാത്ത സങ്കടത്തോടെ ഞാൻ കരഞ്ഞു. “എൽപനോർ’ ഈ ഇരുണ്ട ലോകത്തേക്ക് നീ എങ്ങനെയാണ് വരാനിടയായത്? നിന്റെ പാദങ്ങൾ എന്റെ കപ്പലിനേക്കാൾ വേഗതയുള്ളതായിരുന്നല്ലോ.” അവൻ ഒരു നേരിയ കരച്ചിലോടെ മറുപടി നല്കി. “ലാർട്ടസിന്റെ പുത്രാ, ഒഡീസ്സി, ഏതോ ദൈവത്തിന്റെ കടുത്ത വിധിനിർണ്ണയം എന്റെ ഭാവി നശിപ്പിച്ചു, അതോടൊപ്പം എന്റെ അമിതമദ്യപാനവും കുടിച്ച് മത്തായി ഞാൻ സെഴ്സിയുടെ മേല്ക്കൂരയിൽ കിടന്നുറങ്ങി. ഉണർന്നപ്പോൾ മേല്ക്കൂരയിൽ നിന്നു ദീർഘമായ കോണിയിലൂടെ ഇറങ്ങി വരേണമോ എന്ന കാര്യത്തിൽ ഒരു ആശയക്കുഴപ്പമുണ്ടായി. അതിനുപകരം ഞാൻ പാരപ്പെറ്റിന് മുകളിലൂടെ താഴേക്ക് ചാടി കഴുത്തൊടിച്ചു. അങ്ങനെ എന്റെ ആത്മാവ് ഈ പാതാളത്തിലെത്തി. എന്നാലും എന്റെ പ്രഭോ, അങ്ങ് തിരിച്ച് നാട്ടിലേക്ക് പോകുമ്പോൾ എന്നെ ഓർക്കണമെന്ന് ഞാൻ അഭ്യർത്ഥിക്കുന്നു. നിങ്ങൾ ഈയിയാ വഴിക്കാണല്ലോ തിരിച്ചുപോകുക. പ്രഭോ എന്റെ മൃതശരീരം ആരാലും

വിലപിക്കപ്പെടാതെ വലിച്ചെറിയാനിടവരുത്തരുത്. അങ്ങയുടെ മേൽ ഞാൻ കാരണം ദൈവകോപം വരുത്തിവെക്കരുത്. എന്റെ മൃതദേഹം എന്റെ കവചത്തോടൊപ്പം തീയിൽ ദഹിപ്പിക്കുക, അത് ദഹിപ്പിച്ച സ്ഥലത്ത് ഒരു മണൽക്കുന്ന് എന്റെ സ്മാരകമായി ഉയർത്തിക്കുക. നിർഭാഗ്യവാനായ എന്റെ ഓർമ്മയ്ക്കായി കടലോരത്ത് അത് സ്ഥിതി ചെയ്യട്ടെ, എല്ലാ ശവദാഹകർമ്മങ്ങളും പൂർത്തീകരിച്ചാൽ ആ മണൽകുന്നിനുമേൽ ഞാൻ കൂട്ടുകാരോടൊപ്പം തുഴഞ്ഞിരുന്ന എന്റെ തുഴ ഉറപ്പിക്കുക."

അപ്രകാരം അവൻ പറഞ്ഞപ്പോൾ ഞാൻ അവനോടത് ചെയ്യാമെന്ന് വാഗ്ദാനം ചെയ്തു. "നിർഭാഗ്യവാനേ, ഇതെല്ലാം അതേപടി കൃത്യമായി ഞാൻ ചെയ്യിപ്പിക്കും. അങ്ങനെ ഞങ്ങൾ ഇരുവരും ദുഃഖങ്ങൾ പങ്കുവെച്ചുകൊണ്ട് അവിടെ ഇരുന്നു. ഞാൻ രക്തമുള്ള കുഴിക്കുമീതെ വാൾ ഊരിപ്പിടിച്ചും അതിനപ്പുറത്ത് സ്വന്തം കഥ പറഞ്ഞുകൊണ്ട് എന്റെ അനുയായിയുടെ പരേതാത്മാവും. അപ്പോൾ മൃതിയടഞ്ഞ എന്റെ അമ്മയുടെ ആത്മാവ് മുന്നോട്ടുവന്നു. ദയാലുവായ ഒട്ടോലെക്സിന്റെ പുത്രി ആന്റിക്ലിയ! വിശുദ്ധനഗരമായ ഇലിയോസിലേക്ക് ഞാൻ പുറപ്പെടുമ്പോൾ അവർ ജീവനോടെ ഇരുന്നതാണ്. അതുകൊണ്ട് ഇപ്പോൾ അവരെ കണ്ടപ്പോൾ അസഹ്യമായ വേദനയാൽ എന്റെ ഹൃദയം തകർന്നുപോയി. ഞാൻ പൊട്ടിക്കരഞ്ഞു. എന്നാലും രക്തം തൊടാനായി അടുത്തുവരുവാൻ ഞാനവരെ അനുവദിച്ചില്ല. കാരണം ടൈറിസിയാസ് എന്നോട് സംസാരിക്കുന്നതിനായി ഞാൻ കാത്തിരിക്കുകയായിരുന്നു. ഒടുവിൽ അവൻ വന്നു. തേബൻടൈരീസിയാസിന്റെ ആത്മാവ്; അവൻ സുവർണ്ണ ചെങ്കോൽ പിടിച്ചിരുന്നു. എന്നെ അവൻ തിരിച്ചറിഞ്ഞു. അവൻ എന്നോടു ചോദിച്ചു: "ദേവതുല്യനായ ഒഡീസ്സി, എന്താണ് കാര്യം? നിർഭാഗ്യവാനായ മനുഷ്യാ, ശോഭയുള്ള സൂര്യപ്രകാശം വിട്ട്, മരിച്ചവർ മാത്രമുള്ള ഈ നിരാനന്ദകരമായ സ്ഥലത്തേക്ക് എന്തിനാണ് വന്നത്? നീ ഭീഷണിപ്പെടുത്തുന്ന വാൾ ഉറയിലിട്ട് കുഴിയിൽ നിന്ന് മാറി നില്ക്കുക. ഞാൻ രക്തം പാനം ചെയ്തശേഷം നിന്നോട് ചില സത്യങ്ങൾ പറയാം." അദ്ദേഹം പറഞ്ഞതുകേട്ട് ഞാൻ പിന്നോക്കം മാറി നിന്നു. വാൾ ഉറയിലിട്ടു. ആ സമയം ആ പരേതാത്മാവ് കുഴിയിൽ നിന്നും ചോരകുടിച്ചു. അതിനുശേഷം കുറ്റമറ്റ ആ പ്രവാചകൻ പറയാൻ തുടങ്ങി.

"വീട്ടിലേക്ക് പോകുവാനായി സുഖകരമായൊരു മാർഗ്ഗം അന്വേഷിച്ചാണ് പ്രശസ്തനായ ഒഡീസ്സി, നീ ഇവിടെ വന്നിരിക്കുന്നത്. ഞാൻ പറയട്ടെ ദൈവം നിന്റെ മാർഗ്ഗം ക്ലേശകരമാക്കിത്തീർക്കും. ഭൂമി കുലുക്കുന്നവനിൽ നിന്ന് നിന്റെ മാർഗ്ഗം രഹസ്യമാക്കിവെക്കാൻ കഴിയില്ല. അവന്റെ പ്രിയപുത്രൻ സൈക്ലോപ്പ്സിനെ നീ അന്ധനാക്കിയതിൽ പൊസീഡന്റെ ഹൃദയം നിനക്കെതിരെ തിളച്ചു കൊണ്ടിരിക്കുകയാണ്. എന്നാലും എല്ലാവിധ പ്രതിബന്ധങ്ങൾ ഉണ്ടായിട്ടും നിനക്കതിൽ നിന്നെല്ലാം രക്ഷപ്പെട്ട്, ഇഥാക്കയിലെത്താനുള്ള അവസരം കൈവരും. നിനക്കും നിന്റെ അനുയായികൾക്കും ത്രിനാഷ്യാ ദ്വീപിൽ വെച്ച് അത്യാർത്തി നിയന്ത്രിക്കാൻ

കഴിഞ്ഞാൽ അത് സാധിക്കും. നിങ്ങളുടെ കപ്പലിന് പ്രക്ഷുബ്ദ്ധമായ കടലിൽ നിന്ന് അഭയം തേടി അവിടെ തങ്ങേണ്ടിവരും. അവിടത്തെ പുൽമേടുകളിൽ എല്ലാം കാണുന്ന നമ്മുടെ സൂര്യദേവൻ ഹീലിയോസിന്റെ കാളകളേയും അതിശയകരമായ ചെമ്മരിയാടുകളേയും കാണാം. നിങ്ങൾക്ക് തിരിച്ചുപോകാൻ ആഗ്രഹമുണ്ടെങ്കിൽ ഈ മൃഗങ്ങളെ ഉപദ്രവിക്കാതിരിക്കുക. എങ്കിൽ ഇഥാക്കയിലേക്കുള്ള നിങ്ങളുടെ തിരിച്ചുപോക്ക് ദുരിതപൂർണ്ണമായിട്ടാണെങ്കിലും പൂർത്തീകരിക്കാനാകും. അവയുമായി ഇടപെട്ടാലോ, നിങ്ങളുടെയും നിങ്ങളുടെ കപ്പലിന്റേയും സർവ്വനാശമായിരിക്കും ഫലം എന്നു ഞാൻ സാക്ഷ്യപ്പെടുത്തുന്നു. നീ ജീവനോടെ രക്ഷപ്പെട്ടേക്കാം. പക്ഷേ, വളരെ നാളുകൾക്കുശേഷം അപരിചിതരുടെ കപ്പലിൽ ആയിരിക്കും; ഏകാന്തവും ദുഃഖകരവുമായ അവസ്ഥ! നിന്റെ കൂട്ടുകാരെല്ലാം നഷ്ടപ്പെട്ട ശേഷം നീ മാത്രം രക്ഷപ്പെടും. അതേസമയം നിന്റെ വീട്ടിൽ വലിയ കുഴപ്പങ്ങൾ നിനക്കുവേണ്ടി കാത്തിരിക്കുകയായിരിക്കും. അവിടെ നിന്റെ സ്വത്തെല്ലാം ധൂർത്തടിച്ച് നശിപ്പിക്കുകയും ആഹാരപദാർത്ഥങ്ങളെല്ലാം തിന്ന് മുടിക്കുകയും ചെയ്ത് നിന്നെ ആരാധിച്ചുകഴിയുന്ന ഭാര്യയെ സ്വന്തമാക്കാൻ ആഗ്രഹിക്കുന്ന ആൾക്കൂട്ടത്തെ കാണാം. എന്നാലും നി വന്നെത്തിയാൽ അവരെ അടിച്ചമർത്താനും നശിപ്പിക്കുവാനും നിനക്ക് കഴിയും. ആ വിവാഹാർത്ഥികളെയെല്ലാം വധിച്ച ശേഷം നീ സ്വന്തം അഴകാർന്ന തുഴയുമായി യാത്ര പുറപ്പെടുക; അപ്പോൾ കടൽ എന്തെന്നറിയാത്തവരും ഭക്ഷണത്തിൽ ഉപ്പുചേർക്കാത്തവരുമായ ഒരു ജനതയുടെ അടുത്ത് നീ ചെന്നെത്തും. അവർക്ക് കപ്പലുകളെക്കുറിച്ചോ കപ്പലുകളുടെ ചിറകായ തുഴകളെക്കുറിച്ചോ ഒന്നുമറിയില്ല. നിനക്ക് തെറ്റാതിരിക്കാൻ വേണ്ടി ഞാനൊരടയാളം പറയാം. നീ അവിടെ എത്തുമ്പോൾ, ഒരു വഴിപോക്കൻ നിന്റെ കുറുകെ കടന്നുവന്ന് തോളിൽ വെച്ചിരിക്കുന്ന തുഴ പതിര് മാറ്റാനുള്ള പങ്കയാണെന്ന് പറയും. അപ്പോൾ തുഴ നിലത്ത് കുത്തിനിർത്തി തടിച്ച് കൊഴുത്ത മൃഗങ്ങളെ പൊസീഡൻ ദേവന് ബലി അർപ്പിക്കുക, ഒരു കൊറ്റൻ ആടും ഒരു കാളയും ഒരു പന്നിയും. അതിനുശേഷം പിന്തിരിയുക. വീട്ടിൽ എത്തി അനശ്വരദൈവങ്ങൾക്ക് ശതബലി നടത്തുക. ക്രമാനുസൃതം എല്ലാ ദൈവങ്ങൾക്കും ഒടുവിൽ സമുദ്രത്തിൽ നിന്ന് വളരെദൂരെ, വാർദ്ധക്യദിശയിൽ, സന്തുഷ്ടരായ ബന്ധുക്കൾക്കിടയിൽ ശാന്തനായി നീ മൃത്യു കൈവരിക്കും. ഞാൻ പ്രസ്താവിച്ച ഈ കാര്യങ്ങളെല്ലാം സത്യമാണ്."

അപ്രകാരം അദ്ദേഹം പ്രവചിച്ചപ്പോൾ ഞാൻ മറുപടി നല്കി "അല്ലയോ, ടൈരീസിയസ്, തീർച്ചയായും ദൈവം രൂപകല്പന ചെയ്ത് തുന്നിയെടുത്ത വിധിയുടെ ചരടുകളാണ് ഈ കാര്യങ്ങൾ. എന്നാലും മറ്റൊരു കാര്യം കൂടി എന്നോട് പറയൂ. എന്റെ മുന്നിൽ എന്റെ അമ്മയുടെ പരേതാത്മാവ് നില്ക്കുന്നു. നോക്കൂ അവിടെ രക്തക്കുഴിക്കടുത്ത് കുനിഞ്ഞു നില്ക്കുന്നു. എന്നെ നോക്കുകയോ, എന്നോട് സംസാരിക്കുകയോ ചെയ്യുന്നില്ല. എന്നോട് പറയു, രാജാവേ ഞാൻ അവരുടെ മകനാണെന്ന് എങ്ങിനെയാണവർ മനസ്സിലാക്കുക?"

അദ്ദേഹം മറുപടി നല്കി "നിന്റെ അറിവിനായി ഞാൻ ലളിതമായൊരു കാര്യം പറയാം. ഈ പ്രേതാത്മാക്കൾ ആരായാലും നിങ്ങൾ അവരെ രക്തത്തിനടുത്ത് വരാനനുവദിച്ചാൽ നിങ്ങളോട് സത്യം പറയും. ആരോടെല്ലാം നീ വൈമുഖ്യം കാണിക്കുന്നോ, അവരെല്ലാം തിരിച്ചുപോകും."

ടൈരീസിയസ് രാജാവിന്റെ ആത്മാവ് പ്രവചനം പറഞ്ഞവസാനിപ്പിച്ച് പാതാളത്തിലേക്ക് പോയി. എന്നാൽ ഞാൻ അവിടത്തന്നെ ദൃഢമായി നിലകൊണ്ടു. അപ്പോൾ അമ്മ മുന്നോട്ടു വന്ന് രക്തപാനം ചെയ്തു. ഉടനെ അവരെന്നെ തിരിച്ചറിഞ്ഞ് ഉറക്കെ വിലപിച്ചു.

"എന്റെ കുട്ടീ, ഈ നിഴലുകളുടെ ഇരുണ്ടലോകത്തേക്ക് നീ എന്തിനാണ് വന്നത്? ജീവിച്ചിരിക്കുന്നവർക്ക് ഈ വിസ്തൃതമായ നദികളും അതിലൂടെ പ്രവഹിക്കുന്ന ഭയാനകമായ വെള്ളവും കാണുന്നത് വേദനിപ്പിക്കുന്ന ദുഃഖാനുഭവങ്ങളാണ്. പ്രത്യേകിച്ച് ഈ സമുദ്രത്തിലെ പ്രളയം, മനുഷ്യർക്കതിലൂടെ നടന്നുപോകുക അസാദ്ധ്യമാണ്, നന്നായി നിർമ്മിക്കപ്പെട്ട കപ്പലിലൂടെ മാത്രമേ കടക്കാൻ കഴിയൂ. ഇപ്പോൾ ട്രോയിൽ നിന്നുള്ള മടക്കയാത്രയിലാണോ നീയും നിന്റെ ആളുകളും? അങ്ങനെയാണെങ്കിൽ ഇത്രയും കാലം ഇഥാക്കയിലെ സ്വന്തം വീട്ടിൽ ചെന്ന് നീ ഭാര്യയെ കണ്ടിട്ടുണ്ടാവില്ലല്ലോ."

അമ്മയോട് ഞാൻ മറുപടി കൊടുത്തു. "എന്റെ അമ്മേ, എനിക്ക് പാതാളത്തിലേക്ക് വരാതിരിക്കാൻ പറ്റില്ലായിരുന്നു. എനിക്ക് തീബൻ ടൈരീസിയസിന്റെ ആത്മാവുമായി കൂടിയാലോചിക്കേണ്ട ആവശ്യമുണ്ടായിരുന്നു. ഞാൻ ഇതുവരെ അക്കായിയായിൽ പോയിട്ടില്ല. സ്വന്തം ജന്മനാട്ടിൽ കാൽകുത്തിയിട്ടില്ല. മഹാനായ ആഗമെനനോടൊപ്പം ഇലിയോസിൽ ട്രോജന്മാരോട് പൊരുതാൻ പോയതു മുതൽ ഞാൻ വേദനയോടെ അലഞ്ഞു തിരിയുകയാണ്. എന്നാൽ എന്നോടിപ്പോൾ തുറന്നുപറയു. എന്ത് വിധിയാണ് അമ്മയെ മൃത്യുവിലേക്ക് നയിച്ചത്? അത് സാവധാനമുള്ള രോഗാക്രമണം മൂലമാണോ, അതോ വില്ലാളിയായ ആർടെമിസ് ദേവി അമ്മയെ ഒറ്റയടിക്ക് അമ്പെയ്ത് വീഴ്ത്തിയതാണോ? ഞാൻ വിട്ടുപോന്ന അച്ഛനെപ്പറ്റിയും, എന്റെ മോനെപ്പറ്റിയും പറയൂ. അവരുടെ മനസ്സിൽ ഞാൻ ജീവനോടെ കുടികൊള്ളുന്നുണ്ടോ, അതോ ഞാൻ തിരിച്ചെത്തില്ലെന്ന കിംവദന്തിയിൽ പെട്ടുപോയോ? പിന്നെ, എന്റെ ഭാര്യ - അവളുടെ മാനസികാവസ്ഥയും പെരുമാറ്റവും എങ്ങനെയാണ്? അവൾ അതേ രീതിയിൽ എല്ലാം കാത്ത് സൂക്ഷിച്ച്, മകനോടൊപ്പം എന്നെ കാത്തിരിക്കയാണോ, അതോ അവൾ ഏതെങ്കിലും അക്കായയൻ പ്രഭുവിനെ വിവാഹം കഴിച്ചോ?"

എന്റെ അമ്മ ആശ്ചര്യത്തോടെ പറഞ്ഞു "എന്ത്? അവൾ എന്നും ഏറ്റവും അനുസരണയുള്ളവളായി നിന്റെ വീട്ടിൽത്തന്നെ ഉണ്ട്. രാത്രികൾ അവളെ വല്ലാതെ വേദനിപ്പിക്കുന്നു. പകലുകൾ കണ്ണുനീരോടെ അവൾ തള്ളിനീക്കുന്നു. നിന്റെ സ്വത്തുക്കളും സ്ഥാനമാനങ്ങളുമൊന്നും

അന്യാധീനപ്പെട്ടിട്ടില്ല. ടെലെമാക്കസ് യാതൊരു മാറ്റവുമില്ലാതെ എസ്റ്റേറ്റുകൾ സംരക്ഷിക്കുന്നു. ആഘോഷവേളകളിൽ അവൻ പ്രഭുക്കന്മാർക്ക് സദ്യ നല്കുന്നു. എല്ലായിടത്തും അവർ ക്ഷണിക്കപ്പെടുന്നുണ്ട്. പിന്നെ അച്ഛന്റെ കാര്യം ഈയിടെയായി അദ്ദേഹം ഗ്രാമത്തിൽത്തന്നെയാണ് താമസം, പട്ടണത്തിലേക്ക് വരാറേയില്ല. വാർദ്ധക്യം അദ്ദേഹത്തിന്റെ ചിന്തകളെ തലതിരിക്കുന്നു. കട്ടിലോ, കിടക്കയോ പുതപ്പോ ഒന്നും ഉപയോഗിക്കാതെയാണ് കിടന്നുറങ്ങുന്നത്. ശീതകാലത്ത് വേലക്കാരെപ്പോലെ തീച്ചൂളയ്ക്കരികിൽ ചാരം നിറഞ്ഞ തറയിൽ ആണ് ശയിക്കുന്നത്. കീറിപ്പറിഞ്ഞ ഉടുപ്പുകളാണ് അദ്ദേഹത്തിന്റെ വേഷം. വേനൽക്കാലത്ത് ഉണങ്ങിയ മുന്തിരിയിലകൾ ചേർത്ത് മെത്തയാക്കി കഷ്ടപ്പെട്ട് അതിൽകിടന്ന്, നിന്റെ തിരിച്ചുവരവ് ഓർത്ത് ഹൃദയവേദനയോടെ നെടുവീർപ്പിട്ടുകൊണ്ടിരിക്കുന്നു. എന്റെ മരണം അത്തരത്തിലുള്ളതായിരുന്നു. ഒരു വില്ലാളിദേവതയും വീട്ടിൽ വന്ന് എന്നെ അമ്പെയ്ത് വീഴ്ത്തിയതല്ല. ഒരു രോഗവും എന്നെ ബാധിച്ചിരുന്നില്ല, ഏറക്കുറെ നിന്നെ കാണാനുള്ള മോഹം മൂലമായിരുന്നു അത്- നിന്റെ കൗശലമുള്ള മാർഗ്ഗങ്ങൾ, അല്ലയോ അത്ഭുതകരമായ ഒഡീസ്സി പിന്നെ നിന്റെ സ്നേഹം - അതെന്റെ മധുരമായ ജീവിതത്തെ എടുത്തു.

അമ്മ സംസാരം അവസാനിപ്പിച്ചു. എന്റെ ഹൃദയത്തിൽ ആ വാക്കുകൾ അലയടിക്കവെ, അമ്മയുടെ ആത്മാവിനെ ആലിംഗനം ചെയ്യാനുള്ള മോഹം എന്നിൽ ഉയർന്നു. മൂന്നുപ്രാവശ്യം ഞാൻ കൈകൾ നീട്ടി മുന്നോട്ടുചെന്നെങ്കിലും എന്റെ പിടിയിൽ നിന്നവർ ഒരു നിഴൽപോലെയോ സ്വപ്നംപോലെയോ വഴുതിപ്പോയി! എന്റെ ഹൃദയം കഠിനമായി വേദനിച്ചു; ഞാൻ കരഞ്ഞുകൊണ്ട് അമ്മയോട് പറഞ്ഞു "എന്റെ അമ്മേ സ്നേഹത്തോടെയുള്ള ഒരാളുടെ കരങ്ങൾ അങ്ങേക്ക് സഹിക്കാൻ കഴിയുന്നില്ലേ? ഈ പാതാളത്തിൽ പോലും? അല്ലെങ്കിൽ എന്റെ വേദനയുടെ കാഠിന്യം വർദ്ധിപ്പിക്കാൻ വേണ്ടി പേഴ്സെഫോണി അയച്ച മായാരൂപം മാത്രമാണോ അങ്ങ്?

എന്റെ അമ്മ വിലപിച്ചു: "കഷ്ടം എന്റെ ഹതഭാഗ്യനായ കുട്ടീ! സ്യൂസിന്റെ പുത്രിയായ പേഴ്സെഫോണിയുടെ പരിഹാസമൊന്നുമല്ല ഇത്; എല്ലാ മനുഷ്യരും മരിക്കുമ്പോഴത്തെ സ്ഥിതിയാണ്. ആത്മാവ് ശരീരത്തിൽ നിന്ന് അപ്രത്യക്ഷമാകുന്നു, അത് ചിറകിട്ടടിച്ച് ആകാശത്തേക്ക് പറന്നുപോകുന്നു, ഒരു സ്വപ്നം പോലെ അതുകൊണ്ട് നീ ഏറ്റവും വേഗത്തിൽ പകൽ വെളിച്ചത്തിലേക്ക് പോകുക, നിന്റെ ഭാര്യയോട് പറയാനായി ഇതെല്ലാം ഓർത്തുവെക്കുക."

ഞങ്ങൾ ഇരുവരും സംസാരിച്ചുകൊണ്ടിരിക്കവെ, മഹൽ വ്യക്തികളുടെ പുത്രിമാരും ഭാര്യമാരും ആയിരുന്നവരെ പെഴ്സെഫോണി ഞങ്ങളുടെ അടുത്തേക്കയച്ചു. അവർ കൂട്ടമായി വന്ന് രക്തക്കുഴിക്ക് ചുറ്റും തിക്കിത്തിരക്കിനിന്നു. എങ്ങനെയാണവരോട് ഒരുവാക്ക് സംസാരിക്കുക എന്ന് ആശ്ചര്യത്തോടെ ചിന്തിച്ച് നില്ക്കുകയായിരുന്നു ഞാൻ. വീണ്ടും

മൂർച്ചയുള്ള വാൾ ഊരിപ്പിടിച്ച് അവരെ ഒന്നിച്ച് രക്തം പാനം ചെയ്യാന നുവദിക്കാതെ വരിവരിയായി വരാൻ ഞാൻ അവരോട് ആവശ്യപ്പെട്ടു. അങ്ങനെ ഓരോരുത്തരോടും എനിക്ക് സംസാരിക്കാൻ പറ്റി.

"ആ സ്ത്രീകളുടെ ആത്മാവുകൾ പോയശേഷം ആട്രിയസ്സിന്റെ പുത്രൻ ആഗമെംനന്റെ ആത്മാവ് വിഷാദവാനായി പ്രത്യക്ഷപ്പെട്ടു. അദ്ദേ ഹത്തോടൊപ്പം ഈജിസ്തസിന്റെ വീട്ടിൽ കൊല്ലപ്പെട്ട അനുയായികളും ഉണ്ടായിരുന്നു. രക്തം പാനം ചെയ്ത ഉടനെ അദ്ദേഹം എന്നെ തിരിച്ചറി ഞ്ഞു. അദ്ദേഹം തേങ്ങിക്കരഞ്ഞു. കണ്ണുനീർച്ചാലുകൾ കവിളിലൂടെ ഒഴുകി. എന്നെ മാറോടണയ്ക്കാനായി അദ്ദേഹം കൈകൾ നീട്ടി. എന്നാൽ നിഷ്ഫലം! ഇത്രകണ്ട് എന്റെ ഹൃദയം ഇളകി, നിറഞ്ഞ കണ്ണുകളോടെ ഞാൻ വിലപിച്ചു. "ഏറ്റവും പ്രശസ്തനായ ആട്രൈഡ്സ്, ജനങ്ങളുടെ രാജാവേ, ഒടുവിൽ എങ്ങനെയാണ് മരണം അങ്ങയെ കീഴ്പ്പെടുത്തിയത്? പൊസീഡൺ തുടർച്ചയായി കൊടുങ്കാറ്റുകൾ ഉയർത്തി അങ്ങയുടെ കപ്പൽ കടലിൽ മുക്കിക്കളഞ്ഞുവോ? അതോ ശത്രുക്കൾ കടൽത്തീര ത്തുവെച്ച് അങ്ങയെ വെട്ടിവീഴ്ത്തിയോ?"

അദ്ദേഹം മറുപടി നല്കി. "ഒഡീസ്സി, പൊഡീസൻ എനിക്കെതിരെ വലിയ കൊടുങ്കാറ്റ് ഉയർത്തി എന്റെ കപ്പലുകൾ തകർത്തില്ല. ഏതെ ങ്കിലും കടൽത്തീരത്തുവെച്ച് ഒറ്റപ്രാകൃതനും എന്നെ വെട്ടിക്കൊന്നതു മില്ല. എന്റെ ശപിക്കപ്പെട്ട ഭാര്യയുടെ സഹായത്താൽ ചതിപ്രയോഗത്തി ലൂടെ ഈജിസ്തസ് എന്നെ കൊല്ലുകയായിരുന്നു! അവൻ എന്നെ സ്വന്തം വീട്ടിലേക്ക് സദ്യക്കായി ക്ഷണിച്ചു. ആഹാരം കഴിച്ചുകൊണ്ടിരിക്കവെ ഒരു കശാപ്പുകാരൻ കാളയെ വെട്ടിക്കൊല്ലുന്നതുപോലെ എന്നെ വെട്ടി വീഴ്ത്തി. അപകീർത്തിപരവും ദയനീയവുമായ മരണം! അവർ എന്റെ അനുയായികളെയും ഓരോരുത്തരെയായി, അതിഥിസൽക്കാരത്തിനായി പന്നികളെ വെട്ടിക്കൊല്ലുന്നതുപോലെ വെട്ടിവീഴ്ത്തി. സദ്യനടത്തിയിരുന്ന ഹാളിൽ രക്തം തളം കെട്ടി നിന്നു. പ്രിയാമിന്റെ പുത്രി കസ്സാൻ ട്രായുടെ മരണവിളിയായിരുന്നു ഏറ്റവും കഠോരമായി എന്നിലൂടെ കടന്നുപോയത്. അവളെ ക്ലിറ്റനേട്രാ എന്റെ മുന്നിലിട്ട് വെട്ടിക്കൊല്ലുകയായിരുന്നു. സത്യ മായും അവൾക്കുവേണ്ടി ഞാൻ കൈകൾ ഉയർത്തി. ഞാൻ വെട്ടേറ്റ് മരിച്ചുകൊണ്ടിരിക്കുകയായിരുന്നു. സ്വന്തം ഭർത്താവിനെ കൊല്ലാൻ കൂട്ടു നിന്ന എന്റെ ഭാര്യയെപ്പോലെ ക്രൂരയായ മറ്റൊരു സ്ത്രീയെ കാണാൻ കഴിയില്ല. എന്റെ കുട്ടികളേയും വീട്ടുകാരേയും ആഹ്ലാദപൂർവ്വം അഭി വാദ്യം ചെയ്യാനായി ആവേശത്തോടെയായിരുന്നു എന്റെ വരവ്. സ്ത്രീവർഗ്ഗത്തിന് മുഴുവൻ എന്നുമെന്നും അപഖ്യാതി വരുത്തിക്കൊണ്ടു ള്ളതായിരുന്നു അവളുടെ ഈ ദുഷ്കർമ്മം!"

അദ്ദേഹം പറഞ്ഞു നിർത്തി. ഞാൻ മറുപടി പറഞ്ഞു. "കഷ്ടം, എന്തൊരു ദുർഗ്ഗതിയാണ് എന്റേത്! തുടക്കം മുതൽ സ്ത്രീകളുടെ കലാ വിരുതിലൂടെ സ്യൂസ് ദേവൻ ആട്രിയസ് കുടുംബത്തിൽ ഭീകരത സൃഷ്ടി ക്കുകയായിരുന്നു. എത്ര വലിയ സൈന്യമാണ് ഹെലനുവേണ്ടി ജീവൻ

കളഞ്ഞത്, ഇപ്പോൾ ഈ ക്ലൈറ്റെംനാസ്ട്രാ നിങ്ങളുടെ മരണത്തിനുള്ള വല, നിങ്ങൾ ദൂരെ ആയിരുന്നപ്പോൾ നെയ്തെടുത്തു."

അദ്ദേഹം വീണ്ടും പറഞ്ഞു. "ഇനി മുതൽ നിന്റെ ഭാര്യയോട് ഒരിക്കലും വളരെ സൗമനസ്യത്തോടെ പെരുമാറരുത്, ഒഡീസ്സി, എന്ത് കാര്യവും പൂർണ്ണമായി അവളോട് പറയരുത്. ഭാഗികമായേ പറയാവൂ. ബാക്കി ഒളിച്ചുവെക്കണം, എന്തായാലും സ്വന്തം ഭാര്യയാൽ നിങ്ങൾ കൊല്ലപ്പെടാനിടവരരുത്. ഇക്കാരിയസ്സിന്റെ പ്രിയപുത്രി പെനെലോപ് വളരെ ജാഗരൂകയും അറിവുള്ളവളും ഒന്നാംതരം ഔചിത്യബോധമുള്ളവളുമാണ്. നമ്മൾ യുദ്ധത്തിനായി സ്ഥലം വിട്ടപ്പോൾ അവൾ ഒരു നവവധു ഒന്നുമായിരുന്നില്ലല്ലോ. അന്നവളുടെ മാറിൽ കിടന്നിരുന്ന കുഞ്ഞ് ഇപ്പോൾ യുവാവായിട്ടുണ്ടാകും. അച്ഛന്റെ തിരിച്ചുവരവ് കാണുവാനും അച്ഛനെ ആലിംഗനം ചെയ്യാനും കാത്തിരിക്കുന്ന സന്തോഷവാനായ ഒരു മകൻ. എന്റെ മകനെ കാണാൻ ക്ലൈറ്റം നാസ്ട്രാ എനിക്കവസരം തന്നില്ല. അവൻ എത്തുന്നതിനു മുമ്പ് അവളെന്നെ കൊന്നു; അവളുടെ നിയമാനുസൃതമായ ഭർത്താവിനെ കൊന്നു. നീ മനസ്സിൽ വെക്കാൻ വേണ്ടി ഞാൻ മറ്റ് ചിലത് കൂടി പറയാം. നീ സ്വന്തം കപ്പൽ രഹസ്യമായി മറച്ചുകൊണ്ട് നിന്റെ പ്രിയപ്പെട്ട ജന്മനാടിന്റെ തീരത്തെത്തിക്കുക. സ്ത്രീകളിൽ വിശ്വാസമർപ്പിക്കരുത്. അതിന് പകരം നീ എന്നോട് ചിലത് തുറന്ന് പറയുക. ഓർച്ചോമെനിസ്സിലോ, പൈലോസിലോ മെനെലോസിന്റെ സ്പാർട്ടയിലോ എന്റെ മകന്റെ പ്രവർത്തനങ്ങളെക്കുറിച്ച് നിങ്ങൾ എന്തെങ്കിലും കേട്ടിട്ടുണ്ടോ? ശ്രേഷ്ഠനായ ഓറെസ്റ്റസ് മരിച്ചിട്ടില്ല."

അദ്ദേഹത്തിന്റെ ചോദ്യത്തിന് ഞാൻ മറുപടി നല്കി. "ആട്രൈസ്ഡ് എന്തിനാണ് വാർത്തകൾക്കുവേണ്ടി എന്നെ വിഷമിപ്പിക്കുന്നത്? അവൻ ജീവിച്ചിരിപ്പുണ്ടോ മരിച്ചോ എന്നുപോലും എനിക്കറിയില്ല."

അങ്ങനെ വിലപിച്ചുകൊണ്ട് ദുഃഖകരമായ സംസാരത്തിൽ ഞങ്ങൾ ഏർപ്പെട്ടുകൊണ്ടിരിക്കവെ, പട്രോക്ലിസ്സിനോടും ആന്റിലോക്കസ്സിനോടുമൊപ്പം പെലിയസ്സിന്റെ പുത്രൻ അക്കിലസ്സിന്റെ പ്രേതാത്മാവ് വന്നു. ഡനാനുക്കളിൽ ഏറ്റവും അഴകാർന്ന ശരീരവും സുന്ദരവദനവുമുള്ള അയാസും എത്തി. അക്കീലസ്സിന്റെ ആത്മാവ് എന്നെ തിരിച്ചറിഞ്ഞു. അക്കിലാസ് വിഷാദത്തോടെ ചോദിച്ചു. "ലാർട്ടസ്സിന്റെ സമർത്ഥനായ പുത്രാ, ഒഡീസ്സി, നിർഭാഗ്യവാനായി ധീരാ! നീ ഈ പാതാളത്തിലേക്ക് മരിച്ചുപോയവരെ കാണാനായി ജീവനോടെ വന്നത് എന്ത് ഭ്രാന്തൻ സാഹസമാണ്?" വേദനയോടെയുള്ള അവന്റെ ചോദ്യത്തിന് ഞാൻ മറുപടി നല്കി. "അല്ലയോ അക്കിലസ്, പിലിയസ്സിന്റെ പുത്രാ, അക്കായിന്മാരിലെ ഏറ്റവും ധീരനായ യോദ്ധാവേ! അനിവാര്യമായ ഒരു കാര്യം മൂലമാണ് എനിക്കിവിടെ വരേണ്ടിവന്നത്. ഇഥാക്കയിലേക്ക് എങ്ങനെ കുഴപ്പങ്ങളൊന്നുമില്ലാതെ തിരിച്ചെത്താനാകും എന്ന് ടൈരീസിയസ്സിനോട് ചോദിച്ചറിയണം. ഇത്രയും കാലത്തിനിടയിൽ ഞാൻ അക്കായിയാക്കയ്ക്കടുത്തെത്തിയിട്ടില്ല. എന്റെ നാട് കണ്ടിട്ടുമില്ല. എല്ലായിടത്തും

ദൗർഭാഗ്യം എന്നെ വിടാതെ പിന്തുടരുന്നു. മനുഷ്യരിൽ വെച്ച് ഏറ്റവും സന്തോഷവാനായിരുന്ന നിന്നോട് ഞാൻ എന്തുമാത്രം അസൂയാലുവായിരുന്നെന്നോ, അക്കിലസ്! നിന്റെ കാലത്ത് ഞങ്ങൾ ആർഗൈവുകളെല്ലാം നിന്നെ ദൈവത്തെപ്പോലെ ആരാധിച്ചു. ഇവിടെ പാതാളത്തിലും നിന്നെ മൃതിയടഞ്ഞവർക്കിടയിലെ ഒരു രാജകുമാരനായാണ് ഞാൻ കാണുന്നത്. നിന്നെ സംബന്ധിച്ചിടത്തോളം മരണം ദുഃഖകരമായൊരു കാര്യമല്ല, അക്കിലസ്."

അവൻ എന്നെ പിടിച്ചുകൊണ്ട് പറഞ്ഞു. "എന്റെ മുന്നിൽ മരണം നിസ്സാരമാണെന്ന് പറയല്ലേ, ഉജ്ജ്വലനായ ഒഡീസ്സി. ഞാൻ ജീവൻ നിലനിർത്താൻ വേണ്ടി ആരുടേതായെങ്കിലും പാദസേവ ചെയ്ത് ഭൂമിയിൽ നികൃഷ്ടജീവിതം നയിച്ചിരുന്നില്ലെങ്കിലോ? ധീരരായി ജീവിച്ച് മരിച്ചവർക്ക് മൃതിയടഞ്ഞവർക്കിടയിലെ ഈ ജീവിതം രാജാധിരാജന്മാരുടേതിനേക്കാൾ ഭേദമാണ്. മതി- ഇനി എന്റെ ശ്രേഷ്ഠനായ മകനെപ്പറ്റി ഏതെങ്കിലും വിവരങ്ങൾ എനിക്ക് തരൂ. അവൻ എന്തെങ്കിലും യുദ്ധത്തിൽ പങ്കെടുത്ത് അവന്റെ നേതൃത്വപാടവം തെളിയിച്ചിട്ടുണ്ടോ? അതോ ഇനിയും അതുണ്ടായിട്ടില്ലേ? ശ്രേഷ്ഠനായ പീലിയസ്സിനെക്കുറിച്ചും പറയൂ. നീ കേട്ടിട്ടുണ്ടെങ്കിൽ- മിർമ്മിഡോണുകൾ ഇപ്പോഴും അദ്ദേഹത്തെ ആദരിക്കുന്നില്ലേ, അതോ പുച്ഛത്തോടെ ഹെല്ലാസിൽനിന്ന് ഫ്തിയായിലേക്കയച്ചുവോ; എന്തുകൊണ്ടെന്നാൽ പ്രായാധിക്യംമൂലം അദ്ദേഹത്തിന്റെ കൈയും കാലും ചുക്കിച്ചുളിഞ്ഞിരുന്നു. ഏറ്റവും ശക്തരായ ട്രോജൻകാരെ കൊന്നൊടുക്കി, ട്രോയ് സമതലത്തിൽ തക്കസമയത്ത് ആർഗൈവുകളെ തുണച്ച അതിശക്തനായ പ്രതിഭാശാലിക്ക് ഇനി പകൽ വെളിച്ചത്തിൽ നില്ക്കാൻ കഴിയില്ലല്ലോ. ഒരു നിമിഷനേരമെങ്കിലും എന്റെ പിതാവിന്റെ ഗൃഹത്തിൽ എനിക്ക് നില്ക്കാൻ കഴിഞ്ഞെങ്കിൽ! അദ്ദേഹത്തെ ശ്രേയസ്സിൽനിന്നും ബലമായി പുറത്തിറക്കിയവരോട് എന്റെ അളവറ്റ ശക്തിയും അജയ്യമായ കൈകളും പ്രയോഗിച്ചേനേ!"

ഞാൻ മറുപടി നല്കി. "ശ്രേഷ്ഠനായ പെലിയസ്സിനെ കുറിച്ച് ഞാൻ ഒന്നും കേട്ടിട്ടില്ല. എന്നാൽ നിന്റെ പ്രിയങ്കരനായ പുത്രൻ നിയോപ്ടോളിമസ്സിനെക്കുറിച്ച് നീ ആഗ്രഹിക്കുന്നതുപോലെ ഞാൻ എല്ലാവസ്തുതകളും നിന്നോട് പറയാം. എന്നോടൊപ്പം എന്റെ വലിയ കപ്പലിലാണ് ആയുധധാരികളായ അക്കായിയന്മാരോടൊപ്പം ചേരാനായി സ്കൈറോസിൽനിന്ന് അവൻ വന്നത്. ഞങ്ങൾ ഇടയ്ക്കിടെ ട്രോയ് നഗരത്തെക്കുറിച്ച് വാഗ്വാദങ്ങളും ചർച്ചകളും നടത്തുമായിരുന്നു. അവൻ പെട്ടെന്ന് കാര്യങ്ങൾ വ്യക്തമായി പ്രകടിപ്പിക്കും. കാര്യമാത്രപ്രസക്തമായിരുന്നു അവന്റെ അഭിപ്രായ പ്രകടനങ്ങൾ. ദേവതുല്യനായ നെസ്റ്ററും ഞാനും മാത്രമായിരുന്നു അവനോട് സംസാരിച്ചിരുന്ന രണ്ടുപേർ. ട്രോയ് മൈതാനത്ത് ഞങ്ങൾ അക്കായിയന്മാരുമായി യുദ്ധത്തിന് ചേർന്നപ്പോൾ അവൻ ജനക്കൂട്ടത്തിനുള്ളിൽ സമയം ചെലവഴിച്ചില്ല, എന്നാൽ ധീരതയോടെ പാഞ്ഞ് മുന്നേറുകയായിരുന്നു. മാരകമായ പോരാട്ടത്തിൽ അവൻ

അനേകം പേരെ വധിച്ചു. ആർഗൈവുകൾക്കുവേണ്ടി യുദ്ധം ചെയ്തു കൊണ്ടിരിക്കവെ അവൻ കൊന്നൊടുക്കിയ സേനാനായകന്മാരുടെ പേരു കൾ പോലും എനിക്ക് ഓർക്കാൻ കഴിയുന്നില്ല. ടെലിഫസിന്റെ ധീരനായ പുത്രൻ യൂറിപൈലസിനെ അവൻ വാളുകൊണ്ട് ഒറ്റവെട്ടിന് കൊന്നു. അവന് ചുറ്റുമുള്ള അനേകം പടയാളികളേയും വധിച്ചു. അതുതന്നെയാ യിരുന്നു മെനന്റെ വിധിയും! ഉഗ്രകോപത്തോടെ അവൻ കുന്തവും വാളും ഒരുപോലെ പ്രയോഗിച്ചു ട്രോജന്മാരെ തകർത്തുവിട്ടു. പ്രിയാമിന്റെ നഗരം ഞങ്ങൾ തകർത്തശേഷം കൊള്ളമുതലിന്റെ മുഴുവൻ പങ്കും എടുത്തു കൊണ്ട് ഒരു മുറിവും ഏല്ക്കാതെ അവൻ സ്ഥലം വിട്ടു. ശത്രുവിന്റെ കുന്തങ്ങളൊന്നും അവനിൽ പതിച്ചില്ല, വാൾപ്പയറ്റിൽ മുറിവൊന്നും പറ്റി യതുമില്ല." അവന്റെ പുത്രൻ പ്രശസ്തനായിരുന്നെന്ന് ഞാൻ പറഞ്ഞ തുകേട്ട് ഹർഷോന്മത്തനായി അക്കിലസ് നടന്നകന്നു.

മറ്റ് പരേതാത്മാക്കളും എന്റെ ചുറ്റുംനിന്ന് തങ്ങളുടെ പ്രിയപ്പെട്ടവരെ ക്കുറിച്ചുള്ള വിവരങ്ങൾ വിഷാദപൂർവ്വം ചോദിച്ചറിഞ്ഞു. ടെലെമോന്റെ പുത്രൻ അയാസ് മാത്രം താല്പര്യമില്ലാതെ മാറിനിന്നു. അവൻ ഇപ്പോഴും ജീവിച്ചിരിക്കുമ്പോൾ നടന്ന ഒരു സംഭവത്തെച്ചൊല്ലി എന്നോട് ദ്വേഷ്യ ത്തിലാണ്- അക്കിലസ്സിന്റെ ആയുധങ്ങളുടെ കാര്യത്തിൽ അയാ സിനെയല്ല എന്നെയാണെന്ന് പരിഗണിച്ചത്! അതുകൊണ്ട്, ഞാനവനോട് വളരെ സൗമ്യതയോടെ പറഞ്ഞു. "പ്രഭോ, അയാസ്, മഹാനായ ടെലെ മോന്റെ പുത്രാ, ആ നശിച്ച ആയുധങ്ങളുടെ പേരിൽ എന്നോടു നിന്റെ ദ്വേഷ്യം മരിച്ചിട്ടും മറക്കാൻ കഴിഞ്ഞില്ലേ? നിന്റെ മരണത്തിൽ ഞങ്ങൾ എന്തുമാത്രം വിലപിച്ചു! നിന്റെ മരണത്തോടെ ഒരു രക്ഷാസങ്കേതമാണ് നിലംപതിച്ചത്! ഞാൻ നിന്നോട് യാചിക്കുന്നു, രാജാവേ, ഞാൻ പറയു ന്നത് കേൾക്കാനായി അല്പം അടുത്ത് വരൂ കോപം അടക്കൂ." ഞാൻ ഇപ്രകാരം അപേക്ഷിച്ചിട്ടും അവൻ ഒരക്ഷരം മിണ്ടിയില്ല. മറ്റ് പ്രേതാ ത്മാക്കളോടൊപ്പം അവൻ സ്ഥലംവിട്ടു. എന്നാലും പിന്നീടെനിക്ക് അവ നോട് സംസാരിക്കാൻ പറ്റിയേനെ; പക്ഷേ, മറ്റ് പ്രേതാത്മാക്കളോട് സംസാരിക്കാനെന്റെ മനസ്സ് മോഹിക്കുകയായിരുന്നു."

അങ്ങനെ, സ്യൂസിന്റെ പുത്രൻ മിനോസ്, ഭീകരനായ ഒറിയൻ, ഭൂമി യുടെ പുത്രൻ ടൈറ്റിയസ്, ടാന്റലസ്, ഹിരാക്കിൾസ് എന്നിവരുടെ ആത്മാ വുകളെ ഞാൻ കണ്ടു സംസാരിച്ചു.

എനിക്ക് ദൈവപുത്രന്മാരായ തീസിയസിനെയോ പീറിത്തസി നേയോ കാണുവാൻ വലിയ ആഗ്രഹമുണ്ടായിരുന്നു. എന്നാൽ അവർ വരുന്നതിനുമുൻപ്, പതിനായിരം പ്രേതങ്ങൾ ക്രൂരമായ അട്ടഹാസങ്ങ ളോടെ എന്റെ അടുത്തേക്ക് വന്നു. ഞാൻ പേടിച്ച് വിളറി. കപ്പലിലേക്ക് പിന്തിരിഞ്ഞ് കൂട്ടുകാരോട് കപ്പൽ അഴിച്ചുവിടുവാൻ പറഞ്ഞു. അവർ പെട്ടെന്ന് കപ്പലിൽ കയറി. അനുകൂലമായ കാറ്റും ഒഴുക്കും ഞങ്ങളുടെ കപ്പലിനെ വേഗം മുന്നോട്ട് പായിച്ചു.

പന്ത്രണ്ട്

ഞങ്ങളുടെ കപ്പൽ ഇയിയാദ്വീപിലെത്തി. സൂര്യോദയത്തിന്റെ ദ്വീപാണത്. അതിന്റെ മുൻഗാമിയായ ഉഷസ്സിന്റെ വീടും നൃത്തമണ്ഡപവും അവിടെയുണ്ട്. അവിടത്തെ മണൽത്തിട്ടിൽ ഞങ്ങൾ കപ്പൽ കയറ്റി ഇട്ട ശേഷം കടൽത്തീരത്ത് നേരം പുലരുന്നതുവരെ ഉറങ്ങാൻ കിടന്നു. നേരം പുലർന്നപ്പോൾ ഞാൻ ഒരു സംഘത്തെ മൃതിയടഞ്ഞ എൻപിനോറിന്റെ ശരീരം കൊണ്ടുവരുവാനായി സെഴ്സിയുടെ വീട്ടിലേക്കയച്ചു. ഞങ്ങൾ വലിയ മരത്തടികൾ വെട്ടിക്കൊണ്ടുവന്ന്, ഏറ്റവും പൊക്കമുള്ള കരയിൽ ചിതകൂട്ടി മൃതദേഹം വിലാപത്തോടെ ദഹിപ്പിച്ചു. ശരീരവും കവചവും കത്തിക്കരിഞ്ഞശേഷം അതിനുമീതെ ഒരു കുന്നുണ്ടാക്കി. ആ കുന്നിനു മുകളിൽ ഒരു ശില വലിച്ചുകൊണ്ട് വന്ന് വെച്ചു. ആ ശിലയ്ക്കുമുന്നിൽ അവന്റെ തുഴയും ഉറപ്പിച്ചു. സെഴ്സി ഞങ്ങളെ സ്വീകരിക്കാനെത്തിയപ്പോൾ ഞങ്ങൾ തിരക്കിട്ട പണിയിൽ മുഴുകിയിരിക്കയായിരുന്നു. പാതാളത്തിൽനിന്നുള്ള ഞങ്ങളുടെ തിരിച്ചുവരവിന്റെ വിവരം അവളിൽ നിന്ന് മറച്ചുവെച്ചില്ല. അവളോടൊപ്പം വിഭവസമൃദ്ധമായ ഭക്ഷണവും ചുകന്ന വീഞ്ഞും കൈയിലേന്തിയ പരിചാരികമാർ ഉണ്ടായിരുന്നു. അവൾ ഞങ്ങൾക്കിടയിൽ നിന്നുകൊണ്ട് പറഞ്ഞു. "ജീവനോടെ പാതാളത്തിൽ പോകുക എന്നത് ഭയങ്കര ധീരകൃത്യം തന്നെ. അപ്പോൾ നിങ്ങൾ രണ്ട് പ്രാവശ്യം മരണത്തെ അഭിമുഖീകരിക്കും. എന്നാൽ മറ്റുള്ളവർ ഒരിക്കലേ മരിക്കുന്നുള്ളൂ. ഇന്നത്തെ ദിവസം മുഴുവൻ ഈ ദ്വീപിൽ എന്റെ ഭക്ഷണവും വീഞ്ഞും കഴിച്ചു വിശ്രമിക്കണമെന്ന് ഞാൻ അഭ്യർത്ഥിക്കുന്നു. നാളെ രാവിലെ നിങ്ങൾ യാത്ര പുറപ്പെടുകയാണെങ്കിൽ എനിക്ക് നിങ്ങളുടെ യാത്രയ്ക്കുള്ള മാർഗ്ഗരൂപരേഖ തയ്യാറാക്കിത്തരുവാൻ സമയം കിട്ടും; അങ്ങിനെ കടലിലോ കരയിലോ പ്രതികൂലവും അപ്രതീക്ഷിതവുമായ പീഡനങ്ങളിൽനിന്ന് നിങ്ങൾക്ക് രക്ഷപ്പെടാൻ കഴിയും." അവളുടെ ഉപദേശം ഞങ്ങൾക്ക് ബോദ്ധ്യപ്പെട്ടു. സൂര്യാസ്തമയം വരെ ഞങ്ങൾ തിന്നും കുടിച്ചും ആഘോഷിച്ചു; മാംസം സുഭിക്ഷമായിരുന്നു; വീഞ്ഞ് ഒന്നാംതരം! രാത്രി ആയപ്പോൾ മറ്റുള്ളവർ, കപ്പൽ വലിച്ചുകെട്ടിയ കയറിനടിയിൽ നീണ്ടു നിവർന്നുകിടന്ന് ഉറക്കമായി. എന്നാൽ സെഴ്സി ദേവി എന്റെ സുഹൃത്തുക്കളിൽ നിന്നും എന്നെ മാറ്റി അവളുടെ അടുത്ത് ഇരുത്തി. ഞങ്ങളുടെ കഥ സംഭവിച്ചതുപോലെ അവളോട് പറയാനായി ആവശ്യപ്പെട്ടു. അത് കേട്ടശേഷം അവൾ പറഞ്ഞു.

"ഇതുവരെ എല്ലാം ഭംഗിയായി നടന്നു. ഇനി ഞാൻ പറയുന്നത് ശ്രദ്ധിച്ചു കേൾക്കുക. ദൈവം സ്വയം അത് നിന്റെ ഓർമ്മയിൽ ഉദ്ദീപിപ്പിക്കും. അടുത്തതായി നിങ്ങൾ കടന്നുപോകുന്നത് സൈറന്മാരുടെ നാട് ആയിരിക്കും. അതിനടുത്തെത്തുന്ന എല്ലാ മർത്ത്യരുടെയും ബുദ്ധി ഈ സൈറന്മാർ മയക്കിയെടുക്കും. അറിയാതെ ഒരു മനുഷ്യൻ ആ സൈറന്മാരുടെ ശബ്ദം കേട്ടാൽ, അവൻ പിന്നെ ഒരിക്കലും കടലിൽനിന്ന് തിരി

ച്ചെത്തുന്ന അവനെ ആഹ്ലാദത്തോടെ സ്വീകരിക്കാനെത്തുന്ന ഭാര്യയേയും മക്കളേയും കാണില്ല! സൈറന്മാരുടെ പുളകം കൊള്ളിക്കുന്ന ഗാനം അവന്റെ ജീവിതത്തെ കവർന്നെടുക്കും. ഒരു ചതുപ്പു നിലത്തിരുന്നു കൊണ്ടാണവർ പാടുന്നത്. പൊടിഞ്ഞുകൊണ്ടിരിക്കുന്ന അസ്ഥികൂടകൂമ്പാരങ്ങൾക്ക് ഇടയിലാണാ ചതുപ്പു നിലം സ്ഥിതി ചെയ്യുന്നത്. അതു കൊണ്ട്, അവരെ വേഗം മറികടന്ന് പോകുക. അത് വിജയകരമായി നടത്തണമെങ്കിൽ നിങ്ങളുടെ അനുയായികളുടെ ചെവിയിൽ ശബ്ദം കേൾക്കാത്തവിധം മെഴുകു തിരുകികയറ്റുക. നിങ്ങൾക്ക് ഒരുപക്ഷേ,. അവരുടെ പാട്ടുകേൾക്കണമെന്ന് ആഗ്രഹമുണ്ടാകും; എങ്കിൽ നിങ്ങളുടെ കൈകാലുകൾ പാമരത്തോട് ചേർത്ത് കെട്ടിയിടുവാൻ നിങ്ങളുടെ അനുയായികൾക്ക് ഉത്തരവ് കൊടുക്കണം. ഇതു കൂടി ഉറപ്പുവരുത്തുക, നിങ്ങൾ കെട്ടഴിച്ചുവിടാനായി അനുയായികളോട് ആജ്ഞാപിക്കുകയോ അഭ്യർത്ഥിക്കുയോ ചെയ്താൽ, അവരുടെ കർത്തവ്യം നിങ്ങളെ കൂടുതൽ മുറുക്കി കെട്ടിയിടുകയാണെന്ന്! ആ വിധത്തിൽ നിങ്ങൾക്ക് സൈറന്മാരുടെ സംഗീതം സുരക്ഷിതനായി ആസ്വദിക്കാൻ കഴിയും. ഈ സഹോദരിമാരിൽനിന്നും ദൂരേക്ക് നിങ്ങളുടെ നാവികർ കപ്പൽ തുഴഞ്ഞുകൊണ്ടുപോയാൽ, നിങ്ങൾ ഒരുവഴിത്തിരിവിലെത്തും; അപ്പോൾ എങ്ങോട്ട് ചുക്കാൻ തിരിക്കണമെന്ന് ഞാൻ പറയുന്നില്ല; സംഭവസ്ഥലത്ത് തീരുമാനം നിങ്ങളുടേതാണ്. ഇതര മാർഗ്ഗങ്ങൾ കേൾക്കുക-

"ഒരു വശത്ത് കിഴുക്കാംതൂക്കായ പാറക്കൂട്ടങ്ങളാണ്. കറുത്ത കണ്ണുകളുള്ള ആംഫിട്രൈറ്റിന്റെ ഭീകരമായ തിരകൾ അലർച്ചയോടെ ആ പാറകളിൽ പൊട്ടിത്തകരുന്നു. അനുഗൃഹീതരായ ദേവന്മാർ ആ പാറക്കൂട്ടത്തെ സൂറിസ് എന്ന് വിളിക്കുന്നു. അവർക്കിടയിൽ നിന്ന് ഒരു പക്ഷി പോലും മുറിവേല്ക്കാതെ രക്ഷപ്പെടാറില്ല; ഇല്ല സ്യൂസ് ദേവനുവേണ്ടി അമൃത് കൊണ്ടുവരുന്ന അദ്ദേഹത്തിന്റെ പ്രാവിന് പോലും. ഓരോ തവണയും ഈ പാറക്കൂട്ടം ഏതെങ്കിലും ഒരു പ്രാവിന്റെ പ്രാണൻ അപഹരിക്കാറുണ്ട്. അപ്പോൾ ആ ജോലിക്കായി ഒന്നിനെ കൂടി സ്യൂസ് ദേവൻ അയയ്ക്കുന്നു. ഒരു കപ്പലിൽ ആളുകൾ അങ്ങോട്ട് പോകുകയാണെന്ന് കരുതുക, അത് തകർക്കപ്പെട്ടതുതന്നെ! തിരമാലകളിൽ ചിതറിക്കിടക്കുന്ന പലകകളും നാവികരുടെ മൃതദേഹങ്ങളും ഇടിമിന്നലിൽ കാണാനാകും. കടലിലെ ഒരേ ഒരു കപ്പൽ മാത്രമേ ഇതിലൂടെ സുരക്ഷിതമായി കടന്നു പോയിട്ടുള്ളൂ. ലോകപ്രശസ്തിയാർജ്ജിച്ച ആർഗോ ആയിരുന്നു അത്. ഈറ്റിസിൽ നിന്ന് വന്നിരുന്ന ആ കപ്പൽ മറ്റുള്ളവയെപ്പോലെ പാറക്കൂട്ടത്തിലിടിച്ച് പെട്ടെന്ന് തകർന്ന് തരിപ്പണമായേനെ! എന്നാൽ, ഹീരാദേവി അതിനെ അപായമൊന്നും കൂടാതെ കടത്തിവിട്ടു; കാരണം, ജേസൻ അവളുടെ സുഹൃത്തായിരുന്നു.

അതിന്റെ മറുവശത്ത് രണ്ട് വലിയ കടുംതൂക്കായ പാറക്കൂട്ടങ്ങളാണ്. ഒന്നിന്റെ ശിഖരം ആകാശത്തെ തുളച്ച് മുകളിലേക്ക് പോകുന്നു. അതൊരിക്കലും മാറാത്ത കാർമേഘത്തൊപ്പി ധരിച്ചിരിക്കും. അതുകൊണ്ട് വേന

ലിലോ ശരത്ക്കാലത്തോപോലും ആ ശിഖരത്തിൽ തെളിഞ്ഞ വെളിച്ചം ഉണ്ടാകാറില്ല. ഒരു മനുഷ്യനും അതിന്റെ ഉയരം അളക്കാൻ കഴിഞ്ഞിട്ടില്ല. അവിടെ കാല് കുത്തിയിട്ടുമില്ല. കാരണം അതിന്റെ വശങ്ങൾ ഭംഗിയായി പോളിഷ് ചെയ്ത കല്ലുകൾ പോലെയാണ്. പാതിദൂരം മുകളിലെത്തിയാൽ അതിന്റെ പടിഞ്ഞാറ് വശം പാതാളഭൂമിയായ എരിബസിനെ അഭിമുഖീകരിക്കുന്ന ഒരു ഇരുളടഞ്ഞ ഗുഹ കാണാം. ശ്രേഷ്ഠനായ ഒഡീസ്സി, നീ അതുവഴി കപ്പൽ തിരിച്ചുവിടുക. ആ അഗാധമായ ഗുഹയിലേക്ക് കപ്പലിൽനിന്ന് അമ്പ് തൊടുത്തുവിടാൻ ശക്തിയുള്ള ഒരു വില്ലാളി ഇതുവരെ ജനിച്ചിട്ടില്ല. ആ ഗുഹയ്ക്കുള്ളിൽ ആണ് ഭീകരമായി ആക്രോശിക്കുന്ന സില്ല വസിക്കുന്നത്. പുതുതായി ജനിച്ചുവീണ ഒരു പട്ടിക്കുഞ്ഞിനെപ്പോലെയാണതിന്റെ കുര, എങ്കിലും അതൊരു ബീഭത്സമായ ജന്തുവാണ്! ഒരു ദൈവംപോലും അവൾക്ക് മുന്നിലൂടെ കടന്നുപോകാനിടയായാൽ ഞെട്ടലോടുകൂടിയല്ലാതെ അവളെ നോക്കാനാവില്ല! അവൾക്ക് പന്ത്രണ്ട് പരന്ന പാദങ്ങളും ആറ് മെലിഞ്ഞ് ശുഷ്കിച്ച കഴുത്തുകളുമാണുള്ളത്. ഓരോ കഴുത്തിലും ഓരോ വൃത്തികെട്ട ശിരസ്സുണ്ട്. വായിൽ മൂന്നുവരി കറുത്തുനീണ്ട് കൂർത്ത പല്ലുകൾ! അവളുടെ ശരീരത്തിന്റെ അരക്കെട്ടു വരെയുള്ള ഭാഗം എപ്പോഴും ഗുഹയ്ക്കുള്ളിലായിരിക്കും. അവളുടെ തല എപ്പോഴും ഡോൾഫിനുകളേയും മറ്റ് വലിയ മീനുകളേയും വേട്ടയാടാനായി ആട്ടിക്കൊണ്ടിരിക്കും. കപ്പലിൽ വരുന്ന ഓരോ മനുഷ്യരേയും അവളുടെ ഓരോ തലകൊണ്ട് കടിച്ചെടുക്കുന്നതിൽ അവൾ ഒരിക്കലും പരാജയപ്പെട്ടിട്ടില്ല. അവളിൽനിന്ന് വഴുതി മാറിയെന്ന് ഒറ്റ നാവികനും വീരവാദം മുഴക്കാൻ കഴിയില്ല.

ഇതിനടുത്ത് പൊക്കംകുറഞ്ഞ ഒരു കടുംതൂക്കായ പാറ നിങ്ങൾക്ക് കാണാൻ കഴിയും. ഒഡീസ്സി, വളരെ അടുത്ത് ഒരു വിളിപ്പാടകലെ മാത്രം. അതിലെ കാട്ട് ഫിഗ്മരം ശ്രദ്ധിക്കുക. വർണ്ണശബളമായ ഇലകൾ കൊണ്ട് അലംകൃതമാണത്. അതിനു താഴെ കരിബ്ഡീസ് സമുദ്രജലം വലിച്ച് കുടിക്കുന്നു. ദിവസം മൂന്നുപ്രാവശ്യം അവൾ വെള്ളം വലിച്ച് കുടിക്കുകയും മൂന്നുപ്രാവശ്യം അത് ഛർദ്ദിച്ച് കളയുകയും ചെയ്യുന്നു. ഭയാനകമായൊരു കാഴ്ച! അവൾ വെള്ളം വലിച്ച് കുടിക്കുമ്പോൾ നിങ്ങൾ അവിടെ ഉണ്ടാകാതിരിക്കാൻ ശ്രദ്ധിക്കണം! അപ്പോൾ നിങ്ങളെ മരണത്തിൽനിന്ന് രക്ഷിക്കുവാൻ ഒരു ശക്തിക്കും കഴിയുകയില്ല, ഭൂമി കുലുക്കുന്നവന് പോലും! നേരെ സില്ലായുടെ പാറയ്ക്കുനേരെ തിരിയുന്നതാണ് ഭേദം. ആ വഴി മുറുകെ പിടിച്ച് വേഗം പായുക. എല്ലാ മനുഷ്യരും നശിക്കുന്നതിനേക്കാൾ നല്ലത് ആ ജനക്കൂട്ടത്തിൽനിന്ന് ആറുപേർ മരിക്കുന്നതാണ്." അവൾ ഒന്ന് നിർത്തിയപ്പോൾ ഞാൻ ഇടക്കുകയറി ചോദിച്ചു. "ദേവി, ഞാൻ ഒരു ലളിതമായ കാര്യം ചോദിച്ചോട്ടെ,. ഭീകരിയായ കരിബ്ഡിസിനെ ഒഴിവാക്കിയശേഷം സില്ലിയോട് പൊരുതി എന്റെ മനുഷ്യരെ അവരുടെ ഉപദ്രവത്തിൽനിന്നും രക്ഷിച്ചാലോ?" ''സാഹസികനായ നിർഭാഗ്യവാനേ!" ദേവി ഒച്ചവെച്ചു "എങ്ങനെയാണ് നിങ്ങൾ ഉടനെ പോരാട്ട

ത്തെക്കുറിച്ച് ചിന്തിക്കുന്നത്? ദൈവങ്ങളെയും നിങ്ങൾ ഒഴിവാക്കില്ലേ? ഞാൻ പറയട്ടെ, പൊരുതി തോല്പിക്കാനായി സില്ലാ മരണമുള്ളവളല്ല, അനശ്വരയാണവൾ, നിർദ്ദയയും, ക്രൂരയും, പൈശാചികയും അജയ്യയു മായവൾ. അവളിൽനിന്ന് ഓടി രക്ഷപ്പെടുന്നതാണ് ധീരോദാത്തത. നിങ്ങൾ അവളുടെ പാറയ്ക്ക് കീഴിൽനിന്ന് അവളോട് പോരാടാൻ തയ്യാ റെടുത്താൽ അവൾ നിങ്ങൾക്കുനേരെ ശിരസ്സുകൾ നീട്ടി ഓരോന്നിലും ഓരോരുത്തനെ എടുത്ത് വിഴുങ്ങും. നിനക്ക് ഏറ്റവും നല്ല ഉപാധി അതി വേഗം കടന്നുപോകുക എന്നതാണ്. അപ്പോൾ സില്ലായുടെ തള്ളയായ ക്രറ്റായിസിനെ ധ്യാനിക്കുക. അവളാണ് മനുഷ്യവർഗ്ഗത്തിന്റെ ശാപമായ ഈ പിശാചിന് ജന്മം നല്കിയത്. ക്രിറ്റാസിനെ വിളിച്ചാൽ സില്ലാ രണ്ടാ മതൊരു സാഹസികത്തിന് മുതിരില്ല.

അതിനുശേഷം നിങ്ങൾ ത്രിനേഷ്യാ ദ്വീപിൽ എത്തും. സൂര്യന്റെ കന്നുകാലികളും ചെമ്മരിയാടുകളും മേയുന്ന മൈതാനം അവിടെയാ ണുള്ളത്. അനേകം കന്നുകാലിക്കൂട്ടങ്ങളും ചെമ്മരിയാട്ടിൻ കൂട്ടങ്ങളും ഇവിടെ ഉണ്ട്. ഇവ പ്രസവിക്കുന്നില്ല. മരിക്കുന്നുമില്ല. ഫെയിത്തൂസാ ലാബറ്റി എന്നീ ദേവതകളാണവയെ മേയ്ക്കുന്നത്. അവരുടെ ദേവത യായ അമ്മ, കുഞ്ഞുങ്ങളുടെ മുലകുടി മാറിയശേഷം അവരെ ഈ ത്രിനേ ഷ്യൻ ദ്വീപിലേക്ക് അവരുടെ അച്ഛന്റെ ആടുമാടുകളെ മേയ്ക്കാനായി വിട്ടു. നിങ്ങൾക്ക് നാട്ടിൽ തിരിച്ചെത്തണമെന്ന് വിചാരമുണ്ടെങ്കിൽ ഈ മൃഗങ്ങളെ ഉപദ്രവിക്കരുത്; എങ്കിൽ ഭയങ്കര ദുരിതങ്ങളും കഷ്ടപ്പാടുകളും അനുഭവിച്ചാണെങ്കിലും ഒടുവിൽ നിങ്ങൾ ഇഥാക്കയിലെത്തിച്ചേരും. എന്നാൽ, നിങ്ങൾ അവയെ ഉപദ്രവിച്ചാൽ നിങ്ങളുടെ കപ്പലും ആളു കളും തീർച്ചയായും നശിച്ചുപോകുമെന്ന് ഞാൻ സത്യസന്ധമായി പ്രവ ചിക്കുന്നു. നിങ്ങൾ സ്വയം രക്ഷപ്പെട്ടേക്കാം. എന്നാൽ മടക്കയാത്ര ദയ നീയവും മന്ദഗതിയിലുമായിരിക്കും. നിങ്ങളുടെ സംഘം മുഴുവൻ ഉന്മൂലനം ചെയ്യപ്പെടും."

സെഴ്സിയുടെ സംഭാഷണം അവസാനിച്ചപ്പോഴേക്കും നേരം പുലർന്നു. ദേവി ദ്വീപിലേക്ക് തിരിച്ചുപോയി; ഞാൻ കപ്പലിലെത്തി കപ്പൽ കെട്ടിയിട്ടിരുന്ന കയറുകളെല്ലാം അഴിച്ചുമാറ്റുവാനായി നാവികരോട് ആശ്യ പ്പെട്ടു. അവർ അപ്രകാരം കയറുകൾ അഴിച്ചശേഷം തങ്ങളുടെ ഇരിപ്പിട ങ്ങളിൽ വന്നിരുന്ന് കപ്പൽ തുഴയാൻ തുടങ്ങി. ഞങ്ങളുടെ കപ്പലിനു പിന്നാലെ സെഴ്സി അനുകൂലമായ കാറ്റ് വിട്ടു. ഞങ്ങളുടെ കാറ്റുപാ യയെ അത് വീർപ്പിച്ചു, തുഴയുടെ സഹായമില്ലാതെത്തന്നെ സുഗമമായ കടൽ യാത്ര തുടർന്നു, പിന്നെ ഞങ്ങൾ സ്വസ്ഥരായി ഇരിപ്പുറപ്പിച്ചു.

അല്പസമയത്തിനുശേഷം ഞാനെന്റെ ആളുകളോട് ഗൗരവ ത്തോടെ ചിലകാര്യങ്ങൾ സംസാരിച്ചു. "സുഹൃത്തുക്കളെ, സെഴ്സി ദേവി എന്നോട് വെളിപ്പെടുത്തിയ ചിലകാര്യങ്ങൾ ഞാൻ എന്നിലോ ഒന്നോ രണ്ടോ പേരിലോ മാത്രം ഒതുക്കി നിർത്താൻ ആഗ്രഹിക്കുന്നില്ല. ഞാൻ നിങ്ങളെ എല്ലാവരേയും അത് അറിയിക്കാൻ പോകുകയാണ്. നമ്മൾ

മരിക്കയാണെങ്കിൽത്തന്നെ അക്കാര്യം മുൻകൂട്ടി അറിഞ്ഞിരിക്കട്ടെ, ചതി മരണം ഒഴിവാക്കാനായെങ്കിലോ! അവളുടെ ആദ്യത്തെ താക്കീത് അത്ഭുതപ്പെടുത്തുന്ന സൈറന്മാരേയും അവരുടെ പൂക്കളാൽ അലംകൃതമായ മൈതാനത്തെക്കുറിച്ചുമാണ്. അവരുടെ ഗാനാലാപനം കേൾക്കാതിരിക്കലാണ് നമ്മുടെ കർത്തവ്യം. എനിക്ക് മാത്രം അത് കേൾക്കാം. പക്ഷേ, അത് കേൾക്കുന്നതിനുമുമ്പ് എനിക്ക് അനങ്ങാൻ പറ്റാത്ത വിധത്തിൽ നിങ്ങൾ എന്നെ പാമരവുമായി ബന്ധിച്ചിരിക്കണം. എന്നെ അഴിച്ചുവിടാനായി ഞാൻ നിങ്ങളോട് യാചിക്കുയോ കല്പിക്കുകയോ ചെയ്താൽ എന്നെ കൂടുതൽ കയറുകൊണ്ട് ഇരട്ടി ബലത്തിൽ വരിഞ്ഞ് കെട്ടിയിടണം അവർ എല്ലാവരും ഇത് നന്നായി കേൾക്കുന്നതുവരെ ഞാനിക്കാര്യം പലതവണ ആവർത്തിച്ചു. അപ്പോൾ ഞങ്ങളുടെ കപ്പൽ അതിശീഘ്രം ഈ സൈറൻ സഹോദരിമാരുടെ ദ്വീപിനടുത്തേക്ക് പോയി കൊണ്ടിരിക്കയായിരുന്നു. പെട്ടെന്ന് കാറ്റ് ദുർബ്ബലമായി; കാറ്റില്ലാത്ത ഒരു ശാന്തത പെട്ടെന്ന് സംജാതമായി. ഏതോ ശക്തി എല്ലാ തിരമാലകളെയും ശമിപ്പിച്ചു. എന്റെ നാവികർ എഴുന്നേറ്റുവന്ന് വീണ്ടും തുഴയാൻ തുടങ്ങി. ഞാൻ ഒരു വലിയ മെഴുക് ഉണ്ട എടുത്ത് എന്റെ വാളിന്റെ അറ്റം കൊണ്ടത് ചെറിയ കഷണങ്ങളായി മുറിച്ചു. സൂര്യപ്രകാശത്തിൽ ഈ മെഴുക് ചൂടായി. അത് മൃദുവായപ്പോൾ ഞാൻ ആ മെഴുകുകഷണങ്ങൾ എല്ലാ അനുയായികളുടെയും ചെവിയിൽ തിരുകിവെച്ചു. പിന്നെ അവരെന്നെ പായ്മരത്തിൽ കയറുകൊണ്ട് വരിഞ്ഞുകെട്ടി വീണ്ടും അവർ തങ്ങളുടെ സ്ഥലത്ത് ചെന്നിരുന്ന് തുഴയാൻ തുടങ്ങി.

അങ്ങനെ വേഗത കുറച്ച് വർദ്ധിച്ചപ്പോൾ ഞാൻ ആ സ്ഥലത്തിന് വിളിപ്പാടകലെ എത്തി. കടലിലൂടെ വേഗത്തിൽ പോകുന്ന കപ്പലിനെ സൈറന്മാർ കണ്ടു, അപ്പോൾ ഞങ്ങളുടെ ഗാനം അവർ വ്യക്തമായി ആലപിച്ചു- "ഇവിടേക്ക് ഇവിടേക്ക് വരൂ. ഏറ്റവും പ്രശസ്തനായ ഒഡീസ്സി, ഞങ്ങളുടെ അരികിലേക്ക് വരൂ, അക്കായിയുടെ ഐശ്വര്യമേ, നിന്റെ കപ്പൽ കരയ്ക്കടുപ്പിച്ച് ഞങ്ങളുടെ ഗാനം കേൾക്കൂ. ഞങ്ങളുടെ ചുണ്ടുകളിൽ നിന്ന് പൊഴിയുന്ന മധുര സംഗീതം കേൾക്കാതെ ഒരിക്കലും ഒരു കപ്പലിലേയും ഒറ്റ മനുഷ്യനും കടന്നുപോയിട്ടില്ല. മനസ്സിന് ആഹ്ലാദവും വിജ്ഞാനവും നേടി പോകുക. ആർഗൈവുകളും ട്രോജന്മാരും തമ്മിലുള്ള യുദ്ധത്തിൽ നിങ്ങൾക്ക് ദൈവങ്ങൾ സൃഷ്ടിച്ച നരകയാതനകൾ എല്ലാം ഞങ്ങൾക്കറിയാം. ഫലഭൂയിഷ്ഠമായ ഈ ഭൂമിയിൽ ഇനി മുതൽ എന്തെല്ലാമാണ് സംഭവിക്കാൻ പോകുന്നതെന്ന് ഞങ്ങൾക്കറിയാം." ഈ വാക്കുകളുള്ള ഗാനം താളാത്മകമായ ഈണത്തിലവർ മനോഹരമായി പാടി. എന്റെ ആളുകളോട് എന്നെ അഴിച്ചുവിടാനായി ഞാൻ കോപത്തോടെ നെറ്റിചുളിച്ച് നോക്കി. പെരിമിഡെസും യൂറിലോക്കസും എഴുന്നേറ്റ് വന്ന് പുതിയ കയറ് കൊണ്ടുവന്ന് കൂടുതൽ ശക്തിയിൽ എന്നെ വരിഞ്ഞുകെട്ടി. അവിടെനിന്ന് ദൂരെ എത്തി, സൈറന്മാരുടെ ശബ്ദം കേൾക്കുകയില്ലെന്നുറപ്പായപ്പോൾ ആ വിശ്വസ്തരായ അനുയായികൾ

ഞാൻ അവരുടെ ചെവിയിൽ നിറച്ചുവെച്ചിരുന്ന മെഴുക് പുറത്തെടുക്കുക്കുകയും എന്നെ അഴിച്ചുവിടുകയും ചെയ്തു.

ഞങ്ങൾ ആ ദ്വീപ് പിന്നിട്ട് കുറേദൂരം പോയി. പെട്ടെന്ന് മുന്നിൽ ധൂമപടലം വന്ന് മൂടി. ഭയങ്കരമായ തിരമാലകൾ ഗർജ്ജനം മുഴക്കിക്കൊണ്ട് എത്തി. എന്റെ നാവികർ ഭയപ്പെട്ടു. തുഴകൾ അവരുടെ കൈകളിൽകിടന്ന് വഴുതി! ഞങ്ങൾക്ക് വഴിതെറ്റി. ഞാൻ കപ്പലിലെ ഓരോരുത്തരുടേയും അടുത്തുചെന്ന് ആശ്വസിപ്പിച്ചു. "സുഹൃത്തുക്കളെ, തീർച്ചയായും ആപത്തുകൾ നമ്മൾക്ക് പുത്തരിയല്ല. നമ്മൾ ഇപ്പോൾ അഭിമുഖീകരിച്ചിരിക്കുന്ന ഈ ആപത്ത് സൈക്ലോപ്സിന്റെ ഗുഹയിലേതിനേക്കാൾ അപകടകരമല്ല. എന്റെ സാഹസികമായ പാടവവും മനഃശക്തിയും മൂലം അവനിൽനിന്നും നമ്മൾ രക്ഷപ്പെട്ടു. ഇന്നത്തെ ധീരകൃത്യവും അതുപോലെ ഒരുകാലത്ത് നമ്മൾ പിന്തിരിഞ്ഞുനോക്കുമെന്ന് ഞാൻ കരുതുന്നു. ഓരോരുത്തരും ഞാൻ നിർദ്ദേശിക്കുന്നതുപോലെ ചെയ്യുക. തുഴയുന്നവർ അവരവരുടെ ബഞ്ചിലിരുന്ന് തുഴയുക. ഈ അത്യാപത്തിൽ നിന്ന് സ്യൂസ് ദേവൻ നമ്മളെ രക്ഷിക്കുമോ എന്ന് നമുക്ക് നോക്കാം. ക്വാർട്ടർ മാസ്റ്റർ, നിങ്ങൾക്കൊരു പ്രത്യേക ചുമതല നിർവ്വഹിക്കാനുണ്ട്. നിങ്ങളുടെ ഹൃദയത്തിലത് പതിഞ്ഞുകിടക്കട്ടെ. കാരണം നിങ്ങളിലാണ് ഞങ്ങൾ ഉള്ള ഈ കപ്പലിന്റെ നിയന്ത്രണം ഇരിക്കുന്നത്. ഈ കപ്പലിനെ പുകപടലത്തിൽനിന്നും വൻതിരമാലകളിൽനിന്നും അകറ്റി ഓടിക്കുക. പാറക്കൂട്ടങ്ങളോട് ചേർത്തു നീങ്ങുക. ഒരിക്കലും കപ്പൽ മറുവശത്തേക്ക് പോകരുത്. പോയാൽ അത്യാപത്തായിരിക്കും വന്നുചേരുക."

ഇതായിരുന്നു എന്റെ ഉത്തരവ്. എല്ലാവരും അത് അംഗീകരിച്ചു. ഞാൻ സില്ലായെക്കുറിച്ച് സൂചിപ്പിച്ചില്ല. അവളുടെ ആശയ്ക്ക് വകയില്ലാത്ത ബീഭത്സതയെക്കുറിച്ചുള്ള വാർത്ത അവർക്ക് താങ്ങാവുന്നതിനപ്പുറമാണ്. അവർ പേടിച്ച് പരിഭ്രമിച്ച് തുഴയും ഉപേക്ഷിച്ച് ഡെക്കിനടിയിൽ പോയി ഒളിച്ചിരുന്നേനെ! ഞാൻ ആയുധധാരിയായി നില്ക്കരുതെന്ന സെഴ്സിയുടെ ഉപദേശവും ഞാൻ മാനിച്ചില്ല. ഞാൻ എന്റെ കീർത്തികേട്ട കവചം ധരിച്ച്, രണ്ട് നീണ്ടകുന്തങ്ങൾ പിടിച്ച് കപ്പലിന്റെ അണിയത്ത് കയറിനിന്നു. എന്റെ നാവികർക്ക് നേരെയുള്ള സില്ലായുടെ ആക്രമണം കാണാൻ അതാണ് ഏറ്റവും പറ്റിയ സ്ഥലമെന്ന് ഞാൻ കരുതി. എന്തായാലും എനിക്കൊന്നും കാണാൻ കഴിഞ്ഞില്ല. ഇരുണ്ട ചെങ്കുത്തായ മലയിലേക്ക് തുറിച്ചുനോക്കിനിന്ന് എന്റെ കണ്ണുകൾ മങ്ങിയെന്നു മാത്രം!

ഞങ്ങൾ ഉൾക്കണ്ഠാകുലരായി ആ ഇടുങ്ങിയ കടലിടുക്കിലേക്ക് നീങ്ങി. അതിന്റെ ഒരുവശത്ത് സില്ലാ കിടക്കുന്നു. മറുവശത്ത് ഭീകരമായൊരു ചുഴിയിൽനിന്ന് കരിബ്ഡീസ് കടൽവെള്ളം വലിച്ചുകുടിച്ച് അല്പസമയത്തിനുശേഷം ഛർദ്ദിക്കുന്നു. ആ ഗർത്തത്തിൽനിന്ന് ഇപ്രകാരം ഉയരുന്ന ഉപ്പുവെള്ളത്തിന്റെ ധാര ഇരുവശത്തുമുള്ള ചെങ്കുത്തായ പാറക്കൂട്ടങ്ങളെ മൂടുന്നു. ഓരോ പ്രാവശ്യം അവൾ വെള്ളം വലിച്ചെടു

ക്കുമ്പോഴും അവളുടെ ഉദരത്തിനു താഴെ കടലിന്നടിയിലെ ചെളിയും കരിമണലും കാണാമായിരുന്നു. എന്റെ നാവികർ പേടിച്ച് വിളറി. ഈ ഗർത്തത്തിലേക്ക് തുറിച്ച് നോക്കിയപ്പോൾ മരണം ഞങ്ങൾ പ്രതീക്ഷിച്ചു! ആ നിമിഷം സില്ലാ ഞങ്ങളുടെ കപ്പലിൽനിന്ന് ഏറ്റവും ശക്തരായ ആറ്പേരെ പൊക്കിയെടുത്തു. സില്ലായുടെ വായിൽ കടന്നുകൊണ്ടവർ മരണവേദനയോടെ എന്നെ വിളിച്ചുകരഞ്ഞു. എന്നാൽ തന്റെ ഗുഹാമുഖത്തിരുന്ന് അവൾ അവരെ കടിച്ചുചവച്ചുവിഴുങ്ങി. കടൽയാത്രയിൽ എന്റെ കണ്ണുകൾ അതുവരെ ദർശിച്ചിട്ടുള്ളതിൽവെച്ച് ഏറ്റവും ദയനീയവും ദുഃഖകരവുമായ കാഴ്ചയായിരുന്നു അത്!

അങ്ങനെ ഞങ്ങൾ സൂറികളുടെയും സില്ലായുടെയും കരിബ് ഡീസിന്റെയും പിടിയിൽനിന്ന് രക്ഷപ്പെട്ട് ദൈവത്തിന്റെ നന്മനിറഞ്ഞ ദ്വീപിലേക്ക് അടുത്തുകൊണ്ടിരുന്നു. അവിടെയാണ് ഹീലിയോസ് ഹൈപരീയൻ തന്റെ തടിച്ചുകൊഴുത്ത ആടുമാടുകളെ മേയ്ക്കാൻ വിടുന്നത്. ഞങ്ങളുടെ കപ്പലിന്റെ ഡെക്കിൽ ഇരുന്നുകൊണ്ടുതന്നെ, തൊഴുത്തിലേക്ക് തെളിച്ചുകൊണ്ടുപോകുന്ന ആടുമാടുകളുടെ കരച്ചിൽ കേൾക്കാം. ആ ശബ്ദം, അന്ധൻ പ്രവാചകൻ, ടൈരീസിയസ്സിന്റെയും ഈയിയൻ സെഴ്സിയുടെയും വാക്കുകൾ എന്റെ ഓർമ്മിപ്പിച്ചു. മനുഷ്യഹൃദയങ്ങളെ സൂര്യപ്രകാശം കൊണ്ട് ആഹ്ലാദിപ്പിക്കുന്ന സൂര്യദേവന്റെ ഈ ദ്വീപിനെ ശ്രദ്ധിക്കണമെന്ന് വളരെ കർശനമായി എന്നെക്കൊണ്ട് ആണയിട്ട് ശപഥം ചെയ്യിപ്പിച്ചിരുന്നു. അതുകൊണ്ട് എന്റെ അനുയായികളോട് ഞാൻ ആത്മാർത്ഥമായി പറഞ്ഞു "ഞാൻ പറയുന്നത് കേൾക്കൂ, ദീർഘകാലമായി കഷ്ടപ്പെട്ട് പ്രയത്നിക്കുന്നവരേ, ഞാൻ നിങ്ങളോട് ഒരു കാര്യം പറയാം. ടൈരീസിയസും സെഴ്സിയും വളരെ കർശനമായി എന്നെ താക്കീത് ചെയ്തിട്ടുള്ള ഒരു കാര്യമാണ്, മനുഷ്യവർഗ്ഗത്തെ ആഹ്ലാദിപ്പിക്കുന്ന ഹീലിയോസിന്റെ ഈ ദ്വീപിനെ കരുതിയിരിക്കുക എന്നത്. നമ്മുടെ അന്ത്യം, പ്രാണഹാനി ഈ ദ്വീപിൽവെച്ച് സംഭവിച്ചേക്കാം എന്നവർ പ്രവചിച്ചു. അതുകൊണ്ട് ഈ സ്ഥലം ഒഴിവാക്കി നമ്മൾ വേഗം തുഴഞ്ഞ് മുന്നോട്ട് പോകണം."

എന്നാൽ, കഠിനാദ്ധ്വാനം മൂലം അവരുടെ ഹൃദയം തകർന്നിരുന്നു. യൂറിലോക്കസ് അവരുടെ അപ്രീതി കലാപസ്വരത്തിൽ പ്രകടിപ്പിച്ചു. "നിങ്ങൾ നല്ല സഹനശക്തിയുള്ളവനാണ്. ഒഡീസ്സി, അസാമാന്യശക്തിയുള്ളവൻ. നിങ്ങളുടെ സന്ധികൾ തളരുകയില്ല. ഞങ്ങളെ, നിങ്ങളുടെ നാവികരെ, കരയ്ക്കിറങ്ങി നന്നായി ആഹാരം കഴിച്ച് സുഖമായി ഉറങ്ങി ക്ഷീണം മാറ്റുന്നതിൽനിന്ന് എന്തുകൊണ്ട് നിങ്ങൾ തടയുന്നു? നിങ്ങൾ ഞങ്ങളെ ഈ ദ്വീപിൽ ഇറങ്ങാൻ സമ്മതിക്കാതെ കടലിലിറക്കി രാത്രിയിലെ കൊടുങ്കാറ്റിൽ നടുക്കടലിൽ നശിക്കാനിടവരുത്തുമോ? രാത്രിയാണ് കപ്പൽ തകർക്കുന്ന ഭീകരമായ കൊടുങ്കാറ്റടിക്കുന്നത്. അതുകൊണ്ട് നമ്മൾക്കിവിടെ രാത്രി ആഹാരം കഴിച്ച് കപ്പലിനരികിൽ നേരം പുലരും വരെ ശാന്തമായി വിശ്രമിക്കുക. പകൽ വെളിച്ചത്തിൽ തെളിഞ്ഞകടലിലൂടെ യാത്ര തുടരാം."

മറ്റുള്ളവർ യൂറിലോക്കസ്സിനെ പിൻതാങ്ങി. തിന്മയിലേക്ക് നയിക്കുന്ന എന്തോ ശക്തി ഇവിടെ ഉണ്ടെന്ന് എനിക്ക് തോന്നി; ഞാനവരോട് ശക്തമായ ഭാഷയിൽ പറഞ്ഞു. "യൂറിലോക്കസ്, നിങ്ങൾ വളരെ അധികം പേർ ഉണ്ട്, ഞാൻ ഒറ്റയ്ക്കും. നിങ്ങൾക്കെന്നെ കീഴ്പ്പെടുത്താനാകും. ചുരുങ്ങിയത് ഓരോരുത്തരും എന്റെ മുന്നിൽ വന്ന് ഒരു സത്യപ്രതിജ്ഞയെടുക്കണം. കരയിൽ നമ്മൾ കാണുന്ന ആടുമാടുകളെ ഒന്നിനെപ്പോലും നിങ്ങൾ കൊല്ലരുത്." എന്റെ നിർബ്ബന്ധത്തിന് വഴങ്ങി, അവർ അപ്രകാരം സത്യപ്രതിജ്ഞ ചെയ്തു. അതിനുശേഷം നല്ലൊരു ശുദ്ധജല ചോലയ്ക്കടുത്ത് ഞങ്ങൾ കപ്പൽ അടുപ്പിച്ചു കെട്ടിയിട്ടു. ഞങ്ങളുടെ സംഘം കരയ്ക്കിറങ്ങി, നന്നായി അത്താഴം പാകം ചെയ്തു. തീറ്റയും കുടിയും കഴിഞ്ഞശേഷം, സില്ലാ കപ്പലിൽനിന്ന് പൊക്കിയെടുത്ത് വിഴുങ്ങിയ തങ്ങളുടെ പ്രിയ സുഹൃത്തുക്കൾക്കു വേണ്ടി വിലപിച്ചു. കുറേനേരം കരഞ്ഞപ്പോൾ നിദ്ര അവരെ ആശ്വസിപ്പിക്കാനായി എത്തി.

രാത്രി അതിശക്തമായ കാറ്റും മഴയും തുടങ്ങി. അതുകൊണ്ട് നേരം പുലർന്ന ഉടനെ ഞങ്ങൾ കപ്പൽ കടലോരത്തേക്ക് വലിച്ചുകയറ്റി സുരക്ഷിതമായൊരു ഗുഹയ്ക്കകത്താക്കി. അവിടേക്ക് നാവികരെ വിളിച്ചുവരുത്തി ഞാൻ ഉൽബോധിപ്പിച്ചു. "സുഹൃത്തുക്കളെ, നമ്മൾ കപ്പലിൽ ആവശ്യത്തിനുള്ള ഭക്ഷ്യധാന്യങ്ങളും വീഞ്ഞും സംഭരിച്ചുവെച്ചിട്ടുണ്ട്. അതുകൊണ്ട് ഈ ദ്വീപിലെ കന്നുകാലികളിൽനിന്നും നമ്മൾ ഒഴിഞ്ഞുമാറണം; അങ്ങനെ കുഴപ്പങ്ങൾ ഒഴിവാക്കണം, അവ ഹീലിയോസ് ദേവന്റെ ആടുമാടുകളാണ്. അവർ എന്റെ വാക്കുകളെ മാനിച്ചു. എന്നാൽ ഒരു മാസം മുഴുവൻ ആ തെക്കൻ കാറ്റ് നിരന്തരമായി അടിച്ചുകൊണ്ടിരുന്നു. കപ്പലിൽ ധാന്യവും വീഞ്ഞും ഉള്ളിടത്തോളം കാലം എന്റെ നാവികർ, ജീവനെ ഓർത്ത് അവിടത്തെ ആടുമാടുകളുടെ മേൽ കൈവെച്ചില്ല. ഒരുദിവസം കപ്പലിലെ ഭക്ഷ്യധാന്യങ്ങളെല്ലാം തീർന്നു. അവർ പട്ടിണിയിലായി. അവർ ധാന്യവും തേടി അലഞ്ഞു, മീൻപിടിക്കാനായി ചൂണ്ടലുമായി ഇറങ്ങി, പക്ഷി പിടുത്തത്തിന് തയ്യാറായി. തങ്ങളുടെ കൈയിൽ കിട്ടുന്നതെന്തിനേയും അവർ ആർത്തിയോടെ പിടികൂടി. ഞാൻ ദ്വീപിലേക്ക് കയറിച്ചെന്ന് ദൈവങ്ങളോട് പ്രാർത്ഥിച്ചു. സന്ദർഭവശാൽ അവരിലാരെങ്കിലും ഒരു മാർഗ്ഗം കാണിച്ചുതന്നെങ്കിലോ! കുറേ ദൂരം പോയശേഷം ഞാൻ ശാന്തമായൊരു സ്ഥലത്ത് കൈകഴുകി ഒളിമ്പിയൻ ദൈവങ്ങളോട് കൂപ്പുകൈയോടെ പ്രാർത്ഥിച്ചു. അവർ എന്റെ കൺപോളകളിലേക്ക് മധുരമായൊരു സ്വപ്നം പകർന്നുതന്നു!

അതിനിടയിൽ യൂറിലോക്കസ് തന്റെ അനുയായികൾക്ക് വിശ്വാസവഞ്ചന ഓതിക്കൊടുക്കുകയായിരുന്നു. "ഞാൻ പറയുന്നത് കേൾക്കൂ പീഢിതരും നിർഭാഗ്യവാന്മാരുമായ കൂട്ടരേ, നമ്മൾ പാവങ്ങളായ മനുഷ്യർക്ക് എല്ലാവിധ മരണങ്ങളും സംഭവിക്കുന്നുണ്ട് എന്നാൽ വിശന്നുപൊരിഞ്ഞ് സാവധാനത്തിലുള്ള മരണമാണ്, നമ്മളെ സംബന്ധിച്ചിടത്തോളം ഏറ്റവും പരിതാപകരം. അതുകൊണ്ട് എഴുന്നേല്ക്കുക,

നമ്മൾക്ക് സൂര്യദേവന്റെ ആടുമാടുകളെ പിടിക്കാം. അവയെ കൊന്ന് എല്ലാദൈവങ്ങൾക്കും അർപ്പിക്കാം. നമ്മൾക്ക് ഇഥാക്കയിലെത്താൻ കഴിഞ്ഞാൽ നമ്മൾ സ്വന്തമായി ഹീലിയോസ് ഹൈപീരിയന് മനോഹരമായൊരു സ്മാരകം നിർമ്മിക്കുകയും അതിൽ എല്ലാവിധ അമൂല്യപാരിതോഷികങ്ങൾ നിറയ്ക്കുകയും ചെയ്യും. എന്നാൽ ആ ദേവൻ തന്റെ വലിയ കൊമ്പുകളുള്ള കന്നുകാലികൾ നഷ്ടപ്പെട്ടതിന്റെ പേരിൽ നമ്മുടെ കപ്പൽ തകർക്കാൻ ആഗ്രഹിക്കുകയും മറ്റ് ദൈവങ്ങൾ അതിന് അനുമതി നല്കുകയും ചെയ്താൽ ഞാൻ കടലിൽ മുങ്ങിച്ചാകാനാണ്, ഈ തരിശ് ദ്വീപിൽ ഇഞ്ചിഞ്ചായി ചാകുന്നതിനേക്കാളേറെ ഇഷ്ടപ്പെടുന്നത്." അപ്രകാരം യൂറിലോക്കസ് പറഞ്ഞപ്പോൾ എല്ലാവരും സമ്മതിച്ചു. കപ്പലിനരികിൽ മേഞ്ഞുനടന്നിരുന്ന തടിച്ചു കൊഴുത്ത, പരന്ന കൊമ്പുള്ള കന്നുകാലികൾ കൈയെത്താവുന്ന ദൂരത്തുണ്ടായിരുന്നു. പെട്ടെന്നവർ ഓടിച്ചെന്ന് തങ്ങൾ തിരഞ്ഞെടുത്ത ഒരു മൃഗത്തിന് ചുറ്റും നിലയുറപ്പിച്ചു. അടുത്തുള്ള ഒരു ഓക്കിന്റെ ചില്ല ഒടിച്ച് ഇലകൾ നിരത്തിവെച്ച് അവർ പ്രാർത്ഥിച്ചശേഷം ആ മൃഗത്തിന്റെ കഴുത്തറുത്തു. തൊലിയുരിഞ്ഞ് തീയിലിട്ട് ചുട്ടു, ബലി അർപ്പണത്തിനായി അവരുടെ പക്കൽ വീഞ്ഞ് ഒന്നും ഇല്ലായിരുന്നു. മധുപാനനിവേദ്യത്തിനുപകരം ജലപാനമാക്കി. തുടകൾ ഹോമിച്ചു. ബാക്കിഭാഗങ്ങൾ കഷണമാക്കി പാചകം ചെയ്തു. ആ സമയത്താണ് ഞാൻ ഉറക്കമുണർന്നത്. ഞാൻ കപ്പലിലേക്ക് നടന്നു. ഞാൻ കപ്പലിന്നടുത്തെത്തിയപ്പൾ വറുക്കുന്ന ഇറച്ചിയുടെ മണം എന്റെ മൂക്കിലടിച്ചു. ഞാൻ നിലവിളിച്ച് അനശ്വരദൈവങ്ങളോട് പ്രാർത്ഥിച്ചു, സ്യൂസ് ദേവാ, മറ്റ് ദൈവങ്ങളെ! ഈ ക്രൂരമായ ഉറക്കത്തിലൂടെ നിങ്ങൾ എന്നെ വഞ്ചിച്ചു. നാശത്തിലേക്ക് നയിച്ചു. എന്റെ നാവികർ ഒറ്റയ്ക്കായപ്പോൾ തീരെ മോശമായ കാര്യമാണ് ചെയ്തത്!

അതിവേഗം ലാമ്പെറ്റി ഈ വാർത്തയുമായി ഹീലിയോസിന്റെ അടുത്തേക്ക് ഓടി. ഞങ്ങൾ അദ്ദേഹത്തിന്റെ കന്നുകാലിയെ എങ്ങനെയാണ് കൊന്നതെന്നവൾ അദ്ദേഹത്തോട് പറഞ്ഞു. അതുകേട്ട് ക്രുദ്ധനായ അദ്ദേഹം ദൈവങ്ങളോട് പറഞ്ഞു. "സ്യൂസ് ദേവാ, മറ്റ് അനുഗൃഹീതരായ ദൈവങ്ങളേ, ലാർട്ടെസ്സന്റെ പുത്രൻ ഒഡീസ്സിയുടെ അനുയായികൾക്കുമേൽ പ്രതികാരം ചെയ്യുവാൻ ഞാൻ ആവശ്യപ്പെടുന്നു. അവർ ധിക്കാരത്തോടെ എന്റെ കന്നുകാലികളെ കൊല്ലാൻ ചങ്കൂറ്റം കാണിച്ചിരിക്കുന്നു! ഞാൻ നക്ഷത്ര പൂരിതമായ ആകാശത്തേക്ക് കയറുമ്പോഴും സ്വർഗ്ഗത്തിൽനിന്ന് ഭൂമിയിലേക്ക് തിരിച്ചുവരുമ്പോഴും എന്റെ കണ്ണുകൾക്ക് ഏറ്റവും അധികം ആനന്ദം നല്കുന്ന കാഴ്ച എന്റെ കന്നുകാലികളാണ്. ഇതിന് പൂർണ്ണമായും പ്രതികാരം ചെയ്തില്ലെങ്കിൽ ഞാൻ നിങ്ങളെ വിട്ട് പാതാളലോകത്തിൽ പോയി പരേതർക്ക് എന്റെ വെളിച്ചം പ്രദാനം ചെയ്യും."

സ്യൂസ് അദ്ദേഹത്തിന് മറുപടി നല്കി: "ഇല്ല ഹീലിയോസ്, നീ ദൈവങ്ങൾക്കും ഭൂമിയിലെ മർത്ത്യർക്കും പ്രകാശം ചൊരിഞ്ഞുകൊണ്ടി

രിക്കുക. ഞാൻ ഒറ്റ ഇടിവെട്ടിന് അവരുടെ കപ്പൽ തകർത്ത് വെള്ളത്തിൽ മുക്കാം. (ഇക്കാര്യങ്ങൾ പിന്നീട് കാലിപ്സൊ വഴികാട്ടിയായ ഹെർമസ്സിൽ നിന്ന് കേട്ടശേഷം എന്നോട് പറഞ്ഞതാണ്.)"

ഞാൻ കപ്പലിൽ തിരിച്ചെത്തിയപ്പോൾ ആ തെറ്റായ പ്രവൃത്തിയുടെ പേരിൽ ഒരോരുത്തനേയും ഞാൻ ശാസിച്ചു. എന്നാൽ ആ തെറ്റ് തിരുത്താവുന്നതായിരുന്നില്ലല്ലോ. കന്നുകാലിയെ കൊന്നുകഴിഞ്ഞു. മറ്റൊരു ആറ് ദിവസം കൂടി എന്റെ സുഹൃത്തുക്കൾ ഹീലിയോസിന്റെ ഏറ്റവും നല്ല മൃഗങ്ങളെ പിടികൂടി കശാപ്പു ചെയ്ത് കഴിച്ചു! ദൈവങ്ങൾ അതിവേഗം ദുഃശകുനങ്ങൾ കാണിക്കാൻ തുടങ്ങി. കൊന്ന മൃഗങ്ങളുടെ തോലുകൾ മെല്ലെ ഇഴയുന്നു! പാകം ചെയ്യാത്ത പച്ചമാംസവും പാകം ചെയ്ത മാംസവും കന്നുകാലിക്കൂട്ടംപോലെ അമറുന്നു!

ഏഴാം ദിവസം സ്യൂസ് ദേവൻ കാറ്റിന്റെ ശക്തി അല്പം ശമിപ്പിച്ചു. ഞങ്ങൾ കപ്പലിൽ ചാടിക്കയറി പായ്മരവും കാറ്റ് പായകളും ഉറപ്പിച്ച് പുറംകടലിലേക്ക് നീങ്ങി. ദ്വീപ് ഞങ്ങളുടെ ദൃഷ്ടിയിൽനിന്നും മറഞ്ഞു. പിന്നെ കരകണ്ടിട്ടില്ല. ആകാശവും കടലും മാത്രം! അപ്പോൾ ക്രോണോസിന്റെ പുത്രൻ കാർമേഘത്തെ താഴ്ത്തിക്കൊണ്ടുവന്ന് ഞങ്ങളുടെ കപ്പലിന് മുകളിൽ നിർത്തി. കടലിനെ അത് ഇരുളിലാഴ്ത്തി. അധികദൂരം ഞങ്ങൾക്ക് കടന്നുപോകാൻ കഴിഞ്ഞില്ല. പെട്ടെന്ന് പടിഞ്ഞാറുഭാഗത്തു നിന്ന് ശക്തമായ കൊടുങ്കാറ്റ് ഞങ്ങൾക്കുമേൽ ആഞ്ഞടിച്ചു. പായ്മരം കെട്ടിവെച്ചിരുന്ന കയറുകളെല്ലാം പൊട്ടിപ്പോയി; പായ് മരം തൽക്ഷണം ഒടിഞ്ഞുവീണു അതിന്നിടയിൽപ്പെട്ട് അമരക്കാരന്റെ ശിരസ്സ് ചതഞ്ഞു. അയാൾ തന്റെ ഇരിപ്പിടത്തിൽനിന്നും കടലിലേക്ക് തെറിച്ചുവീണു. ആത്മാവ് ദേഹം ഉപേക്ഷിച്ചു പറന്നുപോയി! പിന്നെ സ്യൂസ് ദേവൻ ശക്തമായ ഇടിമിന്നൽ കപ്പലിലേക്ക് പായിച്ചു. ഒപ്പം ഇടിവെട്ടിന്റെ ഗർജ്ജനവും! കപ്പലിന്റെ പലകകൾ മുഴുവൻ ഇളകി. കപ്പലിൽ ഗന്ധകപ്പുകയുടെ ഗന്ധം തങ്ങിനിന്നു. നാവികർ കപ്പലിൽനിന്ന് കടലിലേക്ക് തെറിച്ചുവീണു. അങ്ങനെ ദൈവം അവരുടെ വീട്ടിലേക്കുള്ള മടക്കയാത്ര അവസാനിപ്പിച്ചു!

ഞാൻ അല്പസമയം പൊളിഞ്ഞ കപ്പലിൽ മുന്നോട്ടും പിന്നോട്ടും ചാഞ്ചാടി നടന്നു. അപ്പോഴേക്കും കപ്പലിന്റെ പലകകളെല്ലാം വേർപ്പെട്ട് സ്വയം പൊന്തി വന്നു. പായ്മരം അടിഭാഗം പൊളിഞ്ഞ് മറിഞ്ഞുവീണിരുന്നു. ഞാൻ ആ പായ്മരവും അടിപ്പലകയും കൂട്ടിക്കെട്ടി, അതിൽ പിടിച്ചിരുന്ന് അലറുന്ന കൊടുങ്കാറ്റിനോട് മല്ലടിച്ചു.

ഒടുവിൽ പടിഞ്ഞാറൻ കാറ്റിന്റെ ഭീകരത അല്പം കുറഞ്ഞു. എന്നാൽ തെക്കൻ കാറ്റ് ഭയങ്കരശക്തിയോടെ ആഞ്ഞടിക്കാൻ തുടങ്ങി, അതെന്റെ ഹൃദയം കൂടുതൽ വേദനിപ്പിച്ചു. എന്തുകൊണ്ടെന്നാൽ അത് വീണ്ടും കരിബ്ഡിസിന്റെ അടുത്തേക്കെന്നെ എത്തിച്ചെങ്കിലോ! രാത്രി മുഴുവൻ ഞാൻ കടലിൽ പൊന്തിക്കിടന്നു. നേരം പുലർന്നപ്പോൾ സില്ലായുടെയും കരിബ്സിഡിന്റെയും മുന്നിൽ ഞാൻ എത്തിയിരിക്കുന്നതാണ് കണ്ടത്! കരിബ്ഡിസ് സൃഷ്ടിച്ച ചുഴി എന്നെ പൊക്കമുള്ള ഫിഗ്മര

ത്തിന്റെ മുകളിലേക്ക് വലിച്ചെറിഞ്ഞു. ഞാൻ ആ മരത്തിൽ പിടിച്ച് ഒരു വവ്വാലിനെപ്പോലെ ഞാന്നുകിടന്നു. താഴെ കാല് വെക്കാനായി ഒന്നുമില്ല, അടിയിൽ മരത്തിന്റെ വേരുകളും മുകളിൽ ചില്ലകളും മാത്രം വീണ്ടും വലിച്ചെടുത്തകടൽ വെള്ളം കരിബ്ഡിസ് ഛർദ്ദിക്കുന്നതുവരെ, എന്റെ പായ്മരവും മരപ്പലകയും പ്രതീക്ഷിച്ച് അവിടെത്തന്നെ ഞാന്നുകിടക്കുകയേ മാർഗ്ഗമുണ്ടായിരുന്നുള്ളൂ. വളരെ വൈകിയിട്ടാണെങ്കിലും എന്റെ പ്രതീക്ഷ സഫലമായി. ഞാൻ പായ് മരത്തിനു മീതെക്ക് ഫിഗ്ഗ്മരത്തിൽനിന്നും ചാടിവീണു. അതിലിരുന്ന് ഞാൻ കൈകൾ കൊണ്ട് തുഴഞ്ഞു. സ്യൂസ് ദേവൻ എന്നെ വീണ്ടും സില്ലായുടെ മുന്നിൽ എത്തിക്കാതിരുന്നതിനാൽ എന്റെ ജീവൻ രക്ഷപ്പെട്ടു.

അങ്ങിനെ ഒൻപത് ദിവസങ്ങൾ ഞാൻ കടലിൽ ഒഴുകി നടന്നു. പത്താംദിവസം രാത്രി ദൈവങ്ങൾ എന്നെ ഒജീജിയായുടെ തീരത്തെത്തിച്ചു. അവിടെയാണ് മനുഷ്യഭാഷ സംസാരിക്കുന്ന കാലിപ്സോ ദേവത താമസിക്കുന്നത്. അവളെന്നെ കാരുണ്യത്തോടെ അഭിവാദ്യം ചെയ്ത്, പരിചരിച്ചു. അതെല്ലാം വീണ്ടും എന്തിന് ആവർത്തിക്കണം? രാജാവേ, ഇന്നലെയാണ് ഞാനത് അങ്ങയോടും അങ്ങയുടെ പ്രശസ്തയായ പത്നിയോടും പറഞ്ഞത്."

പതിമൂന്ന്

ഒഡീസ്സി നിർത്തി; എന്നാൽ പ്രേക്ഷകർ ആ കഥയിൽ അത്രയ്ക്ക് ഹർഷോന്മത്തരായതിനാൽ ആ നിശ്ശബ്ദമായ മങ്ങിയ ഹാളിൽ ആരും അനങ്ങിയില്ല. ഒടുവിൽ അൽസിനസ് രാജാവ് മൗനം ഭഞ്ജിച്ച് ഒഡീസ്സിക്ക് മറുപടി നല്കി. "അല്ലയോ പ്രഭോ, ഒഡീസ്സി, ഇതുവരെ നിങ്ങൾ എന്തു മാത്രം ദൗർഭാഗ്യങ്ങളാണ് അനുഭവിച്ചത്! ഇപ്പോൾ നിങ്ങൾക്ക് എന്റെ രാജകീയ ഭവനത്തിൽ എത്താൻ കഴിഞ്ഞിരിക്കുന്നു. ഇനി നിങ്ങൾ വീട്ടിലേക്കുള്ള മടക്കയാത്രയിൽ കൂടുതൽ വ്യതിചലനങ്ങളൊന്നും സഹിക്കേണ്ടിവരില്ലെന്ന് ഞാൻ കരുതുന്നു. നിങ്ങൾക്ക് ആവശ്യമുള്ള എല്ലാ കാര്യങ്ങളുംവേണ്ട രീതിയിൽ സജ്ജീകരിക്കാനായി ഞാൻ നിർദ്ദേശങ്ങൾ നല്കിയിട്ടുണ്ട്. ഒരു പെട്ടി നിറയെ വസ്ത്രങ്ങളും സ്വർണ്ണാഭരണങ്ങളും, നവാഗതനുവേണ്ടി ഫേഷ്യൻ കൗൺസിലർമാർ കൊണ്ടുവന്ന സമ്മാനങ്ങളും അടുക്കിവെച്ചുകഴിഞ്ഞു. ഇവിടെ കൂടിയിട്ടുള്ള നമ്മൾ എല്ലാവരും കൂടി വലിയൊരു തൃപാദിയും അണ്ടാവും അദ്ദേഹത്തിന് സമ്മാനിക്കുക. പിന്നീട് അതിന്റെ വില സാധാരണക്കാരിൽനിന്ന് നികുതിയിലൂടെ വസൂലാക്കാം. അങ്ങനെ അത്തരം ചെലവ് ചില വ്യക്തികൾ മാത്രം സഹിക്കേണ്ടിവരില്ലല്ലോ." ഇപ്രകാരം അൽസിനസ് രാജാവ് പറഞ്ഞപ്പോൾ അതെല്ലാവരും ഹൃദ്യമായി അത് അംഗീകരിച്ചു. സദസ്സ് പിരിച്ചുവിട്ടു. എല്ലാവരും ഉറങ്ങാനായി പോയി. പിറ്റേന്ന് പ്രഭാതത്തിൽ അവരെല്ലാം പാരിതോഷികങ്ങളുമായി കപ്പലിലേക്ക് ധൃതിപിടിച്ച് എത്തി; എല്ലാം ഭംഗിയായി

അടുക്കിവെച്ചിട്ടുണ്ടോ എന്ന് ഉറപ്പുവരുത്താനായി രാജാവുതന്നെ കപ്പലിലേക്ക് എഴുന്നള്ളി. പിന്നീട് എല്ലാവരും രാജകൊട്ടാരത്തിൽ മടങ്ങിയെത്തി. ഗംഭീരമായൊരു രാജകീയ വിരുന്ന് തയ്യാറാക്കി. ആദ്യം ക്രോണോസിന്റെ പുത്രനായ സ്യൂസ് ദേവനു വേണ്ടി രാജാവ് ഒരു കാളയെ ബലിയർപ്പിച്ചു. അതിന്റെ തുടകൾ വേണ്ടരീതിയിൽ ഹോമിച്ച ശേഷം അവർ ആഹ്ലാദപൂർവ്വം വിഭവസമൃദ്ധമായ വിരുന്ന് ആസ്വദിച്ചു. അവർക്കിടയിലിരുന്നുകൊണ്ട് ഡെമോഡോക്കസ് തന്റെ മധുരമായ ഗാനാലാപനം ആരംഭിച്ചു.

ഒഡീസ്സി പ്രതാപിയായ സൂര്യനു നേരെ ഇടയ്ക്കിടെ ശിരസ്സ് തിരിച്ച് അക്ഷമനായി നോക്കിക്കൊണ്ടിരുന്നു; സൂര്യൻ അസ്തമിച്ചിട്ടുവേണം, താൻ ഇത്രകാലമായി മോഹിച്ചുകൊണ്ടിരുന്ന വീട്ടിലേക്കുള്ള യാത്ര തുടങ്ങുവാൻ. സൂര്യൻ അസ്തമിച്ച് ഇരുട്ട് വ്യാപിച്ചപ്പോൾ ഒഡീസ്സിക്ക് ആശ്വാസം തോന്നി. പെട്ടെന്ന് അവൻ ഫേഷ്യൻ നാവികർക്കിടയിൽ നിന്ന് അൽസിനസ് രാജാവിനെ അഭിസംബോധന ചെയ്ത് സംസാരിച്ചു. “ആരാധ്യനായ രാജാവേ, ദൈവങ്ങൾക്കുള്ള അർച്ചന പൂർത്തിയാക്കുക! പിന്നെ ഉചിതമായ രീതിയിൽ എന്നെ യാത്രയയയ്ക്കുക. ദൈവം അങ്ങയെ അനുഗ്രഹിക്കും. ഇപ്പോൾ എന്റെ ഹൃദയാഭിലാഷം അങ്ങ് പൂർത്തീകരിച്ചു. ആനുകൂല്യങ്ങളോടുകൂടിയുള്ള അകമ്പടി. സ്വർഗ്ഗത്തിലെ ദൈവങ്ങൾ അതെന്നെ നന്മയിലേക്ക് നയിക്കട്ടെ; എന്റെ ശ്രേഷ്ഠയായ ഭാര്യയേയും സുഹൃദ് വൃന്ദങ്ങൾക്കിടയിൽ കാണാൻ എന്നെ അനുവദിക്കേണമേ. അങ്ങിവിടെ വിശ്വസ്തയായ ഭാര്യയോടും മക്കളോടുമൊപ്പം ആനന്ദപൂർവ്വം വാഴട്ടെ! ദൈവങ്ങൾ ഇവർക്കുമേൽ സർവ്വഐശ്വര്യങ്ങളും ചൊരിയട്ടെ ഒരിക്കലും തിന്മകൾ അവർക്ക് ഉണ്ടാകാതിരിക്കട്ടെ.”

എല്ലാവരും കൈയടിച്ചു. അപരിചിതൻ ദൈവാനുഗ്രഹത്തിനർഹനാണെന്നവർ തീർപ്പുകല്പിച്ചു. അൽസിനസ് രാജാവ് തന്റെ വിളംബരം ചെയ്യുന്നവനോട് ആജ്ഞാപിച്ചു. “പോണ്ടോണസ്, പാത്രത്തിൽ വീഞ്ഞു പകർത്തി ഹാളിലേക്ക് കൊണ്ടുപോകുക. നമ്മൾ അപരിചിതനെ നാട്ടിലേക്ക് യാത്ര അയയ്ക്കുന്നത് സ്യൂസ് ദേവനോടുള്ള പ്രാർത്ഥനയോടെ ആയിരിക്കണം.”

ഈ കല്പനകേട്ട ഉടനെ പോണ്ടോണസ് വീഞ്ഞുപാത്രവുമായി എത്തി എല്ലാവർക്കും വീഞ്ഞ് പകർന്നു കൊടുത്തു. അവർ തങ്ങളുടെ ഇരിപ്പിടങ്ങളിൽ ഇരുന്ന് കൊണ്ട് മധുപാനി നിവേദ്യം അർപ്പിച്ചു. മഹാനായ ഒഡീസ്സി എഴുന്നേറ്റുചെന്ന് തന്റെ കപ്പ് ആരിറ്റെയുടെ കൈയിൽ കൊടുത്ത് പറഞ്ഞു. “അങ്ങയുടെ സന്തോഷം, അല്ലയോ രാജ്ഞി, എന്നുമെന്നും നിലനില്ക്കട്ടെ. ഞാൻ ഇപ്പോൾ പോകും. ഈ വീട്ടിൽ ആനന്ദം നിങ്ങളെ അൽസിനസ് രാജാവിനോടും മക്കളോടുമൊപ്പം എപ്പോഴും പരിചരിച്ചുകൊണ്ടിരിക്കും.”

ഒഡീസ്സി അവസാനിപ്പിച്ചു. അവൻ പൂമുഖത്തിന്റെ വാതിലിലേക്ക് നടന്നു; അവനുവേണ്ടിയുള്ള കപ്പൽ കാത്തുകിടന്നിരുന്ന കടൽത്തീരം

വരെ അവനോടൊപ്പം അൽസിനസ് രാജാവ് ഒരു വിളംബരം ചെയ്യുന്നവനെ വിട്ടിരുന്നു. ആരിറ്റെ തന്റെ ഒരു പരിചാരികയെ ഒഡീസ്സിയുടെ അലക്കിയ വസ്ത്രങ്ങൾ ചുമക്കാനും ഒരു പരിചാരികയെ സ്വർണ്ണപ്പെട്ടി ചുമക്കാനും മറ്റൊരു പരിചാരികയെ ഭക്ഷണസാധനങ്ങളുടെയും വീഞ്ഞിന്റെയും ചുമതലക്കാരിയായും അയച്ചു. അങ്ങിനെ ഒഡീസ്സി കടലിലെത്തി. അവിടെ അവന്റെ അനുയായികൾ സാമാനങ്ങളെല്ലാം വേഗം കപ്പലിന്റെ ഉള്ളിലേക്കെടുത്തു ഒതുക്കിവെച്ചു. ഒഡീസ്സിക്ക് യാതൊരു ശല്യവുമില്ലാതെ സുഖമായി കിടന്നുറങ്ങാനായി, പൂപ്പ് ഡെക്കിൽ മൃദുവായ ഷീറ്റ് വിരിച്ച് മെത്ത തയ്യാറാക്കി. അവൻ നിശ്ശബ്ദനായി അതിൽ കയറിക്കിടന്നു. നാവികർ തുഴയാൻ തയ്യാറെടുത്ത് അവരവരുടെ ഇരിപ്പിടത്തിൽ ഇരുന്നു. കപ്പലിന്റെ കെട്ടഴിച്ച് തുഴച്ചിൽ തുടങ്ങി. ഒഡീസ്സി സുഖകരമായ ഗാഢനിദ്രയിലേക്ക് വഴുതിവീണു. അവൻ സുഖമായി കിടന്നുറങ്ങവെ തിരമാലകളെ മുറിച്ച്കൊണ്ട് കപ്പൽ അതിശീഘ്രം മുന്നോട്ടുപാഞ്ഞു.

നേരം പുലരാറായി; കപ്പൽ അതിവേഗം ഇഥാക്കയെ ലക്ഷ്യമാക്കി കുതിക്കുകയായിരുന്നു. അവിടെ എത്തുന്നതിനുമുമ്പ് സമുദ്രപിതാമഹന്റെ വിശുദ്ധമായൊരു കടലിടുക്കുണ്ട്. അതിന് ഇരുവശത്തും കിഴുക്കാംതൂക്കായ പാറകൾ ആണ്; അവിടെ കൊടുങ്കാറ്റിൽനിന്നും വൻതിരമാലകളിൽനിന്നും രക്ഷപ്പെട്ട് കപ്പലുകൾക്ക് നങ്കൂരമിട്ട് കിടക്കാം. ഈ തുറമുഖത്ത് കപ്പൽ വലിച്ചുകെട്ടേണ്ട ആവശ്യം പോലുമില്ല. ആ ഉൾക്കടലിന്റെ അറ്റത്ത് പ്രവേശന കവടാത്തിൽ നീണ്ട ഇലകളുള്ള ഒലിവ് മരമുണ്ട്. അതിന് തൊട്ടടുത്ത് ഒരു ഗുഹയുണ്ട്. നെയാഡുകൾ എന്നു പേരുള്ള ജലദേവതകളാണവിടെ താമസിക്കുന്നത്. ഈ ആകർഷണീയമായ മങ്ങിയ സ്ഥലത്ത് ശിലാനിർമ്മിതമായ സംഭരണികൾ ഉണ്ട്. അവയിൽ തേനീച്ചകൾ കൂടുകൂട്ടി തേൻ സംഭരിച്ചുവെക്കുന്നു. നീണ്ട പാറ കൊണ്ടുള്ള തറികളിന്മേൽ ജലദേവതകൾ അതിമനോഹരമായ ചുകന്ന മേലങ്കികൾ നെയ്യുന്നു. അവിടത്തെ അരുവികൾ ഒരിക്കലും വറ്റാത്തതാണ്. ഗുഹയ്ക്ക് രണ്ട് കവാടങ്ങളാണുള്ളത്. ഒന്ന് വടക്കോട്ട് തുറക്കുന്നു, അതിലൂടെ മനുഷ്യർ അകത്തേക്ക് വരുന്നു. മറ്റേത് തെക്കോട്ടാണ് തുറക്കുന്നത്, അത് വിശുദ്ധമായിട്ടുള്ളതാണ്. ദേവതകൾക്ക് വേണ്ടിയുള്ളത്, മനുഷ്യപാദങ്ങൾ അവിടെ പതിഞ്ഞിട്ടില്ല. അനശ്വര ദേവതകളുടെ നടപ്പാതയാണത്.

ഈ പുരാതന കടലിടുക്കിനെക്കുറിച്ച് നാവികർക്ക് അറിയാം. അവർ അതിന്റെ ആഴം കണക്കാക്കി പാതികപ്പൽ കരയ്ക്ക് കയറും വിധം തുഴഞ്ഞ് കേറ്റി നിർത്തി. ചാരനിറത്തിലുള്ള കാർപ്പെറ്റ് പുതച്ചുകിടന്നുറങ്ങുന്ന ഒഡീസ്സിയെ നാവികർ പൊക്കിയെടുത്ത് കരയിൽ കൊണ്ടുപോയികിടത്തി. അപ്പോഴും ഒഡീസ്സി നല്ല ഉറക്കത്തിലായിരുന്നു. പിന്നെ, ഫേഷ്യൻ പ്രഭുക്കന്മാർ നല്കിയ ഒഡീസ്സിയുടെ സാമാനങ്ങളെല്ലാം, ഒലിവ് മരത്തിന്നടുത്ത് കൂട്ടിയിട്ടു. ഒഡീസ്സി ഉറങ്ങുന്ന സമയത്ത് ഏതെങ്കിലും വഴിപോക്കർ അത് അപഹരിച്ചെങ്കിലോ എന്ന് പേടിച്ച് വഴിയോരത്തു നിന്ന് അല്പം ദൂരെയാണത് വെച്ചത്. പിന്നീടവർ വീട്ടിലേക്ക് തിരിച്ചു.

വളരെ നാൾ മുമ്പ് പൊസീഡൻ മഹാനായ ഒഡീസ്സിക്കെതിരെ പ്രവചിച്ച വിധി നിർണ്ണായകമായ വാക്കുകൾ ആ ദേവൻ മറന്നിരുന്നില്ല. അതുകൊണ്ട് ആ ദേവൻ സ്യൂസ് ദേവന്റെ അടുത്തുചെന്ന് പറഞ്ഞു. "ഇനി അനശ്വരരായ ദേവന്മാർ എന്നെ ആദരിക്കില്ല. എന്നെ മർത്ത്യൻ അവഗണിച്ചാൽ എന്താകും സ്ഥിതി? ഫേഷ്യൻസ് പോലും എന്നെ അവഗണിച്ചിരിക്കുന്നു; എന്റെ തുടകളിൽനിന്നു ജനിച്ച മനുഷ്യവംശമാണിവർ. എല്ലാ കഷ്ടപ്പാടുകളും അനുഭവിച്ചുതീരുന്നതുവരെ ഒഡീസ്സി വീട്ടിൽ തിരിച്ചെത്തരുതെന്ന് ഞാൻ പ്രഖ്യാപിച്ചു. ഞാൻ അവനെ തിരിച്ചുപോകാൻ അനുവദിച്ചതുതന്നെ നിങ്ങൾക്കുവേണ്ടിയാണ്; കാരണം ഈ വിഷയം ആദ്യം അവതരിപ്പിക്കപ്പെട്ടപ്പോൾ നിങ്ങൾ അതിന് സമ്മതം മൂളി. എന്നാൽ, ഇപ്പോൾ അവൻ സുഖമായി ഉറങ്ങവെ, ഈ ആളുകൾ അവനെ പെട്ടെന്ന് കടൽ കടത്തി, ഇഥാക്കയിലെത്തിച്ചിരിക്കുന്നു. അവന് അളവില്ലാത്തത്ര സ്വർണ്ണവും വെള്ളിയും വിലപിടിച്ച വസ്ത്രങ്ങളും പാരിതോഷികമായി നല്കുകയും ചെയ്തിരിക്കുന്നു. ട്രോയിൽനിന്ന് നേടിയിരുന്ന യുദ്ധകൊള്ളയേക്കാൾ എത്രയോ മടങ്ങ്!"

സ്യൂസ് ദേവൻ മറുപടി നല്കി. "നിങ്ങളുടെ ഈ പരാതി വളരെ വലുതും ഗുരുതരവുമാണ്. ഭൂമികുലുക്കുന്നവനെ, ദൈവങ്ങൾ ഒരുതരത്തിലും നിങ്ങളെ ബഹുമാനിക്കാതിരിക്കുവാൻ ധൈര്യപ്പെട്ടില്ല. അവർക്കതിന് എങ്ങനെ കഴിയും? അവരേക്കാൾ ഉന്നതനായവന്റെ അന്തസ്സിനെ ഇടിച്ചുകാണിച്ചാൽ അവർക്കെതിരെതന്നെ ആയിരിക്കും അത് വന്ന് പതിക്കുക. മനുഷ്യരുടെ കാര്യമാണെങ്കിൽ, ആരെങ്കിലും അല്പം ബുദ്ധിയോടെ നിങ്ങളോട് അനാദരവ് കാണിക്കും, വിധം തന്നിഷ്ടപ്രകാരം പ്രവർത്തിച്ചാൽ അതിന് തക്കതായ പ്രതികാരം നിങ്ങൾക്ക് ചെയ്യാം. സ്വയം ഇഷ്ടാനുസരണം പ്രവർത്തിക്കുക. മനസ്സിൽ തോന്നുന്നതുപോലെ ചെയ്യുക."

സ്യൂസ് ദേവനോട് പൊസീഡൺ പറഞ്ഞു. "ശരിക്കും അതുതന്നെയാണ് ഞാൻ ചെയ്യാൻ ഉദ്ദേശിക്കുന്നത്. അങ്ങയുടെ വികാരത്തെ ആദരിക്കുകയും അളക്കുകയുമായിരുന്നു ഞാൻ. തങ്ങളുടെ ദൗത്യം പൂർത്തിയാക്കി മഞ്ഞുമൂടിയ കടലിലൂടെ അതിവിശിഷ്ടമായ ആ ഫേഷ്യൻ കപ്പൽ മടങ്ങിവരുമ്പോൾ അത് തകർക്കാനാണ് എന്റെ ഇപ്പോഴത്തെ ഉൾപ്രേരണ. അങ്ങനെ ഞാനവരെ വിനയം എന്താണെന്ന് പഠിപ്പിക്കും. എല്ലാതരം മനുഷ്യരേയും അകമ്പടിസേവിക്കുന്ന ശൈലി നിർത്തിക്കും. അതിനും പുറമേ ഞാനവരുടെ നഗരത്തെ മലകൊണ്ടുള്ള ഒരു മതിലിന്നുള്ളിലാക്കും."

അദ്ദേഹത്തോട് സ്യൂസ് ദേവൻ പറഞ്ഞു "എന്റെ സുഹൃത്തേ, എന്റെ ഉപദേശം കേൾക്കുക, ജനങ്ങൾ മുഴുവൻ തുറമുഖത്തേക്ക് അടുക്കുന്ന കപ്പലിനെ മിഴിച്ചുനോക്കി നില്ക്കുമ്പോൾ ആ സുന്ദരമായ കപ്പലിനെ അതേവലുപ്പത്തിലും രൂപത്തിലുമുള്ള പാറയായി മാറ്റുക അപ്പോൾ എല്ലാവരും അത്ഭുത സ്തബ്ധരായിത്തീരും. പിന്നെ നഗരത്തിന് ചുറ്റും കുന്നു

കൾ കൊണ്ട് മതിലുണ്ടാക്കി അടയ്ക്കുക." പൊസീഡൺ ആ ഉപദേശം സ്വീകരിച്ച് ഫേഷ്യൻ നഗരമായ ഷേരിയായിലേക്ക് പോയി, കപ്പൽ കരയ്ക്കണയുന്നതും കാത്തിരുന്നു. പിന്നെ, അവൻ കപ്പലിനു മീതെ ചാടിവീണ് ഒറ്റയടിക്ക് കടലിനടിയിൽനിന്ന് ഉയർന്നുവന്ന ഒരു ഉറച്ച പാറയായി കപ്പലിനെ മാറ്റി! അതിനുശേഷം പൊസീഡൻ സ്ഥലം വിട്ടു. പ്രശസ്ത നാവികരായ ഫേഷ്യന്മാർ പരസ്പരം മിഴിച്ചുനോക്കി നിന്നു. അവർ വിക്കി വിക്കി ഏതാനും വാക്കുകൾ ധൃതിയിൽ പറഞ്ഞു "ഈ തുറമുഖത്ത് തിരമാലകൾക്കിടയിൽ ആരാണ് നമ്മുടെ കപ്പലിനെ നിശ്ചലമാക്കിയത്, പറയൂ."

അൽസിനസ് ഇപ്രകാരം ഉറക്കെ പ്രഖ്യാപിക്കുന്നതുവരെ അതൊരു ദുരൂഹതയായിത്തന്നെ തുടർന്നു. "കഷ്ടം, എന്റെ ആളുകളെ, എന്റെ അച്ഛൻ എന്നോട് പറയാറുള്ള പഴയ പ്രവചനം ഇപ്പോൾ പൂർത്തീകരിക്കപ്പെട്ടിരിക്കുന്നു. കടലിലൂടെ എത്തിപ്പെടുന്നവർക്കെല്ലാം നമ്മൾ നിയന്ത്രണമില്ലാതെ കടൽകടത്തിക്കൊടുക്കുന്നതിനാൽ പൊസീഡൻ നമ്മൾക്കെതിരായിരിക്കയാണ്. ഒരു കാലത്ത്, നമ്മുടെ ഏറ്റവും നല്ല കപ്പലുകളിലൊന്ന് മൂടൽമഞ്ഞ് നിറഞ്ഞ കടലിലൂടെ വന്ന് കരയ്ക്കണയുമ്പോൾ അദ്ദേഹം അതിനെ തകർക്കും. പിന്നെ നമ്മുടെ നഗരത്തിന് ചുറ്റും മലകൾ കൊണ്ട് മതിൽ പണിയും. എന്റെ അച്ഛൻ പറയാറുള്ളത് ഇതാ സത്യമായി തീർന്നിരിക്കുന്നു. എല്ലാവരും ശ്രദ്ധിക്കുക നമ്മൾക്ക് ആ വാക്കുകൾ അനുസരിക്കാം. ഇനിമുതൽ നമ്മുടെ നഗരത്തിൽ പ്രവേശിക്കാനിടവരുന്ന ഏതൊരു അപരിചിതനേയും കടൽ കടത്തി കൊടുക്കുന്ന സമ്പ്രദായം ഉപേക്ഷിക്കുക. പന്ത്രണ്ട് തെരഞ്ഞെടുത്ത കാളകളെ നമ്മൾക്ക് പൊസീഡൻ ദേവന് ബലിയർപ്പിക്കാം. അദ്ദേഹം നമ്മുടെ നഗരം മലകളെക്കൊണ്ട് മറയ്ക്കാതിരുന്നെങ്കിലോ!"

അവർ അദ്ദേഹം പറഞ്ഞതുകേട്ട് വല്ലാതെ ഭയപ്പെട്ടു. തൽക്ഷണം അവൾ കാളകളെ ബലിയർപ്പിച്ചു.

പടയാളികളും പ്രഭുക്കന്മാരുമായ ഫോഷ്യന്മാർ പൊസീഡൻ ദേവന്റെ അൾത്താരയിൽ പ്രാർത്ഥിച്ചു നില്ക്കവെ, തന്റെ പിതാക്കന്മാരുടെ മണ്ണിൽ കിടന്നുറങ്ങിയ ഒഡീസ്സി ഉറക്കമുണരുകയായിരുന്നു. അവൻ കണ്ണ് തുറന്നു നോക്കി. തന്റെ പരിസരം അവന് മനസ്സിലായില്ല. വളരെ കാലമായല്ലോ അവൻ ആ സ്ഥലം വിട്ടുപോയിട്ട്. അതിനും പുറമെ പല്ലാസ് എഥീനി അവന് ചുറ്റും കനത്ത മൂടൽമഞ്ഞ് വ്യാപിപ്പിച്ചിരുന്നു. അവന് വിവേകം ഉദിക്കുന്നതുവരെ അവനെ അജ്ഞാതനായി നിർത്തുവാനവൾ ആഗ്രഹിച്ചു. അവന്റെ ഭാര്യ അവനെ അറിയരുത്. അവന്റെ നഗരവാസികൾ അവനെ അറിയരുത്. സുഹൃത്തുക്കളും അറിയരുത്. വിവാഹാർത്ഥികൾ തങ്ങളുടെ ധിക്കാരപരമായ പ്രവൃത്തികൾ പരസ്യമായി കാണിക്കുന്നതുവരെ ഈ അവസ്ഥ തുടരണം.

അങ്ങനെ ഇഥാക്കാ രാജാവിന് ആ പ്രദേശം അപരിചിതമായി തോന്നി. നീണ്ട് കിടക്കുന്ന പാതകൾ, ശാന്തമായ കടലിടുക്കുകൾ, കടുംതൂക്കായ പാറക്കെട്ടുകൾ, പന്തലിച്ചു നില്ക്കുന്ന വൃക്ഷങ്ങൾ എല്ലാം.

അവൻ എഴുന്നേറ്റു നിന്ന് സ്വന്തം ഭൂപ്രദേശത്തെ മിഴിച്ചുനോക്കി. പിന്നെ നെടുവീർപ്പിട്ട് രണ്ടു കൈകൾ കൊണ്ടും തുടയിലിട്ടടിച്ച് വിലപിച്ചു. "കഷ്ടം! ഞാൻ എവിടെയാണിപ്പോൾ നില്ക്കുന്നത്? എന്നെ ഈ നാട്ടുകാർ നിഷ്കരുണം നിരാകരിക്കുമോ അതോ അവർ ദൈവഭക്തരും ആതിഥ്യമര്യാദയുള്ളവരുമായിരിക്കുമോ? ഞാൻ ഭാരമുള്ള പാരിതോഷികങ്ങളെല്ലാം ചുമന്ന് നടക്കണമോ ഞാൻ ഇവിടെ എന്ത് ചെയ്യാനാണ്? ഏതെങ്കിലും ശക്തനായ പ്രഭുവിനെ കണ്ടെത്തി സൗഹൃദത്തിലാക്കാൻ കഴിഞ്ഞെങ്കിൽ അദ്ദേഹം എന്നെ വീട്ടിലെത്തിച്ചേനെ; അതുവരെ ആ സമ്മാനങ്ങൾ ഫേഷ്യൻകാരുടെ പക്കൽത്തന്നെ ഇരുന്നെങ്കിൽ നന്നായിരുന്നു. ഇപ്പോൾ അവ സൂക്ഷിക്കാൻ എനിക്കൊരു സ്ഥലമില്ല, ഇവിടെ ഇട്ടുപോയാൽ മറ്റുള്ളവർ അവ തട്ടിയെടുക്കുകയും ചെയ്യും. ഈ അപരിചിത നാട്ടിൽ എന്നെ ഉപേക്ഷിച്ചു പോകാൻ ഫേഷ്യൻ പ്രഭുക്കന്മാരും കൗൺസിലർമാരും എടുത്ത തീരുമാനം ആത്മാർത്ഥതയോടെയുള്ളതായിരുന്നോ എന്നെനിക്ക് ഭയമുണ്ട്. അവർ എന്നെ പ്രസിദ്ധമായ ഇഥാക്കയിൽ ഇറക്കാമെന്ന് ശപഥം ചെയ്തിരുന്നതാണ്. ആ ശപഥം അവർ ഉപേക്ഷിച്ചു. സ്യൂസ് ദേവൻ അവരോടതിന് പകരം ചോദിക്കട്ടെ. ഞാൻ എന്റെ സാമാനങ്ങളെല്ലാം ഒന്ന് പരിശോധിച്ചുനോക്കട്ടെ, ആ നാവികർ അപ്രത്യക്ഷരായപ്പോൾ എന്റെ സാമാനങ്ങൾ വല്ലതും കപ്പലിൽ കേറ്റി കൊണ്ടുപോയിട്ടുണ്ടെങ്കിലോ?"

അങ്ങനെ അവൻ തൃപാദിയും മനോഹരമായ അണ്ടാവും സ്വർണ്ണവും വിലപിടിച്ച വസ്ത്രങ്ങളും എല്ലാം എടുത്തുനോക്കി. ഒന്നും നഷ്ടപ്പെട്ടിട്ടില്ല. അപ്പോൾ അവന്റെ വിലാപം സ്വന്തം നാടിനെച്ചൊല്ലി മാത്രമായി. അവൻ സാമാനങ്ങളെല്ലാം വീണ്ടും ഒതുക്കിവെച്ചു. ആ സമയത്ത് എഥീനി ദേവി ഒരു ആട്ടിടയ ബാലന്റെ രൂപത്തിൽ അവന്റെ അടുത്തെത്തി. ആടുമാടുകളെ മേയ്ക്കുന്ന രാജകുമാരനെപ്പോലെ കോമളനും മാന്യനുമായിരുന്നു കാഴ്ചയിൽ ആ ബാലൻ. നല്ലൊരു മേൽക്കുപ്പായം തോളിലൂടെ അവൾ ഇട്ടിരുന്നു. കൈയിലൊരു കുന്തം പിടിച്ചിട്ടുണ്ട്. മനോഹരമായ അവളുടെ കാലുകളിൽ ചെരിപ്പ് ധരിച്ചിട്ടുണ്ട്. ഏതെങ്കിലും ഒരാളെ കണ്ടല്ലോ എന്ന ആഹ്ലാദത്തിൽ ഒഡീസ്സി വേഗം അവളുടെ അടുത്തെത്തി അഭിവാദ്യം ചെയ്തു. "എന്റെ സ്നേഹിതാ- നീയാണ് ഈ സ്ഥലത്ത് ഞാൻ ആദ്യം കണ്ടുമുട്ടിയ വ്യക്തി- അഭിവാദ്യങ്ങൾ! സദുദ്ദേശ്യത്തോടുകൂടിയാണ് നിന്റെ വരവെന്ന് ഞാൻ കരുതുന്നു. കാരണം, എന്നേയും എന്റെ ഈ സാധനങ്ങളേയും രക്ഷിക്കേണമെന്ന് നിന്നോട്, ഒരു ദൈവത്തോടെന്നപോലെ കാല്ക്കൽ വീണ് ഞാൻ അപേക്ഷിക്കുന്നു. ഇത് ഏത് നാടാണെന്നും ഏത് ഭരണാധികാരിയാണെന്നും എത് തരം ആളുകളാണ് ഇവിടെ ഉള്ളതെന്നും എന്നെ പറഞ്ഞു ധരിപ്പിക്കണമെന്ന് ഞാൻ നിന്നോട് യാചിക്കുന്നു. ഇതൊരു പ്രത്യേക ദ്വീപാണോ അതോ ഒരു വൻകരയുടെ കടലിലേക്കു തള്ളിനില്ക്കുന്ന ഭാഗമാണോ?"

ദേവി മറുപടി നല്കി: "നവാഗതാ, നിങ്ങൾ ഒരു പഠിപ്പുമില്ലാത്തവനായിരിക്കണം, അല്ലെങ്കിൽ അതിവിചിത്രനായൊരു വ്യക്തി. ഈ നാടി

നെക്കുറിച്ച് അറിയില്ലെന്നോ? പ്രസിദ്ധിയറ്റതോ പേരില്ലാത്തതോ ആയൊരു നാടല്ല ഇത്. ജനനിബിഡമായൊരു സുപരിചിതരാജ്യമാണിത്. വണ്ടികൾ ഓടിക്കാൻ പറ്റാത്തവിധമുള്ളൊരു കുന്നിൻ പ്രദേശമായിരിക്കാം ഇത്, എന്നാൽ അത്ര മോശം നാടൊന്നുമല്ല. ധാന്യവും മുന്തിരിയും സമൃദ്ധമായി ഇവിടെ വിളയുന്നു. മഴയ്ക്ക് യാതൊരു കുറവും ഇവിടെ ഇല്ല. ആടുമാടുകൾ കൂട്ടമായി ഇവിടെ പുൽമേടുകളിൽ മേയുന്നു. ഈ ദ്വീപിൽ മരത്തടിക്കാവശ്യമുള്ള എല്ലാതരം വൃക്ഷങ്ങളും വളരുന്നു. ഒരിക്കലും വറ്റാത്ത അരുവികളുണ്ട്. ഇക്കാര്യങ്ങളെക്കൊണ്ടെല്ലാം, നവാഗതാ, ഇഥാക്ക എന്ന പേര് വിദേശത്തെല്ലാം സുപ്രസിദ്ധമാണ്. നമ്മുടെ അക്കായിയൻ കടൽത്തീരത്തുനിന്ന് വളരെ ദൂരെ സ്ഥിതി ചെയ്യുന്ന ട്രോയിൽപോലും!"

അവളുടെ വാക്കുകൾകേട്ട് മഹാനായ ഒഡീസ്സിയുടെ ഹൃദയം ആഹ്ലാദം കൊണ്ട് പിടച്ചു. താൻ സ്വന്തം ജന്മനാട്ടിൽ എത്തിയിരിക്കുന്നു! ഇപ്പോൾ എഥീനിദേവി അവനെ ബോധിപ്പിച്ചിരിക്കുന്നു. പക്ഷേ, അവളോടവൻ സത്യം പറഞ്ഞില്ല. തന്റെ സ്വതസിദ്ധമായ തന്ത്രശൈലിയിൽ കളിവാക്ക് പറയാനാണവൻ തുനിഞ്ഞത്: "ഇഥാക്കയെക്കുറിച്ച് ഞാൻ കേട്ടിട്ടുണ്ട്. കടലിനപ്പുറം ക്രീറ്റിൽ വെച്ചുപോലും കേട്ടിരുന്നു. ഞാനിപ്പോൾ അവിടെ സ്വയം എത്തിയോ? ഞാൻ ട്രോയ് യുദ്ധത്തിനുശേഷം അളവറ്റ കൊള്ളമുതലുമായി തിരിച്ചുവരുമ്പോൾ അത് തട്ടിയെടുക്കാൻ ശ്രമിച്ച ഇഡോമിനിയസ്സിനെ ഞാൻ വധിച്ചു. രാത്രി ആയതിനാൽ ആരും അത് കണ്ടില്ല. ആ സംഭവത്തിനുശേഷം ഞാനൊരു ഫൊനീഷ്യൻ കപ്പലിൽ കയറി. അതിലെ കപ്പിത്താന്മാർക്ക് എന്റെ കൊള്ളമുതലിൽനിന്ന് ഉദാരമായി പാരിതോഷികങ്ങൾ നല്കി, എന്നെ പൈലോസിലോ, എലിസിലോ ഇറക്കിവിടുവാനായി ആവശ്യപ്പെട്ടു. എന്നാൽ കാറ്റിന്റെ ശക്തി മൂലം ഈ ലക്ഷ്യ സ്ഥാനത്തെത്താനവർക്ക് കഴിഞ്ഞില്ല, അവർ അതിനായി കഠിനപ്രയത്നം ചെയ്തെങ്കിലും എന്നെ വഞ്ചിക്കണമെന്ന യാതൊരു ചിന്തയും അവർക്കില്ലായിരുന്നു. അങ്ങനെ ഇന്നലെ രാത്രി ഞങ്ങൾ ഈ സ്ഥലത്തെത്തി. തുഴഞ്ഞുകൊണ്ടാണ് കപ്പൽ തുറമുഖത്തിലെത്തിച്ചത്. കടൽത്തീരത്തെത്തിയശേഷം നേരെകിടന്നുറങ്ങി, അത്താഴം പോലും കഴിക്കാതെ. ഞാൻ വല്ലാതെ തളർന്നിരുന്നതിനാൽ പൂഴിമണലിൽ കിടന്നുകൊണ്ടുതന്നെ നിദ്രയിലാണ്ടുപോയി. നാവികർ കപ്പലിൽനിന്ന് എന്റെ സാമാനങ്ങളെല്ലാം എടുത്ത് എന്റെ അടുത്ത് കൂട്ടിയിട്ടപ്പോഴെല്ലാം ഞാൻ നല്ല ഉറക്കത്തിലായിരുന്നു. അതിനുശേഷം അവർ പ്രശസ്ത തുറമുഖമായ സിഡോനിലേക്ക് വിട്ടു. എന്റെ മനസ്സിൽ വല്ലാത്ത ദുഃഖം തങ്ങിനിന്നു."

ഒഡീസ്സി ഇപ്രകാരം പറഞ്ഞുകൊണ്ടിരിക്കവെ, ദേവിയുടെ മുഖത്ത് ഒരു പുഞ്ചിരി പൊട്ടിവിടർന്നു. അവൾ അവനെ വാത്സല്യപൂർവ്വം തലോടി. അവൾക്ക് പൊക്കം വെച്ചു, ബാലനിൽനിന്നൊരു സ്ത്രീ ആയിമാറി. അതിസുന്ദരി!

അപ്പോൾ ഉൾപ്പുളകമുണ്ടാകുന്ന വാക്കുകളിൽ അവൾ അവനോട് പറഞ്ഞു.

"മതി നമ്മൾക്കിടയിൽ ഇത്തരം സംഭാഷണം അധികം ദീർഘിപ്പിക്കേണ്ട, മനുഷ്യവർഗ്ഗത്തിൽ നീ ഏറ്റവും സൂത്രശാലിയാണെങ്കിൽ ദൈവങ്ങൾക്കിടയിൽ അത്രതന്നെ സൂത്രക്കാരിയാണ് ഞാൻ. എന്നിട്ടും നിങ്ങൾക്ക് സ്യൂസ് ദേവന്റെ പുത്രിയായ ഈ പല്ലാസ് എഥീനിയെ തിരിച്ചറിയാൻ കഴിഞ്ഞില്ലല്ലോ, നിങ്ങളുടെ എല്ലാ കഷ്ടപ്പാടുകളിലും രക്ഷകയായി കൂടെ നിന്നിരുന്നവളെ! ഫേഷ്യൻ സമൂഹം മുഴുവൻ നിങ്ങളെ സ്വാഗതം ചെയ്തതിൽ എന്നോട് നന്ദിയുണ്ടായിരിക്കണം. ഇനി ഈ സമ്പത്തെല്ലാം ഒളിപ്പിച്ചുവെക്കുവാനുള്ള കള്ള കൗശലങ്ങൾ കണ്ടുപിടിക്കുവാനായി ഞാൻ നിന്നോടൊപ്പം നില്ക്കാം. എന്റെ ആംഗ്യവും ആഗ്രഹവും മൂലമാണ് ഫേഷ്യൻപ്രഭുക്കന്മാർ നിന്റെ വീട്ടിലേക്കുള്ള മടക്കയാത്രയിൽ ഇത്രയും വിലപിടിച്ച പാരിതോഷികങ്ങൾ സമ്മാനിച്ചത്."

"ഇനി എനിക്ക് നേരിട്ട് നിങ്ങളോടൊരു താക്കീത് നല്കാനുണ്ട്. ഇവിടെ നിങ്ങളുടെ സ്വന്തം ഗൃഹത്തിൽ ഗുരുതരമായ പീഡാനുഭവങ്ങളാണ് നിങ്ങൾക്ക് സഹിക്കേണ്ടിവരുക. അതാണ് വിധി! അനിവാര്യമായ ആ അവസ്ഥ സഹിക്കാനായി ആരോടും വായിൽ തോന്നിയത് വിളിച്ചു പറയാതെ ആത്മനിയന്ത്രണം പാലിക്കുക. ആണിനോടായാലും പെണ്ണിനോടായാലും നീ അലച്ചിൽ കഴിഞ്ഞ് മടങ്ങി എത്തി എന്ന് അറിയിക്കരുത്. എത്ര ദ്രോഹിച്ചാലും അഭിമാനം കടിച്ചമർത്തി ആത്മനിയന്ത്രണം പാലിക്കുക, മനുഷ്യരുടെ ബലപ്രയോഗങ്ങൾ നിശ്ശബ്ദം സഹിക്കാൻ പഠിക്കുക."

ഒഡീസ്സി വാചാലനായി മറുപടി നല്കി. "നിങ്ങൾക്ക് എല്ലാ രൂപത്തിലും പ്രത്യക്ഷപ്പെടാനുള്ള ശക്തിയുണ്ട്, ദേവി. അതുകൊണ്ട് ഏറ്റവും അറിവുള്ള മനുഷ്യനുപോലും നിങ്ങളെ തിരിച്ചറിയാൻ കഴിയില്ല. എന്നിട്ടും നിങ്ങൾക്കെന്നോടുള്ള പക്ഷപാതിത്വം എനിക്ക് നന്നായി അറിയാമായിരുന്നു. ഞങ്ങൾ അക്കായിയന്മാർ ട്രോയിക്കെതിരായി യുദ്ധം ചെയ്യാൻ പോയതുമുതൽ ആ ശക്തമായ നഗരം തകർത്ത് കൊള്ളയടിക്കുന്നതുവരെ ഞാനത് മനസ്സിലാക്കിയിരുന്നു. എന്നാൽ, അവിടുന്ന് ഞങ്ങൾ കപ്പൽ കയറിയശേഷം ദൈവീകശക്തി ഞങ്ങളെ ചിന്നിച്ചിതറിപ്പിച്ചു. അതിനുശേഷം ഞാൻ ദേവിയെ ദർശിച്ചിട്ടില്ല. എന്നെ കഷ്ടപ്പാടിൽനിന്ന് രക്ഷിക്കാനായി ഭവതി എന്റെ കപ്പലിൽ കാല് കുത്തിയതായും എനിക്കറിയില്ല. അല്ലയോ സ്യൂസ് ദേവന്റെ പുത്രീ, അങ്ങിനെ എന്റെ വേദന ദൈവങ്ങൾ അവസാനിപ്പിക്കുന്നതും പ്രതീക്ഷിച്ച് തകർന്ന ഹൃദയത്തോടെ എനിക്ക് അലഞ്ഞുതിരിയേണ്ടിവന്നു. അതായിരുന്നു എന്റെ വിധി. ഒടുവിൽ ഫേഷ്യന്മാരുടെ സമ്പന്നമായ തലസ്ഥാനത്ത് ദേവിയുടെ ധീരമായ വാക്കുകൾ സാഹസങ്ങൾക്ക് മുതിരുവാൻ എന്നെ പ്രോത്സാഹിപ്പിച്ചു. അതുപ്രകാരം അങ്ങയുടെ പിതാവിന്റെ പേരിൽ ഞാനിപ്പോൾ ദേവിയോട് സത്യംചെയ്ത് ചോദിക്കുന്നു. തീർച്ചയായും പ്രസന്നമായി ശോഭിക്കുന്ന

ഇഥാക്കയിലാണോ ഞാൻ ഇപ്പോൾ നില്ക്കുന്നത്? ഏതോ വിദേശരാജ്യത്താണ് ഞാൻ ഇറങ്ങിയതെന്നാണെനിക്ക് തോന്നുന്നത്. നിങ്ങൾ എന്നെ കളിയാക്കാൻവേണ്ടി മാത്രം ഇത് ഇഥാക്കയാണെന്ന് എന്നോട് പറയുകയാണ് എന്റെ മനസ്സിനെ പറ്റിക്കാൻ! തീർച്ചയായും ഇതെന്റെ ജന്മനാടാണെങ്കിൽ അത് എന്നോട് സ്ഥിരീകരിക്കുക."

എഥീനി പറഞ്ഞു: "നിങ്ങളുടെ മനസ്സ് ഒരേ കാര്യം തന്നെ വീണ്ടും വീണ്ടും പറഞ്ഞുകൊണ്ടിരിക്കുന്നു. നിങ്ങളെപ്പോലെ സംസ്കാരസമ്പന്നനും വിവേകശാലിയും കൗശലക്കാരനുമായൊരു വ്യക്തിയെ ഉൽക്കണ്ഠാകുലനാക്കി നിർത്താൻ എനിക്ക് കഴിയില്ല. മറ്റേതൊരു തിരിച്ചുവരവു സഞ്ചാരിയാണെങ്കിലും എത്തിയ ഉടനെ സ്വന്തം മക്കളേയും ഭാര്യയേയും കാണാനായി വീട്ടിലേക്ക് പാഞ്ഞുചെന്നേനെ! നിങ്ങൾ മാത്രമാണ് സംശയാലുവായി മാറിനിന്നത്. എത്രയോ കാലമായി രാവും പകലും കണ്ണീരൊഴുക്കി കഷ്ടതകളനുഭവിച്ച് വീട്ടിൽ നിങ്ങളെയും കാത്തിരിക്കുന്ന ഭാര്യയെ തെളിവും പ്രതീക്ഷിച്ച് നിരാകരിക്കുന്നത്. നിനക്കുവേണ്ടി ഞാൻ ഒരിക്കലും ഹതാശയായിരുന്നില്ല. എന്തുകൊണ്ടെന്നാൽ, നീ തീർച്ചയായും തിരിച്ചുവരുമെന്ന് എനിക്കറിയാമായിരുന്നു. നിങ്ങളുടെ സംഘം പൂർണ്ണമായി നശിച്ചുപോയാലും! അതുകൊണ്ടാണ് എന്റെ പിതൃസഹോദരനായ പൊസീഡൻ ദേവനോട് ഞാൻ നേരിട്ട് പോരാടാൻ തുനിയാതിരുന്നത്. തന്റെ പ്രിയപുത്രനെ നിങ്ങൾ അന്ധനാക്കിയതിൽ കുപിതനായ അദ്ദേഹം നിങ്ങൾക്ക് എപ്പോഴും ദുരിതങ്ങൾ സൃഷ്ടിക്കാൻ ആഗ്രഹിച്ചു.

നിങ്ങളെ ബോദ്ധ്യപ്പെടുത്താനായി ഇഥാക്കയുടെ കാതലായ ഭാഗം ഞാൻ കാണിച്ചുതരാം. ഇതാണ് ഫോർക്കി കടലിടുക്ക്. കടൽ കാരണവരായ ഫോർക്കിയുടെ ഒഴിയാബാധയുള്ള തുറമുഖം. അതിന്റെ തലപ്പത്താണ് പരന്ന് പന്തലിച്ച് ഒലിവ് വൃക്ഷം നില്ക്കുന്നത്. അതിനടുത്ത് ഇരുണ്ട് തണുത്ത ഗുഹാമുഖം കാണാം. നായിയാഡുക്കൾ എന്ന് പേരുള്ള ജലദേവതകൾക്ക് അർച്ചന നല്കുന്നത് അവിടെ വെച്ചാണ്. എത്രപ്രാവശ്യമാണ് നിങ്ങൾ അതിനുള്ളിൽ ജലദേവതകൾക്കുവേണ്ടി മൃഗബലി നടത്തിയിട്ടുള്ളത്! നോക്കൂ, അതിന് പിന്നിൽ നെരിട്ടൻകുന്ന് നിലകൊള്ളുന്നു." സംസാരിച്ചുകൊണ്ടിരിക്കവെ ദേവി അവിടത്തെ മൂടൽമഞ്ഞ് മാറ്റി, ഭൂദൃശ്യം വ്യക്തമായി കാണാൻ കഴിഞ്ഞു. സ്വന്തം ജന്മഭൂമി കണ്ടതിലുള്ള ആഹ്ലാദത്തിൽ ഒഡീസ്സി കമഴ്ന്നുകിടന്ന് മണ്ണിൽ ചുംബിച്ചു. പിന്നെ കൈകൾ മുകളിലേക്കുയർത്തി ജലദേവതമാരോട് പ്രാർത്ഥിച്ചു. "അല്ലയോ നായിയാഡ് ദേവതകളേ സ്യൂസ് ദേവന്റെ പുത്രിമാരെ, അവസാനമായാണ് ഞാൻ നിങ്ങളെ കാണുന്നതെന്ന് അന്ന് ഞാനെന്റെ ഹൃദയത്തോട് പറഞ്ഞിരുന്നു. അതുകൊണ്ട് ഏറ്റവും അരുമയോടെ ഈ പ്രാർത്ഥനയിലൂടെ ഞാൻ ഇപ്പോൾ നിങ്ങളെ അഭിവാദ്യം ചെയ്യുന്നു. സ്യൂസ് ദേവന്റെ പുത്രി റീവർ എനിക്ക് ആയുസ്സും എന്റെ പ്രിയപുത്രന്

ശ്രേയസ്സും അനുവദിച്ചു തന്നാൽ സത്യമായും പഴയതുപോലെ സമ്മാനങ്ങൾ അങ്ങേക്ക് ഞങ്ങൾ സമൃദ്ധിയായി ചെരിഞ്ഞുകൊണ്ടിരിക്കും."

എഥീനി ദേവി അവനെ ഗുണദോഷിച്ചു: "ധൈര്യമായിരിക്കുക, ഇത്തരം ചിന്തകളെല്ലാം മനസ്സിൽനിന്ന് എടുത്ത് മാറ്റുക. ഇപ്പോൾ നമുക്ക് നിങ്ങളുടെ സാധനങ്ങളെല്ലാം എടുത്ത് ആ ഗുഹയ്ക്കുള്ളിൽ സൂക്ഷിച്ചു വെക്കാം, അത് അവിടെ സുരക്ഷിതമായിരിക്കും. പിന്നെ ഏറ്റവും നല്ല പ്രവർത്തന മാർഗ്ഗത്തെക്കുറിച്ച് ചിന്തിക്കാം." അപ്രകാരം തന്റെ സാധനങ്ങളെല്ലാം ഒഡീസ്സി എടുത്തുകൊണ്ടുപോയി ഗുഹയ്ക്കുള്ളിൽ ഒതുക്കി വെച്ചു. അതിനുശേഷം പല്ലാസ് എഥീനി ഒരു പാറയെടുത്ത് അതിന്റെ ദ്വാരം മൂടിവെച്ചു. പിന്നെ അവർ പവിത്രമായ ഒലിവ് മരച്ചോട്ടിലിരുന്ന് ധാരാളികളായ വിവാഹാർത്ഥികളെ തകർക്കാനുള്ള ഗൂഢാലോചന നടത്തി. എഥീനി പറഞ്ഞു. "ലാർട്ടെസ്സിന്റെ പുത്രാ, അടുത്തതായി ഈ നാണംകെട്ട വിവാഹാർത്ഥികളോട് നീ സ്വന്തം കൈകൾ കൊണ്ട് പകരം വീട്ടണം. കാരണം ഇപ്പോൾ മൂന്നുകൊല്ലമായി അവർ നിങ്ങളുടെ കൊട്ടാരത്തിൽ അധികാരം നടത്തിത്തുടങ്ങിയിട്ട്, വിവാഭ്യാർത്ഥന നടത്തി നിങ്ങളുടെ പത്നിയെ അലട്ടിത്തുടങ്ങിയിട്ട്! അതേസമയം നിങ്ങളുടെ തിരിച്ചുവരവിൽ ഉൽക്കണ്ഠാകുലയായി നിങ്ങളുടെ പത്നി തകർന്ന ഹൃദയത്തോടെ നിങ്ങളെ കാത്തിരിക്കയാണ്. അവരെ കബളിപ്പിച്ച് ഓരോരുത്തർക്കും ഓരോ വാഗ്ദാനങ്ങൾ നല്കി മനസ്സ് മറ്റെവിടെയെങ്കിലും ഉറപ്പിച്ച് അവൾ ദിവസങ്ങൾ തള്ളി നീക്കുന്നു."

തന്ത്രശാലിയായ ഒഡീസ്സി മറുപടി നല്കി. "വീട്ടിലെത്തിയശേഷം എന്റെ കടുത്ത വിധി ആഗമെനന്റേതുപോലുള്ള ദയനീയ മരണമായേനേ, ദേവി, അങ്ങ് സമയോചിതമായി എന്നെ യഥാർത്ഥനില പറഞ്ഞു ധരിപ്പിച്ചില്ലായിരുന്നെങ്കിൽ! അതുകൊണ്ട് അങ്ങയുടെ ഉദാരമായ പ്രോത്സാഹനം എനിക്ക് വേണം. ഈ വിവാഹാർത്ഥികളോട് എങ്ങനെയാണ് ഞാൻ പ്രതികാരം ചെയ്യുക എന്ന് സ്പഷ്ടമാക്കുക. എന്നോടൊപ്പം നില്ക്കുക. ദേവീ, എന്റെ ശൗര്യം ഉദ്ദീപിപ്പിക്കുക; തിളങ്ങുന്ന ട്രോയിയുടെ പ്രതാപം നാം തകർത്തപ്പോൾ ദേവി എന്റെ സൗന്ദര്യം ഉദ്ദീപിച്ചതുപോലെ; അങ്ങയുടെ പ്രോത്സാഹനം കൊണ്ട് ഞാൻ ഒറ്റയ്ക്ക് മുന്നൂറ് പേരോട് ഒന്നിച്ച് പൊരുതും. അങ്ങയുടെ വിവേകപൂർവ്വമായ സഹായം എനിക്ക് മാർഗ്ഗനിർദ്ദേശമായി ഉണ്ടായാൽ മതി, ദേവീ."

എഥീനി അവന് മറുപടി നല്കി. "തീർച്ചയായും ഈ പ്രവൃത്തി നമ്മൾ ഏറ്റെടുത്തശേഷം സദാസമയം നിന്നെക്കുറിച്ചോർത്തുകൊണ്ട് ഞാൻ നിന്നോടൊപ്പമുണ്ടാകും. നിന്റെ പത്നിയുടെ ഈ വിവാഹാർത്ഥികളുടെയും നിന്റെ സ്വത്ത് നശിപ്പിക്കുന്നവരുടേയും രക്തം കൊണ്ടും തലച്ചോറുകൊണ്ടും ഈ മഹത്തായ മണ്ണ് കളങ്കപ്പെടാൻ പോകുകയാണെന്ന് എനിക്ക് തോന്നിയിരുന്നു. ഇപ്പോൾ ഒറ്റ മനുഷ്യനും നിന്നെ തിരിച്ചറിയാൻ പറ്റാത്തവിധത്തിൽ ഞാൻ നിന്നെ മാറ്റിയെടുക്കാം. നിന്റെ ചുറുചുറുക്കുള്ള അവയവങ്ങളിലെ സുന്ദരമായ മാംസപേശികൾ ചുക്കിച്ചുളിക്കാം.

സ്വർണ്ണത്തലമുടി ചുരുൾ കൊഴിച്ചുകളയാം. നിന്റെ മനോഹരമായ കണ്ണുകൾപോലും മങ്ങിയതാക്കാം. അതിനുശേഷം കീറിപ്പറിഞ്ഞ വസ്ത്രം ധരിപ്പിക്കാം. നിന്റെ വേഷം വിവാഹാർത്ഥികളേയും ഭാര്യയേയും മകനേയും പിന്നാക്കം തള്ളും. നിന്റെ പന്നികളെ നോക്കുന്ന ജോലിക്കാരനുമായി നീ കൂട്ടുകൂടുക. നിന്നോട് ആത്മാർത്ഥതയുള്ളവനാണയാൾ അതുപോലെ നിന്റെ മകനോടും കാര്യബോധമുള്ള പെനെലോപിനോടും ഭയഭക്തി ബഹുമാനമുള്ളവൻ. അയാൾ പന്നികളെ റാവെൻക്രാഗിന് ചുറ്റും കൊണ്ടുപോയി തീറ്റുന്നതും അരേതുസാ ചോലയിലേക്ക് കൊണ്ടുപോയി വെള്ളം കൊടുക്കുന്നതും നിനക്ക് കാണാം. അതുകൊണ്ടാണവ തടിച്ചുകൊഴുത്തു ആരോഗ്യമുള്ളവരായിരിക്കുന്നത്. ഞാൻ സ്പാർട്ടായിൽപോയി നിന്റെ പ്രിയ പുത്രൻ ടെലിമാക്കസ്സിനേയും കൂട്ടിവരുന്നതുവരെ അയാളുമായി സംസാരിച്ച് വാർത്തകളെല്ലാം മനസ്സിലാക്കുക. നിങ്ങൾ ഇപ്പോഴും ജീവിച്ചിരിപ്പുണ്ടോ എന്നറിയാനായി ടെലിമാക്കസ് മെനെലോസിന്റെ വീട്ടിലേക്ക് പോയിരിക്കയാണ്."

അവൻ ദേവിയോട് പറഞ്ഞു. "എല്ലാം അറിയാവുന്ന ദേവി എന്തുകൊണ്ടാണ് സത്യാവസ്ഥ അവനോട് പറയാതിരുന്നത്? മറ്റുള്ളവർ അവന്റെ ജീവിതം തുലയ്ക്കുമ്പോൾ അവനും ദുഃഖിച്ച് കടലിൽ അലയണമോ?"

എഥീനി മറുപടി നല്കി. "അത്ര കാര്യമായി എടുക്കേണ്ട. ഞാനായിരുന്നു അവന്റെ മാർഗ്ഗദർശി. അവന് ആനുകൂല്യം നേടാൻ വേണ്ടി ഈ പ്രവർത്തനത്തിലൂടെ ഞാനവനെ ഊർജ്ജസ്വലനാക്കി. അവൻ യാതൊരു കഷ്ടപ്പാടും അനുഭവിക്കുന്നില്ല. ആട്രെഡ്സിന്റെ കൊട്ടാരത്തിൽ ആർഭാടമായിക്കഴിയുന്നു. അവൻ പിതൃരാജ്യത്ത് തിരിച്ചെത്തുന്നതിനുമുമ്പ് പതിഞ്ഞിരുന്ന് ആക്രമിച്ചുകൊല്ലാൻ ചില വിവാഹാർത്ഥികൾ കപ്പലോടൊപ്പം കാത്തിരിക്കുന്നുണ്ടെന്നത് സത്യം തന്നെ. എന്നാലും അത് സംഭവ്യമല്ല. അതിനുപകരം ചില വിവാഹാർത്ഥികൾ മണ്ണിനടിയിലാകും."

എഥീനി തന്റെ ദണ്ഡുകൊണ്ട് ഒഡീസ്സിയെ തലോടി; അവന്റെ ദൃഢമായ മാംസപേശികൾ ചുരുങ്ങി. അവന്റെ മനോഹരമായ മുടിച്ചുരുൾ കൊഴിഞ്ഞു; ഒരു പടുകിഴവന്റേതുപോലെ. അവന്റെ ശരീരത്തിലെ തൊലിമുഴുവൻ ചുക്കിച്ചുളിഞ്ഞു. അവന്റെ തിളങ്ങുന്ന കണ്ണുകൾ മങ്ങി; കീറിപ്പറിഞ്ഞ് വൃത്തികെട്ട തുണി അവനെക്കൊണ്ട് അവൾ ധരിപ്പിച്ചു. അതിനുമീതെ രോമം കൊഴിഞ്ഞുപോയൊരു മാൻ തോൽ ഇട്ടു. അവൾ അവനൊരു വടിയും ഒരു കീറിയ തുകൽ സഞ്ചിയും കൊടുത്തു. അങ്ങനെ തങ്ങളുടെ പദ്ധതികൾക്ക് രൂപകല്പന നല്കിയ ശേഷം അവർ പിരിഞ്ഞു. ലാസിഡേമനിൽപോയി ഒഡീസ്സിയുടെ പുത്രനെ വീട്ടിലേക്കയക്കുകയായിരുന്നു ദേവിയുടെ ഉദ്ദേശ്യം.

പതിനാല്

എഥീനി ദേവി നിർദ്ദേശിച്ചതനുസരിച്ച് ഒഡീസ്സി കുന്നിൻ പാതയിലൂടെ നടന്ന് ആ അർപ്പിതനായ പന്നിക്കാവല്ക്കാരന്റെ അടുത്തെത്തി. ഒഡീസ്സിയുടെ മറ്റേതൊരു ഭൃത്യനേക്കാൾ ആത്മാർത്ഥയോടെ യജമാനന്റെ സ്വത്ത് കാത്തുരക്ഷിക്കുന്നവനാണയാൾ.

കരുത്തുറ്റ പൊക്കമുള്ള മതിലുകളാൽ ചുറ്റപ്പെട്ട ഒരു വളപ്പിനോടു ചേർന്ന ഒരു കുടിലിൽ അയാൾ ഇരിക്കുന്നത് ഒഡീസ്സി കണ്ടു. തന്റെ യജമാനത്തിയോടോ മുത്തച്ഛൻ ലാർട്ടസ്സിനോടോ പറയാതെതന്നെ തന്റെ സ്ഥലത്തില്ലാത്ത യജമാനന്റെ പന്നികളെ ആരോഗ്യകരമായ പന്നിക്കൂടുകളിലിട്ട് അയാൾ വളർത്തിയിരുന്നു. നിരയായി പന്ത്രണ്ട് പന്നികൂടുകളാണുള്ളത്. ഓരോ കൂട്ടിലും അമ്പത് പെൺപന്നികളുണ്ട്. ആൺ പന്നികളെ കൂടുകൾക്ക് പുറത്താണ് നിർത്തുന്നത്. അവ എണ്ണത്തിൽ വളരെ കുറവാണ്. കാരണം ആൺപന്നികളെയാണ് വിവാഹാർത്ഥികൾ തിന്ന് മുടിക്കുന്നത്. അതുകൊണ്ട് അവയുടെ എണ്ണം ഇപ്പോൾ മുന്നൂറ്റി അറുപതായി ചുരുങ്ങി. നാല് ഭീകര രൂപികളായ നായകൾ എപ്പോഴും അവയെ നിരീക്ഷിച്ചുകൊ ണ്ടിരിക്കുന്നു.

ആ പന്നിപാലകൻ കട്ടിയുള്ള കാളത്തോലുകൊണ്ട് തനിക്കായി ഒരു ജോഡി ചെരുപ്പ് തുന്നിക്കൊണ്ടിരിക്കയായിരുന്നു. അയാളുടെ സഹായികളിൽ മൂന്നുപേർ പന്നികളെ മേയ്ക്കാനായി എവിടെയോ പോയിരിക്കയാണ്. നാലാമത്തവൻ വിവാഹാർത്ഥികളുടെ ഭക്ഷണത്തിനായി ഒരുപന്നിയെ കശാപ്പു ചെയ്യാൻ നഗരത്തിലേക്ക് കൊണ്ടു പോയിരിക്കയാണ്.

ഒഡീസ്സിയെ കണ്ട ഉടനെ നായകൾ കുരച്ചുകൊണ്ട് ഒഡീസ്സിക്കു നേരെ കുതിച്ചുചെന്നു. എന്നാൽ അവൻ തന്ത്രപരമായി വടി നിലത്തിട്ട്, താഴെ ഇരുന്നു. എന്നാലും, സ്വന്തം വസതിയിൽ ക്രൂരമായൊരാക്രമണത്തിന് ഒഡീസ്സി ഇരയായേനെ! അപ്പോഴേക്കും ചെരുപ്പിന്റെ തുകൽ വലിച്ചെറിഞ്ഞ് പന്നിപ്പാലകൻ ഗേറ്റിലേക്ക് ഓടി എത്തി നായകളെ കല്ലെടുത്തെറിഞ്ഞ് പായിച്ച്, ഒഡീസ്സിയെ രക്ഷിച്ചു. പിന്നെ അയാൾ പറഞ്ഞു "ഒരുനിമിഷം വൈകിയിരുന്നെങ്കിൽ നായകൾ നിങ്ങളെ കൊന്നേനെ! അതിവേഗം: അതിലൂടെ നിങ്ങളെനിക്ക് കൂടുതൽ മാനക്കേട് വരുത്തി വെച്ചേനെ; ദൈവം ഇപ്പോൾത്തന്നെ വേണ്ടതിലേറെ ദുഃഖവും വേദനകളും തന്നുകഴിഞ്ഞു. ഇവിടെ ഞാൻ ദേവതുല്യനായൊരു യജമാനനുവേണ്ടി വിലപിച്ച് തളർന്ന് ജീവിക്കുകയാണ്. അദ്ദേഹത്തിന്റെ തടിച്ചുകൊഴുത്തപന്നികളെ മറ്റുള്ളവർക്ക് തിന്നാൻ വേണ്ടി വളർത്തുകയാണ്. അതേസമയം അദ്ദേഹം ആഹാരം ലഭിക്കാതെ പട്ടിണി കിടക്കുകയായിരിക്കാം. അപരിചിതമായ ഏതെങ്കിലും നാട്ടിൽ അശരണനായി അലഞ്ഞുതിരിയുകയായിരിക്കാം. സൂര്യനു കീഴിൽ എവിടെയെങ്കിലും അദ്ദേഹം ജീവിക്കുന്നുണ്ടാകും. എന്തായാലും എന്നെ പിൻതുടരുക. ഞങ്ങളുടെ വസതിക്കുള്ളിലേക്ക് കടന്നുവരിക, വന്ദ്യവയോധികാ, ഞങ്ങളുടെ ആഹാ

രവും വീഞ്ഞും കഴിച്ച് ഓജസ്സ് വീണ്ടെടുത്ത്, നിങ്ങളെക്കുറിച്ചും നിങ്ങൾ അനുഭവിച്ച കഷ്ടപ്പാടുകളെക്കുറിച്ചും ഞങ്ങളോട് പറയുക."

യാതൊരു വൈഷമ്യവും കൂടാതെ സത്യസന്ധനായ പന്നിപാലകൻ ഒഡീസ്സിയെ ഉള്ളിലെ മുറിയിലേക്ക് ആനയിച്ച്, ആട്ടിൻതോൽ വിരിച്ച തന്റെ മെത്തയിൽ ഇരുത്തി. അത്തരം ഒരു സ്വീകരണം നല്കിയതിൽ ഒഡീസ്സി ആഹ്ലാദപൂർവ്വം നന്ദി പ്രകടിപ്പിച്ചു "ആതിഥേയാ, സ്യൂസ് ദേവനും മറ്റ് അനശ്വരദൈവങ്ങളും എനിക്ക് സന്മനസ്സോടെ നല്കിയ ഈ സ്വീകരണത്തിന് പകരം നിങ്ങളുടെ ഏറ്റവും ഇഷ്ടപ്പെട്ട ആഗ്രഹം സാധിപ്പിച്ചു തരട്ടെ!"

പന്നി പാലകൻ അതിന് മറുപടി നല്കി. "എന്റെ അതിഥീ, നിങ്ങളേക്കാൾ ദരിദ്രനായൊരു അപരിചിതൻ വന്നാലും ഞാൻ അയാളെ പരിചരിക്കും; ഇല്ലെങ്കിൽ അതൊരു പാപമാണ്. ദരിദ്രരും അപരിചിതരുമെല്ലാം സ്യൂസ് ദേവനിൽ നിന്നുള്ളവരാണ്. പക്ഷേ, കൂടുതലൊന്നും ഭൃത്യന്മാർക്ക് നല്കാനാവില്ല. അവരുടെ യജമാനന്മാർ യുവാക്കളാകുമ്പോൾ ഭൃത്യന്മാർക്ക് ഭയമാണ്. എന്റെ യഥാർത്ഥ യജമാനന്റെ വീട്ടിലേക്കുള്ള തിരിച്ചുവരവ് ദൈവങ്ങൾ തടഞ്ഞുവെച്ചിരിക്കുകയാണെന്ന് ഞാൻ കരുതുന്നു. അദ്ദേഹം ഉണ്ടായിരുന്നെങ്കിൽ, ഒരു നല്ല യജമാനൻ തങ്ങളുടെ ജോലിക്കാർക്ക് ചെയ്യാറുള്ളതുപോലെ, എന്റെ സത്യസന്ധമായ അദ്ധ്വാനത്തിന് പ്രതിഫലമായി, തോട്ടത്തോടൊപ്പമുള്ള ഒരു വീടും വിവേകമുള്ളൊരു സ്ത്രീയേയും തന്നേനെ. അദ്ദേഹം പ്രായമാകുന്നതുവരെ വീട്ടിൽത്തന്നെ ഉണ്ടായിരുന്നെങ്കിൽ എനിക്ക് വലിയ പ്രയോജനമുണ്ടായേനെ. എന്നാൽ, അദ്ദേഹം അകാല ചരമമടഞ്ഞു! ഹെലനെപ്പോലുള്ള എല്ലാവരുടേയും കാൽമുട്ട് തല്ലി ഒടിക്കണമെന്ന് ഞാൻ പറയും, മനുഷ്യത്തത്തോട് ചെയ്ത എല്ലാ ദുഷ്പ്രവൃത്തികൾക്കും പ്രതികാരമായി! നിങ്ങൾക്കറിയാമോ, ആഗമെംനോന്റെ സല്പേരിനുവേണ്ടി ട്രോജന്മാരോട് യുദ്ധം ചെയ്യാൻ ഇലിയോസിൽ പോയവരിൽ ഒരാളായിരുന്നു എന്റെ യജമാനൻ.'

സംസാരിച്ചിരിക്കുന്നതിനിടയ്ക്ക് പന്നിപാലകൻ പന്നിയിറച്ചി പൊരിച്ചതും കറിവെച്ചതും ബാർളിചോറും വീഞ്ഞും തീൻ മേശയിൽ നിരത്തി. ഒഡീസ്സിയെ ആഹാരം കഴിക്കാനായി ക്ഷണിച്ചു.

"ഇപ്പോൾ എന്റെ വിരുന്നുകാരാ, ഈ ജോലിക്കാരന്റെ പന്നി ഇറച്ചിയും ചോറും കഴിക്കൂ. എല്ലാ തടിച്ചുകൊഴുത്ത പന്നികളും നാണം കെട്ട വിവാഹാർത്ഥികളുടെ ആഹാരത്തിനായി കൊണ്ടുപോകുന്നു. നമ്മൾ ഉല്പാദിപ്പിക്കുന്നതെല്ലാം അവർ തിന്ന് മുടിക്കുകയാണ്. സ്വന്തം വീട്ടിലേക്ക് തിരിച്ചുപോകാനേ ആഗ്രഹിക്കുന്നില്ല. അതുകൊണ്ട്, എന്റെ യജമാനന്റെ ദുഃഖകരമായ ദുരന്തത്തെക്കുറിച്ച് ഏതെങ്കിലുമൊരു ദൈവം മന്ത്രിക്കുന്നത് ഈ മനുഷ്യർ കേട്ടിരിക്കണം; അതാണവർക്ക് ഇത്ര ഉറപ്പ്. അല്ലെങ്കിലവർ തിരിച്ചു പോയേനെ. രാവും പകലും അവർ ആടുമാടുകളെയും പന്നികളേയും കശാപ്പും ചെയ്ത് സദ്യ നടത്തുന്നു; നമ്മുടെ

വീഞ്ഞ് സുലഭമായി കുടിച്ച് മദിക്കുന്നു. എന്റെ യജമാനന്റെ സ്വത്ത് കണക്ക് കൂട്ടാവുന്നതിനപ്പുറത്താണ്. ഇഥാക്കയിലോ അതിനപ്പുറത്തുള്ള വൻകരയിലോ അദ്ദേഹത്തെപ്പോലെ ധനികനായ ഒരു പ്രഭുവുമില്ല- എന്തിന് ഇരുപത് പ്രഭുക്കന്മാരുടെ സ്വത്ത് കൂട്ടിയാൽ പോലും അദ്ദേഹ ത്തിന്റെ അത്രവരില്ല! അപ്രകാരം അയാൾ സംസാരിച്ചുകൊണ്ടിരിക്കവെ, ഒരു ജ്വലിക്കുന്ന മൗനത്തോടെ ഒഡീസ്സി ഇറച്ചിയും വീഞ്ഞും കഴിച്ചു; വിവാഹാർത്ഥികളെ തകർക്കാനുള്ള ആഗ്രഹം അവന്റെ മനസ്സിൽ ശക്തി പ്രാപിച്ചു.

അവൻ സുഭിക്ഷമായി ഭക്ഷണം കഴിച്ചശേഷം, മദ്യം നിറച്ച കപ്പ് പന്നിപാലകൻ ഒഡീസ്സിക്ക് നീട്ടി. അവൻ എപ്പോഴും ഉപയോഗിച്ചിരുന്ന സ്വന്തം കപ്പായിരുന്നു അത്. ഒഡീസ്സി ഉള്ളാലെ നന്ദി പറഞ്ഞുകൊണ്ട് ആ കപ്പ് എടുത്തു. തന്ത്രപരമായി അവൻ അയാളോട് ഉറക്കെ ചോദിച്ചു. “അപ്പോൾ സുഹൃത്തേ, നിങ്ങളെ വാങ്ങിച്ച ഈ ധനികൻ ആരാണ്? നിങ്ങൾ അദ്ദേഹത്തിന്റെ അധികാരത്തേയും സമ്പത്തിനേയും കുറിച്ച് അത്രയേറെ പ്രകീർത്തിച്ചല്ലോ. ആഗമെംനന്റെ അന്തസ്സ് തെളിയിക്കാ നായി അദ്ദേഹം മരിച്ചെന്ന് നിങ്ങൾ പറയുന്നു. അത്തരം ഒരാളെ ഞാൻ കണ്ടു കാണണം. അദ്ദേഹത്തിന്റെ പേരെന്താണ്? ഞാൻ അതിവ്യാപക മായി യാത്ര ചെയ്തിട്ടുള്ളവനായതിനാൽ, സ്യൂസ് ദേവനും അദ്ദേഹത്തോ ടൊപ്പമുള്ള മറ്റ് ദൈവങ്ങൾക്കും മാത്രമേ ഞാൻ അദ്ദേഹത്തെ കണ്ടി ട്ടുണ്ടോ ഇല്ലയോ എന്ന് ഉറപ്പിച്ച് പറയാൻ കഴിയൂ.”

പന്നിപാലകൻ പറഞ്ഞു വൃദ്ധനായ മനുഷ്യാ, അദ്ദേഹത്തെക്കണ്ടു എന്ന ഏതൊരു അലഞ്ഞുതിരിയുന്നവന്റെ കഥയ്ക്കും അദ്ദേഹത്തിന്റെ വിധവയേയും പുത്രനേയും വിശ്വസിപ്പിക്കാൻ കഴിയില്ല. സഞ്ചാരികൾ ഇഥാക്കയിൽ ഇറങ്ങി തങ്ങളുടെ മിഥ്യാ ഭാഷണവുമായി എന്റെ യജമാ നത്തിയുടെ അടുത്തേക്ക് പോകുന്നു. അവർ ഈ സഞ്ചാരികളെ കാരു ണ്യത്തോടെ സ്വീകരിച്ച് എല്ലാ കാര്യങ്ങളും ചോദിച്ചറിയുന്നു. അവരുടെ കണ്ണുകളിൽ നിന്ന് കണ്ണുനീർ ധാരയായി പ്രവഹിക്കുന്നു. എന്റെ വയോ ധികാ, നിങ്ങൾക്കും ചിലകഥകൾ തെരഞ്ഞെടുക്കാം; ഉടുപ്പോ വസ്ത്ര ങ്ങളോ പാരിതോഷികമായി നേടാം. സത്യത്തിൽ അദ്ദേഹത്തിന്റെ ആത്മാവ് ശരീരം വിട്ട് വളരെ മുമ്പുതന്നെ പറന്നുപോയിരിക്കാം. അസ്ഥി കൾ നായകൾക്കോ കഴുകന്മാർക്കോ ഇരയായിത്തീർന്നിട്ടുണ്ടാകാം; അല്ലെങ്കിൽ കടലോരത്തെ മണ്ണിന്നടിയിൽ മൂടി കിടക്കുന്നുണ്ടാകാം. അദ്ദേ ഹത്തെ സ്നേഹിക്കുന്ന എല്ലാവരേയുംപോലെ എന്നിലും അദ്ദേഹത്തിന്റെ മരണം കനത്ത ആഘാതമാണ് നേരിട്ട് ഉളവാക്കിയത്. ഞാൻ എവിടെ പ്പോയാലും ഇത്രയും മാന്യനായൊരു യജമാനനെ എനിക്ക് ലഭിക്കില്ല. എന്റെ മാതാപിതാക്കൾ എന്നെ വളർത്തിക്കൊണ്ടുവന്ന വീട് എനിക്ക് തിരിച്ചുകിട്ടിയാലും ഞാൻ എന്റെ യമജാനനോടൊപ്പം ജീവിച്ചതുപോലെ സന്തോഷവാനായിരിക്കില്ല. എന്റെ ജന്മനാട്ടിലെത്തി സ്വന്തം അച്ഛനമ്മ മാരെക്കാണാൻ എനിക്ക് മോഹമുണ്ടെങ്കിലും, ഇപ്പോൾ എന്റെ ഏറ്റവും

അഗാധമായ ദുഃഖം എന്റെ നഷ്ടപ്പെട്ട യജമാനൻ ഒഡീസ്സിക്കുവേണ്ടിയുള്ളതാണ്. നോക്കൂ, അപരിചിതാ, അദ്ദേഹത്തിന്റെ പേര് ഉച്ചരിക്കുമ്പോൾത്തന്നെ എന്റെ മുഖം എങ്ങനെയാണ് വിവർണ്ണമാകുന്നതെന്ന്, അദ്ദേഹം വളരെ ദൂരെയാണെങ്കിലും! സത്യമായും അളവറ്റ സ്നേഹമായിരുന്നു അദ്ദേഹത്തിന് എന്നോട്; എന്നെ അദ്ദേഹം സ്വന്തം ഹൃദയത്തിൽ വെച്ച് പരിലാളിച്ചിരുന്നു. അതുകൊണ്ടാണ് അദ്ദേഹത്തിന്റെ അസാന്നിദ്ധ്യത്തിലും അദ്ദേഹത്തിന്റെ നാമം എനിക്കത്രയ്ക്ക് ആദരണീയമാകുന്നത്."

ഒഡീസ്സി മറുപടി നല്കി. "എന്റെ സ്നേഹിതാ, അദ്ദേഹം ഒരിക്കലും തിരിച്ചു വരില്ലെന്ന് നിങ്ങളുടെ അവിശ്വസനീയമായ ഹൃദയത്തിന് അത്രയ്ക്ക് ഉറപ്പാണെങ്കിൽ, ഞാൻ ഒഡീസ്സി തിരിച്ചുവരുമെന്ന് വെറുതെ അവകാശവാദം ഉന്നയിക്കുന്നില്ല; എന്നാൽ ഒരു ശപഥത്തോടെ അത് ഉറപ്പിച്ച് പറയാം. അദ്ദേഹത്തിന്റെ പാദങ്ങൾ വീട്ടിൽ സ്പർശിക്കുന്ന ദിവസം ഞാൻ എന്റെ പാരിതോഷികത്തിന് അവകാശമുന്നയിക്കും. അതുവരെ എനിക്ക് ആവശ്യമുണ്ടെങ്കിലും ഞാൻ യാതൊരു പ്രതിഫലവും സ്വീകരിക്കില്ല. ദാരിദ്ര്യം മൂലം നുണപറയുന്നവനെ നരകവാതിൽപോലെ എനിക്ക് വെറുപ്പാണ്. അതുകൊണ്ട് ഞാൻ ദൈവങ്ങളുടെ ദേവനായ സ്യൂസ് ദേവനേയും എന്റെ ആതിഥേയന്റെ ഈ തീൻമേശയേയും, പ്രശസ്തനായ ഒഡീസ്സിയുടെ ഈ നെരിപ്പോടിനേയും സാക്ഷി നിർത്തി സത്യം ചെയ്യുന്നു. എല്ലാം എന്റെ വാക്ക് അനുസരിച്ച് നടക്കുമെന്നതിന് നിങ്ങൾ സാക്ഷി നില്ക്കുക. ഇതേകൊല്ലം തന്നെ ചന്ദ്രൻ ക്ഷയിക്കുകയും പിന്നീട് വളരുകയും ചെയ്യുന്നതിനിടയ്ക്ക് തന്റെ ഭാര്യയേയും മകനേയും അപകീർത്തിപ്പെടുത്തിയവർക്കെതിരെ പ്രതികാരം ചെയ്യാനായി ഒഡീസ്സി വരും."

അയാൾ മറുപടി നല്കി. "അല്ലയോ വയോധിക, എനിക്കൊരിക്കലും ഈ പാരിതോഷികം നിങ്ങൾക്ക് തരേണ്ടിവരില്ല. ഒഡീസ്സി തന്റെ വീട് വീണ്ടെടുക്കില്ല. സമാധാനമായി ഇരുന്ന് കുടിക്കുക. നമ്മൾക്ക് മറ്റ് കാര്യങ്ങൾ ചിന്തിക്കാം. ഈ ഓർമ്മകൾ എന്റെ മനസ്സിലേക്ക് കൊണ്ടുവരല്ലെ; ആരെങ്കിലും എന്റെ പ്രിയപ്പെട്ട യജമാനനെക്കുറിച്ച് ഓർമ്മപ്പെടുത്തുമ്പോഴെല്ലാം എന്റെ ഹൃദയം തകർന്നുപോകുന്നു. അതുകൊണ്ട് നമുക്ക് നിങ്ങളുടെ ശപഥം മറക്കാം. എന്നാലും, എനിക്കും പെനെലോപ്പിനും, വൃദ്ധൻ ലാർട്ടെസ്സിനും ടെലിമാക്കസ്സിനും എത്ര ആനന്ദകരമായിരിക്കും ഒഡീസ്സിയുടെ തിരിച്ചുവരവ്! നോക്കൂ, ദേവനെപ്പോലുള്ള യുവാവ് ടെലിമാക്കസ് ആണെന്നെ ഇപ്പോൾ ഏറ്റവും അധികം ദുഃഖിപ്പിക്കുന്നത്. ദൈവാനുഗ്രഹത്താൽ ഒരു വൃക്ഷംപോലെ അവൻ തഴച്ചുവളരുമ്പോൾ ഞാൻ എന്നോട് സ്വയം പറഞ്ഞു. അവൻ പ്രിയങ്കരനായ സ്വന്തം പിതാവിന് സമനായിരിക്കും. ആളുകളെ അത്ഭുതപ്പെടുത്തുംവിധം അതേരൂപവും ഭാവവും സ്വർഗ്ഗീയമായൊരു സ്പർശം അവന്റെ ബുദ്ധിശക്തിക്ക് ലഭ്യമായിട്ടുണ്ട്. അവൻ ഇപ്പോൾ അച്ഛനെക്കുറിച്ചുള്ള വാർത്തകൾ അറിയാ

നായി പൈലോസിൽ പോയിരിക്കയാണ്. അവൻ തിരിച്ചുവരുമ്പോൾ ഒളിപ്പോര് നടത്തി, ഇഥാക്കയിൽനിന്ന് ആർസീസിയസ് രാജവംശത്തെ വേരോടെ പിഴുതെറിയാനവർ പദ്ധതിയിട്ടിരിക്കയാണ്. എന്തായാലും ഞങ്ങൾ ഈ ദുർഘട ഘട്ടവും തരണം ചെയ്യും. ക്രോണോസിന്റെ പുത്രൻ തന്റെ ആയുധങ്ങൾ കൊണ്ടവനെ രക്ഷിക്കും. അതുപോട്ടെ, വയോധികാ, നിങ്ങളുടെ നിർഭാഗ്യകരമായ കഥ എന്നോട് പറയൂ. ആദ്യം നിങ്ങൾ ആരാണെന്നും നിങ്ങളുടെ നഗരത്തിന്റെയും മാതാപിതാക്കളുടെയും പേരെന്താണെന്നും ഏത് കപ്പലിലാണ് നിങ്ങൾ വന്നതെന്നും എങ്ങനെയാണ് നാവികർ നിങ്ങളെ ഇഥാക്കയിൽ എത്തിച്ചതെന്നും വിശദമായി പറയുക. അവരെ എന്ത് നാവികന്മാരെന്നാണ് വിളിച്ചിരുന്നത്? കടൽ മാർഗ്ഗമല്ലാതെ കരമാർഗ്ഗം നിങ്ങൾക്ക് വരാനാകില്ലല്ലോ."

ഒഡീസ്സി മറുപടി നല്കി. "ഞാൻ നിങ്ങളോട് തുറന്നുപറയാം. ഒരു കൊല്ലം മുഴുവൻ ഞാൻ നിങ്ങളോടൊപ്പം താമസിച്ച്, എന്റെ ഹൃദയത്തിലെ ദുഃഖങ്ങളുടെയും ദൈവങ്ങൾ എനിക്ക് നല്കിയ വേദനകളുടെയും കഥ പറഞ്ഞാലും അത് തീരുകയില്ല. ഞാൻ ഒരു ക്രീറ്റൻ ആണ്. ഒരു ധനികന്റെ പുത്രൻ. അദ്ദേഹത്തിന്റെ വീട്ടിൽ മറ്റ് വിവാഹങ്ങളിൽ നിന്നുണ്ടായ നിരവധി പുത്രന്മാരുണ്ട്. എന്റെ അമ്മ അദ്ദേഹത്തിന്റെ വെപ്പാട്ടിയാണ്, വിലയ്ക്ക് വാങ്ങിയവൾ. എന്നാലും എന്റെ അച്ഛൻ ഹൈലാക്സിന്റെ പുത്രൻ കാസ്റ്റർ എന്നെയും മറ്റ് നിയമാനുസൃത പുത്രന്മാരെയും കുലീനതയിൽ തരം തിരിച്ച് കണ്ടില്ല. അദ്ദേഹം മരിച്ചപ്പോൾ മക്കൾ സ്വത്തെല്ലാം ഭാഗിച്ച് സ്വന്തമാക്കി. ചെറിയൊരു പങ്ക് മാത്രമേ അവർ എനിക്കായി നീക്കിവെച്ചുള്ളൂ. ഒരു വീട് തന്നു. അതിലേക്ക് ഞാൻ എന്റെ ഭാര്യയെക്കൊണ്ടുവന്നു (വലിയൊരു ഭൂവുടമയുടെ പുത്രി) എന്റെ വീരസാഹസികത്വം മൂലമാണെനിക്കവളെ നേടാനായത്. കാരണം ഞാനൊരു കഴിവുറ്റ യോദ്ധാവായിരുന്നു. അനേകം ദുരിതങ്ങൾ മൂലം ഇപ്പോൾ എന്റെ ശക്തി മുഴുവൻ ചോർന്നുപോയി. എന്നെ കണ്ടാൽ എനിക്ക് എത്രമാത്രം പ്രായമായി എന്ന് നിങ്ങൾക്ക് ഊഹിക്കാൻ കഴിയും. ഏരീസും എഥീനിയും എനിക്ക് നല്കിയ ധൈര്യം മൂലം ഞാൻ യുദ്ധത്തിൽ വിജയം കൈവരിച്ചുകൊണ്ടിരുന്നു. ഒരു ശത്രുവിനുനേരെ ഞാനെന്റെ യുദ്ധതന്ത്രം പ്രയോഗിക്കാൻ ഉറച്ചു കഴിഞ്ഞാൽ എന്റെ ഹൃദയത്തിൽ മരണത്തെക്കുറിച്ചുള്ള ചിന്തയേ കടന്നുചെല്ലില്ല. സാധാരണ മനുഷ്യരെ വിറപ്പിച്ചിരുന്ന ആയുധങ്ങളും പോരാട്ടങ്ങളുമായിരുന്നു എന്റെ ഭ്രമങ്ങൾ. അത്തരം അഭിരുചികൾ സ്വർഗ്ഗത്തിൽ നിന്നെനിക്ക് ലഭിച്ചതാണെന്ന് തോന്നുന്നു.

അക്കായിയ പ്രമുഖന്മാർ ട്രോയിലേക്ക് യുദ്ധത്തിന് പോകുന്നതിനുമുമ്പ് വിദേശയുദ്ധങ്ങളിൽ ഒമ്പത് പ്രാവശ്യം ഞാൻ നാവികസേനയെ നയിച്ചിട്ടുണ്ട്. അളവറ്റ യുദ്ധകൊള്ള മുതൽ സൈന്യാധിപന്റെ പങ്കായി എനിക്ക് ലഭിച്ചിട്ടുമുണ്ട്. അങ്ങനെ ഞാൻ പെട്ടെന്ന് അതിസമ്പന്നനായി; ഞാൻ പ്രതാപിയും ക്രീറ്റന്മാർക്കിടയിൽ ആദരണീയനുമായിത്തീർന്നു.

സ്യൂസ് ദേവന്റെ നിശ്ചയപ്രകാരം ജനങ്ങൾ എന്നേയും ഇഡോമിനിയസ്സിനേയും ഇലിയോസിലേക്ക് നാവികപ്പട നയിക്കാൻ നിർബന്ധിച്ചു. പൊതുജനാഭിപ്രായം അത്രയ്ക്ക് ദൃഢമായതിനാൽ ഞങ്ങൾക്ക് മറ്റൊരു മാർഗ്ഗവുമില്ലായിരുന്നു. അങ്ങനെ ഞങ്ങൾ അക്കായിയന്മാർ ഒമ്പത് വർഷം പൊരുതി നിന്നു. പത്താം വർഷം ഞങ്ങൾ പ്രിയാമിന്റെ നഗരം തകർത്തു. പിന്നീട് നാട്ടിലേക്ക് കപ്പൽകയറി, സൈന്യവ്യൂഹം പിരിച്ചുവിട്ടു.

ഒരു മാസം എന്റെ മക്കളോടും വിശ്വസ്തയായ ഭാര്യയോടുമൊപ്പം സസന്തോഷം ജീവിതം ആസ്വദിച്ചശേഷം കപ്പലുകൾ കേടുപാടുകൾതീർത്ത് വിശ്വസ്തനാവിക സംഘങ്ങളോടൊപ്പം ഞാൻ ഈജിപ്ത് ആക്രമിക്കാൻ തയ്യാറെടുത്തു. ഒൻപത് കപ്പലുകളാണ് ഞങ്ങൾ സജ്ജമാക്കിയത്. ദൈവങ്ങൾക്ക് ബലികൾ അർപ്പിച്ച് ആറ് ദിവസം ഞങ്ങൾ സദ്യ നടത്തി. ഏഴാം ദിവസം ഞങ്ങൾ ക്രീറ്റ് തീരം വിട്ട് അനുകൂലമായ വടക്കൻ കാറ്റിന്റെ പിൻബലത്താൽ യാത്ര തുടങ്ങി. ഞങ്ങൾ സുഖമായി കപ്പലിൽ ഇരുന്നു. അഞ്ചാംദിവസം ഈജിപ്തിന്റെ നദീമുഖത്തെത്തി; ഞങ്ങൾ കപ്പലുകൾ അവിടെ നങ്കൂരമിട്ട് നിർത്തി. വിശ്വസ്തരായ നാവികരെ കപ്പലുകൾക്ക് കാവൽ നിർത്തി, ആ രാജ്യത്തെ വിവരങ്ങൾ അറിയാനായി നിരീക്ഷകരെ വിട്ടു. എന്നാൽ അവർ നീചമായ ജന്മവാസനയ്ക്ക് അടിമപ്പെടുകയും അനിയന്ത്രിമായ വികാരവിക്ഷോഭത്താൽ സമ്പന്നമായ ഈജിപ്ഷ്യൻ ഗ്രാമങ്ങളിൽ കയറിച്ചെന്ന് പുരുഷന്മാരെ കൊല്ലുകയും സ്ത്രീകളെയും കുട്ടികളെയും പിടിച്ചുകൊണ്ടുപോരുകയും ചെയ്തു. തൽസമയം ആപൽസൂചകധ്വനി ആ പട്ടണത്തിൽ മുഴക്കപ്പെട്ടു. നേരം പുലർന്നതോടെ ഞങ്ങൾക്കെതിരെ യുദ്ധത്തിനായി അവർ അണിനിരന്നു. ആ താഴ്വര മുഴുവൻ കാലാൾപ്പടയും കുതിരപ്പടയും കൊണ്ട് നിറഞ്ഞു. സ്യൂസ് ദേവൻ എന്റെ ആളുകളെ തകർത്തുവിട്ടു. എല്ലാവരും നിർല്ലജ്ജം ഓടി രക്ഷപ്പെട്ടു. ഒറ്റ വ്യക്തിക്കും അവർക്കെതിരെ പിടിച്ചു നില്ക്കാനുള്ള ധൈര്യമില്ലായിരുന്നു. നാനാഭാഗത്തുനിന്നും ഞങ്ങൾക്കു നേരെ ആക്രമണമുണ്ടായി. ഈജിപ്തുകാരുടെ ആയുധങ്ങൾക്ക് അനേകം പേർ ഇരയായി; മറ്റുള്ളവർ ബന്ധികളായി പിടിക്കപ്പെട്ടു. അവരെക്കൊണ്ട് ബലാൽക്കാരമായി അടിമപ്പണി ചെയ്യിപ്പിച്ചു. സ്യൂസ് ദേവനിൽനിന്നുള്ള പ്രചോദനമില്ലായിരുന്നെങ്കിൽ എന്റെ അന്ത്യം ഈജിപ്തിൽ വെച്ച് സംഭവിച്ചേനെ; ഞാൻ നിരായുധനായി രാജാവിന്റെ തേരിന് മുന്നിൽ ഓടിച്ചെന്ന് അദ്ദേഹത്തിന്റെ കാല്ക്കൽ വീണ്, കാൽമുട്ടുകളിൽ ചുംബിച്ചു. അദ്ദേഹം എന്നെ ദയയോടെ പിടിച്ചുപൊക്കി രഥത്തിലിരുത്തി, സ്വന്തം കൊട്ടാരത്തിലേക്ക് കൊണ്ടുപോയി. എന്റെ ജീവനെടുക്കാനുള്ള കോപം ജനങ്ങൾക്കുണ്ടായിരുന്നെങ്കിലും രാജാവ് അവരെയെല്ലാം പിന്തിരിപ്പിച്ച് എന്റെ ജീവൻ രക്ഷിച്ചു.

അങ്ങനെ ഏഴ് വർഷം ഞാൻ അവിടെ താമസിച്ചു. ഈജിപ്തുകാർ എനിക്ക് നല്കിയ വിലയേറിയ പാരിതോഷികങ്ങൾ സംഭരിച്ച് ഞാൻ വലിയ സമ്പന്നനായി. എന്നാൽ എട്ടാമത്തെ വർഷം ഒരു ചതിയനായ

ഫിനിഷ്യൻ എന്നോടൊപ്പം കൂടി; ലോകത്തെത്തന്നെ അട്ടിമറിക്കുന്നവ രാണവർ. ഒരു കൊല്ലം അവന്റെ വീട്ടിൽ താമസിക്കുകയുമുണ്ടായി. പിന്നീട് ചതിപ്രയോഗത്തിലൂടെ ലിബിയയിലേക്ക് പോകുന്ന ഒരു കപ്പ ലിൽ അവൻ എന്നെ കയറ്റി. അവന്റെ സാമാനങ്ങൾ കാത്ത് സൂക്ഷിക്കാ നാണെന്ന ഭാവേനയാണെന്നെ വിട്ടതെങ്കിലും സത്യത്തിൽ ഒരു വലിയ തുകയ്ക്ക് അടിമയായി അവനെതന്നെ കയറ്റി അയക്കുകയായിരുന്നു! എന്റെ മനസ്സിൽ ആശങ്കയുണ്ടായിരുന്നെങ്കിലും ഞാൻ നിസ്സഹായനാ യിരുന്നു. അവനോടൊപ്പം കപ്പലിൽ കയറുകയല്ലാതെ മറ്റൊരു മാർഗ്ഗവും എന്റെ മുന്നിൽ ഇല്ലായിരുന്നു. ദക്ഷിണക്രീറ്റ് വരെ ഞങ്ങളുടെ കപ്പൽ സുഖമായി ഓടി. ക്രീറ്റൻ കുന്നുകൾക്കപ്പുറം കരകാണാക്കടലിലെത്തിയ പ്പോൾ ഭയങ്കരമായ കാർമേഘം വന്ന് കടലിനെ മൂടി. സ്യൂസ് ദേവൻ കപ്പലിനു നേരെ ഇടിമിന്നൽ പായിച്ചു. കപ്പൽ തലകീഴായി മറിഞ്ഞ് കട ലിൽ മുങ്ങി. എല്ലാവരും ഭീകരമായ തിരമാലകളിലേക്ക് തെറിച്ചുവീണു. അതായിരുന്നു അവരുടെ യാത്രയുടെ അന്ത്യം. എന്നാൽ സ്യൂസ് ദേവൻ എന്റെ കൈകൾകൊണ്ട് കപ്പലിന്റെ പായ്മരത്തിൽ എന്നെ പിടിപ്പിച്ചു! ഒൻപത് ദിവസത്തോളം ക്രൂരമായ കൊടുങ്കാറ്റിൽ ആ പാമരത്തിൽ ഞാൻ ഞാന്നു കിടന്നു. പത്താം ദിവസം ഞാൻ തെസ്പ്രോഷ്യന്മാരുടെ നാട്ടി ലെത്തി. അവിടത്തെ രാജാവ് ഫീഡൻ എന്നെ ഔദാര്യപൂർവ്വം സ്വീകരി ച്ചു. അദ്ദേഹത്തിന്റെ പുത്രനാണ് ഞാൻ കടലോരത്ത് തളർന്നു കിടക്കു ന്നത് കാണാനിടയായത്. അവൻ എന്നെ സ്വന്തം കൈകൊണ്ട് പൊക്കി യെടുത്ത് അച്ഛന്റെ കൊട്ടാരത്തിലേക്ക് ചുമന്നുകൊണ്ടു പോയി. അവി ടെവെച്ചവർ എന്നെ പുതിയ വസ്ത്രം ധരിപ്പിച്ചു.

അവരുടെ സ്ഥലത്തുവെച്ചാണ് ഞാൻ ഒഡീസ്സിയെക്കുറിച്ച് കേട്ടത്. ഒഡീസ്സി തന്റെ മടക്കയാത്രയിൽ രാജാവിന്റെ വിശിഷ്ടാതിഥി ആയിരു ന്നെന്ന് അദ്ദേഹം എന്നോട് പറഞ്ഞു. ഒഡീസ്സി കൊണ്ടുവന്നിട്ടുള്ള വമ്പിച്ച സമ്പത്ത് കൊട്ടാരത്തിൽ കുന്നുകൂട്ടി ഇട്ടിട്ടുള്ളത് രാജാവ് എനിക്ക് കാണി ച്ചുതന്നു. ഒഡീസ്സിയുടെ പത്ത് തലമുറയ്ക്ക് ജീവിക്കാനുള്ള സ്വത്തുണ്ട്! അതിന്റെ ഉടമ സ്യൂസ് ദേവന്റെ ഉപദേശം തേടാനായി ഡൊഡോണായി ലേക്ക് പോയിരിക്കയാണ് - മാന്ത്രികശക്തിയുള്ള പന്തലിച്ചുനില്ക്കുന്ന ഓക്കുമരത്തോട് ഇത്രയും നാൾനീണ്ടുനിന്ന അസാന്നിദ്ധ്യത്തിനു ശേഷം താൻ ഇഥാക്കയിൽ പരസ്യമായി പ്രവേശിക്കണോ രഹസ്യമായി പ്രവേ ശിക്കണോ, എന്ന് ചോദിക്കണം - ഇക്കാര്യത്തെക്കുറിച്ചുള്ള ഉപദേശ മാണ് ഒഡീസ്സി സ്യൂസ് ദേവനോട് തേടുന്നത്. ഒഡീസ്സിക്ക് തിരിച്ചുപോ കാനുള്ള കപ്പൽ തയ്യാറാക്കി നിർത്തിയിരിക്കയാണെന്ന് രാജാവ് എന്നോട് സത്യം ചെയ്ത് പറഞ്ഞു. അദ്ദേഹം എന്നെ ഒരു തെസ് പ്രോട്ട്യൻകപ്പ ലിൽ സുരക്ഷിതമായി എത്തിക്കുവാൻ നിർദ്ദേശിച്ചുകൊണ്ട്, കയറ്റിവിട്ട താണ്. എന്നാൽ അതിലെ വഞ്ചകരായ നാവികർ, നടുക്കടലിലെത്തിയ പ്പോൾ എന്റെ വസ്ത്രമെല്ലാം ഊരിയെടുത്ത്, ഈ കീറിപ്പറിഞ്ഞ വസ്ത്രം ധരിപ്പിച്ച് കപ്പലിൽ കെട്ടിയിട്ടു. വൈകുന്നേരമായപ്പോൾ ഇഥാക്കാ തീരത്ത് അവർ ഭക്ഷണം പാകം ചെയ്യാനിറങ്ങി.

ആ സമയം ദൈവകൃപയാൽ കെട്ടുകൾ അനായാസമായി എനിക്ക് ഊരാൻ കഴിഞ്ഞു. ഞാൻ തുണി തലയിൽ ചുറ്റിക്കെട്ടി കപ്പലിൽ നിന്ന് ഇഴുകി ഇറങ്ങി, കടലോരത്ത് കൂടെ നീന്തി, ആ സംഘം ഇരിക്കുന്നതിന്റെ അപ്പുറത്ത് കരയിലേക്ക് കയറി, കുറ്റിക്കാട്ടിലൂടെ ഓടി രക്ഷപ്പെട്ടു. ഞാൻ രക്ഷപ്പെട്ടതിലവർക്ക് വലിയ വിഷമമുണ്ടായിരുന്നു. അവർ ചെറുതായൊരു തെരച്ചിൽ നടത്തിയെങ്കിലും നിഷ്ഫലമായ ആ ഉദ്യമം ഉപേക്ഷിച്ച് കപ്പലിലേക്കു തന്നെ തിരിച്ചുപോയി. വീണ്ടും ദൈവാധീനത്താൽ അനായാസം എനിക്ക് ഒളിച്ചിരിക്കാനും വിവേകശാലിയായൊരു മനുഷ്യന്റെ അതിഥി ആകാനും കഴിഞ്ഞു. ഒരു പുതുജീവൻ എനിക്ക് ലഭിച്ചതുപോലെ തോന്നുന്നു." പന്നിപാലകൻ, യൂമ്യൂസ് മറുപടി നല്കി. "എന്റെ നിർഭാഗ്യവാനായ അതിഥി, നിങ്ങളുടെ കഷ്ടപ്പാടുകളെക്കുറിച്ചുള്ള വിവരണം എന്റെ ഹൃദയത്തെ സ്പർശിച്ചു. ഒഡീസ്സിയെക്കുറിച്ചുള്ള നിങ്ങളുടെ ജല്പനങ്ങൾ മാത്രം കുടിലവും അവിശ്വസനീയവുമായി തോന്നി. എന്തിനാണ് ഇത്തരം നുണകൾ കണ്ടെത്തുന്നത്? ഒരു ഇട്ടോളിയൻ തന്റെ കഥകൊണ്ട് എന്നെ വഞ്ചിച്ചതിനുശേഷം മാത്രമാണ് എനിക്ക് അക്കാര്യത്തെക്കുറിച്ച് ചോദിച്ചറിയാൻ ഇഷ്ടമില്ലാതായത്. അയാൾ ക്രീറ്റിൽ ഇഡോമിനിയസിനോടൊപ്പം ഒഡീസ്സിയെ കണ്ടിരുന്നെന്ന് എന്നോട് പറഞ്ഞു; അദ്ദേഹം കൊടുങ്കാറ്റിൽ തകർന്ന തന്റെ കപ്പൽ നന്നാക്കിക്കൊണ്ടിരിക്കയായിരുന്നു. വേനല്ക്കാലമോ കൊയ്ത്തുകാലമോ ആകുമ്പോഴേക്കും വലിയ സമ്പത്തുമായി കൂട്ടുകാരോടൊപ്പം ഒഡീസ്സി തിരിച്ചെത്തും എന്നയാൾപറഞ്ഞു. എന്നാൽ നിങ്ങൾക്ക് എന്റെ മനസ്സിനെ ആനന്ദിപ്പിക്കാൻ വേണ്ടി അത്തരം നുണ പറയേണ്ട ആവശ്യമില്ലായിരുന്നു. നോക്കൂ, അത്താഴത്തിനുള്ള സമയമായി. എന്റെ ആളുകൾ ഇപ്പോൾ എത്തും. നമുക്ക് എന്തെങ്കിലും ഭക്ഷണം പാകം ചെയ്യാം. അവർ സംസാരിച്ചുകൊണ്ടിരിക്കവെ പന്നികളെ മേയ്ക്കുന്നവരും അവരുടെ പന്നികളും അവിടെ എത്തിച്ചേർന്നു. എല്ലാ പന്നിക്കൂടുകളിൽ നിന്നും കിലുകിലാരവം ഉയർന്നു; പന്നികളെ കൂട്ടിലാക്കുകയാണ്. കാരുണ്യവാനായ യൂമ്യൂസ് തന്റെ ആളുകളെ വിളിച്ചു പറഞ്ഞു. "എന്റെ ഈ വിദേശ അതിഥിയെ സൽക്കരിക്കാനായി ഏറ്റവും നല്ല പന്നിയെ പിടിക്കുക. നമ്മുടെ പങ്കും എടുത്തേക്കൂ. വളരെക്കാലമായി നമ്മൾ കഷ്ടപ്പെട്ട് കഠിനാദ്ധ്വാനം ചെയ്ത് ഈ വെളുത്ത ആൺപന്നികളെ വളർത്തുന്നു; എന്നാൽ, മറ്റുള്ളവർ തിന്ന് മുടിക്കുന്നത് കാണാൻ വേണ്ടി മാത്രം!" അവരെ വിളിച്ചുകൊണ്ട്, അയാൾ തന്റെ കോടാലി ഉപയോഗിച്ച് വിറക് പൊളിച്ച് പിന്നെ പോർക്കിനെ കശാപ്പു ചെയ്ത് വൃത്തിയാക്കി ഒഡീസ്സിക്കുവേണ്ടി ദൈവങ്ങൾക്ക് അർപ്പിച്ചു. അതിനുശേഷം മാംസം പൊരിച്ചെടുത്ത് നല്ല കഷണങ്ങൾ ഒഡീസ്സിക്ക് വിളമ്പി.

ഒഡീസ്സി അതീവ സന്തുഷ്ടനായി ഉറക്കെ പറഞ്ഞു. "യൂമ്യൂസ്, ഞാൻ നിന്നെ സ്നേഹിക്കുന്നതുപോലെ സ്യൂസ് ദേവനും നിന്നെ സ്നേഹിക്കട്ടെ, എന്ന് ഞാൻ പ്രാർത്ഥിക്കുന്നു; ഏകനായൊരു മനുഷ്യന് ഇത്രയും നല്ല മാംസഭാഗങ്ങൾ തന്ന് സല്ക്കരിച്ചല്ലോ!"

യൂമ്യൂസ് മറുപടി നല്കി. "കഴിക്കൂ, എന്റെ സുഹൃത്തേ, ഉള്ളതു കൊണ്ട് സന്തുഷ്ടനാകൂ. സർവ്വശക്തനായ ദൈവം തന്റെ ഇഷ്ടാനുസരണം നല്കുകയും നിഷേധിക്കുകയും ചെയ്യുന്നു."

പിന്നെ അയാൾ ഒഡീസ്സിക്ക് വീഞ്ഞ് പകർന്നുകൊടുത്തു. അവർ മതിയാവോളം മാംസവും വീഞ്ഞും കഴിച്ചു. വൃത്തികെട്ടൊരു രാത്രി ആയിരുന്നു, അന്ന് കാർമേഘങ്ങൾ കൊണ്ട് ചന്ദ്രൻ മറയ്ക്കപ്പെട്ടു. രാത്രി മുഴുവൻ കാറ്റും മഴയും നിർത്താതെ തുടർന്നു.

ഒഡീസ്സി പന്നിപാലകനോട് പറഞ്ഞു: "അല്ലയോ, യൂമ്യൂസ്, അല്ലയോ കൂട്ടുകാരേ, നിങ്ങളുടെ മദ്യം എന്നെ ആവേശഭരിതനാക്കുന്നു. മിക്കവാറും എല്ലാ ആരോഗ്യവാന്മാരേയും മദ്യം പാട്ട് പാടിപ്പിക്കുകയും ചിരിപ്പിക്കുകയും ഡാൻസ് ചെയ്യിപ്പിക്കുകയും വായിൽ തോന്നിയതൊക്കെ വിളിച്ചുപറയിപ്പിക്കുകയും ചെയ്യുന്നു. എന്തായാലും ഞാൻ ഇത്ര നേരം നാവിട്ടടിച്ചുകൊണ്ടിരിക്കയായിരുന്നതിനാൽ അതുതന്നെ തുടരുന്നതായിരിക്കും ഏറ്റവും നല്ലത്.

ട്രോയിക്കു നേരെ മിന്നലാക്രമണം നടത്തിയ കാലത്തേതുപോലെ ഞാൻ യുവാവും ഊർജ്ജസ്വലനായൊരു വ്യക്തിയുമായിരുന്നെങ്കിൽ! ഞങ്ങളുടെ സൈന്യാധിപന്മാരിൽ ഒരാളായിരുന്നു ഒഡീസ്സി. അദ്ദേഹത്തോടൊപ്പം ആട്രിയസ്സിന്റെ പുത്രൻ മെനെലോസും ഉണ്ടായിരുന്നു. (അവരുടെ ക്രമീകരണമനുസരിച്ച്) മൂന്നാമത്തെ മേധാവി ഞാനായിരുന്നു. ഒരു രാത്രി ഞങ്ങൾ ട്രോയ് കോട്ടമതിലിന് കീഴിൽ തമ്പടിച്ച് കിടക്കുകയായിരുന്നു. വടക്കൻ കാറ്റും മഞ്ഞ് പെയ്തതും മൂലം മരവിപ്പിക്കുന്ന തണുപ്പായിരുന്നു. മറ്റുള്ളവരെല്ലാം ഉടുപ്പിനു മീതെ മേലങ്കികൾ ധരിച്ചിരുന്നതിനാൽ സുഖമായി കിടന്നുറങ്ങി. എനിക്ക് തണുപ്പ് സഹിക്കാൻ കഴിയുമെന്ന വിശ്വാസത്തിൽ എന്റെ മേലങ്കി ഞാൻ പുറപ്പെടുന്നതിനു മുമ്പു തന്നെ എന്റെ കൂട്ടുകാരുടെ അടുത്ത് വെച്ച് പോന്നു. രാത്രി വളരെ വൈകിയപ്പോൾ എനിക്ക് തണുപ്പ് സഹിക്കാൻ കഴിഞ്ഞില്ല; ഞാൻ അടുത്ത് കിടന്നിരുന്ന ഒഡീസ്സിയെ തോണ്ടിവിളിച്ച് പറഞ്ഞു "മേലങ്കിയില്ലാതെ എനിക്ക് ഈ തണുപ്പ് സഹിക്കാനാകുന്നില്ല, ഞാൻ ചത്തുപോകും!"

ഞാൻ അപ്രകാരം പറഞ്ഞപ്പോൾ ഒരു ആശയം അദ്ദേഹത്തിന്റെ മനസ്സിൽ മിന്നിത്തിളങ്ങി. രൂപകല്പനയിലായാലും പോരാട്ടത്തിലായാലും ഒഡീസ്സിക്ക് തനതായ ഒരു വൈശിഷ്ട്യമുണ്ട്. അദ്ദേഹം എന്റെ നേരെ ചീറ്റി "ശാന്തനായിരിക്കൂ, മറ്റൊരു അക്കായിയനും നീ പറഞ്ഞത് കേൾക്കേണ്ട" പിന്നെ തന്റെ മടക്കി വെച്ച കൈയിൽ തലതാങ്ങിവെച്ച് മെല്ലെ പറഞ്ഞു. "ശ്രദ്ധിക്കുക, സുഹൃത്തുക്കളെ, ഞാൻ ഉറങ്ങിയപ്പോൾ, ദൈവം സുപ്രധാനമായൊരു സ്വപ്നം കാണിച്ചുതന്നു. നമ്മൾ കപ്പലിൽനിന്ന് എത്രദൂരെയാണ് എത്തിയിരിക്കുന്നതെന്ന്! ആഗമെംനന് ഈ മുന്നറിയിപ്പുമായി ആരെയെങ്കിലും അയക്കണം എന്ന് ഞാൻ വിചാരിക്കുന്നു; അപ്പോൾ അദ്ദേഹത്തിന് കൂടുതൽ ഭടന്മാരെ കപ്പലിൽനിന്ന് ഇങ്ങോട്ട് അയക്കാമല്ലോ." അതുകേട്ട് തോസ് ചുറുചുറുക്കോടെ ചാടി

എഴുന്നേറ്റ് തന്റെ ചുകന്ന മേലങ്കി ഒരുവശത്ത് വെച്ച് കപ്പലിലേക്ക് ഓടി; ഞാൻ അവന്റെ ആ മേലങ്കിയുമിട്ട് നേരം പുലരുന്നതുവരെ ചൂടുപറ്റിക്കിടന്നു. എനിക്ക് വീണ്ടും അക്കാലത്തെപ്പോലെ യുവാവും ശക്തനുമാകാൻ കഴിഞ്ഞെങ്കിൽ! അപ്പോൾ കരുത്തനായ അതിഥിയോടുള്ള ധർമ്മത്തിന്റെയും ദയയുടേയും പേരിൽ ഏതെങ്കിലും പന്നിപാലകൻ തന്റെ മേലങ്കി എനിക്ക് കടം തന്നേനെ; എന്നാൽ, ഇന്നത്തെ അവസ്ഥയിൽ ഞാൻ പരിഗണനയൊന്നും പ്രതീക്ഷിക്കുന്നില്ല. എന്റെ ശരീരം വികൃതമാക്കുന്ന ഈ കീറത്തുണികൾ മൂലം!

യൂമ്യൂസ് മറുപടി നല്കി "അദ്ദേഹത്തെക്കുറിച്ച് ശരിക്കും നല്ലൊരു കഥയാണ് നിങ്ങൾ പറഞ്ഞത്. ഒറ്റ വാക്കുപോലും അനുചിതമോ പാഴാക്കുന്നതോ അല്ല. അതുകൊണ്ട്, ഇന്നുരാത്രി നിങ്ങൾക്കൊരു പുതപ്പ് കിട്ടാതിരിക്കില്ല, സഹായിക്കാൻ കഴിവുള്ളവർ അത് ചെയ്യും, തീർച്ചയായും ഇന്ന് രാത്രി മാത്രം. രാവിലെ നിങ്ങൾക്ക് ആ കീറിപ്പറിഞ്ഞ വസ്ത്രം വീണ്ടും ധരിക്കേണ്ടിവരും. ഞങ്ങളുടെ പക്കൽ ഷർട്ടുകളോ മേലങ്കികളോ ഇല്ല; ഞങ്ങൾ ധരിച്ചിട്ടുള്ളത് മാത്രമേയുള്ളൂ. എന്നാൽ, ഒഡീസ്സിയുടെ പ്രിയപുത്രൻ തിരിച്ചു വരുമ്പോൾ നിങ്ങൾക്ക് എല്ലാതരം വസ്ത്രങ്ങളും വാങ്ങിച്ചുതരും.,"

അപ്രകാരം പറഞ്ഞുകൊണ്ട് അയാൾ എഴുന്നേറ്റ് തീച്ചൂളയ്ക്കരികെ മെത്തകൊണ്ടിട്ട് അതിൽ ആട്ടിൻ തോൽ വിരിച്ചു. ഒഡീസ്സി അതിൽ കിടന്നപ്പോൾ മോശം കാലാവസ്ഥയിൽ യൂമ്യൂസ് ഉപയോഗിക്കാനായി വെച്ചിരുന്ന തടിച്ച മേലങ്കി കൊണ്ട് അദ്ദേഹത്തെ പുതപ്പിച്ചു. അങ്ങിനെ മറ്റ് പന്നിപാലകരോടൊപ്പം ഒഡീസ്സി സുഖമായി കിടന്ന് ഉറങ്ങി. എന്നാൽ പന്നിക്കൂട്ടത്തിൽനിന്ന് ദൂരെ മാറി സമാധാനമായി കിടന്നുറങ്ങാൻ യൂമ്യൂസ് ആഗ്രഹിച്ചില്ല. കുന്തവും വാളും എടുത്ത് പന്നിക്കൂടകൾക്കരികെ അയാൾ കിടന്നുറങ്ങി. അയാളുടെ ആത്മാർത്ഥയിൽ ഒഡീസ്സി സന്തോഷിച്ചു.

പതിനഞ്ച്

അതിനിടയിൽ പല്ലാസ് എഥീനി ലാസെഡാമൊനിലേക്ക് പോയി; ഒഡീസ്സിയുടെ പുത്രനോട് പെട്ടെന്ന് തിരിച്ചുപോകുവാനായി പ്രേരിപ്പിക്കുകയായിരുന്നു ദേവിയുടെ ലക്ഷ്യം. മഹാനായ മെനെലോസിന്റെ കൊട്ടാരത്തിലെ പൂമുഖത്ത് അവനും നെസ്റ്ററിന്റെ ശ്രേഷ്ഠനായ പുത്രനും കിടന്നുറങ്ങുന്നതവൾ കണ്ടു. വാസ്തവത്തിൽ നെസ്റ്ററിന്റെ പുത്രൻ സുഖനിദ്രയിലാണ്ട് കിടക്കുമ്പോൾ, ടെലെമാക്കസ് അച്ഛനെക്കുറിച്ചുള്ള ചിന്തയിൽ ഉൽക്കണ്ഠാകുലനായി രാത്രി മുഴുവൻ തിരിഞ്ഞും മറിഞ്ഞും കിടക്കുകയായിരുന്നു.

പല്ലാസ് അവനടുത്ത് വന്നുനിന്ന് പറഞ്ഞു "എന്റെ ടെലെമാക്കസ്, നിന്റെ വീട്ടിൽ ആ ധീരരായ മാനുഷ്യർ തമ്പടിച്ചിരിക്കുമ്പോൾ നീ വിദേശത്ത് ചുറ്റിക്കറങ്ങാൻ നില്ക്കരുത്; സ്വന്തം ചുമതലകൾ നീ അവഗണി

ക്കരുത്. അവർ നിന്റെ സമ്പത്ത് പങ്കിട്ടെടുത്ത് അനുഭവിക്കുമ്പോൾ നിന്റെ ഈ യാത്ര നിഷ്പ്രയോജനമാണ്. പ്രൗഢഗംഭീരനായ മെനെലോസിനോട് നിന്നെ ഉടനെ വീട്ടിലേക്ക് തിരിച്ചയയ്ക്കാൻ പറയുക. നിന്റെ അമ്മ ഇപ്പോഴും അവിടെ ഉണ്ടല്ലോ. അവളുടെ അച്ഛനും അദ്ദേഹത്തിന്റെ മക്കളും യൂറിമാക്കസിനെ സ്വീകരിക്കാനായി അവളെ നിർബ്ബന്ധിച്ചുകൊണ്ടിരിക്കയാണ്. അവൻ മറ്റുള്ള വിവാഹാർത്ഥികളേക്കാൾ ഏറെ ധാരാളിയാണ്. അവൻ സ്ത്രീധനം വല്ലാതെ വർദ്ധിപ്പിച്ചിട്ടുമുണ്ട്. നീ മടങ്ങിച്ചെന്നാൽ, നിനക്ക് ഇഷ്ടമില്ലാത്തവയൊന്നും വീട്ടിൽ നിന്നവൾക്ക് എടുത്തു കൊണ്ടുപോകാൻ പറ്റില്ല. കാരണം, ഒരു സ്ത്രീയുടെ ജന്മവാസന എന്താണെന്ന് നിനക്കറിയാം. അപ്പോഴത്തെ ഭർത്താവിനെ ധനികനാക്കാൻ വേണ്ടിയുള്ള അവളുടെ മോഹം, തനിക്ക് ഒരു കാലത്ത് പ്രിയങ്കരനായിരുന്ന ഭർത്താവിനേയും അദ്ദേഹത്തിൽനിന്ന് അവൾക്കുണ്ടായ കുഞ്ഞിനേയും കുറിച്ച് പറയാതിരിക്കാനോ ചിന്തിക്കാതിരിക്കാനോ പ്രേരിപ്പിക്കും. അതുകൊണ്ട് തിരിച്ചുപോകുക, നിന്റെ സമ്പത്തെല്ലാം നിനക്ക് ഏറ്റവും വിശ്വാസമുള്ള വീട്ടുകാര്യസ്ഥയെ സൂക്ഷിക്കാനായി ഏല്പിക്കുക. ദൈവങ്ങൾ നിനക്ക് രാജകീയ പ്രൗഢിയുള്ളൊരു വധുവിനെ നല്കുന്നതുവരെ ആ രീതി തുടരുക.

നിനക്കുവേണ്ടി ഞാൻ കൊണ്ടുവന്ന വാർത്ത ശ്രദ്ധിച്ച് കേൾക്കുക. സാമോസിനും ഇഥാക്കായ്ക്കും ഇടയിലുള്ള പാറക്കൂട്ടങ്ങൾക്കിടയിൽ, വിവാഹാർത്ഥികളുടെ ഒരു തെരഞ്ഞെടുക്കപ്പെട്ട സംഘം നീ വീട്ടിലെത്തുന്നതിനുമുമ്പ് നിന്നെ കൊല്ലാനായി ഒളിച്ചിരിക്കുന്നുണ്ട്. അതിൽ എനിക്ക് പേടിയൊന്നുമില്ല. അവർ സ്വയം ചാകാൻ പോകുകയാണ്; അവരിൽ ചിലർ നിന്റെ ചെലവിൽ തിന്ന് തടിച്ചുകൊഴുത്തിരിക്കുകയാണ്. നീ സ്വന്തം കപ്പലിൽ വേഗം രാപ്പകൽ ഇല്ലാതെ യാത്ര ചെയ്യുക- നിന്നെ നിരീക്ഷിക്കുന്ന അനശ്വരദേവകൾ നിന്നോട് കൃപ കാണിക്കും, അനുകൂലമായ കാറ്റ് അടിക്കും. ഇഥാക്കയുടെ ഈ അറ്റത്ത് നീ കപ്പലിൽ നിന്നിറങ്ങുക, നിന്റെ കൂട്ടുകാരോടൊപ്പം കപ്പൽ നഗരത്തിലേക്ക് പോകട്ടെ. നീ നേരെ നിന്റെ സത്യസന്ധനായ പന്നിപാലകൻ താമസിക്കുന്ന പന്നിക്കൂടുകൾക്കടുത്തേക്ക് ചെല്ലുക. അന്നുരാത്രി അവനോടൊപ്പം താമസിക്കുക. അവനെ പെനെലോപ്പിന്റെ അടുത്തേക്ക് വിട്ട് നീ സുരക്ഷിതനായി പൈലോയിൽനിന്നും എത്തിയ വാർത്ത അവളെ അറിയിക്കുക."

എഥിനീ ഒളിമ്പസ് കൊടുമുടിയിലേക്ക് പോയി. ടെലെമാക്കസ് നെസ്റ്ററിന്റെ മകനെ തോണ്ടിക്കൊണ്ട് പറഞ്ഞു. "എഴുന്നേല്ക്കൂ, പീസിസ്ട്രാറ്റസ്, നിന്റെ കുതിരകളെ തേരിൽ കെട്ടൂ, നമുക്ക് ഉടനെ പോകണം."

എന്നാൽ നെസ്റ്ററിന്റെ മകൻ മറുപടി നല്കി. "എന്ത് തിടുക്കമുണ്ടെങ്കിലും രാത്രി നേരത്ത് വണ്ടി ഓടിക്കുന്ന പ്രശ്നമേയില്ല. നോക്കൂ, നേരം പുലരാറായി. ആട്രിയസ്സിന്റെ പുത്രൻ നമുക്ക് ഹൃദ്യമായ യാത്രയയപ്പ് തരുന്നതു വരെ നമ്മൾ കാത്തിരിക്കണം. അതിനും പുറമെ ഈ വീരപുരുഷന് തന്റെ പാരിതോഷികങ്ങൾ വണ്ടിയിൽ കയറ്റാനും സമയം കൊടു

ക്കണമല്ലോ. സ്നേഹപൂർവ്വം അഭ്യർത്ഥിക്കുന്ന ആതിഥേയനോട് ഒരു അതിഥി എപ്പോഴും ദാക്ഷിണ്യമുള്ളവനായിരിക്കണം."

അപ്രകാരം അവൻ ഉപദേശിച്ചു, അരുണോദയം പൊട്ടി വിടർന്നു. മെനെലോസ് സുന്ദരിയായ ഹെലന്റെ അരികിൽ നിന്നും എഴുന്നേറ്റ് അവരുടെ അടുത്തേക്ക് വന്നു. ഒഡീസ്സിയുടെ മകൻ അദ്ദേഹം വരുന്നതുകണ്ട് ചാടി എഴുന്നേറ്റ് തിളങ്ങുന്ന ഷർട്ടും അതിനുമീതെ മേലങ്കിയും ധരിച്ച്, അദ്ദേഹത്തെ സ്വീകരിക്കാനായി പടിവാതിൽ കടന്ന് ചെന്നു. അവൻ അദ്ദേഹത്തോട് പറഞ്ഞു "അല്ലയോ മെനെലോസ് രാജാവേ! ഇപ്പോൾത്തന്നെ എന്നെ വീട്ടിലേക്ക് പറഞ്ഞയച്ചാലും. എന്റെ പ്രിയപ്പെട്ട ജന്മനാട്ടിലെത്താൻ എന്റെ ഹൃദയം വെമ്പുന്നു."

മെനെലോസ് മറുപടി പറഞ്ഞു. "ടെലെമാക്കസ് നിനക്ക് പോകാനാണ് ആഗ്രഹമെങ്കിൽ ഞാൻ നിന്നെ തടയില്ല. എന്റെ അഭിപ്രായത്തിൽ ആതിഥേയൻ ശല്യപ്പെടുത്തുന്ന വിധത്തിൽ അപേക്ഷിക്കുന്നവനോ മര്യാദയില്ലാത്തവനോ ആകാൻ പാടില്ല. സന്തോഷകരമായ ഉപാധികളേ എപ്പോഴും പാടുള്ളൂ. അക്ഷമനായ അതിഥിയെ പിടിച്ചുനിർത്തുന്നതും പോകാൻ ഇഷ്ടമില്ലാത്ത അതിഥിയെ പറഞ്ഞയയ്ക്കുന്നതും തെറ്റാണ്. അപരിചിതനായവനെ വീട്ടിൽ പരിലാളിക്കുക, പോകാൻ താല്പര്യം കാണിച്ച ഉടനെ അവനെ പറഞ്ഞയയ്ക്കുക. എന്നാലും ഞാൻ നിനക്ക് തരുന്ന സുന്ദരമായ പാരിതോഷികങ്ങൾ പ്രദർശിപ്പിക്കുന്നതുവരെ കാത്തിരിക്കുക; എന്നിട്ട് ഞാനവയെ തേരിൽ അടുക്കി വെപ്പിക്കാം. വീട്ടിൽ പാചകം ചെയ്ത ആഹാരം വേഗം മേശയിൽ നിരത്താനും സ്ത്രീകളോട് പറയാം. വിസ്തൃതമായ സമതലം കടക്കുമ്പോൾ വയറുനിറച്ച് ആഹാരം കഴിച്ചിരിക്കുന്നതാണ് നിനക്ക് നല്ലത്, ഞങ്ങളുടെ യശസ്സും അത് ഉയർത്തും. അല്ലെങ്കിൽ നീ എന്നോടൊപ്പം സഞ്ചരിക്കുന്നോ? എന്റെ കുതിരകൾ നിന്നെ എല്ലാ പട്ടണങ്ങളിലൂടെയും കൊണ്ടുപോകും. എല്ലായിടത്തുനിന്നും പാരിതോഷികങ്ങളും കിട്ടും. തൃപാദിയോ, യഥാർത്ഥ വെങ്കല നിർമ്മിതമായ ടബ്ബോ, കഴുതവണ്ടിയുടെ നുകമോ, സ്വർണ്ണക്കപ്പോ എന്തെങ്കിലും!"

ടെലെമാക്കസ് തന്ത്രപൂർവ്വം മറുപടി നല്കി. "മെനലോസ് രാജാവേ, എനിക്ക് സ്വന്തം നാട്ടിൽ പെട്ടെന്ന് എത്തണം; എന്തുകൊണ്ടെന്നാൽ ഞാൻ വീടുവിട്ടുപോന്നപ്പോൾ സ്വത്തുക്കൾ നോക്കാനായി ആരേയും ഏല്പിച്ചിരുന്നില്ല. വിലപിടിച്ച ചില പൂർവ്വിക സ്വത്ത് നഷ്ടപ്പെടുന്നത്, എന്റെ പ്രതാപിയായ അച്ഛനെ അന്വേഷിച്ച് ഞാൻ സ്വയം മരിക്കുന്നതിന് തുല്യമാണ്."

ഉടനെ പ്രൗഢഗംഭീര ശബ്ദമുള്ള മെനെലോസ് കാര്യം മനസ്സിലാക്കി. അദ്ദേഹം തന്റെ ഭാര്യയോടും ഭൃത്യകളോടും വിഭവ സമൃദ്ധമായ ഭക്ഷണം നിരത്താനായി ആജ്ഞാപിച്ചു. പിന്നെ രാജാവ് സൗരഭ്യം തങ്ങിനില്ക്കുന്ന ഖജനാവ് മുറിയിലേക്ക് പോയി. ഹെലനും മെഗാ പെന്തീസും അദ്ദേഹത്തോടൊപ്പമുണ്ടായിരുന്നു. അവിടന്ന് ആട്രെഡ്സ് ഒരു കപ്പും

മകൻ മെഗാപെന്തീസ് ഒരു വെള്ളി പാത്രവും എടുത്തു. ഹെലൻ തന്റെ വസ്ത്രപ്പെട്ടിക്കുമുന്നിൽ അല്പം ശങ്കിച്ചുനിന്നെങ്കിലും ഒടുവിൽ ഈ സുന്ദരി ഏറ്റവും വിലപ്പെട്ട നക്ഷത്രംപോലെ മിന്നിത്തിളങ്ങുന്ന, ഒരു വസ്ത്രം, ഏറ്റവും അടിയിൽനിന്ന് പുറത്തെടുത്തു. അതിനുശേഷം അവർ ടെലെമാക്കസ്സിന്നടുത്തേക്ക് തിരിച്ചുനടന്നു.

മെനെലോസ് അവനെ അഭിസംബോധന ചെയ്ത് പറഞ്ഞു "അല്ലയോ ടെലെമാക്കസ്, ഹീരായുടെ നാഥനായ സ്യൂസ് ദേവൻ നീ ആശിക്കുന്ന മടക്കയാത്ര സഫലമാക്കട്ടെ. എന്റെ ഖജനാവിൽനിന്ന് തെരഞ്ഞെടുത്ത ഏറ്റവും അമൂല്യമായ നിധികൾ ഞാൻ നിനക്ക് സമ്മാനിക്കുന്നു. ഇതാ ഇവിടെ വെച്ചിരിക്കുന്നു. പരിശുദ്ധമായ വെള്ളിയിൽ നിർമ്മിക്കപ്പെട്ട തട്ടുകളുള്ള പാത്രം, അതിന്റെ വക്ക് സ്വർണ്ണം കൊണ്ടുള്ളതാണ്. ഹെഫൈസ്റ്റസ് ദേവനാണത് നിർമ്മിച്ചത്. ഞാൻ തിരിച്ചുവരുമ്പോൾ സിഡോണിന്റെ രാജാവായ ഫീഡിമസിന്റെ കൊട്ടാരത്തിൽ താമസിക്കാനിടയായി അപ്പോൾ അദ്ദേഹമാണിതെനിക്ക് പാരിതോഷികമായി നല്കിയത്. നിനക്കിത് സമ്മാനിക്കാനെനിക്ക് സന്തോഷമേയുള്ളൂ."

അപ്പോൾ കരുത്തനായ മെഗാപെന്തിസ് തന്റെ മിനുക്കിയ വെള്ളി പാത്രം എടുത്തു കൊടുത്തു. ഹെലൻ മേലങ്കി സമ്മാനിച്ചു കൊണ്ടുപറഞ്ഞു. "പ്രിയപ്പെട്ട കുട്ടീ, ഇതാണെന്റെ പാരിതോഷികം നിന്റെ വിവാഹദിവസം വധുവിനെ അണിയിക്കാനുള്ള ഹെലനിൽ നിന്നുള്ള ഒരു സ്മാരക ചിഹ്നം, അതുവരെ വീട്ടിൽ നിന്റെ അമ്മയുടെ കൈയിലിരിക്കട്ടെ. നിന്റെ വീട്ടിലേക്കുള്ള മടക്കയാത്ര സന്തോഷപ്രദമായിരിക്കട്ടെ." അവൻ ആഹ്ലാദപൂർവ്വം അവളുടെ സമ്മാനം സ്വീകരിച്ചു. സുദൃഢനായ പീസിസ്ട്രാറ്റസ് ഈ പാരിതോഷികങ്ങളെല്ലാം കണ്ട് അത്ഭുതപ്പെട്ടു പോയി.

രാജാവ് അവരെ കൊട്ടാരത്തിനുള്ളിലേക്ക് ആനയിച്ച് വിഭവ സമൃദ്ധമായ ഭക്ഷണങ്ങൾ നിരത്തിയ തീൻമേശയ്ക്ക് മുന്നിൽ ഉപവിഷ്ടരാക്കി. ഇട്ടോണിയസ് അവർക്ക് മാംസം വിളമ്പിക്കൊടുത്തപ്പോൾ മെനെലോസിന്റെ മകൻ വീഞ്ഞ് പകർന്നു കൊടുത്തു. അങ്ങനെ മതിയാവോളം ആഹാരം കഴിച്ചശേഷം നെസ്റ്ററിന്റെ മകനും ടെലെമാക്കസും അവരുടെ കുതിരകളെ തേരിൽ പൂട്ടി. തിളങ്ങുന്ന ആ തേര് പോർച്ച് കടന്ന് പുറത്തെത്തി. അവിടെ പാതയിൽ ഒരു സ്വർണ്ണപ്പാത്രവും വീഞ്ഞു കപ്പുമായി ആട്രിയസ്സിന്റെ പുത്രൻ നിന്ന് വിളിച്ചു പറഞ്ഞു "നിങ്ങളുടെ ആരോഗ്യത്തിനുവേണ്ടി യുവാക്കളേ; ഞാൻ പറഞ്ഞ കാര്യങ്ങളെല്ലാം ജനപാലകനായ നെസ്റ്ററിനെ അറിയിക്കുക." ട്രോയിൽ യുവ അക്കായിയന്മാരായ ഞങ്ങൾ യുദ്ധം ചെയ്യുമ്പോൾ എനിക്ക് പിതൃതുല്യനായിരുന്നു അദ്ദേഹം. അതിന് ടെലിമാക്കസ് മറുപടി നല്കി "അങ്ങ് പറഞ്ഞതുപോലെ തന്നെ അങ്ങയുടെ സന്ദേശം ഞങ്ങൾ അവിടെ എത്തുമ്പോൾ അതേപടി ആവർത്തിക്കും. എന്റെ കഥ കേൾക്കാനായി ഞാൻ ഇഥാക്കയിലെത്തുമ്പോൾ അച്ഛനും വീട്ടിൽ ഉണ്ടായിരിക്കട്ടെ."

ആ സമയം വലതുവശത്തു നിന്ന് ഒരു കഴുകൻ നഖങ്ങൾക്കുള്ളിൽ ഒരു വലിയ വെള്ള താറാവിനെ ഇറുക്കിപ്പിടിച്ച് പറന്നുപോകുന്നത് കണ്ടു. അടുത്തുള്ള ഏതോ കർഷകൻ വളർത്തുന്ന താറാവിനെ ആയിരുന്നു റാഞ്ചിയത്. കുറേ സ്ത്രീപുരുഷന്മാർ ഒച്ചവെച്ച് അതിന് പുറകെ ഓടുന്നുണ്ടായിരുന്നു; എന്നാൽ കഴുകൻ അവരുടെ കുതിരകളുടെ വലതുവശത്തൂടെ പറന്നുപോയി. ആ കാഴ്ച അവരെ ആഹ്ലാദത്തിലാറാടിച്ചു. എല്ലാവരും വലിയ ആവേശത്തിലായിരുന്നു. ഒടുവിൽ പീസിസ്ട്രാറ്റസ് പറഞ്ഞു. "ഇതൊന്ന് വ്യാഖ്യാനിച്ചു തരാമോ, മെനെലോസ് രാജാവേ, ഈ മുന്നറിയിപ്പ് ഞങ്ങൾക്ക് രണ്ടുപേർക്കും വേണ്ടിയുള്ളതാണോ, അതോ അങ്ങേക്ക് വേണ്ടിയോ?"

എങ്ങനെയാണത് ശരിയായ രീതിയിൽ വിശകലനം ചെയ്ത് മറുപടി പറയുക എന്നദ്ദേഹം അല്പസമയം ചിന്തിച്ചു. എന്നാൽ ഹെലൻ അതിന് ഇപ്രകാരം വിശദീകരണം നല്കി. "ഞാൻ പറയുന്നത് കേൾക്കൂ, ദൈവങ്ങൾ എന്റെ മനസ്സിൽ ആകസ്മികമായി തോന്നിപ്പിച്ച അർത്ഥം ഞാൻ പറയാം (സത്യമായും യഥാർത്ഥ അർത്ഥം). മലമുകളിലെ കഴുകൻ കൂട്ടിൽ നിന്ന് ഇത്ര ദൂരം താഴോട്ടു പറന്നുവന്ന് ആ തടിച്ചുകൊഴുത്ത താറാവിനെ എപ്രകാരമാണോ റാഞ്ചിക്കൊണ്ടുപോയത് പ്രകാരം ഒഡിസ്സി നിരവധി ദുരിതം നിറഞ്ഞ അലച്ചിലിനുശേഷം തിരിച്ചുവന്ന് വിവാഹാർത്ഥികളോട് പ്രതികാരം ചെയ്യും. ഒരുപക്ഷേ, അദ്ദേഹം ഇതിനകം വീട്ടിൽ തിരിച്ചെത്തി വിവാഹാർത്ഥികൾക്കെതിരെ പ്രതികാര നടപടികൾ ആസൂത്രണം ചെയ്ത് തുടങ്ങിയിട്ടുണ്ടാകണം."

ടെലെമാക്കസ് അവളുടെ വാക്കുകൾക്ക് നന്ദി പറഞ്ഞു "സ്യൂസ് ദേവൻ അപ്രകാരം അനുഗ്രഹിച്ചു നല്കട്ടെ, ഭവതി; ഞാൻ അങ്ങയെ ഒരു ദേവിയെപ്പോലെ ആദരിക്കുന്നു."

അവൻ കുതിരകളെ ചാട്ടവാറടിച്ച് മുന്നോട്ട് പായിച്ചു പട്ടണത്തിലൂടെ കുതിച്ചു പാഞ്ഞ് ഗ്രാമപ്രദേശത്തെത്തി. പകൽ മുഴുവൻ ഓരേ വേഗതയിൽ ഓടി രാത്രി ആയപ്പോൾ ഫിറായിൽ ഡയാക്ലിസിന്റെ വീട്ടിലെത്തി. അന്നുരാത്രി അവരുടെ ആതിഥ്യം സ്വീകരിച്ച് അവിടെ താമസിച്ചു. നേരം പുലർന്നപ്പോൾ കുതിരകളെ തേരിൽ പൂട്ടി അതിശീഘ്രം മുന്നോട്ടു പോയി. അങ്ങനെ അവർ പൈലോസിൽ എത്തി. അപ്പോൾ ടെലെമാക്കസ് നെസ്റ്ററുടെ മകനോട് പറഞ്ഞു. "നമ്മുടെ പിതാക്കന്മാരുടെ മുൻപരിചയം മൂലം നമ്മൾ ഇപ്പോൾ സുഹൃത്തുക്കളാണ്. അതിനും പുറമെ ഈ യാത്ര നമ്മുടെ സ്നേഹബന്ധം ദൃഢമായി ഉറപ്പിക്കുകയും ചെയ്തു. അതുകൊണ്ട് ഒരു സുഹൃത്തെന്ന നിലയ്ക്ക് ഞാൻ നിന്നെ ഒരു വാഗ്ദാനം ചെയ്യാൻ നിർബ്ബന്ധിക്കുകയാണ്. ദയവായി എന്നെ എന്റെ കപ്പലിനടുത്ത് വിട്ട് പോകുക. നിന്റെ അച്ഛന്റെ ആതിത്ഥ്യ മര്യാദ എന്നെ വീണ്ടും അദ്ദേഹത്തിന്റെ വീട്ടിൽ താമസിക്കാൻ ഇടവരുത്താതിരിക്കട്ടെ. എനിക്ക് അതിവേഗം വീട്ടിലെത്തണം."

നെസ്റ്ററുടെ പുത്രൻ ചിന്തിച്ചു. ഇതാണ് കാര്യമെങ്കിൽ അവനത്

സമ്മതിച്ച് വേണ്ട രീതിയിൽ പ്രവർത്തിക്കണം; അതാണ് ഏറ്റവും നല്ലതെന്ന് അവന് തോന്നി. അതുകൊണ്ട് അവൻ തന്റെ സംഘത്തെ വഴി തിരിച്ച് കടൽത്തീരത്തേക്ക് വിട്ടു; മെനെലോസ് അവന് നല്കിയ പാരിതോഷികങ്ങളെല്ലാം കപ്പലിൽ കയറ്റി വെച്ചു. പിന്നെ, അവൻ ടെലെമാക്കസ്സിനോട് തിടുക്കത്തിൽ പറഞ്ഞു: "ഇപ്പോൾ കപ്പലിൽ കയറുക. ഞാൻ വീട്ടിൽ ചെന്ന് അച്ഛനോട് വിവരങ്ങൾ പറയുന്നതിന് മുമ്പ് നാവികരെ വിളിച്ച് കപ്പൽ വിടുക. എന്റെ ഹൃദയവും മനസ്സും എന്നോട് ഉറപ്പ് പറയുന്നു, അദ്ദേഹം ഇത് ക്ഷമിക്കില്ലെന്ന്. അദ്ദേഹം സ്വയം ഇവിടെവന്ന് നിന്നെ ചോദ്യം ചെയ്യും, കോപിക്കും."

ഇത്രയും പറഞ്ഞ് അവൻ തന്റെ രഥത്തിൽ കയറി, പട്ടണത്തിലേക്ക് തിരിച്ചു; വേഗം വീട്ടിലെത്തി. ടെലെമാക്കസ് തന്റെ നാവികരെ വിളിച്ച്, കപ്പൽ പെട്ടെന്ന് യാത്രയ്ക്കായി കടലിലിറക്കാൻ ആവശ്യപ്പെട്ടു. അവർ അനുസരണയോടെ എല്ലാ തയ്യാറെടുപ്പുകളും പൂർത്തിയാക്കി. എഥീനി ദേവിക്കുള്ള പ്രാർത്ഥനയും ബലി അർപ്പണവും നടത്തി.

ആ സമയം തികച്ചും അപരിചിതനായ ഒരു മനുഷ്യൻ അവിടെ പ്രത്യക്ഷപ്പെട്ടു; ഒരു മനുഷ്യനെ കൊന്ന് ആർഗോസിൽനിന്നും ഒളിച്ചോടിപ്പോന്ന ഒരു അഭയാർത്ഥി ആയിരുന്നു അയാൾ. അയാൾ ഒരു പ്രവാചകൻ ആയിരുന്നു. അയാളുടെ പേര് തിയോക്ലൈമീനസ്. പ്രാർത്ഥനയും ബലിയർപ്പണവും ചെയ്തിരുന്ന ടെലെമാക്കസ്സിന്റെ അടുത്തുചെന്ന് ആത്മാർത്ഥതയോടെ ചോദിച്ചു. "എന്റെ സുഹൃത്തേ, ഈ പ്രാർത്ഥനയും ബലിയും നടത്തുന്ന നിങ്ങൾ ആരാണ്? എവിടെന്ന് വരുന്നു? ഏത് നഗരവും കുടുംബവുമാണ് നിങ്ങളുടേത്, എന്നോട് സത്യം പറയുവാൻ ഞാൻ അഭ്യർത്ഥിക്കുന്നു."

ടെലെമാക്കസ് മറുപടി നല്കി. "സത്യത്തിൽ ഞാൻ ഇഥാക്കയിൽ നിന്നുള്ളവനാണ്, എന്റെ അച്ഛൻ ഒഡീസ്സി. വളരെമുമ്പ് അദ്ദേഹം ദുരിതമനുഭവിച്ച് മൃതിയടഞ്ഞു. അദ്ദേഹത്തിന്റെ അന്തർദ്ധാനത്തിലെ ദുരൂഹത തെളിയിക്കുവാൻവേണ്ടി ഈ കൂട്ടുകാരേയും കൂട്ടി ഞാൻ ഇറങ്ങിത്തിരിച്ചതാണ്."

തിയോക്ലൈമീനസ് അപ്പോൾ പറഞ്ഞു "ഞാനും എന്റെ ജന്മനാടു വിട്ട് അലഞ്ഞുതിരിയുന്നവനാണ്. ആർഗൈവ് സമതലപ്രദേശത്തിലെ ശക്തരായ ഒരു അക്കായിയൻ കുടുംബത്തിലെ എന്റെ ഒരു ബന്ധുവിനെ ഞാൻ വധിക്കാനിടയായി. അവർ എന്നെ കൊല്ലുമെന്ന ഭയത്താൽ ഞാൻ ലോകം മുഴുവൻ ഓടിനടക്കുകയാണ്. ഈ അഭയാർത്ഥിയുടെ യാചന നിങ്ങൾ കേൾക്കുമോ? എന്നെ നിങ്ങളുടെ കപ്പലിൽ കയറ്റി എന്റെ ജീവൻ രക്ഷിക്കുമോ? എന്നെ പിന്തുടരുന്നവർ അത്രദൂരെ അല്ലെന്നെനിക്ക് തോന്നുന്നു."

ടെലെമാക്കസ് പറഞ്ഞു: "നിങ്ങൾ ശരിക്കും ഞങ്ങളോടൊപ്പം വരാൻ ആഗ്രഹിക്കുന്നുണ്ടെങ്കിൽ, ഞാൻ നിങ്ങളെ നിരസിക്കില്ല. ഞങ്ങളുടെ വീട്ടിലേക്ക് വരൂ, ഞങ്ങൾക്കുള്ളത് നിങ്ങളോടൊപ്പം പങ്കുവെക്കാൻ ഞങ്ങൾക്ക് സന്തോഷമേയുള്ളൂ."

അവൻ അയാളിൽനിന്ന് വെങ്കലകുന്തം വാങ്ങി, ഡെക്കിൽ വെച്ചു പിന്നെ മുന്നോട്ടുനടന്ന് തിയോക്ലൈമീനസിനെ അടുത്തിരുത്തി. പാമരം ഉയർത്തി കെട്ടി നിർത്തി, കാറ്റുപായകൾ വിരിച്ചു. എഥീനി ദേവി അവർക്ക് അനുകൂലമായ നല്ല കാറ്റ് നല്കി. അങ്ങനെ കപ്പൽ അതിവേഗം മേഘമില്ലാത്ത കടലിലൂടെ ലക്ഷ്യസ്ഥാനത്തേക്ക് പാഞ്ഞു. ക്രൗണിയും ചാൽസിസും കടന്ന് രാത്രിയാകുന്നതുവരെ കപ്പൽ സുഗമമായി നീങ്ങി. അങ്ങിനെ ഓരോ കൊച്ചുദ്വീപുകളും പിന്നിട്ടുപോകവെ, താൻ മരണത്തെ അതിജീവിക്കുമോ അതോ കെണിയിൽപ്പെടുമോ എന്ന് ടെലിമാക്കസ് സ്വയം ചോദിച്ചു. ആ സമയം തങ്ങളുടെ വസതിയിൽ സത്യസന്ധനായ പന്നിപാലകനോടും അയാളുടെ ആളുകളോടുമൊപ്പം ഒഡീസ്സി അത്താഴം കഴിച്ചുകൊണ്ടിരിക്കുകയായിരുന്നു. വിശപ്പ് അടങ്ങിയപ്പോൾ അയാൾ വീണ്ടും സംസാരിക്കാൻ തുടങ്ങി; തന്നോട് യൂമ്യൂസിനുള്ള യഥാർത്ഥ മനോവികാരം എന്താണെന്നും ഈ അതിഥി സൽക്കാരം തുടരുമോ, അതോ തന്നെ നഗരത്തിലേക്ക് നിർബന്ധപൂർവ്വം പറഞ്ഞയയ്ക്കുമോ എന്നെല്ലാം അറിയുവാൻ ഒഡീസ്സി ആഗ്രഹിച്ചു.

"ഇപ്പോൾ യൂമ്യൂസും മറ്റുള്ളവരും ശ്രദ്ധിക്കുക. നിങ്ങൾക്കെന്നെ ഇവിടെ താമസിപ്പിക്കാൻ വിഷമം തോന്നുന്നുണ്ടെങ്കിൽ നേരം പുലരുമ്പോൾ ഞാൻ പട്ടണത്തിലേക്ക് പൊയ്ക്കൊള്ളാം, അവിടെ ഞാൻ ഭിക്ഷ യാചിച്ച് ജീവിക്കാം. എനിക്കതിനുള്ള വിദഗ്ദ്ധമായ മാർഗ്ഗ നിർദ്ദേശവും സൂചനകളും മാത്രം നല്കിയാൽ മതി. ഒരിക്കൽ അവിടെ എത്തിക്കഴിഞ്ഞാൽ, എനിക്ക് സ്വന്തം ആഹാരം സ്വയം നേടണം, അത്താഴം ലഭിക്കണം. എന്റെ പ്രത്യേക ലക്ഷ്യം, ബുദ്ധിശാലിയായ പെനെലോപ്പിനോട്, ഒരുവാക്ക് സംസാരിക്കുകയും പാപികളായ വിവാഹാർത്ഥികളെ കാണുകയുമാണ്. ഒരുപക്ഷേ, അവരുടെ ധാരാളിത്തത്തിന്റെ ഒരംശം എന്റെ വായ നിറക്കാൻ ഉപകരിച്ചെങ്കിലോ! എന്നെക്കൊണ്ടവർക്ക് ഉപകാരമുണ്ടെന്ന് ഞാൻ തെളിയിച്ചു കൊടുക്കും, ഞാൻ നിങ്ങളോട് പറയുന്നു-ഞാൻ പറയുന്നത് ശ്രദ്ധിക്കുകയും അത് വിശ്വസിക്കുകയും ചെയ്യുക-ഹെർമിസ് ദേവന്റെ സഹായത്താൽ സേവനത്തിൽ എനിക്ക് തുല്യനായ ഒറ്റമനുഷ്യനുമില്ല, വീട്ടിൽ തീപൂട്ടി കൊടുക്കുന്നതിൽ, വിറക് കീറുന്നതിൽ, മാംസം പൊരിക്കുന്നതിൽ, മദ്യം പകർന്നു കൊടുക്കുന്നതിൽ, എന്നുവേണ്ട മറ്റേന്ത് ജോലിയിലും."

ഇതുകേട്ട് ഹൃദയവേദനയോടെ യൂമ്യൂസ് മറുപടി നല്കി: "കഷ്ടം എന്റെ അതിഥീ, എങ്ങനെ ഇത്തരം ഒരു ആശയം നിങ്ങളുടെ മനസ്സിലേക്ക് കടന്നുവന്നു? ആ ദുഷ്ടന്മാരായ വിവാഹാർത്ഥികളുടെ അടുത്തേക്ക് പോകാനുള്ള നിങ്ങളുടെ ചിന്ത സ്വന്തം നാശത്തിലേക്ക് വഴിതെളിയിക്കുന്നതായിരിക്കും. അവരുടെ സേവകന്മാർ നിങ്ങളെപ്പോലുള്ള മനുഷ്യരല്ല, ഭംഗിയുള്ള ഉടുപ്പുകളും മേലങ്കികളും ധരിച്ചു കഷണ്ടിത്തലയും തുടുത്ത കവിളുകളുമുള്ള യുവ വഴക്കാളികളാണ്. അവരുടെ തീൻ മേശകൾ എപ്പോഴും ഭക്ഷണത്തിന്റെയും വീഞ്ഞിന്റെയും ഭാരം സഹിക്കാ

നാകാതെ ഞരങ്ങിക്കൊണ്ടിരിക്കുന്നു. അതുകൊണ്ട് ഞങ്ങളോടൊപ്പം താമസിക്കുക. ഇവിടെ താമസിക്കുന്നതിന് ഞാനോ ഈ മനുഷ്യരോ മറ്റേതെങ്കിലും മനുഷ്യരോ വൈമുഖ്യം കാണിക്കില്ല. പിന്നെ ഒഡീസ്സിയുടെ നല്ലവനായ മകൻ തിരിച്ചെത്തുമ്പോൾ നിങ്ങൾക്ക് പുതിയ ഉടുപ്പുകൾ വാങ്ങിത്തരുകയും നിങ്ങൾ ഇഷ്ടപ്പെടുന്നിടത്തെല്ലാം പോകാനനുവദിക്കുകയും ചെയ്യും."

അപ്പോൾ ഒഡീസ്സി പറഞ്ഞു. "പിതാവായ സ്യൂസ് ദേവൻ നിങ്ങളെ അനുഗ്രഹിക്കട്ടെ, യൂമ്യൂസ്, കൂടുതൽ ദുരിതപൂർണ്ണമായ തെണ്ടിത്തിരിയലിൽനിന്ന്, മനുഷ്യന്റെ ഏറ്റവും ദുഃഖകരമായ ഭാഗധേയത്തിൽനിന്ന്, നിങ്ങൾ എന്നെ ഒഴിവാക്കിയതിന് നിങ്ങളെ ദൈവം സ്നേഹിക്കട്ടെ. എന്നാൽ ഒഡീസ്സിയുടെ മകൻ വരുന്നതുവരെ ഞാൻ ഇവിടെ താമസിക്കണമെങ്കിൽ എന്നോട് വർഷങ്ങൾക്കു മുമ്പ് ഒഡീസ്സി ഇവിടെ വിട്ടുപോയ അദ്ദേഹത്തിന്റെ അച്ഛനമ്മമാരെക്കുറിച്ച് പറയൂ. അവർ ഇപ്പോഴും ജീവിച്ചിരിപ്പുണ്ടോ, അതോ മരിച്ച് പാതാളത്തിലേക്ക് പോയോ?"

നല്ലവനായ യൂമ്യൂസ് പറഞ്ഞു. "അക്കാര്യം ഞാൻ നിങ്ങളോട് വിശദമായി പറയാം. ലാർട്ടസ് ജീവിച്ചിരിപ്പുണ്ട്. എന്നാൽ തന്റെ ജീവൻ എടുക്കാനായി എപ്പോഴും ദൈവത്തോട് പ്രാർത്ഥിച്ചുകൊണ്ടിരിക്കുന്നു. മകൻ നഷ്ടപ്പെട്ടതോർത്ത് കഠിനമായ ദുഃഖത്തോടെ വിലപിക്കുന്നു; സ്നേഹപൂർവ്വം പരിചരിച്ചുകൊണ്ടിരുന്ന ഭാര്യയുടെ മരണം അദ്ദേഹത്തെ കൂടുതൽ വൃദ്ധനാക്കി! തന്റെ പ്രശസ്തനായ പുത്രനെക്കുറിച്ചോർത്ത് ദുഃഖിച്ചുകൊണ്ടായിരുന്നു അമ്മയുടെ മരണം. അമ്മയുടേത് ഒരു ദുരന്തമായിരുന്നു. അവർ ജീവിച്ചിരിക്കുമ്പോൾ അവരുടെ സുഖവിവരങ്ങൾ ഞാൻ അന്വേഷിക്കാറുണ്ടായിരുന്നു. കാരണം, അവരാണ് ഏറ്റവും ഇളയ പുത്രി. ക്ലിമിനിയോടൊപ്പം എന്നെ വളർത്തി വലുതാക്കിയത്. ഞങ്ങൾ ഒന്നിച്ച് വളർന്നു വന്നു. അമ്മ എന്നെ സ്വന്തം മകനെപ്പോലെയാണ് കരുതിയത്. ഞങ്ങൾ ഇരുവരും യൗവനപ്രായത്തിലെത്തി. അപ്പോൾ അവർ അവളെ സേമിയിലെ ഒരു സമ്പന്നായ മനുഷ്യന് വിവാഹം കഴിച്ചുകൊടുത്തു. എന്നെ ഭവതി നല്ല നിലയിൽ വസ്ത്രധാരണം ചെയ്യിപ്പിച്ചു; തീറ്റിപ്പോറ്റിയും ഈ ഫാമിന്റെ ചുമതല ഏല്പിച്ചു. എന്നോടുള്ള അമ്മയുടെ സ്നേഹം വർദ്ധിച്ചുവന്നു. അതാണിപ്പോൾ എനിക്ക് നഷ്ടമായത്! ദൈവാനുഗ്രഹത്താൽ അവരാണ് എനിക്ക് നല്ലൊരു ജീവിതമാർഗ്ഗം നേടിത്തന്നത്. എനിക്ക് ജീവിക്കാൻ ഇഷ്ടംപോലെ ആഹാരവും വീഞ്ഞും ഉണ്ട്. അർഹതയുള്ളവർക്ക് ഞാൻ ദാനധർമ്മങ്ങളും ചെയ്യുന്നുണ്ട്. എന്നാൽ വിവാഹാർത്ഥികളായ ആ ദുഷ്ടന്മാരുടെ ശല്യം മൂലം യജമാനത്തിയുടെ സന്തോഷമെല്ലാം പോയ് മറഞ്ഞു. കരുണയോടെയുള്ള സംസാരമോ, പ്രവൃത്തിയോ ഇല്ലാതായി. നേരെമറിച്ച്, തങ്ങളുടെ യജമാനത്തിയെ കാണുവാനും അവരുമായി നാട്ടുവർത്തമാനങ്ങൾ പറഞ്ഞിരിക്കാനും സന്ദർഭവശാൽ എന്തെങ്കിലും തിന്നാനും കുടിക്കാനും വല്ലതും സ്വന്തം വീട്ടിലേക്ക് കൊണ്ടുപോകാനും കഴിയുന്നത് ജോലിക്കാർക്ക് വലിയ

സംതൃപ്തി നല്കുന്ന കാര്യമാണ്. അതവരുടെ ആത്മാർത്ഥതയുള്ള ഹൃദയങ്ങളെ ഊഷ്മളമാക്കുന്നു."

ഒഡീസ്സി സംഭാഷണം തുടർന്നു. "നിങ്ങൾ സ്വന്തം വീടും സ്വന്തക്കാരേയും വിട്ട് പോന്നത് ഒരു കൊച്ചുകുഞ്ഞായിരുന്നപ്പോഴായിരുന്നോ യൂമ്യൂസ്? ഈ അവസരം ഉപയോഗിച്ച് നിങ്ങൾ സ്വന്തം കഥ മുഴുവൻ എന്നോട് പറയൂ. നിങ്ങളുടെ അച്ഛനമ്മമാർ ജീവിച്ചിരിക്കുമ്പോഴാണോ ആ വലിയ നഗരം അവർ തകർത്ത് നശിപ്പിച്ചത്? അതോ നീ ഒറ്റയ്ക്ക് കന്നുകാലികളേയും മറ്റും മേച്ച് നടക്കുമ്പോഴായിരുന്നോ; അക്രമികൾ നിന്നെ പിടികൂടി കപ്പലിൽ വിദേശത്തേക്കയച്ച് നല്ലൊരു വിലയ്ക്ക് ഏതെങ്കിലും യജമാനന്റെ വീട്ടുവേലക്കാരനായി വിട്ടത്?"

യൂമ്യൂസ് മറുപടി നല്കി. "അപരിചിതാ, നിങ്ങൾ ആ വിഷയം കേൾക്കാൻ ആഗ്രഹിക്കുന്നുണ്ടെങ്കിൽ സ്വന്തം ഇരിപ്പിടത്തിൽ സുഖമായി ഇരുന്ന്, വീഞ്ഞുകപ്പ് നിറച്ച്, ഞാൻ പറയുന്നത് ശ്രദ്ധിച്ചു കേൾക്കുക. ഈ രാത്രികൾ അസാമാന്യ ദീർഘമുള്ളവയാണ്. നമ്മൾക്ക് കഥപറയാനും ഉറങ്ങാനും സമയം കിട്ടും. അതിനും പുറമെ ഇത്ര പെട്ടെന്ന് കിടന്നുറങ്ങേണ്ട കാര്യവുമില്ല. മറ്റുള്ളവർക്ക് പോകണമെന്നുണ്ടെങ്കിൽ പോകാം, കിടന്നുറങ്ങാം. നേരം പുലരുമ്പോൾ പ്രാതൽ കഴിച്ച് നമ്മുടെ യജമാനന്റെ പന്നികളേയും കൂട്ടി പുറത്ത് പോകാം. എന്നാൽ ഞങ്ങൾ ഇരുവരും വീടിനകത്ത് ചൂടുപറ്റിക്കിടന്ന് തിന്നും കുടിച്ചും ദുഃഖങ്ങൾ കൈമാറട്ടെ!- ദുഃഖങ്ങൾ എന്ന് ഞാൻ ഉദ്ദേശിച്ചത് ഓർമ്മകളെയാണ്. ഒരു മനുഷ്യൻ വീടുവിട്ടുപോയി, അഗാധമായ ദുഃഖം സഹിച്ചിട്ടുണ്ടെങ്കിൽ, പഴയ ദുഃഖങ്ങൾ ആവർത്തിച്ച് ചൊല്ലുമ്പോൾ അവന് ആശ്വാസം ലഭിക്കുന്നു. അതുകൊണ്ട് ഞാൻ നിങ്ങളുടെ ചോദ്യം ചെയ്യൽ നേരിടാൻ തയ്യാറാണ്.

സിറിയ എന്നു പേരുള്ള ഒരു ദ്വീപുണ്ട്; നിങ്ങൾ കേട്ടിട്ടുണ്ടായിരിക്കും. ഓർട്ടീജിയാക്കപ്പുറത്താണ്. അത്ര ജനബഹുലമായ സ്ഥലമല്ല എന്നാൽ നല്ല പ്രദേശം, ധാരാളം കന്നുകാലികളും ചെമ്മരിയാടുകളും ധാന്യവും വീഞ്ഞും, അതുകൊണ്ട് അവിടത്തെ ജനങ്ങൾക്ക് യാതൊരു വിധ കഷ്ടപ്പാടോ രോഗപീഡകളോ ഇല്ല. ഒരു തലമുറയ്ക്ക് വളരെ പ്രായമാകുമ്പോൾ അപ്പോളോ ദേവനോ ആർട്ടിമസ് ദേവനോ വന്ന് ദയാപൂർവ്വം ആ തലമുറയുടെ കാലാവധി അവസാനിപ്പിക്കുന്നു. രാഷ്ട്രീയമായി ആ ദ്വീപ് രണ്ട് നഗരങ്ങൾ കൂടിയതാണ്. ദൈവത്തെപ്പോലുള്ള എന്റെ അച്ഛൻ ടീസിയസ് ആയിരുന്നു രണ്ടിന്റേയും രാജാവ്.

ഞങ്ങളുടെ സ്ഥലത്ത് ഫിനീഷ്യൻ നാവികർ ലാഭക്കച്ചവടം ലാക്കാക്കി പതിനായിരക്കണക്കിന് വിലകുറഞ്ഞ സാധനങ്ങൾ വില്ക്കാനായി വരുമായിരുന്നു. എന്റെ അച്ഛന്റെ അടിമകളിൽ ഒരു ഫിനീഷ്യൻ സ്ത്രീയും ഉണ്ടായിരുന്നു. നല്ല പൊക്കമുള്ള ഒരു സുന്ദരിയായിരുന്നു ആ സ്ത്രീ, സമർത്ഥയായ തുന്നൽക്കാരിയും. എന്നാൽ കാമവികാരം ഏറ്റവും നല്ല സ്ത്രീകളേയും വഴി തെറ്റിക്കുന്നു. ഞങ്ങളുടെ തുണികൾ

അലക്കുന്ന സമയത്ത് കപട സൂത്രക്കാരനായ അവളുടെ ഒരു നാട്ടുകാരൻ അവളെ മാനഭംഗപ്പെടുത്താൻ ശ്രമിച്ചു. അവൾ അവന് വഴങ്ങിക്കൊടുത്തു. അവളോടൊപ്പം ശയിച്ച ആ ഫിനീഷ്യൻ അടുത്ത് നങ്കൂരമിട്ട ഒരു കപ്പലിൽ നിന്നുള്ളവനായിരുന്നു. പിന്നീട് അവളെക്കുറിച്ചവൻ ചോദിച്ചറിഞ്ഞു. അവൾ എന്റെ അച്ഛന്റെ പൊക്കമുള്ള വീട് ചൂണ്ടിക്കാണിച്ചു പറഞ്ഞു. "ഞാൻ ശപഥം ചെയ്യുന്നു, ഞാൻ സിഡോനിലെ വ്യാപാരകേന്ദ്രത്തിൽ നിന്നാണ് ധനവാനായ ആരിബാസിന്റെ സ്വന്തം പുത്രി. ഞാൻ റോഡിലൂടെ നടന്നുവരുമ്പോൾ താഫിയൻ കടൽ കൊള്ളക്കാർ എന്നെ പിടികൂടി ബന്ദിയാക്കി. അവർ എന്നെ ഇവിടെ കൊണ്ടുവന്ന്, ഈ രാജാവിന് വിറ്റു. വലിയൊരു തുകയാണദ്ദേഹം നല്കിയത്."

അപ്പോൾ ആ നാവികൻ അവളോട് പറഞ്ഞു. "നിനക്ക് ഞങ്ങളോടൊപ്പം തിരിച്ചുവന്ന് വീണ്ടും അച്ഛനമ്മമാരോടൊപ്പം ആ വലിയ വീട്ടിൽ ജീവിക്കാനാഗ്രഹമുണ്ടോ? അവർ ഇപ്പോഴും സമ്പന്നരായി അവിടെ ജീവിക്കുന്നുണ്ട്."

ആ സ്ത്രീ മറുപടി നല്കി. "തീർച്ചയായും അപ്രകാരം തന്നെയാകട്ടെ, നിങ്ങൾ നാവികർ എന്നെ അന്തസ്സോടെ വീട്ടിലേക്ക് കൊണ്ടുപോകണമെന്ന് പ്രതിജ്ഞ ചെയ്താൽ"

നാവികരെല്ലാം അവൾ ആഗ്രഹിച്ചതുപോലെ പ്രതിജ്ഞ ചെയ്തു. അതിനുശേഷം അവൾ പറയാൻ തുടങ്ങി. "എല്ലാവരും ഇവിടെ എന്നോട് മൗനം പാലിക്കണം. റോഡിൽ വെച്ചോ നീർച്ചോലയിൽ വെച്ചോ കാണാനിടയായാൽ ആരും എന്നോട് സംസാരിക്കരുത്. ആരെങ്കിലും അതു കണ്ടാൽ കൊട്ടാരത്തിൽ പോയി ആ വൃദ്ധനോടക്കാര്യം പറയും. സംശയത്തിന്റെ പേരിൽ അയാൾ എന്നെ ക്രൂരമായി ബന്ധിക്കുകയും നിങ്ങളെ നശിപ്പിക്കുകയും ചെയ്യും. അതുകൊണ്ട് നിങ്ങൾ സാമാനങ്ങൾ വില്ക്കുമ്പോൾ എല്ലാം രഹസ്യമാക്കിവെക്കുക. പിന്നീട് കപ്പലിൽ സാമാനങ്ങൾ കയറ്റി പുറപ്പെടാൻ തയ്യാറായാൽ പെട്ടെന്ന് കൊട്ടാരത്തിൽ വന്ന് എന്നെ വിവരമറിയിക്കുക. എനിക്ക് കിട്ടാവുന്നിടത്തോളം സ്വർണ്ണവും നിങ്ങൾക്ക് യാത്രാകൂലിയായി മറ്റ് ഒരു വിശിഷ്ട സാധനവുമായി ഞാൻ വരാം. എന്റെ യജമാനന്റെ മിടുക്കനായ ഒരു കുട്ടിയുടെ നഴ്സ് ആണ് ഞാൻ. അവൻ എന്നെ ചുറ്റിപ്പറ്റി വീടിനകത്തും പുറത്തും പിടിച്ചുവെച്ച് നടക്കും. ഞാൻ അവനെ കപ്പലിൽ കയറ്റിക്കൊണ്ടുവന്നാൽ ഏതെങ്കിലും വിദേശിയിൽനിന്ന് നിങ്ങൾക്ക് വലിയൊരു തുക വസൂലാക്കാൻ കഴിയും."

അപ്രകാരം പറഞ്ഞ് അവൾ കൊട്ടാരത്തിലേക്ക് മടങ്ങി. ആ നാവികർ തങ്ങളുടെ സാമാനങ്ങൾ വിറ്റ് ധാരാളം പണം സമ്പാദിക്കുന്നതുവരെ, ഒരു വർഷം അവിടെ തങ്ങി. അതിനിടയിൽ കപ്പൽ നിറയെ സാധനങ്ങൾ ആ ദ്വീപിൽനിന്നും അവർ വാങ്ങി സംഭരിച്ചു. എല്ലാ ഹോൾഡുകളും നിറഞ്ഞപ്പോൾ കപ്പൽ യാത്ര പുറപ്പെടാൻ തയ്യാറെടുത്തു. അവർ ഒരു ദൂതനെ ആ സ്ത്രീക്ക് മുന്നറിയിപ്പ് കൊടുക്കാനായി അയച്ചു, ആ സൂത്രശാലി അച്ഛന്റെ വീട്ടിൽ ഒരു ആക്രിവ്യാപാരിയുടെ

വേഷത്തിൽ എത്തി. അമ്മയോടൊപ്പം ഹാളിൽ നിന്നിരുന്ന ആ സ്ത്രീക്ക് നിശ്ശബ്ദം തലകുനിച്ച് ആംഗ്യം നല്കി കപ്പലിലേക്ക് തിരിച്ചുപോയി. അപ്പോൾ അവൾ എന്റെ കൈയും പിടിച്ച് ഹാളിന്റെ വാതിലിലൂടെ പുറത്തേക്ക്പോയി. പോർച്ചിൽ തീൻമേശയും കപ്പുകളും കിടക്കുന്നതവൾ കണ്ടു. അസംബ്ലി കൂടുന്നതിനുമുമ്പ് അംഗങ്ങൾക്ക് എന്റെ അച്ഛൻ ലഘുഭക്ഷണം കൊടുത്തത് അവിടെ വെച്ചാണ്. പെട്ടെന്ന് മൂന്ന് പാനപാത്രങ്ങൾ എടുത്ത് അവൾ നെഞ്ചിൽ ഒളിപ്പിച്ചുവെച്ചു. പിന്നെ നിഷ്കളങ്കഭാവത്തിൽ ഞങ്ങൾ ധൃതി പിടിച്ച് സുപരിചിതമായ തുറമുഖത്തേക്ക് പോകുമ്പോൾ സൂര്യൻ അസ്തമിച്ചു. റോഡുകൾ ഇരുളടഞ്ഞു. ഫിനീഷ്യൻ കപ്പൽ പുറപ്പെടാൻ തയ്യാറായികിടക്കുന്നുണ്ട്. നാവികർ ഞങ്ങളെ കപ്പലിൽ കയറ്റി, കടൽ യാത്ര ആരംഭിച്ചു. സ്യൂസ് ദേവൻ അനുകൂലമായ കാറ്റ് വീശിപ്പിച്ചു. ഞങ്ങൾ ആറ് രാവും പകലും യാത്ര ചെയ്തു. എന്നാൽ ഏഴാം ദിവസം സ്യൂസ് ദേവൻ അന്തരീക്ഷം കലുഷിതമാക്കി. ആർട്ടെമിസ് ദേവി തന്റെ അദൃശ്യഖഡ്ഗം കൊണ്ട് ആ സ്ത്രീയെ വെട്ടിവീഴ്ത്തി. അവൾ കടലിലേക്ക് തെറിച്ചുവീണു. എന്നെ തീരാദുഃഖത്തിലാഴ്ത്തി. കാറ്റും ഒഴുക്കും, ഒടുവിൽ അവരെ ഇഥാക്കയിലെത്തിച്ചു. അവിടെ വെച്ച് ലാർട്ടെസ് എന്നെ നല്ലൊരു വില കൊടുത്തു വാങ്ങിച്ചു. അങ്ങനെ, ഞാൻ ഈ നാട് കാണാനിടയായി."

ഒഡീസ്സി പറഞ്ഞു. "യൂമ്യൂസ് യാദൃച്ഛിക സംഭവങ്ങളും ദുഃഖങ്ങളും നിറഞ്ഞ നിങ്ങളുടെ ഈ കഥ എന്റെ ഹൃദയത്തിൽ വലിയ വേദന ഉളവാക്കി. എന്നാലും തീർച്ചയായും നിങ്ങളെ കഷ്ടപ്പാടുകളിൽ നിന്ന് രക്ഷിച്ച് ഒടുവിൽ ഒരു മാന്യന്റെ വീട്ടിലെത്തിച്ചു. തിന്നും കുടിച്ചും സുഖമായി ജീവിക്കാൻ നിങ്ങൾക്കിടവരുത്തി. അതേസമയം യാത്രയ്ക്കിടെ മനുഷ്യരാൽ വേട്ടയാടപ്പെട്ട് ഒരു അനാഥനായാണ് ഞാനിവിടെ എത്തിയത്!"

അപ്രകാരം അവർ സംസാരിച്ചുകൊണ്ടിരുന്നു; ഒടുവിൽ നേരം പുലരുന്നതിന് അല്പം മുമ്പാണവർ ഉറങ്ങാൻ കിടന്നത്. പെട്ടെന്ന് പ്രഭാതം പൊട്ടിവിരിഞ്ഞു.

അതേപ്രഭാതത്തിൽ ടെലെമാക്കസിന്റെ കപ്പൽ ഇഥാക്കയ്ക്ക് സമീപമെത്തി. നാവികൻ കാറ്റുപായകൾ ചുരുട്ടി. പായ്മരം താഴ്ത്തി, ഭംഗിയായി തുഴഞ്ഞ് കപ്പൽ കരയ്ക്കടുപ്പിച്ചു. അവർ നങ്കൂരമിട്ട് കപ്പലിൽനിന്ന് കരയ്ക്കിറങ്ങി. ഭക്ഷണം പാകം ചെയ്യാനും വീഞ്ഞ് പകർന്നുവെക്കാനും തുടങ്ങി. സുഭിക്ഷമായി തീറ്റയും കുടിയും കഴിഞ്ഞപ്പോൾ, ടെലെമാക്കസ് അവരോട് കരുതലോടെ ഉദ്ബോധിപ്പിച്ചു. "ഇപ്പോൾ നിങ്ങൾ കപ്പൽ നഗരത്തിലേക്ക് കൊണ്ടുപോകണം. ഞാൻ നാട്ടിൻപുറത്തെ എന്റെ ആടുമാടുകളെ മേയ്ക്കുന്നവരുടെ അടുത്തേക്ക് പോകുകയാണ്. വൈകുന്നേരത്തോടെ എന്റെ ഇടപാടുകളെല്ലാം തീർത്ത് നഗരത്തിൽ തിരിച്ചെത്തും. അവിടെവെച്ചു നാളെ നേരം പുലരുമ്പോൾ നല്ലൊരു മദ്യസേവയ്ക്കുശേഷം നിങ്ങളുടെ യാത്രാകൂലി തീർത്തുതന്ന് വിടപറയാം."

അപ്പോൾ ആദരണീയനായ തിയോക്ലൈമീനസ് ഇടക്കുകയറി

ചോദിച്ചു. "ഞാൻ എവിടേക്കാണ് പോകേണ്ടത്, എന്റെ പ്രിയപ്പെട്ട കുട്ടീ? പ്രഭുക്കന്മാർ നിറഞ്ഞ ഈ നിമ്നോന്നതമായ നഗരത്തിൽ ആരുടെ വീട്ടിലേക്കാണ് ഞാൻ പോകേണ്ടത്? അതോ നേരെ നിന്റെ അമ്മയുടെ വീട്ടിലേക്ക് പോയാലോ, അതല്ലേ നിന്റെ വീട്?"

ടെലിമാക്കസ് ചിന്താകുലനായി മറുപടി നല്കി. "സാധാരണഗതിയിൽ ഞാൻ നിങ്ങളെ എന്റെ വീട്ടിലേക്ക് അയച്ചേനെ; അവിടെ അതിഥികൾക്ക് എന്നും സ്വാഗതമാണ്. എന്നാൽ ഇപ്പോൾ അത് അസൗകര്യമായിരിക്കും. ഞാൻ വീട്ടിൽനിന്ന് ദൂരെയാണല്ലോ. അമ്മ പുറത്തു വരുകയുമില്ല. കാരണം വിവാഹാർത്ഥികൾക്ക് മുന്നിൽ ഹാളിൽ പ്രത്യക്ഷപ്പെടാൻ അമ്മയ്ക്ക് ഇഷ്ടമല്ല. അവർ സദാസമയം മുകളിലെ സ്വന്തം മുറിയിൽ തുന്നലിൽ ഏർപ്പെട്ടിരിക്കയാണ്. എന്തായാലും നിങ്ങളുടെ ആതിഥേയനായി ഒരാളെ എനിക്ക് നിർദ്ദേശിക്കാൻ കഴിയും. വിവേകശാലിയായ പൊളിബസ്സിന്റെ ശ്രേഷ്ഠനായ പുത്രൻ യൂറിമാക്കസ്. ഇഥാക്കക്കാരുടെ ദൃഷ്ടിയിൽ അവൻ മർത്ത്യരേക്കാൾ മുന്നിലാണ്. എന്റെ അമ്മയെ വിവാഹം കഴിച്ച് ഒഡീസ്സിയുടെ പ്രതാപം കൈവരിക്കാനവൻ മോഹിക്കുന്നു. ഒളിമ്പിയൻ സ്വർഗ്ഗത്തിലിരിക്കുന്ന സ്യൂസ് ദേവന് മാത്രമേ അക്കാര്യത്തിലൊരു തീർപ്പ് പറയാനാകൂ. അവരുടെ വിവാഹദിവസത്തിനു മുമ്പ് ദൈവ ശിക്ഷ ഉണ്ടായേക്കാം. അവൻ സംസാരിച്ച് തീർന്നതോടെ ഒരു പക്ഷി (അപ്പോളോയുടെ വേഗതയുള്ള സന്ദേശവാഹകന്മാരായ കഴുകന്മാരിൽ ഒന്ന്) ഒരു പ്രാവിനെ റാഞ്ചി നഖങ്ങളിൽ ഇറുക്കിപ്പിടിച്ച് വലതു വശത്തിലൂടെ പറന്നു. ആ പ്രാവിന്റെ തൂവലുകൾ ടെലിമാക്കസിന്റെയും കപ്പലിന്റെയും മദ്ധ്യത്തിലായി മണ്ണിൽ വന്ന് വീണു.

ആളുകൾക്കിടയിൽ നിന്നും അവനെ തിയോക്ലൈമീനസ് കൈപിടിച്ചു മാറ്റി നിർത്തി പറഞ്ഞു. "ടെലിമാക്കസ് ആ പക്ഷി എന്തോ സൂചിപ്പിക്കുന്നുണ്ടെന്ന് ഞാൻ മനസ്സിലാക്കി. ദൈവനിശ്ചയപ്രകാരം കൊണ്ടു മാത്രമാണ് അത് വലതുവശത്തുകൂടെ പറന്നകതന്നത്. നിങ്ങളുടേതിനേക്കാളേറെ രാജകീയ പ്രൗഢിയുള്ള മറ്റൊരു കുടുംബം ഇഥാക്കയിലില്ല. നിങ്ങൾക്കതിന്റെ പരമാധികാരം എന്നും ഉണ്ടാകും."

ശാന്തനായ ടെലിമാക്കസ് മറുപടി നല്കി. "അല്ലയോ, അപരിചിതാ, ഈ വാക്കുകൾ സത്യമായിത്തീർന്നെങ്കിൽ! എന്റെ സ്നേഹവും ഔദാര്യവും അപ്പോൾ ഞാൻ നിങ്ങളുടെ മേൽ സമൃദ്ധമായി ചൊരിയും; അപ്പോൾ നിങ്ങളെ കാണുന്നവരെല്ലാം നിങ്ങൾ അനുഗൃഹീതനാണെന്ന് ഊന്നിപ്പറയും."

പിന്നെ അവൻ തന്റെ വിശ്വസ്തന്മാരിൽ ഒരാളായ പെയിരോസിനെ വിളിച്ചുപറഞ്ഞു. "ക്ലൈറ്റിയസ്സിന്റെ പുത്രാ പൈലോസിലേക്കുള്ള ഈ കടൽ യാത്രയ്ക്കിടയിൽ എന്റെ ഇഷ്ടാനുസരണം പ്രവർത്തിച്ച ഏറ്റവും ശ്രദ്ധയുള്ളവവൻ നീയാണെന്ന് തെളിയിക്കപ്പെട്ടുകഴിഞ്ഞു. ഇപ്പോൾ നീ ഈ അപരിചിതനെ വീട്ടിലേക്ക് കൊണ്ടുപോയി, ഞാൻ വരുന്നതുവരെ ആദരവോടെ പരിചരിക്കുക."

പെയിരോസ് മറുപടി നല്കി. "ടെലെമാക്കസ്, ഞാൻ അദ്ദേഹത്തെ ആദരവോടെ സ്വീകരിച്ച് സൽക്കരിച്ചുകൊള്ളാം, നിങ്ങൾ എത്ര നാൾ താമസിച്ചാലും." അയാൾ കപ്പലിൽ കയറി, മറ്റുള്ളവരെ കയറ്റി വേഗം തുഴയാൻ തയ്യാറായി. ടെലെമാക്കസ് പാദുകങ്ങൾ ധരിച്ച് ഡെക്കിൽ നിന്നും വെങ്കല മുനയുള്ള തന്റെ വലിയ കുന്തവുമെടുത്ത് പുറത്തുവന്നു. കപ്പൽ ജോലിക്കാർ കപ്പൽ കെട്ടിയിരിക്കുന്ന കയറുകൾ അഴിച്ച് യാത്ര തുടങ്ങി. ഒഡീസ്സിയുടെ പുത്രൻ കരമാർഗ്ഗം യൂമ്യൂസിന്റെ പന്നിക്കൂടിനടുത്തേക്ക് നടന്നു. യജമാനന്റെ ശ്രേയസ്സിനായി ജോലി ചെയ്യുന്ന ആ വിശ്വസ്തനായ ഭൃത്യൻ മറ്റ് പന്നിപാലകരോടൊപ്പം കിടന്നുറങ്ങാറുള്ള പന്നിക്കൂട്ടത്തിലേക്ക് ടെലെമാക്കസ് കടന്നുചെന്നു.

പതിനാറ്

പ്രഭാതത്തിൽ പന്നികളെ മേയ്ക്കുന്നവരെ പന്നികളോടൊപ്പം പറഞ്ഞയച്ചശേഷം ഒഡീസ്സി ആ സത്യസന്ധനായ പന്നിപാലകനെ വീട്ടിൽ അടുപ്പ് കത്തിക്കുവാനും പ്രാതൽ തയ്യാറാക്കാനും സഹായിക്കുകയായിരുന്നു. അപ്പോൾ പെട്ടെന്ന് അസ്വസ്ഥരായ നായകൾ അവരുടെ കുരഒതുക്കി, വാലാട്ടി സ്നേഹപ്രകടനം നടത്തി കെഞ്ചുന്നരീതിയിൽ മുരളുന്നത് കണ്ടു. ടെലെമാക്കസ്സിനെ കണ്ടപ്പോഴുള്ള ഭാവമാറ്റമായിരുന്നു അത്. കാലടിയൊച്ച കേട്ട ഒഡീസ്സി നായകളുടെ വിനീതമായ ഈ സ്വാഗതം ശ്രദ്ധിച്ചുകൊണ്ട് യൂമ്യൂസിനോട് ഉൽഘോഷിച്ചു. "സുഹൃത്തേ, ഇതാ നിങ്ങളുടെ ഒരു കൂട്ടുകാരൻ വരുന്നു. അത്രയും പരിചയമില്ലെങ്കിൽ കുരച്ച് ബഹളമുണ്ടാകുന്ന ഈ നായകൾ എങ്ങനെയാണ് അയാൾക്ക് ചുറ്റും തുള്ളിക്കളിച്ച് നടക്കുന്നത്. ഞാൻ അവന്റെ കാലടി സ്വരം കേൾക്കുന്നു.

അയാൾ പറഞ്ഞു തീരുമ്പോഴേക്കും അദ്ദേഹത്തിന്റെ പ്രിയപുത്രൻ വാതില്ക്കൽ പ്രത്യക്ഷപ്പെട്ടു. വീഞ്ഞ് കലർത്തുന്ന ജാർ അവിടെ വെച്ച് അത്ഭുതപ്പെട്ട പന്നിപാലകൻ ചാടി എഴുന്നേറ്റു. ആനന്ദാശ്രു പൊഴിച്ചുകൊണ്ട് അയാൾ യജമാനന്റെ അടുത്തുചെന്ന് അവന്റെ മൂർദ്ധാവിലും കണ്ണുകളിലും കൈകളിലും ചുംബിച്ചു. തന്റെ പ്രിയങ്കരനായ ഒരേ ഒരു മകൻ ഉൽക്കണ്ഠാകുലമായ പത്ത് നീണ്ടവർഷങ്ങൾക്കുശേഷം തിരിച്ചെത്തുമ്പോഴുള്ള ഒരു നല്ലവനായ അച്ഛന്റെ അഭിവാദ്യം പോലെ ആയിരുന്നു അത്! മരണത്തിൽനിന്നും രക്ഷപ്പെട്ടവനെന്നപോലെ ആ പന്നിപാലകൻ ആ രാജകുമാരനെ ആലിംഗനം ചെയ്ത് കരഞ്ഞു: "നിന്റെ വരവ് അല്ലയോ, ടെലെമാക്കസ് മധുരവും ഉജ്ജ്വലവുമാണ്. നീ പൈലോസിലേക്ക് പോയപ്പോൾ, അവസാനമായാണ് ഞാൻ നിന്നെ കാണുന്നതെന്ന് സ്വയം പറഞ്ഞു! അകത്തേക്ക് വരൂ എന്റെ കുഞ്ഞേ, നിന്റെ തിരിച്ചുവരവിൽ എന്റെ ഹൃദയം ഒന്നു കുളിരണിയട്ടെ! കാണുന്നതെല്ലാം വെട്ടിവിഴുങ്ങുന്ന ആ വിവാഹാർത്ഥി സംഘത്തെ കാണാൻ ഇഷ്ടപ്പെടുന്നതു

പോലെയാണല്ലോ നീ കൃഷിയും ഫാമും അവഗണിച്ച് പട്ടണത്തിൽത്തന്നെ കഴിഞ്ഞു കൂടിയിരുന്നത്.

"നിങ്ങളുടേതായ രീതിയിൽ എന്തുവേണമെങ്കിലും പറഞ്ഞോളൂ. പിതാവേ." പ്രതിഷേധിച്ചു "ഞാൻ നിങ്ങളെ സ്വന്തം കണ്ണുകൾകൊണ്ട് കാണാനും നിങ്ങളുടെ ചുണ്ടുകളിൽ നിന്ന് എന്റെ അമ്മ ഇപ്പോഴും വീട്ടിൽ ഉണ്ടോ എന്നറിയാനുംവേണ്ടിയാണ് ഇവിടെ എത്തിയത്. അതോ അവർ മറ്റുള്ളവർക്ക് വഴങ്ങി, ഒഡീസ്സിയുടെ മെത്ത ചിലന്തികൾക്ക് വല കെട്ടാൻ വിട്ടുകൊടുത്തോ?"

യൂമ്യൂസ് മറുപടി നല്കി. "അവർ വീട്ടിൽ സ്ഥിരമായി കാത്തിരിക്കുന്നു. രാത്രികൾ ഉറങ്ങാതെ തളർന്നുപോകുന്നു. പകലുകൾ കണ്ണീരൊഴുക്കി കടന്നു പോകുന്നു." അപ്രകാരം സംസാരിച്ച് അയാൾ അവനെ അകത്തേക്ക് ആനയിച്ചു. കുന്തം വാങ്ങി അകത്ത് ചാരിവെച്ചു. അച്ഛൻ ഒഡീസ്സി അവന് ഇരിക്കാനായി എഴുന്നേറ്റ് ഇരിപ്പിടം ഒഴിഞ്ഞുകൊടുക്കാൻ തുനിഞ്ഞു. എന്നാൽ ടെലിമാക്കസ് അദ്ദേഹത്തോട് ആംഗ്യം കാണിച്ചു പറഞ്ഞു. "വേണ്ട അപിചിതാ, നിങ്ങൾ അവിടെ തന്നെ ഇരിക്കൂ. ഈ ഫാം ഞങ്ങളുടേതാണ്, ഞാൻ മറ്റൊരു ഇരിപ്പിടം കണ്ടെത്താം. അത് സജ്ജീകരിക്കാൻ ഇവിടെ വേറെ ആൾ ഉണ്ടല്ലോ."

അങ്ങനെ ഒഡീസ്സി അവിടെത്തന്നെ ഇരുന്നു; പന്നിപാലകൻ കുറെ പച്ചച്ചുള്ളികമ്പുകൾ വിതറി ഇട്ട്, അത് ചെമ്മരിയാട്ടിൽ രോമം കൊണ്ട് മൂടി അതിന്മേൽ ഒഡീസ്സിയുടെ പ്രിയപുത്രനെ ഇരുത്തി. തലേന്ന് പാകം ചെയ്ത് വെച്ചിരുന്ന മാംസവും അപ്പവും പ്ലേറ്റുകളിലാക്കി വീഞ്ഞും പകർന്ന് യൂമ്യൂസ് വേഗം ടെലിമാക്കസ്സിന്റെ മുന്നിലെത്തിച്ചു. അവൻ ഒഡീസ്സിയുടെ മുന്നിലിരുന്നു. മൂവരും മതിയാവോളം ആഹാരം കഴിച്ചു. പിന്നെ ടെലിമാക്കസ്സ് യൂമ്യൂസിനോട് ചോദിച്ചു. "പിതാവേ എങ്ങനെയാണ് ഈ അപരിചിതൻ നിങ്ങളുടെ അടുത്തെത്തിയത്? ഏത് കപ്പലിൽ ആണ് വന്നത്? തീർച്ചയായും തെണ്ടിത്തിരിഞ്ഞു നടക്കുന്നവനല്ല?"

യൂമ്യൂസ് മറുപടി നല്കി. "ഞാൻ പറയാം, മോനെ, ക്രീറ്റൻ കരയിലെ നിവാസിയാണെന്നാണ് ഇദ്ദേഹം പറയുന്നത്, ലോകത്തിലെ എല്ലാ നഗരങ്ങളും ചുറ്റിക്കറങ്ങിയ സഞ്ചാരി. സത്യത്തിൽ ഇദ്ദേഹം ഒരു തെസ്പ്രോഷ്യൻ കപ്പലിൽ നിന്ന് രക്ഷപ്പെട്ട് ഈ ഫാമിൽ എത്തിയതാണ്. അദ്ദേഹത്തെ എന്തു ചെയ്യണമെന്ന് നീ തീരുമാനിക്കുക. എന്തായാലും അദ്ദേഹം നിന്നെ ശരണം പ്രാപിച്ചിരിക്കയാണ്."

ടെലിമാക്കസ് ശാന്തനായി മറുപടി നല്കി. "നിങ്ങളുടെ ഈ വാക്ക് മനസ്സിൽ തുളച്ചുകയറുന്നു. യൂമ്യൂസ്, കാരണം ഒരു അപരിചിതനെ എന്റെ വീട്ടിൽ ഞാൻ എങ്ങനെയാണ് സ്വീകരിക്കുക? ആക്രമികളിൽനിന്ന് ആത്മരക്ഷനേടാനുള്ള അനുഭവജ്ഞാനം എനിക്കില്ല. ഞാനിപ്പോഴും ചെറുപ്പമാണ്. എന്റെ അമ്മയ്ക്കാണെങ്കിൽ രണ്ട് മനസ്സാണ്. ഒന്ന് തന്റെ ഭർത്താവിന്റെ മെത്തയോട് സത്യസന്ധത പാലിച്ച് സ്വന്തം വീട്ടിൽ ശ്രദ്ധിച്ചു കഴിയുക; മറ്റൊന്ന്, അക്കായിയൻ സംഘം ചൂണ്ടി കാണിക്കുന്ന

ഏറ്റവും ഉദാരനായ വിവാഹാർത്ഥിയെ സ്വീകരിക്കുക! എന്തായാലും നിങ്ങൾ ഈ അതിഥിയെ സ്വീകരിച്ച നിലയ്ക്ക് അദ്ദേഹത്തിന് നല്ല ഉടുപ്പും മേലങ്കിയും ഞാൻ നല്കും. അതോടൊപ്പം ഒരു വാളും ഷൂസും നല്കാം. പിന്നെ അദ്ദേഹത്തെ പോകാൻ ഇഷ്ടപ്പെടുന്നിടത്തേക്ക് പറഞ്ഞ യയ്ക്കാം. അതല്ല. അദ്ദേഹത്തെ ഇവിടെ പരിരക്ഷിക്കാൻ നിങ്ങൾ ആഗ്ര ഹിക്കുന്നുണ്ടെങ്കിൽ ഞാൻ അദ്ദേഹത്തിന് വേണ്ടതായ വസ്ത്രങ്ങളും റേഷനും നിങ്ങൾക്ക് തരാം. അദ്ദേഹം നിങ്ങൾക്കും നിങ്ങളുടെ ആളു കൾക്കും ഒരു ഭാരമായിത്തീരരുത്. വിവാഹാർത്ഥികൾക്കിടയിൽ മാത്രം ഇദ്ദേഹത്തെ കൊണ്ടുപോകാൻ ഞാൻ ആഗ്രഹിക്കുന്നില്ല. അവരുടെ ദുഷിച്ച പെരുമാറ്റം അദ്ദേഹത്തിനൊരു അപമാനമാകരുതല്ലോ."

ഒഡീസ്സി ആ സംസാരം ഏറ്റെടുത്തു. "സുഹൃത്തേ, ഞാനാണതിന് മറുപടി പറയേണ്ടത് എന്ന് ഞാൻ കരുതുന്നു. ഈ വിവാഹാർത്ഥികൾ എത്ര യുക്തിഹീനമായ വിധത്തിലാണ് നിന്നെ വീട്ടിൽ ദ്രോഹിക്കുന്ന തെന്ന് നീ പറയുന്നതു കേട്ട് എനിക്ക് വല്ലാത്ത വിഷമം തോന്നി. വിശദീ കരിക്കുക- നീ അതുമൂലം കഷ്ടപ്പെടുന്നുണ്ടോ, അതോ പ്രാദേശിക ജന ങ്ങൾ ദൈവകല്പന കേട്ടെന്നു പറഞ്ഞ് നിങ്ങൾക്കെതിരെ തിരിഞ്ഞ താണോ? ഒരുപക്ഷേ ബന്ധുജനങ്ങൾ ഏറ്റവും ആവശ്യമുള്ള സമയത്ത്, അവരുടെ ആയുധസഹായം നിങ്ങൾക്ക് നിഷേധിച്ചതാണോ? ഹാ! ഞാൻ നിന്റെ പ്രായമുള്ളവനോ, അല്ലെങ്കിൽ ഒഡീസ്സിയുടെ മകനോ, നാട്ടിൽ തിരിച്ചെത്തിയ ഒഡീസ്സി തന്നെയോ ആയിരുന്നെങ്കിൽ എന്ന് ഞാൻ ഓർത്തുപോകുകയാണ്. അപ്പോൾ ഞാൻ ലാർട്ടെസ്സിന്റെ പുത്രന്റെ കൊട്ടാരത്തിൽ പോകുന്നതിൽ പരാജയപ്പെട്ടാൽ എന്റെ കോപാഗ്നിയിൽ ആ ദുരാത്മാക്കളെ ഓരോരുത്തരെയും ചുട്ടുകരിക്കുന്നതിൽ ഞാൻ പരാ ജയമടഞ്ഞാൽ, ഏതൊരാൾക്കും എന്നെ ശിരച്ഛേദം ചെയ്യാം! ഓരോ ദിവ സവും സുഭിക്ഷമായി എന്റെ ആഹാരവും വീഞ്ഞും കഴിച്ച്, എന്റെ അതി ഥികളെയും സ്ത്രീകളെയും അപമാനിക്കുന്ന ദുഷ്ട ജനങ്ങളെ നിർവ്വി കാരമായി നോക്കി നില്ക്കുന്നതിനേക്കാൾ ഭേദം മരിക്കുന്നതാണ്."

ടെലിമാക്കസ്സ് ഗൗരവത്തോടെ മറുപടി നല്കി. "നവഗതാ, ഞാൻ എല്ലാം വിശദമായി പറയാം. ജനങ്ങൾ എന്നെ വെറുക്കുന്നില്ല. ഞാൻ ആശ്രയിക്കുന്ന എന്റെ ബന്ധുജനങ്ങൾ ആവശ്യമുള്ള സമയത്ത് എന്നെ ഉപേക്ഷിച്ചിട്ടുമില്ല. ക്രോണോസിന്റെ പുത്രൻ ഞങ്ങളുടെ വീട്ടിൽ ഓരോ തലമുറയിലും ഓരോ പുത്രനെയാണ് അനുഗ്രഹിച്ചു നല്കിയിട്ടുള്ളത്. ആർസിഷ്യസിന് ഒരു പുത്രൻ, ലാർട്ടെസ്. അദ്ദേഹത്തിന്റെ ഓരേ ഒരു മകനാണ് ഒഡീസ്സി. ഒഡീസ്സി യുദ്ധത്തിനായി യാത്രയിലായതിനാൽ ഞാൻ ആണ് വീട്ടിൽ ഏക അവകാശി- അദ്ദേഹത്തിന്റെ നിര്യാണശേഷം ആ വീട് ഇത്തരം ശത്രുക്കളെക്കൊണ്ട് നിറഞ്ഞിരിക്കയാണ്. ലുഡിച്ചിയം, സാമി, സാസിന്തസ് (ഇഥാക്കയിലെ കാര്യം പറയാതിരിക്കുകയാണ് ഭേദം) എന്നീ ദ്വീപുകളുലെ കുലീനന്മാർ അമ്മയുടെ വിവാഹാർത്ഥികളായി എത്തി. എസ്റ്റേറ്റ് വിഭവങ്ങൾ മുഴുവൻ തിന്ന് മുടിക്കുകയാണ്. അമ്മയാ

ണെങ്കിൽ അവരെ തള്ളാനും കൊള്ളാനും പറ്റാത്ത അവസ്ഥയിലാണ്. എന്തായാലും അത്തരം കാര്യങ്ങൾ ദൈവങ്ങളുടെ മടിയിലാണ് കിടക്കുന്നത്. പന്നിപാലകനായ പിതാവെ, നിങ്ങൾ ദയവായി അമ്മയുടെ അടുത്തുവേഗം ചെന്ന് ഞാൻ അവർക്കുവേണ്ടി പൈലോസിൽനിന്നും സുരക്ഷിതനായി തിരിച്ചെത്തി എന്ന് പറയുക. നിങ്ങൾ തിരിച്ചുവരുന്നതുവരെ ഞാനിവിടെ ഇരിക്കാം. നിങ്ങൾ അവരെ ഒറ്റയ്ക്ക് മാറ്റി നിർത്തിയാണ് കാണുന്നതെന്ന് ഉറപ്പുവരുത്തുക, അക്കായിയന്മാർ ആരും നിങ്ങൾ പറയുന്നത് യാദൃച്ഛികമായി കേൾക്കാനിടവരരുത്. എനിക്ക് ഒരുപാട് ശത്രുക്കൾ ഉണ്ട്."

യൂമ്യൂസ് പറഞ്ഞു. "എനിക്കറിയാം, ഞാൻ മനസ്സിലാക്കുന്നു. ഞാൻ കുറച്ച് അപ്പുറത്ത് കൂടെ സഞ്ചരിച്ച് പാവം ലാർട്ടസിനെ കൂടി അറിയിച്ചോട്ടെ. അദ്ദേഹം അടുത്തകാലംവരെ ഒഡീസ്സിക്കുവേണ്ടി വിലപിച്ചുകൊണ്ടുതന്നെ സ്വത്തെല്ലാം നോക്കി രക്ഷിച്ചിരിക്കുന്നു. ആവശ്യമെന്ന് തോന്നുമ്പോൾ മാത്രം അദ്ദേഹം വീട്ടുജോലിക്കാരോടൊപ്പം ഇരുന്ന് ഭക്ഷണം കഴിക്കുകയോ കുടിക്കുകയോ ചെയ്യുമായിരുന്നു. ആളുകൾ പറയുന്നത് നീ പൈലോസിലേക്ക് യാത്ര പോയശേഷം അദ്ദേഹം ഒരിക്കൽപോലും ഒരു സൽക്കാരം നടത്തിയിട്ടില്ലെന്നാണ്; കൃഷിപ്പണിയിലും യാതൊരു താല്പര്യവുമെടുക്കുന്നില്ല. എപ്പോഴും ദുഃഖിച്ച് വിലപിച്ചുകൊണ്ടിരിക്കുന്നു. ശരീരം ശുഷ്കിച്ച് എല്ലും തൊലിയുമായി."

ടെലെമാക്കസ് മറുപടി നല്കി. "നമ്മുടെ കഷ്ടകാലം വർദ്ധിച്ചുവരുകയാണ്. ദുഃഖത്തോടെയാണെങ്കിലും നമുക്ക് അദ്ദേഹത്തെ ഇപ്പോൾ അതുപോലെ വിടാം. അച്ഛൻ വരുമ്പോൾ എല്ലാം നേരെയാക്കാം. അതുകൊണ്ട് നാട്ടിൻപുറത്തുപോയി മുത്തച്ഛനെ കാണാൻ നില്ക്കാതെ വേഗം തിരിച്ചുവരിക- എന്നാലും എന്റെ അമ്മയോട് വൃദ്ധ പരിചാരികയെ വേഗം അങ്ങോട്ടയച്ച് രഹസ്യമായി ഈ വാർത്ത അച്ഛാച്ഛനെ അറിയിക്കാൻ പറയുക."

അങ്ങനെ അവൻ പന്നിപാലകനെ പറഞ്ഞയച്ചു; അയാൾ വേഗം തന്റെ ചെരുപ്പ് എടുത്ത് ധരിച്ച് നഗരത്തിലേക്ക് നടന്നു. അയാളുടെ പോക്ക് നോക്കിക്കണ്ട എഥീനി സ്വയം പന്നിക്കൂടിനരികിൽ എത്തി. നല്ല പൊക്കമുള്ളൊരു സുന്ദരിയുടെ രൂപത്തിലാണവൾ അവിടെ പ്രത്യക്ഷപ്പെട്ടത്. അവൾ വീട്ടിനു മുന്നിൽനിന്ന് ഒഡീസ്സിയെ വീക്ഷിച്ചു. ഒഡീസ്സിക്കവളെ കാണാമായിരുന്നെങ്കിലും ടെലെമാക്കസ്സിനവൾ ഗോചരമല്ലായിരുന്നു; സ്വന്തം ഇഷ്ടാനുസരണം പ്രത്യക്ഷപ്പെടാനുള്ള ശക്തി ദൈവങ്ങൾക്കുണ്ട്. എന്തായാലും ഒഡീസ്സി അവളെ കണ്ടു. നായ്ക്കൾക്കും ദേവിയെ കാണാൻ കഴിഞ്ഞിരുന്നു. അവർ കുരയ്ക്കുന്നതിനുപകരം ഭയങ്കരപേടിയോടെ പിൻവശത്ത് പോയി പതുങ്ങി കിടന്നു. ദേവി നെറ്റി ചുളിച്ചു ഒഡീസ്സിയെ നോക്കി. അദ്ദേഹം എഴുന്നേറ്റ് മതിലിനപ്പുറത്ത് ചെന്ന് അവൾക്ക് മുന്നിൽ നിന്നു.

അവൾ പറഞ്ഞു. "ദൈവത്തെ ഓർത്ത് ഇനി മകനിൽ നിന്ന് ഒന്നും

മറച്ചുവെക്കരുത്. നമ്മൾ അവനോട് എല്ലാം തുറന്നു പറഞ്ഞു, വിവാഹാർത്ഥികളെ വധിക്കുവാനായി യോജിച്ചുള്ള ഒരു മാർഗ്ഗം കണ്ടുപിടിക്കുക. എന്നിട്ട് ഒന്നിച്ച് ആ പ്രശസ്തനഗരത്തിലേക്ക് നീങ്ങുക. ഞാൻ നിങ്ങളുടെ പിന്നിൽ ഉണ്ടാകും. യുദ്ധത്തിനായി ഞാൻ അത്യാകാംക്ഷയോടെ നോക്കിയിരിക്കയാണ്." തന്റെ സ്വർണ്ണ ദണ്ഡുകൊണ്ടവൾ അവനെ സ്പർശിച്ചു. അവനെ പുത്തൻ വസ്ത്രം ധരിപ്പിച്ചു. അവന്റെ രൂപവും ഭാവവും അവൾ പൂർവ്വസ്ഥിതിയിലാക്കി. അവന്റെ ശരീരത്തിന് നിറംവെച്ചു, കവിളുകൾ തുടുത്തു. താടിയിൽ കറുത്ത രോമങ്ങൾ ഇടതൂർന്ന് വളർന്നുവന്നു. തന്റെ പണി പൂർത്തീകരിച്ചശേഷം എഥീനി ദേവി ഒഡീസ്സിയെ കുടിലിലേക്ക് പറഞ്ഞയച്ചു. സ്ഥലംവിട്ടു. അവന്റെ മകൻ ഒഡീസ്സി ഒരു ദേവനാണെന്ന് കരുതി, ആശ്ചര്യത്തോടെ ദൃഷ്ടിതിരിച്ചു. അവൻ പറഞ്ഞു. "അല്ലയോ അപരിചിതാ, നിങ്ങൾ ഇപ്പോൾത്തന്നെ കാണപ്പെട്ടതുപോലെ അല്ലല്ലോ. നിങ്ങളുടെ ഉടുപ്പുകൾ വ്യത്യസ്തമാണ്, നിങ്ങളുടെ ശരീരം പോലും മാറിയിരിക്കുന്നു. തീർച്ചയായും നിങ്ങളൊരു ദൈവമാണ്. സ്വർഗ്ഗത്തിൽനിന്നും വന്ന് ഇവിടത്തെ പൗരനായിത്തീർന്നവൻ. പ്രസന്നനായിരിക്കുക. ഞങ്ങൾ അങ്ങേക്ക് സ്വർണ്ണ ഉല്പന്നങ്ങൾ അർപ്പിക്കുകയും ബലി നടത്തുകയും ചെയ്യുന്നതുവരെ കാത്തിരിക്കുക. ഞങ്ങളോട് ദയകാണിക്കുക. പ്രഭോ."

എന്നാൽ, ഒഡീസ്സി പറഞ്ഞു. "ഞാൻ ദൈവമല്ല. എന്നെ അനശ്വര ദേവന്മാർക്ക് തുല്യനായി കാണരുത്. സത്യത്തിൽ ഞാൻ നിന്റെ അച്ഛനാണ്, ഒഡീസ്സി. എനിക്കു വേണ്ടിയാണ് നിങ്ങൾ ദുഃഖിച്ചതും കഷ്ടപ്പാടുകൾ സഹിച്ചതും മനുഷ്യരിൽനിന്നും അപമാനങ്ങൾ അനുഭവിച്ചതും."

അദ്ദേഹം ഇപ്രകാരം പറഞ്ഞ് ആ ബാലനെ ചുംബിച്ചു. ഇതുവരെ തടഞ്ഞുവെച്ച കണ്ണുനീർ അപ്പോൾ ധാരയായി ഒഴുക്കാൻ തുടങ്ങി. എന്നാൽ അത് തന്റെ അച്ഛനാണെന്ന് ടെലെമാക്കസ്സിന് വിശ്വസിക്കാൻ കഴിഞ്ഞില്ല. അതുകൊണ്ട് അവൻ പറഞ്ഞു. "നിങ്ങൾ ഒഡീസ്സിയല്ല, എന്റെ അച്ഛനല്ല, എന്നെ വേദനിപ്പിച്ച് കരയിപ്പിക്കാനായി വന്ന ഏതോ അജ്ഞാതനായ ചെകുത്താനാണ്. ഒരു മർത്ത്യനും ഇപ്രകാരം സ്വയം മാറാൻ കഴിയില്ല. അല്ലെങ്കിൽ ഏതെങ്കിലും ദൈവം താഴേക്കുവന്ന് സ്വന്തം ഇഷ്ടാനുസരണം ഒരാളെ വൃദ്ധനും യുവാവുമൊക്കെ ആക്കി മാറ്റിയിരിക്കണം! നിങ്ങൾ വൃദ്ധനും തരംതാഴ്ന്നവനുമായിരുന്നു. എന്നാൽ ഇപ്പോൾ നിങ്ങൾ സ്വർഗ്ഗത്തിലെ ദൈവങ്ങളെപ്പോലുണ്ട്."

ഒഡീസ്സി മറുപടി നല്കി. "എന്റെ ടെലെമാക്കസ്, നിന്റെ അച്ഛന്റെ തിരിച്ചുവരവിൽ അമിതമായി ആശ്ചര്യപ്പെടുകയോ പ്രകമ്പനം കൊള്ളുകയോ അരുത്. ഞാൻ അല്ലാതെ മറ്റൊരു ഒഡീസ്സിയും ഇപ്പോൾ നിന്റെ അടുത്തേക്ക് ഒരിക്കലും വരികയില്ല. എന്റെ സ്ഥിതി ഒന്നാലോചിക്കുക. ഇരുപത് വർഷത്തെ ദുഃഖം നിറഞ്ഞ കഷ്ടപ്പാടുകൾക്കും അലച്ചിലുകൾക്കും ശേഷമാണ് ഞാൻ എന്റെ നാട്ടിൽ എത്തിയിരിക്കുന്നത്. എന്നെ വൃദ്ധനാക്കിയതും പിന്നീട് യുവാവാക്കിയതും എഥീനി ദേവിയുടെ ആശ

യമാണ്. അവർക്കെന്നെ ഒരിക്കൽ ഒരു ദുഃഖിതനായ യാചകനാകാൻ കഴിഞ്ഞു, മറ്റൊരിക്കൽ പരിഷ്കാരിയായൊരു യുവാവും! സാധാരണ മനുഷ്യരെ ഉന്നതസ്ഥിതിയിലെത്തിക്കുവാനോ അല്ലെങ്കിൽ ഏറ്റവും താഴ്ന്ന നിലയിലെത്തിക്കുവാനോ സ്വർഗ്ഗത്തിലെ ദൈവങ്ങൾക്ക് യാതൊരു വിഷമവുമില്ല."

ഇത്രയും പറഞ്ഞു, അദ്ദേഹം താഴെ ഇരുന്നു. എന്നാൽ ടെലെമാക്കസ് അച്ഛനെ ആലിംഗനം ചെയ്ത് പൊട്ടിക്കരഞ്ഞു. ഇത്രയും കാലമായി അവരുടെ മനസ്സിൽ നിറഞ്ഞു നിന്ന കണ്ണുനീർ അണപൊട്ടി ഒഴുകി. നേരം പുലരുവോളം അവരുടെ കൺപോളകളിൽനിന്നും കണ്ണുനീർ പ്രവഹിച്ചുകൊണ്ടിരുന്നു. പെട്ടെന്ന് ടെലെമാക്കസ് ചോദിച്ചു. "എന്നാൽ അച്ഛാ, അങ്ങയെ ഏതു തരം കപ്പലിലാണ് നാവികർ ഇഥാക്കയിലെത്തിച്ചത്? അങ്ങേക്ക് ഇവിടെ നടന്നെത്താൻ കഴിയില്ലല്ലോ."

ഒഡീസ്സി മറുപടി നല്കി. "എന്റെ കുട്ടി, സത്യത്തിൽ പ്രശസ്തരായ ഫേഷ്യൻക്കാരാണ് എന്നെ ഇവിടെ എത്തിച്ചത്. പ്രഗത്ഭരായ ആ നാവികർ അവിടെ ചെന്നുപെടുന്നുവരെയെല്ലാം കൊണ്ടാക്കുന്നു. ഞൻ കപ്പലിൽ കയറി ഉടനെ കിടന്നുറങ്ങിപ്പോയി. അവർ ഇഥാക്കയിൽ എന്നെ ഇറക്കി കിടത്തിയപ്പോഴും ഞാൻ ഉറക്കത്തിലായിരുന്നു. അവരുടെ വില പിടിച്ച പാരിതോഷികങ്ങൾ, സ്വർണ്ണം, വെങ്കലം, വസ്ത്രങ്ങൾ തുടങ്ങിയവ അവർ എന്റെ അരികിൽ കൂട്ടിയിട്ടു, ദൈവകൃപയാൽ ഞാനവയെല്ലാം ഗുഹകളിൽ അടുക്കിവെച്ചിട്ടുണ്ട്. എഥീനി ദേവിയുടെ നിർദ്ദേശമാണ് എന്നെ ഇവിടെ എത്തിച്ചത്. നമ്മുടെ ശത്രുക്കളെ തകർക്കാൻ ഉള്ള പദ്ധതി നമ്മളോട് ഒന്നിച്ചിരുന്ന് തയ്യാറാക്കാൻ ദേവി പറഞ്ഞു. അതുകൊണ്ട് ഈ വിവാഹാർത്ഥികളെക്കുറിച്ചുള്ള വിവരണം നല്കുക. അവരുടെ സംഖ്യാബലവും കഴിവും എങ്ങനെയുണ്ട്! ഞാൻ ഒന്ന് ചിന്തിച്ചു നോക്കട്ടെ. അവരെ നേരിടാൻ നമ്മൾ ഇരുവരും മതിയോ, അതോ ഒരു സഖ്യകക്ഷി രൂപീകരിക്കേണ്ടിവരുമോ?"

ടെലെമാക്കസ് സമചിത്തതയോടെ മറുപടി നല്കി. "അച്ഛാ, ഒരു കായികാഭ്യാസി എന്ന നിലയ്ക്കുള്ള അങ്ങയുടെ ഖ്യാതി എനിക്കറിയാം, എന്നാൽ കുശാഗ്രബുദ്ധിയോടെ പ്രവർത്തിക്കണം. തീർച്ചയായും അങ്ങ് ഒരുപാട് പറഞ്ഞു. എന്നെ ഭയപ്പെടുത്തുന്നു! ധീരന്മാരായൊരു സംഘത്തെ രണ്ടുപേർക്ക് പൊരുതി ജയിക്കാൻ കഴിയില്ല. ഈ വിവാഹാർത്ഥികൾ വെറും പത്തോ ഇരുപതോ ആളുകൾ മാത്രമല്ല, ഒരു ജനക്കൂട്ടമാണ് ശ്രദ്ധിക്കുക, ഞാനവരെ എണ്ണിപ്പറയാം. ഡുലിച്ചിയമിൽ നിന്ന് അൻപത്തിരണ്ട് പേരും അവരുടെ ആറ് പരിചാരകരും, സാമിയിൽനിന്ന് ഇരുപത്തിനാല് പേർ. സാസിന്തസിൽനിന്ന് ഇരുപത് അക്കായിയൻ പ്രഭുക്കന്മാർ, നമ്മുടെ ഇഥാക്കയിൽ നിന്ന് ഏറ്റവും നല്ല പന്ത്രണ്ട് പേർ, അവരുടെ പരിചാരകരും. വീട്ടിലുള്ള ഇവർക്കു നേരെ നമ്മൾ പോരാടാൻ ഒരുങ്ങിയാൽ നമ്മുടെ പ്രതികാര മോഹം വളരെ ഖേദപൂർവ്വം പിൻവലിക്കേണ്ടിവരും. അങ്ങ് സ്വന്തം ബുദ്ധി ഉപയോഗിച്ച് നമ്മുടെ കൂടെ പൗരു

ഷത്തോടെ നില്ക്കാൻ കെല്പുള്ള ഏതെങ്കിലും സാഹസികനായ വ്യക്തിയുടെ പേര് പറയുക."

നിർഭയനായ ഒഡീസ്സി മറുപടി നല്കി. "തീർച്ചയായും എനിക്കൊരു പേര് നല്കാൻ കഴിയും. ഞാൻ പറയുന്നത് ശ്രദ്ധാപൂർവ്വം കേൾക്കുക. സ്യൂസ് ദേവന്റെ പിന്തുണയുള്ള എഥീനി മതിയോ നമ്മൾക്ക്, അതോ, ഞാൻ മറ്റൊരു സഹായിയെക്കുറിച്ച് ചിന്തിക്കണോ?"

ടെലെമാക്കസ് ശാന്തനായി പറഞ്ഞു. "ഈ ദൈവങ്ങൾ അനശ്വരരായ ദേവന്മാരോടൊപ്പം മനുഷ്യവർഗ്ഗത്തെ മുഴുവൻ ഭരിക്കുന്നു; അവർ തീർച്ചയായും അതിശക്തരായ സഹായികൾ തന്നെ. എന്നാൽ അവരുടെ ആ സ്ഥാനം മേഘങ്ങൾക്കുള്ളിൽ വളരെ ദൂരെയാണ്."

"അതായിരിക്കാം." ഒഡീസ്സി പറഞ്ഞു "എന്നാൽ, നമ്മളും വിവാഹാർത്ഥികളും തമ്മിലുള്ള അഗ്നിപരീക്ഷ ആരീസ് അരങ്ങേറ്റിക്കഴിഞ്ഞാൽ ഇവർ ഇരുവരും ഈ കോലാഹലത്തിന്റെ സമ്മർദ്ദത്തിൽ നിന്ന് മാറി നില്ക്കില്ല. നമ്മുടെ ആദ്യനീക്കം- നേരം പുലരുമ്പോൾ നീ വീട്ടിൽ പോയി ആ ധിക്കാരികളായ വിവാഹാർത്ഥികളുമായി വീണ്ടും ചേരുക. അല്പം കഴിഞ്ഞ് വൃദ്ധനും ദുർബ്ബലനുമായി തോന്നിപ്പിക്കുന്ന വിധത്തിൽ പിച്ചക്കാരന്റെ വേഷത്തിൽ എന്നെ പന്നിപാലകൻ അങ്ങോട്ട് കൊണ്ടുപോകും. വീട്ടിൽവെച്ച് അവരെന്നെ അപമാനിക്കുകയോ എന്നെ പിടിച്ചു നിലത്തിലൂടെ വലിച്ചിഴച്ച് പുറത്തിടുകയോ ചെയ്താലും നീ കഠിനഹൃദയനായിനിന്ന് എല്ലാം സഹിക്കുക- അവരുടെ ക്രൂരത കുറയ്ക്കാൻ വേണ്ടി യുക്തിപൂർവ്വം ഭംഗിയായി സംസാരിക്കുക- അവർ അതിന് വഴങ്ങില്ല. അവരുടെ വിധി നിർണ്ണായകദിനം അടുത്ത് കഴിഞ്ഞു. ഇനി എന്റെ അടുത്തവാക്കുകൾ ശ്രദ്ധിച്ച് കേൾക്കുക. എഥീനി ദേവി എന്നെ പോരാട്ടത്തിന് പ്രേരിപ്പിക്കുമ്പോൾ, ഞാൻ നിന്നോട് തല ആട്ടിക്കാണിക്കും. എന്നെ സൂക്ഷ്മമായി നിരീക്ഷിച്ചുകൊണ്ടിരിക്കണം. എന്റെ ആംഗ്യം കാണുമ്പോൾ എല്ലാ മാരകായുധങ്ങളും മുകളിലെ മുറിയിൽ, കൈയെത്താവുന്ന ദൂരത്ത് ഒരുക്കിവെക്കുക. ആയുധങ്ങൾ മാറ്റിയതായി വിവാഹാർത്ഥികൾ കണ്ടാൽ എന്തെങ്കിലും ഒഴികഴിവ് അവരോട് പറയുക. "ഞാനവ പുകയിൽ നിന്ന് മാറ്റിവെച്ചതാണ്. തീയും പുകയുമേറ്റ് അവയിൽ അഴുക്ക് പിടിച്ചിരിക്കുന്നു. അവ കണ്ടാൽ ഒഡീസ്സി ട്രോയിലേക്ക് പോകുമ്പോൾ ഇവിടെ വെച്ചുപോയ ആയുധങ്ങൾ ആണെന്നേ തോന്നുകയില്ല! അതിനും പുറമെ ക്രോണോസിന്റെ പുത്രൻ ഈ വിവേകപൂർവ്വമായ കാരണവും എന്നോട് പറഞ്ഞിരുന്നു. ആയുധങ്ങൾ മനുഷ്യന്റെ ഒരു ബലഹീനതയാണ് എന്ന്. വീഞ്ഞ് കുടിച്ചു നിങ്ങൾ ബഹളം വെച്ചാലും കുഴപ്പമൊന്നുമില്ല. മുറിവുകൾ ഏല്ക്കുന്നത് ഈ ആഘോഷത്തിന് മാറ്റ് കൂട്ടുകയേയുള്ളൂ." നമുക്ക് ഇരുവർക്കും ആവശ്യമുള്ളപ്പോൾ പെട്ടെന്ന് വലിച്ചെടുക്കാനായി രണ്ട് വാളുകൾ, രണ്ട് കുന്തങ്ങൾ, രണ്ട് തുകൽ കവചങ്ങൾ എന്നിവ കരുതിവെക്കുക. ബാക്കി കാര്യങ്ങളെല്ലാം പല്ലാസും പദ്ധതി ആസൂത്രകനായ സ്യൂസ് ദേവനും ചെയ്തു

കൊള്ളും- വീണ്ടും ഞാൻ പറയുന്നത് ശ്രദ്ധിക്കുക- നീ എന്റെ രക്തത്തിൽ ജനിച്ച പുത്രനാണെങ്കിൽ ഒഡീസ്സി തിരിച്ചെത്തിയെന്ന് ആരോടും പറയരുത്. ലാർട്ടെസിനോടോ പന്നിപാലകനോടോ ഏതെങ്കിലും ഭൃത്യരോടോ പെനെലോപിനോട് പോലും! നമ്മൾ സ്ത്രീകളെ പരീക്ഷിക്കും, നീയും ഞാനും മാത്രം. വേലക്കാരെയും നമ്മൾ പരീക്ഷിക്കും. അച്ചടക്കമുള്ളവരെ നമ്മൾ തിരിഞ്ഞെടുക്കും. തലതിരിഞ്ഞവരേയും വിനീതരല്ലാത്തവരേയും നിന്റെ അന്തസ്സിനെ ഇടിച്ചു കാണിക്കുന്നവരേയും നമ്മൾ തരംതിരിച്ച് മാറ്റിനിർത്തും."

അദ്ദേഹത്തിന്റെ പ്രശസ്തനായ മകൻ പറഞ്ഞു: "എന്റെ അച്ഛാ, അങ്ങ് എന്റെ ധീരതയും ദൃഢതയും സാവധാനം മനസ്സിലാക്കും എന്ന് എനിക്കറിയാം. എന്നാൽ അങ്ങ്, ഈ പദ്ധതി പുനഃപരിശോധിക്കണം, അതിൽ നമുക്ക് ഗുണമുള്ളതായി ഒന്നും ഞാൻ കാണുന്നില്ല. നമ്മൾ എസ്റ്റേറ്റുകൾ മുഴുവൻ ഓരോ ഭൃത്യനേയും പരീക്ഷിക്കാനായി ഓടി നടന്നാൽ ഒരു പാട് സമയം വെറുതെ നഷ്ടപ്പെടും. അതിനിടയിൽ വീട്ടിൽ ഇരിക്കുന്നവർ നമ്മുടെ സമ്പത്ത് മുഴുവൻ മര്യാദയില്ലാതെ തിന്ന് മുടിക്കുകയും ചെയ്യും. സ്ത്രീകൾ ആരൊക്കെയാണ് അങ്ങയെ അപമാനിച്ചവർ എന്നും ആരൊക്കെയാണ് നിഷ്കളങ്കരെന്നും ഞാൻ അങ്ങേക്ക് തീർച്ചയായും തെളിയിച്ചുതരാം. എന്നാൽ ഫാമിലെയും കൃഷിസ്ഥലങ്ങളിലെയും ഭൃത്യന്മാരെ പരിശോധിക്കൽ നമുക്ക് നീട്ടിവെക്കാം, അങ്ങേക്ക് സത്യമായും സ്യൂസ് ദേവനിൽ വിശ്വാസമർപ്പിക്കാമെങ്കിൽ."

അവർ തങ്ങളുടെ പദ്ധതികളെക്കുറിച്ച് അപ്രകാരം ചർച്ച ചെയ്തുകൊണ്ടിരിക്കവെ, ടെലെമാക്കസ്സിന്റെ കപ്പലും കൂട്ടുകാരും ഇഥാക്കയിലെത്തി. അവർ കപ്പൽ കടലോരത്ത് അടുപ്പിച്ചുകെട്ടി ഭൃത്യന്മാർ പാരിതോഷികങ്ങളെല്ലാം അന്തസ്സോടെ ചുമന്ന് വീട്ടിലെത്തിച്ചു. അവർ ഒരു സന്ദേശവാഹകനെ ഒഡീസ്സിയുടെ കൊട്ടാരത്തിലേക്കയച്ച് ടെലെമാക്കസ്സിന്റെ കപ്പൽ തുറമുഖത്തെത്തിയെന്നും അവൻ കരമാർഗ്ഗം വരുകയാണെന്നും ദുഃഖിച്ച് കരഞ്ഞുകൊണ്ടിരുന്ന പെനെലോപിനോട് വിളംബരം ചെയ്തു. അതേസമയത്താണ് സത്യസന്ധനായ പന്നിപാലകനും രാജ്ഞിയുടെ അടുത്തേക്ക് ഓടിച്ചെന്നത്. വിളംബരം ചെയ്യുന്നവനാകട്ടെ വേലക്കാരികൾക്കിടയിൽനിന്ന് ഉറക്കെയാണ് അക്കാര്യം വിളിച്ചുപറഞ്ഞത്. "അല്ലയോ രാജ്ഞി, അങ്ങയുടെ പ്രിയ പുത്രൻ ഇതാ അങ്ങയുടെ അടുത്തേക്ക് തിരിച്ചെത്തിയിരിക്കുന്നു." അതേസമയം പന്നിപാലകൻ പെനെലോപിന്നടുത്ത് ചെന്ന് രഹസ്യമായി അവരുടെ പുത്രന്റെ സന്ദേശം രാജ്ഞിക്ക് കൈമാറി. തൽക്ഷണം അയാൾ കൊട്ടാരവും പരിസരവും വിട്ട് പന്നിഫാമിലേക്ക് പോന്നു.

ആ വാർത്ത വിവാഹാർത്ഥികളെ വല്ലാതെ വിഷമിപ്പിക്കുകയും വിഷണ്ണരാക്കുകയും ചെയ്തു. അവർ ഹാളിൽ നിന്ന് പുറത്തുവന്ന്, രഹസ്യയോഗം ചേർന്നു. യൂറിമാക്കസ് തുടങ്ങി. "എന്റെ സുഹൃത്തുക്കളെ, ടെലെമാക്കസ് തന്റെ ഈ ദുർഘടം പിടിച്ച യാത്ര ധിക്കാരപൂർവ്വം നിർവ്വഹിച്ചി

രിക്കുന്നു. അവനത് പൂർത്തീകരിക്കാനാവില്ലെന്ന് കരുതപ്പെട്ടിരുന്നതാണ്. ഇപ്പോൾ നമ്മുടെ കർത്തവ്യം കിട്ടാവുന്നത്ര നല്ലൊരു കപ്പൽ പിടിച്ച്, കഴിവുറ്റ തുഴക്കാരോടൊപ്പം അയച്ച് പരമാവധി വേഗത്തിൽ മറ്റുള്ളവരെ ഇവിടെ എത്തിക്കുക എന്നതാണ്." അയാൾ സംസാരിച്ചുകൊണ്ടിരിക്കവെ ആംഫിനോമസ് ഒരു വശത്തേക്ക് നോക്കിയപ്പോൾ തങ്ങളുടെ കപ്പൽ തുറമുഖത്ത് എത്തിയതായി കണ്ടു. കപ്പൽ ജോലിക്കാർ കാറ്റുപായ ചുരുട്ടുകയും പായ്മരം താഴ്ത്തുകയും തുഴകൾ എടുക്കുകയുമായിരുന്നു. അപ്പോൾ അയാൾ ചിരിച്ചുകൊണ്ട് പറഞ്ഞു. "നമ്മൾ അത്തരം ഒരു സന്ദേശം ഇനി അയക്കേണ്ടതില്ല. അവർ അതാ ഇവിടെ എത്തിയിരിക്കുന്നു. ഒന്നുകിൽ ഏതെങ്കിലും ദൈവം അവർക്ക് മുന്നറിയിപ്പ് കൊടുത്തിരിക്കണം, അല്ലെങ്കിൽ മറ്റെ കപ്പൽ പോകുന്നതവർകണ്ടിരിക്കണം. പക്ഷേ, കപ്പലിനെ പിടികൂടാൻ കഴിഞ്ഞില്ല!"

എല്ലാവരും എഴുന്നേറ്റ്, കപ്പൽ ജോലിക്കാർ കപ്പൽ വലിച്ച് കരയ്ക്ക് കയറ്റുന്നിടത്തെത്തി. ധിക്കാരികളായ കിങ്കരന്മാർ തങ്ങളുടെ ആയുധങ്ങൾ എടുത്ത് വീട്ടിലേക്ക് നടന്നു. പിന്നെ വിവാഹാർത്ഥി സംഘം സമ്മേളനസ്ഥലത്തേക്ക് നീങ്ങി. അവർ വൃദ്ധരേയും പയ്യന്മാരേയും കർശനമായി സമ്മേളനത്തിൽ നിന്ന് ഒഴിവാക്കി. യൂഫീത്തസ്സിന്റെ പുത്രൻ ആന്റിനസ്സ് പ്രസംഗം ആരംഭിച്ചു. "ഈ അപകടാവസ്ഥയിൽ നിന്ന് ആ മനുഷ്യനെ ദൈവം രക്ഷപ്പെടാനനുവദിച്ചത് ദുഃഖകരമായൊരു പ്രഹരമാണ്. നമ്മുടെ നിരീക്ഷണ സംഘം ദിവസം മുഴുവൻ കുന്നുകൾക്ക് മുകളിൽ ജാഗ്രതയോടെ വീക്ഷിച്ച് നിന്നിരുന്നു. ഒറ്റരാത്രിപോലും ഞങ്ങൾ താഴെ കടലോരത്തേക്കിറങ്ങിയിട്ടില്ല. രാത്രി മുഴുവൻ ടെലിമാക്കസ്സിന്റെ വരവും കാത്ത് കപ്പലിൽത്തന്നെ ഇരുന്നു; അവനെ പിടികൂടി കൊല്ലാമെന്ന് കണക്ക് കൂട്ടി. എന്നിട്ടും ഏതോ ശക്തി അവനെ വീട്ടിലെത്തിച്ചു! അതുകൊണ്ട് ഇവിടെ വെച്ച്, ഇപ്പോൾത്തന്നെ നമുക്കവന്റെ അന്ത്യം കുറിക്കാം. നമ്മുടെ കൈകളിൽ നിന്നവൻ ഇനി വഴുതിപ്പോകാനിടവരുത്തരുത്. കാരണം, അവൻ ജീവിച്ചിരിക്കുമ്പോൾ നമ്മൾ ഒരിക്കലും ലക്ഷ്യത്തിലെത്തുകയില്ല, എന്നു ഞാൻ കരുതുന്നു. അവൻ പ്രേരണാശക്തിയുള്ളവനും ധനാഗമ മാർഗ്ഗമുള്ളവനുമായിരിക്കുന്നിടത്തോളം കാലം ജനങ്ങൾ നമ്മളോട് പക്ഷപാതമില്ലാത്തവരായിരിക്കും. അക്കായിയന്മാരെ കൗൺസിലിലേക്കവൻ കൊണ്ടുവന്നിരിക്കുന്നതിനുമുമ്പ് നമ്മൾ പ്രവർത്തന നിരതരാകണം. കാരണം അവൻ നമ്മളെ ബാക്കിവെക്കുകയില്ലെന്നെനിക്കുറപ്പാണ്. അവൻ വെറും വാക്ക് പറയുകയുമില്ല. അവൻ കൗൺസിലിൽ എഴുന്നേറ്റ് നിന്ന് നമ്മൾ എങ്ങനെയാണവനെ കൊല ചെയ്യാൻ ഉദ്ദേശിച്ചിരുന്നതെന്നും എന്നാൽ നടന്നില്ലെന്നും ഉള്ള കാര്യങ്ങൾ വായിൽ തോന്നിയപോലെ വിളിച്ചുപറയും. നമ്മുടെ വഞ്ചനയുടെ കഥ കേൾക്കുമ്പോൾ അക്കായിയന്മാരാരും നമ്മളെ വിശ്വസിക്കില്ല. അവർ നമ്മെ നാടുകടത്തിയേക്കാം; അപരിചിതമായ നാട്ടിൽ നമുക്ക് ജീവിതമാർഗ്ഗം കണ്ടെത്തേണ്ടിവന്നേക്കാം. നമുക്ക് നഗരത്തിന് പുറത്തുവെച്ച്, അല്ലെങ്കിൽ അവൻ

എങ്ങോട്ടെങ്കിലും പോകുന്ന വഴിക്കുവെച്ച് അവനെ പിടികൂടി ഇല്ലാതാക്കണം! പിന്നെ അവന്റെ സ്വത്തെല്ലാം നമുക്ക് സ്വന്തമാക്കാം, നമുക്ക് വീതിച്ചെടുക്കാം, വീട് മാത്രം അവന്റെ അമ്മയ്ക്ക് കൊടുക്കാം, അവളെ വിവാഹം കഴിക്കുന്നവനുവേണ്ടി. നിങ്ങൾ ഈ മാർഗ്ഗം സ്വീകരിക്കാതെ അവനെ അച്ഛന്റെ എല്ലാ സ്വത്തുക്കളും അനുഭവിച്ച് ജീവിക്കാൻ അനുവദിക്കുകയാണെങ്കിൽ നമ്മൾ അവന്റെ സമ്പത്ത് തിന്നുമുടിക്കുന്നത് അവസാനിപ്പിച്ച്, സ്വന്തം വീടുകളിലേക്ക് പോകുക! എന്നിട്ട് ഏറ്റവും കൂടുതൽ വിലപിടിച്ച പാരിതോഷികങ്ങൾ നല്കി പ്രീതിപ്പെടുത്തുന്നവനെ അവൾ വിവാഹം കഴിക്കട്ടെ."

അവന്റെ പ്രഭാഷണത്തിനുശേഷം നിശ്ശബ്ദത അവിടെ തളം കെട്ടി നിന്നു. ഒടുവിൽ ആംഫിനോമസ് എഴുന്നേറ്റുനിന്ന് പറഞ്ഞു- നിസസ് രാജാവിന്റെ പ്രശസ്തനായ പുത്രനാണ് ആംഫിനോമസ്, ഡുലീച്ചിയമിലെ സമ്പന്നനായ പ്രഭുവാണയാൾ, മുഖ്യവിവാഹാർത്ഥി. അയാളുടെ ആളുകളോട് പെനെലോപ് പൊരുത്തപ്പെട്ടുപോയിരുന്നു. എന്തുകൊണ്ടെന്നാൽ അയാൾ സമനില പാലിക്കുന്നവനും നീതിമാനും ആയിരുന്നു. അയാൾ പറഞ്ഞു.

"സുഹൃത്തുക്കളെ, ഞാൻ ടെലെമാക്കസ്സിനെ വധിക്കുകയില്ല. രാജകീയ രക്തം ചീന്തുന്നത് ഹീനമായ പ്രവൃത്തിയാണ്. നമുക്ക് ആദ്യം ദൈവങ്ങളുമായി കൂടിയാലോചിക്കാം. മഹാനായ സ്യൂസ് ദേവന്റെ വെളിപാട് അപ്രകാരമാണെങ്കിൽ ഞാൻ സ്വയം ഘാതകനായി എത്തും, നിങ്ങളോട് ഞാനത് വിളിച്ചുപറയും; അല്ലെങ്കിൽ അനങ്ങാതിരിക്കാനായി ഞാൻ നിങ്ങളോട് ആജ്ഞാപിക്കും." അയാളുടെ വാക്കുകൾ അവരെ പ്രീതിപ്പെടുത്തി. അവർ എഴുന്നേറ്റ് കൊട്ടാരത്തിലേക്ക് തിരിച്ചുപോന്നു. തങ്ങളുടെ ഇരിപ്പിടങ്ങളിൽ ആസനസ്ഥരായി.

ബുദ്ധിമതിയായ പെനെലോപ് വിവാഹാർത്ഥികളെ കർശനമായ പ്രൗഢിയോടെ അഭിമുഖീകരിക്കുമെന്ന സൂചന അവർക്ക് ലഭിച്ചിരുന്നു. എന്തുകൊണ്ടെന്നാൽ വിവാഹാർത്ഥികളുടെ പദ്ധതികൾ അറിയാമായിരുന്ന ദ്വാരപാലകൻ മെഡോൺ ടെലെമാക്കസ്സിനെ വീട്ടിൽ വെച്ച് വധിക്കാനുള്ള ഗൂഢാലോചനയെക്കുറിച്ച് രാജ്ഞിയെ അറിയിച്ചിരുന്നു. അങ്ങനെ രാജ്ഞി തന്റെ രണ്ട് പരിചാരികമാരോടൊപ്പം പ്രൗഢിയോടെ വിവാഹാർത്ഥികൾ നിറഞ്ഞു നില്ക്കുന്ന ഹാളിലേക്കിറങ്ങി വന്ന് ഒരു തൂണിനരികിൽ നിന്നു. അവൾ തന്റെ നേരിയ ശിരോവസ്ത്രം പിടിച്ച് ആന്റിനസ്സിനെ പേരെടുത്തുപറഞ്ഞ് ആക്ഷേപിച്ചു "മര്യാദയില്ലാത്ത വഞ്ചകാ, വാചാലതയിലും സമ്പത്തിലും നീ ഇഥാക്കയിലെ മറ്റ് പ്രഭുക്കന്മാരിൽ പ്രധാനിയാണെന്ന് അവർ പറയുന്നോ? നീ അതിനർഹനല്ല. ഉന്മത്തൻ എന്നാണ് നിന്നെ ഞാൻ വിളിക്കുക, ഭ്രാന്തൻ! സ്യൂസ് ദേവന്റെ സംരക്ഷയിലുള്ള ടെലെമാക്കസ്സിനെ കൊല്ലാൻ ശ്രമിച്ചവൻ. നീ അവനെ കൊല്ലുമോ? കൊലപാതകത്തിനായി ഗൂഢാലോചന നടത്തുന്നത് മാരകമായ പാപമാണ്. നിന്റെ അച്ഛൻ ടാഫിയൻ കടൽക്കൊള്ളക്കാരോടൊപ്പം

ചേർന്ന് നമ്മുടെ തെസ്പ്രോഷ്യൻ സുഹൃത്തുക്കളെ കൊള്ളയടിച്ചപ്പോൾ ജനരോഷത്തിൽ നിന്ന് രക്ഷപ്പെടാനായി ഈ വീട്ടിൽ അഭയം തേടിയത് നീ മറന്നുപോയോ? അയാളെ കൊന്ന് അയാളുടെ മുഴുവൻ സ്വത്തും കൊള്ളയടിക്കാൻ ജനങ്ങൾ തീരുമാനിച്ചുറച്ചതാണ്. എന്നാൽ ഒഡീസ്സി അവരുടെ കോപം ശമിപ്പിച്ചു. എന്നാൽ നീ ഇപ്പോൾ അദ്ദേഹത്തിന്റെ വീട് ക്രൂരമായ രീതിയിൽ കൈയടക്കാനും അദ്ദേഹത്തിന്റെ ഭാര്യയെ സ്വന്തമാക്കാനും പുത്രനെ വധിക്കാനും ശ്രമിക്കുന്നു. അത്രയേറെ നീ എന്നെ പീഡിപ്പിക്കുന്നു. ഇത് നിർത്തൂ, ഞാൻ നിന്നോട് ആജ്ഞാപിക്കുകയാണ്. ബാക്കിയുള്ളവരേയും തടയൂ."

പോളിബസിന്റെ പുത്രൻ യൂറിമാക്കസ് ഇടപെട്ടു. "പെനെലോപ് ഇക്കാരിയസിന്റെ ബുദ്ധിശാലിയായ പുത്രി, സമാധാനിക്കുക. അത്രയേറെ ദുഃഖിക്കരുത്. ഞാൻ ജീവിച്ചിരിക്കുന്നിടത്തോളം കാലം ഒരു മനുഷ്യനും ടെലെമാക്കസ്സിനു നേരെ കൈ ഉയർത്തില്ല! ഞാനത് പ്രഖ്യാപിക്കുകയും ഉറപ്പ് തരുകയും ചെയ്യുന്നു. അതിശീഘ്രം ആ മനുഷ്യന്റെ രക്തം എന്റെ കുന്തമുനയിലൂടെ വാർന്ന് ഒഴുകും. എത്ര പ്രാവശ്യമാണെന്ന് നഗരങ്ങളുടെ ഹന്താവായ ഒഡീസ്സി എന്നെ മടിയിലിരുത്തി താലോലിച്ച് എന്റെ വിരലുകളിൽ വറുത്ത ഇറച്ചിക്കഷണങ്ങൾ വെച്ചുതന്നിട്ടുള്ളത്! മധുരമുള്ള വീഞ്ഞ് നുണയാൻ തന്നിട്ടുള്ളത്! അതുകൊണ്ട് ടെലെമാക്കസ് എനിക്ക് പ്രത്യേകിച്ച് പ്രിയങ്കരനാണ്. അവൻ ഈ വിവാഹാർത്ഥികളുടെ കൈയിൽ നിന്ന് മരണമടയുമെന്ന ചിന്തവേണ്ടെന്ന് ഞാനവനോട് അപേക്ഷിക്കുന്നു. ദൈവങ്ങളിൽ നിന്ന് വിധി തട്ടിമാറ്റുന്നതെന്നും തീർച്ചയായും സംഭവിക്കില്ല. അയാൾ അവളെ ശാന്തയാക്കാൻ വേണ്ടി ഇത്രയും പറഞ്ഞു. രാജ്ഞി അവളുടെ മുകളിലെ മനോഹരമായ മുറിയിലേക്ക് പോയി. അവിടെ കിടന്നവൾ തന്റെ സ്നേഹനിധിയായ ഭർത്താവിനു വേണ്ടി ഉറക്കെ വിലപിച്ചു. ഒടുവിൽ എഥീനി ദേവി അവളെ സുഖനിദ്രയിലാഴ്ത്തി.

സന്ധ്യക്ക് നല്ലവനായ പന്നിപാലകൻ ഒഡീസ്സിയുടേയും മകന്റെയും അടുത്തെത്തി. അപ്പോൾ അവർ ബലി അർപ്പിച്ച ഒരു പന്നിയെ അത്താഴത്തിനായി പാചകം ചെയ്യുകയായിരുന്നു. വീണ്ടും എഥീനി ലാർട്ടെസിന്റെ മകനരികിലെത്തി. അദ്ദേഹത്തെ തന്റെ ദണ്ഡുകൊണ്ട് സ്പർശിച്ചു വൃദ്ധനാക്കി, കീറിപ്പറിഞ്ഞ വസ്ത്രം ധരിപ്പിച്ചു. കാരണം, പന്നിപാലകൻ തന്നെ തിരിച്ചറിഞ്ഞ് ഓടിപ്പോയി പെനെലോപ്പിനെ സത്യാവസ്ഥ ബോധിപ്പിച്ചെങ്കിലോ എന്നവൻ ഭയപ്പെട്ടു!

ടെലെമാക്കസ്സ് പറഞ്ഞു "നിങ്ങൾ വന്നല്ലോ പ്രിയപ്പെട്ട യൂമ്യൂസ്. പട്ടണത്തിലെ വിവരങ്ങൾ എന്തൊക്കെയാണ്? ആ വിവാഹാർത്ഥി സംഘം മിന്നലാക്രമണപരിപാടി കഴിഞ്ഞ് തിരിച്ചെത്തിയോ, അതോ ഇപ്പോഴും എനിക്ക് വേണ്ടി കാത്തിരിക്കയാണോ?"

യൂമ്യൂസ് മറുപടി നല്കി. "പട്ടണത്തിൽ അലഞ്ഞു നടക്കുകയും പരദൂഷണം പറഞ്ഞ് സമയം കളയലും എന്റെ ജോലിയുടെ ഭാഗമല്ല.

ഞാൻ എന്റെ സന്ദേശം കൊടുത്ത് നേരെ വീട്ടിലേക്ക് വരാമെന്ന് വിചാരിച്ചപ്പോൾ നിന്റെ കപ്പൽ ജോലിക്കാരിലൊരുവൻ ധൃതി പിടിച്ചു അമ്മയുടെ അടുത്തേക്ക് വരുന്നത് ഞാൻ കണ്ടു. അവൻ എനിക്ക് അമ്മയുടെ മുന്നിൽ ചെറിയൊരു പ്രതിബന്ധം സൃഷ്ടിച്ചു. എന്നാലും ഇതെനിക്ക് അറിയാമായിരുന്നു. കാരണം ഹെർമിസ് കുന്നിൻമുകളിൽ വെച്ച് ഞാനത് കണ്ടിരുന്നു, ഒരു വേഗതയുള്ള കപ്പൽ നമ്മുടെ തുറമുഖത്ത് പ്രവേശിക്കുന്നു. നിറയെ ആളുകൾ, പരിചകളുടെയും ഇരട്ടത്തലയുള്ള കുന്തങ്ങളുടെയും ചിലമ്പൽ. അത് അവരായിരുന്നെന്ന് ഞാൻ കരുതുന്നു. എനിക്ക് ഉറപ്പുപറയാൻ കഴിയില്ലെങ്കിലും."

അവന്റെ പറച്ചിൽ കേട്ട് ടെലെമാക്കസ് പുഞ്ചിരിച്ചു. അച്ഛനെ ചെരിഞ്ഞു നോക്കി.

അവരുടെ പാചകം അവസാനിച്ചു. ഭക്ഷണം തയ്യാർ! അവർ തൃപ്തിയാവുന്നതുവരെ ആഹാരം കഴിച്ചു. വിശപ്പും ദാഹവും ശമിച്ചപ്പോൾ അവർ സുഖമായി കട്ടിലിൽ കിടന്നുറങ്ങി.

പതിനേഴ്

നേരം പുലർന്നപ്പോൾ ഒഡീസ്സിയുടെ പ്രിയപുത്രൻ തന്റെ വിലപിടിച്ച പാദരക്ഷ ധരിച്ച്, ഭാരമുള്ള കുന്തവുമെടുത്ത് പട്ടണത്തിലേക്ക് യാത്ര പുറപ്പെടാൻ തയ്യാറായി. അവൻ പട്ടണത്തിനുനേരെ ദൃഷ്ടിതിരിച്ച് പന്നിപാലകനോട് പറഞ്ഞു. "ഞാൻ വീട്ടിലേക്ക് പോകുകയാണ്, എനിക്ക് അമ്മയുടെ മുന്നിലെത്തണം. കാരണം, എന്നെ ജീവനോടെ നേരിട്ട് കണ്ടില്ലെങ്കിൽ അമ്മ കരച്ചിൽ നിർത്തില്ല. ഇനി എന്റെ ഉത്തരവ് കേൾക്കുക. നിങ്ങൾ ഈ പാവം മനുഷ്യനെ നഗരത്തിലെത്തിക്കണം. അയാൾക്ക് ഭിക്ഷയാചിച്ച് അവിടെ ജീവിക്കാനാകും. എനിക്ക് എല്ലാ അപരിചിതരേയും കാത്തുരക്ഷിക്കാൻ കഴിയില്ല. എന്റെ വാക്കുകൾ അയാൾക്ക് നീരസം തോന്നിക്കുന്നതാണെങ്കിൽ അതയാളുടെ നിർഭാഗ്യം. സത്യം വിളിച്ചുപറയുന്നതാണെനിക്കിഷ്ടം."

എന്നാൽ ഒഡീസി ശാന്തനായി പറഞ്ഞു. "എന്തിന് സുഹൃത്തേ, എനിക്കിവിടെ തങ്ങാൻ യാതൊരു ആഗ്രഹവുമില്ല. പട്ടണമാണ് യാചിക്കാൻ നല്ലത്, അവർ എനിക്കെന്തെങ്കിലും തരാതിരിക്കില്ല. ക്വാർട്ടറുകളിൽ താമസിക്കേണ്ട പ്രായമല്ല എന്റേത്. അതുകൊണ്ട് പോകുക. ഈ മനുഷ്യൻ നീ ഉത്തരവിട്ടതുപോലെ എന്നെ കൊണ്ടുപോകട്ടെ. അല്പനേരം തീ കാഞ്ഞ്, വെയിലുദിച്ച്, അന്തരീക്ഷം ചൂടാകുമ്പോൾ ഞാൻ പോകാം. അതിരാവിലത്തെ മഞ്ഞ് എനിക്ക് ദുഷ്കരമാണ്, ഈ കീറിപ്പറിഞ്ഞ വേഷത്തിൽ!"

ഇത് കേട്ടശേഷം ടെലെമാക്കസ് അതിവേഗം ഫാമിൽ നിന്ന് സ്വന്തം വീട്ടിലേക്ക് പോയി. മാർഗ്ഗമദ്ധ്യേ വിവാഹാർത്ഥികൾക്കെതിരെയുള്ള പദ്ധതികൾക്ക് പൂർണ്ണരൂപം നല്കി. വീടിന്റെ പൂമുഖത്തേക്ക് കയറുംമുമ്പ്

ഒരു പൊക്കമുള്ള തൂണിൽ കുന്തം ചാരിവെച്ചു. അവന്റെ നഴ്സ് കസേരകളിൽ ചെമ്മരിയാട്ടിൽ തോൽ വിരിക്കവെ ടെലിമാക്കസ് വരുന്നത് കണ്ടു. കണ്ണുനീരൊഴുക്കിക്കൊണ്ടവൾ അവന്റെ അടുക്കലേക്ക് ഓടിച്ചെന്നു. മറ്റു വേലക്കാരികളും അവളുടെ പിന്നാലെ ചെന്ന് അവന് ചുറ്റും നിന്ന് സ്നേഹപൂർവ്വം ശിരസ്സിലും തോളുകളിലും ചുംബിച്ചു. ഉടനെ തന്റെ മുറിയിൽ ശ്രദ്ധിച്ചിരുന്ന പെനെലോപ് പാഞ്ഞെത്തി മകന്റെ മുഖത്തും കണ്ണുകളിലും ചുംബിച്ചു. അവൾ പൊട്ടിക്കരഞ്ഞു. “പ്രിയപ്പെട്ട മോനേ, ടെലിമാക്കസ്, നീ തിരിച്ചെത്തിയല്ലോ. നീ അച്ഛനെക്കുറിച്ചറിയാനായി എന്നോട് പറയാതെ രഹസ്യമായി പൈലോസിൽ പോയപ്പോൾ, നിന്നെ ഇനി ഒരിക്കലും കാണാൻ കഴിയില്ലെന്ന് ഞാൻ വിചാരിച്ചു. വേഗം പറയൂ നീ കണ്ടതെന്തെല്ലാമാണ്?”

അവൻ മറുപടി നല്കി. “എന്റെ അമ്മേ, ഞാൻ മരണത്തിൽനിന്ന് കഷ്ടിച്ച് രക്ഷപ്പെട്ട് എത്തിയിരിക്കയാണ്. എന്നെ കൂടുതൽ അസ്വസ്ഥനാക്കല്ലെ, കരയിപ്പിക്കല്ലെ. അമ്മവേഗം പോയി കുളിച്ച് വസ്ത്രം മാറ്റിവരൂ. എന്നിട്ട് നിങ്ങളുടെ പരിചാരികമാരോടൊപ്പം നിങ്ങളുടെ മുകളിലെ മുറിയിൽ പോയി, ഈ ക്രൂരതകൾക്ക് പ്രതികാരം ചെയ്യാൻ നമുക്ക് അവസരം നല്കിയാൽ ദൈവങ്ങൾക്ക് നൂറുകണക്കിന് മൃഗബലിദാനം അർപ്പിക്കുമെന്ന് സ്യൂസ് ദേവനോട് പ്രതിജ്ഞ ചെയ്യണം. ഞാൻ ഇപ്പോൾ പുറത്തുപോയി എന്റെ കൂടെ വന്ന ഒരു അപരിചിതനെ കൂട്ടിക്കൊണ്ടുവരാം. അദ്ദേഹത്തെ ഞാൻ എന്റെ അർപ്പിതരായ നാവികരെ ഏല്പിച്ചാണ് ഇങ്ങോട്ട് പോന്നത്. ഞാൻ തിരിച്ചുചെല്ലുന്നതുവരെ അദ്ദേഹത്തെ അവർ മര്യാദയോടെ നോക്കിക്കൊള്ളും.” അവന്റെ സംസാരം, അവളുടെ ചോദ്യങ്ങളെ ചുണ്ടുകളിൽത്തന്നെ തടഞ്ഞുനിർത്തി! പെനെലോപ് ദൈവപൂജ നടത്തി. സ്യൂസ് ദേവന് മൃഗബലി പ്രതിജ്ഞ ചെയ്തു.

ടെലിമാക്കസ് കുന്തം കൈയിൽ പിടിച്ച് രണ്ട് വേട്ടനായ്ക്കളെയും കൂട്ടി വീടിന് പുറത്തേക്ക് പോയി. എഥീനിയുടെ പ്രീതിമൂലം ഉളവായ അവന്റെ ആകർഷണീയത എല്ലാവരുടേയും ആരാധനയ്ക്ക് പാത്രമായി. വിവാഹാർത്ഥി പ്രഭുക്കന്മാർ ഹൃദയത്തിലെ ദുഷ്ടവിചാരങ്ങൾ മറച്ചുവെച്ച് തിരക്കുപിടിച്ച് അവനെ സ്വാഗതം ചെയ്തു. എന്നാൽ അവൻ അവരെ ഒഴിവാക്കി തന്റെ പഴയ കുടുംബ സുഹൃത്തുക്കളായ മെന്റർ, ആന്റിഫസ്, ഹാലിതെർസെസ് എന്നിവരോടൊപ്പം ഇരുന്നു. അവർ അവനോട് ജിജ്ഞാസയോടെ ഓരോ ചോദ്യങ്ങൾ ചോദിക്കാൻ തുടങ്ങി. ആ സമയം പിയരോസ് കുന്തവും പിടിച്ച് അവിടെ പ്രത്യക്ഷപ്പെട്ടു, അയാളോടൊപ്പം ടെലിമാക്കസ്സിന്റെ അതിഥിയും ഉണ്ടായിരുന്നു. അവർ പട്ടണത്തിലൂടെ നടന്ന് അസംബ്ലിയിൽ എത്തിയതാണ്. അയാൾ ടെലിമാക്കസ്സിനെ അഭിവാദ്യം ചെയ്തുകൊണ്ട് പറഞ്ഞു. “ടെലിമാക്കസ്, അങ്ങയുടെ ഭൃത്യന്മാരെ എന്റെ വീട്ടിലേക്ക് ഉടനെ അയച്ച് മെനെലോസിന്റെ പാരിതോഷികങ്ങൾ കൊണ്ടുവരിക.”

അവൻ മറുപടി നല്കി. “പിയരോസ്, കാര്യങ്ങൾ എങ്ങനെ നീങ്ങു

മെന്ന് നമുക്കിനിയും മനസ്സിലാക്കാൻ കഴിഞ്ഞിട്ടില്ല. വിവാഹാർത്ഥികൾ വഞ്ചനയിലൂടെ കൊട്ടാരത്തിൽ വെച്ച് എന്നെ കൊല്ലുകയും എന്റെ പൈതൃകമായി ലഭിച്ച സ്വത്തെല്ലാം വീതിച്ചെടുക്കുകയും ചെയ്താലോ! അപ്പോൾ ആ പാരിതോഷികങ്ങളെല്ലാം നീ കൈയിൽ വെക്കുന്നതാണ് ഭേദം. എന്നാൽ ഞാൻ അവരെ വധിക്കുകയാണെങ്കിൽ ഞാനവ സ്വീകരിക്കാൻ സസന്തോഷം തയ്യാറാകും."

യാത്ര ചെയ്ത് ക്ഷീണിച്ച തിയോക്ലിമെനസിനെ അയാൾ വീടിനുള്ളിലേക്ക് നയിച്ചു. അവർ തങ്ങളുടെ മേലങ്കി കസേരയിൽ ഊരി ഇട്ടശേഷം കുളിക്കാൻ പോയി. പരിചാരികമാർ അവർക്ക് കുളിക്കാനുള്ള എല്ലാ സൗകര്യങ്ങളും ചെയ്തുകൊടുത്തു. കുളികഴിഞ്ഞശേഷം തൈലം പൂശി; ഊഷ്മളമായ വസ്ത്രം ധരിപ്പിച്ചു. വീണ്ടും അവർ പുറത്തുവന്ന് സ്വന്തം ഇരിപ്പിടങ്ങളിൽ ഇരുപ്പുറപ്പിച്ചു. പരിചാരികമാർവന്ന് അവരെ കൈകഴുകിപ്പിച്ച് വിഭവസമൃദ്ധമായ ഭക്ഷണം തീൻമേശമേൽ ആദരവോടെ നിരത്തി. പെനെലോപ് അവർക്ക് എതിർവശത്തുള്ള ഒരു തൂണിന്നരികിൽ ചാരുകസേരയിൽ കിടന്ന് തുന്നുകയായിരുന്നു.

ഒടുവിൽ പെനെലോപ് പറഞ്ഞു "ടെലെമാക്കസ്, ഞാൻ മുറിയിലേക്ക് തിരിച്ചുപോകുകയാണ്, ആട്രിയസ്സിന്റെ പുത്രന്മാരോടൊപ്പം ഒഡീസ്സി ട്രോയിലേക്ക് പോയ ദിവസം മുതൽ ഞാൻ കണ്ണീരൊഴുക്കിക്കൊണ്ടുകിടന്ന ആ മെത്തയിൽ ശയിക്കുവാനായി പോകുകയാണ്. എന്നിട്ടും വിവാഹാർത്ഥികൾ അകത്തേക്ക് വരുന്നതിന് മുമ്പ് അച്ഛന്റെ തിരിച്ചുവരവിനെക്കുറിച്ചുള്ള വാർത്ത നീ പറയാത്തതെന്താണ്?- നീ എന്താണ് കേട്ടത്?"

ടെലെമാക്കസ് പറഞ്ഞു. "ഇല്ല, അമ്മേ, കേൾക്കൂ, ഞങ്ങൾ പൈലോസിലേക്ക് പോയി; അവിടെ നെസ്റ്റർ രാജാവ് എന്നെ ഒരു കുഞ്ഞിനെപ്പോലെ സ്വാഗതം ചെയ്തു. അദ്ദേഹവും മക്കളും എന്നോട് വളരെ ദയാപൂർവ്വമാണ് പെരുമാറിയത്. എന്നാൽ ഒഡീസ്സി ജീവിച്ചിരിപ്പുണ്ടോ അതോ മരിച്ചോ എന്നതിനെക്കുറിച്ചവർക്ക് യാതൊരു വിവരവുമില്ല. എനിക്കദ്ദേഹം നല്ല രഥവും കുതിരകളും നല്കി ആട്രിയസ്സിന്റെ പുത്രനായ മെനെലോസിന്റെ അടുക്കലേക്കയച്ചു. അദ്ദേഹത്തിന്റെ വീട്ടിൽവെച്ച് ഞാൻ ഹെലനെ കണ്ടു. ആർഗൈവ്- ട്രോജൻ ദുരിതങ്ങൾക്ക് കാരണക്കാരി! എന്തിനാണ് ഞാൻ ചെന്നതെന്ന് മെനെലോസ് രാജാവ് ചോദിച്ചു. ഞാൻ എല്ലാം വിശദീകരിച്ചപ്പോൾ അദ്ദേഹം പറഞ്ഞു. "ആ ഭീരുക്കളായ വിവാഹാർത്ഥികൾ ഒഡീസ്സിയുടെ മെത്ത മോഹിച്ചുപോകുന്നത്, ഇരതേടി പുറത്ത് പോയ സിംഹത്തിന്റെ ഗുഹയിൽ ഇണയോടൊപ്പം ശയിക്കാൻ പോകുന്ന മാനിനെ പോലെയാണ്! സിംഹം തിരിച്ചുവരുമ്പോൾ എന്തായിരിക്കും സ്ഥിതി! അപ്രാകരം ഒഡീസ്സി ഈ വിവാഹാർത്ഥികളെ പൈശാചികമായി വധിക്കും. നീ ചോദിച്ച കാര്യത്തിന് സമുദ്രദേവനിൽനിന്ന് അറിയാൻ കഴിഞ്ഞ വിവരം ഞാൻ പറയാം. അദ്ദേഹം പറഞ്ഞത് ഒഡീസ്സിയെ ഒരു ദ്വീപിൽ ജലദേവത കാലിപ്സൊ തന്റെ വീട്ടിൽ തടവിൽ ഇട്ടിരിക്ക

യാണെന്നാണ്. പ്രക്ഷുബ്ധമായ കടൽ കടന്നുവരാനുള്ള കപ്പലോ കപ്പൽക്കാരോ അവന് ലഭ്യമല്ല." ഇതാണ് മെനെലോസ് രാജാവ് പറഞ്ഞത്. എന്റെ ദൗത്യം പൂർത്തീകരിച്ചശേഷം ഞാൻ വീട്ടിലേക്ക് യാത്രയായി; ദൈവങ്ങൾ എനിക്ക് അനുകൂലമായ കാറ്റ് നല്കി; അതെന്നെ അതിവേഗം വീട്ടിലെത്തിച്ചു."

അവന്റെ വാർത്തകേട്ട് പെനെലോപ്പിന്റെ ഹൃദയം പിടച്ചു. എന്നാൽ ദേവതുല്യനായ തിയോക്ലൈമീനസ് ഇടക്കുകയറി പറഞ്ഞു. "എന്റെ വാക്കു കേൾക്കുക, ഒഡീസ്സിയുടെ പ്രിയതമെ, തീർച്ചയായും ഇവന് കൃത്യമായൊരു അറിവ് അതിനെക്കുറിച്ച് ലഭിച്ചിട്ടില്ല. എന്നാൽ ഞാൻ ഏറ്റവും വ്യക്തമായും കൃത്യമായും പ്രവചിക്കാം. സ്യൂസ് ദേവന്റെ നാമത്തിൽ, ഒഡീസ്സിയുടെ ഈ വീട്ടിൽ നിന്നുകൊണ്ട് ഞാന് സത്യം ചെയ്ത് പറയുന്നു അദ്ദേഹം തന്റെ ജന്മനാട്ടിൽ എത്തിക്കഴിഞ്ഞു. ഒരുപക്ഷേ, കർമ്മോദ്യമുക്തനായിരിക്കാം. അല്ലെങ്കിൽ വിഷാദവാനായിരിക്കാം. എന്നാൽ തീർച്ചയായും ഈ വിവരങ്ങളെല്ലാം കേട്ട്, എല്ലാ വിവാഹാർത്ഥികളോടും പ്രതികാരം ചെയ്യാനുള്ള പദ്ധതി തയ്യാറാക്കുകയായിരിക്കാം. കപ്പലിൽ ഞാൻ കണ്ട പക്ഷിശകുനം വ്യക്തമായി ഭാവിയിലേക്ക് വിരൽചൂണ്ടുന്നതാണ്. അപ്പോൾത്തന്നെ ഞാനക്കാര്യം ടെലിമാക്കസ്സിനോട് പ്രഖ്യാപിച്ചിരുന്നു."

അദ്ദേഹത്തോട് പെനെലോപ് മറുപടി പറഞ്ഞു. "നിങ്ങളുടെ വാക്ക് സഫലീകരിക്കപ്പെടട്ടെ, അപരിചിതാ; അപ്പോൾ എന്റെ പ്രത്യുപകാരം എത്ര ഉദാരമായിരിക്കുമെന്ന് ഞാൻ നിങ്ങൾക്ക് കാണിച്ചുതരും. നിങ്ങളുടെ സമ്പത്തിനെ കടന്നുപോകുന്നവരെല്ലാം പ്രശംസിക്കും!"

അവർ അപ്രകാരം സംസാരിച്ചുകൊണ്ടിരിക്കവെ, കൊട്ടാരത്തിന് മുന്നിലെ മൈതാനത്തിൽ വിവാഹാർത്ഥികൾ അലസരായി കുന്തം എറിഞ്ഞ് കളിക്കുകയായിരുന്നു. അത്താഴ സമയമായപ്പോഴേക്കും അടുത്തുള്ള മേച്ചിൽ സ്ഥലങ്ങളിൽനിന്ന് ആട്ടിയന്മാർ കൊണ്ടുവന്ന ആടുമാടുകളെ കശാപ്പുചെയ്ത് ഭക്ഷണം പാകം ചെയ്തു. സദ്യ തയ്യാറാക്കാറുള്ള പ്രിയങ്കരനായ പരിചാരകൻ മെഡോൺ അവരോട് വിളിച്ചുപറഞ്ഞു. "പ്രഭുക്കന്മാരെ, ഇപ്പോൾ മതി വരുവോളം നിങ്ങൾ കളിച്ചുകാണുമല്ലോ, വീട്ടിലേക്ക് തിരിച്ചുവരൂ, നമുക്ക് വിരുന്നു സൽക്കാരം തുടങ്ങാം. സമയത്തിന് ഭക്ഷണം കഴിക്കുന്നതുപോലെ മറ്റൊന്നില്ല."

അവർ ധൃതി പിടിച്ച് കൊട്ടാരത്തിലേക്ക് വന്നു മേലങ്കികൾ ഊരി കസേരകളിലിട്ട് വിഭവ സമൃദ്ധമായ ഭക്ഷണം കഴിക്കാൻ തീൻമേശയ്ക്കരികിലെത്തി. വലിയ ചെമ്മരിയാടുകൾ, തടിച്ചുകൊഴുത്ത കോലാടുകൾ പന്നികൾ, ഒരു കാള എന്നിവയെയാണവർക്കുവേണ്ടി അന്നു കശാപ്പു ചെയ്ത്, പാചകം ചെയ്തിരുന്നത്.

ഒഡീസ്സിയും പന്നിപാലകനും നാട്ടിൻ പുറത്തുനിന്ന് പട്ടണത്തിലേക്ക് പോകാൻ തയ്യാറായി. അപ്പോൾ ശ്രേഷ്ഠനായ ആ പന്നിപാലകൻ അഭിപ്രായപ്പെട്ടു. "അപരിചിതാ എന്റെ രാജകുമാരൻ ആജ്ഞാപിച്ചതുപോലെ

ഇന്ന് നഗരത്തിലേക്ക് പോകുവാൻ നിങ്ങൾക്ക് താല്പര്യം തന്നെയാണെല്ലോ. എന്നാലും ഞാൻ നിങ്ങളെ ഇവിടെ നിർത്തിയേനെ! എന്റെ യജമാനനോടുള്ള ആദരവും ശാസിക്കുമെന്ന ഭയവും മൂലമാണ് ഞാൻ അപ്രകാരം ചെയ്യാത്തത്. രാജാക്കന്മാരുടെ ശാസന ഭയഭീതിയുണർത്തുന്നതാണ്. അതുകൊണ്ട് നമുക്ക് പോകാം പകുതി പകൽ കഴിഞ്ഞു, രാത്രിയാകുമ്പോൾ നിങ്ങൾക്ക് വല്ലാത്ത തണുപ്പ് അനുഭവപ്പെടും."

ഒഡീസ്സി മറുപടി നല്കി. "ഞാൻ മനസ്സിലാക്കുന്നു. ഞാൻ സമ്മതിക്കുന്നു. നിങ്ങൾ ഒരു പരിജ്ഞാനിയെപ്പോലെയാണ് സംസാരിക്കുന്നത്. നിങ്ങളുടെ മാർഗ്ഗനിർദ്ദേശപ്രകാരം മാത്രം നമുക്ക് നീങ്ങാം. എന്നാലും നിങ്ങളുടെ പക്കൽ ഒരു വടിയുണ്ടെങ്കിൽ അതെനിക്ക് തരൂ, നടപ്പാതയിലൂടെ നടക്കുമ്പോൾ കാലിടറാതിരിക്കാനത് സഹായിക്കും." യൂമ്യൂസ് അയാളുടെ ആവശ്യപ്രകാരം ഒരു വടികൊടുത്തു. നായകളെയും കന്നുകാലി മേയ്ക്കുന്നവരേയും ഫാമിന്റെ ചുമതല ഏല്പിച്ച് അവർ ഒന്നിച്ച് നടന്നു.

വഴിയിൽ അവർ ആട്ടിടയൻ മെലാന്തിയസിനെ കണ്ടുമുട്ടി. അയാൾ രണ്ട് ആട്ടിടയബാലന്മാരോടൊപ്പം വിവാഹാർത്ഥികളുടെ അത്താഴത്തിനായി തന്റെ ആടുകളെകൊണ്ടുവരികയായിരുന്നു. അയാൾ ഇരുവരേയും ആക്ഷേപിക്കാൻ തുടങ്ങി. "നോക്കൂ ഒരു മൃഗം മറ്റൊരു മൃഗത്തെ അകമ്പടി സേവിക്കുന്നു." അയാൾ അലറി. "എങ്ങിനെ ദൈവം ഒരുപോലുള്ളവരെ യോജിപ്പിക്കുന്നു! എടാ തെണ്ടി പന്നിപാലകാ, നീ ഈ പിച്ചക്കാരൻ നായയെ ആ സദ്യയിലേക്ക് കൊണ്ടുപോകുകയാണോ? എന്നാൽ ഞാൻ പറയുന്നത് നീ ശ്രദ്ധിക്കുക. അവൻ ഒഡീസ്സിയുടെ വലിയ കൊട്ടാരത്തിലേക്ക് കടക്കാൻ തുനിഞ്ഞാൽ ആളുകൾ സ്റ്റൂളുകൾ അവനു നേരെവലിച്ചെറിഞ്ഞ് തലയും വാരിയെല്ലുകളും തകർക്കും."

ഇപ്രകാരം അവൻ അധിക്ഷേപിക്കുക മാത്രമല്ല ഒഡീസിയെ ഉപദ്രവിക്കാനും ശ്രമിച്ചു. ആ ക്രൂരനോട് പകരം വീട്ടണോ വേണ്ടയോ എന്ന് ഒരു നിമിഷം ഒഡീസ്സി ചിന്തിച്ചു. എന്തായാലും ഒഡീസ്സി തന്റെ വികാരങ്ങൾ സ്വയം നിയന്ത്രിച്ചു. എന്നാൽ പന്നിപാലകൻ വെറുപ്പോടെ കൈകൾ ഉയർത്തി ഉറക്കെ പ്രാർത്ഥിച്ചു. "അല്ലയോ, ജലദേവതകളെ, സ്യൂസിന്റെ പുത്രിമാരേ, നിങ്ങളുടെ അൾത്താരയിൽ ഒഡീസ്സി തടിച്ചുകൊഴുത്ത ആട്ടിൻതുടകൾ അർപ്പിച്ചിട്ടുണ്ടെങ്കിൽ, ഞാൻ അപേക്ഷിക്കുന്നു, ഒഡീസ്സിയെ തിരിച്ചയയ്ക്കൂ. ഏതെങ്കിലും ദേവൻ അദ്ദേഹത്തെ പൂർവ്വസ്ഥിതിയിലാക്കട്ടെ! വിശ്വസ്തരല്ലാത്ത ആട്ടിടയന്മാർ വധിക്കപ്പെടട്ടെ."

മെലാന്തിയസ് വിളിച്ചുപറഞ്ഞു: "അവൻ ഞങ്ങളെ മയക്കിയെടുക്കുമെന്നമട്ടിലാണ് ആ നായ പറയുന്നത്! ഒരുദിവസം ഞാനവനെ ഒരു വേഗതയുള്ള കപ്പലിൽ ദൂരേക്ക് കൊണ്ടുപോയി വിറ്റ് വലിയ ലാഭമുണ്ടാക്കും. ഇന്ന് ടെലെമാക്കസ്സിനെ അവന്റെ വീട്ടിൽ വെച്ച് അപ്പോളൊ വധിക്കും, അല്ലെങ്കിൽ വിവാഹാർത്ഥികൾ അവന്റെ കണക്ക് തീർക്കും. ഒഡീസ്സി ഏതോ ദൂരദേശത്ത് മരിച്ചതുപോലെ, ടെലെമാക്കസ് ഇവിടെ

കിടന്ന് മരിക്കും." ഇത്രയും പറഞ്ഞ് അവൻ ഒരു കുറുക്കുവഴിയിലൂടെ കൊട്ടാരത്തിലേക്ക് നടന്നു. അകത്തുചെന്ന് വിവാഹാർത്ഥികൾക്കിടയിൽ അവന് അടുപ്പമുള്ള യൂറിമാക്കസ്സിന് മുന്നിൽ ഇരുപ്പുറപ്പിച്ചു. പരിചാരകർ അവന് കഴിക്കാനായി ഇറച്ചയും അപ്പവും കൊണ്ടുകൊടുത്തു.

ഒഡീസ്സിയും യുമ്യൂസും ക്ലേശിച്ചുനടന്ന് കൊട്ടാരത്തിനടുത്തെത്തി. വിവാഹാർത്ഥിസംഘത്തിനുവേണ്ടി ഫെമിയസ് സംഗീതം ആലപിക്കുന്നതവർ കേട്ടു. അവർ അല്പനേരം അവിടെനിന്നു. ഒഡീസ്സി പന്നിപലാകന്റെ കൈപിടിച്ച് പറഞ്ഞു. "യൂമ്യൂസ് ശരിക്കും ഒഡീസ്സിയുടെ ഈ വസതി അതിശ്രേഷ്ഠം തന്നെ! മറ്റുള്ളവയിൽ നിന്ന് ആർക്കും പെട്ടെന്ന് തിരിച്ചറിയാവുന്നത്. നോക്കൂ, എങ്ങിനെയാണത് തട്ടുകളായി ഉയർന്നുപോകുന്നത്. എത്ര അനുരൂപമായ വിധത്തിലാണ് ചുമരുകൾ വെച്ച് കെട്ടിപൊക്കിയിരിക്കുന്നത്! അതിന്റെ ഇരട്ട വാതിലുകൾ എത്ര ഭദ്രമായാണ് ഉറപ്പിച്ചിരിക്കുന്നത്! ഒരാൾക്കും അത് സാധാരണമട്ടിലുള്ളതാണെന്ന് കരുതാൻ കഴിയില്ല. അനേകം ആളുകൾ അതിനുള്ളിൽ സദ്യ ഉണ്ണുന്നതായി ഞാൻ മനസ്സിലാക്കുന്നു. പൊരിച്ച മാംസത്തിന്റെ ഗന്ധം ഇവിടെ തങ്ങിനില്ക്കുന്നു. സദ്യകളിൽ ആലപിക്കാറുള്ള മനോഹരമായ വീണാനാദം ഇവിടെ അലയടിക്കുന്നു."

അതിന് യുമ്യൂസ് മറുപടി നല്കി "കൊള്ളാം നിങ്ങൾ അത് കേട്ട് നിന്നോളൂ, നിങ്ങൾക്ക് വിവേകമില്ലേ? ഇപ്പോൾ എന്താണ് ചെയ്യേണ്ടതെന്ന് നമുക്ക് ചിന്തിക്കാം. നിങ്ങൾ ആദ്യം വീട്ടിനുള്ളിലേക്ക് പോയി വിവാഹാർത്ഥികളോടൊപ്പം ചേരുന്നോ? ഞാൻ ഇവിടെ നില്ക്കാം. അല്ലെങ്കിൽ നീ പുറത്ത് നില്ക്കൂ. ഞാൻ ആദ്യം ഉള്ളിലേക്ക് പോകാം. എന്താണ് വേണ്ടത്? പെട്ടെന്ന് തീരുമാനിക്കൂ. എന്തുകൊണ്ടെന്നാൽ നിങ്ങൾ ചുമ്മാ ഇവിടെ അലഞ്ഞുതിരിയുന്നതവർ കണ്ടാൽ അവർ നിങ്ങളെ അടിക്കുകയോ എന്തെങ്കിലും സാധനങ്ങൾ എടുത്ത് എറിയുകയോ ചെയ്യും. എന്റെ വാക്കുകൾ കേൾക്കുക."

ഒഡീസ്സി മറുപടി നല്കി. "എനിക്ക് നിങ്ങൾ ഉണ്ട്. ഒരു വിവേകശാലിയെപ്പോലെ നിങ്ങൾ സംസാരിക്കുന്നു. ഞാൻ ഇവിടെ കാത്തുനില്ക്കാം. നിങ്ങൾ മുന്നിൽ പൊയ്ക്കോളൂ. തല്ലും കല്ലേറും എനിക്ക് ആദ്യാനുഭവമൊന്നുമല്ല. കടലിലെ അത്യാഹിതങ്ങളും യുദ്ധാനുഭവങ്ങളും എന്നെ കഠോരഹൃദയനാക്കിയിരിക്കുന്നു. വരുന്നതെല്ലാം കണക്ക് കൂട്ടിക്കോളൂ. എന്നാലും ഈ വിശപ്പാണ് മനുഷ്യവർഗ്ഗത്തിന്റെ ഒളിപ്പിച്ചുവെക്കാനാവാത്ത ഏറ്റവും വലിയ ശാപം, അപലപനീയം!"

അവർ സംസാരിച്ചു കൊണ്ടിരിക്കവെ അവിടെ കിടന്നിരുന്ന ഒരു നായ തലപൊക്കി ചെവികൂർപ്പിച്ചുനോക്കി. അത് ആർഗോസ് ആയിരുന്നു. ഒഡീസ്സിയാണവനെ കുഞ്ഞായിരുന്നപ്പോൾ തീറ്റകൊടുത്ത് വളർത്തിയത്. എന്നാൽ അതിവേഗം ഇലിയോസിൽ യുദ്ധത്തിന് പോകേണ്ടിവന്നതിനാൽ ആ നായയെ കൊണ്ട് ജോലി ചെയ്യിപ്പിച്ചിട്ടില്ല. ഒരുകാലത്ത് യുവാക്കൾ അവനെ കാടൻ ആടുകളെയും മാനുകളെയും മുയലുകളെയും

വേട്ടയാടുവാനായി കൊണ്ടുപോയിരുന്നു. എന്നാൽ ഇപ്പോൾ യജമാന നില്ലാതെ, ഗേറ്റിന് മുന്നിലെ ചാണകക്കൂമ്പാരത്തിൽ ഉപേക്ഷിക്കപെട്ട നില യിൽ കിടക്കുകയാണ്. ഒഡീസ്സിയുടെ വേലക്കാർക്ക് സമയം കിട്ടുമ്പോൾ മാത്രമാണ് ആ ചാണകം കൃഷി സ്ഥലങ്ങളിലേക്ക് വളമിടാനായി കൊണ്ടു പോകാറുള്ളത്. അങ്ങിനെ രോഗം പിടിച്ച് വിറച്ചുകൊണ്ട് ആ നായ അവിടെ കിടക്കുകയാണ്. എന്നാലും ഒഡീസ്സി അടുത്തുചെന്ന ഉടനെ ആ മൃഗം അദ്ദേഹത്തെ മനസ്സിലാക്കി. അവൻ വാലാട്ടി, ചെവിതാഴ്ത്തി മുന്നോട്ട് ചെല്ലാൻ ശ്രമിച്ചു. എന്നാൽ ഇഴയാൻ പോലും ശക്തിയില്ലാത്ത അവന് യജമാനന്റെ അടുത്തേക്ക് ചെല്ലാൻ കഴിഞ്ഞില്ല. എന്തായാലും ഒഡീസ്സി തന്റെ കൺകോണിലൂടെ അവനെ കണ്ടു, ഒരു തുള്ളികണ്ണു നീർ പൊഴിച്ചു. അതു മറച്ചുവെച്ച് പെട്ടെന്ന് സാധാരണമട്ടിൽ അദ്ദേഹം യൂമ്യൂസിനോട് പറഞ്ഞു. "ഇത്തരം ഒരു വേട്ടനായ ചാണകകൂമ്പാരത്തിൽ കിടക്കുന്നത് വിചിത്രം തന്നെ! എന്തൊരു ഭംഗിയാണിതിന്! മത്സരിച്ച് ഓടാനുള്ള വേഗത അതിനുണ്ടോ, അതോ മനുഷ്യർ ഭംഗിക്കുവേണ്ടി വളർത്തുന്ന കാഴ്ച നായ്ക്കളിൽ ഒന്നാണോ അത്?'

യൂമ്യൂസ് മറുപടി നല്കി. "വീട്ടിൽ നിന്ന് വളരെ ദൂരെ വെച്ച് മൃതി യടഞ്ഞ ഒരു മനുഷ്യന്റെ വേട്ടനായയാണത്. ഒറ്റ ഇര മൃഗവും ഒരിക്കലും അവനിൽനിന്ന് രക്ഷപ്പെട്ടിട്ടില്ല. എത്ര ഇടതിങ്ങിയ കാട്ടിൽപ്പോലും, അത്ര സൂക്ഷ്മമായി മണം പിടിച്ചുകൊണ്ടാണവന്റെ പാച്ചിൽ! ഇപ്പോൾ അവൻ തളർന്നു, അവന്റെ യജമാനൻ വിദേശത്ത് മൃതിയടഞ്ഞു. ഹൃദയ ശൂന്യ രായ സ്ത്രീകൾ അവനെ ശ്രദ്ധിക്കുന്നതേയില്ല. അവരുടെ യജമാനന്റെ നിയന്ത്രണമില്ലാതായപ്പോൾ അടിമകൾക്ക് ജോലി ചെയ്യാനേ താല്പര്യ മില്ലാതായി. ഒരു മനുഷ്യൻ അടിമയാക്കപ്പെട്ടുകഴിഞ്ഞാൽ അവന്റെ പാതി ഗുണങ്ങൾ സ്യൂസ് ദേവൻ കവർന്നെടുക്കുന്നു!"

ഇത്രയും പറഞ്ഞ് അയാൾ വിവാഹാർത്ഥികൾക്കിടയിലൂടെ നേരെ വീട്ടിനകത്തേക്ക് പോയി. എന്നാൽ ഒഡീസ്സിയെ ഇരുപത് വർഷങ്ങൾക്കു ശേഷം വീണ്ടും കണ്ടനിമിഷം ആർഗോസ് നായ ജീവൻ വെടിഞ്ഞു!

യൂമ്യൂസ് കടന്നുവരുന്നത് ആദ്യം കണ്ടത് ടെലിമാക്കസ് ആയി രുന്നു; അവൻ കൈവീശി അയാളോട് മുന്നോട്ടുവരാൻ ആവശ്യപ്പെട്ടു. അയാൾ ടെലിമാക്കസ്സിന്നരികിൽ ചെന്നിരുന്നു. പരിചാരകൻ അയാൾക്ക് ഭക്ഷണം വിളമ്പിക്കൊടുത്തു. ഒരു വൃദ്ധന്റെ ദയനീയ രൂപത്തിലും കീറി പ്പറിഞ്ഞവേഷത്തിലും ഒഡീസ്സി വടികുത്തിപ്പിടിച്ച് അങ്ങോട്ടുകടന്നു, വാതിൽപ്പടിയിലിരുന്നു. ടെലിമാക്കസ് പന്നിപാലകനെവിളിച്ച് കുട്ടയിൽ നിന്ന് ഒരു കഷണം അപ്പവും രണ്ട് പിടി ഇറച്ചിയുമെടുത്ത് കൊടുത്തു പറഞ്ഞു:

"ഇത് ആ അപരിചിതന് കൊടുക്കുക. അയാളോട് എല്ലാ വിവാ ഹാർത്ഥികളുടെയും അടുത്തുപോയി ഭിക്ഷയാചിക്കാൻ ഞാൻ നിർദ്ദേ ശിക്കുന്നു എന്നും പറയുക. ലജ്ജയും ദാരിദ്ര്യവും ഒന്നിച്ച് ശയിക്കുന്നവ രാണ്."

ഇതുകേട്ട് പന്നിപാലകൻ നടന്നുചെന്ന് തറപ്പിച്ചുപറഞ്ഞു. ഇത് ടെലെമാക്കസ് തന്നതാണ്. അപരിചിതാ, നിങ്ങൾ എല്ലാ വിവാഹാർത്ഥികളുടെ അടുത്തും ചെന്ന് ഭിക്ഷ യാചിക്കണമെന്ന് ടെലെമാക്കസ് ആവശ്യപ്പെടുന്നു. ലജ്ജാശീലം യാചകർക്ക് ദുരിതം സൃഷ്ടിക്കും."

ഒഡീസ്സി ഉറക്കെ പ്രാർത്ഥിച്ചു. "അല്ലയോ സ്യൂസ് ദേവാ, ഈ ഭൂമിയിൽ ടെലെമാക്കസിനെ സന്തോഷവാനായി കാത്തുരക്ഷിക്കേണമേ, അവന്റെ ഹൃദയാഭിലാഷം ഉറപ്പുവരുത്തേണമേ."

അദ്ദേഹം ഭക്ഷണം ഇരുകൈകളും നീട്ടി വാങ്ങി, തന്റെ മാറാപ്പിൽ വെച്ച് അവിടെ ഇരുന്നുതന്നെ അത് കഴിച്ചു. അപ്പോൾ ഗാനാലാപനം നടന്നുകൊണ്ടിരുന്നു. ഭക്ഷണം കഴിച്ചപ്പോഴേക്കും പാട്ട് അവസാനിച്ചിരുന്നു. വിവാഹാർത്ഥികളുടെ ആരവം ഹാളിൽ മുഴങ്ങി. അപ്പോൾ എഥീനിദേവിയുടെ ആത്മാവ് ഒഡീസ്സിയെ സന്ദർശിച്ച് മറ്റുള്ളവരോട് ഭക്ഷണം ഇരന്ന് വാങ്ങാനായി പ്രേരിപ്പിച്ചു. നീതിയുള്ളവരേയും നീതിരഹിതരേയും അപ്രകാരം വേർതിരിച്ചറിയാൻ കഴിയും.

അതനുസരിച്ച്, അദ്ദേഹം വലതുവശത്തേക്ക് തിരിഞ്ഞ് ഒരു പരിശീലനം നേടിയ ഭിക്ഷക്കാരനെപ്പോലെ കൈനീട്ടി ഓരോരുത്തന്റെയും മുന്നിലെത്തി. സഹാനുഭൂതി തോന്നിയവർ ഭിക്ഷ നല്കി. എന്നാൽ, ഇവൻ ആരാണന്നവർ ആശ്ചര്യപൂർവ്വം പരസ്പരം ചോദിച്ചു. അപ്പോൾ ആട്പാലകനായ മെലാന്തിയസ് ഉറക്കെ വിളിച്ചുപറഞ്ഞു "ഞാൻ പറയുന്നത് കേൾക്കുക. നമ്മുടെ മഹത്തായ രാജ്ഞിയുടെ വിവാഹാർത്ഥികളെ, ഞാൻ മുമ്പ് കണ്ടിട്ടുള്ള ഈ അപരിചിതനെ കുറിച്ച് പറയാം. ആ പന്നിപാലകനാണ് അയാളെ ഇങ്ങോട്ടു കൊണ്ടുവന്നത്. അവൻ ആരാണെന്നോ, എന്ത് ചെയ്യുന്നെന്നോ എനിക്കറിയില്ല."

ഈ വാർത്ത് ആന്റിനസ്സിനെ കുപിതനാക്കി. അവൻ യൂമ്യൂസിനോട് അട്ടഹസിച്ചു. "അതിനിന്ദ്യനായ പന്നിപാലകാ, എന്തിനാണ് ഈ സാധനത്തെ പട്ടണത്തിലേക്ക് കൊണ്ടുവന്നത്? നമുക്കിവിടെ ആവശ്യത്തിലേറെ തെണ്ടികളും ദരിദ്രരും ഉണ്ടല്ലോ. ഇവർ ഇങ്ങനെ കറങ്ങിനടന്ന് നിന്റെ യജമാനന്റെ വസ്തുക്കൾ തിന്നു മുടുക്കുന്നതിന് നീ കൂട്ടുനില്ക്കുകയാണോ?

യൂമ്യൂസ് മറുപടി നല്കി. "എന്തൊരു സങ്കുചതമായ പ്രഭാഷണം, ആന്റിനസ് പ്രഭു. ഒരു സർഗ്ഗശക്തിയുള്ളവനെയല്ലാതെ ഒരു പ്രവാചകനോ, വൈദ്യനോ, ശില്പിയോ സംഗീതജ്ഞനോ മറ്റാരെയെങ്കിലും ഒരാൾ വീട്ടിലേക്ക് ക്ഷണിക്കുമോ? അത്തരം ആളുകളെ ലോകത്തിലുള്ളവർക്കെല്ലാം ആവശ്യമാണ്. എന്നാൽ യാചകർ? അവരെ ആര് ക്ഷണിക്കാനാണ്? ഒഡീസ്സിയുടെ ഭൃത്യന്മാർക്കെതിരെ എപ്പോഴും പരുഷമായി പെരുമാറുന്ന വിവാഹാർത്ഥിയാണ്, നിങ്ങൾ, പ്രത്യേകിച്ച് എനിക്കെതിരെ. എന്നിട്ടും ശാന്തയായ പെനെലോപും ദൈവം പോലുള്ള ടെലെമാക്കസും ഈ കൊട്ടാരത്തിൽ ഉള്ളിടത്തോളം കാലം ഞാൻ ആവലാതിപ്പെടുകയില്ല."

ടെലെമാക്കസ് യുമ്യൂസിനെ ശാന്തനാക്കി. "ശാന്തനാകൂ യൂമ്യൂസ്. ഒരിക്കലും ആന്റിനസ്സുമായി വാഗ്വാദത്തിന് നില്ക്കരുത്. നമ്മുടെ നേരെ കോപിച്ച് ചാടി ആ സംഘത്തെ ക്ഷോഭിപ്പിക്കുകയാണവിന്റെ രീതി." പിന്നെ ആന്റിനസ്സിനോടായി പറഞ്ഞു "ആന്റിനസ്, ഒരച്ഛന് മകനോട് തോന്നുന്നതുപോലുള്ള സ്നേഹം കൊണ്ടാണോ നിങ്ങൾ ഈ അപരിചിതനെ തന്നിഷ്ടപ്രകാരം എന്റെ വീട്ടിൽ നിന്ന് പുറത്താക്കാനാഗ്രഹിക്കുന്നത്? അങ്ങനെ സംഭവിക്കാതിരിക്കട്ടെ. അതിനുപകരം നിങ്ങൾ സ്വയം എന്തെങ്കിലും എടുത്ത് അയാൾക്ക് കൊടുക്കുക. ഞാൻ നിർബ്ബന്ധിക്കുകയാണ്. ഉത്തരവിടുകയാണ്. ശരിക്കും നിങ്ങൾക്ക് സ്വന്തം തീറ്റയിൽ മാത്രമേ താല്പര്യമുള്ളൂ. ഒരു അപ്പക്കഷണം പോലും മറ്റൊരാൾക്ക് കൊടുക്കുകയില്ല!"

ആന്റിനസ് തിരിച്ചടിച്ചു. "ടെലെമാക്കസ്, അന്തസ്സും അഹങ്കാരവുമാണ് നിന്റെ നാവിലൂടെ പ്രവഹിക്കുന്നത്. ഞാൻ നല്കാൻ പോകുന്നത് മറ്റെല്ലാ വിവാഹാർത്ഥികളും നല്കിയാൽ അവന് മൂന്നു മാസത്തേക്ക് ഈ വീട്ടിൽ വരേണ്ടിവരില്ല."

ഇത്രയും പറഞ്ഞ് മേശയ്ക്കടിയിൽ നിന്ന് തന്റെ കാൽവെച്ചിരുന്ന സ്റ്റൂൾ എടുത്ത് ആ യാചകനെ എറിയാൻ തയ്യാറെടുത്തു നിന്നു.

എന്നാൽ മറ്റെല്ലാവരും ഒഡീസ്സിക്ക് നല്ല സമ്മാനങ്ങൾ നല്കി. അയാളുടെ ഭാണ്ഡം മാംസവും അപ്പവും കൊണ്ട് നിറഞ്ഞു. ആ യാചകൻ ആന്റിനസ്സിന്റെ മുഖത്ത് നോക്കി നേരിട്ട് ഭിക്ഷ യാചിച്ചുകൊണ്ടിരുന്നു. "ഭിക്ഷ, എന്റെ കാരുണ്യവാനായാ പ്രഭോ; നിങ്ങൾ അക്കായിയന്മാരിലെ ഏറ്റവും താഴ്ന്നവനല്ല, ഏറ്റവും ഉന്നതനായിട്ടാണ് എനിക്ക് തോന്നുന്നത്. അതുകൊണ്ട് നിങ്ങൾ ആണ് എനിക്ക് മറ്റുള്ളവരേക്കാളേറെ ഭിക്ഷ തരേണ്ടത്. അപ്പോൾ ഞാൻ നിങ്ങളെക്കുറിച്ച്, ഞാൻ സഞ്ചരിക്കുന്ന രാജ്യങ്ങളിലെല്ലാം വാഴ്ത്തിപ്പാടും. ഒരു കാലത്ത് എനിക്കും സ്വന്തമായൊരു വീടുണ്ടായിരുന്നു. സ്വത്തുണ്ടായിരുന്നു, അനേകം ഭൃത്യന്മാരുണ്ടായിരുന്നു. അന്തസ്സായി ജീവിക്കാനുള്ള എല്ലാ സുഖസൗകര്യങ്ങളുമുണ്ടായിരുന്നു. എല്ലാതരം അനാഥർക്കും ദാനധർമ്മങ്ങൾ നല്കുന്നത് എന്റെ ഒരു ശീലമായിരുന്നു. എന്നാൽ സ്യൂസ് ദേവൻ എന്നെ തോലുരിച്ചു- തീർച്ചയായും സ്യൂസ് തന്നെയാണത് ചെയ്തത്. അദ്ദേഹം എന്നെ കടൽക്കൊള്ളക്കാരോടൊപ്പം ദൂരെയുള്ള ഈജിപ്തിലേക്ക് ചുറ്റിത്തിരിയാൻ വിട്ടു. അപകടത്തിൽപ്പെടുകയും ചെയ്തു. ഈജിപ്തിലെ വലിയ നദിയിൽ എന്റെ കപ്പലുകളെ ഞാൻ നിർത്തി. രക്ഷാഭടന്മാരെ കാവലിനായി കപ്പലുകളിൽ നിയോഗിച്ചു. ചാരന്മാരെ കരയിലേക്കയച്ചു. എന്നാൽ അവർ നാട്ടിൻപുറത്ത് ചെന്ന് കൊള്ളയടിക്കാനും അവിടത്തെ ആളുകളെ കൊല്ലാനും അവരുടെ സ്ത്രീകളെ തട്ടിക്കൊണ്ടു പോരാനും തുടങ്ങി. ആ നാട്ടുകാർ അപായ ധ്വനി മുഴക്കി. ഞങ്ങൾക്കെതിരെ സൈന്യം ഇറങ്ങി. എന്റെ അനുയായികൾ പരിഭ്രമിച്ച് ഓടി. അവർ പിടിക്കപ്പെട്ടു, തടവുകാരാക്കപ്പെട്ടു. നിരവധിപേർ കൊല്ലപ്പെട്ടു; എന്നാൽ എന്റെ വിധി മറ്റൊ

ന്നായിരുന്നു. ഈജിപ്തുകാർ എന്നെ സൈപ്രസ്സിലേക്ക്, അവിടത്തെ കരുത്തനായ രാജാവ്, ഡിമിറ്ററിനുള്ള സമ്മാനമായി അയച്ചു. അന്ന് സന്ദർഭവശാൽ അദ്ദേഹം അവരോടൊപ്പം ഉണ്ടായിരുന്നു. സൈപ്രസ്സിൽ നിന്നാണ് ഈ പരിതാപകരമായ നിലയിൽ ഞാൻ നിങ്ങളുടെ അടുത്തെത്തിയത്!"

ആന്റിനസ് കോപത്തോടെ ഗർജ്ജിച്ചു. "നമ്മുടെ സദ്യയുടെ ആഹ്ലാദം നശിപ്പിക്കാൻ വേണ്ടി എന്ത് പകർച്ച വ്യാധിയെയാണ് ഇവിടെ കൊണ്ടുവന്നിരിക്കുന്നത്? പോകൂ. സ്ഥലം കാലിയാക്കൂ. അവിടെ ചെന്ന് നില്ക്കൂ. എന്റെ മേശയ്ക്ക് മുന്നിൽനിന്ന് പോകൂ. അല്ലെങ്കിൽ നീ വീണ്ടും വൃത്തികെട്ട ഈജിപ്തും, അതിനേക്കാൾ മോശമായ സൈപ്രസും വീണ്ടും കാണും! അധിക പ്രസംഗിയായ പിച്ചക്കാരൻ! നാണമില്ലാതെ എല്ലാവരേയും സന്ദർശിച്ച് ഭിക്ഷ യാചിക്കുന്നു, അവരാണെങ്കിൽ അശ്രദ്ധയോടെ കോരിക്കൊടുക്കുന്നു. എന്തുകൊണ്ടെന്നാൽ അത് മറ്റൊരുവന്റെ മുതൽ ആണല്ലോ. ഇനിയും ധാരാളം ബാക്കിയുണ്ട്!"

ഒഡീസ്സി അല്പം പിന്മാറിക്കൊണ്ട് പറഞ്ഞു. "നിങ്ങളുടെ രൂപവും പാരമ്പര്യ സിദ്ധമായ സംസ്കാരവും താരതമ്യപ്പെടുത്തുമ്പോൾ എനിക്ക് ദുഃഖം തോന്നുന്നു. നിങ്ങൾ മറ്റുള്ളവന്റെ വീട്ടിൽ ഇരുന്നു കഴിക്കുന്ന വിഭവസമൃദ്ധമായ ആഹാരത്തിൽ നിന്ന് ഒരു അപ്പക്കഷണം തരുന്നില്ലെങ്കിൽ, സ്വന്തം വീട്ടിൽ നിന്ന് ഒരു നുള്ള് ഉപ്പ് പോലും നിങ്ങൾ ഒരു യാചകന് കൊടുക്കില്ലല്ലോ."

ഇതുകേട്ട് ആന്റിനസ് കോപം കൊണ്ട് ജ്വലിച്ചു. ദുഷ്ടലാക്കോടെ അയാൾ അവനെ നോക്കി. "നിന്റെ ധിക്കാരം നിറഞ്ഞ വാക്കുകൾ നിന്നെ നല്ല നിലയിൽ ഈ ഹാളിൽ നിന്ന് പുറത്ത് വിടുമെന്ന് തോന്നുന്നില്ല." ഇത്രയും പറഞ്ഞ് അയാൾ തന്റെ കാൽ വെക്കുന്ന സ്റ്റൂൾ എടുത്ത് ആ യാചകനു നേരെ വീശി എറിഞ്ഞു. അതവന്റെ വലത് തോളിൽ ചെന്ന് പതിച്ചു.

ഒഡീസ്സി പാറപോലെ ഉറച്ചു നിന്നു; അദ്ദേഹം തല ആട്ടുക മാത്രം ചെയ്തു. മനസ്സിനുള്ളിൽ അദ്ദേഹം കുപിതനായിരുന്നു. അദ്ദേഹം നേരെ വാതിൽപ്പടിയിൽ ചെന്നിരുന്നു; ഭാണ്ഡം നിലത്തുവെച്ച് ഇപ്രകാരം പറഞ്ഞു. "കേൾക്കുക രാജ്ഞിയുടെ വിവാഹാർത്ഥികളെ, ഞാനെന്റെ മനസ്സ് തുറക്കുകയാണ്. ഒരു യുദ്ധത്തിൽ മുറിവേല്ക്കുന്നതിൽ ദുഃഖമോ തീരാ പകയോ ഇല്ല. അവിടെ ഒരു മനുഷ്യൻ തന്റെ സ്വത്തിനെയോ കന്നുകാലിക്കൂട്ടത്തെയോ സംരക്ഷിക്കാനാണ് പൊരുതുന്നത്. എന്നാൽ ഇവിടെ ആന്റിനസ് എന്റെ വയറ്റിപ്പിഴപ്പിന്റെ പേരിലാണ് എന്നെ ആക്രമിച്ചത്. പാവങ്ങൾക്കുവേണ്ടി ദൈവങ്ങളോ പ്രതികാരം ചെയ്യുന്നവരോ ഉണ്ടെങ്കിൽ അയാളുടെ വിവാഹദിനത്തിനുമുമ്പ് മൃത്യു അയാളെ കീഴ്പ്പെടുത്തട്ടെ."

അപ്പോൾ ആന്റിനസ് പറഞ്ഞു. "നീ അവിടെ മിണ്ടാതിരുന്ന് കിട്ടിയ ആഹാരം കഴിക്കൂ. അല്ലെങ്കിൽ ശാന്തനാകൂ; ഇവിടെയുള്ളവർ നിന്നെ ശിക്ഷിക്കാനിടവരാതിരിക്കട്ടെ. നിന്നെ അവർ കൈയും കാലും പിടിച്ചു

വലിച്ചിഴച്ച് വീടിന് പുറത്തേക്ക് വലിച്ചെറിയും. ശരീരം മുഴുവൻ കീറിമുറിക്കും-" എന്നാൽ സത്യത്തിൽ ആ സംഘത്തെ ആന്റിനസ് വല്ലാതെ പ്രകോപിപ്പിച്ചിരുന്നു. യുവപ്രഭുക്കന്മാർ ഓരോരുത്തരായി അവനോട് പ്രതിഷേധം പ്രകടിപ്പിച്ചു. അവർ ഇപ്രകാരം പറഞ്ഞു "ഈ നിർഭാഗ്യവാനായ അനാഥനെ നീ പ്രഹരിച്ചത് ഒരു പാപകർമ്മമാണ്, ആന്റിനസ്സ്, അത് തീർച്ചയായും നിന്റെ വിധിയെ വിലക്കും. കാരണം മുകളിൽ ഒരു ദൈവം ഉണ്ടെന്നോർക്കണം. ഈ ദൈവങ്ങൾ എപ്പോഴും വേഷപ്രച്ഛന്നരായി വിദേശ സഞ്ചാരികളുടെ രൂപത്തിൽ മനുഷ്യരുടെ നന്മയും തിന്മയും കുറിച്ചെടുക്കാനായി നമ്മുടെ വാസസ്ഥലത്തിലൂടെ ചുറ്റിക്കറങ്ങാറുണ്ടെന്ന വസ്തുത പറയേണ്ടതില്ലല്ലോ."

എന്തായാലും മറ്റുള്ളവരുടെ പ്രതിഷേധത്തെ ഒഡീസ്സി കയറിപ്പിടിച്ചില്ല. ടെലിമാക്കസ് ആകട്ടെ, ആന്തരികമായി വല്ലാതെ ക്രുദ്ധനായിരുന്നെങ്കിലും അച്ഛൻ ആക്രമിക്കപ്പെട്ടത് നിശ്ശബ്ദം സാക്ഷ്യം വഹിച്ചു! അവനും മിണ്ടാതെ തല ആട്ടുകമാത്രം ചെയ്തു.

ആ മനുഷ്യനെ അതിഥി ഹാളിൽവെച്ച് പ്രഹരിച്ചു എന്ന് പെനെലോപ് കേട്ടപ്പോൾ അവൾ പരിചാരികമാരോട് വിളിച്ചുപറഞ്ഞു "ഓഹ്, മഹാനായ വില്ലാളി വീരൻ അപ്പോളോ യാചകനെ നീ പ്രഹരിച്ചതുപോലെ നിന്നെയും പ്രഹരിക്കും ആന്റിനസ്!"

മാതൃതുല്യയായ യൂറിനോമി പറഞ്ഞു "നമ്മുടെ പ്രാർത്ഥനകൾ സ്വീകരിച്ചിട്ടുണ്ടെങ്കിൽ ഒരിക്കലും അവരിലൊരുവൻ അടുത്ത പ്രഭാതം കാണുകയില്ല."

പെനെലോപ് അവളോട് പറഞ്ഞു. "ആഹ്! അമ്മേ, അവർ എല്ലാവരും ഒരുപോലെ വെറുക്കപ്പെട്ടവരാണ്. അവരുടെ മോഹങ്ങൾ ദുഷിച്ചതാണ്. എന്നാൽ ആന്റിനസിന് വധശിക്ഷയാണ് കൊടുക്കേണ്ടത്. ഒരു ദരിദ്രനായ അപരിചിതൻ ആവശ്യകതമൂലം വീട്ടിൽ വന്ന് യാചിക്കുന്നു, എല്ലാവരും അയാൾക്ക് എന്തെങ്കിലും കൊടുത്ത് അയാളുടെ ഭാണ്ഡം നിറയ്ക്കുന്നു,. ഒടുവിൽ അയാൾ ആന്റിനസ്സിന്റെ അടുത്ത് ചെന്നപ്പോൾ അവൻ തന്റെ സ്റ്റൂൾ എടുത്ത് അയാളുടെ വലത് തോളിനു താഴെ എറിയുന്നു."

തന്റെ മുറിയിൽ കസേരയിലിരുന്നുകൊണ്ട് സ്വന്തം പരിചാരികമാരോട് ഇപ്രകാരം പെനെലോപ് പറഞ്ഞുകൊണ്ടിരിക്കവെ, ഒഡീസ്സി ആഹാരം കഴിച്ചുകൊണ്ടിരിക്കയായിരുന്നു. അപ്പോൾ അവൾ പന്നിപാലകനെ വിളിച്ചുപറഞ്ഞു. "നല്ലവനായ യൂമ്യൂസ്, എന്റെ ഹൃദയംഗമമായ അഭിവാദ്യം സ്വീകരിക്കാനായി ആ അപരിചിതനോട് ഇങ്ങോട്ടുവരാനായി ആവശ്യപ്പെടുക; അയാൾ ഒഡീസ്സിയെക്കുറിച്ച് എന്തെങ്കിലും കേട്ടിട്ടുണ്ടോ എന്ന് അന്വേഷിക്കണം. ഒരുപക്ഷേ, കണ്ടിട്ടുണ്ടാകും. കാരണം ധാരാളം യാത്ര ചെയ്തിട്ടുള്ള ഒരു സഞ്ചാരിയാണയാൾ എന്നു തോന്നുന്നു."

അതിന് യുമ്യൂസ് ഇപ്രകാരം മറുപടി നല്കി. "അല്ലയോ രാജ്ഞി ഈ അക്കായിയന്മാർ അങ്ങേക്ക് ഒരു നിമിഷത്തേക്കെങ്കിലും മനസ്സമാ

ധാനം തന്നെങ്കിൽ! അയാളുടെ കഥകൾ അങ്ങയെ എന്തുമാത്രം വശീകരിക്കുമെന്നോ! ഞാൻ അയാളെ എന്നോടൊപ്പം മൂന്നു രാവും പകലും താമസിപ്പിച്ചു. കാരണം കപ്പലിൽനിന്ന് രക്ഷപ്പെട്ടശേഷം അദ്ദേഹം നേരെ എന്റെ അടുത്തേക്കാണ് വന്നത്. എന്നിട്ടും, തന്റെ കാലക്കേടിന്റെ കഥ അയാൾക്ക് പറഞ്ഞുതീർക്കാൻ കഴിഞ്ഞില്ല. മന്ത്രശക്തിയാലെന്നപോലെ മയക്കി അയാൾ എന്നെ തീച്ചൂളയ്ക്കടുത്തിരുത്തി കഥ പറഞ്ഞുകൊണ്ടേയിരുന്നു. അനന്തമായി ആ കഥ പറച്ചിൽ തുടരട്ടെ എന്ന് ഞാൻ മോഹിച്ചുപോയി! ദൈവീകകഴിവുകളുള്ള ഗായകകവികളുടെ ഗാനങ്ങൾ അവസാനിക്കാതിരിക്കട്ടെ എന്ന് പ്രേക്ഷകർ ആശിക്കുന്നതുപോലെ.!

ഒഡീസ്സിയുടെ കുടുംബവുമായി പരിചയമുണ്ടെന്നയാൾ അവകാശപ്പെടുന്നു. മിനോസിലെ ഒരു ക്രീറ്റൻ വംശം; ഇവിടെ എത്തുന്നതുവരെ ലോകം മുഴുവൻ ചുറ്റിക്കറങ്ങാൻ ഇടവന്ന ഒരു നിർഭാഗ്യവാൻ. ഈയിടെയായി അയാൾ ഒഡീസ്സിയെക്കുറിച്ച് കേട്ടിരുന്നു എന്നയാൾ പറയുന്നു, സമ്പന്നമായ തെസ്പോഷ്യൻ നാട്ടിൽവെച്ച്. ജീവനോടെ ഇരിക്കുന്നു, എല്ലാതരം അമൂല്യസമ്പത്തും അദ്ദേഹം വീട്ടിലേക്ക് കൊണ്ടുവരുന്നുണ്ട്."

അപ്പോൾ പെനെലോപ് ഉറക്കെ വിളിച്ചുപറഞ്ഞു. "അയാള പെട്ടെന്ന് കൊണ്ടുവരിക; അയാൾ തന്നെ എന്നോടിത് നേരിട്ട് പറയട്ടെ; മറ്റുള്ളവർ നമ്മുടെ ഗേറ്റിലോ വീട്ടിലോ ഇരുന്ന് പരമാവധി തിന്നും കുടിച്ചും ആസ്വദിക്കട്ടെ. അവരുടെ വീട്ടിൽ സ്വന്തം സ്വത്തെല്ലാം ഭദ്രമാക്കി വെച്ച് വീട്ടുകാർ മാത്രം അപ്പവും വീഞ്ഞും കഴിക്കുന്നു. അതേസമയം നമ്മുടെ കാളകളേയും ചെമ്മരിയാടുകളേയും കോലാടുകളേയും കശാപ്പ് ചെയ്തും നമ്മുടെ വിലപിടിച്ച വീഞ്ഞ് കുടിച്ചും അവർ മദിരോത്സവം നടത്തുന്നു. ദിവസവും അവർ നമ്മെ ഇപ്രകാരം വേട്ടയാടിക്കൊണ്ടിരിക്കുന്നു. നമ്മുടെ സ്വത്ത് മുഴുവൻ നശിക്കാൻ പോകുകയാണ്; അതിനെ നാശത്തിൽനിന്ന് രക്ഷിക്കണമെങ്കിൽ ഒഡീസ്സിയെപ്പോലൊരാൾ ആവശ്യമാണ്. ആഹ്, അദ്ദേഹം നാട്ടിൽ തിരിച്ചെത്തിയെങ്കിൽ! എത്രവേഗമായിരിക്കും അദ്ദേഹവും അദ്ദേഹത്തിന്റെ മകനും ഈ മനുഷ്യരുടെ നിഷ്ഠുരമായ കൈയേറ്റങ്ങൾക്ക് തിരിച്ചടി നല്കുക!"

ഈ വാക്കുകൾ രാജ്ഞിയുടെ ചുണ്ടിൽനിന്ന് വീണ് കഴിയുമ്പോഴേക്കും ടെലെമാക്കസ് ഭയങ്കര ശബ്ദത്തിൽ തുമ്മി; ആ തുമ്മൽ വീട് മുഴുവൻ മാറ്റൊലിക്കൊണ്ടു! പെനെലോപ് പൊട്ടിച്ചിരിച്ചു. അപ്പോൾ അവൾ ധൃതിയിൽ യുമ്യൂസിനോട് ആവർത്തിച്ചു. "ഇപ്പോൾത്തന്നെ ആ അപരിചിതനെ വിളിച്ചു കൊണ്ടുവരൂ. ആ തുമ്മൽകൊണ്ട് എപ്രകാരമാണ് എന്റെ മകൻ ഞാൻ പറഞ്ഞതെല്ലാം സ്ഥിരീകരിച്ചതെന്ന് നിങ്ങൾ കേട്ടില്ലേ? അത് വിവാഹാർത്ഥികളെ സംബന്ധിച്ചിടത്തോളം പാതി നടപടിയല്ല; ഒരോ വ്യക്തിയുടെയും മരണമാണ്. ഇതുംകൂടി ഓർത്തുവെക്കുക. അയാൾ പറയുന്നത് സത്യമാണെന്ന് ഞാൻ കണ്ടെത്തിയാൽ അയാളെ ഏറ്റവും മനോഹരമായ ഷർട്ടും മേലങ്കിയും ഞാൻ ധരിപ്പിക്കും."

ഉടനെ ആ സന്ദേശം നല്കാനായി പന്നിപാലകൻ പോയി; ആ യാച

കനരികിൽ ചെന്ന് പറഞ്ഞു. "അഭിവന്ദ്യവനായ നവാഗതാ, ടെലെമാക്കസ്സിന്റെ ബുദ്ധിമതിയായ അമ്മ, പെനെലോപ് നിങ്ങളെ വിളിക്കുന്നു. ഇത്രയും കാലം ഭർത്താവിനുവേണ്ടി കഷ്ടപ്പാടുകൾ സഹിച്ച ആ മഹതി തന്റെ നാഥനെക്കുറിച്ച് ചോദിച്ചറിയാനാഗ്രഹിക്കുന്നു. നിങ്ങളുടെ ഉദ്ദേശശുദ്ധി അവർ അംഗീകരിച്ചാൽ നിങ്ങൾക്ക് ആവശ്യമായ വസ്ത്രങ്ങളെല്ലാം രാജ്ഞി തരും. നിന്നെ പട്ടണത്തിൽ ഭിക്ഷയാചിക്കാനായി വിടുകയും ചെയ്യും; സമ്പന്നരായവർക്കിടയിൽ പോയി ഭിക്ഷാടനം നടത്തി നിങ്ങൾക്ക് വയർ നിറയ്ക്കാം."

ഒഡീസ്സി മറുപടി നല്കി. "എനിക്കറിയാവുന്നതെല്ലാം ഞാൻ പെനെലോപ്പിനോട് ഉടനടി പറയാം. ഒഡീസ്സിയെക്കുറിച്ച് എനിക്ക് ഒരുപാട് കാര്യങ്ങൾ അറിയാം, തന്റെ കൂട്ടുകാരോടൊപ്പം സഹിച്ച എല്ലാ നിർഭാഗ്യങ്ങളെക്കുറിച്ചും അറിയാം. എന്നാൽ, ഈ ധിക്കാരികളായ വിവാഹാർത്ഥികളുടെ കോപം എനിക്ക് പേടിയാണ്. ഞാൻ യാതൊരു ശല്യവും ചെയ്യാതെ വീട്ടിലൂടെ നടക്കവെ ആ മനുഷ്യൻ എന്നെ ശക്തമായി പ്രഹരിച്ചു. ടെലെമാക്കസ്സോ മറ്റേതെങ്കിലും വ്യക്തിയോ എന്നെ രക്ഷിച്ചില്ല. അതുകൊണ്ട് പെനെലോപ് തന്റെ ആകാംക്ഷയ്ക്ക് കടിഞ്ഞാൺ ഇട്ട് സൂര്യൻ അസ്തമിക്കുന്നതുവരെ മുകളിൽ കാത്തിരിക്കട്ടെ. പിന്നെ തീച്ചൂളക്കരികിൽ അവൾ എനിക്കൊരു ഇരിപ്പിടം തയ്യാറാക്കട്ടെ- ഞാൻ ആദ്യമായി നിങ്ങളുടെ അടുത്തുവന്നതുമുതൽ എന്റെ വസ്ത്രങ്ങൾ കീറിപ്പറിഞ്ഞതാണെന്ന് നിങ്ങൾക്കറിയാമല്ലോ.- ഞാൻ വരുമ്പോൾ ഭർത്താവിന്റെ തിരിച്ചുവരവിനെക്കുറിച്ചും മറ്റുമുള്ള കാര്യങ്ങൾ അവൾക്കെന്നോട് ചോദിക്കാം."

ആ സന്ദേശവുമായി പന്നിപരിപാലകൻ തിരിച്ചുപോയി. എന്നാൽ അയാൾ പൂമുഖത്തേക്ക് കയറുമ്പോഴേക്കും പെനെലോപ് വിളിച്ചു ചോദിച്ചു. "അയാളെ കൊണ്ടുവന്നില്ലേ, യൂമ്യൂസ്? ആ നാടുതെണ്ടിക്ക് എന്തിന്റെ അസുഖമാണ്? അയാൾ ആരെയെങ്കിലും വല്ലാതെ പേടിക്കുന്നുണ്ടോ. അതോ കൊട്ടാരം അയാളെ പേടിപ്പിക്കുന്നോ? ഭീരുവായൊരു മനുഷ്യൻ ദയനീയനായൊരു യാചകനായിരിക്കും."

യൂമ്യൂസ് മറുപടി നല്കി. "അയാൾ പറയുന്നത്, ഈ ഭീഷണിപ്പെടുത്തുന്നവരുടെ ആക്രമണം ഒഴിവാക്കുക എന്നു മാത്രമാണ്. സൂര്യാസ്തമയംവരെ കാത്തിരിക്കുവാനയാൾ ഭവതിയോട് ആവശ്യപ്പെടുന്നു. അങ്ങ് അയാളെ ഒറ്റയ്ക്ക് ചോദ്യം ചെയ്ത് വാർത്തകൾ കേൾക്കുന്നതാണ് രാജ്ഞീ അങ്ങേക്ക് ഗുണകരം."

ബുദ്ധിമതിയായ പെനെലോപ് പറഞ്ഞു. "ഒരുപക്ഷേ, ആ അപരിചിതന്റെ മുന്നറിയിപ്പായിരിക്കാം ശരി. തീർച്ചയായും ജീവിച്ചിരിക്കുന്ന മനുഷ്യരിൽ വെച്ച് ഈ വിവാഹാർത്ഥികളായിരിക്കാം ഏറ്റവും നിഷ്ഠുരരും അതിരുവിട്ട് പെരുമാറുന്നവരും." രാജ്ഞി അഭിപ്രായപ്പെട്ടു. പന്നിപാലകനും തനിക്ക് പറയാനുള്ളതെല്ലാം പറഞ്ഞു.

അയാൾ വിവാഹാർത്ഥികളുടെ കൂട്ടത്തിലേക്ക് തിരിച്ചുചെന്ന് ആരും

കേൾക്കാത്ത വിധത്തിൽ ടെലെമാക്കസ്സിന്റെ കാതിൽ മന്ത്രിച്ചു. "പ്രിയപ്പെട്ടവനെ, ഞാൻ പോകുകയാണ്. എനിക്ക് പന്നികളുടെ കാര്യങ്ങൾ നോക്കാനുണ്ട്. എന്റെയും അങ്ങയുടെയും ഉപജീവനമാർഗ്ഗം ആണത്. നിങ്ങളെ ഇവിടത്തെ കാര്യങ്ങൾ നടത്തുന്നവനായി ഞാൻ വിട്ടുപോകുന്നു. എന്നാൽ നിങ്ങളുടെ ആദ്യ താല്പര്യം സ്വന്തം സുരക്ഷ ഉറപ്പു വരുത്തലാണ്. ഈ അക്കായിയൻ ജനക്കൂട്ടം നിങ്ങൾക്ക് എല്ലാവിധ തിന്മകളും ആഗ്രഹിക്കുന്നവരാണ്. അവരുടെ ദ്രോഹങ്ങൾ നമ്മളിൽ എത്തുന്നതിനുമുമ്പ് സ്യൂസ് ദേവൻ അവരെ നശിപ്പിക്കട്ടെ!"

ടെലെമാക്കസ് പറഞ്ഞു. "ആമേൻ, പിതാവെ, അത്താഴസമയത്തിനു ശേഷം പോകുക. നാളെ അതിരാവിലെ ആരോഗ്യമുള്ള മൃഗങ്ങളെ ബലി അർപ്പിക്കാനായി കൊണ്ടുവരിക. അനശ്വര ദൈവങ്ങളും ഞാനും ഈ ഇടപാട് നിയന്ത്രിച്ചുകൊള്ളാം."

പന്നിപാലകൻ വീണ്ടും തന്റെ ബെഞ്ചിൽ ചെന്നിരുന്ന് മതിയാവോളം മാംസവും മദ്യവും കഴിച്ചു. സൂര്യൻ അസ്തമിക്കുകയായി. അവർ ആഹ്ലാദപൂർവ്വം നൃത്തം വെക്കാനും പാട്ടുപാടാനും തുടങ്ങി. പന്നിപാലകൻ പന്നികളുടെ അടുത്തേക്ക് തിരിച്ചുപോയി.

പതിനെട്ട്

അപ്പോൾ ഒരു പ്രാകൃത മനുഷ്യൻ രംഗത്തെത്തി. ഇഥാക്ക മുഴുവൻ ഇരന്ന് തിന്നുന്ന ഒരു പെരുവയറനാണവൻ. അത്യാർത്തിയോടെ അമിതമായി ആഹാരം വെട്ടിവിഴുങ്ങുന്നവൻ, ലോകത്തിലെ ഏറ്റവും വലിയ വയറൻ, അവൻ തിന്നുന്നതിനും കുടിക്കുന്നതിനും ഒരു പരിധിയില്ല. എന്നിട്ടും അവന്റെ ശരീരത്തിൽ മാംസപേശിയോ ഓജസ്സോ ഇല്ല. ഒരു മാംസപിണ്ഡം! അമായുസ് എന്നായിരുന്നു അവന്റെ അമ്മ അവന് പേരിട്ടിരുന്നതെങ്കിലും എല്ലാവരും അവനെ ഐരുസ് എന്ന പരിഹാസപ്പേരിലാണ് വിളിച്ചിരുന്നത്. കാരണം ആ തെണ്ടി എത്താത്ത ഒരു സ്ഥലവും ഇല്ലായിരുന്നു. ഇപ്പോഴത്തെ അവന്റെ വരവ്, ഒഡീസ്സിയുമായി വഴക്കുണ്ടാക്കി അദ്ദേഹത്തെ സ്വന്തം ഗൃഹത്തിൽനിന്ന് ഓടിക്കാനായിരുന്നു. അങ്ങിനെ ഒരു ഒഴുക്കൻ മട്ടിൽ അവൻ തുടങ്ങി. "പോർച്ചിന് പുറത്ത് കടക്കൂ കിഴവാ, അല്ലെങ്കിൽ നിന്റെ കാലിൽപിടിച്ച് ബലമായി വലിച്ചിഴച്ച് പുറത്തെറിയും. ഇവരെല്ലാവരും കണ്ണിറുക്കി നിന്നെ വലിച്ചെറിയാൻ അനുമതി തന്നത്, നീ കാണുന്നില്ലേ? എന്നാൽ അങ്ങനെ ചെയ്യാനെനിക്ക് ഖേദമുണ്ട്. അതുകൊണ്ട് വേഗം സ്ഥലം വിട്ടോളൂ. ചുമ്മാ അടി വാങ്ങിക്കേണ്ട."

തന്ത്രശാലിയായ ഒഡീസ്സി അവനെ ചൂഴ്ന്നിറങ്ങുന്ന ഒരു നോട്ടം നോക്കി മറുപടി നല്കി. "പ്രഭോ ഞാൻ നിങ്ങളെ ഉപദ്രവിക്കുകയോ നിങ്ങൾക്കെതിരായി ഒരക്ഷരം മിണ്ടുകയോ ചെയ്തില്ലല്ലോ. ഇവർ നിങ്ങൾക്ക് തരുന്ന ഭിക്ഷയെ ഞാൻ എതിർക്കുന്നുമില്ല. അത് എത്ര ഉദാ

രമാണെങ്കിലും! നമ്മൾക്കിരുവർക്കും വന്നുപോകാവുന്നത്ര വിശാലമാണ് ഈ വാതിൽ. എന്നെപ്പോലെ നീയും ഒരു യാചകനാണെന്ന് തോന്നുന്നു. ദൈവത്തെ ആശ്രയിച്ച് കഴിഞ്ഞുകൂടുന്നവൻ. അതുകൊണ്ട് മുഷ്ടി ചുരുട്ടിക്കാണിച്ച് എന്നെ പ്രകോപിപ്പിക്കേണ്ട. ഞാൻ വൃദ്ധനാണെങ്കിലും എന്നെ പ്രകോപിപ്പിച്ചാൽ പ്രായം മറന്ന് ഞാൻ ഇടിച്ച് നിന്റെ നെഞ്ചിൽ നിന്നും വായയിൽ നിന്നും ചോര ചീറ്റിക്കും. അങ്ങനെ നാളെ രാവിലെ എനിക്ക് ഇവിടെ ശാന്തത കൈവരിക്കാൻ കഴിഞ്ഞെങ്കിലോ! ഇനി നീ ഒഡീസ്സിയുടെ വീട്ടിലെ സന്ദർശനം ഒരിക്കലും തുടരുകയുമില്ല." ഇത് ആ നാടുതെണ്ടിയെ കുപിതനാക്കി. അവൻ അലറി. "ഹട്ട്, ഹട്ട്!" ആ കുടവയറൻ പറഞ്ഞു. "ഞാൻ ഇവനെ ശരിപ്പെടുത്തും. അവന്റെ പല്ലുകൾ ഞാൻ അടിച്ചു തെറിപ്പിക്കും. നീ നിന്ദിച്ചോളൂ, ഇവരെല്ലാവരും നമ്മുടെ പോരാട്ടം കാണട്ടെ - നീ ഇത്രയും പ്രായംകുറഞ്ഞ എന്നോട് എങ്ങനെ പിടിച്ചു നില്ക്കാൻ ധൈര്യപ്പെടുമെന്നവർ കാണട്ടെ!"

അപ്രകാരം പൂമുഖവാതിലിൽ വെച്ച് ഇരുവരും പരസ്പരം ശകാര വർഷം ചൊരിഞ്ഞു. അപ്പോഴാണക്കാര്യം ആന്റിനസ് ശ്രദ്ധിച്ചത്, അയാൾ പൊട്ടിച്ചിരിച്ച് മറ്റുള്ളവരോട് വിളിച്ചു പറഞ്ഞു. "എന്റെ പ്രിയസുഹൃത്തുക്കളെ, നമ്മൾക്ക് മുമ്പൊരിക്കലും കൈവന്നിട്ടില്ലാത്ത ഒരു സൗഭാഗ്യം ഇതാ വന്നുചേർന്നിരിക്കുന്നു, ദൈവത്തിൽ നിന്നുമുള്ള യഥാർത്ഥ കായികാഭ്യാസം. ഐറസ്സും നമ്മുടെ അപരിചിതനും മുഷ്ടിയുദ്ധത്തിനായി വെല്ലുവിളിച്ചിരിക്കുന്നു! നമുക്കുടനെ ആ മത്സരം നടത്താം."

അപ്പോൾ പൊട്ടിച്ചിരിച്ചുകൊണ്ടവർ ചാടി എഴുന്നേറ്റു. രണ്ട് വികൃത യാചകരുടെ ചുറ്റും കൂടിനിന്നു. അപ്പോൾ ആന്റിനസ് വിളിച്ചു പറഞ്ഞു. "ഒരു നിമിഷം വിവാഹാർത്ഥികളെ, അവിടെ ആടിന്റെ വയറ്റിൽ കൊഴുപ്പും ചോരയും നിറച്ച് അത്താഴത്തിനായി തീയിൽ പൊരിച്ചുകൊണ്ടിരിക്കയാണ്. ഈ ദ്വന്ദ്വയുദ്ധത്തിൽ ജയിക്കുന്നവൻ നമ്മോടൊപ്പം അത്താഴം കഴിക്കട്ടെ; അവനെ മാത്രമായിരിക്കും ഇനി ഉള്ളിൽ യാചിക്കാൻ അനുവദിക്കുക?"

അയാളുടെ നിർദ്ദേശം അംഗീകരിക്കപ്പെട്ടു. എന്നാൽ തന്ത്രജ്ഞനായ ഒഡീസ്സി പറഞ്ഞു. "സുഹൃത്തുക്കളെ ദുരിതങ്ങളനുഭവിച്ച് ജീവിച്ച ഒരു വൃദ്ധന് ന്യായമായും ഒരു യുവാവിനോട് പോരാടാൻ കഴിയില്ല. എന്റെ വയറ്റിപ്പിഴപ്പാണ് എന്നെ ഈ വെല്ലുവിളി സ്വീകരിക്കാൻ പ്രേരിപ്പിക്കുന്നത്. അതുകൊണ്ട് നിങ്ങൾ എല്ലാവരും എന്നോട് സത്യം ചെയ്യണം. ഐറസിനുവേണ്ടി എന്നോട് ഫൗൾ ചെയ്യരുത്. നിങ്ങൾ എന്നെ പ്രഹരിക്കരുത്. അദ്ദേഹത്തിന്റെ ആഗ്രഹപ്രകാരം എല്ലാവരും സത്യപ്രതിജ്ഞയെടുത്തു. അതിനു ശേഷം ടെലിമാക്കസ് പറഞ്ഞു. "അപരിചിതാ, നിങ്ങളുടെ അന്തസ്സും ചുണയും ഈ മനുഷ്യനോട് പോരാടുവാൻ തയ്യാറാണെങ്കിൽ ഒറ്റ അക്കായിയനെക്കുറിച്ചും നിങ്ങൾ ഉൽക്കണ്ഠപ്പെടേണ്ടതില്ല. ആരെങ്കിലും നിങ്ങളെ പ്രഹരിച്ചാൽ ഈ ജനക്കൂട്ടം മുഴുവൻ അവനുമേൽ ചാടിവീഴും. ഞാൻ നിങ്ങളുടെ ആതിഥേയൻ,

സാക്ഷിയാണ്. ആന്റിനസ് രാജകുമാരനും യൂറിമാക്കസ് രാജകുമാരനും വിധികർത്താക്കളാകുമെന്ന് സമ്മതിക്കുന്നു."

എല്ലാവരും അത് അംഗീകരിച്ചു. ഒഡീസ്സി തന്റെ കീറിപ്പറിഞ്ഞ തുണി തുടയ്ക്ക് മുകളിലേക്ക് ചുരുട്ടിക്കയറ്റിവെച്ചു. എഥീനി ദേവി അവന്റെ അവയങ്ങൾ പുഷ്ടിപ്പെടുത്തി. കരുത്തുറ്റ തുടയും തോളുകളും വിരിഞ്ഞ മാറിടവും ഭുജങ്ങളും കണ്ട് വിവാഹാർത്ഥികൾ ആശ്ചര്യത്തോടെ പരസ്പരം നോക്കി പറഞ്ഞു. "കീറത്തുണിക്കുള്ളിൽ നിന്ന് ഇവൻ പുറത്ത് കാണിച്ച കരുത്തുറ്റ തുടകൾ കണ്ടാലറിയാം നമ്മുടെ കക്ഷി തൽക്ഷണം തന്റെ ദുഷ്പ്രവൃത്തിയുടെ ഫലം അനുഭവിക്കുമെന്ന്" അവരുടെ ഭാവി പ്രവചനം ഐറിസിനെ അടുമുടി വിറപ്പിച്ചു.

ജോലിക്കാർക്ക് അവനെ ഉന്തിത്തള്ളി മുന്നോട്ട് കൊണ്ടുവരേണ്ടി വന്നു. അപ്പോൾ അവന്റെ അവയവങ്ങൾ പേടിച്ച് വിറയ്ക്കുന്നുണ്ടായിരുന്നു! ആന്റിനസ് അവനോട് കർശനസ്വരത്തിൽ പറഞ്ഞു "മറ്റുള്ളവരെ വിരട്ടുന്നവനേ, നീ ചത്തുപോയിരുന്നെങ്കിൽ അല്ലെങ്കിൽ ജനിക്കാതിരിക്കുന്നെങ്കിൽ! കഷ്ടപ്പാടുകൾകൊണ്ട് ശുഷ്കിച്ച ഈ മനുഷ്യനെ കണ്ട് നീ പേടിച്ച് ചാകുമോ! ഞാൻ ഒരു കാര്യം പറയട്ടെ, അത് ഉറപ്പാണ്. അവൻ ദ്വന്ദയുദ്ധത്തിൽ ജയിച്ചാൽ ഞാൻ നിന്നെ ഒരു കപ്പലിൽ കയറ്റി കോണ്ടിനെന്റിലേക്ക് അയക്കും, വിനാശകാരിയായ എക്കെറ്റസ് രാജാവിന്റെ അടുത്തേക്ക്. അദ്ദേഹം തന്റെ കത്തികൊണ്ട് നിന്റെ മൂക്കും കാതുകളും രഹസ്യഅവയവവും മുറിച്ചെടുത്ത് അദ്ദേഹത്തിന്റെ നായകൾക്ക് തിന്നാനായി എറിഞ്ഞുകൊടുക്കും." ആ വാക്കുകൾ അവന്റെ അവയവങ്ങളെ കിടുകിടാ വിറപ്പിച്ചു. എന്തായാലും അവർ അവനെ വലിച്ചിഴച്ച് തുറസ്സായ സ്ഥലത്തേക്ക് കൊണ്ടുപോയി. അവിടെ വെച്ചവർ പോരാടാൻ സന്നദ്ധരായി. ഒഡീസ്സി സ്വയം ആശയക്കുഴപ്പത്തിലായിരുന്നു. ആ യാചകനെ ഒറ്റ അടിക്ക് കൊല്ലണമോ ശക്തമായൊരു പ്രഹരം ഏല്പിച്ച് പുറത്തേക്ക് വലിച്ചുകൊണ്ടുപോയി ഇടേണമോ? ഒടുവിൽ രണ്ടാമത്തേത് മതിയെന്ന് തീരുമാനിച്ചു. അതാണ് ശരി, കൊല്ലേണ്ട; അക്കായിയന്മാർ അത് നന്നായി വീക്ഷിക്കട്ടെ! അങ്ങനെ അവർ കൈപൊക്കിയപ്പോൾ ഐറിസ് ഒഡീസ്സിയുടെ വലത് തോളിൽ ഒരടിവെച്ചുകൊടുത്തു. ഒഡീസ്സി അവനെ കഴുത്തിൽ പിടിച്ചു പൊക്കി ചെകിട്ടത്ത് ആഞ്ഞൊരു ഇടികൊടുത്തു. അവന്റെ താടി എല്ല് തകർന്ന് ചുണ്ടുകളിലൂടെ രക്തം ചീറ്റി. ഭയങ്കരനിലവിളിയോടെ ഐറിസ് നിലംപതിച്ചു. അവൻ മണ്ണ് കപ്പി, കാലിട്ടുപിടച്ച് അവിടെ കിടന്നു. വിവാഹാർത്ഥിപ്രഭുക്കന്മാർ കൈ കൊട്ടിച്ചിരിച്ച് ചാകാറായി. എന്നാൽ ഒഡീസ്സി അവനെ കാലിൽ പിടിച്ച് വലിച്ച് വാതിലിലൂടെ പുറത്ത് കൊണ്ടുപോയി; മുറ്റത്തെ ഗേറ്റിന്നരികിലെ വേലിയിൽ ചാരി ഇരുത്തി. അദ്ദേഹം അവനോട് കടുത്ത രീതിയിൽ പറഞ്ഞു. "ഇവിടെ ഇരുന്ന് നായ്ക്കളോടും പന്നികളോടുമൊപ്പം 'ഉമ്മാക്കി' കളിക്കുക. ഇതിനേക്കാൾ കടുത്ത പ്രഹരം ഇനി കിട്ടാതിരിക്കണമെങ്കിൽ യാചകരാജാവായി വിഡ്ഢിവേഷം കെട്ടാതിരിക്കുക."

പിന്നെ അദ്ദേഹം തന്റെ പഴന്തുണി ഭാണ്ഡം എടുത്ത് തോളിൽ ഞാത്തി ഇട്ട് വാതിൽപ്പടിയിലേക്ക് തിരിച്ചു ചെന്ന് വീണ്ടും ഇരിപ്പുറപ്പിച്ചു. വിവാഹാർത്ഥികൾ ആഹ്ലാദപൂർവ്വം പൊട്ടിച്ചിരിച്ചുകൊണ്ട് ഹാളിലേക്ക് മടങ്ങിപ്പോന്നു. അവർ ഒഡീസ്സിയോട് ഉറക്കെ വിളിച്ചു പറഞ്ഞു. "സ്യൂസ് ദേവനും അദ്ദേഹത്തിന്റെ അനശ്വര ദേവന്മാരും നിന്റെ അഭിലാഷം സഫലീകരിച്ചിരിക്കുന്നു, അപരിചിതാ, കാരണം, നീ ആ വയറ്റുപാപിയായ നാടുതെണ്ടിയുടെ യാചനയ്ക്ക് അന്ത്യം കുറിച്ചിരിക്കുന്നു. ഇപ്പോൾ മനുഷ്യവർഗ്ഗത്തിന്റെ ഏറ്റവും മോശം ശത്രുവായ വൻകരയിലെ എക്കിറ്റസ് രാജാവിന് ഞങ്ങൾ അവനെ വില്ക്കും."

ഈ ശുഭശകുനത്തിൽ ഒഡീസ്സി സന്തോഷിച്ചു. ആന്റിനസ് അദ്ദേഹത്തിന് കൊഴുപ്പും ചോരയും നിറച്ച വലിയ മാംസക്കഷണങ്ങൾ വിളമ്പി. ആംഫിനോമസ് അപ്പവും വീഞ്ഞും നല്കി, അദ്ദേഹത്തിന്റെ ആരോഗ്യത്തിനുവേണ്ടി കുടിച്ചു. "നിന്റെ ആരോഗ്യത്തിന് വേണ്ടി, അഭിവന്ദ്യനായ അപരിചിതാ. ഇനി മുതൽ നിനക്ക് സന്തോഷം ഉണ്ടാകട്ടെ. ഇതുവരെ നീ സഹിച്ച അനേകം ദുഃഖങ്ങൾക്കു പകരം!"

ഒഡീസ്സി മറുപടി നല്കി. "ആംഫിനോമസ്, അങ്ങയുടെ പരിജ്ഞാനം നേടിയ പിതാവിനെ അങ്ങ് അനുസ്മരിപ്പിക്കുന്നു. ഡുലിക്കിയമിന്റെ നിസൂസ് എത്ര പ്രതാപിയും സമ്പന്നനുമാണെന്ന് ഞാൻ കേട്ടിട്ടുണ്ട്. അദ്ദേഹത്തിന്റെ പുത്രനും അദ്ദേഹത്തിന് സമാനമാണെന്ന് ആളുകൾ പറയുന്നു. അതുകൊണ്ട് ഞാനിപ്പോൾ പറയുന്നത് ശ്രദ്ധിച്ചു കേൾക്കുക. ഭൂമി പോറ്റിവളർത്തുന്നവരിൽ മനുഷ്യരേക്കാൾ ദുർബ്ബലനായ മറ്റൊരുജീവിയില്ല. ദൈവം അവന് ഓജസ്സും ശക്തിയും നല്കുമ്പോൾ കഷ്ടകാലം അവനെ ഒരിക്കലും മറികടക്കുകയില്ലെന്നവൻ കരുതുന്നു. എന്നാൽ ദൈവങ്ങൾ അവനെ ദുഃഖത്തിലാഴ്ത്തുമ്പോൾ അവൻ ഹൃദയം കഠിനമാക്കി അത് സഹിക്കുന്നു. ഒരിക്കൽ ഞാൻ സമൂഹത്തിൽ ഉന്നത സ്ഥാനം വഹിക്കേണ്ടവനായിരുന്നു. അച്ഛന്റെയും ബന്ധുക്കളുടെയും മതിമയക്കുന്ന പിന്തുണയിൽ ഞാൻ മാത്രമാണ് അന്തസ്സും ശക്തിയും അനിയന്ത്രിതമായി വളർത്തിയത്! അതുകൊണ്ട് എല്ലാവരും ഇതൊരു ഉദാഹരണമായി എടുത്ത്, അനീതി ത്യജിക്കുകയും ധാർമ്മികമായിട്ടുള്ളത് സ്വീകരിക്കുകയും ചെയ്യണം. എന്നിട്ടും ഇവിടെ നോക്കൂ. ഈ വിവാഹാർത്ഥികൾ അന്യന്റെ സ്വത്ത് അന്യായമായി തിന്നും കുടിച്ചും നശിപ്പിക്കുന്നു, അന്യന്റെ ഭാര്യയെ അസഹ്യപ്പെടുത്തുന്നു. ഒഡീസ്സി വേഗം നാട്ടിൽ തിരിച്ചെത്തി, നാടും വീടും ബന്ധുക്കളെയും വേഗം വീണ്ടെടുക്കും, എന്ന് ഞാൻ പറയുന്നു. തീർച്ചയായും അവൻ അടുത്തെത്തിക്കഴിഞ്ഞു. അവൻ സ്വന്തം വീട്ടിലെത്തുമ്പോൾ ഏതെങ്കിലും ശക്തി നിങ്ങളെ അവനുമായി കണ്ടുമുട്ടാതിരിക്കാനായി വീട്ടിൽ നിന്ന് പറപ്പിച്ചു കൊണ്ടുപോയിരുന്നെങ്കിൽ നിങ്ങളുടെ ഭാഗ്യം എന്ന് കരുതാം. എന്തുകൊണ്ടെന്നാൽ രക്തപ്പുഴ ഒഴുക്കിത്തീരുന്നതുവരെ നിങ്ങളെ അവനിൽ നിന്ന് വേർപെടുത്താൻ കഴിഞ്ഞെന്നുവരില്ല." അദ്ദേഹം പറഞ്ഞു നിർത്തി.

ദൈവത്തിന് വീഞ്ഞ് അർപ്പിച്ചശേഷം അവൻ വീഞ്ഞ് കുടിച്ചു. അതിനുശേഷം കപ്പ് ആ പ്രഭുവിന് തിരിച്ചു കൊടുത്തു. അയാളാകട്ടെ അസ്വസ്ഥ മനസ്സോടെ തലകുനിച്ച് ഹാളിലേക്ക് തിരിച്ചുപോയി. അനിഷ്ടസൂചന ആംഫിനോമസ്സിന്റെ ആവേശത്തെ മരവിപ്പിച്ചു. എന്നാലും അതയാളെ വിധിയിൽ നിന്നും രക്ഷിച്ചില്ല. ടെലിമാക്കസ്സിന്റെ കുന്തത്താൽ കൊല്ലപ്പെടാനായിരുന്നു അവന്റെ വിധി. എഥീനി ദേവി അത് നേരത്തെത്തന്നെ തീർച്ചപ്പെടുത്തിയിരുന്നു. തല്ക്കാലം അയാൾ വന്ന് മുമ്പ് ഇരുന്നിരുന്ന പീഠത്തിൽത്തന്നെ ഇരിപ്പുറപ്പിച്ചു.

എഥീനി ദേവിയുടെ ഉൾപ്രേരണയാൽ, ഇക്കാരിയസ്സിന്റെ പുത്രി, പെനെലോപ് വിവാഹാർത്ഥികളുടെ ഹൃദയങ്ങൾ ജ്വലിപ്പിക്കാനായി അവരുടെ മുന്നിൽ പ്രത്യക്ഷപ്പെടുവാൻ തീരുമാനിച്ചു. രാജ്ഞി നിരാനന്ദകരമായി ചിരിച്ചുകൊണ്ട് പരിചാരികയോട് പറഞ്ഞു. "യൂറിനോമി, ഈ വിവാഹാർത്ഥികളെ അതിന്റേതായ വെറുപ്പോടെ സന്ദർശിക്കുവാൻ എന്റെ ഹൃദയം എന്നെ പ്രേരിപ്പിക്കുന്നു. ഞാൻ എന്റെ മകനോടും സന്ദർഭോചിതമായി ഒരുവാക്ക് സംസാരിക്കട്ടെ, അസഹിഷ്ണുതയുള്ള ആ മനുഷ്യരെ എപ്പോഴും പിൻതുടരരുതെന്ന് അവനെകൊണ്ട് സത്യം ചെയ്യിപ്പിക്കണം. അവന്റെ നന്മയ്ക്കുവേണ്ടിയാണത്. അവരുടെ ഭംഗിവാക്കുകൾ അപകീർത്തിയുടെ മുഖംമൂടി മാത്രമാണ്." ആ വൃദ്ധ വീട്ടുകാര്യസ്ഥ മറുപടി നല്കി. "എന്റെ കുട്ടീ, നിന്റെ അഭിപ്രായം സമുചിതം തന്നെ. നിന്റെ മകനെ ഗുണദോഷിക്കുക, ഒഴിവാക്കരുത്. ആദ്യം പോയി മുഖം കഴുകുക. കവിളുകളിലെ കണ്ണുനീർച്ചാലുകൾ കഴുകിക്കളഞ്ഞ് സുന്ദരമാക്കുക. കരഞ്ഞുകൊണ്ടിരിക്കുകയായിരുന്നെന്നവൻ വിചാരിക്കരുത്. സ്ഥിരമായ ദുഃഖം സുഖകരമല്ല, നിന്റെ മകൻ ഇപ്പോൾ ഒരു യുവാവാണ്."

പെനെലോപ് പറഞ്ഞു. "എന്നെ സുന്ദരിയാക്കാൻ പ്രേരിപ്പിക്കയൊന്നുംവേണ്ട യുറിനോം. എന്റെ നാഥൻ കപ്പൽകയറി പോയദിവസം ഒളിമ്പസ്സിലെ ദേവന്മാർ എന്റെ അഴക് എടുത്തുകളഞ്ഞു. എന്നോടൊപ്പം ഹാളിലേക്ക് പോകുവാൻ ആന്റോനേയയേയും ഹിപ്പോഡാമിയേയും വിളിക്കൂ. പുരുഷന്മാർക്കിടയിൽ ഒറ്റയ്ക്ക്പോകാൻ എനിക്കിഷ്ടമല്ല. വിനയം അതെന്നെ വിലക്കുന്നു."

ആ വൃദ്ധ പരിചാരികമാരെ വേഗം വിളിച്ചു കൊണ്ടുവരാനായി താഴേക്ക് പോയി.

ആ സമയം എഥീനി ദേവി പെനെലോപ്പിനെ അവളുടെ മെത്തയിൽ ഉറക്കിക്കിടത്തി. അവൾ അങ്ങനെ കിടക്കവേ ദേവി അവൾക്ക് അക്കായിയന്മാരെ അന്ധാളിപ്പിക്കുന്ന വിധത്തിലുള്ള അനശ്വരമായ ആകർഷണീയത നല്കി. ആദ്യമായി മുഖം അതിസുന്ദരമാക്കി, കൂടുതൽ പൊക്കം വെപ്പിച്ചു. നിറം ആനക്കൊമ്പിനേക്കാളേറെ വെളുപ്പിച്ചു. എല്ലാം ആഹ്ലാദപൂർവ്വം നിർവ്വഹിച്ചശേഷം എഥീനിദേവി സ്ഥലം വിട്ടു. അപ്പോഴേക്കും പരിചാരികമാർ ആ മുറിയിലെത്തി. ഉറക്കം പെനെലോപിനെ വിട്ടുപോയി. അവൾ കവിളുകൾ തിരുമ്മിക്കൊണ്ട് പറഞ്ഞു. "ആ സുഖകരമായ

മയക്കം എന്റെ ദുഃഖത്തെ മൂടിക്കളഞ്ഞു!" ഉടനെ രണ്ട് പരിചാരികമാരുടെ അകമ്പടിയോടെ പെനെലോപ് തന്റെ മനോഹരമായ മുറിയിൽ നിന്ന് വിവാഹാർത്ഥികൾ ഇരിക്കുന്ന ഹാളിലേക്ക് ഇറങ്ങിവന്നു. അവൾ വലിയ തൂണിനരികിൽ വന്നുനിന്നു. തിളങ്ങുന്ന നേരിയ ശിരോവസ്ത്രം മുഖത്ത് വിരിച്ചു. ഓരോ വശത്തും ഓരോ വിശ്വസ്ത പരിചാരികമാർ നിലയുറപ്പിച്ചു. അവളുടെ അഴക് കണ്ട് ആ മുഖസ്തുതിക്കാരുടെ കാൽമുട്ടുകൾ ദുർബ്ബലമായി വിറച്ചു. അവരുടെ ഹൃദയങ്ങൾ കാമാസക്തിയിൽ ജ്വലിച്ചു. ഓരോരുത്തനും അവളെ നേടാനുള്ള ഭാഗ്യം ഉണ്ടാക്കാനായി പ്രാർത്ഥിച്ചു.

അവൾ തന്റെ പ്രിയപുത്രനെ അഭിസംബോധന ചെയ്ത് സംസാരിച്ചു. "എന്റെ ടെലിമാക്കസ്, നിന്റെ മനോഭാവവും യുക്തിയും അത്രയ്ക്ക് സുദൃഢമല്ല, പ്രത്യേകിച്ച് നിന്റെ ബാലിശപ്രകൃതി; ഇപ്പോൾ നീ വളർന്ന് വലുതായി. എന്നിട്ടും നിന്റെ സഹജവാസനകളും തീർപ്പുകളും തെറ്റിപ്പോകുന്നു. എന്നാൽ നിന്റെ അഴക് കാണുന്ന ഏത് അപരിചിതനും നീ ഏതോ മഹാനായ മനുഷ്യന്റെ പിന്തുടർച്ചക്കാരനാണെന്ന് മനസ്സിലാകും! ഇപ്പോൾത്തന്നെ നടന്നതെന്താണെന്ന് ഒന്നു ചിന്തിച്ചുനോക്കുക. ഈ അപരിചിതനെ കൈയേറ്റം ചെയ്യാൻ നീ അനുവദിച്ചു. നമ്മുടെ ഹാളിൽ ക്രൂരമർദ്ദനമേല്ക്കേണ്ടിവരുന്ന അതിഥികളുടെ കഷ്ടപ്പാടിന്റെ അനന്തരഫലമെന്തായിരിക്കും? നീ എന്നെന്നേക്കുമായി പൊതുജനനിന്ദയ്ക്കും വെറുപ്പിനും പാത്രമാകും."

ടെലിമാക്കസ് വിവേകപൂർവ്വം അതിന് മറുപടി നല്കി. "എന്റെ അമ്മേ, ഇക്കാര്യത്തിൽ നിങ്ങൾ പ്രകോപിതയായതിൽ എനിക്ക് നീരസം തോന്നുന്നില്ല. കുറച്ചുമുമ്പുവരെ ഞാൻ ഒരു കുട്ടി ആയിരുന്നു. എന്ന് ഞാൻ സമ്മതിക്കുന്നു. എന്നാൽ ഇപ്പോൾ നന്മയും തിന്മയും തിരിച്ചറിയുവാനും അവ ഉൾക്കൊള്ളുവാനും എനിക്ക് കഴിയും. എന്നാലും എല്ലാ കാര്യങ്ങളും യുക്തിപൂർവ്വം, പ്രവർത്തിക്കുവാൻ എനിക്ക് കഴിയുന്നില്ല. എന്തുകൊണ്ടെന്നാൽ ഈ മനുഷ്യരുടെ ദുഷ് ചിന്തകൾ എന്നെ അങ്ങോട്ടുമിങ്ങോട്ടും പിടിച്ചുവലിക്കുന്നു. എനിക്കാണെങ്കിൽ ആരുടെ സഹായവും ലഭിക്കുന്നുമില്ല. എന്നാലും ഐറിസും നമ്മുടെ അതിഥിയും തമ്മിലുള്ള ശണ്ഠ വിവാഹാർത്ഥികളുടെ ആഗ്രഹപ്രകാരം അല്ല അവസാനിച്ചത്. കാരണം ആ അപരിചിതൻ കൂടുതൽ ശൂരനാണെന്ന് തെളിയിച്ചു. സ്യൂസ് ദേവന്റേയും എഥീനിയുടെയും അപ്പോളോയുടെയും സഹായത്താൽ നമ്മുടെ കൊട്ടാരത്തിലെ ഈ വിവാഹാർത്ഥികൾ ഒന്നടങ്കം തോല്പിക്കപ്പെട്ട്, കഴുത്തൊടിഞ്ഞ് ഗേറ്റിൽ തലതാഴ്ത്തി ഇരിക്കുന്ന ഐറിസിനെപ്പോലെ വീട്ടിലും മുറ്റത്തും കിടക്കുന്നത് കാണാം."

അവർ പരസ്പരം എന്തെല്ലാമോ സംസാരിച്ചു. എന്നാൽ യൂറിമാക്കസ് പെനെലോപിനെ അഭിനന്ദിക്കാനായി എഴുന്നേറ്റു. "അല്ലയോ ഇക്കാരിയസ്സിന്റെ പുത്രി, ബാക്കിയുള്ള അക്കായിയന്മാർ ഭവതിയെ കാണാനിടയായാൽ നിങ്ങളുടെ ഹാളുകളിൽ സദ്യ ഉണ്ണുന്ന വിവാഹാർത്ഥികളുടെ

സംഖ്യ നാളെ സൂര്യൻ ഉദിക്കുമ്പോഴേക്കും ഇരട്ടിയായേനെ! നിങ്ങൾ രൂപഭംഗിയിലും സൗന്ദര്യത്തിലും ബുദ്ധിശക്തിയിലും എല്ലാ സ്ത്രീകളേയും നിഷ്പ്രഭമാക്കുന്നു!"

എന്നാൽ പെനെലോപ് വിഷാദത്തോടെ മറുപടി നല്കി "എന്റെ മുഖസൗന്ദര്യവും അംഗലാവണ്യവും എന്റെ നാഥൻ ഒഡീസ്സിയേയും കൂട്ടി ആർഗൈവുകൾ ഇലിയോസിലേക്ക് പോയ നിമിഷം അനശ്വരദൈവങ്ങൾ നശിപ്പിച്ചു. എന്നെ പരിരക്ഷിക്കാനായി അദ്ദേഹം തിരിച്ചെത്തിയാൽ എനിക്ക് കൂടുതൽ അഴകും കീർത്തിയും ലഭിച്ചേക്കും. എന്നാൽ ഇപ്പോൾ ദൈവം എന്നിൽ അടിച്ചേല്പിച്ച നിർഭാഗ്യങ്ങൾ മൂലം ഞാൻ ദുഃഖിതയാണ്. കേൾക്കുക: അദ്ദേഹം ഈ ജന്മനാട് വിടുമ്പോൾ എന്റെ ഈ വലതുകരം പിടിച്ച് പറഞ്ഞു. "എന്റെ പ്രിയപത്നി, ഞങ്ങൾ എല്ലാ അക്കായിയൻ യോദ്ധാക്കളും ഈ യുദ്ധം അതിജീവിക്കുമെന്ന് ഞാൻ കരുതുന്നില്ല. കാരണം, ട്രോജന്മാർ പ്രഗത്ഭരായ പോരാളികളാണ്. കുന്തപ്പോരിലും വാൾപ്പയറ്റിലും വിദഗ്ദ്ധരാണ്. കുതിരപ്പോരിൽ അതിസമർത്ഥർ. അതിവേഗം കുതിരകളെ പായിക്കുന്നവർ. ദേവന്മാർ എന്നെ വീട്ടിലേക്ക് തിരിച്ചുവരാൻ അനുവദിക്കുമോ അതോ അവിടെത്തന്നെ നിലനിർത്തുമോ എന്നെനിക്ക് പറയാൻകഴിയില്ല. അതുകൊണ്ട് ഭവതി ഇവിടത്തെ ചുമതലകളെല്ലാം ഏറ്റെടുക്കുക. എന്റെ അച്ഛനമ്മാരെ ഇപ്പോൾ ചെയ്യുന്നതുപോലെ ശുശ്രൂഷിക്കുക. ഒരുപക്ഷേ, എന്റെ അസാന്നിദ്ധ്യം ഇപ്പോഴത്തേക്കാളേറെ ശുഷ്കാന്തിയോടെ ശുശ്രൂഷിക്കാനിടവരുത്തട്ടെ! എന്നാൽ നമ്മുടെ മകൻ ഒരു യുവാവാകുമ്പോൾ നിനക്ക് വേണമെങ്കിൽ വീണ്ടും വിവാഹം ചെയ്ത് വീട് വിട്ടുപോകാനുള്ള സ്വാതന്ത്ര്യമുണ്ട്." ഇപ്പോൾ ആ സമയം സംജാതമായിരിക്കുന്നു. ഞാൻ വെറുക്കുന്ന വിവാഹരാത്രിയുടെ ഇരയായിത്തീരുവാൻ പോകുകയാണ് ഞാൻ. ഈ ശപിക്കപ്പെട്ടവളുടെ മറ്റൊരു നിർഭാഗ്യം കൂടി! മറ്റൊരാളുടെ ജീവിതം മനസ്സാക്ഷി ഇല്ലാതെ നശിപ്പിക്കുന്നത് തികച്ചും നീതിരഹിതമാണ്. മുറപ്രകാരം പ്രതിയോഗികൾ കുലീന കുടുംബത്തിലെ ഒരു മഹതിയെ വിവാഹം കഴിക്കാൻ മത്സരിക്കുമ്പോൾ അവർ സ്വന്തം തടിച്ചുകൊഴുത്ത ആടുമാടുകളെ കൊണ്ടുവന്ന് അവളുടെ സുഹൃത്തുക്കൾക്ക് സദ്യ കൊടുക്കുകയും വില പിടിച്ച സമ്മാനങ്ങൾ അവൾക്ക് കൊടുക്കുകയുമാണ് വേണ്ടത്."

അവരിൽ നിന്നുള്ള സമ്മാനങ്ങളെക്കുറിച്ച് അവൾ പറയുന്നത് കേട്ട് ഒഡീസ്സി ചിരിച്ചു. പ്രത്യേകിച്ച് അവരുടെ ഹൃദയം വികാരതരളിതമാകുന്ന രീതിയിലുള്ള അവളുടെ സംഭാഷണചാതുര്യം കണ്ട്! അതേസമയം വ്യത്യസ്തമായ ഉദ്ദേശം അവൾ മനസ്സിൽ കാത്തുസൂക്ഷിച്ചു.

ആന്റിനസ് മറുപടി നല്കി. "അല്ലയോ വിവേകശാലിയായ പെനെലോപ്, അക്കായിയന്മാർ സ്വമനസ്സാലെ കൊണ്ടുവരുന്ന സമ്മാനങ്ങൾ സ്വീകരിച്ചാലും. അന്തസ്സുള്ളവരാരും അതിൽ നിന്ന് ഒഴിഞ്ഞ് മാറുകയില്ല. എന്നാലും ഒരു കാര്യം മനസ്സിലാക്കൂ. ഭവതി ഏറ്റവും അർഹനായ ഒരു അക്കായിയനെ വിവാഹം കഴിക്കുന്നതുവരെ ഞങ്ങൾ സ്വന്തം സ്ഥല

ത്തേക്കോ മറ്റേതെങ്കിലും സ്ഥലത്തേക്കോ പോകുകയില്ല." എല്ലാവരും തങ്ങൾക്കത് സമ്മതമാണെന്ന് വിളിച്ചു പറഞ്ഞു. അവർ തങ്ങളുടെ പരിചാരകരെ സമ്മാനങ്ങൾ ശേഖരിച്ച് കൊണ്ടുവരുവാനായി വിട്ടു. ആന്റിനസ്സിന്റെ പരിചാരകൻ തുന്നൽ വേലകൾചെയ്തു മനോഹരമായൊരു മേലങ്കിയാണ് കൊണ്ടുവന്നത്. ശുദ്ധമായ സ്വർണ്ണംകൊണ്ടുള്ള പന്ത്രണ്ട് ടേഗുളുകൾ ആണതിലുള്ളത്! വെട്ടിത്തിളങ്ങുന്ന രത്നങ്ങൾ പതിച്ച സ്വർണ്ണമാല ആയിരുന്നു യൂറിമാക്കസ് സമ്മാനിച്ചത്. യൂറിഡമാസ്സിന്റെ പരിചാരകർ ഒരു ജോഡി പ്രകാശം പരത്തുന്ന പെണ്ടന്റുകൾ ആണ് കൊണ്ടുവന്നത്. ഫോളിക്ടർ രാജാവിന്റെ പുത്രൻ അമൂല്യരത്നങ്ങൾ പതിച്ച ഒരു നെക്ലേസ് നല്കി. എല്ലാ അക്കായിയന്മാരും ഓരോ പാരിതോഷികങ്ങൾ നല്കുകയുണ്ടായി. പെനെലോപ്പിന്റെ പരിചാരികമാർ വിലപിടിച്ച പാരിതോഷികങ്ങൾ എടുത്ത്, രാജ്ഞിയോടൊപ്പം മുകളിലെ മുറിയിലേക്ക് പോയി.

വൈകുന്നേരം ആ സംഘം നൃത്തവും ഗാനവുമായി വളരെ ഉല്ലാസത്തോടെ ചെലവഴിച്ചു. ഇരുട്ടായപ്പോൾ ഹാളിൽ വെളിച്ചം പകരാനായി മൂന്നു തീക്കുണ്ഡങ്ങൾ തയ്യാറാക്കിയിരുന്നു. അതിനടുത്ത് നന്നായി ഉണക്കി കീറിയ വിറക് കഷണങ്ങൾ കൂട്ടിയിട്ടിരുന്നു. തീക്കുണ്ഡങ്ങളിൽ ആവശ്യാനുസരണം വീട്ടുജോലിക്കാരികൾ വിറകുകഷണങ്ങൾ ഇട്ടുകൊണ്ടിരുന്നു. ഒടുവിൽ ധീരനായ ഒഡീസ്സി അവരോട് പറഞ്ഞു "പരിചാരികമാരേ, നിങ്ങൾ ബഹുമാന്യയായ സ്വന്തം യജമാനത്തിയുടെ അടുത്തേക്ക് പൊയ്ക്കോളൂ. അവളുടെ ശ്രദ്ധതിരിച്ചുവിടുവാനായി ഒപ്പം ഇരുന്ന് നൂൽനൂറ്റുകൊണ്ടോ പഞ്ഞി കടഞ്ഞോ അവളെ സേവിക്കുക. തീച്ചൂള കത്തിക്കേണ്ട ചുമതല ഞാൻ ഏറ്റെടുത്തിരിക്കുന്നു. നേരം പുലരും വരെ ഇരുന്നാലും എനിക്ക് സഹിക്കാനുള്ള കരുത്തുണ്ട്."

അവന്റെ വാക്കുകൾ കേട്ട് ആ പെൺകുട്ടികൾ പരസ്പരം നോക്കി കുലുങ്ങിചിരിച്ചു. സുമുഖിയായ മെലെന്തൊ മാത്രം അവനെ നിന്ദ്യമായി പരിഹസിച്ചു. ഡോലിയസ്സിന്റെ പുത്രിയാണവൾ. പെനെലോപ് സ്വന്തം മകളെപ്പോലെയാണവളെ ലാളിച്ചു വളർത്തിയത്. എല്ലാതരം കളിപ്പാട്ടങ്ങളും വാങ്ങിച്ചുകൊടുത്തു, അവളുടെ ഇഷ്ടത്തിന് വഴങ്ങികൊടുത്തു എന്നിട്ടും തന്റെ യജമാനത്തിയുടെ ദുർഗ്ഗതിയിൽ അവൾക്ക് യാതൊരു സഹതാപവുമില്ലായിരുന്നു. യൂറിമാക്കസ്സിന്റെ കാമുകിയുമായിരുന്നു അവൾ.

അവൾ പരുഷമായി ഉറക്കെ വിളിച്ചു പറഞ്ഞു. "നിങ്ങളുടെ ബുദ്ധിക്ക് വല്ലകുഴപ്പവുമുണ്ടോ, ഏതെങ്കിലും പൊതുസ്ഥലത്ത് ചെന്നിരിക്കുന്നതിന് പകരം നിങ്ങൾ ഇവിടെ ഇരിപ്പുറപ്പിച്ച്, ഞങ്ങളുടെ പ്രഭുക്കന്മാർക്കെതിരെ ഔചിത്യമില്ലാതെ നാക്കിട്ടടിക്കുന്നോ? അല്ലെങ്കിൽ മദ്യം നിങ്ങളുടെ തലയ്ക്കടിച്ചിരിക്കാം. അതുമല്ലെങ്കിൽ എപ്പോഴും ബഹളമുണ്ടാക്കി സംസാരിക്കുന്നത് നിങ്ങളുടെ പ്രകൃതമായിരിക്കാം. അതോ ആ യാചകരാജാവ് ഐറിസ് നിന്റെ സമനില തെറ്റിച്ചോ? അങ്ങനെയാണെങ്കിൽ സൂക്ഷിക്കുക.

ഐറിസിനേക്കാൾ ശക്തനായ ആരെങ്കിലും എഴുന്നേറ്റു വന്ന് നിന്നെ വലിച്ചിഴച്ച് പുറത്തേക്കെറിയും."

ഒഡീസ്സി അവളെ തുറിച്ചുനോക്കി പറഞ്ഞു. "കൊടിച്ചിപ്പട്ടി, നിന്റെ വാക്കുകൾ ഞാൻ ഇപ്പോൾത്തന്നെ ടെലെമാക്കസ്സിനെ കണ്ടെത്തി അറിയിക്കും. അവൻ നിന്നെ ഇവിടെവെച്ചുതന്നെ വെട്ടിനുറുക്കും."

അവന്റെ ക്രൂരഭാവം ആ സ്ത്രീകളെ വല്ലാതെ ഭയപ്പെടുത്തി. അവൻ പറഞ്ഞതുപോലെ ചെയ്യുമെന്നവർ വിശ്വസിച്ചു. പേടിച്ചുവിറച്ചുകൊണ്ടവർ പലഭാഗത്തേക്കും പാഞ്ഞു. ഒഡീസ്സി തീക്കുണ്ഡങ്ങൾ ജ്വലിപ്പിച്ച് ചുറ്റുപാടും ദൃഷ്ടിപായിച്ച് നിലകൊണ്ടു. എന്നാൽ അദ്ദേഹത്തിന്റെ മനസ്സ് ദൂരെ എവിടെയോ ആയിരുന്നു.

വിവാഹാർത്ഥികളായ പ്രഭുക്കന്മാരുടെ ശകാരങ്ങൾ പരമാവധി വർദ്ധിപ്പിച്ച് ഒഡീസ്സിയുടെ ഹൃദയം തകർക്കാനായി എഥീനി ദേവി തീരുമാനിച്ചു. അതുകൊണ്ട് യൂറിമാക്കസ് തന്റെ സുഹൃത്തുക്കളെ വഴക്കിനായി പ്രോത്സാഹിപ്പിച്ചു. "ശ്രദ്ധിക്കുക, പ്രശസ്ത രാജ്ഞിയുടെ വിവാഹാർത്ഥികളെ, ഞാൻ എന്റെ മനസ്സിലുള്ളത് പറയട്ടെ. തീർച്ചയായും ഒഡീസ്സിയുടെ ഹാളിലേക്കുള്ള ഈ മനുഷ്യന്റെ വരവ് ദൈവനിശ്ചയമാണ്. ഇവിടെ പ്രകാശം പരത്തുന്നത് അവന്റെ മൊട്ടത്തലയിൽ നിന്നാണെന്നാണെന്റെ സങ്കല്പം!" പിന്നെ അവൻ ഒഡീസ്സിക്കു നേരെ തിരിച്ചു ചോദിച്ചു. "അപരിചിതാ, എന്റെ അടുത്തു ഫാമിൽ ജോലി ചെയ്യാനായി നിന്നെ നിയോഗിച്ചാൽ നീ വരുമോ? അവിടെ കല്ലുകൊണ്ടുള്ള ഭിത്തികൾ നിർമ്മിക്കലും മരങ്ങൾ നട്ടുവളർത്തലുമാണ് ജോലി. നിനക്ക് നല്ല ശമ്പളവും ആഹാരവും വസ്ത്രവും ഷൂസുമെല്ലാം തരും. എന്നാൽ കഷ്ടം! നീ ഒന്നിനും കൊള്ളാത്തവനാണെന്നാണെനിക്ക് തോന്നുന്നത്, ജോലി വേണ്ടെന്നുപറഞ്ഞ് നാട് മുഴുവൻ തെണ്ടിത്തിരിഞ്ഞ് യാചിച്ച്, തീരാത്ത വിശപ്പടക്കാനാണ് നിനക്കിഷ്ടം."

ഒഡീസ്സി മറുപടി നല്കി. "അല്ലയോ യൂറിമാക്കസ്, നീണ്ട പകലുള്ള സമയത്ത്, ഒരു മൈതാനത്തുവെച്ച് ഒരു വാൾപ്പയറ്റ് നമുക്ക് നടത്താം. അത് ദിവസം മുഴുവൻ നീണ്ടു നില്ക്കട്ടെ. ഭക്ഷണം പോലും കഴിക്കാതെ! അപ്പോൾ എത്ര നീണ്ട ഉഴവുചാലാണ് ഞാൻ സൃഷ്ടിക്കുന്നതെന്ന് നിനക്ക് കാണാം. അല്ലെങ്കിൽ സ്യൂസ് ദേവൻ വിചാരിച്ചാൽ, ഇതേദിവസം തന്നെ നമ്മൾക്കൊരു ദ്വന്ദ്വയുദ്ധം നടത്താം. എനിക്ക് രണ്ട് കുന്തങ്ങളും ഒരു മുഖകവചവും മതി. അങ്ങിനെ യുദ്ധസന്നദ്ധനായി നില്ക്കുന്ന എന്നെ കണ്ടാൽ നീ ഇനി ഒരിക്കലും വീമ്പു പറയുകയോ, എന്റെ വയറിനെ അധിക്ഷേപിക്കുകയോ ചെയ്യില്ല. ഇതു തന്നെ ധാരാളം! നീയൊരു മര്യാദയില്ലാത്ത ധിക്കാരിയാണ്. ഈ ഏതാനും ദുർബ്ബലരുമായി കൂടിച്ചേരുമ്പോൾ നീ ആരൊക്കെയോ ആണെന്ന് ഗർവ്വിക്കുന്നു! ആഹ്, ഒഡീസ്സി നാട്ടിൽ തിരിച്ചെത്തിയാൽ നിങ്ങൾക്ക് പോർച്ചിലൂടെ ജീവനുംകൊണ്ട് രക്ഷപ്പെടുവാൻ ഈ വിശാലമായ വാതിലുകൾ എത്രപെട്ടെന്ന് വല്ലാതെ ഇടുങ്ങിയതായിത്തീരുമെന്നോ!"

ആ കടുത്ത മറുപടി യൂറിമാക്കസ്സിനെ വല്ലാതെ കുപിതനാക്കി; അവൻ ഒഡീസ്സിക്കുനേരെ പൊട്ടിത്തെറിച്ചു. "നികൃഷ്ടാ! ഈ ജനക്കൂട്ടത്തിന് മുന്നിൽ വെച്ചുള്ള നിന്റെ പൊങ്ങച്ചവർത്തമാനം നിന്നെ എപ്രകാരമാണ് തകർക്കുന്നതെന്ന് ഇപ്പോൾ കാണാം. നിന്റെ അധികപ്രസംഗം! ആ വീഞ്ഞ് നിന്റെ തലയ്ക്കടിച്ചോ? ഒരുപക്ഷേ, നീ എപ്പോഴും ഇത്തരം വിഡ്ഢിത്തം വിളിച്ചുകൂവുന്നവനായിരിക്കാം; അതോ ആ പാവം ഐറിസിനെ അടിച്ചു വീഴ്ത്തിയപ്പോൾ നീ വലിയ കേമനായെന്ന് സ്വയം കരുതുന്നോ?"

അപ്രകാരം ഗർജ്ജിച്ചുകൊണ്ട് അയാൾ തന്റെ കാൽവെച്ചിരുന്ന സ്റ്റൂൾ വലിച്ചെടുത്ത് ഒഡീസ്സിക്കുനേരെ എറിഞ്ഞു. ഒഡീസ്സി ആംഫിനോമസ്സിന്റെ കാൽമുട്ടുവരെ കുനിഞ്ഞു. അപ്പോൾ സ്റ്റൂൾ ചെന്നടിച്ചത് വീഞ്ഞ് പാത്രം പിടിച്ചിരുന്നവന്റെ വലതുകൈയിലായിരുന്നു. അയാൾ ഒരു കരച്ചിലോടെ നിലത്ത് വീണു; അവന്റെ വീഞ്ഞുപാത്രം ഒച്ചയോടെ ഉരുണ്ടുപോയി. ഹാളിലുള്ളവരെല്ലാം വീർപ്പുമുട്ടലോടെ കിതച്ചു. അവർ പരസ്പരം ആശ്ചര്യം പ്രകടിപ്പിച്ചു. "ഓ, നമ്മുടെ ഈ വിദേശ സഞ്ചാരി ഇവിടെ എത്തുന്നതിനുമുമ്പ് മരിച്ചിരുന്നെങ്കിൽ! ഇപ്പോൾ വിദ്വേഷത്തിന്റെ സാംക്രമികരോഗം ഇവിടമാകെ പരക്കും. രണ്ട് പിച്ചക്കാർ തമ്മിലുള്ള ഈ കലാപത്തിൽ നിന്ന് ഞങ്ങളെ രക്ഷിച്ചാലും! അല്ലെങ്കിൽ സ്വാദിഷ്ടമായ ഈ സദ്യയുടെ സന്തോഷം നശിപ്പിക്കപ്പെടും."

താക്കീത് ചെയ്തുകൊണ്ട് ടെലിമാക്കസ് എഴുന്നേറ്റു. "എന്റെ പ്രഭുക്കന്മാരെ, നിങ്ങൾക്ക് ഭ്രാന്താണ്. ഏതോ ദേവൻ നിങ്ങളെ ആവേശം കൊള്ളിക്കുകയാണ്. നിങ്ങൾ വിഭവ സമൃദ്ധമായ ആഹാരം മതിയാവോളം കഴിച്ചിരിക്കുന്നു. ഇപ്പോൾ വീട്ടിൽ പോയി സുഖമായി കിടന്നുറങ്ങും. ഞാൻ ആരേയും ബലാൽക്കാരമായി ഒരു മനുഷ്യനേയും പിടിച്ച് പുറത്താക്കുന്നില്ല." അത്തരം തുറന്നടിച്ച സംസാരം കേട്ട് അവരുടെ വായ അടഞ്ഞുപോയി. ആംഫിനോമസ് ഇടയ്ക്കുകയറി പറഞ്ഞു. "സുഹൃത്തുക്കളെ, അത് ശരിയായ അഭിപ്രായമാണ്. അതിനെ എതിർക്കാൻ നമുക്ക് യാതൊരു അടിസ്ഥാനവുമില്ല. പരുഷമായി മറുപടി നല്കാനും പറ്റില്ല. അപരിചിതനോടും വീട്ടുവേലക്കാരോടും വിടപറയുക. ഉറങ്ങാൻ പോകുന്നതിനുമുമ്പ് എല്ലാവരുടേയും കപ്പുകൾ നിറയ്ക്കുക. നമുക്ക് മധുപാനനിവേദ്യം നടത്താം. നമുക്ക് അപരിചിതനെ അവന്റെ ആതിഥേയനായ ടെലിമാക്കസ്സിന് വിട്ടുകൊടുക്കാം."

എല്ലാവരും അതിൽ സന്തോഷം പ്രകടിപ്പിച്ചു. ധീരനായ മുലിയസ്, ഡുലിച്ചിയമിൽനിന്നുള്ള ആംഫിനോമിസിന്റെ സ്നേഹിതൻ, വീഞ്ഞുപാത്രം കൊണ്ടുവന്ന് എല്ലാവർക്കും വീഞ്ഞ് പകർന്നുകൊടുത്തു. അവർ ദൈവങ്ങൾക്ക് കുറച്ച് വീഞ്ഞ് അർപ്പിച്ചശേഷം ബാക്കി സ്വയം അകത്താക്കി. അങ്ങനെ നിറഞ്ഞ മനസ്സോടെ വിശ്രമിക്കാനായി പോയി.

പത്തൊൻപത്

എഥീനിയുടെ സഹായത്തോടെ വിവാഹാർത്ഥികളെ വധിക്കാനുള്ള പദ്ധതികൾ ആസൂത്രണം ചെയ്തുകൊണ്ട് ഒഡീസ്സി ആ ഹാളിൽത്തന്നെ ഇരുന്നു. പെട്ടെന്നദ്ദേഹം തന്റെ മകനോട് പറഞ്ഞു "എന്റെ ടെലെമാക്കസ്, നമുക്കിപ്പോൾ ഉപയോഗിക്കാവുന്ന എല്ലാ ആയുധങ്ങളും എടുത്ത് ഒളിപ്പിച്ചുവെക്കാം. എന്തിനാണവ എടുത്ത് മാറ്റിയതെന്ന് വിവാഹാർത്ഥികൾ ചോദിച്ചാൽ 'തീയിലും പുകയിലും നിന്ന് രക്ഷിക്കുവാൻ വേണ്ടിയാണെന്ന് പറയുക. "ഇപ്പോൾ അവ കരിപിടിച്ചു നാശമായി; ഒഡീസ്സി ട്രോയിലേക്ക് പോകുമ്പോൾ വിട്ടു പോയതുപോലെയല്ല. അതിനും പുറമെ ഗുരുതരമായൊരു ചിന്ത എന്റെ മനസ്സിലേക്ക് കടന്നുവന്നു. ഏതെങ്കിലും ഒരുദിവസം നിങ്ങൾ വീഞ്ഞ് അടിച്ച് ഉന്മത്തരായി വിരുന്നുവരുന്നവരെ വെട്ടിമുറിവേല്പിച്ച് മാനക്കേട് വരുത്തിയെങ്കിലോ! ഇരുമ്പിന് മനുഷ്യരോട് അത്രയ്ക്ക് ആകർഷണീയതയുണ്ട്."

അച്ഛൻ പറഞ്ഞതുകേട്ട ഉടനെ ടെലെമാക്കസ് തന്റെ നഴ്സ് യൂറിക്ലിയായെ വിളിച്ച് പറഞ്ഞു. "അമ്മേ, ദയവായി വീട്ടിലുള്ള ആ സ്ത്രീകളെ, ഞാൻ അച്ഛന്റെ വിലപിടിച്ച ആയുധങ്ങൾ സ്റ്റോറിലേക്ക് മാറ്റുന്നതുവരെ അവരവരുടെ മുറികളിൽ നിന്ന് പുറത്തുവരാതെ നോക്കുക. അച്ഛൻ പോയ ശേഷം ആരും ഈ ആയുധങ്ങളൊന്നും വേണ്ടരീതിയിൽ ശ്രദ്ധിക്കാതിരുന്നതിനാൽ എല്ലാം പുകയും കരിയും പിടിച്ച് നാശമായി. അന്ന് ഞാനൊരു കുട്ടി ആയിരുന്നല്ലോ. എന്നാൽ ഇപ്പോൾ ഞാനവ തീയും പുകയുമെത്താത്തിടത്തേക്ക് കൊണ്ടുപോയി വെക്കുകയാണ്."

യൂറിക്ലിയ മറുപടി നല്കി. "വീട്ടുകാര്യങ്ങൾ നോക്കുന്നതിൽ നീ ശ്രദ്ധ കാണിക്കുന്നതും ഇവിടത്തെ വസ്തുക്കൾ ഭദ്രമായി സൂക്ഷിക്കുന്നതും വളരെ നല്ലതാണ്. എന്റെ കുട്ടീ; എന്നാൽ ആരാണ് നീ ജോലി ചെയ്യുമ്പോൾ വെളിച്ചം കാണിച്ചുതരിക. അത് ആ പെൺകുട്ടികളുടെ പണിയല്ലേ?"

അവൻ പറഞ്ഞു. "ഈ അപരിചിതൻ ആ പണി ചെയ്തുകൊള്ളും. ഒരു മനുഷ്യൻ ഭൂമിയുടെ അറ്റത്തുനിന്ന് വരുന്നവനായാലും അവൻ എന്റെ ആഹാരം കഴിക്കുന്നിടത്തോളം ഞാനവനെ അലസനായി ഇരുത്തുകയില്ല." ഇതുകേട്ടതോടെ അവളുടെ സംസാരം നിലച്ചു. അവൾ വാതിലടച്ച് അകത്തേക്ക് പോയി. ഉടനെ ഒഡീസ്സിയും അദ്ദേഹത്തിന്റെ ശ്രേഷ്ഠ പുത്രനും ചാടി എഴുന്നേറ്റ് തലപ്പാവുകളും കുന്തങ്ങളും കവചങ്ങളും എടുത്തുകൊണ്ടുപോകാൻ തുടങ്ങി. ആസമയം പല്ലാസ് എഥീനി ഒരു സ്വർണ്ണദീപം കാണിച്ച് അവരുടെ മാർഗ്ഗം നല്ല പ്രകാശമുള്ളതാക്കി.

ടെലെമാക്കസ് അത്ഭുതംകൊണ്ട് വാ പിളർന്ന് പറഞ്ഞു. "അച്ഛാ ഞാനൊരു ദിവ്യാത്ഭുതം കാണുന്നു. ഈ ഹാളിന്റെ ചുമരുകൾ, മേല്ക്കൂരകൾ പൈൻമരംകൊണ്ടു പണികൾ, പൊക്കമുള്ള തൂണുകൾ എല്ലാം മൃദുശോഭയിൽ അലയടിക്കുന്നു! ഇവിടെ ഏതെങ്കിലും ദൈവ

ങ്ങൾ ഉണ്ടായിരിക്കണം, സ്വർഗ്ഗത്തിൽ വസിക്കുന്ന ഏതെങ്കിലും ഒരു അനശ്വര ദൈവം!"

"നിശ്ശബ്ദം!" ഒഡീസ്സി പറഞ്ഞു. "നിന്റെ ചിന്തകൾ അടക്കൂ, ചോദ്യങ്ങൾ ഒന്നും ചോദിക്കരുത്. ഒളിമ്പസ്സിലെ ദൈവങ്ങളുടെ രീതിയാണിത്. നീ പോയി ഉറങ്ങിക്കോളൂ. ഇവിടത്തെ ജോലിക്കാരികളേയും നിന്റെ അമ്മയേയും സൂക്ഷ്മപരിശോധന നടത്താനായി എന്നെ വിട്ട് പോകുക."

ടെലെമാക്കസ് തിളങ്ങുന്ന വെളിച്ചത്തിൽ ഹാൾ കടന്ന് തന്റെ കിടപ്പുമുറിയിലേക്ക് പോയി. നേരം പുലരുംവരെ അവനവിടെ സുഖമായി ശയിച്ചു. ആ സമയം ഒഡീസ്സി ഹാളിൽ ഒറ്റയ്ക്കിരിക്കയായിരുന്നു. എങ്ങിനെ എഥീനിദേവിയുടെ സഹായത്തോടെ വിവാഹാർത്ഥികളെ നശിപ്പിക്കും എന്ന ചിന്തയായിരുന്നു അവന്റെ മനസ്സുനിറയെ.

ആർട്ടെമിസ്സിനെയോ അല്ലെങ്കിൽ ആഫ്രോഡൈറ്റ് ദേവിയെപ്പോലെയോ പെനെലോപ് തന്റെ മുറിയിൽനിന്ന് പുറത്തുവന്നു. അവളുടെ പതിവ് സ്ഥലത്ത് തീക്കുണ്ഡത്തിന് മുന്നിലായി പരിചാരികമാർ രാജ്ഞിയുടെ കസേര കൊണ്ടിട്ടു. കലാകാരൻ ഇൽമാലിയസ് ആനക്കൊമ്പിലും വെള്ളിയിലും കൊത്തിയെടുത്ത മനോഹരമായൊരു കസേരയായിരുന്നു അത്. കാലുകൾ വെക്കാനായി അത് മുന്നോട്ട് വലിച്ച് നീക്കുകയും ചെയ്യാം. നല്ല ചെമ്മരിയാട്ടിന്റെ രോമംകൊണ്ടാണ് അവ രണ്ടും ചെയ്തിരിക്കുന്നത്. അങ്ങിനെ പെനെലോപ് അവിടെ ഇരിക്കവെ, അവരുടെ ഭൃത്യകൾ വീട്ടിലെ മേശമേൽ ചിതറികിടക്കുന്ന അപ്പക്കഷ്ണങ്ങളും കപ്പുകളും എടുത്തുമാറ്റി വൃത്തിയാക്കുകയായിരുന്നു. അവർ തീച്ചൂളയിലെ വിറകുകൊള്ളികൾ വേണ്ടവിധത്തിൽ ഒതുക്കിവെച്ച് കത്തിച്ച് ചൂടും വെളിച്ചവും നല്കി.

അപ്പോൾ മെലന്തോ ഒഡീസ്സിക്കു നേരെ വീണ്ടും ശകാരം തുടങ്ങി. "ഇപ്പോഴും ഇവിടെ കടിച്ചുതൂങ്ങികിടക്കുകയാണോ ശല്യക്കാരൻ നവാഗതാ, ഇരുട്ടിൽ പെണ്ണുങ്ങളെ ഒളിച്ചു നോക്കാനായി പതുങ്ങി നടക്കുകയാണോ? വൃത്തികെട്ടവനേ ഗേറ്റിന് പുറത്തുകടക്കൂ, പെട്ടെന്ന്! അല്ലെങ്കിൽ തീക്കൊള്ളിയുമായി വന്ന് ഞങ്ങൾ നിന്നെ ഓടിക്കും."

ഒഡീസ്സി അവളെ കടുപ്പിച്ച് നോക്കി, പറഞ്ഞു. "കന്യകേ, ഇങ്ങനെ അപകീർത്തിപരമായ ആരോപണമുയർത്തി എന്നെ എന്തിനാണ് നീ പീഡിപ്പിക്കുന്നത്? ഞാൻ അഴുക്കുപുരണ്ടവനാണെന്ന് എനിക്കറിയാം. കീറത്തുണി ധരിച്ചവനാണെന്നും എനിക്കറിയാം. ഉപജീവനത്തിനായി ഞാൻ നാടുതെണ്ടി അലയുന്നു. ദരിദ്രരുടേയും വീടില്ലാത്തവരുടെയും ജീവിതരീതി അതാണ്. ഒരിക്കൽ എന്റെ കൂട്ടുകാരെപ്പോലെ എനിക്കൊരു വീടുണ്ടായിരുന്നു; ഞാൻ സമ്പന്നനായിരുന്നു; എനിക്ക് ഒരുപാട് സേവകരുണ്ടായിരുന്നു. ഉന്നത പദവികളും അതിനനുയോജ്യമായ വേഷഭൂഷാദികളുമുണ്ടായിരുന്നു. അക്കാലത്ത് ഞാൻ ധാരാളം അനാഥരെ പലപ്പോഴും സഹായിച്ചിട്ടുണ്ട്. അവരുടെ ആവശ്യങ്ങൾ എന്തുതന്നെ ആയാലും, അവർ ഏത് പ്രകൃതക്കാരായാലും എനിക്കൊരു പ്രശ്നമല്ലാ

യിരുന്നു. സ്യൂസ് ദേവൻ മാത്രമാണെന്നെ തകർത്തത്. ദൈവഹിതം നടക്കും. ഒരുദിവസം പെണ്ണേ, നിനക്കും ഈ അന്തസ്സുള്ള സ്ഥലം നഷ്ട പ്പെടും. ഇപ്പോൾ നീയാണല്ലോ ഇവിടത്തെ സ്ത്രീകളിൽ മേല്ക്കോയ്മ യുള്ളവൾ, പിന്നീട് നിന്റെ യജമാനത്തി നിന്നിൽ നിന്നകലും; അല്ലെ ങ്കിൽ ഒഡീസ്സി തിരിച്ചുവരും. അതിപ്പോഴും പ്രതീക്ഷിക്കാം. അതല്ല അദ്ദേഹം ശരിക്കും മരിച്ചിട്ടുണ്ടെങ്കിൽ അദ്ദേഹത്തിന്റെ പുത്രൻ ടെലെ മാക്കസ് (അപ്പോളോയുടെ അനുഗ്രഹത്താൽ അദ്ദേഹത്തെപ്പോലെയാ ണവൻ) ഒരു വീട്ടുജോലിക്കാരിയുടെ ദുർന്നടത്തം ശ്രദ്ധിക്കുവാൻ മാത്രം വലുതായിട്ടുണ്ടെന്നറിയുക."

അദ്ദേഹത്തിന്റെ സംസാരം യദൃച്ഛയായ പെനെലോപ് കേൾക്കാനി ടയായി. അവർ അവളെ വിളിച്ച് ശരിക്ക് ശകാരിക്കുകയും താക്കീത് കൊടു ക്കുകയും ചെയ്തു. "ഇത്രയും ചങ്കൂറ്റമോ നിനക്ക്! നിന്റെ ജീവിതരഹ സ്യമെല്ലാം എനിക്കറിയാം. അതിനുള്ള ശിക്ഷ നിനക്ക് കിട്ടും. അതിനും പുറമെ ആ അപരിചിതൻ ഹാളിൽ കാത്തിരിക്കുന്നത് എനിക്ക് ദുഃഖകര മായ വിധത്തിൽ നഷ്ടപ്പെട്ട ഭർത്താവിനെക്കുറിച്ച് ചോദിച്ചറിയാൻ വേണ്ടി യാണെന്ന് നിനക്ക് നന്നായി അറിയാം." രാജ്ഞി യൂറിനോമിനു നേരെ തിരിഞ്ഞു. "ഒരു ബെഞ്ച് കൊണ്ടുവന്ന് ആ അപരിചിതന് ഇരുന്ന് എന്നോട് സംസാരിക്കാനായി ചെമ്മരിയാട്ടിൻ തോൽ വിരിച്ച് തയ്യാറാ ക്കുക. എനിക്കയാളുടെ കഥ മുഴുവൻ കേൾക്കണം."

പെട്ടെന്ന് എല്ലാ ഒരുക്കങ്ങളും പൂർത്തിയായി. പെനെലോപ് സംഭാ ഷണം ആരംഭിച്ചു.

"അപരിചിതാ, എന്റെ ആദ്യ അന്വേഷണം - എവിടന്നാണ് നിങ്ങൾ വരുന്നത്? നിങ്ങൾ ആരാണ്? ഏത് പട്ടണത്തിൽനിന്ന്, ആരാണ് മാതാ പിതാക്കൾ?"

ഒഡീസ്സി മറുപടി നല്കി. "ഭവതീ ഒരു മനുഷ്യനും നിങ്ങൾ പറ ഞ്ഞതിനോട് ഇഷ്ടക്കേട് കാണിക്കില്ല. നിങ്ങളുടെ കീർത്തി സ്വർഗ്ഗംവരെ എത്തിയിട്ടുണ്ട്. ദൈവഭക്തിയുള്ള രാജവാഴ്ചയുടെ ഫലമായി ജനങ്ങൾ അഭിവൃദ്ധിപ്പെടുകയും വളക്കൂറുള്ള ഭൂമിയിൽ ഗോതമ്പും ബാർളിയും ഫലവൃക്ഷങ്ങളും സമൃദ്ധമായി കൃഷി ചെയ്യപ്പെടുകയും ആടുമാടുകളും കടൽമീനുകളും സുലഭമായി വളരുകയും ചെയ്യുന്നു. ഈ കൊട്ടാരത്തിൽ സങ്കല്പിക്കാവുന്നതെല്ലാം ഉണ്ടെങ്കിലും എന്റെ വംശക്കാരെയോ നാട്ടു കാരെയോ കാണാൻ കഴിഞ്ഞില്ല. അവരുടെ ഓർമ്മകൾ എന്നെ തീവ്ര ദുഃഖത്തിലാഴ്ത്തുന്നു. ഞാനൊരു വലിയ വിഷാദവാനാണ്. എന്നാൽ മറ്റൊരാളുടെ വീട്ടിലിരുന്ന് തേങ്ങിക്കരയുകയും നെടുവീർപ്പിടുകയും ചെയ്യുന്നത് മര്യാദകേടാണ്; കാരണം അത്തരം സങ്കീർണ്ണമായ ദുഃഖം കാര്യങ്ങൾ കൂടുതൽ വഷളാക്കുകയേയുള്ളൂ. അതിനും പുറമേ ഒരു പരി ചാരിക അല്ലെങ്കിൽ ഭവതി തന്നെയും എന്നോട് അക്ഷമയോടെ വിളിച്ചു പറഞ്ഞേക്കാം, ഞാൻ ഒഴുക്കുന്ന കണ്ണുനീർ അമിത മദ്യപാനം മൂലമാ ണെന്ന്!"

പെനെലോപ് മറുപടി നല്കി. "അപരിചിതാ, എന്റെ ഭർത്താവ് ആർഗൈവുകളോടൊപ്പം ട്രോയിലേക്ക് പോയ ദിവസം എന്റെ സൗന്ദര്യം ദൈവങ്ങൾക്ക് പിഴയായി നല്കി. ദൈവങ്ങൾ എന്നെ വല്ലാതെ വേദനിപ്പിക്കുന്നു. ദ്വീപിലെ പ്രഭുക്കന്മാരെല്ലാം ക്ഷണിക്കാതെതന്നെ വിവാഹാഭ്യർത്ഥനയുമായി ഇവിടെ വന്ന് സമ്പത്തെല്ലാം തിന്ന് മുടിക്കുന്നു. ഞാനവരെ അവഗണിച്ചാലും വിവാഹാർത്ഥികൾ കെഞ്ചികൊണ്ട് എത്തുന്നു! എന്റെ ഹൃദയത്തിൽ നിന്ന് ഒഡീസ്സിയെ പറിച്ചുമാറ്റാൻ നോക്കുന്നു. ആളുകൾ എന്റെ പുനർ വിവാഹം ആവശ്യപ്പെടുന്നു. എന്നാൽ അക്കാര്യത്തിന്റെ പേരിൽ ഞാനവരെ നൃത്തം ചെയ്യിപ്പിക്കുകയാണ്. ഞാൻ ഒരു കൂറ്റൻ കൈത്തറി യന്ത്രം മുകളിൽ ഉണ്ടാക്കി. അതിൽ സുന്ദരമായ നേരിയ ലിനൻ നൂലുകൊണ്ട് ഒരു തുണി നെയ്യാൻ തുടങ്ങി. പിന്നെ അവരോട് പറഞ്ഞുകൊണ്ടിരുന്നു. "എന്റെ പ്രഭുക്കന്മാരേ, വിവാഹാർത്ഥികളേ എന്നോട് ക്ഷമ കാണിക്കുക, വൃദ്ധനായ ലാർട്ടെസ് മൃതിയടയുമ്പോൾ ശവം അനാവരണം ചെയ്യാനുള്ള ഈ ലിനൻ നെയ്ത് തീരുന്നതുവരെ നിങ്ങൾ ക്ഷമിക്കുക. എനിക്ക് വൃത്തികെട്ട രീതിയിൽ അത് നെയ്ത് തീർക്കാൻ കഴിയില്ല. ഏതെങ്കിലും അക്കായിയൻ സ്ത്രീ എന്നിൽ കുറ്റം കണ്ടെത്തിയെങ്കിലോ!" അവർ എന്റെ അഭ്യർത്ഥന മാനിച്ചു. ദിവസം മുഴുവൻ ഞാൻ നെയ്തു. രാത്രി ഞാൻ നെയ്തതെല്ലാം അഴിച്ചെടുത്തു! അങ്ങിനെ മൂന്നുവർഷങ്ങൾ, ആർക്കും കണ്ടുപിടിക്കാനാകാത്ത വിധത്തിൽ ഞാനവരെ കബളിപ്പിച്ചു! നാലാം വർഷം അവസാനിക്കാറായപ്പോൾ എന്റെ വഞ്ചകരും നികൃഷ്ടരുമായ പരിചാരികമാരുടെ മൗനാനുവാദത്തോടെ ഞാൻ പിടിക്കപ്പെട്ടു. വിവാഹാർത്ഥികളുടെ കോപം ആ തുണി നെയ്തു തീർക്കാൻ എന്നെ നിർബ്ബന്ധിതയാക്കി. ഇപ്പോൾ എനിക്ക് ഈ വിവാഹത്തിൽനിന്ന് ഒഴിഞ്ഞുമാറാൻ യാതൊരു ഒഴികഴിവോ മാർഗ്ഗമോ കാണാൻ കഴിയുന്നില്ല. എന്റെ മാതാപിതാക്കൾ അതിനായി എന്നെ നിർബ്ബന്ധിക്കുന്നു. ഈ വിവാഹാർത്ഥികളുടെ നിർബ്ബന്ധപൂർവ്വമായ കലാപരിപാടികൾക്കും സദ്യക്കും ധൂർത്തിനും എന്റെ മകൻ എതിരാണ്. അവനിപ്പോൾ ഒരു വളർന്നപുരുഷനാണ്. അന്തസ്സുള്ളവനും സ്യൂസിന്റെ അനുഗ്രഹത്താൽ വിവേകശാലിയുമാണ്. ഇനി നിങ്ങളുടെ കുടുംബത്തെപ്പറ്റി പറയൂ. കെട്ടുകഥയിലേതുപോലെ നിങ്ങൾക്ക് ഏതോ പാറയുടേയോ ഓക്കുമരത്തിന്റെയോ പുത്രനാകാൻ കഴിയില്ലല്ലോ."

ഒഡീസ്സി അവളോട് പറഞ്ഞു. "അല്ലയോ ഒഡീസ്സിയുടെ ബഹുമാന്യയായ പത്നി, എന്റെ കുടുംബത്തെക്കുറിച്ച് പറയുവാൻ നിങ്ങൾ എന്നെ നിർബ്ബന്ധിക്കുകയാണോ? വളരെ നല്ലത്. ഞാൻ പറയാം. വർഷങ്ങളോളം പട്ടണങ്ങൾതോറും വേദനയോടെ അലഞ്ഞുതിരിഞ്ഞ മനുഷ്യരെപ്പോലെ തീവ്രദുഃഖം ഉളവാക്കുന്നതാണെങ്കിലും നിങ്ങളെ അത് പറഞ്ഞു കേൾപ്പിക്കാം. ശ്രദ്ധിക്കുക. കറുത്ത കടലിലാണ് ക്രീറ്റ് സ്ഥിതി ചെയ്യുന്നത്. വളരെ സമ്പന്നമായ ജനനിബിഡമായൊരു ദ്വീപാണത്. പലഭാഷകളും കലർത്തി സംസാരിക്കുന്ന തൊണ്ണൂറ് നഗരങ്ങൾ ആ ദ്വീപിലുണ്ട്.

യഥാർത്ഥ ക്രീറ്റന്മാർക്ക്പുറമെ, അക്കായിയന്മാർ, സൈഡോണിയന്മാർ, ഡോറിയന്മാർ ശ്രേഷ്ഠരായ പെലാസ്ഗിയന്മാർ എന്നിവരും അവിടെ വസിക്കുന്നു. അതിന്റെ തലസ്ഥാനം നോസോസ് ആണ്. മിനോസ് ആണ് ആ രാജ്യം ഭരിക്കുന്നത്. അദ്ദേഹമാണെന്റെ പിതാമഹൻ. അദ്ദേഹത്തിന്റെ പുത്രൻ ഡ്യൂക്കാലിയന്റെ മക്കളാണ് ഞാനും ഇഡോമെനിയസ് രാജാവും. എന്നെ ഏതോൺ എന്ന് ആദരവോടെ വിളിച്ചിരുന്നു. എന്നാൽ ഞാൻ ഇളയവനായിരുന്നു. ഇഡോമെനിയസ് മൂത്തവനായതിനാൽ അവനെയാണ് ഭരണാധികാരിയാക്കിയത്. ആട്രിയസ്സിന്റെ പുത്രന്മാരോടൊപ്പം യുദ്ധക്കപ്പലിൽ അവൻ ഇലിയണിലേക്ക് പോയി. അങ്ങനെ ഒഡീസ്സി ട്രോയിലേക്ക് പോകവെ, കനത്ത കാറ്റിൽപ്പെട്ട് ഒഡീസ്സി തന്റെ കപ്പൽ ക്രീറ്റിന്റെ തീരത്തടുപ്പിച്ചപ്പോൾ എനിക്കദ്ദേഹത്തെ കാണാനും അദ്ദേഹത്തിന്റെ ആതിഥേയനാകാനും അവസരം ലഭിച്ചു. അദ്ദേഹം ഞങ്ങളുടെ നഗരം സന്ദർശിച്ചപ്പോൾ ഇഡോമെനിയസ്സിനെക്കുറിച്ച് അന്വേഷിച്ചു. അദ്ദേഹത്തിന്റെ വളരെ അടുത്ത കൂട്ടുകാരനായിരുന്നു ഒഡീസ്സി. പത്ത് പതിനൊന്ന് ദിവസം മുമ്പ് ഇഡോമെനിയസ് ഇലിയമിലേക്ക് പോയിക്കഴിഞ്ഞിരുന്നു. അങ്ങനെ ഞാൻ അദ്ദേഹത്തെ ഞങ്ങളുടെ കൊട്ടാരത്തിലേക്ക് കൊണ്ടുവന്നു. അവിടെ എല്ലാവിധ ആദരവോടും ഉപചാരത്തോടുംകൂടി എനിക്കദ്ദേഹത്തിന് വിരുന്നൂട്ടാൻ കഴിഞ്ഞു. ഞങ്ങൾ അന്ന് അതിസമ്പന്നരായിരുന്നു. ഞാൻ അദ്ദേഹത്തേയും അദ്ദേഹത്തിന്റെ സൈന്യത്തേയും കണ്ടു. പൊതുകലവറയിൽ നിന്നവർക്ക് ഭക്ഷ്യധാന്യങ്ങളും വീഞ്ഞും നല്കി. അവർക്ക് മൃഗബലി അർപ്പിക്കാനുള്ള കന്നുകാലികളെ നല്കി. പന്ത്രണ്ട് ദിവസം ഈ ശ്രേഷ്ഠരായ അക്കായിയന്മാർ ഞങ്ങളോടൊപ്പം കഴിഞ്ഞു. കാരണം ഉഗ്രമായ വടക്കൻ കൊടുങ്കാറ്റ് മൂലം അവർക്ക് കടൽത്തീരത്ത് നില്ക്കാൻപോലും കഴിഞ്ഞിരുന്നില്ല. ഏതോ ക്രുദ്ധനായ ദേവൻ ഇളക്കിവിട്ടതായിരിക്കണം, പതിമൂന്നാം ദിവസം കാറ്റ് ശമിച്ചു. അവർ യാത്ര പുറപ്പെട്ടു.

അവരോട് ഒഡീസ്സി ഇപ്രകാരം വർണ്ണിക്കുമ്പോൾ അദ്ദേഹത്തിന്റെ നുണകൾക്ക് സത്യത്തിൽ വർണ്ണം വന്നു ചേരുകയായിരുന്നു. അവൾ ഓരോ വാക്കും ശ്രദ്ധിച്ചുകേട്ടുകൊണ്ടിരിക്കവെ അവളുടെ കവിളുകളിലൂടെ കണ്ണുനീർ ധാരയായി ഒഴുകുകയായിരുന്നു. അവളുടെ മുന്നിൽ ജീവനോടെ ഇരിക്കുന്ന ഭർത്താവിനെ ഓർത്ത് വേദനിച്ചുകൊണ്ടുള്ള കരച്ചിലായിരുന്നു അത്. ഒഡീസ്സിക്കും തന്റെ ദുഃഖിതയായ പത്നിയോട് ദയ തോന്നി. എന്നാൽ തന്ത്രപരമായ ലക്ഷ്യം അദ്ദേഹത്തിന്റെ കണ്ണുകളെ ഈറനണിയിക്കാതെ നിർത്തി; ഉരുക്കുപോലെ തീക്ഷ്ണമായ നോട്ടം ചാഞ്ചാട്ടമില്ലാതെ നിലനിർത്തി! അവൾ മതിവരുവോളം കരഞ്ഞു. പിന്നെ കരച്ചിൽ നിർത്തി ചോദിച്ചു. "അപ്പോൾ അപരിചിതാ നിങ്ങൾ വിവരിച്ചതെല്ലാം ശരിയാണോ എന്ന് ഉറപ്പാക്കാനായി എനിക്ക് ഒരു പരീക്ഷണം നടത്തേണ്ടതുണ്ട്. നിങ്ങൾ സൽക്കരിച്ചത് ശരിക്കും എന്റെ ഭർത്താവിനേയും അദ്ദേഹത്തിന്റെ പ്രസിദ്ധരായ യോദ്ധാക്കളെയും തന്നെയാണോ

എന്നെനിക്ക് സ്ഥിരീകരിക്കണം. അതുകൊണ്ട് അദ്ദേഹത്തിന്റെ വേഷ വിധാനത്തെക്കുറിച്ച് എന്നോട് പറയൂ. അദ്ദേഹത്തെയും അനുയായിക ളെയും കുറിച്ച് വിവരിക്കുക."

ഒഡീസ്സി മറുപടി നല്കി. ഭവതി ഇത്രയും നീണ്ടകാലത്തിനുശേഷം അത് ബുദ്ധിമുട്ടാണ്. അദ്ദേഹം വന്നുപോയിട്ട് ഇരുപത് വർഷങ്ങൾ കട ന്നുപോയി. എന്നാൽ അദ്ദേഹം എന്റെ മനസ്സിൽ പതിപ്പിച്ച തോന്നൽ ഞാൻ വിവരിക്കാം. ഒരു കട്ടിയുള്ള ചുകന്ന മേലങ്കിയാണ് ഒഡീസ്സി ധരി ച്ചിരുന്നത്; വരയുള്ളത്. ഇരട്ടവളവുള്ളതായിരുന്നു അദ്ദേഹത്തിന്റെ സ്വർണ്ണബ്രോച്ച്. ഒരു വേട്ടനായ അതിന്റെ മുൻകാൽ നഖങ്ങളിൽ ഒരു പുള്ളിമാൻ കിടാവിനെ ഇറുക്കിപ്പിടിച്ച് അതിന്റെ പിടച്ചിൽ നിരീക്ഷി ക്കുന്നചിത്രമാണ് അതിന്റെ പരന്നഭാഗത്ത് കൊത്തിവച്ചിട്ടുള്ളത്. ലോഹ ത്തിൽ ഇപ്രകാരം കലാപരമായി ഒരു നായയെ കൊത്തിവെച്ചതുകണ്ട് എല്ലാവരും പ്രശംസിച്ചു. ആ പുള്ളിമാൻ കിടാവ് നായയുടെ പിടിയിൽ നിന്ന് കുതറി രക്ഷപ്പെടാൻ ശ്രമിക്കുന്നത് എത്ര വിദഗ്ദ്ധമായാണ് പ്രദർശി പ്പിച്ചിരിക്കുന്നത്. അദ്ദേഹത്തിന്റെ ഉടുപ്പിന്റെ തിളക്കം ഞാൻ ശ്രദ്ധിച്ചു. ജ്വലിക്കുന്ന സൂര്യനെപ്പോലുണ്ടായിരുന്നു അത്. സ്ത്രീകൾക്ക് അതിൽ നിന്ന് കണ്ണെടുക്കാൻ കഴിഞ്ഞില്ല. മറ്റൊരു കാര്യം കൂടി ഞാൻ നിങ്ങൾക്കു വേണ്ടി എടുത്തുപറയട്ടെ. ഒഡീസ്സി ഈ വസ്ത്രങ്ങൾ വീട്ടിൽ ധരിച്ചി രുന്നോ എന്ന് ഉറപ്പ് പറയാനാവില്ല. ഒരുപക്ഷേ, ഏതെങ്കിലും സുഹൃത്തോ ആതിഥേയനോ കടൽ യാത്രയ്ക്കായി അദ്ദേഹത്തിന് സമ്മാനിച്ചതാകാം. അദ്ദേഹം എല്ലാവർക്കും പ്രിയങ്കരനാണല്ലോ, അക്കായിയന്മാർക്കിടയിൽ അതുല്യനായൊരു വ്യക്തി! ഞാൻ തന്നെ അദ്ദേഹത്തെ ആദരവോടെ കപ്പലിൽ കയറ്റി അയക്കുമ്പോൾ അദ്ദേഹത്തിനൊരു വെങ്കല വാളും നല്ലൊരു കടുംചുകപ്പ് മേലങ്കിയും ഒരു തൊങ്ങുള്ള കുപ്പായവും സമ്മാ നിച്ചിരുന്നു. അദ്ദേഹത്തിനോടൊപ്പം ഒരു മുന്നറിയിപ്പ് നല്കുന്നവൻ ഉണ്ടാ യിരുന്നു. അദ്ദേഹത്തേക്കാൾ പ്രായക്കൂടുതൽ ഉള്ളവൻ. അയാളെ എനിക്ക് നന്നായി വിവരിക്കാൻ കഴിയും. കറുത്ത മുഖമുള്ള ഒരു കൂനൻ, ചുരുളൻ മുടിക്കാരൻ, അയാളുടെ പേര് യൂറിബേറ്റ്സ്. അവനോട് സഹാ നുഭൂതിയുള്ള ഒഡീസ്സി തന്റെ മറ്റ് യോദ്ധാക്കളേക്കാൾ ഏറെ അവനെ ഇഷ്ടപ്പെടുന്നു."

അദ്ദേഹത്തിന്റെ വാക്കുകൾ പെനെലോപ്പിനെ വീണ്ടും കരയാൻ പ്രേരിപ്പിച്ചു. കാരണം അയാൾ കാണിച്ചത് ആധികാരികമായ തെളിവു കളായിരുന്നു. അതവൾ തിരിച്ചറിഞ്ഞു. അവൾ കരഞ്ഞുകൊണ്ട് പറഞ്ഞു. "ഇതുവരെ അപരിചിതാ നിങ്ങൾ ഒരു അനുകമ്പാ പാത്രമായിരുന്നു. ഇനി മുതൽ നിങ്ങൾ ഈ വീട്ടിൽ ഒരു പ്രത്യേക ആനുകൂല്യമുള്ളവനും പ്രിയ ങ്കരനുമായിരിക്കും. നിങ്ങൾ വിവരിച്ച ഒഡീസ്സിയുടെ വസ്ത്രങ്ങൾ എന്റെ സ്റ്റോറിൽനിന്ന് ഞാൻ എടുത്തു പൊതിഞ്ഞുകെട്ടിക്കൊടുത്തതാണ്. പ്രകാശം പരത്തുന്ന ബ്രൂച്ചിനോടൊപ്പം. കഷ്ടം! അദ്ദേഹം ഇതുവരെ എന്റെ അടുക്കലേക്ക് തിരിച്ചെത്തിയില്ലല്ലോ. പ്രിയപ്പെട്ട സ്വന്തം ജന്മനാ

ട്ടിലെ വീട്ടിലേക്ക്! എല്ലാം നശിപ്പിക്കാൻ വേണ്ടിയാണ് ഒഡീസ്സിയുടെ കപ്പലിനെ ചീത്തകാലാവസ്ഥ പിടികൂടിയത്. ആ ശപിക്കപ്പെട്ടസ്ഥല ത്തിന്റെ പേര് എന്റെ ചുണ്ടുകളിൽ വരാതിരിക്കട്ടെ!"

ഒഡീസ്സി അവളെ ആശ്വസിപ്പിച്ചു. "ഒഡീസ്സിയുടെ പത്നീ, നിങ്ങൾ മനസ്സ് വേദനിപ്പിക്കരുത്. ഭർത്താവിന് വേണ്ടി ദുഃഖിച്ച് മുഖം കേടുവരു ത്തുകയുമരുത്. ഞാൻ നിങ്ങളെ കുറ്റപ്പെടുത്തുന്നില്ല. എന്നാലും കര ച്ചിൽ നിർത്തുക. എന്റെ ഹൃദയം തുറന്ന് പറയുന്നത് ആത്മവിശ്വാസ ത്തോടെ കേൾക്കുക. വളരെ അടുത്ത ദിവസമാണ് ഒഡീസ്സി തിരിച്ചുവ രുന്ന വാർത്ത ഞാൻ കേട്ടത്. അദ്ദേഹം ജീവിച്ചിരിപ്പുണ്ട്. അടുത്തെത്തി ക്കഴിഞ്ഞു. ഇവിടന്ന് അധികം ദൂരെയല്ലാത്ത സമ്പന്നമായ തെസ്പ്രേ ഷ്യൻ നാട്ടിലെത്തിയിട്ടുണ്ട്. അളവറ്റ സമ്പത്തുമായാണ് അദ്ദേഹത്തിന്റെ വരവ്! അദ്ദേഹത്തിന്റെ അനുചരന്മാരെല്ലാം കപ്പലിനോടൊപ്പം ത്രനാഷ്യ യുടെ അടുത്തുവെച്ച് മരിച്ചുപോയി. അവർ സൂര്യന്റെ കന്നുകാലികളെ കശാപ്പു ചെയ്തതിന്റെ പേരിൽ സ്യൂസിന്റെയും ഹെലിയോസിന്റെയും കോപത്തിനിരയായി. കപ്പൽ ജോലിക്കാർ തിരമാലകളിൽ മുങ്ങിപ്പോയി. എന്നാൽ കപ്പൽ പലകയിൽ പിടിച്ചുകിടന്ന ഒഡീസ്സി ഫേഷ്യൻ കരയി ലെത്തി, ദൈവങ്ങളോട് അടുത്തു നില്ക്കുന്ന ഒരു വർഗ്ഗമാണവർ. ഇവർക്ക് ഒഡീസ്സിയോട് വലിയ ആരാധനയായിരുന്നു. അദ്ദേഹത്തിനവർ അളവറ്റ പാരിതോഷികങ്ങൾ നല്കി, അവരുടെ കപ്പലിൽ നാട്ടിൽ എത്തി ക്കാമെന്നും ഏറ്റു. ആ നിലയ്ക്ക് അദ്ദേഹം ഇവിടെ എത്തിക്കഴിഞ്ഞിട്ടു ണ്ടാകണം. അല്ലെങ്കിൽ അദ്ദേഹം ചുറ്റിക്കറങ്ങി കൂടുതൽ സമ്പന്നനാ കാൻ നോക്കുകയായിരിക്കും. നമ്മൾ ആരേക്കാളേറെ വിവേകശാലിയും സമ്പത്തുമുണ്ടാകുന്നവനുമാണ് ഒഡീസ്സി. തെസ്പ്രോഷ്യൻരാജാവ്, ഫീഡൻ (എനിക്ക് വിവരങ്ങൾ നല്കിയവൻ) അദ്ദേഹത്തിന്റെ വീട്ടിലെ മധുപാന നിവേദ്യസമയം എന്നോട് സത്യം ചെയ്ത് പറഞ്ഞതാണ്, ഒഡീസ്സിയെ കൊണ്ടുവിടാനായി രണ്ട് കപ്പലുകളും ജോലിക്കാരും തയ്യാ റായി നില്ക്കുകയാണെന്ന്. ഒരു വ്യാപാരി ഡുലിക്കിയമിലേക്ക് പോകു ന്നതിനാൽ അദ്ദേഹം ആദ്യം എന്നെ ആ കപ്പലിൽ കയറ്റിവിട്ടു. അവിടെ കലവറയിൽ കുന്നുകൂട്ടി ഇട്ടിരുന്ന ഒഡീസ്സിയുടെ സമ്പത്ത് രാജാവ് എനിക്ക് കാണിച്ചുതന്നു. അത് അദ്ദേഹത്തിന്റെ പത്ത് തലമുറയ്ക്ക് ജീവി ക്കാനുള്ളത്രയ്ക്കുണ്ട്. ഒഡീസ്സി സ്യൂസ് ദേവന്റെ ഉപദേശം ആരായാൻ വേണ്ടി ഡൊഡോനായിൽ പോയിരിക്കയാണെന്നദ്ദേഹം പറഞ്ഞു. ഇത്രയും ദീർഘമായൊരു കാലത്തിനുശേഷം ഇഥാക്കയിലേക്ക് രഹസ്യ മായി പ്രവേശിക്കേണമോ അതോ പരസ്യമായി പ്രവേശിക്കേണമോ എന്നാണ് സ്യൂസ് ദേവനിൽനിന്നും ഒഡീസ്സിക്ക് അറിയേണ്ടിയിരുന്നത്. ഞാൻ ഉറപ്പ് തരുകയും ശപഥം ചെയ്യുകയും ചെയ്യുന്നു, അദ്ദേഹം സുര ക്ഷിതനാണ്. സുഖമായിരിക്കുന്നു, അടുത്തെത്തിയിരിക്കുന്നു. സ്വന്തം ആളുകളെയും ഭൂമിയും വീണ്ടെടുക്കാൻ പോകുകയാണ്. ഏറ്റവും ശ്രേഷ്ഠനും പരമാധികാരിയുമായ സ്യൂസിനെ സാക്ഷിനിർത്തി ഞാൻ

പറയുന്നു; ഞാൻ പറഞ്ഞതുപോലെ എല്ലാകാര്യങ്ങളും കടന്നുപോകും. ഒഡീസ്സി ഉടനെ ഇവിടെ തിരിച്ചെത്തും."

പെനെലോപ് മറുപടി നല്കി "അല്ലയോ അപരിചിതാ, അത് സത്യമായാൽ എന്റെ പാരിതോഷികങ്ങൾ നിങ്ങളുടെ മേൽ വർഷിക്കപ്പെടും. എല്ലാവരും നിങ്ങളുടെ അവസ്ഥയെ പ്രശംസിക്കുന്നതുവരെ! എന്നാൽ കാര്യങ്ങൾ നേരെമറിച്ചായിരിക്കുമെന്ന് എന്റെ ഹൃദയം എന്നെ താക്കീത് ചെയ്യുന്നു. ഒഡീസ്സി ഒരിക്കലും തിരിച്ചുവരില്ല! എന്തായാലും സ്ത്രീകളേ ഇദ്ദേഹത്തിന് കുളിക്കാനായി ഒരുക്കങ്ങൾ ചെയ്യൂ; പിന്നെ ഉറങ്ങാനായി മെത്തയും നല്ല പുതപ്പുകളും തയ്യാറാക്കുക. അങ്ങിനെ നേരം പുലരുന്നതു വരെ അദ്ദേഹം സുഖമായി ഉറങ്ങട്ടെ. പിന്നെ രാവിലെ അദ്ദേഹത്തെ കുളിപ്പിച്ച് തൈലം പുരട്ടിക്കൊടുക്കണം. അതിനുശേഷം ടെലിമാക്കസ്സിനരികിൽ തീൻമേശയ്ക്ക് മുന്നിലിരുന്ന് പ്രാതൽ കഴിക്കട്ടെ. ഏതെങ്കിലും വ്യക്തി അദ്ദേഹത്തെ ഭീഷണിപ്പെടുത്താൻ എത്തിയാൽ അതവന്റെ കഷ്ടകാലമായിരിക്കും."

ഒഡീസ്സി പറഞ്ഞു. "ഒഡീസ്സിയുടെ മഹത്തായ പത്നീ, മഞ്ഞുമൂടിയ ക്രീറ്റിലെ കുന്നിൻപ്രദേശത്തെ ജീവിതം അവസാനിച്ചശേഷം പരുക്കൻ കമ്പിളിയും മൃദുവായ പുതപ്പും ഉപയോഗിച്ചകാലം ഞാൻ മറന്നു. എന്തുമാത്രം രാവുകളാണ് പരുക്കൻകട്ടിലുകളിൽ രാത്രി ഞാൻ ചെലവഴിച്ചിട്ടുള്ളത്. എന്റെ പാദങ്ങൾ കഴുകിത്തരുന്ന രീതിതന്നെ ഞാൻ ശ്രദ്ധിക്കാതായി. നിങ്ങളുടെ കന്യകമാരായ പരിചാരികമാരാരും എന്റെ പാദങ്ങൾ സ്പർശിക്കാതിരിക്കട്ടെ. എന്നാൽ എന്നെപ്പോലെ ദുഃഖങ്ങൾ അനുഭവിച്ചിട്ടുള്ള പ്രായമായ വിശ്വസ്തരായ സ്ത്രീകൾക്ക് അതാകാം. അവർ എന്നെ ശുശ്രൂഷിക്കുന്നതിൽ എനിക്ക് വിരോധമില്ല."

പെനെലോപ് പറഞ്ഞു. "പ്രിയപ്പെട്ട അപരിചിതാ. ഈ വീട്ടിൽ ഞങ്ങൾ സ്വീകരിച്ചിട്ടുള്ള ഒരു സഞ്ചാരിയും ഒരിക്കലും ഇത്രയും വകതിരിവോടെയോ നീതിപൂർവ്വമോ സംസാരിച്ചതായി കേട്ടിട്ടില്ല. നിങ്ങളെപ്പോലെ ഉൾക്കാഴ്ചയുള്ളവരേയും കണ്ടിട്ടില്ല. എനിക്ക് വിവേകശാലിയായൊരു വൃദ്ധപരിചാരികയുണ്ട്. എന്റെ നിർഭാഗ്യവാനായ ഭർത്താവിനെ അമ്മ പ്രസവിച്ച നാൾ മുതൽ വളർത്തിക്കൊണ്ടുവന്ന നഴ്സ് ആണവൾ; അദ്ദേഹത്തെ വാത്സല്യപൂർവ്വം ആത്മാർത്ഥയോടെ അവൾ വളർത്തി വലുതാക്കി. അവൾ ഇപ്പോൾ ദുർബ്ബലയാണ്. എന്നാലും നിങ്ങളുടെ പാദങ്ങൾ കഴുകിത്തരും. എഴുന്നേല്ക്കൂ. വിവേകശാലിയായ യൂറിക്ലിയാ നിങ്ങളുടെ യജമാനന്റെ തലമുറക്കാരനായ ഈ മനുഷ്യനെ സേവിക്കുക. ഇപ്പോൾ ഒഡീസിയുടെ കൈകാലുകൾ ഇതുപോലെ പ്രായമായിട്ടുള്ളതല്ലെന്ന് ആർക്ക് പറയാൻ കഴിയും. കഷ്ടപ്പാടുകൾ മനുഷ്യനെ വളരെ വേഗം വൃദ്ധനാക്കുന്നു."

രാജ്ഞിയുടെ വാക്കുകൾകേട്ട് ആ വൃദ്ധ വേലക്കാരി കൈകൾ കൊണ്ട് മുഖം മറച്ച് ചുടു കണ്ണുനീർ ഒഴുക്കി; ഒഡീസ്സിയെ വിളിച്ചു ഉറക്കെ വിലപിച്ചു. "എന്റെ കുട്ടി, എന്റെ കുട്ടി! എനിക്ക് സഹിക്കുന്നില്ല. നിനക്ക്

ഇത്രയേറെ ഈശ്വരഭക്തിയുണ്ടായിട്ടും എല്ലാ മനുഷ്യരേക്കാളേറെ നിന്നെ സ്യൂസ് ദേവൻ വെറുത്തു. ഇത്രയും തടിച്ചുകൊഴുത്ത ആട്ടിൻതുടകളും മറ്റു മൃഗബലികളും മറ്റാരാണ് സ്യൂസിന് അർപ്പിച്ചിട്ടുള്ളത്? നിന്റെ പ്രഗത്ഭനായ പുത്രനേയും നീ അതുതന്നെ പഠിപ്പിച്ചു എന്നിട്ടും നിന്നെ മാത്രം ദൈവങ്ങൾ വീട്ടിലെത്തിച്ചില്ല. ഒഡീസ്സി വിദേശകൊട്ടാരത്തിൽ ആതിഥ്യം തേടിയപ്പോൾ ഇവിടത്തെ നീച സ്ത്രീകൾ നിങ്ങളോട് ചെയ്തതുപോലെ അശ്ലീലങ്ങൾ വിളിച്ചുപറഞ്ഞ് അവനെ പരിഹസിച്ചുവോ, അപരിചിതാ? അവരുടെ ആഭാസത്തരങ്ങൾമൂലം നിങ്ങൾ അവരെക്കൊണ്ട് പാദങ്ങൾ കഴുകിക്കുവാൻ ആഗ്രഹിക്കുന്നില്ല. എന്നാൽ വിവേകശാലിയായ പെനെലോപ് എന്നെ സസന്തോഷം പാദസേവ ചെയ്യുന്ന ഒരു പരിചാരികയായി കണ്ടു. അവൾക്കുവേണ്ടി ഞാൻ നിങ്ങളുടെ പാദങ്ങൾ കഴുകുന്നു. എന്നാൽ നിങ്ങൾക്ക് വേണ്ടിയും കൂടിയാണത്. കാരണം എന്റെ ഹൃദയത്തിലത് സ്പർശിക്കുകയും ഉൾപ്പുളകം സൃഷ്ടിക്കുകയും ചെയ്തു. എന്തുകൊണ്ട് ഉൾപ്പുളകം സൃഷ്ടിച്ചു? എന്തുകൊണ്ടെന്നാൽ ഞങ്ങളുടെ അടുത്ത് അനേകം സഞ്ചാരികൾ വന്നിട്ടുണ്ടെങ്കിലും നിങ്ങളെപോലെ ഒഡീസ്സിയുമായി സാദൃശ്യമുള്ള ഒരാളെയും ഒരിക്കലും കണ്ടിട്ടില്ല. ആകൃതിയും നടത്തത്തിലും ശബ്ദത്തിലും!"

മനസ്സാന്നിദ്ധ്യത്തോടെ ഒഡീസ്സി പറഞ്ഞു. "അല്ലയോ വയോധികേ ഞങ്ങൾ ഇരുവരേയും നോക്കുന്നവരെല്ലാം അപ്രകാരം തന്നെയാണ് അഭിപ്രായപ്പെട്ടിരുന്നത്! നിങ്ങൾ പറയുന്നതുതന്നെ അവരും പറഞ്ഞു. ഞങ്ങൾ ശരിക്കും ഒരേപോലെയാണെന്ന്! അദ്ദേഹം സംസാരിച്ചുകൊണ്ടിരിക്കവെ ആ വൃദ്ധ കാലുകൾ ആദ്യം തണുത്ത വെള്ളത്തിൽ ഉരച്ചു കഴുകി. ഒഡീസ്സി തീച്ചൂളക്കടുത്ത് ഇരിക്കയായിരുന്നു. പെട്ടെന്നദ്ദേഹം ഇരുട്ടിലേക്ക് മുഖംതിരിച്ചു. കാരണം തന്റെ കാൽ കഴുകുമ്പോൾ അതിലെ മുറിവിന്റെ പാട് ആ വൃദ്ധ ശ്രദ്ധിക്കുമോ എന്നദ്ദേഹം പേടിച്ച് പോയി! അപ്പോൾ സത്യം വെളിച്ചത്താകുമല്ലോ. അതങ്ങനെത്തന്നെ സംഭവിച്ചു. അവർ കാൽകഴുകാനായി നന്നായി കുനിഞ്ഞു. വർഷങ്ങൾക്കുമുമ്പ് പർണ്ണാസ്സസിൽ വെച്ച് ഒരു കാട്ടുപന്നിയുമായി ഏറ്റുമുട്ടിയപ്പോൾ, അതിന്റെ തേറ്റകൊണ്ട് ഒഡീസ്സിയുടെ കാൽമുറിഞ്ഞിരുന്ന കാര്യം ആ വൃദ്ധക്കറിയാമായിരുന്നു. അദ്ദേഹം അന്ന് അമ്മയുടെ സഹോദരനേയും അവരുടെ പ്രതാപിയായ അച്ഛൻ ഓട്ടോലിക്കസിനെയും സന്ദർശിക്കാൻ പോയതായിരുന്നു.

ഓട്ടോലിക്കസ് ഒരിക്കൽ ഇഥാക്ക സന്ദർശിച്ചിട്ടുണ്ട്, അയാളുടെ പുത്രി ഒരു പുത്രനെ പ്രസവിച്ച ഉടനെ ആയിരുന്നു ആ സന്ദർശനം. യൂറിക്ലിയ ആ കുഞ്ഞിനെകൊണ്ട് വന്ന് അത്താഴം കഴിച്ചശേഷം ഓട്ടോലിക്കസ്സിന്റെ മടിയിൽ കിടത്തി പറഞ്ഞു. "നിങ്ങളുടെ പ്രിയപുത്രിയുടെ ഈ മകന് ഒരു പേര് കണ്ടെത്തുക ഓട്ടോലിക്കസ്. അനേകം പ്രാർത്ഥനകളുടെ ഫലമായി ജനിച്ച ഒരു കുഞ്ഞാണിത്.,"

ഓട്ടോലിക്കസ് മറുപടി നല്കി. "മകളും ജാമാതാവും ഞാൻ പറ

യുന്നപേര് കുഞ്ഞിന് ഇടുക. ഒഡീസ്സി എന്ന പേരാണ് ഞാൻ നിർദ്ദേശിക്കുന്നത്. അവൻ വളർന്നുവലുതാകുമ്പൾ പർണ്ണാസിലെ അവന്റെ അമ്മയുടെ വീട്ടുകാരുടെ കൊട്ടാരം സന്ദർശിക്കാനായി അയയ്ക്കുക. അതായത് എന്റെ കൊട്ടാരം. അവന് ഞാൻ അളവറ്റ സമ്മാനമായി ധനം നല്കി ആനന്ദത്തോടെ വീട്ടിലേക്ക് തിരിച്ചയക്കും."

അങ്ങനെയാണത് സംഭവിച്ചത്. യുവാവായ ഒഡീസ്സി സമ്മാനങ്ങൾ വാങ്ങാനായി യാത്രതിരിച്ചു. ഓട്ടോലിക്കസ് തന്റെ പുത്രന്മാരോടൊപ്പം അവനെ ഹൃദ്യമായി സ്വാഗതം ചെയ്തു. അവന്റെ അമ്മൂമ്മ ആംഫീത്തിയ അവനെ ആലിംഗനം ചെയ്ത് കവളിലും സുന്ദരമായ രണ്ട് കണ്ണുകളിലും ചുംബിച്ചു. മക്കളോട് ആഹാരം തയ്യാറാക്കാനായി ഓട്ടോലിക്കസ് ആവശ്യപ്പെട്ടു. ധൃതിയിൽ അവർ അഞ്ചുവയസ്സുള്ളൊരു കാളയെ കൊണ്ട് വന്ന്, കശാപ്പുചെയ്ത്, തൊലിപൊളിച്ച് കഷണങ്ങളായി നുറുക്കി. അവ പൊരിച്ച് വട്ടത്തിലുള്ള കഷണങ്ങളാക്കി വിളമ്പി സന്ധ്യയാകുന്നതുവരെ വിരുന്നു സൽക്കാരം നീണ്ടുനിന്നു. എല്ലാവരും ഒരുപോലെ സംതൃപ്തരായിരുന്നു.

സൂര്യൻ അസ്തമിച്ചശേഷം ഇരുട്ട്വ്യാപിച്ചപ്പോൾ, അവർ സുഖമായികിടന്നുറങ്ങി. പ്രഭാതത്തിലവർ ഓട്ടോലിക്കസിന്റെ പുത്രന്മാരോടൊപ്പം വേട്ടനായ്ക്കളേയും കൂട്ടി നായാട്ടിന് പോയി. ഒഡീസ്സിയും അവരോടൊപ്പം പോയിരുന്നു. അവർ പർണ്ണാസ്സസ് കുത്തനെ കയറി കാട്ടുപ്രദേശത്തിലൂടെ മുന്നേറി. അവർ ഒരു ചെറിയ മലയിടുക്കിലെത്തിയപ്പോൾ മണം പിടിച്ചുകൊണ്ട് വേട്ടനായ്ക്കൾ കുതിച്ചുപാഞ്ഞു. അവയ്ക്കു പിന്നാലെ ഓട്ടോലിക്കസ്സിന്റെ പുത്രന്മാരും ഓടി. ഒഡീസ്സി തന്റെ കുന്തം ആത്മനിയന്ത്രണത്തോടെ പിടിച്ച് അവരോടൊപ്പം പോകാൻ ശ്രമിച്ചു; അവന്റെ കൈ വിറയ്ക്കുന്നുണ്ടായിരുന്നു. വലിയൊരു കാട്ടുപന്നി ആ നിബിഡവനത്തിൽ കിടന്നിരുന്നു. മനുഷ്യരും നായ്ക്കളും അടുത്തെത്തിയപ്പോൾ ആ കാട്ടുപന്നി അവരെ എതിരിടാനായി തന്റെ മാളത്തിൽ നിന്ന് കോപത്തോടെ പുറത്തേക്ക് ചാടി. ഒഡീസ്സി അതിനുനേരെ കുന്തം പ്രയോഗിച്ചെങ്കിലും ആ പന്നി ഒരു വശത്ത് കൂടെ വന്ന് അവന്റെ കാൽമുട്ടിൽ കുത്തിമുറിവേല്പിച്ചു. അവന്റെ എല്ലിന് പരുക്കൊന്നും പറ്റിയില്ലെങ്കിലും മാംസത്തിലേക്കതിന്റെ തേറ്റതുളച്ചുകയറി. ഒഡീസ്സി വീണ്ടും ആ പന്നിയുടെ വലത് തോളിൽ കുന്തം കുത്തി ഇറക്കി. അതോടെ ആ മൃഗം നിലംപതിച്ചു. ഉടനെ ഓട്ടോലിക്കസിന്റെ പുത്രന്മാർ എത്തി ദേവതുല്യനായ ഒഡീസ്സിയുടെ മുറിവ് വെച്ചുകെട്ടി. അതിവേഗം അച്ഛന്റെ വീട്ടിലെത്തിച്ചു. പിന്നെ അവന്റെ മുറിവ് ഉണങ്ങിയശേഷം ധാരാളം പാരിതോഷികങ്ങൾ നല്കി അവനെ സ്വന്തം നാടായ ഇഥാക്കയിലേക്ക് തിരിച്ചയച്ചു. അച്ഛൻ ലാർട്ടസും അവന്റെ അമ്മയും അവനെ വീട്ടിലേക്ക് സ്വീകരിച്ചുകൊണ്ടുപോയി, എല്ലാവിവരങ്ങളും ചോദിച്ചറിഞ്ഞു. പ്രത്യേകിച്ച് ആ മുറിവിനെക്കുറിച്ച്. ആ കാട്ടുപന്നി തന്റെ കാലിൽ തേറ്റകുത്തിയിറക്കിയ കഥ അവൻ അവർക്ക് വിവരിച്ചുകൊടുത്തു. പർണ്ണാസ്സസിൽ വെച്ച് ഓട്ടോലി

ക്കസ്സിന്റെ പുത്രന്മാരോടൊപ്പം നടന്ന നായാട്ടിന്റെ കഥ പറഞ്ഞു കേട്ട ശേഷം ആ വൃദ്ധ അവന്റെ കാലെടുത്ത് മടിയിൽ വെച്ച് മെല്ലെ അതിൽ തലോടി. അവളുടെ മനസ്സിൽ ആ മുറിവിന്റെ പാട് പതിഞ്ഞുകിടന്നിരുന്നു! ആ മുറിവിന്റെ വടുവിൽ സ്പർശിച്ചതോടെ അത് ആരുടെ കാലാണെന്ന വൾക്ക് മനസ്സിലായി. കാൽപെട്ടെന്ന് അവളുടെ കൈയിൽനിന്ന് ടബ്ബിലെ വെള്ളത്തിലേക്ക് വഴുതിവീണു. വെള്ളം പുറത്തേക്ക് തെറിച്ചു. യൂറിക്ലി യയായുടെ ഹൃദയത്തിൽ സന്തോഷവും ദുഃഖവും ഒരേസമയം അലയ ടിച്ചു. അവളുടെ കണ്ണുകൾ നിറഞ്ഞു. അവളുടെ ശബ്ദം തൊണ്ടയിൽ കുടുങ്ങിക്കിടന്നു. ഒടുവിൽ അവൾ ഒഡീസ്സിയുടെ താടി പിടിച്ചുവലിച്ചു മന്ത്രിച്ചു. "നീ എന്റെ സ്വന്തം കുട്ടി ഒഡീസ്സി തന്നെയാണ്. ഞാനത് ഒരി ക്കലും മനസ്സിലാക്കിയില്ല- എന്റെ രാജാവിന്റെ ശരീരം തൊട്ടുതടവുന്ന തുവരെ." അവളുടെ ദൃഷ്ടി പെനെലോപിലേക്ക് പാഞ്ഞു. രാജ്ഞിയുടെ പ്രിയങ്കരനായ ഭർത്താവ് വീട്ടിലെത്തി എന്ന് ആംഗ്യം കാണിക്കാനായി രുന്നു അവളുടെ ഭാവം. എന്നാൽ പെനെലോപ് അവളുടെ നോട്ടം കാണു കയോ അതിന്റെ അർത്ഥം വായിച്ചെടുക്കുകയോ ചെയ്തില്ല. കാരണം എഥീനി ദേവി തല്ക്കാലം അവളുടെ ചിന്ത മറ്റെങ്ങോ തിരിച്ചുവിട്ടു. യൂറി ക്ലിയായുടെ തൊണ്ടപിടിച്ചു ഞെക്കാനായി ഒഡീസ്സിയുടെ വലതുകൈ നീണ്ടു; അതേസമയം ഇടതുകൈകൊണ്ടവളെ തന്നോടടുപ്പിച്ച് പിറുപി റുത്തു. "നിങ്ങൾ എന്നെ കൊല്ലുമോ നഴ്സ്? എന്നെ നെഞ്ചിലേറ്റി മുല പ്പാൽ തന്ന് വളർത്തിയ നിങ്ങൾ, അവസാനം ഇരുപത് വർഷത്തെ ദുരി തങ്ങൾക്കുശേഷം തിരിച്ചെത്തിയ എന്നെ കൊലയ്ക്ക് കൊടുക്കുമോ. ഇപ്പോൾ നിങ്ങൾ കാര്യങ്ങൾ ഊഹിച്ചിരിക്കുന്നു. ദൈവം സത്യാവസ്ഥ നിങ്ങളുടെ മനസ്സിലേക്ക് കടത്തിവിട്ടിരിക്കുന്നു. അത് മൂടിവെക്കുക. ഈ വീട്ടിലെ മറ്റൊരാളും അതറിയരുത്. അല്ലെങ്കിൽ എന്നെ വിശ്വസിക്കുക. ഞാനതുതന്നെയാണ് അർത്ഥമാക്കുന്നത്. ഈ വിവാഹാർത്ഥികളെ തകർക്കാനെനിക്ക് കഴിഞ്ഞില്ലെങ്കിൽ നിങ്ങൾ എന്റെ പഴയ നഴ്സ് ആണെങ്കിലും ഞാൻ നിങ്ങളെ വെറുതെ വിടില്ല. മറ്റ് ഭൃത്യകളെ ഞാൻ എന്റെ ഹാളിൽവെച്ച് വെട്ടികൊല്ലുമ്പോൾ നിങ്ങളും അതിലുണ്ടാകും."

ബുദ്ധിമതിയായ യുറിക്ലിയ പ്രതിഷേധിച്ചു. "എന്റെ കുട്ടീ എന്ത് ഭയാ നകമായ കാര്യമാണ് നീ പറഞ്ഞത്! എന്റെ ഉറച്ച മനസ്സ് നിനക്കറിയാ മല്ലോ. അതിന് പകരം നിന്റെ പരിഗണനയ്ക്കായി ഒരു കാര്യം നിർദ്ദേശി ക്കാൻ എന്നെ അനുവദിക്കുക. ധീരരായ വിവാഹാർത്ഥികളെ ദൈവം നിനക്ക് വിട്ടുതന്നാൽ ഏത് സ്ത്രീകളാണ് ഈ വീട്ടിൽ നിന്നെ അപമാ നിച്ചിരുന്നതെന്നും ഏത് സ്ത്രീകളാണ് നിഷ്കളങ്കരെന്നും ഞാൻ നിനക്ക് വിവരിച്ചു തരാം."

അദ്ദേഹം മറുപടി നല്കി. "നഴ്സ് എന്തിന് ബുദ്ധിമുട്ടുന്നു? അതിന്റെ ആവശ്യമൊന്നുമില്ല. ഞാൻ സ്വയം അതെല്ലാം നോക്കി മനസ്സിലാക്കി ക്കൊള്ളാം ഓരോരുത്തരെയും തരംതിരിച്ചുകൊള്ളാം. നിങ്ങളുടെ വാർത്ത നിങ്ങൾ ഉള്ളിൽ ഒതുക്കിവെക്കുക. ഈ കാര്യം ദൈവത്തോട് ശുപാർശ ചെയ്യുക.

അതിനുശേഷം വൃദ്ധ വീട്ടിനുള്ളിൽ ഏന്തി നടന്ന് തെറിച്ചുപോയ വെള്ളം ടബ്ബിൽ നിറയ്ക്കാനായി വെള്ളപ്പാത്രവുമായി എത്തി. കാലുകൾ കഴുകി ഒലിവ് എണ്ണ പുരട്ടിക്കഴിഞ്ഞ് ഒഡീസ്സി തന്റെ ബെഞ്ച് തീച്ചൂള യ്ക്കടുത്തേക്ക് വലിച്ചിട്ട് തീകാഞ്ഞുകൊണ്ട് ഇരുന്നു. തന്റെ മുറിവ് അട യാളമുള്ള കാൽ പുതപ്പിനടിയിൽ ശ്രദ്ധയോടെ മൂടിവെച്ചു.

അപ്പോൾ പെനെലോപ് പറഞ്ഞു. "അപരിചിതാ ഞാൻ വളരെ കുറച്ചേ നിങ്ങളോട് ഇപ്പോൾ പറഞ്ഞിട്ടുള്ളൂ. വേഗം ഉറങ്ങേണ്ട സമയ മാകും. മനുഷ്യൻ എത്രതന്നെ ദുഃഖിതനായാലും, അപ്പോൾ സുഖനിദ്ര യിൽ ആണ്ടുപോകും. എന്നാൽ എനിക്ക് ഉറക്കം വരില്ല. അളക്കാനാ വാത്ത ദുഃഖഭാരം ദൈവങ്ങൾ എന്റെ തലയിൽ കെട്ടിവെച്ചിരിക്കുന്നു. പകൽ സമയം ദുഃഖം കടിച്ചമർത്തി ഞാൻ വിലപിച്ചുകൊണ്ടിരിക്കുന്നു. അതോടൊപ്പം എനിക്ക് സ്വന്തം ചുമതലകളും വീട്ടുജോലിക്കാരുടെ പണി കളും നോക്കേണ്ടതുണ്ട്. എന്നാൽ രാത്രി ലോകം മുഴുവൻ ഉറങ്ങുന്നു. ഞാൻ എന്റെ മെത്തയിൽ വേദനിച്ചുകൊണ്ട് കിടക്കുന്നു. എന്റെ നരക യാതന അനുഭവിക്കുന്ന മനസ്സ്, പാണ്ടറിയസ്സിന്റെ പുത്രി സിൽവർ നൈറ്റിംഗേലിന്റെ ഗാനം പോലെ ഇടറുന്നു! ഞാൻ എന്റെ മകനോടൊപ്പം ദൃഢമായിനിന്ന് എന്റെ ജംഗമസ്വത്തുക്കൾ, ഗംഭീരമായ ഈ കൊട്ടാരം, എന്റെ പരിചാരികമാർ എന്നിവരെ ഭർത്താവിനോടുള്ള ആദരവും ജനാ ഭിപ്രായവും ഉൾക്കൊണ്ട് സംരക്ഷിക്കേണമോ? അതോ വിവാഹാർത്ഥി കളായി വിലമതിക്കാനാവാത്ത സമ്മാനങ്ങൾ തരുവാൻ തയ്യാറായി വന്ന ഈ അക്കായിയന്മാരിൽനിന്ന് ഏറ്റവും നല്ലവനോടൊപ്പം പോകണമോ? എന്റെ മകൻ ഒന്നും അറിയാത്ത കുട്ടി ആയിരുന്നിടത്തോളം കാലം, ഒരു പുതിയ ഭർത്താവിനെ സ്വീകരിച്ച് വീടു വിട്ടുപോകുവാൻ ഞാൻ ചിന്തി ച്ചിട്ടേയില്ല. എന്നാൽ പ്രായപൂർത്തി ആയ അവൻ, ഞാൻ എന്റെ പിതൃ ഗൃഹത്തിലേക്ക് പോകാൻ ആഗ്രഹിക്കുന്നു. തന്റെ സമ്പത്ത് തിന്ന് മുടി ക്കുന്ന അക്കായിന്മാരെ കാണുന്നതുതന്നെ അവന് വെറുപ്പാണ്. അതു കൊണ്ട് ശ്രദ്ധിച്ചുകേൾക്കു, എന്റെ ഈ സ്വപ്നം ഒന്ന് വിശലനം ചെയ്ത് തരൂ. എനിക്ക് ഇരുപത് കാട്ടുതാറാവുകൾ ഉണ്ട്, പുഴയിൽ നിന്നും വന്നവ. അവർ എന്റെ ധാന്യങ്ങൾ തിന്ന് ജീവിക്കാൻ പഠിച്ചു. അവയെ നോക്കി ഇരിക്കാൻ എനിക്ക് ഇഷ്ടമായിരുന്നു. എന്നാൽ വലിയ കൊക്കുള്ള ഒരു കഴുകൻ മലമുകളിൽനിന്ന് പറന്നുവന്ന് എല്ലാവരേയും കഴുത്തിൽ ഇറുക്കി കൊന്നുകളഞ്ഞു. അവയുടെ മൃതദേഹങ്ങൾ വീട്ടിൽ കൂട്ടിയിട്ട് അവൻ വീണ്ടും ആകാശത്തേക്ക് പറന്നുപോയി. ഞാനീ പറയുന്നതെല്ലാം തീർച്ചയായും ഒരു സ്വപ്നമാണ്. എന്നാൽ അത് കണ്ട ഞാൻ വേദന യോടെ തേങ്ങിക്കരഞ്ഞു. കഴുകൻ കൊന്നു കളഞ്ഞ കാട്ടുതാറാവുകളെ കുറിച്ചോർത്ത് ഞാൻ വിലപിക്കുന്നതുകണ്ട് നല്ലവരായ അക്കായിയൻ സ്ത്രീകൾ എന്റെ ചുറ്റും കൂടി. എന്നാൽ പെട്ടെന്ന് ആ കഴുകൻ പറന്നു വന്ന് വീടിന്റെ തള്ളിനില്ക്കുന്ന ഒരു കറുത്ത തുലാമിൽ ഇരുന്ന് മനു ഷ്യശബ്ദത്തിൽ പറഞ്ഞു. ഇക്കാരിയസ്സിന്റെ പുത്രീ, സമാധാനിക്കൂ.

ഇതൊരു സ്വപ്നമല്ല നഗ്നസത്യത്തിന്റെ ഒരു ഛായാചിത്രമാണ്, പൂർണ്ണമായും നിർവ്വഹിക്കപ്പെടാൻ പോകുന്നത്. ആ കാട്ടുതാറാവുകൾ നിന്റെ വിവാഹാർത്ഥികളാണ്. പിന്നെ ഞാൻ, ഇപ്പോഴത്തെ ഈ കഴുകൻ നിന്റെ ഭർത്താവാണ്. അവരെ നിഗ്രഹിക്കാൻ വീണ്ടും വന്നിരിക്കുന്നു." ഈ വാക്കുകൾ ചെവിയിൽ അലച്ചുകൊണ്ടാണ് ഞാൻ ഉറക്കമുണർന്നത്.

ഒഡീസ്സി മറുപടി നല്കി. "ഭവതീ മറ്റൊരുരീതിയിൽ ഈ സ്വപ്നം വളച്ചൊടിക്കാനാവില്ല. ഒഡീസ്സി സ്വയം അത് പൂർത്തീകരിക്കാൻ ശപഥം ചെയ്യുകയാണ്. ഓരോ വിവാഹാർത്ഥിയുടെയും മരണം മുൻകൂട്ടി നിർണ്ണയിക്കപ്പെട്ടുകഴിഞ്ഞു. ഒരാൾക്കും മരണത്തിൽനിന്ന് രക്ഷപ്പെടാൻ കഴിയില്ല.

എന്നാൽ വിവേകശാലിയായ പെനെലോപ് മറുപടി പറഞ്ഞു. "അപരിചിതാ, സ്വപ്നങ്ങൾ വഞ്ചിക്കപ്പെടാവുന്നവയാണ്. കുടുക്കഴിക്കുവാൻ പ്രയാസമുള്ളത്! എന്തായാലും അതിലുള്ളതെല്ലാം നമുക്ക് സത്യമായിത്തീരാറില്ല. ഇന്ദ്രിയഗോചരമല്ലാത്ത സ്വപ്നരാജ്യത്തിലേക്ക് രണ്ട് ഗേറ്റുകളാണുള്ളത്. ഒന്ന് മൃഗങ്ങളുടെ കൊമ്പുകൊണ്ടുള്ളതും മറ്റൊന്ന് ആനക്കൊമ്പുകൊണ്ടുള്ളതും. ആനക്കൊമ്പ് ഗേറ്റിലൂടെ കടന്നുവരുന്ന സ്വപ്നങ്ങൾ വിപരീതാർത്ഥത്തിലുള്ളതാണ്. വൃഥാ ആശ നല്കുന്ന വഞ്ചനകൾ, എന്നാൽ മൃഗക്കൊമ്പ് ഗേറ്റിലൂടെ മനുഷ്യനിലേക്ക് വരുന്ന സ്വപ്നങ്ങളെല്ലാം ഭാവി വസ്തുതകളെയാണ് പ്രവചിക്കുന്നത്. എന്റെ വിചിത്ര സ്വപ്നം അത്തരത്തിലുള്ളതായിരിക്കില്ലെങ്കിലോ എന്ന് ഞാൻ ഭയപ്പെടുന്നു. ആ സംഭവം എനിക്കും മകനും സ്വാഗതാർഹമാണെങ്കിലും! നിങ്ങൾ മനസ്സിൽ വെക്കാൻ വേണ്ടി ഞാൻ ചില കാര്യങ്ങൾ പറയട്ടെ. എന്നെ ഒഡീസ്സിയുടെ കുടുംബത്തിൽനിന്ന് വേർപെടുത്തുന്ന അപകീർത്തിപരമായ ദിനം ഉടനെ പുലരും. അതിനായി ഞാൻ ഒരു മത്സരം നടത്താൻ പോകുകയാണ്. എന്റെ നാഥൻ വീട്ടിലുണ്ടായിരുന്നപ്പോൾ പന്ത്രണ്ട് കോടാലികൾ നിരയായി വെച്ച് ദൂരെനിന്നുകൊണ്ട് അവയുടെ തുളകളിലൂടെ അമ്പെയ്ത് മറുവശത്ത് എത്തിക്കുക പതിവായിരുന്നു. ഇപ്പോൾ അതേ സാഹസകൃത്യം ചെയ്തുകാണിക്കുവാൻ ഞാൻ വിവാഹാർത്ഥികളോട് ആവശ്യപ്പെടും. ആ വലിയ വില്ലിൽ ഞാൺ കെട്ടി, കുലച്ച്, അമ്പെയ്ത്, പന്ത്രണ്ട് കോടാലി ദ്വാരങ്ങളിലൂടെ വിട്ട് മറുവശത്തെത്തിക്കുന്നവനോടൊപ്പം ഞാൻ വിവാഹിതയായി, ശ്രേഷ്ഠമായ ഈ വീട് വിട്ട് പോകും! തീർച്ചയായും ഈ വീടിനെ എന്റെ സ്വപ്നങ്ങളിലൂടെ ഞാൻ എന്നും ഓർക്കും."

ഒഡീസ്സി അഭിപ്രായം പ്രകടിപ്പിച്ചു. "ഒഡീസ്സിയുടെ കുലീനയായ പത്നീ, ഈ പന്തയം ഹാളിൽവെച്ചു നടത്താൻ ഭവതി ഒട്ടും മടിക്കരുത്. എന്തുകൊണ്ടെന്നാൽ പല കാര്യങ്ങളിലും നിപുണനായ ഒഡീസ്സി ഈ മനുഷ്യർക്കു മുന്നിൽ എത്തും, വില്ലിൽ ഞാൺ വലിച്ചുകെട്ടി, കോടാലി തുളകളിലൂടെ ശരം വിട്ട് അപ്പുറത്തെത്തിക്കും."

പെനെലോപ് പറഞ്ഞു. "അപരിചിതാ, നിങ്ങൾ രാത്രി മുഴുവൻ എന്റെ അരികിലിരുന്ന് സംസാരിച്ചുകൊണ്ടിരുന്നാൽ എനിക്ക് ഉറക്കംവരുകയേയില്ല. എന്നാൽ മർത്ത്യർക്ക് സ്ഥിരമായി ഉറക്കമൊഴിക്കാനാവില്ലല്ലോ. അതുകൊണ്ട് ഞാൻ മുറിയിൽ പോയി എന്റെ മെത്തയിൽ കിടക്കട്ടെ; എന്റെ കരച്ചിൽ സ്ഥലമാണത്. ഒഡീസ്സി യുദ്ധത്തിന് പോയ ശേഷം എപ്പോഴും ആ മെത്ത എന്റെ കണ്ണുനീരിൽ കുതിർന്നിരിക്കുകയാണ്. ഞാൻ ശയിക്കട്ടെ, നിങ്ങൾ ഈ ഹാളിൽ കിടന്നുറങ്ങുക. ഇവിടെ നിലത്ത് എന്തെങ്കിലും വിരിച്ച് കിടക്കുക; അല്ലെങ്കിൽ അവരോട് ഒരു കിടക്ക കൊണ്ടുവരാൻ പറയാം."

അവൾ സംസാരം നിർത്തി, തന്റെ ശോഭായമാനമായ കിടക്കറയിലേക്ക് കയറിപ്പോയി. ഒറ്റയ്ക്കായിരുന്നില്ല, പരിചാരികമാർ അവളെ അനുഗമിച്ചിരുന്നു. അവൾ മെത്തയിൽ കിടന്ന്, ഒഡീസ്സിയെ ഓർത്ത് വിലപിച്ചു. ഒടുവിൽ എഥീനിദേവി അവളെ നിദ്രയിലാഴ്ത്തി.

ഇരുപത്

അങ്ങനെ വിവാഹാർത്ഥികൾ കശാപ്പു ചെയ്ത കാളകളുടെ തോലിന്മേൽ നിരവധി ചെമ്മരിയാട്ടിൻ തോലുകൾ വിരിച്ച് ഒരു മെത്തയുണ്ടാക്കി ഒഡീസ്സി ആ പ്രവേശന ഹാളിൽ ഉറങ്ങാൻ കിടന്നു. യൂറിനോമി, അയാൾ കിടന്നശേഷം അയാളെ ഒരു പുതപ്പ് ഇട്ട് മൂടി. എന്നിട്ടും ഒഡീസ്സിക്ക് ഉറക്കം വന്നില്ല. കാരണം, വിവാഹാർത്ഥികളെ തകർക്കാനുള്ള പദ്ധതികളിൽ അദ്ദേഹത്തിന്റെ ഹൃദയം അങ്ങേ അറ്റം കർമ്മോദ്യുക്തമായിരുന്നു. അതിനും പുറമെ, അല്പനേരത്തിനുശേഷം വേശ്യാവൃത്തി ചെയ്യുന്ന ആ വേലക്കാരികൾ പൊട്ടിച്ചിരിച്ച് തമാശ പറഞ്ഞ്, അവരുടെ വസതികളിൽ നിന്നും ഇറങ്ങിവരുന്നത് ഒഡീസ്സി കണ്ടു. അദ്ദേഹത്തിന് വല്ലാത്ത അറപ്പ് തോന്നി. ഓരോ വേശ്യയെയും തൽക്ഷണം വെട്ടി കൊല്ലാനായിരുന്നു അപ്പോൾ അദ്ദേഹം ആഗ്രഹിച്ചത്! ആ വ്യഭിചാരികളോടുള്ള ക്രോധം അടക്കാനദ്ദേഹം പാടുപെട്ടു. എന്നാൽ സ്വയം ശപിച്ചുകൊണ്ട് നെഞ്ചത്തിടിക്കുക മാത്രമാണപ്പോൾ ചെയ്തത്. "ക്ഷമിക്കുക, ഹൃദയമേ, ഇതിനേക്കാൾ കടുത്ത പരീക്ഷണമാണ് നീ സഹിച്ചത്, എന്റെ പ്രഗത്ഭരായ അനുയായികളെ അന്ന് മൃഗതുല്യനായ സൈക്ലോപ്സ് വിഴുങ്ങിയപ്പോൾ! മരണക്കെണിയാണെന്ന് നീ കരുതിയ ഗുഹയിൽനിന്ന് രക്ഷപ്പെടാൻ തന്ത്രപരമായൊരു മാർഗ്ഗം കണ്ടെത്തുന്നതുവരെ ദൃഢചിത്തനായി നീ അത് സഹിച്ചു."

അങ്ങനെ അദ്ദേഹം സ്വയം ആവാഹിച്ചു, തന്റെ വികാരങ്ങൾ വിലയിരുത്തി. ആത്മാവിന്റെ ക്ഷമ അവസാനം വരെ നിലനിർത്തി. എന്നാൽ ഇത്തരം സമ്മർദ്ദങ്ങൾ അദ്ദേഹത്തിന്റെ ശരീരത്തെ വലച്ചു. ഉറക്കം വരാതെ തിരിഞ്ഞും മറിഞ്ഞും കിടന്നു. താൻ ഒറ്റയ്ക്ക് എങ്ങനെയാണ് ഈ നാണംകെട്ട വിവാഹാർത്ഥികളെ തകർക്കുക എന്ന ചിന്ത അദ്ദേ

ഹത്തെ അസ്വസ്ഥനാക്കി. ഈ ഉൽക്കണ്ഠയിൽ എഥിനീദേവി സ്വർഗ്ഗത്തിൽ നിന്ന് ഇറങ്ങിവന്ന് ഒഡീസ്സിയുടെ തലയ്ക്കുമീതെ നിന്ന് പറഞ്ഞു "ഇപ്പോഴും എന്താണ് ഉറങ്ങാതെ ജാഗരൂകനായിരിക്കുന്നത്. ഏറ്റവും ദുഃഖിതനായ മനുഷ്യാ, ഒടുവിൽ ഭാര്യയും മകനും ഉള്ള നിന്റെ വീട്ടിൽ നിനക്ക് കിടക്കാൻ പറ്റിയല്ലോ. ആരും അത്തരം ഒരു പുത്രനെ കിട്ടാൻ മോഹിച്ചുപോകും."

എഥീനിയോട് ഒഡീസ്സി മറുപടി നല്കി. "ദേവി ഭവതിയുടെ ശാസന ന്യായീകരിക്കാവുന്നതുതന്നെയാണ്. എന്നാൽ എന്റെ ഹൃദയത്തെ മഥിക്കുന്ന ചിന്ത, എങ്ങനെ ഈ വീട് കന്നുകാലിത്തൊഴുത്തായി മാറ്റിയ ഈ ദുഷ്ടന്മാരെ തകർക്കും എന്നാണ്. അതിൽനിന്ന് കൂടുതൽ കഠിനമായ രണ്ടാമത്തെ പ്രശ്നം ഉദിക്കുന്നു. സ്യൂസ് ദേവന്റെയും അങ്ങയുടെയും കൃപയാൽ ഞാൻ അവരെക്കൊന്നെന്ന് കരുതുക. അതിനുശേഷം എന്ത് അഭയകേന്ദ്രമാണെനിക്ക് കണ്ടെത്താൻ കഴിയുക. ദയവായി എനിക്ക് വിവേകം നല്കുക. എന്നെ പ്രചോദിപ്പിക്കുക."

ദേവി പറഞ്ഞു. "ഞാൻ നിന്നോട് നഗ്നമായൊരു സത്യം പറയട്ടെ. അമ്പത് മനുഷ്യർ ഉന്മത്തരായി നമ്മളെ കൊല്ലാനായി ചുറ്റും വളഞ്ഞാലും അവരെ ഒന്നടങ്കം നശിപ്പിക്കുവാൻ നിനക്ക് കഴിയും. സംശയംവേണ്ട. അതുകൊണ്ട് നീ സുഖമായി കിടന്നുറങ്ങൂ. രാത്രി മുഴുവൻ ഉണർന്നിരിക്കുന്നത് ക്ഷീണം വർദ്ധിപ്പിക്കുന്നതിനിടയാക്കും. നീ വേഗം ദൗർഭാഗ്യങ്ങളിൽനിന്ന് മുക്തനാകും."

ഒഡീസ്സിയുടെ കൺപോളകളിൽ നിദ്ര പകർന്നുകൊണ്ട് അവൾ ഒളിമ്പസിലേക്ക് പലായനം ചെയ്തു. അദ്ദേഹം സുഖ സുഷുപ്തിയിലാണ്ടു. മനസ്സിലെ നൂലാമാലകളെല്ലാം ആ സുഖനിദ്ര അഴിച്ചുകളഞ്ഞു. എന്നാൽ അദ്ദേഹത്തിന്റെ ഭാര്യ അപ്പോൾ ഉറക്കത്തിൽ നിന്നും എഴുന്നേറ്റ് തന്റെ മൃദുവായ മെത്തയിലിരുന്ന് കരയുകയായിരുന്നു.

അവൾ ആർട്ടെർമിസ് ദേവിയോട് പ്രാർത്ഥിച്ചു. "ആർട്ടെർമിസ് ദേവി, സ്യൂസ് ദേവന്റെ പുത്രീ! ഭവതി അമ്പെയ്ത് എന്റെ ജീവൻ ഇപ്പോൾ ത്തന്നെ എടുക്കൂ. അല്ലെങ്കിൽ ചുഴലിക്കാറ്റ് എന്നെ ആഴക്കടലിലേക്ക് തെറിപ്പിക്കട്ടെ. അപ്രകാരം പണ്ടാരിയസ്സിന്റെ കുഞ്ഞുങ്ങളെ ചുഴലിക്കാറ്റ് അടിച്ചുതെറിപ്പിച്ചിട്ടുണ്ടല്ലോ. തങ്ങളുടെ മാതാപിതാക്കളെ ദൈവങ്ങൾ വധിച്ചപ്പോൾ വീട്ടിൽ അനാഥകളായി ഇരിക്കവെയാണ് കുഞ്ഞുങ്ങളോട് ചുഴലിക്കാറ്റ് അങ്ങനെ ചെയ്തത്. അഫ്രൊഡൈറ്റിയാണവരെ ആട്ടിൻപാൽ ചീസും മധുരമുള്ള തേനും ആരോഗ്യപ്രദമായ വീഞ്ഞും നല്കി വളർത്തിയെടുത്തത്. ഹീരാദേവി അവർക്ക് എല്ലാ സ്ത്രീകളേക്കാളുമേറെ സൗന്ദര്യവും ഉൾക്കാഴ്ചയും നല്കി. ആർട്ടെമിസ് അവർക്ക് അഴകുള്ള ശരീരം നല്കി. ആതൻസ് അവരിൽ എല്ലാവിധ ആകർഷണീയതയും കലാവൈഭവവും അനുഗ്രഹിച്ചു നല്കി. എന്നിട്ടും അഫ്രൊഡൈറ്റി ദേവി അവരുടെ വിവാഹം തീരുമാനിക്കാനായി ഒളിമ്പസ്സിലേക്ക് പോയപ്പോൾ- സ്യൂസ് ദേവനോട് അഭ്യർത്ഥിക്കുവാൻ - കൊടുങ്കാറ്റ് ആ

പെൺകുട്ടികളെ പിടിച്ച് കടലിലേക്കെറിഞ്ഞു. അല്ലയോ ഒളിമ്പസ്സ് നിവാസികളെ അപ്രകാരം മാനവദൃഷ്ടിയിൽ നിന്ന് എന്നെ മാച്ചുകളയുക. അല്ലെങ്കിൽ ഞാൻ വെറുക്കപ്പെട്ട ഈ ഭൂമിയിലെ ശവക്കല്ലറയിലേക്ക് പോകുമ്പോൾ ഒഡീസ്സിയുടെ രൂപം എന്നോടൊപ്പം കൊണ്ടുപോകാൻ എന്നെ ആർട്ടെമിസ് ദേവീ അനുവദിക്കൂ. അതുപോലെ നീചന്മാരുടെ ശൃംഗാരചേഷ്ടകളാൽ എന്നെ കളങ്കപ്പെടുത്താതിരിക്കുവാൻ സഹായിക്കൂ! ദിവസം മുഴുവൻ ഒരു മനുഷ്യൻ ഹൃദയവേദനയോടെ കരഞ്ഞാലും രാത്രി ഉറങ്ങാൻ കഴിഞ്ഞാൽ ആ വേദനകളെല്ലാം സഹിക്കാവുന്നതാണ്. എന്നാൽ എനിക്ക് ലഭിക്കുന്ന സ്വപ്നങ്ങൾ പോലും ഒരു പീഡാനുഭവമാണ്. ഉദാഹരണത്തിന് ഇന്നുരാത്രി എന്റെ നാഥൻ അടുത്ത് കിടക്കുന്നത് ഞാൻ കണ്ടു. യുദ്ധത്തിന് പോകുമ്പോഴത്തേത് പോലുള്ള രൂപം. എന്റെ ഹൃദയം പിടച്ചു. അത് സ്വപ്നമല്ല യാഥാർത്ഥ്യമാണെന്ന് ഞാൻ കരുതി."

അങ്ങനെ പ്രഭാതംവരെ അവളുടെ ദുഃഖനിവേദനം തുടർന്നു. പെനെലോപിന്റെ തേങ്ങിക്കരച്ചിൽ ഒഡീസ്സിയുടെ കാതുകളിൽ തുളച്ചുകയറി. അദ്ദേഹത്തിന്റെ പുലർകാല ചിന്തകളുമായി അത് കൂടിക്കലർന്നു. അവൾ തന്നെ തിരിച്ചറിഞ്ഞു, അടുത്തെത്തിയിരിക്കയാണോ എന്നദ്ദേഹം സങ്കല്പിച്ചുപോയി. ഒഡീസ്സി എഴുന്നേറ്റ് മേലങ്കിയും ഉറങ്ങാൻ ഉപയോഗിച്ച ചെമ്മരിയാട്ടിൻ തോലുകളും മടക്കിവെച്ചു. പിന്നെ അതെടുത്ത് ഒരു പീഠത്തിൽ വെച്ചു. കാളത്തോൽ വാതിലിന് പുറത്ത് കൊണ്ടുപോയി പ്രാർത്ഥനയ്ക്കായി നിലത്ത് വിരിച്ച് കൈകൾ മേലോട്ടുപൊക്കി സ്യൂസ് ദേവനോട് പ്രാർത്ഥിച്ചു. "അല്ലയോ പിതാവേ, പ്രക്ഷുബ്ധമായ കടൽ കടന്ന് ഭീകരമായ അപകടങ്ങൾ ഉണ്ടായിട്ടും ദൈവാനുഗ്രഹത്താൽ ഞാൻ സുരക്ഷിതനായി വീട്ടിലെത്തി. ഇനി അങ്ങ് സുപ്രധാനമായ എന്തെങ്കിലും അനുകൂല സൂചന നല്കി മനുഷ്യരിൽ ശുഭാപ്തിവിശ്വാസം ഉറപ്പിക്കേണമേ."

ഈ പ്രാർത്ഥന സ്യൂസ് ദേവൻ കേട്ടു. ഒളിമ്പസ്സിന്റെ തേജസ്സുറ്റ കൊടുമുടിയെ മറയ്ക്കുന്ന മൂടൽമഞ്ഞിൽനിന്ന് അദ്ദേഹം ഇടിമുഴക്കം ഉയർത്തി, ഒഡീസ്സിയെ പ്രീതനാക്കി. അതേസമയം അടുത്തുള്ള മില്ലിലെ തിരിക്കല്ലിൽ പണിയെടുത്തുകൊണ്ടിരുന്ന ഒരു സ്ത്രീ സുപ്രധാനമായ ആ 'വാക്ക്' ഉച്ചരിച്ചു. അവിടെ എന്നും പന്ത്രണ്ട് സ്ത്രീകൾ കഷ്ടപ്പെട്ട് ബാർളി പൊടിക്കുന്നു. അവരിൽ ഏറ്റവും ദുർബ്ബലയായവൾ ഒഴിച്ച് മറ്റെല്ലാവരും ഉറക്കത്തിലാണ്. അവൾ മാത്രം അപ്പോഴും അദ്ധ്വാനിച്ചുകൊണ്ടിരുന്നു. ഇടിവെട്ട് ശബ്ദം കേട്ടപ്പോൾ, അവളുടെ രാജാവ് കാത്തിരുന്ന 'വാക്കുകൾ' അവളുടെ വായിൽനിന്നും ഉയർന്നു "അല്ലയോ സ്യൂസ് ദേവാ, ദൈവങ്ങളുടേയും മർത്ത്യരുടെയും ഭരണാധിപാ, ഒരു ശകലം പോലും കാർമേഘമില്ലാത്ത നക്ഷത്രശോഭയുള്ള ആകാശത്തുനിന്നും ഇത്ര ഗംഭീര ഇടിമുഴക്കമോ- അങ്ങ് മനുഷ്യനുവേണ്ടി എന്തെങ്കിലും അടയാളം കാണിക്കുകയാണോ? അത് ഇറക്കിവിടുക പീഡിതയായ എനി

ക്കുവേണ്ടിയെങ്കിലും! ഇന്നത്തെ സദ്യ ഒഡീസ്സിയുടെ ഹാളിലെ വിവാഹാർത്ഥികളുടെ അവസാന സദ്യയാകട്ടെ. ഈ മില്ലിൽ ധാന്യം പൊടിച്ച് എന്റെ അവയവങ്ങൾ കടുത്തവേദനയിൽ പുളയുകയാണിപ്പോൾ. പ്രഭോ ഇതവരുടെ അവസാനത്തെ അത്താഴമാകട്ടെ."

ഈ വാക്കുകൾ അവളിൽ നിന്നുയർന്നു. മഹാനായ ഒഡീസ്സി അവളുടെ ഔചിത്യത്തോടെയുള്ള പ്രാർത്ഥനയും സ്യൂസിന്റെ ഇടിമുഴക്കവും കേട്ട് ആനന്ദത്തിലാറാടി. ആ ദുഷ്ടന്മാരോടുള്ള പ്രതികാരം താൻ വിജയപൂർവ്വം നിർവ്വഹിച്ചതുതന്നെ എന്ന് ഒഡീസ്സി സ്വയം പറഞ്ഞു. അതിനിടയിൽ കൊട്ടാരത്തിലെ മറ്റ് സ്ത്രീകളും വിവിധ ജോലികളിലേർപ്പെട്ടു. തീക്കുണ്ഡങ്ങൾ കത്തിച്ചുവെച്ചു; ടെലിമാക്കസ് കിടക്കയിൽ നിന്ന് എഴുന്നേറ്റു. വസ്ത്രം ധരിച്ചപ്പോൾ അവൻ ഒരു ദേവനെപ്പോലെ ശോഭിച്ചു! പാദങ്ങളിൽ സുന്ദരമായ ചെരിപ്പുകൾ ധരിച്ചു. തന്റെ കൂർത്ത വാൾ തോളിൽ ഞാത്തിയിട്ടു. അവൻ വെങ്കലമുനയുള്ള കനത്ത കുന്തം കൈയിലെടുത്തു. പുറത്തെ വാതിലിൽ നിന്നുകൊണ്ടവൻ യൂറിക്ലിയയോട് ചോദിച്ചു. "പ്രിയപ്പെട്ട നഴ്സ് നമ്മുടെ അതിഥിയുടെ കാര്യം? ഭക്ഷണത്തെയും കിടക്കയേയും കുറിച്ച് ആദരവോടെ അദ്ദേഹത്തോട് ആരാഞ്ഞുവോ, അതോ തനിക്കുവേണ്ടത് താൻ തന്നെ ചെയ്തോളൂ, എന്നദ്ദേഹത്തോട് പറഞ്ഞുവോ? അതാണല്ലോ എന്റെ അമ്മയുടെ രീതി? ഏതെങ്കിലും വിലകെട്ടവനെ പ്രീതിപ്പെടുത്താൻ വേണ്ടി അവൾ സ്വയം താല്പര്യമെടുക്കും. വിലമതിക്കേണ്ടവനെ നിശ്ശേഷം അവഗണിക്കും."

വിശ്വസ്തയായ യൂറിക്ലിയ തിരിച്ചടിച്ചു. "കുട്ടി ഒരു കുറ്റവുമില്ലാത്തിടത്ത് നീ കുറ്റം കണ്ടെത്തുന്നു. ആ മനുഷ്യൻ ഇരുന്ന് ഇഷ്ടംപോലെ വീഞ്ഞുകുടിച്ചു. എന്നാൽ വിശപ്പില്ലെന്ന് പറഞ്ഞ് ആഹാരമൊന്നും കഴിച്ചില്ല. അമ്മ നിർബ്ബന്ധിച്ചിട്ടും! അദ്ദേഹത്തിന് ഉറങ്ങാനായി ഭൃത്യകളെ അയച്ച് കിടക്കവിരിപ്പിച്ചേനെ. എന്നാൽ ഹതാശനായ അദ്ദേഹത്തിന് കട്ടിലും ബ്ലാങ്കറ്റും ഒന്നുംവേണ്ടായിരുന്നു. അതിന് പകരം ഒരു കാളത്തോലും ഏതാനും ചെമ്മരിയാട്ടിൻ തോലുകളും പ്രവേശനഹാളിൽ വിരിച്ച് അതിൽകിടന്നുറങ്ങി. ഞങ്ങൾ അദ്ദേഹത്തിന് മീതെ ഒരു മേലങ്കി ഇട്ടുകൊടുത്തു."

അവൾ പറഞ്ഞത് കേട്ടശേഷം ടെലിമാക്കസ് തന്റെ കുന്തം പിടിച്ച് വേഗത്തിൽ പായുന്ന രണ്ട് നായ്ക്കളേയും കൂട്ടി വീട് വിട്ടു, യോദ്ധാക്കളായ അക്കായിയന്മാരെ കാണാൻ ഹാളിലെത്തി. വീട്ടുകാര്യസ്ഥ ഭൃത്യകളെ വിളിച്ച് ഹാൾ വൃത്തിയാക്കുന്ന ജോലിത്തിരക്കിൽ മുഴുകി. "വേഗം പണികളെല്ലാം ചെയ്ത് തീർക്കുവിൻ, കുറച്ചുപേർ നിലം തൂത്തുവാരൂ, പിന്നെ വെള്ളം ഒഴിച്ച് കഴുകുക, കസേരകൾ നന്നായി തുടച്ച് തിളക്കം വരുത്തൂ. മറ്റുള്ളവർ സ്പോഞ്ചുകൊണ്ട് എല്ലാ മേശകളും തുടച്ച് വൃത്തിയാക്കട്ടെ. വീഞ്ഞ് ഭരണികളും ഇരട്ടിപ്പിടിയുള്ള കപ്പുകളും നിരത്തുക. അതിവേഗം രാവിലെതന്നെ വീട്ടിൽ വിവാഹാർത്ഥികൾ എത്തും. ഇന്ന് പൊതുവിശേഷ ദിവസമാണെന്നറിയാമല്ലോ.'

അവൾ അവർക്കുമേൽ ഉത്തരവുകൾ വർഷിച്ചുകൊണ്ടിരുന്നു. അവർ വിനയപൂർവ്വം അനുസരിച്ചു. ഇരുപതുപേർ വെള്ളം ഒഴുകുന്ന ചാലിനടുത്തേക്ക് പോയി. മറ്റുള്ളവർ ഹാൾ നന്നായി വൃത്തിയാക്കി. അപ്പോൾ അടിമകളല്ലാതെ മനുഷ്യർ പ്രത്യക്ഷപ്പെട്ടുതുടങ്ങി. സ്ത്രീകൾ ചാലിൽ നിന്നു തിരിച്ചുവരുന്നതിനുമുമ്പ് അവരിൽ ചിലർ വിദഗ്ദ്ധമായി വിറക് കീറി. അപ്പോഴേക്കും യൂമ്യൂസും മറ്റ് പന്നിപാലകരും ഏറ്റവും തടിച്ചു കൊഴുത്ത മൂന്ന് പന്നികളുമായി എത്തി. അയാൾ അവയെ പുറത്ത് നിർത്തി വിനയത്തോടെ ഒഡീസ്സിയോട് സംസാരിക്കാനായി ചെന്നു. "അപരിചിതാ അക്കായിയന്മാർ ഇപ്പോൾ നിങ്ങളോട് കൂടുതൽ മര്യാദയോടെ പെരുമാറുന്നുണ്ടോ അതോ ഇപ്പോഴും പഴയതുപോലെ വിരോധത്തിലാണോ?"

ഒഡീസ്സി മറുപടി നല്കി. "ആഹ് യുമ്യൂസ്, ഈ അധർമ്മികളായ ദുഷ്ടന്മാർ അവരുടെ കൈയേറ്റത്തേയും മറ്റൊരാളുടെ വീട് ദുരുപയോഗപ്പെടുത്തുന്നതിനെയും ദൈവം ശിക്ഷിക്കട്ടെ."

അവർ സംസാരിച്ചിരിക്കുന്ന സമയത്ത് ആട്ടിടയൻ മെലാന്തിയസ് രണ്ട് ആട്ടിടയന്മാരോടൊപ്പം അവിടെ എത്തി. വിവാഹാർത്ഥികൾക്കുവേണ്ടി ഏറ്റവും നല്ല ആടുകളെയാണവർ കൊണ്ടുവന്നിരുന്നത്. പോർച്ചിന്നടുത്ത് ആടുകളെ കെട്ടി. നിന്ദാപൂർവ്വം ചുണ്ടുകോട്ടി ചിരിച്ച് അവൻ ഒഡീസ്സിയോട് ചോദിച്ചു. "നീ ഇപ്പോഴും വീട്ടുകാരെ ശല്യപ്പെടുത്തിക്കൊണ്ടിരിക്കുകയാണോ. അപരിചിതാ, സ്ഥലംവിടാതെ യാചന തുടരുകയാണോ? ഇടിയുടെ സ്വാദ് അറിയാതെ ഈ ഇടപാട് നീ അവസാനിപ്പിക്കുമെന്നെനിക്ക് തോന്നുന്നില്ല. നിന്നെപ്പോലെ ശല്യപ്പെടുത്തിക്കൊണ്ടുള്ള യാചന ആഭാസത്തരമാണ്. ഇത് ഏകാന്തമായ അക്കായിന്മാർ വിരുന്നല്ല."

അവർ ഒഡീസ്സിയെ ശകാരിച്ചുകൊണ്ടിരുന്നു. എന്നാൽ തന്ത്രജ്ഞനായ ഒഡീസ്സി യാതൊരു മറുപടിയും കൊടുത്തില്ല. നിശ്ശബ്ദം തല താഴ്ത്തി ഇരിക്കുകമാത്രം ചെയ്തു. എന്നാലും അവന്റെ ഉള്ളിൽ ഭയങ്കര ദേഷ്യം പതച്ചുപൊന്തുന്നുണ്ടായിരുന്നു. അപ്പോൾ മൂന്നാമതൊരു സംഘം അവിടെ എത്തി. ഫിലോയിട്ടിയസ്, ശ്രദ്ധേയനായൊരു മനുഷ്യൻ; അയാളോടൊപ്പം ഒരു പശുക്കുട്ടിയും നല്ല കോലാടുകളും ഉണ്ടായിരുന്നു. വിവാഹാർത്ഥികളുടെ സദ്യക്കായി കൊണ്ടുവന്നതാണ്. കടത്ത് ബോട്ടിൽ കയറ്റി അക്കരെ നിന്നുമാണവയെ കൊണ്ടുവന്നത്. ആടുകളെ പോർച്ചിൽ കെട്ടിയിട്ടശേഷം അയാൾ യൂമ്യൂസിന്റെയടുത്ത് വന്ന് ചോദിച്ചു. "പന്നിപാലകാ, എതാണ് നമ്മുടെ വീട്ടിലെ ഈ പുതിയ അപരിചിതൻ? ഏത് വംശക്കാരനാണ്? അവന്റെ ആളുകളും നാടും എവിടെയാണ്. അവൻ ജീർണ്ണവസ്ത്രം ധരിച്ചവനാണെങ്കിലും ശരീരം രാജകീയമാണ്, പ്രൗഢിയുള്ളതാണ്. അവൻ ഒരു രാജാവാണെങ്കിൽപോലും ദൈവകോപത്തിൽപ്പെട്ടവന്റെയും വീട് നഷ്ടപ്പെട്ടവന്റെയും ക്ഷീണം കാണിക്കുന്നുണ്ട്."

അയാൾ ഒഡീസ്സിക്കുനേരെ തിരിഞ്ഞ് വലതുകൈ നീട്ടി ഹൃദയംഗമമായി പറഞ്ഞു "അഭിവാദ്യങ്ങൾ അപരിചിതാ, ഭാവിജീവിതത്തിൽ നിങ്ങൾക്ക് സന്തോഷം കൈവരിക്കാനാകട്ടെ. സ്ഥിരമായി നിങ്ങൾ ഇപ്പോൾ കഷ്ടപ്പാടും ദൗർഭാഗ്യവും അനുഭവിച്ചുകൊണ്ടിരിക്കയാണ്. സ്യൂസ് ദേവാ, പിതാവേ, അങ്ങ് എല്ലാദൈവങ്ങളിൽവെച്ച് ഏറ്റവും കരുത്തനാണ്. അങ്ങ് സൃഷ്ടിച്ച മനുഷ്യർക്ക് യാതൊരുവിധ പരിഗണയും നല്കുന്നില്ല. അവരെ വല്ലാത്ത ദുഃഖത്തിലും വേദനയിലും കൂട്ടിക്കുഴയ്ക്കുന്നു. അക്കാര്യം ചിന്തിക്കുമ്പോൾ എന്റെ കണ്ണുകൾ ഈറനണിയുന്നു. ഞാൻ ഒഡീസ്സിയെക്കുറിച്ചോർത്തുപോകുകയാണ്. അദ്ദേഹം ഇപ്പോഴും ജീവിച്ചിരിപ്പുണ്ടെങ്കിൽ അപ്രകാരം പഴന്തുണി ചുറ്റി എവിടെയെങ്കിലും അലഞ്ഞുതിരിയുന്നുണ്ടാകും. അതല്ല അദ്ദേഹം മരിച്ചു പാതാളലോകത്തേക്ക് പോയിട്ടുണ്ടെങ്കിൽ, ഞാൻ ആ ഉൽകൃഷ്ടനായ ഒഡീസ്സിയെക്കുറിച്ച് വിലപിക്കുന്നത് കേൾക്കുക. ഞാൻ ഒരു ബാലനായിരിക്കുമ്പോൾ അദ്ദേഹം തന്റെ സേഫാല്ലേനിയയായിലെ ആട്ടിൻകൂട്ടത്തിന്റെ ചുമതല എന്നെ ഏല്പിച്ചു. അതെ, അവ വളർന്നുവന്ന് എണ്ണിയാലൊടുങ്ങാത്തത്ര വലിയൊരു ആട്ടിൻകൂട്ടമായി തീർന്നു. മറ്റൊരു മനുഷ്യന്റെയും കന്നുകാലികൾ അത്രയേറെ പെരുകിയിട്ടില്ല. ഒരിക്കലും അതിനേക്കാൾ നല്ല ഇനത്തെ കണ്ടിട്ടില്ല. ഈ പുറത്തുനിന്നുവന്നവർ ഈ വീടിന്റെ പുത്രനെ അവഗണിച്ചും ദൈവങ്ങളോട് അനാദരവ് കാട്ടിയും എന്നെക്കൊണ്ട് വീണ്ടും വീണ്ടും ആടുമാടുകളെ അവരുടെ സദ്യക്കായി കൊണ്ടുവരുവാൻ നിർബ്ബന്ധിക്കുന്നു. ഞങ്ങളുടെ കാണാതായ രാജാവിന്റെ സ്വത്ത് മുഴുവൻ പങ്കിട്ടെടുക്കുക എന്നതാണവരുടെ അന്തിമ തീരുമാനം. ഇക്കാര്യം ഞാനെന്റെ മനസ്സിലിട്ട് തിരിച്ചും മറിച്ചും ചിന്തിച്ചു. ഇതിന്റെയെല്ലാം അവകാശി ജീവിച്ചിരിക്കുമ്പോൾ സ്വത്തെല്ലാം അന്യരുടെ കൈയിൽചെന്നുചേരുന്നത് എത്ര തെറ്റാണ്! തീർച്ചയായും അതിനേക്കാൾ വലിയ തെറ്റാണ് ഇത്തരം അന്യായം സഹിച്ച് ഇവിടെ ഇരുന്ന് യാതൊരവകാശവുമില്ലാത്തവരുടെ ഗുണത്തിനുവേണ്ടി ഞാൻ കന്നുകാലികളെ വളർത്തുന്നത്! എന്റെ നില അസ്സഹനീയമാണ്. വളരെ മുമ്പുതന്നെ ഞാൻ ഓടിപ്പോയി മറ്റേതെങ്കിലും ശക്തനായ രാജാവിന്റെ സേവനത്തിൽ ചേരേണ്ടതായിരുന്നു. ഈ നിർഭാഗ്യവാനായ മനുഷ്യൻ തിരിച്ചുവരുമെന്ന് ചിന്തിച്ച് ഞാൻ കാലം കഴിച്ചു. എവിടന്നെങ്കിലും അദ്ദേഹം പെട്ടെന്ന് പ്രത്യക്ഷപ്പെടുമെന്നും ബഹളംവെച്ച് ഈ വിവാഹാർത്ഥികളെയെല്ലാം വീട്ടിൽ നിന്ന് തുരത്തിവിടുമെന്നും ഞാൻ പ്രതീക്ഷിച്ചു."

തന്ത്രപരമായി ഒഡീസ്സി മറുപടി നല്കി; "പശുപാലകാ, മനോജ്ഞമായൊരു ഔചിത്യമാണ് നിങ്ങൾ പ്രകടിപ്പിച്ചത്. നിങ്ങളുടെ ജന്മവാസന പ്രകാരമുള്ള നീതിയെ അടിസ്ഥാനപ്പെടുത്തി ഞാൻ തീർപ്പുകല്പിക്കുന്നു. അതനുസരിച്ച് ഞാൻ ഭയഭക്തിപുരസ്സരം സത്യപ്രതിജ്ഞ ചെയ്യുന്നു. അല്ലയോ സ്യൂസ് ദേവാ, ദൈവങ്ങളിൽ ഏറ്റവും ശക്തനായവനെ എന്റെ സാക്ഷി ആയിരിക്കുക. ഞാൻ നില്ക്കുന്ന മഹാനായ ഒഡീസ്സി

യുടെ അതിഥി മേശയും തീച്ചൂളയും സാക്ഷിയാക്കുക. ഒഡീസ്സി വീട്ടിലെത്തുമ്പോൾ അങ്ങ് ഈ സ്ഥലത്ത് ഉണ്ടായിരിക്കണം. അങ്ങയുടെ കണ്ണുകൾ ഈ അനാവശ്യമായ ഇടപെടുന്ന വിവാഹാർത്ഥികളുടെ വിധി കാണണം."

പശുപാലകൻ മറുപടി നല്കി. "ക്രോണോസിന്റെ പുത്രൻ നിങ്ങളുടെ വാക്ക് നിറവേറ്റിത്തരട്ടെ. അപരിചിതാ." യൂമ്യൂസ് അദ്ദേഹത്തിന്റെ പ്രാർത്ഥന എല്ലാദൈവങ്ങൾക്കും വേണ്ടി ആവർത്തിച്ചു. ഒഡീസ്സി തിരിച്ചുവരേണമേ! ആ സമയം വിവാഹാർത്ഥികൾ തങ്ങളുടെ സ്ഥലത്തിരുന്ന് ടെലിമാക്കസ്സിനെ ആക്രമിച്ചുകൊല്ലാനുള്ള ഗൂഢാലോചന വീണ്ടും നടത്തുകയായിരുന്നു.

അപ്പോൾ ഒരു കഴുകൻ താഴ്ന്നുപറന്നുവന്ന് ഒരു പ്രാവിനെ റാഞ്ചി, അവരുടെ ഇടതുവശത്തുകൂടെ പറന്നുപോയി. അതുകണ്ട് ആംഫിനോമസ് എഴുന്നേറ്റ് പറഞ്ഞു. "സുഹൃത്തുക്കളേ, ടെലിമാക്കസ്സിനെ വധിക്കാനുള്ള നമ്മുടെ ഗൂഢാലോചന തെറ്റായ തീർപ്പ് കല്പിക്കലാണ്. നമ്മൾക്ക് ഇപ്പോൾ സദ്യ ഒരുക്കാം." അയാളുടെ അഭിപ്രായം അവർ സ്വീകരിച്ചു. അവർ ഒഡീസ്സിയുടെ കൊട്ടാരത്തിലേക്ക് നടന്നു. മേലങ്കികൾ കസേരകളിൽ ഊരിയിട്ട്, ചെമ്മരിയാടുകളേയും കോലാടുകളെയും പന്നികളെയും പശുകിടാവിനെയും കശാപ്പു ചെയ്യാനായി ചെന്നു. അതിനുശേഷം അവയെ കഷണങ്ങളാക്കി പൊരിച്ചെടുത്തു. ബൗളുകളിൽ വീഞ്ഞ് നിറച്ചു. പന്നിപാലകൻ കപ്പുകൾ നിരത്തി; ഫിലോട്ടിയസ് കുട്ടയിൽനിന്നും അപ്പം എടുത്ത് വെക്കാൻ സഹായിച്ചു. മെലന്തിയസ് വീഞ്ഞ് പകർന്നു കൊടുത്തു. എല്ലാവരും സദ്യ ആസ്വദിക്കാൻ തയ്യാറായിരുന്നു.

ടെലിമാക്കസ് ഗൂഢോദ്ദേശ്യത്തോടെ ഒഡീസ്സിയെ ഹാളിനുള്ളിലേക്ക് കൊണ്ടുവന്നു. പ്രവേശനദ്വാരത്തിനരികെ അദ്ദേഹത്തിനായി ചെറിയൊരു മേശയും സാധാരണ ഇരിപ്പിടവും തയ്യാറാക്കിയിരുന്നു. അവൻ അദ്ദേഹത്തിന് മാംസം വിളമ്പി. ഒരു സ്വർണ്ണക്കപ്പിൽ വീഞ്ഞ് ഒഴിച്ചുകൊടുത്തു. പിന്നെ പറഞ്ഞു. "നിങ്ങൾ ഈ മനുഷ്യർക്കിടയിൽ ഇരുന്ന് വീഞ്ഞ് കുടിക്കുക. വിവാഹാർത്ഥികളിൽ നിന്ന് ശകാരമോ കൈയേറ്റമോ ഉണ്ടായാൽ ഞാൻ നിങ്ങളെ സംരക്ഷിക്കും. ഈ സ്ഥലം ഒരു പൊതുസത്രമല്ല, ഒഡീസ്സിയുടെ കൊട്ടാരമാണ്. എനിക്കുവേണ്ടി അദ്ദേഹം നിർമ്മിച്ചത്. അതുകൊണ്ട് നിങ്ങൾ, വിവാഹാർത്ഥികൾ സ്വന്തം ഹൃദയങ്ങളും കൈകളും നിയന്ത്രിച്ചോളൂ. സമാധാനം തകർക്കാൻ തുനിയരുത്."

അത്തരം ധീരതയോടെയുള്ള സംസാരം ടെലിമാക്കസ്സിന്റെ നാവിൽ നിന്നുയർന്നപ്പോൾ അവർ ആശ്ചര്യപൂർവ്വം ചുണ്ടുകൾ കടിച്ച് സ്തബ്ധരായിരുന്നു. എന്നാൽ ആന്റിനസ്സ് അവരെ പരിഹസിച്ചു. "വളരെ കഠിനമായ വാക്കുകളാണ് ടെലിമാക്കസ് പറഞ്ഞത്. അവർ രൂക്ഷമായി നമ്മളെ ഭീഷണിപ്പെടുത്തുന്നു. എന്നാലും തല്ക്കാലം നമ്മൾക്കത് പൊറുക്കാം. സ്യൂസ് ദേവൻ നമ്മോടൊപ്പമില്ല. അല്ലെങ്കിൽ അവന്റെ കർശനമായ ശകാരം ഹാളിൽവെച്ചുതന്നെ അവസാനിപ്പിച്ചേനെ!"

എന്തായാലും ടെലെമാക്കസ് ഇതൊന്നും കാര്യമാക്കിയില്ല. വിളംബരം ചെയ്യുന്നവൻ പട്ടണത്തിലൂടെ ദൈവങ്ങൾക്ക് ബലി അർപ്പിക്കാനായി ബലിമൃഗങ്ങളുടെ നീണ്ട നിരയുമായി നീങ്ങിക്കഴിഞ്ഞിരുന്നു. നീണ്ടമുടിയുള്ള അക്കായിയന്മാർ അപ്പോളോയുടെ തണലുള്ള തോട്ടത്തിൽ ഒന്നിച്ച് കൂടി. അവിടെ അവർ മാംസം പൊരിച്ചു, ശൂലത്തിൽ കുത്തിവെച്ച് വറുത്തെടുത്തു. ശ്രേഷ്ഠമായൊരു സൽക്കാരം നടത്തി, മറ്റുള്ളവരെപ്പോലെ ഒഡീസ്സിക്കും സേവകന്മാർ ആഹാരം വിളമ്പി. അതായിരുന്നു അദ്ദേഹത്തിന്റെ പ്രിയപുത്രൻ ടെലെമാക്കസ്സിന്റെ ആജ്ഞ.

എന്തായാലും ഒഡീസ്സിയെ പ്രകോപിപ്പിക്കാതെ സ്വസ്ഥമായിരിക്കാൻ വിവാഹാർത്ഥികളെ എഥീനി ദേവി സമ്മതിച്ചില്ല. അവരുടെ ആക്ഷേപം ഒഡീസ്സിയുടെ ഹൃദയവേദന വർദ്ധിപ്പിക്കണം എന്നായിരുന്നു എഥീനിയുടെ ആഗ്രഹം. വിവാഹാർത്ഥികൾക്കിടയിൽ ടെസിപ്പസ് എന്നൊരു ഭയങ്കര ധിക്കാരിയുണ്ടായിരുന്നു. സാമിയിൽ നിന്നുള്ളവൻ. സ്ഥലത്തില്ലാത്ത ഒഡീസ്സിയുടെ പത്നിയെ തന്റെ അമിതമായ സമ്പത്തുപയോഗിച്ച് നോടാമെന്നവൻ കരുതി! വിവാഹാർത്ഥികളുടെ ഇടയിൽ നിന്ന് കൊണ്ടവൻ കുരച്ചു. “ഞാൻ പറയുന്നത് കേൾക്കുക, വിവാഹാർത്ഥികളായ പ്രഭുക്കന്മാരേ എന്റെ അഭിപ്രായം കേൾക്കൂ! ആ അപരിചതന് മറ്റുള്ളവരെപ്പോലെ ഒരു ഓഹരി ലഭിച്ചിരിക്കുന്നു. ടെലെമാക്കസ്സിന്റെ ഒരു അതിഥി അർഹിക്കുന്നതെല്ലാം അവനും ലഭിച്ചു. അവൻ ഏത് തരക്കാരനായാലും ഇത് അനീതിയും നിർമ്മര്യാദയുമായി കരുതപ്പെടും. എന്നാൽ കുറച്ചുനേരമായി ഇത് തുടർന്നു കൊണ്ടിരിക്കുന്നു. ഇപ്പോൾ അതോടൊപ്പം എന്റെ വക ഒരു അതിഥിസമ്മാനം കൂടി അവന് ഇരിക്കട്ടെ.” അവൻ പശുവിന്റെ കാൽ എല്ല് തന്റെ മുന്നിലെ പ്ലേറ്റിൽ നിന്നെടുത്ത് ഒഡീസ്സിയുടെ നേരെ ശക്തമായി വീശി എറിഞ്ഞു. പക്ഷേ, ഒഡീസ്സി ശിരസ്സ് ഒരുവശത്തേക്ക് കുനിച്ചതിനാൽ ആ ഏറ് ഒഴിവാക്കാനായി. അദ്ദേഹം പരിഹാസഭാവത്തിൽ ഒന്ന് ചിരിച്ചു. ആ എല്ല് അപ്പുറത്തെ ചുമരിൽ ചെന്നിടിച്ചു!

അതുകണ്ട് ടെലെമാക്കസ് ടെസിപ്പിസ്സിനോട് ഉറക്കെ അലറി. “ആ അപരിചിതന് നിന്റെ ഏറ് കൊള്ളാതിരുന്നത് നിന്റെ ഭാഗ്യം! അദ്ദേഹം നിന്റെ ഏറിൽ നിന്ന് പെട്ടെന്ന് ഒഴിഞ്ഞുമാറിയില്ലായിരുന്നെങ്കിൽ, എന്റെ കുന്തം നിന്റെ നെഞ്ചിലൂടെ കുത്തിയിറക്കപ്പെട്ടേനെ. അങ്ങനെ നിന്റെ അച്ഛന്റെ ഇവിടെ നിന്റെ വിവാഹം നടത്തുന്നതിന് പകരം ശവസംസ്കാരം നടത്തേണ്ടിവന്നേനെ. എന്റെ വീട്ടിൽ കാണിച്ച ഈ അക്രമത്തിന്റെ പേരിൽ ഞാൻ നിങ്ങൾക്കെല്ലാവർക്കും അന്തിമ താക്കീത് നല്കുകയാണ്. മുമ്പ് ഞാനൊരു കുട്ടിയായിരുന്നു. എന്നാൽ ഇപ്പോൾ നന്മയും തിന്മയും തിരിച്ചറിയാനുള്ള അറിവ് എനിക്കുണ്ട്. ഞങ്ങളുടെ ചെമ്മരിയാടുകൾ കശാപ്പ് ചെയ്യപ്പെടുമ്പോഴും ഞങ്ങളുടെ ഭക്ഷണവും വീഞ്ഞും തിന്ന് മുടിക്കുമ്പോഴും അനിവാര്യത ഞങ്ങളെ നിഷ്ക്രിയരാക്കിയിട്ടുണ്ട്; കാരണം ഒറ്റയ്ക്കൊരാൾക്ക് നിരവധിപേരെ എതിർക്കാൻകഴിയില്ല.

നിങ്ങൾ എന്നെ വധിക്കാനുള്ള ലക്ഷ്യം വെച്ചുപുലർത്തുകയാണെങ്കിൽ എന്റെ ആലോചിച്ചുറച്ച ശിക്ഷാ വിധി കേൾക്കുക. കൂടുതൽകാലം നിങ്ങളുടെ പരമനീചമായ പ്രവൃത്തികൾ നോക്കിനില്ക്കുന്നതിനേക്കാൾ ഭേദം വധശിക്ഷ നടപ്പിലാക്കുന്നതാണ്. അതായത്, എന്റെ അതിഥികളെ കൈയേറ്റം ചെയ്യുക, കൊട്ടാരം പരിചാരികമാരെ ലജ്ജാകരമായവിധം കടന്നുപിടിക്കുക തുടങ്ങിയവ."

അവന്റെ പൊട്ടിത്തെറി അവരെ ഒരുനിമിഷം നിശ്ശബ്ദരാക്കി. ഒടുവിൽ ഡമസ്റ്ററുടെ പുത്രൻ അഗിലോസ് പറഞ്ഞു. "എന്റെ സുഹൃത്തുക്കളേ, ശാന്തമായി സംസാരിക്കുമ്പോൾ ഒരാൾ കോപിക്കാൻ പാടില്ല. അത് അപരിചിതനെച്ചൊല്ലി ആയാലും, ഒഡീസ്സിയുടെ വീട്ടുവേലക്കാരികളുടെ കാര്യമായാലും. ഞാൻ ടെലിമാക്കസ്സിനോട് ശാന്തമായി മറുപടി കൊടുക്കാം. അവന്റെ അമ്മയെ ഉദ്ദേശിച്ചുള്ള കാര്യം. അതവരിൽ ഇളക്കമുണ്ടാക്കുമെന്ന പ്രതീക്ഷയോടെയാണ് ഞാനിത് പറയുന്നത്. നിങ്ങളുടെ ഹൃദയത്തിൽ ഒഡീസ്സി തിരിച്ചെത്തുമെന്ന് ലേശം എങ്കിലും പ്രതീക്ഷ വച്ചുപുലർത്തുന്നിടത്തോളം കാലം നിങ്ങൾ വിവാഹാർത്ഥികളെ വൈകിപ്പിക്കുന്നതിലും ഒഴിവാക്കുന്നതിലും ആർക്കും വിഷമമില്ല. അത് തീർച്ചയായും സന്ദർഭോചിതമാണ്; കാരണം, അദ്ദേഹത്തിന്റെ ജീവൻ രക്ഷപ്പെടാനും തിരിച്ചുവരാനും സാദ്ധ്യതകൾ ഉണ്ട്. എന്നാൽ അദ്ദേഹം മൃതിയടഞ്ഞെന്ന് ഇപ്പോൾ സ്പഷ്ടമാണ്. അതുകൊണ്ട് അമ്മയോടൊപ്പമിരുന്ന് ഏറ്റവും നല്ല മനുഷ്യനും ഏറ്റവും കൂടുതൽ സ്ത്രീധനം നല്കുന്നവുമായ വ്യക്തിയെ അമ്മ വിവാഹം കഴിക്കണമെന്ന് അമ്മയെ ബോദ്ധ്യപ്പെടുത്തുക. അപ്പോൾ അവൾ അന്യവീടിന്റെ ചുമതല ഏറ്റെടുക്കുകയും നിനക്ക് പരമ്പരാഗതമായി വന്നുചേർന്ന സ്വത്ത് മുഴുവൻ സ്വന്തമാക്കുകയും ആനന്ദകരമായി തിന്നും കുടിച്ചും ജീവിക്കുകയും ചെയ്യാം."

ടെലിമാക്കസ് എതിർത്തു. "തീർച്ചയായും അഗിലോസ്, ഞാൻ സ്യൂസ് ദേവന്റേയും ഇഥാക്കയിൽനിന്ന് വളരെ ദൂരെ കഷ്ടപ്പെട്ട് അലഞ്ഞുതിരിഞ്ഞ് ചാവാറായ അച്ഛന്റേയും പേരിൽ സത്യപ്രതിജ്ഞ ചെയ്യുന്നു. എന്റെ അമ്മയുടെ പുനർവിവാഹത്തിന് വിഘ്നം നില്ക്കുന്നത് ഞാനല്ല. അമ്മ ഇഷ്ടപ്പെടുന്ന ആളെ തെരഞ്ഞെടുത്ത് വിവാഹം കഴിക്കാൻ ഞാനവരോട് അപേക്ഷിക്കുന്നു. അവർ അതിന് സമ്മതിച്ചാൽ അളവറ്റ സമ്മാനങ്ങൾ നല്കാമെന്നുവരെ ഞാൻ പറഞ്ഞതാണ്. വീട്ടിൽ നിന്ന് ഇഷ്ടമില്ലാത്തവരെ എങ്ങനെ പറഞ്ഞയയ്ക്കും. ആ നില എത്താതിരിക്കട്ടെ."

ടെലിമാക്കസ്സിന്റെ ഈ വാക്കുകൾ കേട്ട് പല്ലാസ് എഥീനി വിവാഹാർത്ഥികളെ പൊട്ടിച്ചിരിക്കാൻ പ്രേരിപ്പിച്ചു; അതവരെ ഉന്മാദാവസ്ഥയിലെത്തിച്ചു. ചിരിച്ചുചിരിച്ച് അവർ കഴിച്ചുകൊണ്ടിരിക്കുന്ന മാംസത്തിൽ നിന്നും രക്തം ഒലിക്കാൻ തുടങ്ങി. അന്നവരുടെ കണ്ണുകളിൽ കണ്ണുനീർ നിറഞ്ഞു. മനസ്സ് വേദനിച്ച് പിടഞ്ഞു. ദേവതുല്യനായ തിയോക്ലിമെനസ് ഉറക്കെ വിലപിച്ചു. "അല്ലയോ നിർഭാഗ്യവാന്മാരായ മനുഷ്യരേ, എന്ത്

ഭീകരാവസ്ഥയാണ് നിങ്ങൾക്കുമേൽ വന്നു പതിച്ചത്? ഒരു കറുത്ത ശവ വസ്ത്രം നിങ്ങളുടെ ശിരസ്സുകളും മുഖങ്ങളും മൂടിയിരിക്കുന്നു. അത് നിങ്ങളുടെ മുട്ടുകൾവരെ ഇഴഞ്ഞു നീങ്ങുന്നു. കരച്ചിലും വിലാപവും പിന്നിൽനിന്നും മുന്നിൽനിന്നും ഉയരുന്നു. കവിളുകളിലൂടെ കണ്ണുനീർച്ചാലുകൾ ഒഴുകുന്നു. മിനുസമുള്ള ചുമരിൽ ചോരത്തുള്ളികൾ തെറിച്ചു കിടക്കുന്നു. പടിവാതില്ക്കലും ഹാളിലും പ്രേതാത്മാക്കൾ കൂട്ടംകൂടി നില്ക്കുന്നു. അവർ വരിയായി ഇരുളിലൂടെ നരകത്തിലേക്ക് നീങ്ങുന്നു. സൂര്യൻ സ്വർഗ്ഗത്തിൽനിന്ന് താഴ്ന്നുപോയി. ഉഗ്രമായ ഇരുട്ട് വ്യാപിച്ചു."

വിവാഹാർത്ഥി സംഘത്തിൽ നിന്ന് പൊട്ടിച്ചിരി ഉയർന്നു. പോളിബസ്സിന്റെ പുത്രൻ യൂറിമാക്കസ് എഴുന്നേറ്റു നിന്ന് പറഞ്ഞു. "നമ്മുടെ നവാഗതനായ വിദേശി സന്ദർശകന് ഭ്രാന്ത് പിടിച്ചിരിക്കുന്നു. യുവാക്കളെ വേഗം അയാളെ മാർക്കറ്റ് വരെ കൊണ്ടാക്കൂ. ഇവിടെ ഇരുളടഞ്ഞ രാത്രിയാണെന്നയാൾ കരുതുന്നു."

തിയോക്ലിമെനസ് തിരിച്ചടിച്ചു "യൂറിമാക്കസ്, എനിക്ക് നിങ്ങൾ വഴി കാട്ടേണ്ട ആവശ്യമില്ല. എനിക്ക് കണ്ണും കാതുമുണ്ട്. രണ്ട് കാലുകളും ഉന്നത മനസ്സുമുണ്ട്. അവയുടെ കരുത്തിൽ ഞാൻ പൂമുഖം കടക്കും. കാരണം ഞാൻ തിന്മ കണ്ടറിയുന്നു.- അകറ്റി നിർത്താനോ ഒഴിവാക്കാനോ പറ്റാത്ത തിന്മ- ഒഡീസ്സിയുടെ വീടിനെ മലിനീകരിച്ച ക്രൂരരും മനോവൈകല്യമുള്ളവരുമായ ഓരോ വിവാഹാർത്ഥികളിലും അത് കാണുന്നു."

അയാൾ ഹാളിൽനിന്ന് പുറത്തേക്ക് പോയി. പിയാറോസ് തന്റെ ഹൃദയത്തിൽ അയാളെ ആത്മാർത്ഥമായി സ്വീകരിച്ചു. വിവാഹാർത്ഥികൾ പരസ്പരം മിഴിച്ചുനോക്കിയശേഷം ടെലിമാക്കസ്സിനെ അവന്റെ അതിഥികളുടെ പേരിൽ പരിഹസിക്കാനും ശല്യപ്പെടുത്താനും തുടങ്ങി. തീരാപ്പകയോടെ അത് ആവർത്തിച്ചുകൊണ്ടിരുന്നു. "തീർച്ചയായും ടെലെമാക്കസ് നിന്നെപ്പോലെ നിർഭാഗ്യവാനായ മറ്റൊരു ആതിഥേയൻ ഉണ്ടാകില്ല. ഒന്നാമത്തവൻ ഒരു അറപ്പ് തോന്നിക്കുന്ന, അജ്ഞാതനായ, ഒരു ജോലിയും ചെയ്യാത്ത നാടുതെണ്ടി. ഒരിക്കലും വിശപ്പ് തീരാത്ത വയറൻ! തീറ്റയും കുടിയും മാത്രം ലക്ഷ്യമിട്ടിരിക്കുന്നവൻ. നിന്റെ രണ്ടാമത്തെ അതിഥിയോ, ഒരു പ്രവാചകൻ! എന്റെ ഉപദേശം കേൾക്കുക. നമ്മൾക്കവരെ സിസിലിയിലേക്ക് പോകുന്ന കപ്പലിൽ കയറ്റി വില്ക്കാനായി വിടാം. ആ കച്ചവടത്തിൽ നിന്ന് നിനക്ക് നല്ലൊരു തുക നേടാം."

എന്നാൽ അവൻ അതെല്ലാം അവഗണിച്ചു. തന്റെ പീഡിതർക്കെതിരെ അച്ഛൻ കൈ ഉയർത്തുന്നതും കാത്ത് അവൻ നിശ്ശബ്ദം ഒഡീസ്സിയെ വീക്ഷിച്ച് ഇരുന്നു. അന്തസ്സുറ്റ പെനെലോപ് തന്റെ രാജകീയ കസേര അവരുടെ മുന്നിൽ ഇട്ട് ഇരിക്കുകയായിരുന്നതിനാൽ, അവിടെ പറഞ്ഞതെല്ലാം കേട്ടിരുന്നു. അവരുടെ പൊട്ടിച്ചിരിയും ബഹളവുമൊന്നും അവരുടെ വിഭവസമൃദ്ധമായ ഭക്ഷണത്തിനുള്ള മൃഗകശാപ്പിന് തടസ്സമായില്ല. ഇപ്പോൾ ദേവിയും ആ വീരശൂരപരാക്രമിയും കൂടി കൊടുക്കാൻപോ

കുന്ന ദാരുണമായ വിരുന്നിനെക്കുറിച്ച് ആർക്കെങ്കിലും സ്വപ്നത്തിൽപോലും കാണാൻകഴിയുമോ?

ഇരുപത്തിയൊന്ന്

ഒഡീസ്സിയുടെ ഹാളിൽ പെനെലോപിന്റെ വിവാഹാർത്ഥികളുടെ കൈക്കരുത്ത് അളക്കാനായി അമ്പും വില്ലും ഉപയോഗിക്കുവാൻ ബുദ്ധിശാലിയായ രാജ്ഞി തീരുമാനിച്ചു. രക്തം ചിന്തുന്ന മരണത്തിന്റെ മാർഗ്ഗം അവതരിപ്പിക്കുവാൻ ഈ നിമിഷം ആതൻസ് തെരഞ്ഞെടുത്തു. വളഞ്ഞ താക്കോൽ കൈയിൽ പിടിച്ച്, പരിചാരികമാരോടൊപ്പം പൊക്കമുള്ള കോണിയിറങ്ങി, പെനെലോപ് തന്റെ മുറിയിൽ നിന്ന് കലവറയിലെത്തി. അവിടെയാണവളുടെ രാജാവിന്റെ വിലപിടിച്ച സാധനങ്ങളെല്ലാം സംഭരിച്ചു വെച്ചിട്ടുള്ളത്, സ്വർണ്ണവും വെൺകലവും ആയുധവുമെല്ലാം. അവയ്ക്കിടയിൽ വില്ലും അമ്പുകളും ആവനാഴിയും ഉണ്ടായിരുന്നു. ലേസിഡോമോനിൽ വെച്ച് തന്നോടൊപ്പമുണ്ടായിരുന്ന മറ്റൊരു അതിഥി, വർഷങ്ങൾക്കുമുമ്പ് ഒഡീസ്സിക്ക് കൊടുത്തതാണീ അമ്പുകളും വില്ലും. മെസ്സീനിലെ ഓർട്ടിലോക്കസ്സിന്റെ വീട്ടിലെ അതിഥി സൽക്കാരത്തിൽ വിധിയാലാണ് യുറിറ്റസ്സിന്റെ പുത്രനായ ദേവനെപ്പോലുള്ള ഇഫിറ്റസ്സിനെ ഒഡീസ്സി പരിചയപ്പെടാനിടയായത്! അവർ സുഹൃത്തുക്കളായപ്പോൾ പിതാവിൽ നിന്ന് ലഭിച്ച അമ്പുകളും വില്ലും ഇഫിറ്റസ് ഒഡീസ്സിക്ക് നല്കി. അതിന് പകരം ഒഡീസ്സി നല്ലൊരു വാളും കരുത്തുറ്റ ഒരു കുന്തവും ഇഫിറ്റസ്സിന് സമ്മാനിക്കുകയുണ്ടായി. അവരുടെ സ്നേഹബന്ധം കൂടുതൽ തഴച്ചുവളരുന്നതിനുമുമ്പ് സ്യൂസ് ദേവന്റെ ധീരപുത്രൻ ഹിരാക്കിൾസിനാൽ ഇഫിറ്റസ് കൊല്ലപ്പെട്ടു. തന്റെ പ്രിയങ്കരനായ സുഹൃത്തിന്റെ ഓർമ്മയ്ക്കായി ഈ അമ്പുകളും വില്ലും സ്വന്തം കലവറയിൽ ഒഡീസ്സി സൂക്ഷിച്ചു വെച്ചു. തന്റെ കപ്പലിൽ ആക്രമണത്തിനായി പോകുമ്പോൾ ഈ ആയുധം ഒഡീസ്സി ഒരിക്കലും കൊണ്ടുപോയിരുന്നില്ല. സ്വന്തം നാട്ടിൽ ആയിരിക്കുമ്പോൾ മാത്രമാണവ ഉപയോഗിച്ചിരുന്നത്.

ഏറ്റവും സുന്ദരിയായ രാജ്ഞി കലവറയിലേക്ക് പോകവെ അതിന്റെ ഓക്ക് നിർമ്മിതമായ പൂമുഖത്തെത്തിയപ്പോൾ നിന്നു. പഴയ ശില്പികളാൽ കലാപരമായി നിർമ്മിക്കപ്പെട്ട ഒരു പൂമുഖമാണത്. പെട്ടെന്ന് പെനലോപ് ഓടാമ്പലിന്റെ തുകൽപ്പട്ട മാറ്റി, താക്കോലിട്ടുതിരിച്ച് വാതിൽ തുറന്നു. വാതിലുകൾ തുറന്നപ്പോൾ അവ ഉയർത്തിയ ശബ്ദം പുൽത്തകിടിയിൽ മേഞ്ഞു നടക്കുന്ന കാളയുടേത് പോലുണ്ടായിരുന്നു. പെട്ടെന്ന് വാതിൽപാളികൾ അവൾക്കുവേണ്ടി തുറന്നുകൊടുത്തു. പെട്ടികളെ താങ്ങിനിർത്തിയിരുന്ന തട്ടിൽ അവൾ കയറി, മരയാണിയിൽ ഞാത്തിയിട്ടിരുന്ന വില്ല് എടുത്തു. അതു മടിയിൽ വെച്ച് ഭർത്താവിനെ ഓർത്ത് അല്പനേരം പൊട്ടിക്കരഞ്ഞു. പിന്നെ വിവാഹാർത്ഥികൾ ഇരിക്കുന്ന ഹാളിലേക്ക് അമ്പുകളും വില്ലുമായി അവൾ നടന്നുചെന്നു. അവളുരെ

പരിചാരികമാർ ഒഡീസ്സി അമ്പും വില്ലനോടുമൊപ്പം ഉപയോഗിക്കാറുള്ള മറ്റ് ഇരുമ്പ് സാധനങ്ങൾ വെക്കുന്ന പെട്ടിയും കൊണ്ടുവന്നു.

ഒരിക്കൽക്കൂടി വിവാഹാർത്ഥികളുടെ മുന്നിൽ തൂണിനടുത്ത് നേർത്ത ശിരോവസ്ത്രം കൊണ്ട് മുഖം മറച്ച്, അവർ പരിചാരികകളോടൊപ്പം നിന്നു. അവൾ വിവാഹാർത്ഥികളെ അഭിസംബോധന ചെയ്ത് പറഞ്ഞു. “ഞാൻ പറയുന്നത് കേൾക്കുക, വിവാഹാർത്ഥികളായ പ്രഭുക്കന്മാരെ ഈ വീട്ടിൽ യജമാനനില്ലാത്ത ദീർഘകാലം നിങ്ങൾ തിന്നും കുടിച്ചും കഴിയുകയായിരുന്നല്ലോ. നിങ്ങളുടെ ഒരേ ഒരു ഒഴികഴിവ് എന്നെ വിവാഹം കഴിച്ച് ഭാര്യയാക്കണമെന്ന ആസക്തി മാത്രമായിരുന്നു. ഇപ്പോൾ എന്റെ വിവാഹാർത്ഥികളെ നിങ്ങളുടെ പരീക്ഷ നേരിട്ട് കാണുക, ദൈവതുല്യനായ ഒഡീസ്സിയുടെ ഈ വലിയ വില്ല് ഞാനിവിടെ വെക്കുന്നു. ആരാണോ ഈ വില്ല് നഗ്നമായ കൈകൾകൊണ്ട് അനായാസം കുലയ്ക്കുകയും ഈ പന്ത്രണ്ട് കോടാലിത്തുളകളിലൂടെ അമ്പെയ്ത് മറുപുറത്തെത്തിക്കുകയും ചെയ്യുന്നത് അവൻ എന്നെ വരിക്കും. എല്ലാ സുഖസൗകര്യങ്ങളുമുള്ള എന്റെ ഭർത്താവിന്റെ മനോഹരമായ വീട് ഇനിമുതൽ എന്റെ സ്വപ്നത്തിൽ മാത്രമേ ഞാൻ കാണുകയുള്ളൂ.”

അത്രയും പറഞ്ഞ് പന്നിപാലകൻ യുമ്യൂസിനോട് വിവാഹാർത്ഥികൾക്കുവേണ്ടി അമ്പും വില്ലും കൊണ്ടുവരുവാനായി ആജ്ഞാപിച്ചു. അത്കേട്ടപ്പോൾ യുമ്യൂസ് പൊട്ടിക്കരഞ്ഞുപോയി. രാജകീയ വില്ല് കണ്ടതോടെ ആട്ടിടയനും കണ്ണീർ ഒഴുക്കാൻ തുടങ്ങി. അപ്പോൾ ആന്റിനസ് അവർക്കു നേരെ തിരിഞ്ഞ് ശകാരവർഷം ചൊരിഞ്ഞു. “അല്പന്മാരായ ഗ്രാമീണരെ, വിഡ്ഢികളായ ഇരട്ടകളെ, നിങ്ങൾ കണ്ണീരൊഴുക്കിക്കൊണ്ട് പ്രിയങ്കരനായ ഭർത്താവ് നഷ്ടപ്പെട്ട ആ സ്ത്രീയുടെ മനോവേദന കൂടുതൽ വർദ്ധിപ്പിക്കാൻ ആഗ്രഹിക്കുന്നോ? അവിടെ മിണ്ടാതിരുന്ന് തിന്നോളൂ. അല്ലെങ്കിൽ പുറത്ത് പോയി നിന്ന് വിലപിച്ചോളൂ. എന്തായാലും വിവാഹാർത്ഥികളുടെ ഒരിക്കലും തെറ്റുപറ്റാത്ത ആ പരീക്ഷയ്ക്കായി ആ വില്ല് ഞങ്ങളെ ഏല്പിച്ച് പോകുക. ആ വില്ല് കെട്ടാൻ അത്ര എളുപ്പമാണെന്ന് ഞാൻ കരുതുന്നില്ല. ഈ ജനക്കൂട്ടത്തിൽ ആരും ഒഡീസ്സിക്ക് തുല്യനായി ഉണ്ടായിരുന്നില്ല എന്ന് ഞാൻ ഓർക്കുന്നു. ഞാൻ അന്ന് കുഞ്ഞായിരുന്നെങ്കിലും അക്കാര്യം എന്റെ മനസ്സിൽ പതിഞ്ഞു കിടക്കുന്നുണ്ട്.”

ഇങ്ങനെയാണവൻ പറഞ്ഞതെങ്കിലും അവന്റെ ഉള്ളിന്റെ ഉള്ളിൽ വില്ല് വലിച്ചുകെട്ടി കോടാലിത്തുളകളിലൂടെ അമ്പെയ്ത് അപ്പുറത്തെത്തിക്കുവാൻ തനിക്ക് കഴിഞ്ഞേക്കുമെന്നൊരു മോഹം അവനുണ്ടായിരുന്നു! എന്നാൽ അവന്റെ യഥാർത്ഥവിധി മഹാനായ ഒഡീസ്സിയുടെ ആദ്യ അമ്പിന്റെ സ്വാദ് അറിയാനായിരുന്നു. ഒഡീസ്സി അവരെ നിന്ദിക്കാനുള്ള അവസരവും കാത്ത് തന്റെ ഹാളിൽ ഇരിപ്പാണ്.

ടെലിമാക്കസ് ഇടക്കുകയറി പറഞ്ഞു. “കഷ്ടം ഞാൻ നശിച്ചുപോകട്ടെ! സ്യൂസ് ദേവൻ എന്നെ ഭ്രാന്ത് പിടിപ്പിക്കുന്നു. എന്റെ പ്രിയപ്പെട്ട

അമ്മ വിവേകപൂർവ്വം പ്രഖ്യാപിച്ചിരിക്കുന്നു. അവർ ഈ വീടും വിട്ട് ഒരു അപരിചിതനോടൊപ്പം പോകുമെന്ന്! മുന്നോട്ടുവരൂ വിവാഹാർത്ഥികളെ, ഈ സമ്മാനം ലക്ഷ്യംവെച്ചുകൊണ്ട്! അക്കായിയൻ രാജ്യത്തോ പൈലോസിലോ ആഗ്ഗോസ്സിലോ മൈസീനായിലോ ആ മഹതിയുടെ നാഥൻ ഇല്ല; നമ്മുടെ ഇഥാക്കയിലോ ഇരുണ്ട വൻകരയിലോ ഇല്ല. നിങ്ങൾക്കതെല്ലാം അറിയാം. ഞാൻ എന്താണ് ചെയ്യേണ്ടത്, എന്റെ അമ്മയെ പ്രശംസിക്കണമോ? എന്താണ് സംഭവിക്കുക എന്ന് നമ്മൾക്ക് കാണാം. ഏന്തെങ്കിലും ഒഴികഴിവ് പറഞ്ഞ് നിങ്ങൾ പിൻവാങ്ങുമോ, അതോ വില്ല് കുലയ്ക്കൽ വേണ്ടെന്ന് വെക്കുമോ? നില്ക്കൂ ഞാൻതന്നെ ഒന്ന് ശ്രമിച്ചു നോക്കിയെങ്കിലോ? എനിക്കത് കുലയ്ക്കാനും കോടാലിത്തുളയിലൂടെ അമ്പെയ്യാനും കഴിഞ്ഞാൽ, ഏതെങ്കിലും അപരിചിതനോടൊപ്പം അമ്മ വീടുവിട്ടുപോകുന്നതിൽ എനിക്ക് ഖേദമുണ്ടാവില്ല. എന്തുകൊണ്ടെന്നാൽ ഞാൻ അച്ഛന്റെ ആയുധങ്ങൾ ധരിക്കാൻ പ്രാപ്തിയുള്ള ഒരു പുരുഷനായി വളർന്നെന്ന ബോധത്തോടെ എനിക്കിവിടെ ജീവിക്കാമല്ലോ."

ഇത്രയും പറഞ്ഞ് അവൻ തന്റെ മൂർച്ചയുള്ള വാളും കടും ചുകപ്പുള്ള ഉത്തരീയവും തോളിൽ നിന്നെടുത്ത് താഴെ വെച്ച് കുത്തനെ നിന്നു. അവൻ മുമ്പ് ഒരിക്കലും ഇത്തരം അഭ്യാസങ്ങൾ ചെയ്യുന്നത് കണ്ടിട്ടില്ലാത്തതിനാൽ അവന്റെ അഭ്യാസം കാണാനായി അവരെല്ലാം ആശ്ചര്യത്തോടെ നോക്കിനിന്നു. അവൻ പ്രധാന പൂമുഖത്തിനടുത്ത് നിന്ന് വില്ല് കെട്ടാനൊരു ഉദ്യമം നടത്തി. അതിൽ ചരട് കെട്ടുവാനുള്ള വെപ്രാളപ്പെട്ട പരിശ്രമത്തിൽ ആ വില്ല് കിടന്നു വിറച്ചു! മൂന്നുപ്രാവശ്യം അവൻ ശ്രമിച്ചു, മൂന്നുപ്രാവശ്യവും അവൻ പരാജയപ്പെട്ടു. ഒരു പക്ഷേ, നാലാം തവണ സർവ്വശക്തിയും ഉപയോഗിച്ച് ശ്രമിച്ചിരുന്നെങ്കിൽ അവൻ വിജയിച്ചേനെ! എന്നാൽ ഒഡീസ്സി നെറ്റി ചുളിച്ച് സംജ്ഞ കൊടുത്തതിനാൽ അവന്റെ ഉത്സാഹം നിലച്ചു. അതിനുശേഷം ടെലെമാക്കസ്സ് ദീർഘശ്വാസം വിട്ട് എല്ലാവർക്കും കേൾക്കാവുന്ന വിധത്തിൽ പറഞ്ഞു. "കഷ്ടം! ഞാൻ ഇത്ര ദുർബ്ബലനായല്ലോ! അല്ലെങ്കിൽ ശത്രുവിന്റെ ആക്രമണം തടുക്കുവാൻ മാത്രം ഞാൻ വളർന്നിട്ടില്ലായിരിക്കാം. എന്റെ സ്വന്തം കൈകളിൽ വിശ്വാസമർപ്പിക്കാനാവകാത്തവിധം ചെറുപ്പമാണോ ഞാൻ? എന്തായാലും കടുത്ത കായിക ശക്തിയോടെ നിങ്ങൾ ശ്രമിച്ചു നോക്കുക. വില്ലിൽ ഞാൺ കെട്ടാൻ ശ്രമിക്കുക. ഈ മത്സരം നമ്മൾക്ക് വേഗം അവസാനിപ്പിക്കാം."

അവൻ വില്ല് വാതിൽ ചട്ടയുടെ അടുത്തായി നിലത്ത് വച്ചു. പിന്നെ അമ്പുകൾ വാതിലിന്റെ ഓടാമ്പലിൽ ഞാത്തി ഇട്ടു. ടെലെമാക്കസ് സ്വന്തം പീഠത്തിൽ ചെന്ന് ഇരുന്ന ഉടനെ ആന്റിനസ് വിളിച്ചുപറഞ്ഞു. "ഇടതുനിന്ന് വലത്തോട്ട് നമ്മൾ വീഞ്ഞ് പകർന്നുകൊടുക്കുന്ന ഊഴത്തിൽ മത്സരം മുന്നോട്ട് പോകട്ടെ സുഹൃത്തുക്കളേ."

അയാളുടെ അഭിപ്രായം എല്ലാവർക്കും സ്വീകാര്യമായിരുന്നു. അങ്ങനെ ഒയിനോപസിന്റെ പുത്രൻ ലിയോഡീസ് ആദ്യം എഴുന്നേറ്റ്

ചെന്നു. അവരുടെ ശകുനം പ്രവചിക്കുന്നവനെന്ന നിലയിൽ വീഞ്ഞ് കലക്കുന്ന പാത്രത്തിനടുത്ത് ഏറ്റവും അവസാന ഇരിപ്പിടത്തിലാണവൻ ഇരുന്നത്. അവരുടെ ഒച്ചയും ബഹളവും ഇഷ്ടമല്ലാതിരുന്നതിനാൽ ഏകനായി വൈമനസ്യത്തോടെയായിരുന്നു അവന്റെ ഇരുപ്പ്. എന്നാലും അവൻ മുന്നോട്ടു ചെന്ന് വില്ലും അതിന്റെ കൂർത്ത അമ്പും എടുത്തു. കടുപ്പമുള്ള വില്ല് വളച്ച് ചരട് കെട്ടാനവന് കഴിഞ്ഞില്ല. അത് വളയുന്നതിന് മുമ്പുതന്നെ അവന്റെ മൃദുലമായ കൈകൾ തെറിച്ചു. അതുകൊണ്ടവൻ വിവാഹാർത്ഥികളോട് വിളിച്ചുപറഞ്ഞു. "എനിക്കത് വളയ്ക്കാൻ കഴിയുന്നില്ല: സുഹൃത്തുക്കളെ, മറ്റാരെങ്കിലും ശ്രമിക്കട്ടെ. തീർച്ചയായും ഈ വില്ല് അനേകം രാജകുമാരന്മാരുടെ ശരീരവും ആത്മാവും തകർക്കും. എത്രയോ നാളുകളായി നമ്മളെ ഇവിടെ മോഹിപ്പിച്ചു നിർത്തിയ ആ ആശ തകർന്ന് ജീവിക്കുന്നതിലും ഭേദം മരിക്കുകയാണ്! ഒഡീസ്സിയുടെ ഭാര്യ പെനലോപിനെ സ്വന്തമാക്കുക എന്നത് ചിലരുടെ ഹൃദയാഭിലാഷമായിരുന്നു. അത്തരത്തിലുള്ള ഒരുവൻ ഈ വില്ല് കുലയ്ക്കാൻ ശ്രമിക്കട്ടെ. അതിൽ നിന്നൊരു പാഠം പഠിക്കട്ടെ! എന്നിട്ട് മറ്റേതെങ്കിലും സുന്ദരിയായ അക്കായിയൻ സ്ത്രീയെ നേടാനായി തന്റെ പാരിതോഷികങ്ങൾ വിനിയോഗിക്കട്ടെ. ഏറ്റവും നല്ല ലേലക്കാരൻ അവരുടെ വിധിക്കപ്പെട്ട വരനായിത്തീരട്ടെ!" അവൻ വില്ല് നിലത്ത് വാതിലിൽ ചാരിവെച്ചു. അമ്പ് വാതിലിന്റെ ഓടാമ്പലിൽ ഞാത്തിയിട്ടു. അവൻ തിരിച്ചുചെന്ന് സ്വന്തം കസേരയിൽ ഇരിക്കുന്നതിന് പകരം അവിടെന്നും പുറത്ത് പോയി. എന്നാൽ ആന്റിനസ് അവനെ വിളിച്ചു കഠിനമായി ശകാരിച്ചു.

"നിന്റെ ചുണ്ടുകളിൽ നിന്ന് പുറത്തുവന്ന ശോകം നിറഞ്ഞ വിധി കേട്ട് ഞാൻ ഞെട്ടിപ്പോയി, ലിയോഡിസ്. നീ വില്ല് വളയ്ക്കുന്നതിൽ പരാജയപ്പെട്ടു എന്നത് കൊണ്ടുമാത്രം നമ്മുടെ ഏറ്റവും ധീരരായവർ ജീവൻ വെടിയണമെന്നോ? സത്യത്തിൽ നിന്റെ അമ്മ നിന്നെ ഗർഭം ധരിച്ചപ്പോൾ നിന്നെ ഒരു നല്ല വില്ലാളി ആക്കിയില്ല; എന്നാലും പ്രഗത്ഭരായ വിവാഹാർത്ഥികളിൽ ചിലർ വില്ല് കുലയ്ക്കാൻ ഉടനെ എത്തും; അവൻ ആടുസംരക്ഷകനായ മെലെന്തിയസിന് നേരെ തിരിഞ്ഞു പറഞ്ഞു. "ഊർജ്ജസ്വലനാവുക മൊലെന്തിയസ്, ഹാളിലെ തീച്ചൂള നന്നായി ജ്വലിപ്പിക്കുക. അതിന് മുന്നിൽ വീതിയുള്ള ഒരു ബെഞ്ച് ഇട്ട് ചെമ്മരിയാട്ടിൽ തോൽ വിരിക്കുക. അതിൽ വില്ല് വെച്ച് മൃഗക്കൊഴുപ്പ് പുരട്ടി ചൂടാക്കുക. അപ്പോൾ ആ വില്ല് അനായാസം വളയ്ക്കാൻ യുവാക്കളായ നമ്മൾക്ക് കഴിയും" അവന്റെ നിർദ്ദേശപ്രകാരം മെലെന്തിയസ് വേഗം ചൂളയിലെ തീ ആളിക്കത്തിച്ച് ചെമ്മരിയാട്ടിൻ തോൽവിരിച്ച ബെഞ്ച് തീജ്വാലയ്ക്കടുത്ത് കൊണ്ടിട്ടു. വീട്ടിനുള്ളിൽ നിന്നും ഒരു ഉരുൾ മൃഗക്കൊഴുപ്പുകൊണ്ടുവന്ന് വില്ലിൽ പുരട്ടി ചൂടാക്കി. എന്നിട്ടും യുവാക്കൾക്ക് വില്ല് കുലയ്ക്കാനായില്ല. അവർക്കതിനുള്ള ശക്തി ഇല്ലായിരുന്നു. എന്നാൽ ആന്റിനസും യൂറിമാക്കസും അതിൽനിന്ന് വിട്ടുനിന്നു. അവരായിരുന്നു മുഖ്യ വിവാഹാർത്ഥികൾ, ഏറ്റവും കഴിവുള്ളവർ.

ഇതെല്ലാം നടക്കുന്ന സമയം കന്നുകാലി പാലകനും പന്നിപാല കനും ഒന്നിച്ച് കൊട്ടാരത്തിന് പുറത്തേക്ക് കടന്നു. ഒഡീസ്സി അവരെ മുറ്റത്തിലൂടെ പിന്തുടർന്ന് ഗേറ്റ് വരെ എത്തി. അവിടെ വച്ച് അദ്ദേഹം കണ്ഠശുദ്ധി വരുത്തി, വളരെ മൃദുവായി അവരോട് പറഞ്ഞു. "അല്ലയോ കന്നുകാലിപാലകാ, പന്നിപാലകാ, ഞാൻ നിങ്ങളോട് ചില കാര്യങ്ങൾ പറയണോ വേണ്ടയോ എന്നാലോചിക്കുകയാണ്. എന്റെ ഉൾപ്രേരണ നിങ്ങളോടത് തുറന്നുപറയണമെന്നാണ്. ഏതെങ്കിലും രീതിയിൽ ഒഡീസ്സി പെട്ടെന്നിവിടെ പ്രത്യക്ഷപ്പെട്ടാൽ, ഒരു ദൈവം അവനെ ഇങ്ങോട്ട് കൊണ്ടുവരുകയാണെന്ന് നമുക്ക് പറയാം എത്രത്തോളം സഹായം നിങ്ങൾ നല്കും? നിങ്ങൾ വിവാഹാർത്ഥികളുടെ ഭാഗത്ത് നില്ക്കുമോ അതോ ഒഡീസ്സിയുടെ ഭാഗത്തോ? നിങ്ങളുടെ ഹൃദയവും മനസ്സും എപ്ര കാരമാണ് പ്രവർത്തിക്കുന്നതെന്ന് എനിക്ക് കാണിച്ചുതരൂ."

കന്നുകാലിപാലകൻ ഉറക്കെ പറഞ്ഞു "ആഹ്, സ്യൂസ് ദേവാ ആ ആഗ്രഹം സത്യമാകട്ടെ. അദ്ദേഹം ജീവനോടെ തിരിച്ചുവരട്ടെ! അപ്പോൾ നിങ്ങൾക്ക് കാണാൻ കഴിയും എന്റെ ഇച്ഛാശക്തി കൈയൂക്കിലൂടെ നട പ്പാക്കുന്നത്." പ്രഗത്ഭനായ ഒഡീസ്സിയുടെ തിരിച്ചുവരവിനായി യൂമ്യൂസ് എല്ലാ ദൈവങ്ങളോടും പ്രാർത്ഥിച്ചു. അങ്ങനെ അവരുടെ ഹൃദയം തുറ ന്നുകണ്ട ഉടനെ ഒഡീസ്സി മറുപടി നല്കി. "ഇരുപത് വർഷത്തെ കഠിനാ ദ്ധ്വാനത്തിനുശേഷം ഞാൻ യഥാർത്ഥ ഒഡീസ്സി, തിരിച്ചെത്തിയിരിക്കു ന്നു. എന്റെ എല്ലാ ഭൃത്യജനങ്ങളിൽ വെച്ച് നിങ്ങൾ രണ്ടുപേർ മാത്ര മാണ് എന്റെ തിരിച്ചുവരവിനായി ആശയോടെ കാത്തിരുന്നവർ. മറ്റുള്ള വരിൽ ഒരാൾപോലും എന്റെ തിരിച്ചുവരവിനായി പ്രാർത്ഥിക്കുന്നത് ഞാൻ കേട്ടിട്ടില്ല. അതുകൊണ്ട് ഞാൻ പറയട്ടെ ദൈവാനുഗ്രഹത്താൽ ഈ ദുഷ്ട ന്മാരായ വിവാഹാർത്ഥികളെ എനിക്ക് ജയിക്കാൻ കഴിഞ്ഞാൽ നിങ്ങൾ ഓരോരുത്തനും ഞാൻ ഓരോ ഭാര്യയെകണ്ടെത്തും. ജംഗമസ്വത്തുക്കളും വീടുകളും എന്റെ വീടിനടുത്തായി പണിതു തരും; ഇന്നുമുതൽ നിങ്ങളെ ടെലിമാക്കസ്സിന്റെ രക്തബന്ധമുള്ള സഹോദരന്മാരെപ്പോലെ ഞാൻ കരു തും. ഞാൻ ഇപ്പോൾ നിങ്ങൾക്ക് ഉറപ്പുള്ളതും വിശ്വസനീയവുമായൊരു അടയാളം കാണിച്ചുതരാം. നിങ്ങളുടെ ഹൃദയത്തിന്റെ അടിത്തട്ടിൽ എന്നോട് വിശ്വാസം ഉറപ്പിക്കുവാൻ! നോക്കൂ എന്റെ മുറിവിന്റെ പാട്, വളരെ മുമ്പ് ഓട്ടോലിക്കസിന്റെ പുത്രന്മാരോടൊപ്പം പർണ്ണാസ്സസിൽ പോയപ്പോൾ ഒരു കാട്ടുപന്നി കുത്തി മുറിവേല്പിച്ചതാണത്."

അത് പറയവെ, അദ്ദേഹം തന്റെ പഴന്തുണി മാറ്റി ആ മുറിവിന്റെ പാട് കാണിച്ചുകൊടുത്തു. അവർ ഇരുവരും അത് കണ്ട് സത്യം മനസ്സി ലാക്കി. അവർ ഒഡീസ്സിയെ കെട്ടിപ്പിടിച്ചു കരഞ്ഞു. അദ്ദേഹത്തിന്റെ ശിര സ്സിലും തോളിലും സ്നേഹപൂർവ്വം ചുംബിച്ചു. ഒഡീസ്സി അവരുടെ ശിര സ്സിലും കൈകളിലും തിരിച്ച് ചുംബിച്ചു. വികാരഭരിതരായ അവരുടെ പ്രകടനം രാത്രിവരെ നീണ്ടുനിന്നേനെ; അപ്പോൾ ഒഡീസ്സി ഇരുവരോടു മായി പറഞ്ഞു. "ഇപ്പോൾ ഈ ദുഃഖവും കരച്ചിലും അടക്കുക. ആരെ

ങ്കിലും വീട്ടിനുള്ളിൽ നിന്നുവന്ന് നമ്മളെ കണ്ടുപിടിച്ച് ഉള്ളിൽപോയി അവരോട് വിവരമറിയിച്ചെങ്കിലോ! നിങ്ങൾ തിരിച്ചുപോകുക. ഒന്നിച്ചു വേണ്ട. ഓരോരുത്തരായി, ഞാൻ ആദ്യം, നിങ്ങൾ പിന്നീട്. നമ്മൾ തമ്മിൽ ഒരു പ്രവൃത്തി മുറ ഉറപ്പിക്കാം. ആ വിവാഹാർത്ഥികൾ ഓരോരുത്തരും എന്നെ അമ്പും വില്ലും തൊടാൻ അനുവദിക്കില്ലെന്ന് മനസ്സിലാക്കുക. അതുകൊണ്ട് യൂമ്യൂസ് നീ അത് ഹാളിൽ അങ്ങോട്ടുമിങ്ങോട്ടും കൊണ്ടു നടക്കവെ, എന്റെ കൈയിൽ അത് വെച്ച് തരിക. എന്നിട്ട് മുകളിൽപോയി സ്ത്രീകളോട് അവരുടെ വസതിയുടെ കരുത്തുറ്റവാതിലുകൾ അടയ്ക്കാൻ പറയുക. നമ്മുടെ ഭാഗത്തുനിന്ന് കോലാഹലമോ നിലവിളിയോ കേട്ടാൽ വാതിൽ തുറന്ന് പുറത്തേക്കോടരുത്. ഉള്ളിൽ അടച്ചിരുന്ന് സ്വന്തം ജോലിയിൽ ഏർപ്പെടട്ടെ. ആ സമയം നീ മാന്യനായ ഫിലേയിറ്റിയസ്, മുറ്റത്തെ ഗേറ്റുകൾ അടച്ച് പൂട്ടുവാൻ ഞാൻ പറയുമ്പോൾ, കഴിയാവുന്നത്ര വേഗത്തിൽ അവ അടച്ചുപൂട്ടുക."

അത്രയും പറഞ്ഞ് അദ്ദേഹം വീട്ടിനുള്ളിലേക്ക് തിരിച്ചു നടന്നു. തന്റേതായ ഇരിപ്പിടത്തിൽ ചെന്നിരുന്നു. അപ്പോൾ ആ രണ്ട് ഭൃത്യരും എത്തി.

യൂറിമാക്കസ് അപ്പോഴും വില്ല് കൈയിൽ പിടിച്ച് അത് ചൂടുപിടിപ്പിക്കാനായി തീജ്ജ്വാലയിൽ തിരിച്ചും മറിച്ചും കാണിച്ചുകൊണ്ടിരുന്നു. എന്തൊക്കെ ചെയ്തിട്ടും അവനത് വളച്ച് ചരട് കെട്ടാനായില്ല. അവന്റെ അന്തസ്സുള്ള ഹൃദയം തകർന്നു! ദുഃഖപൂർവ്വം അവൻ ഉദ്ഘോഷിച്ചു. "കഷ്ടം! ഞാൻ എനിക്കുവേണ്ടിയും മറ്റുള്ളവർക്കുവേണ്ടിയും ഖേദിക്കുന്നു. ഈ വിവാഹം നഷ്ടമാകുന്നത് ദുഃഖകരമാണ്; എന്നാൽ അതല്ല ഏറ്റവും ദുഃഖകരം. ഈ ഇഥാക്കയിലും മറ്റ് നഗരങ്ങളിലും അനേകം അക്കായിയൻ സ്ത്രീകളുണ്ട്, നമുക്ക് വിവാഹം കഴിക്കാൻ. എന്റെ ഏറ്റവും വലിയ ദുഃഖം ഒഡീസ്സിയേക്കാൾ എത്ര പിന്നോക്കമാണ് ശക്തിയിൽ നാം എന്ന് പ്രകടമായല്ലോ എന്നതാണ്. അവന്റെ ഈ വില്ല് ഒന്ന് വളയ്ക്കാൻപോലും നമുക്ക് പറ്റിയില്ലല്ലോ! തലമുറകളോളം ഈ കഥ നമ്മളെ അപമാനിച്ചു കൊണ്ടിരിക്കും."

യൂഫീത്തിസിന്റെ പുത്രൻ ആന്റിനസ് എതിർത്തു. "അങ്ങനെയല്ല, യൂറിമാക്കസ്, നിനക്കറിയാമോ എന്തുകൊണ്ടാണെന്ന്? ഇന്ന് വില്ലാളിദേവന്റെ പുണ്യദിനമാണ്; പൊതു സദ്യയും ആഘോഷവും നടത്തേണ്ട ദിനം. അപ്പോൾ ആർക്കാണ് വില്ല് വളയ്ക്കാൻ കഴിയുക? അത് താഴെ വെക്കുക. വില്ലും കോടാലികളും ഉപേക്ഷിക്കുക. തല്ക്കാലം ഈ മത്സരം അവിടെ നില്ക്കട്ടെ. ഒഡീസ്സിയുടെ വലിയ ഹാളിൽ വന്ന് അവ എടുത്തു കൊണ്ടുപോകാനുള്ള സാഹസം ആരും കാണിക്കുമെന്ന് ഞാൻ കരുതുന്നില്ല. തുടങ്ങാം ആ സേവകൻ വന്ന് വീണ്ടും നമ്മുടെ കപ്പുകളിൽ വീഞ്ഞ് നിറയ്ക്കട്ടെ. അങ്ങിനെ നമ്മൾക്കീ വില്ലിന് മുന്നിൽ മധുപാന നിവേദ്യം നടത്താം. നാളെ രാവിലെ ആടുമേയ്ക്കുന്നവൻ മെലാന്തിയസ് അവന്റെ ആട്ടിൻകൂട്ടത്തിൽവെച്ച് ഏറ്റവും നല്ല ആടുകളെ കൊണ്ടുവരട്ടെ. നമ്മുടെ മത്സരത്തിനുമുമ്പ് അവയുടെ തുടക്കഷണങ്ങൾ വില്ലാളി

യായ അപ്പോളോ ദേവന് അർപ്പിക്കാം. അങ്ങനെ ഈ മത്സരം അവസാനിക്കട്ടെ!"

ആന്റിനസ്സിന്റെ ഉപദേശം അവരെ സന്തോഷിപ്പിച്ചു. വിളംബരം ചെയ്യുന്നവർ അവർക്ക് കൈകഴുകുവാനായി വെള്ളം ഒഴിച്ചുകൊടുത്തു. എല്ലാവരും തങ്ങളുടെ കോപ്പകളിൽ വീഞ്ഞ് നിറച്ചു. ദേവകൾക്ക് അർപ്പണം നടത്തിയശേഷം മതിവരുവോളം മദ്യപിച്ചു.

എന്നാൽ പിടികൊടുക്കാത്തവിധത്തിൽ അതിവിദഗ്ദ്ധമായി ഒഡീസ്സി പറഞ്ഞു. "ഞാൻ പറയുന്നത് കേൾക്കുക. പ്രശസ്തയായ രാജ്ഞിയുടെ വിവാഹാർത്ഥികളെ എനിക്ക് ദൈവത്തെപ്പോലുള്ള, ആന്റിനസ്സിനോടും യൂറിമാക്കസ്സിനോടും ഒരു അഭ്യർത്ഥനയുണ്ട്. ആന്റിനസ് ഇപ്പോൾ പറഞ്ഞത് ഈ വില്ലിനെ അതിന്റെ പാട്ടിനു വിടുക, ദൈവം ഒരു തീരുമാനമെടുക്കട്ടെ എന്നാണല്ലോ. രാവിലെ ദൈവനിശ്ചയപ്രകാരം ഒരാൾക്ക് ആധിപത്യം നല്കും. എന്നാൽ ഈ സമയം ആ തുടച്ചു മിനുക്കിവെച്ച വില്ല് എന്റെ കൈയിൽ തന്നാൽ, ഒരു കാലത്ത് എന്റെ വഴങ്ങിയിരുന്ന അവയവങ്ങൾ ഇപ്പോഴും കരുത്തുറ്റതാണോ എന്ന് നിങ്ങളുടെ മുന്നിൽ വെച്ച് ഒന്ന് പരീക്ഷിച്ചു നോക്കാമായിരുന്നു. അല്ലെങ്കിൽ പട്ടിണിയും ദാരിദ്ര്യവും നിറഞ്ഞ യാചക ജീവിതം എന്റെ കരുത്തെല്ലാം ചോർത്തിക്കളഞ്ഞെന്ന് അനുമാനിക്കാം.

അദ്ദേഹത്തിന്റെ വാക്കുകൾ അവരെ എല്ലാവരേയും ഒരുപോലെ കുപിതരാക്കി. ആ യാചകൻ വില്ല് കുലച്ചെങ്കിലോ എന്നായിരുന്നു അവരുടെ ഭയം. ആന്റിനസ് അദ്ദേഹത്തെ ഉറക്കെ ശകാരിച്ച്. "വിദേശ തെണ്ടീ, നിന്റെ വിവേകം നിശ്ശേഷം നശിച്ചോ? ഉന്നതരായ ഞങ്ങളുടെ സംഘത്തിൽ ഇരുന്ന് ആഹാരം കഴിക്കാൻ കഴിഞ്ഞത് പോരെ നിനക്ക്? യാതൊരു ദ്രോഹവും ഞങ്ങളിൽ നിന്നുണ്ടാകാതെ നീ മതിയാവോളം ഭക്ഷണം കഴിച്ചു; ഞങ്ങളുടെ ചർച്ചകളും സംഭാഷണങ്ങളും നീ കേട്ടു. മറ്റൊരു യാചകനെയും അത് കേൾക്കാൻ അനുവദിക്കാറില്ല. നിന്നിൽ കുഴപ്പങ്ങൾ സൃഷ്ടിക്കുന്നത് വീഞ്ഞാണ്. മധുരമുള്ള വീഞ്ഞ് ആർത്തിയോടെ വലിച്ചുകുടിക്കുന്നവരെയൊക്കെ വീഞ്ഞ് നശിപ്പിക്കുന്നു. പ്രശസ്തനായ സെന്റോർ യൂറിഷന്റെ പതനത്തിന് കാരണം അതായിരുന്നു! ലപിത്തെയിലേക്കുള്ള സന്ദർശനവേളയിൽ ധീരനായ പീരിത്തസ്സിന്റെ ഭവനത്തിൽ വെച്ചാണാ സംഭവം നടന്നത്. വീഞ്ഞ് അവന്റെ വിവേകം നശിപ്പിച്ചു. അവനെ ഉന്മത്തനാക്കി. അതിന്റെ ഫലമായി പീരിത്തസിന്റെ വീട്ടിൽവെച്ച് മോശമായ രീതിയിൽ പെരുമാറി. ആ ശൂരന്മാർ ക്രുദ്ധരായി. അയാളുടെ മൂക്കും കാതുകളും ഛേദിച്ച് അയാളെ പുറത്തേക്ക് വലിച്ചെറിഞ്ഞു. അയാൾ നാണം കെട്ട് അവിടംവിട്ടു. അങ്ങനെ സെന്റോറുകളും മനുഷ്യവർഗ്ഗവും തമ്മിലുള്ള കുടിപ്പക തുടങ്ങി. ഒന്നാമത്തെ പീഡനം അമിത മദ്യപാനം മൂലമുണ്ടായ ആത്മദണ്ഡനമായിരുന്നു. അതുകൊണ്ട് ആ വില്ല് കുലച്ചാലുണ്ടാകാൻ പോകുന്ന വേദനിപ്പിക്കുന്ന പ്രത്യാഘാതങ്ങളെക്കുറിച്ച് ഞാൻ നിനക്ക് താക്കീത് തരുന്നു. ഈ നാട്ടിലെ ഒറ്റ വ്യക്തി

യിൽനിന്നും നിനക്ക് ദയ ലഭിക്കില്ല. ഞങ്ങൾ നിന്നെ കപ്പലിൽകയറ്റി എക്കിറ്റസ് രാജാവിന്റെ അടുത്തേക്കയക്കും. മനുഷ്യവംശത്തെ അംഗഭംഗപ്പെടുത്തുന്നവൻ ഒരിക്കൽ നീ അദ്ദേഹത്തിന്നടുത്തെത്തിയാൽ നീ മരണത്തിൽനിന്ന് രക്ഷപ്പെടുമെന്ന് ആശിക്കേണ്ട! അതുകൊണ്ട് ഈ യുവതലമുറയെ വെല്ലുവിളിക്കാതെ മിണ്ടാതിരുന്ന് വീഞ്ഞു കുടിച്ചോളൂ."

അന്തസ്സുള്ള പെനെലോപ് ആന്റിനസ്സിനെ കുറ്റപ്പെടുത്തി പറഞ്ഞു. "ആന്റിനസ്, ടെലെമാക്കസ്സിന്റെ അതിഥിയായി ഈ വീട്ടിൽവരുന്ന ആരേയും കണ്ണുരുട്ടി വിരട്ടുന്നത് നീതിയോ ഉചിതമോ അല്ല. അയാളുടെ യോഗ്യത എന്തുതന്നെ ആയാലും ഒഡീസ്സിയുടെ ആ മഹത്തായ വില്ല് കൈക്കരുത്തുകൊണ്ടും കൗശലംകൊണ്ടും അദ്ദേഹം ഞാൺ കെട്ടി മത്സരത്തിൽ ജയിച്ചാൽത്തന്നെ ഞാൻ ആ അപരിചിതനോടൊപ്പം പോകുമെന്ന് നിങ്ങൾ ശരിക്കും കരുതുന്നുണ്ടോ? അദ്ദേഹത്തിന്റെ ഉള്ളിന്റെയുള്ളിൽ പോലും അത്തരം ഒരു ആശ കാണുകയില്ല. അത്തരം വൃത്തികെട്ട ചിന്ത സദ്യ ഉണ്ണുന്ന നിങ്ങളുടെ ആരുടെയും മനസ്സിനെ ശല്യപ്പെടുത്തേണ്ടതില്ല. അതൊരിക്കലും ഒരിക്കലും ഉണ്ടാകില്ല."

പോളിബസ്സിന്റെ പുത്രൻ യൂറിമാക്കസ് അവൾക്ക് മറുപടി കൊടുത്തു. "ബുദ്ധിമതിയായ പെനെലോപ് അവൻ നിങ്ങളെക്കൊണ്ടു പോകുമെന്ന് ഞങ്ങൾ പര്യാലോചിക്കുന്നില്ല. അത് അചിന്തനീയമാണ്. ഞങ്ങൾ ചൂളിപ്പോകുന്ന ഒരു കാര്യം, താഴെക്കിടയിലുള്ള ഏതെങ്കിലും അക്കായിയന്മാർ- പുരുഷനോ സ്ത്രീയോ- പിന്നീട് ഏതെങ്കിലും അഭിപ്രായം പറഞ്ഞേക്കാം. അതായത് "പാവം മനുഷ്യർ, ഈ ശൂരപരാക്രമിയുടെ വിധവയുടെ വിവാഹാർത്ഥികളെ എത്ര കഷ്ടപ്പെട്ട് ശ്രമിച്ചിട്ടും ഞാൺ കെട്ടാൻ കഴിയാതിരുന്ന ഈ വില്ല് ഒരു യാചകൻ വന്ന് അനായാസം ഞാൺ കെട്ടി കോടാലിത്തുളയിലൂടെ അമ്പെയ്ത് മറുവശത്തെത്തിച്ചിരിക്കുന്നു. ഞങ്ങളെ നാണം കെടുത്തിക്കൊണ്ടവർ ഈ വാർത്ത പരത്തും."

പെനെലോപ് തിരിച്ചടിച്ചു. "യൂറിമാക്കസ് ശ്രേഷ്ഠനായൊരു വ്യക്തിയുടെ മുതൽ തിന്ന് മുടിക്കുകയും ആ വീടിനെ അപകീർത്തിപ്പെടുത്തുകയും ചെയ്യുന്നവർക്ക് എന്തായാലും പൊതുജനങ്ങളുടെ ആദരവ് ലഭിക്കില്ല. അതുകൊണ്ട് അതിന്റെ വിശദാംശങ്ങളിലേക്ക് എന്തിന് കടക്കണം? നല്ല വ്യക്തിത്വമുള്ള നമ്മുടെ ഈ അതിഥി അവകാശപ്പെടുന്നത് അദ്ദേഹത്തിന്റെ പിതാവ് ഒരു ഉന്നതകുലജാതനാണെന്നാണ്. അതുകൊണ്ട് ആ ഉജ്ജ്വലമായ വില്ല് അദ്ദേഹത്തിന് കൊടുക്കുക. നമ്മൾക്ക് കാണാം. ഞാൻ പറയട്ടെ, ഒരു ദൃഢമായൊരു വാഗ്ദാനം ഞാൻ നല്കുന്നു. അദ്ദേഹം അത് വളച്ചാൽ ഞാൻ അദ്ദേഹത്തിന് ധരിക്കാനായി മനോഹരമായ ഉടുപ്പും മേലങ്കിയും നല്കും. മനുഷ്യരിൽ നിന്നും നായ്ക്കളിൽ നിന്നും രക്ഷപ്പെടാനായി മൂർച്ചയുള്ളൊരു കുന്തവും ഇരട്ടത്തലവാളും നല്കും. നല്ല ഷൂസുകൾ നല്കും. അയാൾ ആഗ്രഹിക്കുന്നിടത്തേക്ക് പോകാൻ സഹായം ചെയ്ത് കൊടുക്കുകയും ചെയ്യും."

ടെലെമാക്കസ് അമ്മയ്ക്ക് മറുപടി കൊടുത്തു. "എന്റെ അമ്മേ, വില്ല് കൊടുക്കുന്ന കാര്യത്തിൽ എന്നേക്കാൾ അവകാശമുള്ള മറ്റൊരു അക്കായിയനുമില്ല. അത് അനുവദിക്കുകയോ നിരാകരിക്കുകയോ ചെയ്യുന്നത് എന്റെ ഇഷ്ടമാണ്. എനിക്ക് വേണമെന്ന് തോന്നിയാൽ ഈ കടുംതൂക്കായ പാറകളുടെ ഇഥാക്കയിൽ നിന്നോ എലിസ് ദ്വീപ് വരെയുള്ള പ്രദേശത്തിൽ നിന്നോ ഉള്ള മുഖ്യന്മാർക്കോ ഞാൻ ഈ ആയുധം ആ അപരിചതന് കൊടുക്കുന്നത് തടയാൻ കഴിയില്ല! അമ്മ സ്വന്തം മുറിയിലേക്ക് പോയി തന്റെ ജോലികൾ ചെയ്തോളൂ. തുണി നെയ്യുകയോ നൂല് നൂൽക്കുകയോ ഭൃത്യകളെ കൊണ്ട് ജോലി എടുപ്പിക്കുകയോ ചെയ്തോളൂ. വില്ല് പുരുഷന്മാരുടെ ഇടപാടാണ്. പ്രത്യേകിച്ച് എന്റെ! എന്തുകൊണ്ടെന്നാൽ ഞാനാണിവിടത്തെ യജമാനൻ."

അന്ധാളിപ്പോടെ ആ അമ്മ തിരിഞ്ഞ് തന്റെ മുറിയിലേക്ക് നടന്നു. മകന്റെ വാക്കുകൾ അവരുടെ ഹൃദയത്തിൽ പതിഞ്ഞുകിടന്നു. അവർ പരിചാരികമാരോടൊപ്പം വീണ്ടും മുകളിലെത്തിയപ്പോൾ തന്റെ പ്രിയപ്പെട്ട നാഥൻ ഒഡീസ്സിയെ ഓർത്ത് പൊട്ടിക്കരഞ്ഞു. ഒടുവിൽ എഥീനി ദേവി അവളെ ഗാഢനിദ്രയിലേക്ക് ആനയിച്ചു.

യോഗ്യനായ പന്നിപാലകൻ വില്ല് എടുത്തു; അപ്പോൾ ഹാളിലുണ്ടായിരുന്ന വിവാഹാർത്ഥികളെല്ലാം അവനെതിരെ അട്ടഹസിച്ചു. "നികൃഷ്ടനായ പന്നി പാലകാ, എവിടേക്കാണ് നീ ആ വില്ല് കൊണ്ടുപോകുന്നത്? അപ്പോളോയും മറ്റ് ദൈവങ്ങളും ഞങ്ങളുടെ അപേക്ഷ കേൾക്കട്ടെ, നീ വളർത്തുന്ന വേഗതയുള്ള ആ വേട്ടനായ്ക്കൾ ഉടനെ പന്നികൾക്കിടയിൽവെച്ച് നിന്നെ ജീവനോടെ കടിച്ചു തിന്നട്ടെ. മനുഷ്യർക്കൊന്നും നിന്നെ സഹായിക്കാൻ കഴിയാതാവട്ടെ!"

അവരുടെ ഭീഷണി അവനെ വല്ലാതെ പേടിപ്പിച്ചു. അവൻ നിന്നിടത്തുതന്നെ ആ വില്ല് ഇട്ടു. അതിന്റെ ഭയങ്കരമായ ചിലമ്പൽ കേട്ടു എല്ലാവരും ആശ്ചര്യപ്പെട്ടു. എതിർവശത്ത് നിന്നിരുന്ന ടെലെമാക്കസ് അവനെ ഉച്ചത്തിൽ ഭീഷണിപ്പെടുത്തി. "ആ വില്ല് വേഗം എടുത്ത് കൊണ്ടുപോകൂ. യൂമ്യൂസ് ഇവരെയാണ് നീ അനുസരിക്കാൻപോകുന്നതെങ്കിൽ തൽക്ഷണം നിനക്ക് ദുഃഖിക്കേണ്ടിവരും. നിന്നെ ഞാനിവിടന്ന് കല്ലെടുത്ത് എറിഞ്ഞ് പുറത്തേക്കോടിക്കും. ഈ വിവാഹാർത്ഥികൾക്കുമേൽ ആധിപത്യം നേടിക്കഴിഞ്ഞാൽ തിന്മകൾ ചെയ്യുന്ന ചിലരെ വീട്ടിൽ നിന്ന് എനിക്ക് തൽക്ഷണം നിഷ്കാസനം ചെയ്യേണ്ടിവരും."

അവന്റെ പൊട്ടിത്തെറി അവരെ പൊട്ടിച്ചിരിപ്പിച്ചു. ആ ആഹ്ലാദത്തിമിർപ്പിൽ ടെലെമാക്കസ്സിനോടുള്ള അവരുടെ കോപം കടന്നുപോയി. പന്നിപാലകൻ വില്ല് കൊണ്ടുപോയി ഒഡീസ്സിയുടെ കൈയിൽ കൊടുത്തു. പിന്നെ യൂമ്യൂസ് യൂറിക്ലിയായെ ഒരുവശത്തേക്ക് വിളിച്ചു പറഞ്ഞു. "വിവേകശാലിയായ യൂറിക്ലിയാ നിങ്ങളുടെ കോർട്ടേഴ്സിലെ ശക്തമായ വാതിലുകൾ അടച്ച് പൂട്ടിയിടണമെന്ന് ടെലെമാക്കസ് നിങ്ങളോട് ആവശ്യപ്പെടുന്നു. ഏതെങ്കിലും സ്ത്രീകൾ നമ്മുടെ വീട്ടിൽ നിന്ന് എന്ത് ബഹളം

കേട്ടാലും പുറത്ത് വരാതിരിക്കാൻ ശ്രദ്ധിക്കണം. അവർ തങ്ങളുടെ ജോലികളിൽ മുഴുകട്ടെ." ഈ വാക്കുകൾ അവളെ നിശ്ശബ്ദയാക്കി. അവൾ വേഗം വീടിന്റെ വാതിലുകളെല്ലാം അടച്ചുപൂട്ടി. ആസമയം ഫിലോയിറ്റിയസ് പതുങ്ങിപുറത്തുകടന്ന് മുറ്റത്തെ ഗേറ്റുകൾ അടച്ചുപൂട്ടി; വീണ്ടും ഹാളിൽ ചെന്ന് തന്റെ ഇരിപ്പിടത്തിൽ ഇരുന്നു. ഒഡീസ്സിയെ നിരീക്ഷിച്ചു. അദ്ദേഹം വില്ലെടുത്ത് തിരിച്ചും മറിച്ചും പരിശോധിക്കുകയായിരുന്നു. അതിന്റെ യജമാനന്റെ അഭാവത്തിൽ വില്ലിന്റെ അഗ്രങ്ങളിൽ തുരുമ്പുണ്ടോ എന്നെല്ലാമായിരുന്നു അദ്ദേഹത്തിന്റെ പരിശോധന. ആളുകൾ തങ്ങളുടെ അയൽവാസികൾക്കു നേരെ തിരിഞ്ഞ് പിറുപിറുത്തു. "ഈ മനുഷ്യൻ വില്ല് ഭ്രമമുള്ളവനോ വിദഗ്ദ്ധനോ മറ്റോ ആണോ? ഒരുപക്ഷേ, ഇതുപോലെ ഏതെങ്കിലും അവന്റെ വീട്ടിൽ ഉണ്ടായിരിക്കാം. അല്ലെങ്കിൽ ഈ യാചകൻ അതുപോലൊന്ന് ഉണ്ടാക്കുവാൻ പദ്ധതിയിടുകയായിരിക്കാം. അവനത് തിരിച്ചും മറിച്ചും നോക്കുന്നത് അതിനുവേണ്ടിയായിരിക്കാം." അതിന് അടുത്തിരുന്ന ഒരു യുവ നിഷേധി പറഞ്ഞു. "അവന്റെ ഭാഗധേയം ഈ വില്ല് കുലയ്ക്കുന്ന ഉദ്യമം പോലെ അവസാനിക്കട്ടെ."

തന്ത്രശാലിയായ ഒഡീസ്സി ഇതിനകം ആ വലിയ വില്ല് പൊക്കിയും താഴ്ത്തിയും നന്നായി ഒന്ന് പരിശോധിച്ചു. ഒരു സംഗീത വിദഗ്ദ്ധൻ പൊട്ടിയ വീണക്കമ്പി വലിച്ചു മുറുക്കി പുതിയ പെഗ്ഗിൽ വലിച്ചുകെട്ടുന്ന ലാഘവത്തോടെ ഒഡീസ്സി അനായാസം ഞാൺ വില്ലിൽ വലിച്ചുകെട്ടി! വില്ല് വലതുകൈയിലേക്ക് മാറ്റിപ്പിടിച്ചു ചരട് വലിച്ചു വിട്ടുനോക്കി. ഒരു മീവൽ പക്ഷിയുടെ കടുത്തസ്വരംപോലെ അത് ഒച്ചവെച്ചു. അസഹ്യമായ തീവ്രദുഃഖം വിവാഹാർത്ഥികൾക്കനുഭവപ്പെട്ടു. അവരുടെ മുഖങ്ങൾ വിളറി വെളുത്തു. ഒരു ഉഗ്രൻ ഇടിവെട്ടിലൂടെ സ്യൂസ് ദേവൻ തന്റെ അനുമോദനം പ്രഖ്യാപിച്ചു. നീണ്ട യാതന അനുഭവിച്ച ഒഡീസ്സി രാജാവ് സ്യൂസ് ദേവൻ തനിക്ക് നല്കിയ സൂചനയായി ആ ഇടിമുഴക്കത്തെ കണ്ടു, ആഹ്ലാദിച്ചു. തന്റെ മേശപ്പുറത്ത് കിടന്നിരുന്ന അമ്പ് അദ്ദേഹം വലിച്ചെടുത്തു. വില്ലിൽ ചേർത്തുപിടിച്ച് ഞാൺ വലിച്ച് ഉന്നം പിടിച്ച് അമ്പെയ്തു; പന്ത്രണ്ട് കോടാലിത്തുളകളിലൂടെയും കടന്ന് മറുവശത്തെത്തി.

പിന്നെ അദ്ദേഹം ടെലെമാക്കസ്സിനോട് വിളിച്ചുപറഞ്ഞു. "ടെലെമാക്കസ് നിന്റെ ഹാളിൽ ഇരിക്കുന്ന അതിഥികൾ ഇനി നിന്നെ അപമാനിക്കുകയില്ല. എന്റെ ലക്ഷ്യം യാഥാർത്ഥ്യമായി. വിവാഹാർത്ഥികളുടെ ദുരാരോപണം തെറ്റാണെന്ന് എന്റെ അജയ്യമായ ശക്തി തെളിയിച്ചിരിക്കുന്നു. ഈ സമയം, പകൽ വെളിച്ചമുള്ളപ്പോൾത്തന്നെ അക്കായിയന്മാരുടെ സദ്യയിൽ തന്ത്രങ്ങൾ ആവിഷ്കരിക്കണം. അതിനുശേഷം കളി വ്യത്യസ്തമായിരിക്കും. ഏത് വിരുന്നിനേയും മോടിപിടിപ്പിക്കുന്നവിധത്തിൽ അവരെ നൃത്തം ചെയ്യിപ്പിക്കയും പാട്ട് പാടിക്കുകയും ചെയ്യും."

അദ്ദേഹം അവനോട് ഒരു താക്കീത് കൊടുക്കുന്നതുപോലെ നെറ്റിചുളിച്ച് കാണിച്ചു. അദ്ദേഹത്തിന്റെ പ്രിയപുത്രൻ തന്റെ മൂർച്ചയേറിയ

വാൾ ബെൽട്ടിൽ ഞാത്തി ഇട്ടു. പിന്നെ കുന്തവും പിടിച്ച് എഴുന്നേറ്റു. തിളങ്ങുന്ന മകുടം ധരിച്ച് സിംഹാസനത്തിനരികിൽ ഒഡീസ്സിയോടൊപ്പം നിലയുറപ്പിച്ചു.

ഇരുപത്തിരണ്ട്

സൂത്രശാലിയായ ഒഡീസ്സി തന്റെ കീറത്തുണികൾ വലിച്ചെറിഞ്ഞു; അമ്പുകൾ നിറച്ച ആവനാഴിയും വില്ലും എടുത്ത് ഒറ്റ ചാട്ടത്തിന് വാതിൽപ്പടിയിലെത്തി. അമ്പുകൾ കാലിനരികിൽ നിരത്തിവെച്ച് വിവാഹാർത്ഥികളോട് ഉറക്കെ വിളിച്ചുപറഞ്ഞു. "ഒടുവിൽ ഈ ഭീതി നിറഞ്ഞ പീഡനം അവസാനിച്ചിരിക്കുന്നു! എനിക്കു മുന്നിൽ ഇതുവരെ എയ്തിട്ടില്ലാത്ത ഒരു ലക്ഷ്യംകൂടി ബാക്കിയുണ്ട്. അപ്പോളോയുടെ കൃപയുണ്ടെങ്കിൽ ഭാഗ്യം, അനുകൂലമാണെങ്കിൽ, അത് സഫലമാകും."

മനസ്സിൽ മരണത്തെക്കുറിച്ച് യാതൊരു ശങ്കയുമില്ലാതെ വീഞ്ഞു നിറഞ്ഞ സ്വർണ്ണക്കപ്പ് ഇരുകൈകൾ കൊണ്ടും ചുണ്ടിലേക്കുയർത്തവെ, ഒഡീസ്സി തന്റെ കൂരമ്പ് ആന്റിനസ്സിനു നേരെ ഉന്നംവെച്ചു - ഇത്രയും ജനനിബിഡമായൊരു വിരുന്നിൽ വെച്ച് ആരെങ്കിലും തന്നെ കൊല്ലാൻ ധൈര്യപ്പെടുമെന്നവൻ ഒരിക്കലും കരുതിയിട്ടില്ല- എന്തായാലും ഒഡീസ്സി അമ്പെയ്തു. അമ്പ് അവന്റെ തൊണ്ടയിലൂടെ തുളച്ചുകയറി. കഴുത്തിലൂടെ പുറത്തേക്ക് വന്നു. അവൻ ഒരു വശത്തേക്ക് ചെരിഞ്ഞ് വീണു. അവന്റെ പിടിവിട്ട് വീഞ്ഞു കപ്പ് നിലത്തുവീണു. മേശ കുലുങ്ങി. അതിലുണ്ടായിരുന്ന ആഹാരപദാർത്ഥങ്ങൾ അപ്പവും മാംസക്കറിയും മറ്റും നിലത്തേക്ക് തെറിച്ചു വീണ് തറ അലങ്കോലമായി. അവന്റെ നാസാരന്ധ്രങ്ങളിൽ നിന്ന് ചോര ചീറ്റി.

അവൻ നിലംപതിക്കുന്നത് കണ്ട് വിവാഹാർത്ഥികളെല്ലാം നിലവിളിച്ചു. അവർ തങ്ങളുടെ ഇരിപ്പിടങ്ങളിൽ നിന്നെഴുന്നേറ്റ് പേടിച്ച് പരക്കംപാഞ്ഞു. ചുമരിൽ ഞാത്തിയിട്ടിട്ടുണ്ടായിരുന്ന കുന്തങ്ങളും പരിചകളും കൈക്കലാക്കാനായി അവർ ഓടിച്ചെന്നെങ്കിലും അവയൊന്നും ചുമരിൽ കണ്ടെത്താനായില്ല. അവർ ഒഡീസ്സിക്കുനേരെ ശകാരവാക്കുകൾ ചൊരിഞ്ഞു. "എടാ അപരിചിതാ മനുഷ്യരെ അമ്പെയ്ത് കൊന്ന ഈ ദുഷ്പ്രവൃത്തി നിന്റെ അന്ത്യകർമ്മമാണ്. നിന്റെ മരണം ഉറപ്പായി; ഇഥാക്കയിലെ ഏറ്റവും പ്രബലനായ യുവാവിനെയാണ് നീ കൊലപ്പെടുത്തിയത്. നീ കഴുകന്മാർക്ക് തിന്നാനുള്ള ശവമായിത്തീരാൻപോകുകയാണ്."

ആ കൊല അബദ്ധത്തിൽ സംഭവിച്ചതാണെന്ന ധാരണയിലായിരുന്നു അവർ ഇപ്രകാരം ബഹളം വെച്ചത്. അവരെ ഓരോരുത്തരെയും പൊതിഞ്ഞിരിക്കുന്ന മൃത്യുവിൽനിന്നും അവരുടെ മതിഭ്രമം അവരെ ഒളിപ്പിച്ചുവെച്ചു. എന്നാൽ ഒഡീസ്സി അവർക്കുനേരെ ക്രൂരദൃഷ്ടി പായിച്ചുകൊണ്ട് ഗർജ്ജിച്ചു. "പട്ടികളെ, നിങ്ങൾ വീണ്ടും വീണ്ടും പറഞ്ഞുകൊണ്ടിരുന്നു. ഞാൻ ട്രോയിൽ നിന്ന് ഒരിക്കലും തിരിച്ചുവരില്ലെന്ന്. നിങ്ങ

ളുടെ ദൃഢവിശ്വാസമായിരുന്നു അത്. ആ ഉറച്ച വിശ്വാസത്തിൽ എന്റെ വീട് നിങ്ങൾ കൊള്ളയടിച്ചു. എന്റെ വീട്ടുവേലക്കാരികളെ ബലാൽക്കാരം ചെയ്തു. ഞാൻ ജീവിച്ചിരിക്കവെ എന്റെ ഭാര്യയോട് വിവാഹാഭ്യർത്ഥന നടത്തി. നിങ്ങൾ സ്വർഗ്ഗത്തിലെ ദൈവങ്ങളെ അവഹേളിച്ചു. തൽഫല മായി മനുഷ്യരുടെ കോപം സമ്പാദിച്ചു. അതുകൊണ്ട് നിങ്ങളെല്ലാവരും ഇപ്പോൾ മരണക്കെണിയിൽപ്പെട്ടു."

അദ്ദേഹത്തിന്റെ വാക്കുകൾ കേട്ട് അവർ പേടിച്ച് കിടുങ്ങി. ഓരോ രുത്തരും രക്ഷപ്പെടാനുള്ള മാർഗ്ഗം പരതി നോക്കി! യൂറിമാക്കസിന് മാത്രമേ നാവ് പൊന്തിയുള്ളൂ. അവൻ പറഞ്ഞു. "ഞങ്ങളുടെ അടുത്ത് തിരിച്ചുവന്ന നിങ്ങൾ തീർച്ചയായും ഒഡീസ്സി തന്നെയാണെങ്കിൽ നിങ്ങ ളുടെ കൊട്ടാരത്തിലും എസ്റ്റേറ്റുകളിലും അക്കായിയന്മാർ അതിക്രമങ്ങൾ ചെയ്തു എന്ന് പ്രതിഷേധം പ്രകടിപ്പിക്കുന്നതിൽ കഴമ്പുണ്ട്. എന്നാൽ നിങ്ങളെ പീഡിപ്പിച്ചതിനെല്ലാം കാരണക്കാരൻ ഇതാ അവിടെ കിടക്കു ന്നു- ആന്റിനസ്. അവന്റെ യഥാർത്ഥ ഉദ്ദേശ്യം വിവാഹമൊന്നുമല്ലായിരു ന്നു. അത് വളരെ വ്യത്യസ്തമായ ലക്ഷ്യമായിരുന്നു. ഉൽക്കർഷേച്ഛ! നിങ്ങളുടെ പുത്രനെ കൊന്ന് സമ്പന്നമായ ഇഥാക്കയുടെ മുഴുവൻ അധി പനാകുക! ക്രോണോസിന്റെ പുത്രൻ അവനെ തടഞ്ഞു. ഇപ്പോൾ അവൻ അർഹിക്കുന്ന മരണം അവന് കിട്ടി. അതുകൊണ്ട് നിങ്ങളുടെ ഈ പ്രജ കളോട് നിങ്ങൾ ദാക്ഷിണ്യം കാണിക്കണം. നിങ്ങളുടെ അതിഥി മുറിക ളിൽ തിന്നും കുടിച്ചും ചെലവാക്കിയ സമ്പത്തിന് നഷ്ടപരിഹാരം തരു വാൻ ഞങ്ങൾക്ക് ഒരവസരം നല്കണം. ഞങ്ങൾ ഓരോരുത്തരും ഇരു പത് കാളകളെയും സ്വർണ്ണവും വെങ്കലവും തരാം. നിങ്ങൾ അത് വാങ്ങി ഞങ്ങളോട് പ്രീതനാകണം. ആരും നിങ്ങളുടെ കോപത്തെ കുറ്റപ്പെടു ത്തില്ല."

ഒഡീസ്സിയുടെ ക്രൂരതയെ മയപ്പെടുത്താൻ ആ വാക്കുകൾക്ക് കഴി ഞ്ഞില്ല. അദ്ദേഹം പറഞ്ഞു. "യൂറിമാക്കസ്, നിന്റെ ഇപ്പോഴുള്ള മുഴുവൻ സ്വത്തും ഇനി സമ്പാദിക്കാൻ പോകുന്ന സ്വത്തും എനിക്ക് തന്നാലും, നിങ്ങളെ വധിക്കുന്നതിൽ നിന്ന് ഞാൻ ഒഴിഞ്ഞുമാറില്ല. ഓടി രക്ഷപ്പെടു കയോ നേരിട്ടു പോരാടുകയോ മാത്രമാണ് നിങ്ങൾക്ക് മരണത്തെ അഭി മുഖീകരിക്കാനുള്ള ഏകമാർഗ്ഗം. നിങ്ങളിൽ ചിലർക്ക് മരണഗർത്തത്തെ ഒഴിവാക്കാനാവില്ലെന്ന് ഞാൻ കരുതുന്നു."

അദ്ദേഹത്തിന്റെ ഭീഷണി കേട്ട് അവരുടെ ഹൃദയവും കാൽമുട്ടു കളും പിടച്ചു. എന്നാൽ യൂറിമാക്കസ് അവരോട് പറഞ്ഞു. "അല്ലയോ എന്റെ സുഹൃത്തുക്കളേ, ഈ മനുഷ്യൻ തന്റെ നിഷ്കരുണമായ കര ങ്ങൾ പിൻവലിക്കുമെന്ന് കരുതേണ്ട. ആ കരുത്തുറ്റ വില്ലും അമ്പും ഉപ യോഗിച്ച് നമ്മളെ അവൻ കൊന്നൊടുക്കും. അതുകൊണ്ട് നമ്മൾക്കും പോരാട്ടം തുടങ്ങാം. വാളുകൾ എടുക്കുക. മേശകൾ മറിച്ചിട്ട് അവന്റെ മാരകമായ ശരങ്ങളെ തടുക്കാം. നമ്മൾ ഒന്നിച്ച് പാഞ്ഞുചെന്ന് അവനെ

വാതിൽപ്പടിയിൽ നിന്ന് തെറിപ്പിക്കാം. അങ്ങനെ നഗരത്തിലെത്തി അപായധ്വനി മുഴക്കി ആ മനുഷ്യന്റെ അന്ത്യം ഉറപ്പിക്കാം."

അപ്രകാരം പ്രതിജ്ഞയെടുത്ത് ഇരട്ടത്തലയുള്ള വെങ്കല വാൾ ഊരിപ്പിടിച്ച് ഭീകരമായ മുറവിളിയോടെ അവൻ മുന്നോട്ട് പാഞ്ഞു. എന്നാൽ തൽക്ഷണം ഒഡീസ്സി വിട്ട ഒരു ശരം അവന്റെ നെഞ്ച് പിളർന്ന് കരളിലേക്ക് തുളച്ചുകയറി. അവന്റെ വാൾ കൈയിൽനിന്ന് നിലത്ത് വീണു; അവൻ വേദനകൊണ്ട് പിടഞ്ഞു മേശയിലേക്ക് വീണു. മേശ പുറത്തിരുന്ന ഭക്ഷണവും വീഞ്ഞും നിലത്തേക്ക് തെറിഞ്ഞ് അവൻ വേദനകൊണ്ട് പുളഞ്ഞ് ശിരസ്സും കാലുകളും നിലത്തിട്ടടിച്ച് അന്ത്യശ്വാസം വലിച്ചു.

ആംഫിനോമസ് ഊരിപ്പിടിച്ച വാളുമായി ഗേറ്റിൽ നിലയുറപ്പിച്ച പ്രതാപിയായ ഒഡീസ്സിക്കു നേരെ കുതിച്ചു. എന്നാൽ ടെലിമാക്കസ് പെട്ടെന്ന് പ്രവർത്തനനിരതനായി; അവന്റെ സുന്ദരമായ തോളിൽ പിടിച്ച് തന്റെ വെങ്കലമുനയുള്ള കുന്തം അവന്റെ ഹൃദയത്തിലേക്ക് കുത്തിയിറക്കി. അവൻ നിലത്ത് കമഴ്ന്നടിച്ച് വീണു അവന്റെ ശരീരത്തിൽത്തന്നെ കുന്തം വിട്ടുകൊണ്ട് ടെലിമാക്കസ് പിതാവിനടുത്തേക്ക് ഓടി. കാരണം, കുന്തം ഊരിയെടുക്കുന്ന നേരം ഏതെങ്കിലും അക്കായിയന്മാർ അവനെ വെട്ടിക്കൊന്നെങ്കിലോ! വികാരവിവശനായി അവൻ അച്ഛനോട് പറഞ്ഞു. "അച്ഛാ ഞാൻ ഓടിപ്പോയി അച്ഛനുവേണ്ടി ഒരു കവചവും ഒരു ജോഡി കുന്തങ്ങളും ഒരു വെങ്കലമകുടവും കൊണ്ടുവരാം. അതേസമയം ഞാനും ആയുധങ്ങളും കവചവും ധരിച്ച് വരാം. പന്നിപാലകനും പശുപാലകനും ആയുധങ്ങൾ നല്കാം. നമ്മൾക്ക് വേണ്ട രീതിയിൽ യുദ്ധ സന്നദ്ധരാകാം."

ഒഡീസ്സി മറുപടി നല്കി. "എന്നാൽ അവർക്കുവേണ്ടി വേഗം ഓടിപ്പോകുക. എന്റെ പക്കൽ ഇപ്പോഴും അമ്പുകൾ ബാക്കിയുണ്ട്. അല്ലെങ്കിൽ അവർ ആയുധബലമില്ലാത്ത എന്നെ വാതിലിൽനിന്ന് ബലമായി ഒഴിപ്പിക്കും."

തന്റെ പ്രിയപിതാവിന്റെ വാക്ക് അനുസരിക്കാനായി ടെലിമാക്കസ് അദ്ദേഹത്തിന്റെ പ്രശസ്തമായ ആയുധങ്ങൾവെച്ചിട്ടുള്ള മുറിയിലേക്ക് കുതിച്ചു. അവിടന്ന് നാല് ഷീൽഡുകളും എട്ട് കുന്തങ്ങളും കുതിരവാൽ കുഞ്ചലങ്ങളുള്ള നാല് വെങ്കലമകുടങ്ങളും എടുത്ത് അച്ഛന്റെ അടുത്തേക്ക് തിരിച്ച് ഓടിയെത്തി. അപ്പോഴേക്കും മറ്റ് രണ്ടുപേർ മുഴുച്ചട്ടയണിഞ്ഞ് എത്തി. അവർ എല്ലാവരും യുദ്ധസന്നദ്ധരായി അണിനിരന്നു. തന്ത്രജ്ഞനായ ഒഡീസ്സി ആവനാഴിയിലെ അമ്പ് തീരുന്നതുവരെ ഓരോ അമ്പു വിട്ട് ഓരോരുത്തരെ കൊന്നുവീഴ്ത്തി. തുമ്പ് മുറിച്ച നെൽച്ചെടി പോലെ അവർ നിലംപതിച്ചു! എന്നാൽ തീർന്നപ്പോൾ അദ്ദേഹം വില്ല് വാതിലിൽ ചാരിവെച്ചു പിന്നെ നാലുമടക്കുള്ള കവചം ധരിച്ചു. ശിരസ്സിൽ കുതിരരോമകുഞ്ചലമുള്ള ഹെൽമെറ്റ് വെച്ചു. രണ്ട് വെങ്കല മുനയുള്ള കുന്തങ്ങളും പിടിച്ച് ശത്രുക്കളെ നേരിടാൻ തയ്യാറായി.

പ്രധാന ചുമരിന്റെ മുകൾവശത്ത് ഒരു കിളിവാതിൽ ഉണ്ടായിരുന്നു, അത് ഒരു ഇടുങ്ങിയ ഇടനാഴിയിലേക്കാണ് തുറക്കുന്നത്. തന്റെ വിശ്വസ്ത സേവകനായ പന്നിപാലകനെ അവിടെ കാവല്ക്കാരനായി ഒഡീസ്സി നിയോഗിച്ചു, ഒരാൾക്കേ ആ ഇടുങ്ങിയ മാർഗ്ഗത്തിലൂടെ കടക്കാനാകൂ.

അപ്പോൾ ആഗിലോസ് അഭിപ്രായപ്പെട്ടു. "സഖാക്കളേ, ആർക്കെങ്കിലും കഷ്ടപ്പെട്ട് കിളിവാതിലിലൂടെ പുറത്ത് കടന്ന് പുറം ലോകത്തിന് ഉടനെ ആപത്സൂചക ധ്വനി കൊടുക്കാൻ കഴിയുമോ? എങ്കിൽ ഇത് അവന്റെ അവസാനപോരാട്ടമായേനെ!" എന്നാൽ ആട്ടിടയൻ മെലെന്തിയസ് മറുപടി നല്കി. "അത് നടക്കില്ല ആഗിലോസ്. പ്രധാന ഗേറ്റ് അപകടരമാംവിധം അടുത്താണ്. അതിനു പുറമെ ഇടനാഴി വളരെ ഇടുങ്ങിയതും. അതിലെ വരുന്നവരെയെല്ലാം തടയാൻ ധീരനായ ഒറ്റ വ്യക്തിക്ക് കഴിയും. ഉള്ളിലെ മുറിയിൽനിന്ന് നിങ്ങൾക്ക് കവചങ്ങളും ആയുധങ്ങളും കൊണ്ടുവന്ന് തരുവാൻ എനിക്ക് കഴിയുമെന്ന് ഞാൻ കരുതുന്നു. തീർച്ചയായും അവിടെ മാത്രമാണ് ഒഡീസ്സിയും അവന്റെ മകനും അവരുടെ ആയുധങ്ങൾ ഒളിച്ചുവെക്കുക."

അങ്ങനെ ആട് പാലകൻ മെലന്തിയസ് ഹാളിലെ വെന്റിലേറ്ററിലൂടെ പുറത്ത് കടന്ന് കലവറയ്ക്കകത്ത് കടന്ന് പന്ത്രണ്ട് കവചങ്ങൾ, കുന്തങ്ങൾ ഹെൽമെറ്റുകൾ എന്നിവ എടുത്ത് പെട്ടെന്ന് ഹാളിൽ തിരിച്ചെത്തി. വിവാഹാർത്ഥികൾക്ക് വിതരണം ചെയ്തു. ഒഡീസ്സി ഇതുകണ്ട് അത്ഭുതസ്തബ്ദ്ധനായി. തന്റെ ജോലി ഇനി എത്ര കഠിനമായിരിക്കുമെന്നോർത്ത് അദ്ദേഹം കിടുങ്ങിപ്പോയി. അദ്ദേഹം ടെലിമാക്കസ്സിനെ ഉറക്കെവിളിച്ചു. "എന്റെ ടെലിമാക്കസ് തീർച്ചയായും ഉള്ളിലെ സ്ത്രീകളിലൊരുവൾ നമ്മൾക്കെതിരെ പ്രവർത്തിക്കുന്നുണ്ട്.- അല്ലെങ്കിൽ അത് മെലന്തിയസ് ആണോ?" ടെലിമാക്കസ് മറുപടി നല്കി. "എന്റെ അച്ഛാ അതിന്റെ യഥാർത്ഥ കുറ്റവാളി ഞാനാണ്. ഞാൻ മാത്രം. സ്റ്റോറിന്റെ കരുത്തുറ്റവാതിൽ അടച്ചുപൂട്ടാൻ ഞാൻ മറന്നുപോയി. അവർ അത് രഹസ്യമായി വീക്ഷിച്ചുകാണണം. നല്ലവനായ യൂമ്യൂസ്, ഇപ്പോൾത്തെ പോയി അത് അടച്ചുവരൂ. നമ്മുടെ ഈ ഇടപെടലിൽ ഇടപെടുന്ന വ്യക്തി ആരാണെന്ന് കണ്ടുപിടിക്കുക. ഏതെങ്കിലും ഒരു സ്ത്രീയാണോ അതോ ഞാൻ ഊഹിക്കുന്നതുപോലെ ഡൊലിയസ്സിന്റെ പുത്രൻ മെലന്തിയസ് ആണോ?"

അവർ ഇപ്രകാരം പദ്ധതി തയ്യാറാക്കവെ മറ്റ് ഉപകാരപ്രദമായ ആയുധങ്ങൾ എടുക്കാനായി രണ്ടാമതും മെലന്തിയസ് കലവറയിലേക്ക് ചെന്നു. ശക്തനായ പന്നിപാലകൻ അവനെ കണ്ട ഉടനെ അടുത്ത് നിന്നിരുന്ന ഒഡീസ്സിയെ വിവരമറിയിച്ചു.

"ലാർട്ടെസിന്റെ പുത്രാ, ആ പരമ നീചൻ നമ്മൾ സംശയിച്ചവൻ തന്നെയാണ്. അതാ വീണ്ടും അവൻ കലവറയിലേക്ക് പോകുന്നു. എന്നോട് തുറന്നു പറയൂ, ഞാനവനെ അവിടെവെച്ച് വധിക്കേണമോ, അതോ ഇങ്ങോട്ട് കൊണ്ടുവരേണമോ? അങ്ങയുടെ വീട്ടിൽ നടത്തിയ

എല്ലാ ദുഷ് പ്രവൃത്തികൾക്കും പ്രതിഫലം കൊടുക്കാനായി അവനെ ഞാൻ ഇവിടേക്ക് പിടിച്ചുകൊണ്ടുവരട്ടെ?"

ഒഡീസ്സി ഘനഗാംഭീരഭാവത്തിൽ മറുപടി നല്കി. "ഇവർ എത്ര ഭീകരമായി പോരാടിയാലും എനിക്കും ടെലമാക്കസ്സിനും വിവാഹാർത്ഥികളെ അകറ്റി നിർത്താൻ കഴിയും. അതുകൊണ്ട് നിങ്ങൾ ഇരുവരും കലവറയിൽപോയി അവനെ പിടികൂടി കൈകളും കാലുകളും കെട്ടി ഒരു മലപ്പലകയിൽ അവനെ വരിഞ്ഞുകെട്ടി, ഒരു കയറിൽ പിടിച്ച് പൊക്കി ഒരു തൂണിന്റെ ഉയരത്തിൽ മേല്ക്കൂരയുടെ തുലാംവരെ എത്തിച്ച് ഞാത്തിയിടുക. അങ്ങിനെ നീണ്ടുനില്ക്കുന്ന പീഡനം അനുഭവിച്ച് ചാവാനായി അവനെ വിടുക."

ഉത്സാഹത്തോടെ അവർ ഈ ഉത്തരവ് കേട്ട് അനുസരിച്ചു. ആ മനുഷ്യൻ അറിയാതെ അവർ കലവറയിൽ കടന്നു. അവൻ അതിനുള്ളിൽ അങ്ങേ അറ്റത്ത് കൂടുതൽ ആയുധങ്ങൾ എടുത്തുകൊണ്ടിരിക്കുകയായിരുന്നു. അവർ ഇരുവരും വാതിലിന്റെ ഇരുവശത്തുമായി മെലന്തിയസിനെ കാത്തുനിന്നു. അയാൾ ഒരു കൈയിൽ കുന്തവും മറ്റേ കൈയിൽ ലാർട്ടസ് തന്റെ നല്ലകാലത്ത് ഉപയോഗിച്ചിരുന്ന വലിയൊരു കവചവുമായി കവറയിൽനിന്ന് പുറത്തേക്ക് വരുകയായിരുന്നു. അപ്പോൾ അവനുമേൽ അവർ ഇരുവരും ചാടിവീണു. അവനെ തലമുടിയിൽ ചുറ്റിപിടിച്ച് വലിച്ചിഴച്ച് അവർ കലവറയിലേക്ക് തന്നെ കൊണ്ടുപോയി. അവനെ നിലത്തുകിടത്തി കൈകാലുകൾ വരിഞ്ഞുകെട്ടി; ഒഡീസ്സിയുടെ ഉത്തരവ് പ്രകാരം സന്ധികൾ പിടിച്ച് തിരിച്ച് കെട്ടിയതിനാൽ അസഹ്യമായ വേദന അവന് സഹിക്കേണ്ടിവന്നു. പിന്നെ ഒരു പലകയിലവനെ വരിഞ്ഞുകെട്ടി. തൂണിന് മുകളിൽ തുലാമിനോട് ചേർത്ത് പൊക്കിനിർത്തി. യൂമ്യൂസ് പറഞ്ഞു. "മെലന്തിയസ് അങ്ങനെ നീ അർഹിക്കുന്ന മൃദുവായ മെത്തയിൽ നീ ശയിക്കൂ. അവിടെ രാത്രി മുഴുവൻ നിവർന്നു കിടക്കാം; അരുണോദയം കാണാം. ആടുകളെ വിവാഹാർത്ഥികളുടെ വിരുന്നിനായി കൊട്ടാരത്തിലേക്ക് കൊണ്ടുപേകേണ്ട സമയമായെന്ന് നിനക്ക് കാണാം."

വേദനയുടെ സമ്മർദ്ദത്തിൽ അവനെ അവർ വിട്ടുപോയി.

അവർ വീണ്ടും ആയുധമേന്തി കലവറയുടെ വാതിൽ ഭദ്രമായി പൂട്ടി യുദ്ധസന്നാഹനായി നില്ക്കുന്ന ഒഡീസ്സിയുടെ അടുത്ത് തിരിച്ചെത്തി. പൂമുഖത്ത് നിന്നുകൊണ്ട് ഹാളിലുണ്ടായിരുന്ന അനേകം രണശൂരന്മാരെ ഈ നാലുപേർ എതിരിട്ടു. അപ്പോൾ അവരുടെ അടുത്തേക്ക് സ്യൂസ് ദേവന്റെ പുത്രി എഥീനി ദേവി മെന്ററിന്റെ രൂപത്തിൽ എത്തി. അവളെ കണ്ട് ആഹ്ലാദപൂർവ്വം ഒഡീസ്സി വിളിച്ചു പറഞ്ഞു. നമ്മൾ ഒന്നിച്ച് വളർന്നുവന്ന സുഹൃത്തുക്കളാണെന്ന് നീ ഓർക്കുക. മെന്റർ, ഞാൻ നിന്നെ ഇടയ്ക്കിടെ സഹായിക്കുമായിരുന്നു. എന്നെ നാശത്തിൽ നിന്ന് രക്ഷിക്കുക."

അദ്ദേഹം അപ്രകാരം പറഞ്ഞെങ്കിലും അത് മനുഷ്യർക്ക് പ്രചോദനം നല്കുന്ന എഥീനി ദേവിയാണെന്ന് ഒഡീസ്സിക്ക് ഉറപ്പായിരുന്നു. എന്നാൽ ഹാളിൽ നിന്ന് വിവാഹാർത്ഥികൾ നിന്ദാപൂർവ്വം കൂക്കിവിളിച്ചു

പ്രത്യേകിച്ച് ഡാമസ്റ്ററിന്റെ പുത്രൻ ആഗിലോസ്. അവൻ ഭീഷണിപ്പെടുത്തി. "മെന്റർ, ഒഡീസ്സിയുടെ മധുരഭാഷണം കേട്ട് നീ വിവാഹാർത്ഥികൾക്കെതിരെ പോരാടുവാൻ അവനെ സഹായിക്കുന്നതിനെ ഞാൻ താക്കീത് ചെയ്യുന്നു. കാരണം കാലാന്തരത്തിൽ ആ അച്ഛനേയും മോനേയും കൊല്ലാനുള്ള ഞങ്ങളുടെ ലക്ഷ്യം സഫലമാകുമെന്ന് ഞാൻ കരുതുന്നു. അതിനുശേഷം ഞങ്ങൾ നിന്നെയും അവസാനിപ്പിക്കും; ഇവിടെ നടപ്പാക്കാൻ കഴിയുമെന്ന നിന്റെ മണ്ടൻ സ്വപ്നത്തിന് പ്രതിഫലമായി നിന്റെ ശിരസ്സ് ഞങ്ങൾ എടുക്കും. ഞങ്ങളുടെ വാളുകൾ നിങ്ങളെ ഉന്മൂലനം ചെയ്തുകഴിഞ്ഞാൽ നിന്റെ എല്ലാ സ്വത്തുക്കളും ഒഡീസ്സിയുടേതുപോലെ ഞങ്ങൾ കണ്ടുകെട്ടും. നിന്റെ കെട്ടിടം ഉപയോഗിക്കുന്നതിൽ നിന്ന് നിന്റെ പുത്രന്മാരേയും പുത്രിമാരേയും ഞങ്ങൾ വിലക്കും. നിന്റെ അർപ്പിതയായ പത്നിയെ ഇഥാക്കാ പട്ടണത്തിലൊരിടത്തും താമസിക്കാൻ സമ്മതിക്കില്ല."

അവരുടെ ഭീഷണി കേട്ട് എഥീനി വല്ലാത കോപിച്ചു. അവൾ ഒഡീസ്സിക്കു നേരെ തിരിഞ്ഞു പറഞ്ഞു. "നിന്റെ ശക്തിയും പുരുഷത്വവും എന്താണിങ്ങനെ അധഃപതിച്ചത്. ഒഡീസ്സി? സുന്ദരിയായ ഹെലനുവേണ്ടി നീ ട്രോജൻകാരോട് ഭീകരമായ യുദ്ധം ചെയ്ത് എത്രയെത്രപേരെയാണ് കൂട്ടക്കൊല ചെയ്തത്! ഒടുവിൽ പ്രിയാമിന്റെ വിശാലമായ നഗരം നിന്റെ പദ്ധതിക്കുമുന്നിൽ തകർന്നുവീണു. വിവാഹാർത്ഥികൾക്കു മുന്നിൽ നീ ദയ യാചിക്കുന്നോ, സ്വന്തം വീട്ടിലും തോപ്പിലും നീ അധീരനാകുന്നോ? ഇങ്ങോട്ട് പ്രിയപ്പെട്ടവനെ, എന്നോടൊപ്പം നിന്ന് എന്റെ പ്രവൃത്തി നിരീക്ഷിക്കുക. അൽസിമസിന്റെ പുത്രൻ മെന്റർ ശത്രുവിന്റെ വായിൽപോലും എങ്ങനെയാണ് കരുണ നേടിയതെന്ന് കാണുക." ഇത്തരം പ്രഭാഷണം മാത്രമാണവൾ നല്കിയത്. ഒഡീസ്സിക്കും പുത്രനും ശക്തിയും ആവേശവും തെളിയിക്കാൻ കഴിയുമെന്ന് ദേവിയുടെ മനസ്സിൽ ഉറപ്പുണ്ടായിരുന്നു. പിന്നെ ഹാളിലെ പുക പിടിച്ച് മങ്ങിയ ഒരു കഴുക്കോലിൽ ഒരു മീവൽ പക്ഷിയുടെ രൂപത്തിൽ എഥീനി ദേവി ഇരിപ്പുറപ്പിച്ചു.

അങ്ങനെ ശക്തമായ ശരവർഷത്തിൽ അനേകം പേർ മരിച്ചുവീണു. എന്നാൽ ഡമാസ്റ്ററിന്റെ പുത്രൻ ആഗിലോസ്, യൂറിനോമസ്, ആംഫിമെഡൻ, ഡെമോപ്ടോളെമസ്, പീസണ്ടർ, ബുദ്ധിശാലിയായ പോളിബസ് എന്നിവർ അപ്പോഴും പരുക്കൊന്നും എല്ക്കാതെ സ്വന്തം ജീവനും വേണ്ടി പോരാടിക്കൊണ്ടിരിക്കുന്ന വിവാഹാർത്ഥികളെ ധൈര്യപ്പെടുത്തിക്കൊണ്ട് നേതൃസ്ഥാനത്ത് നിലകൊണ്ടു. ആഗിലോസ് ഉൽഘോഷിച്ചു "ആഹാ, എന്റെ സുഹൃത്തുക്കളെ ആ നിസ്തുലമായ കൈകൾ നിഷ്ഫലമായി കൊണ്ടിരിക്കയാണ്. മെന്റർ ചില പൊള്ളവാക്കുകൾ പറഞ്ഞ് സ്ഥലം വിട്ടു. അവർ വാതിലിന് മുന്നിലെ നിലത്ത് നിലയുറപ്പിച്ചിരിക്കയാണ്. അതുകൊണ്ട് നിങ്ങൾ തോന്നിയപോലെ കുന്തംവലിച്ചെറിയരുത്. സൂക്ഷിക്കുക, ആറെണ്ണത്തിൽ കൂടുതൽ ഒരു പ്രാവശ്യം എറിയരുത്. സ്യൂസ് ദേവന്റെ

കൃപയാൽ ഒഡീസ്സിക്കതേറ്റ് നമ്മൾക്ക് വിജയം നേടാനായെങ്കിലോ. ഒരിക്കൽ അവൻ പതിച്ചുകഴിഞ്ഞാൽ ബാക്കി എല്ലാം നിസ്സാരമാണ്."

അവന്റെ ഉത്തരവനുസരിച്ച് അവർ കുന്തം എറിയുന്നത് സ്വയം നിയന്ത്രിച്ചു. എന്നാൽ എഥീനി ദേവി അവരുടെ ഉന്നമെല്ലാം പാടേ തെറ്റിച്ചു. ഒന്ന് വാതിൽ ചട്ടയിൽ കൊണ്ടു, മറ്റൊന്ന് വാതിൽ പലകയിൽ കൊണ്ടു, വേറൊരു കുന്തത്തിന്റെ വെങ്കലമുന ചുമരിൽക്കൊണ്ട് ഒടിഞ്ഞുപോയി. അപ്രകാരം അവർ എറിഞ്ഞ കുന്തങ്ങൾ ഒന്നും ആർക്കും മുറിവേല്പിക്കാതെ ഒടിഞ്ഞുവീണു! അപ്പോൾ ശക്തനായ ഒഡീസ്സി തന്റെ അനുചരന്മാരെ പ്രോത്സാഹിപ്പിച്ചു. "എന്റെ സുഹൃത്തുക്കളെ നമ്മളെ നശിപ്പിക്കാനുള്ള മോഹത്തോടെ കച്ചകെട്ടി ഇറങ്ങിയ ഈ വിവാഹാർത്ഥികളായ ദുഷ്ടന്മാർക്കുനേരെ തിരിയാനുള്ള നമ്മുടെ ഊഴം വന്നുകഴിഞ്ഞു."

അവർ സൂക്ഷ്മമായി ഉന്നംവെച്ച് തങ്ങളുടെ കൂർത്ത കുന്തങ്ങൾ വീശി എറിഞ്ഞു. ഒഡീസ്സി ഡെമോപ്ടോളെമസിനെയും ടെലെമാക്കസ് യൂറിയേഡിസിനെയും യൂമ്യൂസ് എലാട്ടസിനെയും പശുപാലകൻ പീസണ്ടറിനെയും വധിച്ചു. ഇവരെല്ലാം നിലംപതിച്ചപ്പോൾ മറ്റുള്ളവർ ശവങ്ങളിൽനിന്ന് കുന്തങ്ങൾ കൈക്കലാക്കി പിൻവശത്തെ ഹാളിലേക്ക് ഓടി. അവിടന്നവരുടെ അമ്പുകൾ പാഞ്ഞെത്തി. അവയെല്ലാം വീണ്ടും എഥീനിദേവി ഉന്നം തെറ്റിച്ച് വാതിൽ ചട്ടയിലേക്കും ചുമരിലേക്കും മറ്റും തിരിച്ചുവിട്ടു. എന്നാൽ ആംഫിമെഡെന്റെ കുന്തം ടെലെമാക്കസ്സിന്റെ കൈയിൽ ചെറിയ മുറിവുണ്ടാക്കി. തൊലി ഉരഞ്ഞുപോയെന്നു മാത്രം! ടെസിപ്പസിന്റെ കുന്തം യൂമ്യൂസിന്റെ കവചത്തിന് മുകളിലൂടെ പാഞ്ഞുവന്ന് അവന്റെ തോളിന് മുറിവുണ്ടാക്കി നിലത്ത് വീണു. ആ മുറിവും നിസ്സാരമായിരുന്നു.

വീരനായ ഒഡീസ്സി നയിക്കുന്ന സംഘം വിവാഹാർത്ഥികളുടെ നേർക്ക്പാഞ്ഞുചെന്ന് ആക്രമണം തുടർന്നു. ഒഡീസ്സി യൂറിഡാമസിനേയും ടെലെമാക്കസ് ആംഫ്രിമെഡനേയും പന്നിപാലകൻ പോളിബസിനെയുംകൊന്നു. അതിനുശേഷം ക്ടെസിനെ വധിക്കാനായി കന്നുകാലിപാലകൻ പാഞ്ഞുചെന്ന്, അവന്റെ ഹൃദയത്തിൽ കുന്തം കുത്തിയിറക്കി പന്നിപാലകൻ വീമ്പ് പറഞ്ഞു. "നിനക്ക് മറ്റുള്ളവരെ പരിഹസിക്കാൻ വളരെ ഇഷ്ടമാണ്. അല്ലേ പോളിതെഴ്സെസിന്റെ പുത്രാ, എന്നാൽ ദൈവം ഏറ്റവും മഹാനാണ്, നിന്റെ പൊള്ളവാക്ക് വ്യർത്ഥമാക്കി! ദൈവതുല്യനായ ഒഡീസ്സിക്ക് അദ്ദേഹം തന്റെ വീട്ടിൽ യാചിക്കുമ്പോൾ നീ നല്കിയ ആതിഥ്യത്തിനുള്ള സമ്മാനമാണിത്."

കന്നുകാലി പാലകൻ വികാര നിർഭരനായി ഇപ്രകാരം സംസാരിക്കവെ മറ്റുള്ളവർ മുഖത്തോടു മുഖംനിന്ന് പോരാടുകയായിരുന്നു. ഡാമസ്റ്ററിന്റെ പുത്രനെ ഒഡീസ്സി തന്റെ നീണ്ടകുന്തം കൊണ്ട് കുത്തിവീഴ്ത്തി. ടെലെമാക്കസ് എറിഞ്ഞ കുന്തം ലിയോക്രിറ്റസിന്റെ വയറിലൂടെ തുളച്ചുകയറി, അവനെ നിലം പതിപ്പിച്ചു. വിവാഹാർത്ഥികൾ ഹാളിൽ അങ്ങോട്ടുമിങ്ങോട്ടും പരക്കം പാഞ്ഞു. തലയോട്ടികൾ ശോചനീയമാം

വിധം പൊട്ടിത്തകരുന്ന ശബ്ദം വർദ്ധിച്ചുവന്നു. നിലത്ത് രക്തം തളം കെട്ടിനിന്നു.

ആപത്തിന്റെ പരമകാഷ്ഠയിൽ ലിയോഡിസ് ഒഡീസ്സിയുടെ കാലു പിടിച്ച് ദയ കാണിക്കണമെന്ന് ഉറക്കെ കേണപേക്ഷിച്ചു. "ഞാൻ സത്യം ചെയ്യുന്നു, ഒരിക്കൽപോലും നിങ്ങളുടെ വീട്ടിലെ ഒറ്റ സ്ത്രീയേയും ഞാൻ വാക്കുകൊണ്ടോ പ്രവൃത്തികൊണ്ടോ വ്രണപ്പെടുത്തിയിട്ടില്ല. അത്തരം ഉദ്ദേശത്തിൽ മറ്റ് വിവാഹാർത്ഥികൾക്കുവേണ്ടി ഞാൻ നിന്നു കൊടുത്തിട്ടുമില്ല. അവരെ ദുഷ്പ്രവൃത്തികളിൽനിന്ന് പിന്തിരിപ്പിക്കാൻ എനിക്ക് കഴിഞ്ഞിട്ടില്ലെങ്കിലും. അതുകൊണ്ടാണവർക്ക് അവരുടെ പാപത്തിന്റെപേരിൽ ഈ ലജ്ജാകരമായ മൃത്യുവരിക്കേണ്ടിവന്നത്. യാതൊരുകുറ്റവും ചെയ്യാത്ത അവരുടെ ബലികർമ്മങ്ങൾചെയ്യുന്ന ഈ പുരോഹിതനെ അവരോടൊപ്പം നശിപ്പിക്കേണമോ? ഞാൻ ചെയ്ത സൽപ്രവൃത്തികൾ കണക്കിലെടുത്ത് എന്നോട് കരുണകാണിക്കരുതോ?"

ഒഡീസ്സി അവനോട് കോപത്തോടെ അട്ടഹസിച്ചു. "നിങ്ങൾ അവരുടെ ബലികർമ്മങ്ങൾ ചെയ്യുന്ന പുരോഹിതനാണെന്ന് സ്വയം വിശേഷിപ്പിക്കുന്നുണ്ടെങ്കിൽ എന്റെ വീട്ടിൽവെച്ച് എത്രപ്രവാശ്യം നിങ്ങൾ എന്റെ തിരിച്ചുവരവിനെതിരായി പ്രാർത്ഥിച്ചു. എന്റെ പ്രിയ പത്നി നിങ്ങളോടൊപ്പം വന്ന് നിങ്ങളുടെ കുഞ്ഞുങ്ങളെ ഗർഭം ധരിക്കുവാനായി ആശിച്ചു. അതുകൊണ്ട് നിങ്ങൾക്ക് മരണത്തിൽ നിന്ന് രക്ഷപ്പെടാൻ കഴിയില്ല."

ഒഡീസ്സി ഇപ്രകാരം ഗർജ്ജിച്ചുകൊണ്ട് ആഗിലോസ് മരണസമയത്ത് നിലത്തിട്ട ആ വാൾ കൈയിലെടുത്ത്. ഒറ്റവെട്ടിന് ലിയോഡിസിന്റെ കഴുത്തറുത്തു. അങ്ങനെ അവന്റെ ശിരസ്സ് ദയ യാചിച്ചുകൊണ്ട് തന്നെ നിലം പതിച്ചു.

ടെർപെസിന്റെ പുത്രൻ ഗായകൻ ഫെമിയസ് വിവാഹാർത്ഥികളുടെ നിർബ്ബന്ധം മൂലമാണ് സദസ്സിൽ ഗാനം ആലപിച്ചിരുന്നത്. അറച്ചുനിന്നെങ്കിലും സംഗീത ഉപകരണത്തോടൊപ്പം അയാൾക്ക് പാടേണ്ടിവന്നു. അയാൾ ഒഡീസ്സിയുടെ അടുത്തേക്ക് ഓടിച്ചെന്ന് അദ്ദേഹത്തിന്റെ കാല്ക്കൽവീണ് മാപ്പു യാചിച്ചു. "ഒഡീസ്സി, ഞാൻ ദയാദാക്ഷിണ്യത്തിന്നായി യാചിക്കുന്നു. ദൈവങ്ങൾക്കും മർത്ത്യർക്കും വേണ്ടി ഗാനങ്ങൾ ആലപിക്കലാണെന്റെ തൊഴിൽ. അതുകൊണ്ട് എന്റെ ശിരസ്സ് അറുക്കാനുള്ള അങ്ങയുടെ കോപം അടക്കുക. നിങ്ങളുടെ പ്രിയപുത്രൻ ടെലെമാക്കസിന് ഉറപ്പിച്ച് പറയാൻ കഴിയും നിങ്ങളുടെ വീട്ടിൽ വിവാഹാർത്ഥികളുടെ സൽക്കാരങ്ങളിൽ സംഗീതജ്ഞനായി ഞാൻ നിന്നത് ഇഷ്ടം കൊണ്ടോ അമിത ധനേച്ഛകൊണ്ടോ അല്ല എന്ന്. എന്നെ നിർബ്ബന്ധിച്ച് പാടിക്കുവാൻ അക്രമാസക്തരായ നിരവധി ആളുകൾ ഉണ്ടായിരുന്നു.

ദൈവഭയമുള്ള ടെലെമാക്കസ് പെട്ടെന്ന് അച്ഛന്റെ അടുത്തുചെന്ന് പറഞ്ഞു. "തീർച്ചയായും ഇദ്ദേഹത്തിനു നേരെ അച്ഛൻ വാൾ ഓങ്ങരുത്. കാരണം ഇദ്ദേഹം സത്യമായും നിരപരാധിയാണ്. നമ്മുടെ ദ്വാരപാലകനായ മെഡോണിനേയും രക്ഷിക്കണം. എന്റെ ബാല്യകാലത്ത് വീട്ടിൽ

സംരക്ഷകനായിരുന്നത് അദ്ദേഹമായിരുന്നു. ഇതിനകം അദ്ദേഹം ഫിലോയിറ്റിസിന്റേയോ പന്നിപാലകന്റെയോ ക്രുദ്ധനായ അങ്ങയുടെയോ മുന്നിൽ നിലംപതിച്ചിട്ടില്ലെങ്കിൽ, അദ്ദേഹത്തിന്റെ ജീവൻ രക്ഷിക്കണം."

ടെലെമാക്കസിന്റെ ശബ്ദം വിവേകശാലിയായ മെഡോന്റെ ചെവിയിൽ പതിച്ചു. മരണത്തിൽനിന്നും രക്ഷപ്പെടാനായി അയാൾ കുറച്ചു മുമ്പ് തൊലിയുരിഞ്ഞ ഒരു കാളയുടെ തോൽ എടുത്ത് പുതച്ച് ഒരു കസേരയ്ക്കടിയിൽ ഒളിച്ചിരിക്കയായിരുന്നു. തൽക്ഷണം അയാൾ കസേരയ്ക്കടിയിൽ നിന്ന് ഇഴഞ്ഞു നീങ്ങി പാഞ്ഞുചെന്ന് ടെലെമാക്കസ്സിന്റെ കാല്ക്കൽവീണു ഭക്തിനിർഭരമായി പ്രാർത്ഥിച്ചു. "എന്റെ പ്രിയപ്പെട്ടവനെ ഞാൻ ഇവിടെയുണ്ട്. യജമാനന്റെ സമ്പത്ത് നശിപ്പിക്കുകയും അവരുടെ സാഹസികതയിൽ അങ്ങയെ അവഗണിക്കുകയും ചെയ്തതിൽ ക്രുദ്ധനായ അങ്ങയുടെ ശക്തനായ പിതാവ് തന്റെ മൂർച്ചയുള്ള വാളുകൊണ്ട് എന്റെ കഥ കഴിക്കാതിരിക്കാൻ അദ്ദേഹത്തോട് അഭ്യർത്ഥിക്കുക."

ഒഡീസ്സി പുഞ്ചിരിച്ചുകൊണ്ട് അയാളോടു പറഞ്ഞു. "സമാധാനമായി ഇരിക്കൂ. ടെലെമാക്കസ് നിങ്ങളെ രക്ഷപ്പെടുത്തിയിരിക്കുന്നു. അധർമ്മത്തിനു മേൽ ധർമ്മത്തിനുള്ള ഗുണം ഉള്ളിന്റെ ഉള്ളിൽ നിങ്ങൾ കാത്ത് സൂക്ഷിക്കുകയും ഉറക്കെ സാക്ഷ്യപ്പെടുത്തുകയും ചെയ്യുക; നിങ്ങളും ഈ ഗായക കവിയും വീടിന് പുറത്തിറങ്ങി കൊല നടക്കുന്നിടത്തുനിന്ന് മാറി മുറ്റത്ത് പോയി ഇരിക്കുക. വീടിനുള്ളിൽ എനിക്ക് ചെയ്തുതീർക്കാനുള്ള പണികൾ കഴിയുന്നതുവരെ അവിടെ കാത്തിരിക്കുക."

അദ്ദേഹം ഇത് പറഞ്ഞ ഉടനെ അവർ ഹാൾ വിട്ട് പുറത്തിറങ്ങി. സ്യൂസ് ദേവന്റെ അൾത്താരയ്ക്കടുത്ത് ഇരുന്നു. അവരുടെ കണ്ണുകൾ അപ്പോഴും മരണഭീതിയിൽ തുറിച്ചിരുന്നു. തന്റെ വിധി പെട്ടെന്ന് മാറ്റാനായി ആരെങ്കിലും അവിടെ ഒളിച്ചിരിപ്പുണ്ടോ എന്ന് ഒഡീസ്സിയുടെ കണ്ണുകൾ പരതിനോക്കി. അവരെല്ലാവരും ചോരയും പൊടിയും പുരണ്ടുകിടക്കുന്നതാണദ്ദേഹം കണ്ടത്. കടലിൽ നിന്നെത്തിയ നാവികർ ഏതെങ്കിലും ഉൾക്കടലിൻതീരത്ത് വലയിൽനിന്ന് മണൽത്തിട്ടിലേക്ക് ചൊരിഞ്ഞ മീനുകളെപ്പോലെ കൂട്ടംകൂടി വിവാഹാർത്ഥികൾ കിടക്കുന്നു.

അപ്പോൾ കൗശലക്കാരനായ ഒഡീസ്സി ടെലെമാക്കസിനോട് പറഞ്ഞു. "നീ ഇപ്പോൾ പോയി നഴ്സ് യുറിക്ലിയായെ വിളിച്ചു കൊണ്ടുവരൂ. എനിക്കവളോട് ഹൃദയം തുറന്ന് ഒരു വാക്ക് സംസാരിക്കാനുണ്ട്."

ടെലെമാക്കസ് പിതാവിന്റെ ആജ്ഞ അനുസരിച്ചു. വാതിലിൽ മുട്ടികൊണ്ട് നഴ്സിനെ വിളിച്ചു. "എഴുന്നേറ്റുവരൂ. വൃദ്ധ വീട്ടമ്മേ, ഞങ്ങളുടെ വീട്ടുജോലിക്കാരുടെ മേൽനോട്ടക്കാരി. ഇങ്ങോട്ടുവരൂ. എന്റെ അച്ഛന് നിങ്ങളോട് എന്തൊക്കെയോ സംസാരിക്കാനുണ്ടെന്ന്."

ഒരക്ഷരം അവൾക്ക് സംസാരിക്കാൻ കഴിഞ്ഞില്ല. ആ രാജകീയ ഹാളിലേക്കുള്ള വാതിൽ തുറന്ന് അവൾ പുറത്തുവന്നു. ടെലെമാക്കസ് അവളെ ചോരപുരണ്ട് മരിച്ചു കിടക്കുന്ന ശത്രുക്കൾക്കിടയിൽ നിന്നിരുന്ന ഒഡീസ്സിയുടെ അടുത്തേക്ക് നയിച്ചു. ഒരു കാളയെ കൊന്നുതിന്ന് പതുങ്ങി

നിന്ന് മറ്റു ഇരകളെ ശ്രദ്ധിക്കുന്ന സിംഹത്തെപ്പോലെയായിരുന്നു അപ്പോൾ ഒഡീസ്സി. രക്തത്തിൽ കുളിച്ചുകിടക്കുന്ന മൃതദേഹങ്ങൾ കണ്ടപ്പോൾ എത്ര മഹത്തരമായ നേട്ടങ്ങളാണ് കൈവരിച്ചതെന്ന് യൂറിക്ലിയാക്ക് ബോദ്ധ്യമായി. പോർവിളി മുഴക്കാനായി അവൾ വായ തുറന്നു. എന്നാൽ ഒഡീസ്സി അവളുടെ വികാരാവേശം തടഞ്ഞു. തീക്ഷ്ണമായ വാക്കുകളോടെ നിശ്ശബ്ദയാക്കി.

"മനസ്സിനുള്ളിൽ ആനന്ദിക്കുക, വൃദ്ധേ, ശാന്തയായി! നിലവിളി അടക്കി നിർത്തുക. മനുഷ്യരുടെ മരണത്തിൽ അമിതമായി ആഹ്ലാദിക്കുന്നത് ശരിയല്ല. ദൈവശിക്ഷയാലും സ്വന്തം ദുഷ്ടതയാലുമാണ് ഇവർ നശിച്ചത്. അവരുടെ അപഖ്യാതിയോടെയുള്ള മരണത്തിന് സ്വന്തം മതിഭ്രമമാണ് ഉത്തരവാദി. അത് വിടൂ, ഇപ്പോൾ നമ്മുടെ വീട്ടിലെ സ്ത്രീകളുടെ പങ്കുകൾ എന്തെന്ന് വിശദമായി എന്നെ ധരിപ്പിക്കു; എന്നെ അപമാനിച്ചവരുടെയും നിഷ്ക്കളങ്കരായവരുടെയും പേര് പറയുക."

അപ്പോൾ അദ്ദേഹത്തിന്റെ നല്ലവളായ നഴ്സ് യൂറിക്ലിയാ പറഞ്ഞു. "തീർച്ചയായും സത്യമെന്താണെന്ന് ഞാൻ നിന്നോട് പറയാം എന്റെ കുട്ടീ, കൊട്ടാരത്തിൽ നിങ്ങൾക്ക് അമ്പത് ഭൃത്യകൾ ഉണ്ട്. അവരിൽ പന്ത്രണ്ടുപേർ ലജ്ജാകരമായ ജീവിതത്തിൽ ഏർപ്പെട്ടിരുന്നു. എന്റെയോ രാജ്ഞിയുടെയോ ഉത്തരവുകൾ അവർ മാനിച്ചിരുന്നില്ല. ടെലെമാക്കസിനെ ഭൃത്യകളെ സ്പർശിക്കാൻ അവന്റെ അമ്മ അനുവദിച്ചിരുന്നില്ല. ഇനി ഞാൻ മുകളിലെ മുറിയിൽപോയി അങ്ങയുടെ ഭാര്യയെ വിവരങ്ങൾ അറിയിക്കട്ടെ, അവൾ നിദ്രയിലാണ്ട് കിടക്കുകയാണ്."

എന്നാൽ സൂത്രശാലിയായ ഒഡീസ്സി അവളെ വിലക്കി. "ഒരുതരത്തിലും അവളെ ഉണർത്തരുത്. അപമാനം വരുത്തിവെച്ച ആ സ്ത്രീകളെ ഇങ്ങോട്ട് കൊണ്ടുവരിക."

അതുകേട്ട ഉടനെ ആ വൃദ്ധ അകത്തു ചെന്ന് ആ സ്ത്രീകളെ വേഗം പുറത്തേക്ക് കൂട്ടിക്കൊണ്ടുവന്നു. അപ്പോൾ ടെലെമാക്കസ്, പന്നിപാലകൻ, കന്നുകാലി പാലകൻ എന്നിവരെ വിളിച്ച് ഒഡീസ്സി ഊർജ്ജസ്വലതയോടെ പറഞ്ഞു. "ആ സ്ത്രീകളെക്കൊണ്ട് മൃതദേഹങ്ങളെല്ലാം പുറത്തേക്ക് കൊണ്ടുപോയശേഷം ഹാളും മേശകളും മറ്റും വെള്ളമൊഴിച്ച് സ്പോഞ്ചുകൊണ്ട് കഴുകി വൃത്തിയാക്കിക്കുക. വീടെല്ലാം വൃത്തിയാക്കിയശേഷം ഈ ഭൃത്യകളെ രാജകീയ ഹാളിൽ നിന്ന് പുറത്തുകൊണ്ടുപോയി മുറ്റത്തെ മതിൽക്കെട്ടിനരികിൽ നിർത്തി, നിങ്ങളുടെ മൂർച്ചയുള്ള നീണ്ടവാളുകൾ കൊണ്ട് ശിരച്ഛേദം ചെയ്യുക. വിവാഹാർത്ഥികളുമായുള്ള അവരുടെ കാമകേളികൾ പൂർണ്ണമായും വിസ്മരിക്കപ്പെടട്ടെ!"

അപ്രകാരം അദ്ദേഹം ഉത്തരവിട്ടപ്പോൾ കുറ്റവാളികളായ സ്ത്രീകളെ കൂട്ടത്തോടെ പണിയെടുപ്പിക്കാനായി അവർ കൊണ്ടുപോയി. തീവ്രദുഃഖത്തോടെ അവർ നിലവിളിച്ചുകൊണ്ടിരുന്നു. ആദ്യം അവർ മൃതദേഹങ്ങൾ എടുത്തുകൊണ്ടുപോയി. ചുമരുള്ള പോർട്ടിക്കോയിൽ കൂട്ടിയിട്ടു. ആ പണി ഒഡീസ്സി സ്വയം മേൽനോട്ടം വഹിച്ചു. കാരണം അത് ചെയ്യിപ്പിക്കുവാൻ അവർക്കുമേൽ സമ്മർദ്ദം ചെലുത്തേണ്ടിവന്നു. പിന്നെ അവർ കസേരകളും മേശകളും വെള്ളമൊഴിച്ച് സ്പോഞ്ചുകൊണ്ട് ഉരച്ചുകഴുകി.

ആ സമയം പന്നിപാലകനോടും കന്നുകാലിപാലകനോടു മൊപ്പം കൈക്കോട്ടുകൾ ഉപയോഗിച്ച് നിലത്ത് കട്ടിപിടിച്ചു കിടന്നിരുന്ന ചെളിയെല്ലാം കോരിക്കൂട്ടി. സ്ത്രീകൾ അതെല്ലാം ചുമന്നുകൊണ്ടുപോയി പുറത്തിട്ടു. ഹാൾ വൃത്തിയാക്കിയശേഷം സ്ത്രീകളെ പുറത്തേക്ക് കൊണ്ടുപോയി മുറ്റത്തെ മതിലിന്നരികിൽ നിർത്തി. കെട്ടിടത്തിനും മതിലിനും ഇടയ്ക്കുള്ള ആ ഇടുങ്ങിയ സ്ഥലത്തു നിന്നവർക്ക് രക്ഷപ്പെടാൻ കഴിയില്ലായിരുന്നു.

അപ്പോൾ ടെലെമാക്കസ് സഗൗരവം സംസാരിക്കാൻ തുടങ്ങി. "വിവാഹാർത്ഥികളോടൊപ്പം അഭിസാരികകളെപ്പോലെ കാമലീലകളിലേർപ്പെട്ട് എനിക്കും എന്റെ അമ്മക്കും അപകീർത്തിവരുത്തിവെച്ച സ്ത്രീകൾക്ക് സാധാരണ മരണം കൊടുക്കുന്നത് എനിക്ക് ഇഷ്ടമല്ല!",

അവൻ കപ്പൽ വലിച്ചുകെട്ടുന്ന കയർ കൊണ്ടുവന്ന് അതിന്റെ ഒരറ്റം ഒരു തൂണിലും മറ്റേ അറ്റം ഗോപുരത്തിന്റെ സ്തൂപത്തിലും ചുറ്റിക്കെട്ടി. നിലത്തുനിന്ന് ആർക്കും അവരെ തൊടാൻ പറ്റാത്ത രീതിയിലായിരുന്നു ആ കയറിന്റെ നില. അതിൽ കുരുക്കിട്ട് ആ സ്ത്രീകളുടെ ശിരസ്സുകൾ അതിന്നുള്ളിലാക്കി. ചിലപ്പോൾ ചില മനുഷ്യർ കുറ്റിക്കാട്ടിൽ വലകൾ വലിച്ചുകെട്ടി ചേക്കേറാനായി പോകുന്ന നീണ്ട ചിറകുള്ള 'ത്രഷ്' പക്ഷികളെയോ പ്രാവുകളെയോ അതിൽ കുടുക്കാറുണ്ട്. അതവയുടെ ജീവൻ എടുക്കുന്നു. അതേപോലെ തന്നെയായിരുന്നു ആ സ്ത്രീകളുടെ കഴുത്തിൽ കുരുക്കിട്ട് ഒരു വരിയിൽ ഞാത്തിയിട്ടിരുന്നത്. അങ്ങനെ നികൃഷ്ടമായ മരണത്തിലേക്കവർ നീങ്ങുന്നു. അല്പനേരം അവർ കാലിട്ട് പിടയ്ക്കുന്നു! അല്പനേരം മാത്രം! അധികനേരം അത് നീണ്ടുനില്ക്കില്ല.

വാതിലിലൂടെയും മുറ്റത്തിലൂടെയും അവർ മെലന്തിയസിനെ വലിച്ചിഴച്ചുകൊണ്ടുവന്നു. അവന്റെ മൂക്കും കാതുകളും ലിംഗവും അവരുടെ ക്രൂരമായ വാളുകൾകൊണ്ട് അരിഞ്ഞെടുത്ത് നായ്ക്കൾക്ക് തിന്നാനായി ഇട്ടുകൊടുത്തു. അവരുടെ പക അവന്റെ കൈകാലുകൾ വെട്ടിയെറിയുവാനവരെ നിർബ്ബന്ധിച്ചു. അതിനുശേഷം അവർ സ്വന്തം കൈകാലുകൾ കഴുകി വൃത്തിയാക്കി വീട്ടിൽച്ചെന്ന് ഒഡീസ്സിയുടെ അടുത്ത് നിന്നു. അങ്ങനെ അവരുടെ ലക്ഷ്യങ്ങൾ പൂർത്തീകരിക്കപ്പെട്ടു!

പിന്നീട് ഒഡീസ്സി തന്റെ പ്രിയപ്പെട്ട നഴ്സ് യൂറിക്ലിയയെ വിളിച്ചുപറഞ്ഞു. "അന്തരീക്ഷം ശുദ്ധീകരിക്കാനായി ഗന്ധകവും തീയും കൊണ്ടുവരൂ, ഗൃഹനായികേ, ഈ സ്ഥലം പുകച്ച് ശുദ്ധമാക്കൂ. പെനെലോപിനെ അവളുടെ പരിചാരികമാരോടൊപ്പം വരാൻ പറയൂ. വീട്ടിലെ എല്ലാ സ്ത്രീകളും പെട്ടെന്ന് ഇവിടെ എത്തട്ടെ."

വിശ്വസ്തയായ യൂറിക്ലിയ മറുപടി നല്കി. "എന്റെ കുട്ടി, നീ ഇക്കാര്യത്തിൽ നേർമാർഗ്ഗമാണ് പിന്തുടർന്നത്. എന്നാലും ഞാൻ പോയി നിനക്ക് ധരിക്കാനായി ഉടുപ്പും മേലങ്കിയും കൊണ്ടുവരട്ടെ. നീ സ്വന്തം ഹാളിൽ ഈ കീറത്തുണി ധരിച്ച് നില്ക്കുന്ന്ത സ്വന്തം അന്തസ്സിന് കുറവാണ്."

അതിന് ഒഡീസ്സി ഇത്രമാത്രം പറഞ്ഞു. "ആദ്യം ഹാളിൽ എനിക്കു വേണ്ടി തീ കത്തിച്ചുവെക്കൂ...." യൂറിക്ലിയയ്ക്ക് അനുസരിക്കയല്ലാതെ

മറ്റ് മാർഗ്ഗമൊന്നുമില്ലായിരുന്നു. അങ്ങനെ വളരെ ശ്രദ്ധാപൂർവ്വം ഒഡീസ്സി ഹാൾ, സ്വകാര്യമുറികൾ, ഓഫീസ് എന്നിവ അവൾ കൊണ്ടുവന്ന ഗന്ധകവും തീയും ഉപയോഗിച്ച് ശുദ്ധീകരിച്ചു.

അതിനുശേഷം ആ വൃദ്ധ വീട്ടിന്നകത്തുചെന്ന് സ്ത്രീകളെ വിവരമറിയിച്ചു. വേഗം യജമാനനരികിലെത്താനായി അവരെ നിർദ്ദേശിച്ചു. അവർ തങ്ങളുടെ വസതികളിൽ നിന്ന് തീപ്പന്തങ്ങളുംപിടിച്ച് ഉടനെ വന്നെത്തി. ഒഡീസ്സിയുടെ ചുറ്റും നിന്ന് അദ്ദേഹത്തെ ആലിംഗനം ചെയ്ത് തോളുകളിലും കൈകളിലും ശിരസ്സിലും ചുംബിച്ചു. അവരെ ഓരോരുത്തരെയും ഓർമ്മവന്നപ്പോൾ അവന് പൊട്ടിക്കരയണമെന്ന് തോന്നി!

ഇരുപത്തി മൂന്ന്

യജമാനത്തിയുടെ പ്രിയങ്കരനായ ഭർത്താവ് എത്തിയവിവരം പറയാനായി ആഹ്ലാദത്തോടെ ആയിരുന്നു വൃദ്ധ അവരുടെ മുറിയിലേക്ക് കയറിച്ചെന്നത്. തുള്ളിച്ചാടിക്കൊണ്ടവൾ കട്ടിലിന്റെ അറ്റത്ത് ചെന്ന് നിന്ന് പറഞ്ഞു. “എഴുന്നേല്ക്കൂ പ്രിയപ്പെട്ട കുട്ടീ, പെനെലോപ്, ഇക്കാലമത്രയും നീ കാണാൻ മോഹിച്ച കാഴ്ച കാണാനായി കണ്ണുകൾ തുറക്കൂ. ഒഡീസ്സി പ്രത്യക്ഷപ്പെട്ടിരിക്കുന്നു. ഈ അവസാന സമയത്ത്! അദ്ദേഹം തന്റെ വീട്ടിൽ എത്തിയിരിക്കുന്നു. ഇത്രകാലം നിങ്ങളെ ദ്രോഹിക്കുകയും അദ്ദേഹത്തിന്റെ സ്വത്ത് തിന്ന് നശിപ്പിക്കുകയും പുത്രനോട് ധിക്കാരം കാണിക്കുകയും ചെയ്ത ആ ദുഷ്ടന്മാരായ വിവാഹാർത്ഥികളെ അദ്ദേഹം കൊന്നൊടുക്കിയിരിക്കുന്നു.” ജാഗ്രതയുള്ള പെനെലോപ് മറുപടി പറഞ്ഞു. “പ്രിയപ്പെട്ട അമ്മേ, ദൈവം നിങ്ങളെ ഭ്രാന്ത് പിടിപ്പിച്ചോ? ദുഃഖത്തിലാണ്ടു കിടക്കുന്ന ഒരു ഹൃദയത്തെ മനോരാജ്യം കൊണ്ട് എന്തിന് കൂടുതൽ പീഡിപ്പിക്കുന്നു. സുഖനിദ്രയിൽനിന്ന് എന്നെ എന്തിനാണ് ഉണർത്തിയത്. ആ ഉറക്കത്തിന്റെ മാധുര്യത്തിൽ ഞാൻ ലയിച്ചുപോയിരുന്നു. ആ നശിച്ച നഗരത്തിലേക്ക് ഒഡീസ്സി യുദ്ധത്തിനായി പോയശേഷം ഞാനാദ്യമായാണ് ഇത്രസുഖമായി ഉറങ്ങുന്നത്. വേഗം താഴെ ആ പെണ്ണുങ്ങളുടെ ക്വാർട്ടേഴ്സിലേക്ക് പോയ്ക്കൊളൂ. മറ്റേതെങ്കിലും വീട്ടുവേലക്കാരിയായിരുന്നു ഇത്തരം വാർത്തയും പറഞ്ഞ് എന്നെ ഉണർത്തിയിരുന്നതെങ്കിൽ അവളതിന്റെ പരിണതഫലം അനുഭവിച്ചേനെ. നിങ്ങളുടെ പ്രായം എന്നോട് ക്ഷമിക്കട്ടെ.”

യൂറിക്ലിയ ശഠിച്ചു. “പ്രിയപ്പെട്ട കുട്ടീ, ഞാൻ നിന്നോട് ഏറ്റവും ആത്മാർത്ഥമായി പറയുകയാണ്. ഒഡീസ്സി ഇവിടെയുണ്ട്. എല്ലാവരുടെയും കൈയിൽ നിന്നും അത്രയും മോശം പെരുമാറ്റം സഹിച്ച ആ അപരിചിതന്റെ രൂപത്തിൽ വന്നത് ഒഡീസി ആയിരുന്നു! ടെലെമാക്കസ് വളരെ മുമ്പുതന്നെ അദ്ദേഹത്തെ തിരിച്ചറിഞ്ഞിരുന്നു. എന്നാൽ വളരെ സമുചിതമായി ആ വിവരം മറച്ചുവെച്ചു. ആ ദുഷ്ടന്മാർക്കെതിരെ പ്രതികാര നടപടി രൂപപ്പെടുത്തുന്നതുവരെ ആ നില തുടരാൻ തീരുമാനിക്കുകയായിരുന്നു.”

ഇപ്രാവശ്യം അവളുടെ വാക്കുകൾ പെനെലോപിനെ ആനന്ദപരവശയാക്കി. അവൾ കട്ടിലിൽനിന്ന് ചാടി എഴുന്നേറ്റ് ആ വൃദ്ധയെ ആലിംഗനം ചെയ്തു. അവളുടെ കണ്ണുകളിൽനിന്ന് കണ്ണുനീർ പ്രവഹിച്ചു. അവൾ പൊട്ടിക്കരഞ്ഞു. "ഹാ, പ്രിയപ്പെട്ട അമ്മാ എന്നോടു പറയൂ, എന്നോട് സത്യം പറയൂ, നിങ്ങൾ പറയുന്നതുപോലെ അദ്ദേഹം ശരിക്കും വീട്ടിൽ ഉണ്ടോ? നമ്മുടെ വീട്ടിൽ കൂട്ടമായി തമ്പടിച്ചിരുന്ന നാണംകെട്ട വിവാഹാർത്ഥികളെ എങ്ങനെയാണദ്ദേഹം ഒറ്റയ്ക്ക് കൊന്നൊടുക്കിയത്."

നല്ലവളായ നഴ്സ് അവളോട് പറഞ്ഞു. "ഞാൻ കണ്ടില്ല. എനിക്കറിയില്ല. എന്നാൽ അവരെ കൊല്ലുമ്പോഴുള്ള ആർത്തനാദം ഞാൻ കേട്ടിരുന്നു. ഞങ്ങൾ സ്വന്തം മുറിയിൽ സുരക്ഷിതരായി ഒരു മൂലയ്ക്ക് കൂനി ഇരുന്ന് വിറയ്ക്കുകയായിരുന്നു! അതിലെ വാതിലുകൾ അടച്ചുപൂട്ടിയിരുന്നു. ഒടുവിൽ നിങ്ങളുടെ പുത്രൻ ടെലെമാക്കസ് അച്ഛന്റെ ആജ്ഞ പ്രകാരം ഇവിടെവന്ന് എന്നെ വിളിച്ചു. അദ്ദേഹത്തെ ശകാരിച്ചിരുന്നവരുടെ ചിതറിക്കിടക്കുന്ന മൃതദേഹങ്ങൾക്കിടയിൽ ഒഡീസ്സി ധീരതയോടെ നടക്കുന്നത് ഞാൻ കണ്ടു. ശരീരത്തിൽ രക്തം തെറിച്ച് സിംഹത്തെപ്പോലുള്ള അദ്ദേഹത്തിന്റെ ആ നില്പ് നീ ഒന്ന് കാണേണ്ടത് തന്നെയായിരുന്നു! ഇപ്പോൾ ശവങ്ങളെല്ലാം വലിച്ചുകൊണ്ടുപോയി പുറത്ത് കൂട്ടി ഇട്ടിട്ടുണ്ട്, മുറ്റത്തെ ഗേറ്റിനടുത്ത്. അദ്ദേഹം വലിയൊരു അഗ്നികുണ്ഡം ജ്വലിപ്പിച്ച് ഗന്ധകം പുകച്ച് വീട് ശുദ്ധീകരിച്ചു. നിങ്ങളെ വിളിക്കാനായി അദ്ദേഹം എന്നെ പറഞ്ഞുവിട്ടതാണ്. അതുകൊണ്ട് വരൂ, എല്ലാ ദുഃഖങ്ങളുടെയും അന്ത്യത്തിൽ നിങ്ങൾ ഇരുവരുടേയും ഹൃദയങ്ങൾ ആഹ്ലാദം കൊണ്ട് നിറയട്ടെ. തീർച്ചയായും നിങ്ങളുടെ ചിരകാലാഭിലാഷം ഇപ്പോൾ സഫലീകരിച്ചിരിക്കുന്നു. അദ്ദേഹം തീക്കുണ്ഡത്തിന്നടുത്ത് ജീവനോടെ ഇരിക്കുന്നു. നിങ്ങളേയും നിങ്ങളുടെ പുത്രനേയും അവിടെ പ്രതീക്ഷിക്കുന്നു. തന്റെ വീട്ടിൽ ധിക്കാരത്തോടെ വിലസിയ ഓരോ വിവാഹാർത്ഥിയോടും അദ്ദേഹം പ്രതികാരം ചെയ്തിരിക്കുന്നു."

"മിണ്ടാതിരിക്കൂ അമ്മേ" അന്തസ്സുള്ള പെനെലോപ് പറഞ്ഞു. "ഉറക്കെ ഉദ്ഘോഷിക്കേണ്ട. അദ്ദേഹം വീട്ടിലെത്തുന്നത് എല്ലാവരും എത്ര കൃതജ്ഞതാപൂർവ്വമായിരിക്കും കാണുക എന്ന് നിങ്ങൾക്കറിയാം. പ്രത്യേകിച്ചും ഞാനും ഞങ്ങളുടെ മകനും. എന്നാൽ നിങ്ങൾ പ്രഖ്യാപിക്കുന്നത് സത്യമായി എനിക്ക് തോന്നുന്നില്ല. ധിക്കാരികളായ വിവാഹാർത്ഥികളെ കൂട്ടക്കൊലചെയ്തത്, അവരുടെദുഷ്പ്രവൃത്തികൾ കണ്ട് കുപിതരായ അനശ്വരദൈവങ്ങൾ ആയിരിക്കണം. അവരുടെ പാപകർമ്മങ്ങൾക്കുള്ള ശിക്ഷ. എന്നാൽ അതിനിടയിൽ വിദൂരദേശത്ത് ചെന്നുപെട്ട ഒഡീസ്സിക്ക് ഇഥാക്കയിലേക്കുള്ള വഴിതെറ്റിപ്പോയിരിക്കാം.- അതെ സ്വയം നശിച്ചുപോയിരിക്കാം."

നഴ്സ് യുറിക്ലിയാ മറുപടി നല്കി. "എന്റെ കുട്ടി, നിന്റെ ഭർത്താവ് ഇവിടെ തീച്ചൂളയ്ക്കടുത്തിരിക്കുമ്പോൾ അദ്ദേഹം തിരിച്ചുവരില്ലെന്ന അശുഭവാക്ക് എന്തിനാണ് നീ ഉരുവിടുന്നത്? നിന്റെ ഹൃദയം എപ്പോഴും

അവിശ്വാസത്തിൽ ഉറച്ചു നില്ക്കുന്നതാണ്. ഞാൻ നിനക്കൊരു വ്യക്തമായ തെളിവ് കാണിക്കട്ടെ. ഞാൻ ഒഡീസ്സിയുടെ കാലുകൾ കഴുകിയപ്പോൾ വളരെ വർഷങ്ങൾക്കു മുമ്പ് കാട്ടുപന്നി തേറ്റകൊണ്ട് മുറിവേല്പിച്ച പാട് കാണുകയുണ്ടായി. അക്കാര്യം ഞാൻ അപ്പോൾത്തന്നെ നിന്നോട് പറയാൻ പോയതാണ്. എന്നാൽ അദ്ദേഹം സ്വന്തം താല്പര്യങ്ങൾ കണക്കിലെടുത്ത് എന്റെ വായപൊത്തിപ്പിടിച്ച് എന്നെ നിശ്ശബ്ദയാക്കി. ഇപ്പോൾ എന്നോടൊപ്പം വരൂ. ഞാൻ എന്റെ പ്രാണൻ വെച്ച് ആണയിടുന്നു. ഞാൻ നിന്നെ ചതിക്കുകയാണെങ്കിൽ നിനക്കറിയാവുന്ന ഏറ്റവും നികൃഷ്ടമായ രീതിയിൽ എന്നെ കൊന്നേക്കൂ."

പെനെലോപ് മറുപടി നല്കി. നിങ്ങളുടെ ബുദ്ധിസാമർത്ഥ്യം എത്ര വലുതാണെങ്കിലും പ്രിയപ്പെട്ട അമ്മേ അനശ്വരദൈവങ്ങളുടെ പ്ലാനുകൾ വ്യാഖ്യാനിക്കാൻ പര്യാപ്തമല്ല. എന്തായാലും നമ്മൾക്ക് എന്റെ മകന്റെ അടുത്തേക്ക് പോകാം. കാരണം എനിക്ക് മരിച്ചുകിടക്കുന്ന വിവാഹാർത്ഥികളെ കാണണം. അവരുടെ ഘാതകനെയും കാണണം.

അപ്രകാരം സംസാരിച്ചുകൊണ്ടവൾ താഴേക്ക് പോകവെ അവളുടെ ഹൃദയം കിടന്ന് പിടയ്ക്കുകയായിരുന്നു. തന്റെ പ്രിയപ്പെട്ട നാഥനെ ദൂരെ നിന്ന് നിരീക്ഷിക്കണോ അതോ തൽക്ഷണം ഓടിച്ചന്ന് കൈപിടിച്ച് ശിരസ്സിൽ ചുംബിക്കണോ? എന്നാൽ അവൾ പൂമുഖത്തെത്തിയപ്പോൾ ഒഡീസ്സിയുടെ മുന്നിൽ തീജ്ജ്വാലയുടെ പ്രകാശത്തിൽ എതിർവശത്തെ ചുമരിൽ ചാരി ഇരിക്കുകയാണുണ്ടായത്. അവൾ തന്നെ കണ്ട ഉടനെ ഉറക്കെ നിലവിളിക്കുമെന്ന ചിന്തയിൽ ആ കരച്ചിൽ കേൾക്കാനായി ഒഡീസ്സി ദൃഷ്ടി താഴ്ത്തി. അപ്പുറത്തെ പൊക്കമുള്ള ചുമരിനു കീഴെ കാത്തിരിക്കയായിരുന്നു. എന്നാൽ നീണ്ട നിശ്ശബ്ദതയിലാണ്ട അന്ധാളിപ്പോടെ അവൾ ഇരുന്നു. ഒരുനിമിഷം അവൾ അദ്ദേഹത്തിന്റെ മുഖത്ത് നക്കും. അടുത്തനിമിഷം മുഖംതിരിക്കും. അദ്ദേഹം ധരിച്ച ആ പഴന്തുണി ആയിരിക്കാം അതിന് കാരണം. ഒടുവിൽ ആ പെരുമാറ്റത്തിൽ അസ്വസ്ഥനായ ടെലെമാക്കസ് പറഞ്ഞു. "എന്റെ അമ്മേ" അവൻ ശബ്ദമുയർത്തി "ക്രൂരഹൃദയമുള്ള അമ്മേ അച്ഛനിൽ നിന്ന് മാറി നില്ക്കാൻ നിങ്ങൾ എങ്ങനെ ധൈര്യപ്പെടുന്നു? അദ്ദേഹത്തിന്റെ അടുത്ത് ഓടിച്ചെന്ന് ചോദ്യങ്ങൾ ചോദിച്ച് ബുദ്ധിമുട്ടിക്കുകയല്ലേ വേണ്ടിയിരുന്നത്. മറ്റ് ഒരു സ്ത്രീയും ഇരുപത് വർഷങ്ങൾ കഷ്ടപ്പെട്ട് അലഞ്ഞുതിരിഞ്ഞെത്തുന്ന സ്വന്തം ഭർത്താവിനെ ഇപ്രകാരം ക്രൂരമായ വിധത്തിൽ മാറ്റിനിർത്തില്ല. നിങ്ങളുടെ ഹൃദയം കല്ലിനേക്കാൾ കഠിനമാണ്."

എന്നാൽ പെനെലോപ് വിശദീകരിച്ചു. "കുട്ടി എന്റെ ഹൃദയം സ്തബ്ദ്ധമായിരിക്കുന്നു. എനിക്ക് സംസാരിക്കാനോ ചോദിക്കാനോ ഉള്ള ശക്തിയില്ല. അദ്ദേഹത്തിന്റെ മുഖത്ത് നോക്കാൻ പോലുമുള്ള ശക്തിയില്ല. അവസാനം സത്യത്തിൽ ഇത് ഒഡീസ്സി തന്നെയാണെങ്കിൽ പുറം ലോകത്തിൽനിന്ന് മറച്ചുവെച്ചിട്ടുള്ള ഞങ്ങൾക്ക് രണ്ടുപേർക്കു മാത്രം അറിയാവുന്ന ഏതെങ്കിലും രഹസ്യ ചിഹ്നങ്ങൾ പരസ്പരം അറിയിക്കട്ടെ!"

അതുകേട്ട് ദീർഘകാലം കഷ്ടപ്പാടുകൾ അനുഭവിച്ച ഒഡീസ്സി പുഞ്ചിരിച്ചുകൊണ്ട് പെട്ടെന്ന് ടെലെമാക്കസിനോട് പറഞ്ഞു. "നിന്റെ അമ്മയെ പരിശോധനയ്ക്കായി എന്നോടൊപ്പം അവളുടെ മുറിയിൽ ഒറ്റയ്ക്ക് വിടുക. അപ്പോൾ പൂർണ്ണമായി അവൾ എല്ലാം മനസ്സിലാക്കും. എന്റെ ശരീരത്തിലെ അഴുക്കും ഈ കീറിപ്പറിഞ്ഞ പഴന്തുണിയും എല്ലാം എന്നെ ഞാൻ അല്ലെന്നവളെ തോന്നിപ്പിക്കുന്നു! അതിനിടയിൽ ഞാനും നീയും കൂടി ഏറ്റവും നല്ലപദ്ധതി തയ്യാറാക്കണം. ഒരു സമൂഹത്തിൽ ബന്ധുക്കളുള്ള ഒറ്റ മനുഷ്യനെ കൊല്ലുന്നത് പോലും കുടുംബത്തിൽ നിന്ന് നിയമഭ്രഷ്ട് കല്പിക്കവപ്പെടാവുന്ന കുറ്റകൃത്യമാണ്. നമ്മളാണെങ്കിൽ ഇഥാക്കയിലെ ഏറ്റവും നല്ലൊരു വിഭാഗത്തെയാണ്, രാജ്യത്തിന്റെ നെടുംതൂണുകളെയാണ് കൊന്നൊടുക്കിയത്. എനിക്കതിനെക്കുറിച്ച് നീയുമായി പര്യാലോചിക്കണം."

ടെലെമാക്കസ് മറുപടി നല്കി. "അത് അങ്ങയുടെ കാര്യം, പ്രിയപ്പെട്ട അച്ഛാ. ആളുകൾ പറയുന്നത് ജീവിച്ചിരിക്കുന്ന ഏറ്റവും കൂർമ്മബുദ്ധിയുള്ള മനുഷ്യനാണ് അങ്ങ് എന്നാണ്. അങ്ങയുടെ തലമുറയിലെ പരമോന്നതൻ! ഞങ്ങൾ അങ്ങയെ പൂർണ്ണമനസ്സോടെ പിൻതാങ്ങും. നമ്മുടെ ശക്തി എന്ത് തന്നെ ആയാലും ധൈര്യം നമ്മളെ കൈവെടിയില്ല. എന്ന് ഞാൻ കരുതുന്നു."

ഒഡീസ്സി പറഞ്ഞു. "അപ്പോൾ ഏറ്റവും നല്ലതാണെന്ന് ഞാൻ വിചാരിക്കുന്ന കാര്യം പറയാം. ശ്രദ്ധിക്കുക. ഇപ്പോൾ എല്ലാവരും കുളിച്ച് ശുദ്ധമായി നല്ല വസ്ത്രങ്ങൾ ധരിക്കട്ടെ. വീട്ടിലെ സ്ത്രീകളെല്ലാം അപ്രകാരം തന്നെ ചെയ്യണം. പിന്നെ സമർത്ഥനായ ഗായകൻ സംഗീതോപകരണങ്ങളോടെ ഗാനങ്ങൾ ആലപിക്കട്ടെ. താളത്തിനനുസരിച്ച് എല്ലാവരും ആഹ്ലാദപൂർവ്വം നൃത്തംവെക്കട്ടെ! അപ്പോൾ മതിലിനപ്പുറത്തുള്ളവർ, അയൽവാസികളും യാത്രക്കാരും പറയും അവിടെ ഒരു വിവാഹാഘോഷം നടക്കുകയാണ് എന്ന്! അങ്ങനെ നമ്മൾ നമ്മുടെ കാടുകളുള്ള നാട്ടിൻ പ്രദേശത്ത് എത്തുച്ചേരുന്നതുവരെ, വിവാഹാർത്ഥികളുടെ മരണവാർത്ത നഗരത്തിൽ വ്യാപിക്കുകയില്ല. ബാക്കികാര്യങ്ങൾ ഒളിമ്പിയൻ ദൈവങ്ങൾ നമ്മൾക്ക് നല്കുന്നതിനെ ആശ്രയിച്ചിരിക്കും."

ഒഡീസ്സി പറഞ്ഞതെല്ലാം അവർ ശ്രദ്ധിച്ചു കേട്ടു. അദ്ദേഹത്തിന്റെ ആജ്ഞയനുസരിച്ച് പ്രവർത്തിക്കാനായി പോയി. അവർ കുളിച്ച് നല്ല വസ്ത്രങ്ങൾ ധരിച്ചു. സ്ത്രീകൾ അണിനിരന്നു. സംഗീതജ്ഞർ വാദ്യോപകരണങ്ങളുമായി നൃത്തത്തിനനുയോജ്യമായ ഗാനമേള ആരംഭിച്ചു. അങ്ങനെ ആ വലിയ വീടിനുള്ളിൽ സ്ത്രീപുരുഷന്മാരുടെ പാദന്യാസം ഉയർന്നു. വീടിന് പുറത്ത് ഈ ശ്രുതിമധുരമായ സംഗീതാലാപനം കേൾക്കുന്നവർ പറഞ്ഞു. "ധാരാളം വിവാഹാഭ്യർത്ഥനകൾ ഉണ്ടായിരുന്ന രാജ്ഞി ഏതോ ഒരു വിവാഹാർത്ഥിയെ വിവാഹം കഴിച്ചെന്ന് ഞാൻ ഉറപ്പിച്ച് പറയുന്നു. അവൾ ഹൃദയശൂന്യയാണ്. സഹനശക്തിയില്ലാത്തവൾ! നിയമാനുസൃതമായി വിവാഹം കഴിച്ച ഭർത്താവ് വരുന്നതുവരെ വീട്ടിൽ പിടിച്ചു നില്ക്കാനുള്ള മനസ്സുറപ്പ് ഉണ്ടായില്ലല്ലോ!" യഥാർത്ഥസംഭവത്തെ കുറിച്ച് അജ്ഞരായ അവരുടെ കിംവദന്തികൾ ഇപ്രകാരമായിരുന്നു.

അതിന്നിടയിൽ യൂറിനോം ഒഡീസ്സിയെ കുളിപ്പിച്ച് തൈലം പൂശി നല്ലവസ്ത്രങ്ങളും മേലങ്കിയും ധരിപ്പിച്ചു. എഥീനി ദേവി അദ്ദേഹത്തിന് ഒരു പ്രത്യേക തേജസ്സും ഗാംഭീര്യവും നല്കി. അദ്ദേഹത്തിന്റെ ചുരുണ്ട തലമുടിക്ക് 'ഹേയ്സിന്ത്' പൂ പോലുള്ള കാന്തി നല്കി. അങ്ങനെ എഥീനി ദേവിയുടെ അനുഗ്രഹത്താൽ അദ്ദേഹത്തിന്റെ ശിരസ്സും തോളുകളും ശരീരവും ഒരു ദേവന്റേതുപോലെ ശോഭയുള്ളതായിത്തീർന്നു. അദ്ദേഹം വീണ്ടും തന്റെ പത്നിയുടെ മുന്നിലെ സിംഹാസനത്തിൽ ചെന്നിരുന്ന് പറഞ്ഞു. ''അഭിമാനിയായ മഹതി, ഒളിമ്പസ്സിലെ ദേവന്മാർ നിനക്കു തന്ന ഹൃദയം മറ്റേതൊരു യഥാർത്ഥ സ്ത്രീയുടേതിനേക്കാൾ കഠിനമാണ്. ഇരുപത് വർഷത്തെ നരകയാതനകൾക്കുശേഷം തന്റെ വീട്ടിൽ തിരിച്ചെത്തിയ ഭർത്താവിനോട് നിനക്കു മാത്രമേ ഇപ്രകാരം നിർദ്ദയമായി പെരുമാറാൻ കഴിയൂ. വീട്ടുകാര്യസ്ഥാ ദയവായി എന്റെ മെത്ത എവിടെയെങ്കിലും മാറ്റിയിടൂ. ഞാൻ ഒറ്റയ്ക്ക് കിടക്കാം. എന്തുകൊണ്ടെന്നാൽ അവളുടെ ഹൃദയം ഉരുക്കായി മാറിയിരിക്കുന്നു.''

പെനെലോപ് ഗൗരവത്തിൽ പറഞ്ഞു. "അഭിമാനിയായ പ്രഭോ ഞാൻ എന്നെ വളരെ ഉയർന്നനിലയിലോ നിങ്ങളെ വളരെ താഴ്ന്ന നിലയിലോ പ്രതിഷ്ഠിക്കുന്നില്ല. എന്റെ മനസ്സിന് യാതൊരു ആശയക്കുഴപ്പവുമില്ല. നിങ്ങൾ ഇഥാക്കയിൽനിന്ന് കപ്പലിൽ യാത്രതിരിച്ചപ്പോൾ എങ്ങിനെ ആയിരുന്നെന്ന് എനിക്ക് നല്ല ഓർമ്മയുണ്ട്. അതുകൊണ്ട് യൂറിക്ലിയാ നിങ്ങൾ അദ്ദേഹത്തിന് മെത്തവിരിക്കുമ്പോൾ അദ്ദേഹം മണിയറയിൽ ദൃഢമായി ഉറപ്പിച്ചിരുന്ന ആ കട്ടിൽ പുറത്തേക്ക് എടുത്ത് മാറ്റുക. അതിൽ മെത്ത വിരിച്ച് ഷീറ്റും നല്ല ബ്ലാങ്കറ്റുകളും ഇടുക."

തന്റെ ഭർത്താവിനെ പുറത്ത് കിടത്താൻ വേണ്ടി ആയിരുന്നു അവൾ ഇപ്രകാരം നിർദ്ദേശിച്ചത്. ഒഡീസ്സി അസഹ്യതയോടെ തന്റെ ഭാര്യയോട് പ്രതിഷേധം പ്രകടിപ്പിച്ചു. "മഹതി ഈ ഉത്തരവ് എന്റെ ഹൃദയം തകർക്കുന്നു. ആരാണ് എന്റെ കട്ടിൽ മാറ്റിയത്? ഏറ്റവും തന്ത്രജ്ഞനായവനുപോലും അത് ഇളക്കാൻ കഴിയുകയില്ല. ഒരു ദൈവവും വെറും ഭ്രമത്തിന്റെ പേരിൽ അത് മാറ്റിയിടാനിടയില്ല. ജീവിച്ചിരിപ്പുള്ള ഏറ്റവും ശക്തനായ മനുഷ്യന് പോലും അത് നേരിട്ടു പൊക്കാൻ കഴിയില്ല. എന്റെ സ്വന്തം ബുദ്ധി ഉപയോഗിച്ചു രൂപകല്പന ചെയ്തതാണാ കട്ടിൽ. നമ്മുടെ തോപ്പിൽ നിറയെ നീണ്ട ഇലകളോടുകൂടിയ കരുത്തുറ്റ ഒരു ഓക്കുമരം ഉണ്ടായിരുന്നു. അതിന്റെ തായ്തടി തൂൺ ആക്കി നിർത്തി, അതിന് ചുറ്റും ഞാൻ എന്റെ കിടപ്പുമുറി പണിതു. ഭംഗിയായി ചെത്തിമിനുക്കി അശോക മരത്തടി കൊണ്ടാണ് ചുമരുകൾ മുഴുവൻ രൂപപ്പെടുത്തിയെടുത്തത്. അതിനു മീതെ ഉറപ്പുള്ള മേല്ക്കൂരയും നിർമ്മിച്ചു. അതിനുശേഷം വാതിലുകൾ ഉറപ്പിച്ചു. പിന്നെ ഒലിവ് മരത്തിന്റെ തലവെട്ടി നിരപ്പാക്കി ശാഖകൾ വെട്ടിക്കളഞ്ഞ് കുറ്റി എന്റെ പണിയായുധങ്ങൾ കൊണ്ട് ഉരുട്ടി മിനുസപ്പെടുത്തി. ആ കുറ്റികളാണ് ഇപ്പോൾ ഉള്ള ആ കട്ടിലിന്റെ കാലുകൾ. അവയുമായി ബന്ധിച്ച് കട്ടിലിന്റെ ചട്ടക്കൂട് നിർമ്മിച്ചു. അങ്ങനെ കട്ടിലിന്റെ നിർമ്മാണം പൂർത്തിയായി. സ്വർണ്ണം, വെള്ളി ആനക്കൊമ്പ് എന്നിവയിൽ ചിത്രപ്പണികൾ ചെയ്ത ഷീറ്റുകൾ കട്ടിലിൽപതിച്ചു. കാളത്തോൽ

പട്ടകൾകൊണ്ട് അരികുകൾ അലങ്കരിച്ചു. കടും ചുകപ്പ് പെയിന്റ് അടിച്ചു. അങ്ങിനെയാണ് കട്ടിൽ നിർമ്മിക്കപ്പെട്ടത്, മഹതി. എന്നാൽ തീർച്ചയായും ഇപ്പോൾ ആ കട്ടിൽ അതേ നിലയിൽത്തന്നെയാണോ ഉള്ളതെന്ന് എനിക്കറിയില്ല. അല്ലെങ്കിൽ ആരെങ്കിലും ആ ഒലിവ് മര തായ്ത്തടി ഈർച്ച വാളുകൊണ്ട് അറുത്ത് കട്ടിൽ മാറ്റി ഇട്ടിട്ടുണ്ടോ ആവോ?"

നിരസ്സിക്കാനാവാത്തവിധം അത്രയും ഉറച്ചതെളിവ് അവൾക്ക് ഒഡീസ്സി നല്കിക്കൊണ്ടിരിക്കവെ അവളുടെ കാൽമുട്ടുകളും ഹൃദയവും പിടച്ചു. അവൾ പൊട്ടിക്കരഞ്ഞ് അദ്ദേഹത്തിന്റെ അടുത്തേക്ക് ഓടിച്ചെന്ന് ഭർത്താവിന്റെ തോളിൽ ഞാന്നു കിടന്ന്, ശിരസ്സിൽ ചുംബനങ്ങൾ അർപ്പിച്ചു കൊണ്ട് പറഞ്ഞു.

"എന്റെ പ്രിയപ്പെട്ട ഒഡീസ്സി. ഇപ്രാവശ്യം കൂടി എന്നോട് ക്ഷമിക്കൂ. നിങ്ങൾ ഏതൊരു മനുഷ്യനേക്കാളേറെ ഗ്രഹണശക്തിയുള്ളവനാണ്. ദൈവങ്ങൾ നമ്മൾക്ക് വീതംവെച്ചുതന്നത് ദുഃഖമാണ്. അസൂയാലുക്കളായ അവർ ഇത്രയുംകാലം ഒന്നിച്ച് സന്തോഷത്തോടെ ജീവിക്കാനുള്ള സൗഭാഗ്യം നിഷേധിച്ചു. വികാരഭരിതമായ യൗവനം മുതൽ വാർദ്ധക്യത്തിന്റെ നിഴൽ വരെ. അതുകൊണ്ട് എന്നോട് ദേഷ്യപ്പെടല്ലേ. അനിഷ്ടം കാട്ടല്ലേ, കാരണം ആദ്യ ദർശനത്തിൽ നിങ്ങളെ സ്നേഹപൂർവ്വം സ്പർശിക്കാനെനിക്ക് കഴിഞ്ഞില്ല. ഏതെങ്കിലും മനുഷ്യന്റെ വഞ്ചനയിൽ ഞാൻ വീണെങ്കിലോ എന്ന ഭയം എന്നെ എപ്പോഴും മഥിച്ചിരുന്നു. അത്രയ്ക്ക് അധികമായിരുന്നു ഗൂഢാലോചനക്കാരായ ദുരാഗ്രഹികളുടെ സംഖ്യ! അപ്രകാരമായിരുന്നു നമ്മുടെ ജീവിതത്തിൽ ആദ്യമായി ദുഃഖം തുടങ്ങിയത്. ആർഗൈവ് ഹെലൻ വിനാശകരമായ സ്വന്തം മണ്ടത്തരം മൂലം വിദേശിയായൊരു മനുഷ്യന്റെ സ്നേഹത്തിന് പാത്രമാകാനും അവനോടൊപ്പം ശയിക്കാനും നിർബ്ബന്ധിതയായില്ലേ! ഒരു ദൈവമായിരുന്നു അവളെ പാപത്തിലേക്ക് വഴിതെറ്റിച്ചത്. അക്കായിയന്മാരായ വീരയോദ്ധാക്കളുടെ മക്കൾ വീണ്ടും അവളെ ജന്മനാട്ടിലേക്ക് തിരിച്ചുകൊണ്ടുവരുമെന്ന് അവൾക്കറിമായിരുന്നെങ്കിൽ അവൾ അതൊരിക്കലും ചെയ്യില്ലായിരുന്നു. എന്നാൽ ഇപ്പോൾ നമ്മുടെ കിടപ്പു മുറിയിലെ കട്ടിലിനെ കുറിച്ചുള്ള ആധികാരിക വിവരണം എന്നെ ബോദ്ധ്യപ്പെടുത്തിയിരിക്കുന്നു. നിങ്ങളുടേയും എന്റേയും എന്റെ പരിചാരികയുടെയും കണ്ണുകൾ ഒഴിച്ച് മറ്റൊരു മനുഷ്യന്റെ കണ്ണുകളും ആ കാഴ്ച കണ്ടിട്ടില്ല. (ആക്ടറുടെ പുത്രിയായ എന്റെ ഈ പരിചാരികയെ എന്റെ അച്ഛൻ എനിക്ക് സമ്മാനിച്ചതാണ്, ഞാൻ ഇവിടെ വരുന്നതിന് മുമ്പുതന്നെ അവൾ ഇവിടെ എത്തിയിരുന്നു. ഞങ്ങളുടെ അടഞ്ഞുകിടക്കുന്ന കിടപ്പ് മുറിയുടെ ഒരേ ഒരു സൂക്ഷിപ്പുകാരിയാണവൾ")

ഈ വാക്കുകൾ ഒഡീസ്സിയെ കരയിപ്പിച്ചു. തന്റെ വിശ്വസ്തയായ പത്നിയെ ആലിംഗനം ചെയ്തുകൊണ്ടദ്ദേഹം കണ്ണുനീർവാർത്തു. തന്റെ ഭർത്താവിനെ ഒരിക്കൽകൂടി കാണാൻ കഴിഞ്ഞതിൽ അവൾ അതിയായി ആഹ്ലാദിച്ചു. അദ്ദേഹത്തെ വേർപെടാനാകാത്തവിധത്തിൽ കഴുത്തിൽ മുറുക്കികെട്ടിപ്പിടിച്ചു നേരം പുലരുന്നതുവരെ കണ്ണുനീരൊഴുക്കി ആലിംഗനത്തിലമർന്ന് അവർ നിന്നേനെ. എന്നാൽ എഥീനി ദേവി രാത്രിയുടെ

ദൈർഘ്യം അല്പം കുറച്ച്, അരുണോദയത്തെ ആനയിപ്പിച്ചു. ലോകത്തിലേക്ക് പ്രകാശം പരത്തി.

ഒടുവിൽ മുൻകരുതൽ എടുക്കുന്നവനായ ഒഡീസ്സി പത്നിയോട് പറഞ്ഞു. “എന്റെ പ്രിയപ്പെട്ടവളേ, നമ്മുടെ പരീക്ഷണങ്ങളുടെ അന്ത്യം ഇനിയും ആയിട്ടില്ല. അളവറ്റ കഷ്ടപ്പാടുകൾ ഇനിയും ബാക്കിയാണ്, എനിക്കത് പൂർണ്ണമായും നിറവേറ്റേണ്ടതുണ്ട്. ഞാൻ പാതാളലോകത്തേക്ക് പോയ ദിവസം ടൈരീസിയസിന്റെ പ്രേതാത്മാവ് ഞാൻ വീട്ടിൽ തിരിച്ചെത്തിയതിനുശേഷം സംഭവിക്കാൻപോകുന്ന കാര്യങ്ങളെക്കുറിച്ചെല്ലാം മുന്നറിയിപ്പ് തന്നിരുന്നു. ഇപ്പോൾ നമുക്ക് ഉറങ്ങാൻ പോകാം. പ്രിയപത്നീ, അങ്ങനെ നിദ്രയുടെ മധുരിമയിൽ നമ്മൾക്ക് നമ്മളെ പൂർവ്വാവസ്ഥയിലാക്കാം.”

അതിന് പെനെലോപ് മറുപടി നല്കി. “നിങ്ങൾക്ക് ഇഷ്ടമുള്ള നിമിഷം കിടന്നുറങ്ങാം. അതിനുവേണ്ടിയല്ലേ നിങ്ങളെ ദൈവങ്ങൾ സ്വന്തം ജന്മനാട്ടിലെ വീട്ടിൽ തിരിച്ചെത്തിച്ചത്. എന്നാൽ ദൈവം അങ്ങയുടെ മനസ്സിൽ അടക്കി നിർത്തിയിട്ടുള്ള ബാക്കി പരീക്ഷണങ്ങളെ കുറിച്ചുപറഞ്ഞാലും. അതെനിക്കറിയണം.”

ഒഡീസ്സി മറുപടിയിൽ അവൾക്ക് ഉറപ്പ് നല്കി. “ധൈര്യമായിരിക്കുക. യാതൊന്നും മറച്ചുവെക്കാതെ ഞാൻ നിന്നോട് പറയാം; എന്നാൽ മർക്കടമുഷ്ടിയോടെ അതറിയാനായി എന്നെ ഇങ്ങനെ നിർബ്ബന്ധിക്കുന്നതെന്തിന്. അത് എന്നെക്കാൾ ഏറെ നിന്നെ സന്തോഷിപ്പിക്കുമോ? എന്റെ നല്ല ആകൃതിയിലുള്ള തുഴ എടുത്ത് മനുഷ്യ മാംസമുള്ള അനേകം സ്ഥലങ്ങളിലൂടെ സഞ്ചരിക്കണമെന്ന് അദ്ദേഹം എന്നോട് പറഞ്ഞു. കടൽ എന്താണെന്നറിയാത്തവരും ഭക്ഷണത്തിൽ ഉപ്പ് ഉപയോഗിക്കാത്തവരുമായ ഒരു മനുഷ്യവർഗ്ഗത്തെ കണ്ടുമുട്ടുന്നതുവരെ ആ സഞ്ചാരം തുടരണം. അവർക്ക് ചുകന്ന അണിയമുള്ള കപ്പലും തുഴയുമെല്ലാം അജ്ഞാതമാണ്. അവരെക്കുറിച്ച് ഒരിക്കലും തെറ്റുപറ്റാത്ത ഒരു ചിഹ്നം അയാൾ എനിക്ക് പറഞ്ഞുതന്നു. ഞാനത് നിന്നോട് പറയാം. മറ്റൊരു സഞ്ചാരി എന്നെ കടന്നുപോകുമ്പോൾ എന്റെ തോളിലുള്ള തുഴ പതിര് തരംതിരിക്കുന്ന വിശറിയാണെന്നു പറഞ്ഞാൽ, അവിടെ ഞാൻ എന്റെ തുഴ മണ്ണിൽ കുത്തിയിറക്കി നിർത്തണം. പിന്നെ പോസിഡോൺ ദേവന് ഒരു കോലാട്, ഒരു കാള, ഒരു പന്നി എന്നിവയെ ബലി അർപ്പിക്കണം. അതിനുശേഷം അവിടെനിന്ന് വീട്ടിലേക്ക് മടങ്ങണം. വീട്ടിലെത്തി മൃഗബലി നടത്തി ദേവന്മാരെ പ്രീതിപ്പെടുത്തണം. എങ്കിൽ എല്ലാ ഐശ്വര്യങ്ങളോടും കൂടി ദീർഘകാലം ജീവിക്കാൻ കഴിയും. കടലിൽ നിന്നായിരിക്കും എനിക്ക് മരണം വന്നുചേരുന്നത്, വളരെ ശാന്തമായ മരണം. സംതൃപ്തരായ ആളുകൾക്കിടയിൽ കൊടും വാർദ്ധക്യംവരെ ജീവിച്ചതിനുശേഷമായിരിക്കും എന്റെ അന്ത്യം. ഇതെല്ലാം നിറവേറ്റപ്പെടുമെന്ന് അദ്ദേഹം എനിക്ക് ഉറപ്പു നല്കി.”

അതിനുള്ള പെനെലോപിന്റെ വിവേകപൂർവ്വമായ അഭിപ്രായം ഇതായിരുന്നു “ദൈവങ്ങൾ അങ്ങയുടെ വാർദ്ധക്യം കൂടുതൽ സുഖകരമായ

കാലം ആക്കുമെങ്കിൽ അങ്ങയുടെ കഷ്ടകാലം വിജയകരമായി കടന്നു പോകും."

അപ്രകാരം അവർ നർമ്മ സല്ലാപത്തിലേർപ്പെട്ടുകൊണ്ടിരിക്കവെ യൂറിനോമും നഴ്സും പന്തത്തിന്റെ പ്രകാശത്തിൽ കിടക്ക സജ്ജീകരിക്കയായിരുന്നു. മൃദുവായ കിടക്കവിരി ഇട്ട് മെത്തസുഖകരമാക്കി. വൃദ്ധ നഴ്സ് തന്റെ കിടപ്പറയിലേക്ക് തിരിച്ചുപോയി. പരിചാരിക യുറിനോം ഒഡിസ്സിയേയും പത്നിയേയും പന്തം കൈയിൽ പിടിച്ച് അവരുടെ കിടപ്പ് മുറിയിലേക്ക് ആനയിച്ചു. അതിനുശേഷം അവർ പിൻവാങ്ങി. ആഹ്ലാദ പൂർവ്വം അവർ രാത്രിമുഴുവൻ ചെലവഴിച്ചു. ടെലിമാക്കസും കന്നുകാലിപാലകരും ഹാളിൽ സ്ത്രീകളോടൊപ്പം നൃത്തം ചെയ്തശേഷം ഹാളിൽ ത്തന്നെ കിടന്നുറങ്ങി. പ്രേമകേളികളുടെ ആദ്യ ഉൾപ്പുളകം കടന്നുപോയപ്പോൾ ജോഡികൾ തങ്ങളുടെ അനുഭവകഥകൾ പരസ്പരം പറഞ്ഞുകേൾപ്പിക്കാൻ തുടങ്ങി. ആർത്തിപിടിച്ച വിവാഹാർത്ഥിക്കൂട്ടത്തെ ശ്രദ്ധിച്ച് വീട്ടിനുള്ളിൽ അടച്ചിരുന്ന ഏറ്റവും സുന്ദരിയായ ആ സ്ത്രീ പറഞ്ഞ അനുഭവകഥകൾ, അവളുടെ പേരിൽ കശാപ്പുചെയ്യപ്പെട്ട അസംഖ്യം ആടുമാടുകൾ, എത്രയെത്ര വീഞ്ഞ് ഭരണികൾ. അതേസമയം ഒഡീസ്സി താൻ അനുഭവിച്ച നരകയാതനകളെക്കുറിച്ചും അദ്ദേഹം മറ്റുള്ളവർക്ക് നേരെ നടത്തിയ പീഡനങ്ങളെക്കുറിച്ചും വിവരിച്ചു. അവൾ അതെല്ലാം ജിജ്ഞാസയോടെ കേട്ടു. എല്ലാം പറഞ്ഞു തീരുന്നതുവരെ അവൾക്ക് ഉറക്കം വന്നതേയില്ല. സിക്കോണീസ് കീഴടക്കലിൽ നിന്നദ്ദേഹം തുടങ്ങി. പിന്നെ ലോട്ടോസ് ഭൂമി, സൈക്ലോപ്സ് ചെയ്തത്, തന്റെ സുഹൃത്തുക്കളെ ക്രൂരമായി വിഴുങ്ങിയതിനുള്ള പ്രതികാരം; പിന്നെ ഇയോലസ്സിൽ തനിക്ക് ലഭിച്ച സ്വീകരണവും സഹായവും; പിന്നീട് കൊടുങ്കാറ്റ് അദ്ദേഹത്തെ അടിച്ചുകൊണ്ടുപോയി അശരണനാക്കിയത്. അവന്റെ കപ്പൽ ഒഴിച്ച് മറ്റെല്ലാ കപ്പലുകളെയും നാവികരെയും നശിപ്പിച്ച ലാസ്ട്രിഗോണിന്മാരെക്കുറിച്ച്; പിന്നെ സേഴ്സിയുടെ വശീകരണ തന്ത്രങ്ങളും ടൈരീയസിനെ കണ്ട് സംസാരിക്കാൻ വേണ്ടി പാതാളലോകത്തേക്ക് നടത്തിയ കടൽയാത്രയും. അവിടെവെച്ച് അദ്ദേഹം മൃതിയടഞ്ഞ സുഹൃത്സംഘത്തെയും സ്വന്തം അമ്മയേയും കണ്ടതും. പിന്നെ സൈറന്മാരുടെ ഗാനം, ഭീകരരായ സില്ലായും ചാരിബ്ഡിസും, സൂര്യഭഗവാന്റെ കന്നുകാലികളെ വധിച്ച അദ്ദേഹത്തിന്റെ നാവികരടക്കം കപ്പലിനെ സ്യൂസ് ദേവൻ ഇടിമിന്നലയച്ച് തകർത്തത്, ഒഡീസ്സി മാത്രം അതിൽ നിന്ന് രക്ഷപ്പെട്ടത്. ഒഗീഗിയായും കാലിപ്സോയോടൊപ്പം ഗുഹയിൽ താമസമാക്കിയത്. അദ്ദേഹത്തിന് അനശ്വരത്വം വാഗ്ദാനം ചെയ്തിട്ടും ഒഡീസ്സിയെ പ്രലോഭിപ്പിക്കാൻ കഴിയാതിരുന്നത്. ഫേസിയായിലെത്താൻ അനുഭവിച്ച വേദനകൾ, അവിടെ ലഭിച്ച ആദരണീയമായ ആതിഥ്യം, പാരിതോഷികങ്ങൾ വീട്ടിലേക്ക് തിരിച്ചയക്കൽ. കഥപറഞ്ഞ് തീർന്നപ്പോൾ നിദ്ര അദ്ദേഹത്തെ മെല്ലെ തലോടി. അവയവങ്ങൾക്ക് വിശ്രമം നല്കി.

നേരം പുലർന്നപ്പോൾ ഒഡീസ്സി എഴുന്നേറ്റു. അദ്ദേഹം തന്റെ പത്നിയോട് പറഞ്ഞു "ഭവതി ഇതുവരെ നമ്മൾ ഇരുവരും വല്ലാതെ കഷ്ടപ്പാടനുഭവിച്ച് തളർന്നു. എന്റെ തിരിച്ചുവരവിനുള്ള തടസ്സത്തെ ചൊല്ലി നീ

വിലപിച്ചു. ഞാനാണെങ്കിൽ സ്യൂസിന്റെയും മറ്റ് ദേവന്മാരുടെയും പീഡനങ്ങളേറ്റ് ദുഃഖിച്ചു. അതിനും പുറമെ ഗൃഹവിരഹദുഃഖവും എന്നാൽ ഇപ്പോൾ നമ്മുടെ ആഗ്രഹങ്ങൾ സഫലീകൃതമായിരിക്കുന്നു. നീ വീട്ടുചുമതലകളെല്ലാം ഇനി പ്രത്യേകതാല്പര്യത്തോടെ നിർവ്വഹിക്കുക. മര്യാദയില്ലാത്ത വിവാഹാർത്ഥികൾ കശാപ്പു ചെയ്ത് തിന്നുമുടിച്ച കന്നുകാലികളെയെല്ലാം ഞാൻ അക്കായിയന്മാരിൽനിന്ന് ആക്രമിച്ച് പിടിക്കും. അതിലേറെ അവർ എനിക്ക് തന്ന് തൊഴുത്ത് നിറയ്ക്കുമെന്ന് ഞാൻ വിചാരിക്കുന്നു. എന്നാൽ എന്റെ ആദ്യ യാത്ര നമ്മുടെ സ്വന്തം എസ്റ്റേറ്റിലേക്കായിരിക്കും. അവിടെച്ചെന്ന് എനിക്കുവേണ്ടി ദുഃഖിച്ചുകഴിയുന്ന നല്ലവനായ എന്റെ അച്ഛനെ കാണും. എന്തായാലും ഒരു മുൻകരുതൽ നടപടി ഞാൻ ഭവതിയുടെ നിഗൂഢമനസ്സിലേക്ക് കടത്തിവിടാനാഗ്രഹിക്കുന്നു. നേരം പുലരുന്നതോടെ വീട്ടിനുള്ളിൽ വെച്ച് ഞാൻ വിവാഹാർത്ഥികളെ നിഗ്രഹിച്ച വാർത്ത നാടെങ്ങും പരക്കും. അതുകൊണ്ട് ഭവതി എല്ലാ സ്ത്രീകളോടുമൊപ്പം മുകളിൽചെന്നിരിക്കുക. ആരേയും കാണുകയോ ചോദ്യം ചെയ്യുകയോ അരുത്."

ഒഡീസ്സി തന്റെ ഉജ്ജ്വലമായ ആയുധങ്ങൾതോളിൽ ഞാത്തിയിട്ട് ടെലെമാക്കസിനേയും പന്നിപാലകനെയും പശുപാലകനെയും വിളിച്ച് എല്ലാവരോടും ആയുധങ്ങൾ ധരിക്കാനായി പറഞ്ഞു. അവരെ അതിന് നിർബ്ബന്ധിക്കേണ്ടിയൊന്നും വന്നില്ല. അവർ കവചങ്ങൾ അണിഞ്ഞ് വാതിലുകൾ തുറന്ന് പുറത്തേക്ക് നടന്നു. ഒഡീസ്സി അവർക്ക് നേതൃത്വം നല്കി. പകൽവെളിച്ചം പരന്നു കഴിഞ്ഞിരുന്നു. എന്നാൽ എഥീനി ദേവി അവരെ മറച്ചുകൊണ്ട് അതിവേഗം പട്ടണത്തിൽ നിന്ന് മുന്നോട്ടു നയിച്ചു.

ഇരുപത്തിനാല്

വിവാഹാർത്ഥികളുടെ പ്രേതാത്മാക്കളെ ഹെർമിസ് നയിച്ചുകൊണ്ടുപോയി. അദ്ദേഹത്തിന്റെ കൈയിൽ പരിശുദ്ധ സ്വർണ്ണം കൊണ്ടുള്ള ഒരു ദണ്ഡ് ഉണ്ടായിരുന്നു. അദ്ദേഹം മനുഷ്യരുടെ കണ്ണുകളെ തന്റെ ഇഷ്ടാനുസരണം ആ ദണ്ഡുകൊണ്ട് വശീകരിച്ച് ഉറക്കുകയും ഉറക്കത്തിൽ നിന്ന് ഉണർത്തുകയും ചെയ്യും. ആ ദണ്ഡ് വീശി അദ്ദേഹം ആ പ്രേതാത്മാക്കളെ തന്റെ പിന്നാലെ നടത്തിച്ചു. തങ്ങളുടെ ഗുഹകളിൽ ഞാന്നുകിടന്ന് ചീറുന്ന വവ്വാൽ കൂട്ടങ്ങളെപ്പോലെ നേരിയ ചീറലോടെ ആയിരുന്നു ആ പ്രേതാത്മാക്കളുടെ പോക്ക്. അങ്ങനെ ഈ സംഘത്തെ മാന്യനായ ഹെർമിസ് ഈറനണിഞ്ഞ ഇരുണ്ട മാർഗ്ഗത്തിലൂടെ കൊണ്ടുപോയി. സമുദ്രത്തിന്റെയും കുത്തനെ നില്ക്കുന്ന പാറക്കൂട്ടങ്ങളുടെയും അരികിലൂടെ സൂര്യന്റെയും സ്വപ്നലോകത്തിന്റെയും വാതിലുകൾ കടന്ന് ലില്ലിച്ചെടികളുള്ള പുൽമൈതാനങ്ങളിൽ പ്രവേശിച്ചു. അവിടെയാണ് മൃതിയടഞ്ഞവരുടെ പ്രേതാത്മാക്കളെ താമസിപ്പിച്ചിരിക്കുന്നത്.

അവിടെ പെലിയസ്സിന്റെ പുത്രൻ അക്കിലസ്സിന്റെ ആത്മാവ് നില്ക്കുന്നുണ്ടായിരുന്നു. അവനോടൊപ്പം ഗ്രീക്കുകാരിൽ പ്രഗത്ഭയോദ്ധാവായ

അയാസും ഉണ്ടായിരുന്നു. അവരുടെ കൂടെ പട്രോക്ലിസിന്റെയും ധീരനായ ആന്റിലോക്കസിന്റെയും പ്രേതാത്മാക്കളും നിന്നിരുന്നു. അവർ അക്കിലസിന് ചുറ്റും നില്ക്കവെ ആട്രിയസിന്റെ പുത്രൻ ആഗമെനന്റെ ദുഃഖാർത്തമായ ആത്മാവ് ഈജിസ്തിസിലെ വീട്ടിൽ തന്നോടൊപ്പം മരിച്ചുവീണവരുടെ സംഘത്തോടൊപ്പം അവരെ സമീപിച്ചു. (അവിടെ വെച്ചവർക്ക് ദയനീയ മരണമാണല്ലോ സംഭവിച്ചത്.) അദ്ദേഹത്തോട് അക്കിലസിന്റെ പ്രേതം പറഞ്ഞുതുടങ്ങി. "ആട്രൈഡ് ഭൂമിയിലെ ഏതൊരു ശൂരനേക്കാൾ സ്യൂസ് ദേവന് പ്രിയങ്കരനാണ് നിങ്ങൾ എന്ന് ഇടയ്ക്കിടെ ഞാൻ ചിന്തിക്കാറുണ്ട്. കാരണം നിങ്ങളാണ് ആ ട്രോജൻ ഭൂമിയിൽ ധീരനായ സൈനികരെ നയിച്ചത്. എന്നിട്ടും ദൈവയോഗത്താൽ മരണം നിങ്ങൾക്കു മേൽ ഇത്രപെട്ടെന്ന് വന്നുപതിച്ചല്ലോ! നിങ്ങൾക്ക് സർവ്വാധികാരമുണ്ടായിരുന്ന ട്രോജൻ ഭൂമിയിൽ വെച്ചായിരുന്നു ആ മരണം സംഭവിച്ചിരുന്നതെങ്കിൽ അക്കായിയന്മാർ ഐക്യത്തോടെ നിങ്ങൾക്കൊരു ശവകുടീരം അവിടെ ഉയർത്തിയേനെ, എങ്കിൽ നിങ്ങളുടെ മകനത് മഹത്തായൊരു കീർത്തി നേടിക്കൊടുത്തേനെ. അതിന് പകരം ഈ ദയനീയമായ വിധി ആയിരുന്നു നിങ്ങളെ കാത്തിരുന്നത്."

ആട്രൈഡ്സിന്റെ പ്രേതം മറുപടി നല്കി. "പെലിയസിന്റെ സന്തോഷവാനായ പുത്രാ, ദേവനെപ്പോലുള്ള ആക്കിലസ്, ആർഗോസിൽ മരിക്കാനാകാതെ ട്രോയിലാണല്ലോ നീ മരിച്ചുവീണത്. ഏറ്റവും ശ്രേഷ്ഠരായ ചില ട്രോജൻകാരും അക്കായിയന്മാരും നിന്റെ ചുറ്റും വീരമൃത്യു അടഞ്ഞു. വീരശൂരത്വം മറന്ന് മണ്ണിൽ കിടക്കുന്ന നിന്റെ മൃതദേഹത്തിനു വേണ്ടി ഉഗ്രകോപത്തോടെ പോരാടിയായിരുന്നു അവരുടെ മരണം. നീണ്ട പകൽ മുഴുവൻ ഞങ്ങൾ യുദ്ധം ചെയ്തു. കൊടുങ്കാറ്റുകൊണ്ട് സ്യൂസ് ദേവൻ ഞങ്ങളെ തടഞ്ഞില്ലായിരുന്നെങ്കിൽ ആ പോരാട്ടം ഞങ്ങൾ നിർത്തില്ലായിരുന്നു. അതിനുശേഷം രണഭൂമിയിൽനിന്നും നിന്നെ ഞങ്ങൾ എടുത്ത് കപ്പലിലേക്ക് കൊണ്ടുപോയി. അവിടെ ശവമഞ്ചത്തിൽകിടത്തി നിന്റെ സുന്ദരമായ ശരീരം ചൂടുവെള്ളംകൊണ്ട് കുളിപ്പിച്ചു. നിനക്ക് ചുറ്റും ഡനാനുകൾ കൂടി നിന്ന് തലമുടി പിടിച്ചുവലിച്ച് അടക്കാനാകാത്ത സങ്കടത്തോടെ വിലപിച്ചു. നിന്റെ അമ്മ ഈ വിവരം അറിഞ്ഞു, അവരുടെ അനശ്വരരായ ജലകന്യകകളോടൊപ്പം തിരമാലകളിലൂടെ വന്ന് കടൽ മുഴുവൻ മുങ്ങുമാറ് പൊട്ടിക്കരഞ്ഞു. അക്കായിയൻ സൈന്യത്തിലൂടെ ഭീതിയുടെ അലകൾ കടന്നുപോയി. നെസ്റ്റർ വിവേകപൂർവ്വം അവരെ തടഞ്ഞില്ലായിരുന്നെങ്കിൽ അവർ കപ്പലുകളിലേക്ക് ഓടി രക്ഷപ്പെട്ടേനെ! അനുഭവങ്ങളിലൂടെ തെളിയിക്കപ്പെട്ട ബുദ്ധിശക്തിയാണദ്ദേഹത്തിന്റേത്. നെസ്റ്റർ അവരെ വിളിച്ചു പറഞ്ഞു. "അനങ്ങാതെ നില്ക്കൂ ആർഗൈവുകളെ; ഓടിപ്പോകരുത്, അക്കായിയന്മാരെ. ഇത് കടലിന്നടിയിൽ നിന്നെത്തിയ അവന്റെ അമ്മയും അനശ്വരരായ ജലകന്യകകളുമാണ്. മൃതിയടഞ്ഞ അവരുടെ പുത്രനെ കാണാൻ വന്നതാണ്." അദ്ദേഹത്തിന്റെ വാക്കുകൾ കേട്ടപ്പോൾ അക്കായിയന്മാർ സധൈര്യം അവരുടെ പേടി അടക്കി. ആ സമയം കടലിന്റെ പുത്രിമാർ വേദനയോടെ വിലപിച്ച് നിന്നെ വലം വെച്ചശേഷം നിന്റെ ശരീരം നശിക്കാത്ത ഉത്തരീയങ്ങൾകൊണ്ട് പൊതി

ഞ്ഞുകെട്ടി. ഒമ്പത് കാവ്യദേവതകൾ നിന്റെ ചരമഗീതം പാടി. കണ്ണുകൾ ഈറനണിയാത്ത ഒറ്റ ആർഗൈവിനെപ്പോലും അവിടെ കാണാൻ കഴിയില്ലായിരുന്നു. പതിനേഴ് രാവുകളും പകലുകളും ഞങ്ങൾ നിനക്കു വേണ്ടി വിലപിച്ചു. അനശ്വരരായ ദൈവങ്ങളും മർത്ത്യരും ഒരുപോലെ! പതിനെട്ടാം ദിവസം അനേകം തടിച്ചുകൊഴുത്ത ചെമ്മരിയാടുകളെയും കോലാടുകളെയും ബലി അർപ്പിച്ചശേഷം ഞങ്ങൾ നിന്നെ അഗ്നിയിൽ ദഹിപ്പിച്ചു. തീ കെട്ടടങ്ങിയപ്പോൾ പ്രഭാതത്തിൽ വീഞ്ഞു തെളിച്ച് നിന്റെ അസ്ഥികൾ പെറുക്കിയെടുത്തു. നിന്റെ അമ്മ രണ്ട് പിടിയുള്ള ഒരു സ്വർണ്ണചിതാഭസ്മകലശം തന്നു. പ്രശസ്തനായ ഹൈഫായിസ്റ്റ് നിർമ്മിച്ച ആ കലശം ഡിയോനിസസിന്റെ സമ്മാനമാണെന്ന് അമ്മ പറഞ്ഞു. അതിൽ പ്രതാപിയായ അക്കിലസ്, പട്രോക്ലസിന്റെ അസ്ഥികളോടൊപ്പം നിന്റെ വെളുത്ത അസ്ഥികളും ശയിക്കുന്നു. അതിന്നടുത്തായി ആന്റിലോക്കസിന്റെ ചാരവും സ്ഥിതി ചെയ്യുന്നു. പട്രോക്ലസിനെ ഒഴിച്ചാൽ, മറ്റെല്ലാ സുഹൃത്തുക്കളേക്കാളേറെ ആരാധിക്കുന്നത് ആന്റിലോക്കസിനെയാണല്ലോ. നിനക്കു മീതെ അർപ്പിതരായ കുന്തസേന ഒരു വലിയ ശവക്കല്ലറയും സ്തംഭവും പണിതു. അത് കപ്പൽ യാത്രക്കാർക്ക് ഇന്നും എന്നും ഒരു സിഗ്നൽ ആയിരിക്കും. നിന്റെ അമ്മ ദൈവങ്ങളുടെ അടുത്ത് പോയി, ശ്രേഷ്ഠമായ ട്രോഫികൾ അവരിൽ നിന്നും യാചിച്ച് വാങ്ങി. അവ മത്സരരംഗത്ത് അക്കായിയൻ കായികാഭ്യാസികൾക്കായി പ്രദർശിപ്പിച്ചു. നിന്റെ കാലത്ത് നിരവധി ചാമ്പ്യന്മാരുടെ ശവസംസ്കാര ക്രിയകളിൽ നീ പങ്കുകൊണ്ട് കാണും. അല്ലെങ്കിൽ രാജാക്കന്മാർ മൃതിയടയുമ്പോൾ സമ്മാനങ്ങൾക്കുവേണ്ടി മത്സരിക്കുന്ന യുവാക്കളെ കണ്ടു കാണും. എന്നാൽ, ഇത്രയും അമൂല്യ വസ്തുക്കൾ കണ്ടിരുന്നെങ്കിൽ നീ അത്ഭുതപ്പെട്ടു പോയേനെ! അത്രയ്ക്ക് അതിശയകരമായിരുന്നു നിന്നെ ആദരിക്കാൻ വേണ്ടി തേറ്റിസ് ദേവി നല്കിയ സമ്മാനങ്ങൾ! അളവില്ലാത്തത്ര സ്നേഹമായിരുന്നു ദൈവങ്ങൾ നിനക്കു മേൽ ചൊരിഞ്ഞത്. അക്കിലസ്; മരണത്തിന് പോലും നിന്റെ പേര് തട്ടിയെടുക്കാൻ കഴിഞ്ഞില്ല. എല്ലായിടത്തും എല്ലാകാലത്തും നിന്റെ ഖ്യാതി നിലനില്ക്കും. എന്നാൽ എന്റെ കാര്യമോ, യുദ്ധം അവസാനിപ്പിച്ചിട്ട് എന്ത് സംതൃപ്തിയാണെനിക്ക് നേടാൻ കഴിഞ്ഞത്? സ്യൂസ് ദേവൻ അത്രയ്ക്ക് ശോകമൂകമായൊരു വിധിയാണ് എനിക്ക് വേണ്ടി ഈജിസ്തിസിന്റെയും എന്റെ ശപിക്കപ്പെട്ട ഭാര്യയുടെയും കരങ്ങളിലൂടെ ഞാൻ വീട്ടിൽ തിരിച്ചെത്തിയപ്പോൾ നല്കിയത്."

അപ്രകാരം അവർ സംസാരിച്ചുകൊണ്ടിരിക്കവെ ഒഡീസ്സി വധിച്ച വിവാഹാർത്ഥികളുടെ പ്രേതാത്മാക്കളേയും കൂട്ടി ദൂതൻ എത്തി. ആ കൂട്ടത്തെ കണ്ട് അവർ ഇരുവരും അതിശയത്തോടെ മുന്നോട്ട് ചെന്നു. ആഗമെംനന്റെ ആത്മാവ് പ്രശസ്തനായ ആംഫിമെഡോനെ തിരിച്ചറിഞ്ഞു. മെലിനോസിന്റെ പ്രിയപുത്രനാണവൻ; ഇഥാക്കയിൽ അവൻ ആഗമെംനനെ സൽക്കരിച്ചിട്ടുണ്ട്. ആട്രൈഡ്സിന്റെ ആത്മാവ് അവനെ വിളിച്ചുചോദിച്ചു, ആംഫിമെഡൻ നിങ്ങൾ എല്ലാവരും ഈ യുവത്വത്തിൽ പാതാളലോകത്തെത്തിക്കാൻ മാത്രം എന്ത് അത്യാപത്താണ് ഉണ്ടായത്.

ആരോ നിങ്ങളുടെ നഗരത്തിലെ ഏറ്റവും നല്ല മനുഷ്യരെ തെരഞ്ഞെടുത്ത്, വധിച്ചതുപോലുണ്ടല്ലോ. പോസിഡോൺ ദേവന്റെ ഉഗ്രൻ കൊടുങ്കാറ്റ് കടലിൽ വെച്ച് നിങ്ങളുടെ കപ്പലുകൾ തകർത്തതാണോ? അതോ നിങ്ങൾ ഏതെങ്കിലും കടൽത്തീരത്ത് കന്നുകാലിക്കൂട്ടങ്ങളെ വളഞ്ഞ് പിടിക്കാൻ ശ്രമിക്കുമ്പോൾ ശത്രുക്കൾ നിങ്ങളെകൊന്ന് നശിപ്പിച്ചതാണോ? ഒരുപക്ഷേ, അവരുടെ ഭാര്യമാരേയും പട്ടണങ്ങളെയും സംരക്ഷിക്കാൻവേണ്ടിയുള്ള പോരാട്ടമായിരുന്നിരിക്കാം. എന്നോട് പറയൂ. നിന്റെ അടുത്തു സുഹൃത്തെന്ന നിലയ്ക്കാണ് ഞാൻ ചോദിക്കുന്നത്. മഹാനായ മെനെലോസും ഞാനും കൂടി നിന്റെ വീട്ടിൽ വന്നത് നീ ഓർക്കുന്നില്ലേ? ഒഡീസ്സി തന്റെ കപ്പൽ പടയുമായി ട്രോയിലേക്ക് ഞങ്ങളെ പിന്തുടരണമെന്ന് ആവശ്യപ്പെടാൻ വേണ്ടിയാണ് ഞങ്ങൾ വന്നത്. ഒരു മാസം മുഴുവൻ എടുത്തു ഞങ്ങൾക്ക് ഒഡീസ്സിയെ നിർബന്ധിച്ച് യാത്രയ്ക്ക് സമ്മതിക്കുവാൻ!"

ആംഫിമെഡന്റെ പ്രേതാത്മാവ് മറുപടി പറഞ്ഞു. "ആട്രിയസിന്റെ പ്രശസ്തനായ പുത്രാ, രാജാക്കന്മാരുടെ രാജാവായ ആഗമെംനൻ, തീർച്ചയായും ഞാനത് ഓർക്കുന്നു. ഇപ്പോൾ ഞങ്ങൾക്ക് നേരിട്ട പരിതാപകരമായ മൃത്യുവിന്റെ കഥ ഞാൻ വിശദമായി വിവരിക്കാം. ഒഡീസ്സി ട്രോയിയിൽനിന്ന് തിരിച്ചെത്തിയില്ല. അതുകൊണ്ട് ഞാൻ അവന്റെ ഭാര്യയോട് വിവാഹാഭ്യർത്ഥനയുമായി ചെന്നു. ഞങ്ങളുടെ അഭ്യർത്ഥന വെറുപ്പുളവാക്കുന്നതാണെന്ന് അവൾ ഒരിക്കലും പറഞ്ഞിട്ടില്ല. ഞങ്ങളിൽ ഒരുവനെ സ്വീകരിക്കുമെന്നാണ് പറഞ്ഞത്! എന്നിരുന്നാലും അവളുടെ ഉള്ളിന്റെ ഉള്ളിൽ അവൾ ഞങ്ങളുടെ ദുർമ്മരണവും നാശവും രൂപകല്പന ചെയ്തുകൊണ്ടിരുന്നു! തല്ക്കാലം അവൾ സ്വന്തം മുറിയിൽ വളരെ വിശാലമായൊരു നെയ്ത്തു യന്ത്രം സ്ഥാപിച്ചു, എന്നിട്ട് ഞങ്ങളോട് അഭ്യർത്ഥിച്ചു 'മഹാനായാ ഒഡീസ്സി മൃതിയടഞ്ഞുവെങ്കിലും വിവാഹാർത്ഥികളായ നിങ്ങൾ എന്നെ വിവാഹം കഴിക്കുന്ന കാര്യത്തിൽ ധൃതിപിടിക്കരുത്. വീരനായ ലാർട്ടെസിന്റെ ശവസംസ്കാരത്തിന് മൃതദേഹം പൊതിയുന്ന പുതപ്പ് ഞാൻ നെയ്ത് തീർക്കുന്നതുവരെ നിങ്ങൾ സംയമനം പാലിക്കണം"

അവളുടെ ഈ നിവേദനം വിവാഹാർത്ഥികളായ ഞങ്ങൾ എല്ലാവരും അംഗീകരിച്ചു. ദിവസം മുഴുവൻ അവൾ നെയ്ത്തിൽ മുഴുകി എന്നാൽ രാത്രിയായാൽ താൻ നെയ്തതെല്ലാം പന്തത്തിന്റെ പ്രകാശത്തിലിരുന്ന് ഊരിക്കളയും! മൂന്ന് വർഷങ്ങളോളം ഈ വഞ്ചനാപരമായ പ്രവൃത്തി അവൾ തുടർന്നു. എന്നാൽ നാലാം വർഷം ദിവസങ്ങളും മാസങ്ങളും കടന്നുപോയിക്കൊണ്ടിരിക്കവെ, അവളുടെ പരിചാരികകളിലൊരുവൾ ഇക്കാര്യം വെളിപ്പെടുത്തി. അഴകാർന്ന ആ തുണിയുടെ നൂലുകൾ അഴിച്ചെടുക്കുന്ന വിവരം അറിഞ്ഞ് ഞങ്ങൾ അത്ഭുതപ്പെട്ടു! ഞങ്ങളുടെ നിർബ്ബന്ധത്തിൽ മനസ്സില്ലാമനസ്സോടെയാണെങ്കിലും ആ ജോലി മുഴുമിപ്പിക്കാൻ അവൾ നിർബ്ബന്ധിതയായി. ആ വിസ്തൃതമായ പുതപ്പ് കഴുകി പ്രദർശിക്കപ്പെട്ടപ്പോൾ അത് സൂര്യനേയോ ചന്ദ്രനെയോ പോലെ ശോഭിച്ചു! എന്നാൽ അതേദിസം ഏതോ ചില പ്രതികൂലശക്തി

ഒഡീസ്സിയെ തന്റെ പന്നിപാലകന്റെ ഏകാന്തമായ വീട്ടിൽ എത്തിച്ചു. അവിടെ ആ സമയം പൈലോസിൽനിന്നുള്ള കപ്പൽ യാത്ര കഴിഞ്ഞ് അവന്റെ പുത്രനും തിരിച്ചെത്തി അവർ ഇരുവരും പട്ടണത്തിലെത്തുന്നതിനു മുമ്പുതന്നെ വിവാഹാർത്ഥികളെ കൊല്ലാൻ പദ്ധതിയിട്ടു. ടെലെമാക്കസ് ആദ്യം പുറപ്പെട്ടു. അതിനുശേഷം പന്നിപാലകന്റെ മാർഗ്ഗനിർദ്ദേശത്തിൽ ഒരുപിച്ചക്കാരന്റെ രൂപത്തിൽ കീറിപ്പറിഞ്ഞ പഴയന്തുണി ധരിച്ച് ഒരു വടിയും കുത്തിപ്പിടിച്ച് ഒഡീസ്സിയും വീട്ടിലെത്തി. ആ വൃത്തികെട്ട വേഷത്തിൽ പെട്ടെന്ന് പ്രത്യക്ഷപ്പെട്ട അവൻ ആരാണെന്ന് ഞങ്ങൾക്ക് ഊഹിക്കാൻ കഴിഞ്ഞില്ല. ഞങ്ങളുടെ മുതിർന്നവർപോലും അവനെ മനസ്സിലാക്കുന്നതിൽ പരാജയമടഞ്ഞു. ഞങ്ങൾ വായിൽ തോന്നിയ ശകാരവാക്കുകൾ എല്ലാം അവനു നേരെ ചൊരിഞ്ഞു. പ്രഹരിക്കുകയും ചെയ്തു. തല്ക്കാലം ഈ അധിക്ഷേപവും പീഢനവുമെല്ലാം സ്വന്തം ഹാളിൽ ചുണയില്ലാത്തവനെപ്പോലെ അവൻ സഹിച്ചു. എന്നാൽ ഒടുവിൽ സ്യൂസ് ദേവനിൽനിന്ന് അവന് പ്രചോദനം ലഭിച്ചു. ടെലെമാക്കസ്സിന്റെ സഹായത്തോടെ അവൻ വീട്ടിലെ എല്ലാ ആയുധങ്ങളും എടുത്തുകൊണ്ട് പോയി കലവറയിൽ ഒളിപ്പിച്ച് പൂട്ടിയിട്ടു. പിന്നെ തന്റെ ഭാര്യയെ പ്രേരിപ്പിച്ച് അമ്പും വില്ലും കോടാലികളും ഉപയോഗിച്ച് വിവാഹാർത്ഥികളുടെ കൈക്കരുത്ത് പരീക്ഷിക്കുവാൻ നിശ്ചയിച്ചു. ഞങ്ങളിലാർക്കും ആ വില്ല് വലിച്ചുകെട്ടാനുള്ള കരുത്ത് ഇല്ലായിരുന്നു. എന്നിട്ടും വില്ല് ഒടുവിൽ ഒഡീസ്സിയുടെ കരങ്ങളിലെത്തിയപ്പോൾ അവനത് പ്രയോഗിക്കുന്നതിനെതിരെ ഞങ്ങൾ ശക്തിയായി പ്രതിഷേധിച്ചു. അവന്റെ അഭ്യർത്ഥനയൊന്നും ഞങ്ങൾ ശ്രദ്ധിച്ചില്ല. എന്തായാലും ടെലെമാക്കസ് അടുത്ത് നിന്ന് അവനെ വില്ല് കുലയ്ക്കാൻ അനുവദിച്ചു. ശക്തനായ ഒഡീസ്സി വില്ല് കൈയിൽ കിട്ടിയപ്പോൾ അനായാസം ചരട് വലിച്ചുകെട്ടി, കോടാലിത്തുളകളിലൂടെ അമ്പ് എയ്തു. പിന്നെ അവൻ പൂമുഖത്തേക്ക് ചാടിച്ചെന്ന്, അവിടെ ദൃഢമായി നിലയുറപ്പിച്ച് ആവനാഴിയിൽ നിന്ന് ശരങ്ങൾ പുറത്തെടുത്ത ചുറ്റുപാടും ദൃഷ്ടിപായിച്ചു. ആന്റിനസ് രാജകുമാരനെ ആദ്യം അമ്പെയ്ത് വീഴ്ത്തി. അതിനുശേഷം അവന്റെ മാരകമായ അമ്പുകളേറ്റ് അനേകം ആളുകൾ മരിച്ചുവീണു. അത്രയ്ക്ക് കൃത്യമായിരുന്നു അവന്റെ ഉന്നം! ആളുകൾ നിരനിരയായി നിലംപതിച്ചുകൊണ്ടിരുന്നു. തീർച്ചയായും ഏതെങ്കിലും ദൈവങ്ങൾ അവന്റെ സംഘത്തിനെ സഹായിച്ചിരിക്കണം. കാരണം അവർ ക്രോധാവേശത്തോടെ വീടു മുഴുവൻ ഓടിനടന്ന് കൂട്ടക്കൊല ചെയ്യുകയായിരുന്നു. തലച്ചോറുകൾ പൊട്ടിച്ചിതറുമ്പോഴുള്ള നിലവിളി ഭയങ്കരമായിരുന്നു! നിലത്ത് രക്തം തളംകെട്ടിനിന്നു! ആ വിധത്തിലായിരുന്നു ഞങ്ങളുടെ മരണം, ആട്രൈഡ്സ്, അവഗണിക്കപ്പെട്ട മൃതദേഹങ്ങൾ ഇപ്പോഴും ഒഡീസ്സിയുടെ ഗൃഹത്തിൽ ചിതറിക്കിടക്കുന്നു. കാരണം ഈ വാർത്ത ഇനിയും ഞങ്ങളുടെ വീട്ടുകാരുടെ ചെവിയിലെത്തിയിട്ടില്ല. വീട്ടുകാർ ഞങ്ങളുടെ മുറിവുകളിൽ കട്ടപിടിച്ചരക്തം കഴുകിക്കളഞ്ഞ് മൃതശരീരം ശവമഞ്ചത്തിൽ കിടത്തി. മരിച്ചവർ അർഹിക്കുന്ന രീതിയിൽ ചരമഗീതങ്ങൾ ആലപിക്കും."

ആഗമെംനന്റെ പ്രേതാത്മാവ് ഉറക്കെ ഈണത്തിൽ ചൊല്ലി.

“അല്ലയോ ലാർട്ടെസ്സിന്റെ പുത്രാ, സമർത്ഥനായ ഒഡീസ്സി, ഇത്തരം പ്രതീക്ഷകളെ കവച്ചുവെക്കുന്ന പാതിവ്രത്യമുള്ള ഒരു ഭാര്യയെ ലഭിച്ച നീ അനുഗൃഹീതനാണ്. ഇക്കാരിയസ്സിന്റെ പുത്രി പെനെലോപ് അത്രയ്ക്ക് സത്യസന്ധയാണ്. അവളുടെ യുവത്വത്തിലെ ഭർത്താവായ ഒഡീസ്സിയെ അവൾ ഒരിക്കലും മറന്നില്ല. അതുകൊണ്ട് അവളുടെ നന്മയുടെ കീർത്തി മഹത്തായ കാവ്യത്തിലൂടെ അനശ്വരമാക്കപ്പെടും. അങ്ങനെ മർത്ത്യർക്കുവേണ്ടി പെനെലോപ്പിന്റെ മനസ്സുറപ്പിനെ അനശ്വരദൈവങ്ങൾ കൊണ്ടാടും. സ്വന്തം ഭർത്താവിനെ വധിച്ച ടിണ്ടാറിയസ്സിന്റെ പുത്രിയുടെ ദുഷ്ടതയ്ക്ക് എത്ര വിരുദ്ധം ആണിത്!”

പാതാളലോകത്തിൽ നിന്നുകൊണ്ട് അവർ ഇരുവരും അപ്രകാരം പരസ്പരം സംസാരിച്ചു. അതിനിടയിൽ ഒഡീസ്സിയും അദ്ദേഹത്തിന്റെ ആളുകളും പട്ടണം വിട്ടുകഴിഞ്ഞിരുന്നു. വേഗം അവർ ലാർട്ടെസ്സിന്റെ സമൃദ്ധമായ എസ്റ്റേറ്റിലെത്തി. വളരെ വർഷങ്ങൾക്കുമുമ്പ് അദ്ധ്വാനിച്ച് ജോലി ചെയ്തുണ്ടാക്കിയതാണത്. അതിലുള്ള ഷെഡ്ഡുകളിൽ അദ്ദേഹത്തിന്റെ അടിമകൾ ഭക്ഷണം പാകം ചെയ്ത് കഴിക്കുകയും ഉറങ്ങുകയും ചെയ്യുന്നു. അദ്ദേഹത്തിന്റെ വീട്ടിൽ വൃദ്ധനായ യജമാനനെ പരിചരിക്കുന്നത് ഒരു സിസിലിയൻ വൃദ്ധയാണ്. ഇവിടെവെച്ച് ഒഡീസ്സി തന്റെ പുത്രനോടും ഭൃത്യനോടുമായി പറഞ്ഞു. “ഈ നല്ല വീട്ടിലേക്ക് ചുറുചുറുക്കോടെ നിങ്ങൾ കടന്നുചെല്ലുക. ഏറ്റവും നല്ല പന്നികളെ ഭക്ഷണത്തിന്നായി പാചകം ചെയ്യുക. അതിന്നിടയിൽ ഇത്രയും കാലം വിദേശത്ത് ചിലവഴിച്ച് തിരിച്ചെത്തിയ എന്നെ കാണുമ്പോൾ എന്റെ അച്ഛനെ തിരിച്ചറിയുമോ എന്ന് ഒന്ന് പരീക്ഷിച്ചു നോക്കാം.”

നേരെ അകത്തേക്ക് പോയ രണ്ട് അടിമകളുടെ കൈയിൽ അദ്ദേഹം തന്റെ ആയുധങ്ങൾ കൊടുത്തയച്ച് സമ്പന്നമായ ഫാമിലൂടെ ഒന്ന് ചുറ്റിക്കറങ്ങിക്കാണാനായി പോയി.

ആ വലിയ തോട്ടത്തിൽ അദ്ദേഹം ഡോലിയസിനേയോ മറ്റേതെങ്കിലും ഭൃത്യന്മാരെയോ അവരുടെ മക്കളെയോ കണ്ടില്ല. എല്ലാവരും ആ വൃദ്ധന്റെ നിർദ്ദേശപ്രകാരം മുന്തിരിച്ചെടികളുള്ള സ്ഥലത്ത് മതിലുണ്ടാക്കാനായി കല്ലുകൾ കൊണ്ടുവരാൻ പോയിരിക്കയായിരുന്നു. മുന്തിരിതോട്ടത്തിൽ അച്ഛൻ ഒറ്റയ്ക്കിരുന്നതാണ് ഒഡീസ്സി കണ്ടത്. മുന്തിരിച്ചെടിയുടെ കട കുത്തിക്കിളയ്ക്കുന്നു. അഴുക്കുപിടിച്ച് കീറിത്തുണിയുടെ ഉടുപ്പാണ് ഇട്ടിട്ടുള്ളത്. കാലിൽ ധരിച്ചിട്ടുള്ളത് തുന്നിയോജിപ്പിച്ച പശുത്തോൽ ലെഗ്ഗിംസ് ആണ്. കൈയിൽ ഗ്ലൗസും തലയിൽ ആട്ടിൻതോൽ തൊപ്പിയും. വിഷാദവും നൈരാശ്യവും തുളുമ്പി നില്ക്കുന്ന ഭാവവും വേഷവും. ഹൃദയവേദനയോടെ കഴിയുന്ന ഒരു പടുകിഴവനായിത്തീർന്നിരിക്കുന്നു തന്റെ അച്ഛനെന്ന് ഒഡീസ്സി മനസ്സിലാക്കി; അപ്പോൾ ഒരു പേർ മരത്തിന്നടിയിൽ ഒരു തുള്ളി കണ്ണുനീർ വീഴ്ത്താനായി അവൻ നിന്നു. അതേസമയം അവന്റെ ഹൃദയം സ്വന്തം തലച്ചോറിനോട് ചോദിച്ചു. നേരെ ഓടിച്ചെന്ന് അച്ഛനെ ആലിംഗനം ചെയ്ത് ചുംബിച്ച് താൻ എങ്ങനെയാണ് ജന്മഭൂമയിൽ തിരിച്ചെത്തിയതെന്ന് വിശദീകരിച്ചാലോ, അതോ ചോദ്യോത്തരങ്ങളിലൂടെ കാര്യങ്ങൾ ബോദ്ധ്യപ്പെടുത്താൻ ഒരു ശ്രമം നടത്തി

യാലോ? കൂടുതൽ ചിന്തിച്ചപ്പോൾ ചോദ്യോത്തരങ്ങളിലൂടെ വസ്തുതകൾ വെളിച്ചത്ത് കൊണ്ടുവരുന്നതാണ് കൂടുതൽ നന്നായിരിക്കുക എന്ന് തോന്നി.

ഈ മാനസികാവസ്ഥയിലാണ് ഒഡീസ്സി അച്ഛന്റെ അടുത്തേക്ക് നടന്നത്. അദ്ദേഹം തലതാഴ്ത്തി മുന്തിരിച്ചെടികളുടെ കടയിൽ ശ്രദ്ധയോടെ കൊത്തിക്കിളയ്ക്കുകയായിരുന്നു. അടുത്തെത്തിയ അദ്ദേഹത്തിന്റെ പ്രശസ്ത പുത്രൻ പറഞ്ഞു. വയോധികാ, നിങ്ങൾ ഈ ചെടികളെല്ലാം എത്ര വിവേക പൂർവ്വമാണ് സംരക്ഷിക്കുന്നത്. എന്തുമാത്രം വിളവാണവ തരുന്നത് അത്തിമരവും മുന്തിരിയും ഒലിവും പേറും പച്ചക്കറികളുമെല്ലാം! ഒറ്റമരവും അതിന്റേതായ സംഭാവന തരാതിരിക്കുന്നില്ല. എന്നാലും ഒരഭിപ്രായം ഞാൻ പറയട്ടെ, അങ്ങ് തെറ്റിദ്ധരിക്കരുത്. നിങ്ങൾ സ്വന്തം അവസ്ഥ ഒട്ടും ശ്രദ്ധിക്കുന്നില്ല. വാർദ്ധക്യം അങ്ങയെ നശിപ്പിക്കുന്നു, സ്വയം ആരോഗ്യം നശിപ്പിക്കുന്നു. ദയനീയമാംവിധം വസ്ത്രധാരണം ചെയ്യുന്നു, അടിമകൾ അലസരായി യജമാനനെ യാതൊരു നഷ്ടത്തിനും ഇട വരുത്തുന്നില്ല. വഞ്ചിക്കുന്ന അടിമകളുടെ രീതിയിലല്ല നിങ്ങളുടെ പെരുമാറ്റം. നിങ്ങൾക്കൊരു രാജകീയ പരിവേഷമുണ്ട്. നേര് പറയൂ, നിങ്ങൾ ആരുടെ അടിമയാണ്. നിങ്ങൾ പരിപാലിക്കുന്ന ഈ ഫലവൃക്ഷങ്ങളുള്ള തോട്ടം ആരുടേതാണ്! ഇത് ശരിക്കും ഇഥാക്കയാണോ എന്നെനിക്ക് ഉറപ്പിക്കേണ്ടതുണ്ട്. കാരണം ഇപ്പോൾത്തന്നെ വഴിക്കുവെച്ച് ഞാൻ കണ്ടുമുട്ടിയ ഒരാൾ എന്നോടു പറഞ്ഞു ഇത് ഇഥാക്കയാണെന്ന്. ആ മുരടൻ എന്നോട് പൂർണ്ണമായി മറുപടി പറയാനോ എന്റെ അന്വേഷണം കേൾക്കാനോ പോലും മര്യാദ കാണിച്ചില്ല. എന്റെ ഒരു സുഹൃത്ത് ഇപ്പോഴും ഇവിടെ ഉണ്ടോ, അതോ മരിച്ചുപോയോ എന്നെനിക്ക് അറിയണമായിരുന്നു. ഒരുകാലത്ത് എന്റെ പ്രിയപ്പെട്ട നാട്ടിൽ ഞാൻ ഒരു അതിഥിയെ സൽക്കരിക്കുകയുണ്ടായി. അവൻ ഒരു ഇഥാക്കനാണെന്നും അവന്റെ അച്ഛന് ആർസീസിയസിന്റെ പുത്രൻ ലാർട്ടെസ് ആണെന്നും പറഞ്ഞിരുന്നു. ഞാൻ അവനെ വീട്ടിൽ കൊണ്ടുവന്ന് വിഭവസമൃദ്ധമായ ഭക്ഷണം നല്കി സൽക്കരിച്ചു. കാരണം അന്ന് ഞാനൊരു സമ്പന്നനായിരുന്നു. നല്ല വിലപിടിച്ച പാരിതോഷികങ്ങളും ഞാനവന് നല്കിയിരുന്നു. ശുദ്ധമായ ഏഴ് ടാലന്റ് സ്വർണ്ണം, ഒരു ബൗൾ നിറയെ വെള്ളി, പന്ത്രണ്ട് മേലങ്കികൾ നിരവധി കാർപ്പെറ്റുകൾ, ഷാളുകൾ, ഷർട്ടുകൾ എന്നിവ നല്കി. അതിനും പുറമെ കരകൗശലത്തിന് വിദഗ്ദ്ധ പരിശീലനം നേടിയ നാല് സ്ത്രീകളേയും നല്കി.

അദ്ദേഹത്തിന് കരഞ്ഞുകൊണ്ട് അച്ഛൻ മറുപടി നല്കി. “അപരിചിതാ, നിങ്ങൾ അന്വേഷിക്കുന്ന സ്ഥലത്തുതന്നെയാണിപ്പോൾ നിങ്ങൾ നില്ക്കുന്നത്. എന്നാൽ കഷ്ടം ഇപ്പോൾ അത് ദൈവഭയമില്ലാത്തവരും ക്രൂരന്മാരുമായവരുടെ കരങ്ങളിൽ വന്നു പെട്ടിരിക്കുന്നു. നീ ഉദാരമായി നല്കിയ സമുജ്ജ്വലമായ നിങ്ങളുടെ സമ്മാനങ്ങൾ വൃഥാവിലായി! ഈ ഇഥാക്കാ മണ്ണിൽ ജീവിച്ചിരുന്ന ആ മനുഷ്യനെ നിനക്ക് കണ്ടെത്താൻ കഴിഞ്ഞിരുന്നെങ്കിൽ! അവൻ നിന്നെ ശ്രേഷ്ഠമായ ആതിഥ്യമര്യാദയോടെ സ്വീകരിക്കുകയും വിലപിടിച്ച സമ്മാനങ്ങളുമായി യാത്രയയക്കുകയും ചെയ്തേനെ!

എന്നാൽ ഒരുകാര്യം നീ വ്യക്തമായി പറയു എത്ര കൊല്ലങ്ങൾക്കു മുമ്പാണ് നീ ആ അതിഥിയെ സൽക്കരിച്ചത്. എന്റെ പുത്രനായ നിന്റെ നിർഭാഗ്യവാനായ അതിഥിയെ- എനിക്കൊരു പുത്രനുണ്ടായിരുന്നോ?- ആ നിർഭാഗ്യവാനെ അഗാധമായ കടലിലെ മത്സ്യങ്ങൾ വിഴുങ്ങിക്കാണും. അല്ലെങ്കിൽ വിദൂരമായ കരയിലെ മൃഗങ്ങളോ പക്ഷികളോ തിന്നുകാണും; അവന്റെ അമ്മയും അച്ഛനും അവന്റെ ശരീരം ശവവസ്ത്രംകൊണ്ട് പുതക്കുകയോ; അവനുവേണ്ടി ചരമഗീതങ്ങൾ ഉയർത്തുകയോ ചെയ്തിട്ടില്ല. അവന്റെ ഭാര്യ വിശ്വസ്തയായ പെനെലോപ് ഒരിക്കലും തന്റെ ഭർത്താവിന്റെ ശവമഞ്ചത്തിനരികിലിരുന്ന് വിലപിച്ചിട്ടില്ല. മൃതിയടഞ്ഞവനോടുള്ള ധാർമ്മിക ചുമതലയായി അവന്റെ കൺപോളകൾ അവൾ അടച്ചിട്ടില്ല. നീ ആരാണെന്ന് എന്നോട് പറയൂ. നിന്റെ വംശവും നഗരവും ഏതാണ്? നിന്നെ ഇങ്ങോട്ട് കൊണ്ടുവന്ന കപ്പലും നാവികരും എവിടെയാണ്? അതോ നീ മറ്റാരുടെയെങ്കിലും കപ്പലിൽ വന്നതാണോ? അവർ നിന്നെ ഇവിടെ ഇറക്കി ഓടിച്ചുപോയോ?"

തന്ത്രശാലിയായ ഒഡീസ്സി മറുപടി നല്കി. "ശരി, വാസ്തവം കേൾക്കുക. ഞാൻ ആലിബാസിൽ നിന്നുള്ളവനാണ്. അവിടെ പ്രസിദ്ധിയുള്ള വീടാണ് എന്റേത്. എഫീഡാസ് ആണെന്റെ പിതാവ്. പോളിമെമെന്റെ പുത്രൻ, രാജകീയ കുടുംബക്കാരൻ. എന്റെ പേർ എപെരിറ്റസ് എന്നാണ്. ചില അപ്രതീക്ഷിത പണിമൂലം സിക്കാനിയായിൽ നിന്ന് എനിക്കിവിടെ വരേണ്ടിവന്നു. പട്ടണത്തിന് പുറത്ത് കടലോരത്ത് എന്റെ കപ്പൽ കെട്ടിയിട്ടിരിക്കയാണ്. ഒഡീസ്സിയെക്കുറിച്ച് പറഞ്ഞാൽ അദ്ദേഹം എന്റെ നാട് വിട്ടിട്ട് അഞ്ച് വർഷമായി. നിർഭാഗ്യവാനായ മനുഷ്യൻ- എന്നാലും അവൻ പോയപ്പോൾ പക്ഷിശകുനങ്ങൾ അനുകൂലമായിരുന്നു. എല്ലാം വലതുവശത്ത്. അതുകൊണ്ട് ഞാനവന്റെ പോക്ക്, ആഹ്ലാദത്തോടെ ധൃതിയിലാക്കി. അവനും വേഗം സ്ഥലം വിടുന്നതിൽ സന്തോഷവാനായിരുന്നു. ഞങ്ങൾ ഇരുവരും ഞങ്ങളുടെ സ്നേഹബന്ധം അരക്കിട്ടുറപ്പിക്കുവാനായി മറ്റൊരുകൂടിക്കാഴ്ച പ്രതീക്ഷിച്ചു!"

ആ വാർത്ത ആ വൃദ്ധനെ കടുത്ത ദുരവസ്ഥയിലാക്കി. അദ്ദേഹം തേങ്ങിക്കരഞ്ഞു. തന്റെ നരച്ച ശിരസ്സിൽ മണ്ണ് വാരി ഇട്ടു. ആ കാഴ്ച ഒഡീസ്സിയുടെ ഹൃദയം തകർത്തു. തന്റെ അച്ഛനെ ആ നിലയിൽ കണ്ട് അവൻ തീവ്രവേദനയോടെ പുളഞ്ഞു. അവൻ മുന്നോട്ടുചാടി അവന്റെ കൈകൾ പിടിച്ച് ചുംബിച്ച് നിലവിളിച്ചു എന്റെ അച്ഛാ ഞാൻ തന്നെയാണു അച്ഛൻ അന്വേഷിച്ച ആ വ്യക്തി. ഇരുപത് വർഷങ്ങൾക്കുശേഷം വീട്ടിൽ തിരിച്ചെത്തിയവൻ. അങ്ങ് തേങ്ങിക്കരച്ചിൽ നിർത്തൂ. ഞാൻ പെട്ടെന്ന് പറയട്ടെ,' എന്റെ വീട്ടിൽ ഉണ്ടായിരുന്ന എല്ലാ വിവാഹാർത്ഥികളെയും ഞാൻ കൊന്നു. അവരുടെ ജ്വലിക്കുന്ന ധിക്കാരത്തിനും അധർമ്മത്തിനും തക്കശിക്ഷ നല്കി."

ലാർട്ടെസ് വിലപിച്ചു. "എന്റെ തിരിച്ചെത്തിയ മകനാണ് നീ എങ്കിൽ എനിക്ക് വിശ്വസിക്കാവുന്ന വ്യക്തമായ എന്തെങ്കിലും തെളിവ് തരൂ."

ഉടനെ ഒഡീസ്സി മറുപടി നല്കി. ആദ്യം അങ്ങ് ഈ മുറിവിന്റെ പാടിലേക്ക് ദൃഷ്ടി പായിക്കുക. അച്ഛനും അമ്മയും, അമ്മയുടെ അച്ഛൻ ഓട്ടോ

ലൈക്കസിന്റെ വീട്ടിലേക്ക്, അദ്ദേഹം നമ്മുടെ വീട്ടിൽ താമസിച്ച സമയത്ത് എനിക്ക് തരാമെന്ന് പറഞ്ഞ പാരിതോഷികങ്ങൾ വാങ്ങാനായി എന്നെ പാർണാസ്സസിലേക്കയച്ചപ്പോൾ ഒരു കാട്ടുപന്നി എന്നെകുത്തി മുറിവുണ്ടാക്കിയതിന്റെ പാട് ആണിത്. അടുത്തതായി, തോട്ടത്തിൽ നട്ട മരങ്ങളെക്കുറിച്ചുള്ള കഥ ഞാൻ അങ്ങയോട് ആവർത്തിക്കാം. ഞാൻ ഒരു കുട്ടി ആയിരുന്നപ്പോൾ അങ്ങയെ പിന്തുടർന്ന് ഞാൻ കാണുന്നതെല്ലാം ആവശ്യപ്പെട്ടിരുന്നത്! ഇതേ മരങ്ങൾക്കിടയിലൂടെ നമ്മൾ നടക്കുമ്പോൾ ഓരോ ചെടിയുടെ പേരും വിവരണങ്ങളും അങ്ങ് എന്നോട് പറഞ്ഞുകൊണ്ടിരുന്നു. പതിമൂന്ന് പേർ മരങ്ങൾ അങ്ങ് എനിക്ക് തന്നു, പത്ത് ആപ്പിൾ മരങ്ങൾ, നാല്പത് അത്തിമരങ്ങൾ, അമ്പത് നിര മുന്തിരിച്ചെടികളും അങ്ങ് എനിക്ക് തരുമെന്ന് പറഞ്ഞു. എല്ലാറ്റിലും പഴുത്ത മുന്തിരിക്കുലകൾ നിറഞ്ഞുനിന്നിരുന്നു."

ഈ വാക്കുകൾ കേട്ട് ലാർട്ടെസ്സിന്റെ കാലുകളും ഹൃദയവും തളർന്നു. കാരണം തന്റെ മകൻ കൊടുത്ത സുസ്പഷ്ടമായ തെളിവുകൾ അദ്ദേഹം അംഗീകരിച്ചു. അദ്ദേഹം മഹാനായ ഒഡിസ്സിയെ ആലിംഗനം ചെയ്തു. അബോധാവസ്ഥയിൽ മകന്റെ നെഞ്ചിലേക്ക് വഴുതി വീണ അച്ഛനെ സുബോധം വരുന്നതുവരെ ഒഡീസ്സി താങ്ങിപ്പിടിച്ചു. വീണ്ടും മനസ്സ് ഊർജ്ജസ്വലമായപ്പോൾ ലാർട്ടെസ് ഉറക്കെവിളിച്ചുപറഞ്ഞു. "പിതാവെ സ്യൂസ് ദേവാ, ധിക്കാരികളായ വിവാഹാർത്ഥികൾക്ക് തങ്ങളുടെ ക്രൂരതയക്ക് തക്കതായ ശിക്ഷ സത്യമായും ലഭിച്ചിട്ടുണ്ടെങ്കിൽ എല്ലാ ഇഥാക്കക്കാരും ഞങ്ങൾക്കെതിരെ മുറവിളികൂട്ടി സെഫാല്ലേനിയൻ നഗരങ്ങളിലൂടെ പാഞ്ഞുനടക്കുമെന്ന് എന്റെ മനസ്സിൽ ഭയങ്കരപേടിയുണ്ട്."

ഒരിക്കലം ഭയപ്പെടേണ്ട. ഒഡീസ്സി മറുപടി നല്കി. അങ്ങയുടെ മനസ്സ് ഒരുതരത്തിലും ഉൽക്കണ്ഠപ്പെടേണ്ടതില്ല. നമ്മൾക്ക് അടുത്തുള്ള ഫാം ഹൗസിലേക്ക് പോകാം. ഞാൻ ടെലെമാക്കസിനെ പന്നിപാലകനോടും പശുപാലകനോടുമൊപ്പം വേഗം ആഹാരം പാകം ചെയ്യാനായി അങ്ങോട്ടു വിട്ടിട്ടുണ്ട്."

അവിടെക്ക് അവർ ഇരുവരും ആഹ്ലാദപൂർവ്വം സംസാരിച്ചുകൊണ്ട് നടന്നു. അസുഖകരമായ ഭവനത്തിൽ ടെലെമാക്കസും മൃഗപാലകന്മാരും വേവിച്ച ഇറച്ചിക്ഷണങ്ങൾ ഒരുക്കുകയും വിലപിടിച്ച വീഞ്ഞ് പകർന്നുവെക്കുകയുമായിരുന്നു. അവിടെ തന്റെ സിസിലിയൻ വൃദ്ധ ലാർട്ടെസിനെ കുളിപ്പിച്ച് തൈലം പൂശി, സുന്ദരമായ വസ്ത്രംധരിപ്പിച്ചു. ആ സമയം എഥീനി താഴോട്ട് ഇറങ്ങിവന്ന് ഈ പ്രഭുവിന്റെ ശരീരകാന്തി വർദ്ധിപ്പിച്ചു. ഒരു അനശ്വരദേവനെപ്പോലെയാക്കി! ആശ്ചര്യപ്പെട്ട അദ്ദേഹത്തിന്റെ പുത്രൻ പറഞ്ഞു. അച്ഛാ തീർച്ചയായും ഏതോ ഒരു ദൈവം അങ്ങയുടെ ഉയരം വർദ്ധിപ്പിക്കുയും കൂടുതൽ ഹൃദയഹാരിയാക്കുകയും ചെയ്തിരിക്കുന്നു."

അതിന് വിവേകശാലിയായ വൃദ്ധൻ മറുപടി നല്കി. "ഞാൻ സെഫാലേനിയൻ രാജാവായിരുന്നപ്പോൾ നെറിക്കസ് കോട്ട പിടിച്ചടക്കാനായി

വൻകരയിലേക്ക് സൈന്യത്തെ നയിച്ച സമയത്തേതുപോലെ എന്നെ സ്യൂസ് ദേവനും എഥീനിദേവിയും അപ്പോളോ ദേവനും മാറ്റി എടുത്തിരുന്നെങ്കിൽ! ആ പഴയ യുദ്ധ വൈദഗ്ദ്ധ്യത്തോടെ ഞാൻ നിന്നോടൊപ്പം ആ വിവാഹാർത്ഥികളെ തകർക്കാനായി നമ്മുടെ വീട്ടിൽ ഇന്നലെ ഉണ്ടായിരുന്നെങ്കിൽ നിന്റെ ഹൃദയം എന്തുമാത്രം ആഹ്ലാദിച്ചേനെ!"

മറ്റുള്ളവർ ഭക്ഷണം പാകം ചെയ്യുന്നതുവരെ അവർ തങ്ങളുടെ കസേരകളിൽ ഇരുന്ന് സംഭാഷണം തുടർന്നു. ആ സമയം വൃദ്ധൻ ഡോളിയസ് മക്കളോടൊപ്പം ജോലിസ്ഥലത്തുനിന്ന് കുതിച്ചുകൊണ്ട് ഓടിയെത്തി. അവരുടെ അമ്മ വൃദ്ധ സിസിലിയൻ പുറത്തേക്കോടി ചെന്ന് അവരെ ഉള്ളിലേക്ക് വിളിച്ചു. അവർ ഒഡീസ്സിയെ കാണുകയും തിരിച്ചറിയുകയും ചെയ്തപ്പോൾ ഹാളിൽ സ്തബ്ധരായി നിന്നുപോയി. ഒഡീസ്സി അവരെ മധുരവാക്കുകൾ പറഞ്ഞ് ഉത്സാഹിപ്പിച്ചു. "നിങ്ങളുടെ ആശ്ചര്യം മറക്കുക. വയോധിക, വന്നിരുന്ന് ആഹാരം കഴിക്കൂ. കുറച്ചു നേരമായി ആഹാരം തയ്യാറാക്കി നിങ്ങളെയും പ്രതീക്ഷിച്ച് ഞങ്ങൾ ഇരിക്കുന്നു."

അദ്ദേഹം പറഞ്ഞതുകേട്ട് ഡോളിയസ് ബാഹുക്കൾ വിരിച്ച് ഒഡീസ്സിയുടെ കരം ഗ്രഹിക്കാനായി ഓടി. കൈയിൽ ചുംബിച്ച് വികാരഭരിതനായ അയാൾ നിലവിളിച്ചു. എന്റെ പ്രിയപ്പെട്ടവനേ, അങ്ങ് സ്നേഹിക്കുന്നവരുടെയും അങ്ങയുടെ വരവ് കാത്തിരുന്നവരുടെയും അങ്ങയെ ഓർത്ത് ഹതാശരായി ഇരുന്നവരുടെയും അടുത്തേക്ക് അങ്ങ് ഇപ്പോൾ തിരിച്ചെത്തിയിരിക്കുന്നു. ഇപ്പോൾ ദൈവം അങ്ങയെ വീട്ടിലെത്തിച്ചു. എല്ലാവരും അങ്ങയെ അഭിവാദ്യം ചെയ്യുന്നു. ഹൃദ്യമായി സ്വാഗതം ചെയ്യുന്നു! ദൈവം അങ്ങേക്ക് സന്തോഷം നല്കട്ടെ. എന്നാൽ പെനെലോപ്പിനെ ഈ വിവരം അറിയിച്ചിട്ടുണ്ടെന്ന് ഞാൻ വിശ്വസിച്ചോട്ടെ. അല്ലെങ്കിൽ നമ്മൾക്കൊരു ദൂതനെ അയക്കാം.

ഒഡീസ്സി മറുപടി നല്കി. വയോധികാ അവൾ മുമ്പേത്തന്നെ അറിഞ്ഞുകഴിഞ്ഞു. നിങ്ങൾ അതിൽ ഇടപെടുകയൊന്നും വേണ്ട."

അപ്പോൾ വന്ദ്യവയോധികനായ ഡോളിയസ് സ്വന്തം ബെഞ്ചിൽ ചെന്നിരുന്നു. അയാളുടെ മക്കൾ ഒഡീസ്സിക്ക് ചുറ്റുംനിന്ന് അദ്ദേഹത്തെ അഭിവാദ്യം ചെയ്യുകയും കൈ പിടിച്ച് കുലുക്കുകയും ചെയ്തു. അതിനുശേഷം അച്ഛന്റെ അടുത്ത് ചെന്നിരുന്ന് വിനയത്തോടെ ആഹാരം കഴിക്കാൻ തുടങ്ങി.

അതിനിടയിൽ വിവാഹാർത്ഥികളെ കൊന്നൊടുക്കിയ വാർത്ത നഗരത്തിലുടനീളം വ്യാപിച്ചു. ജനങ്ങൾ അതുകേട്ടപ്പോൾ എല്ലാ ഭാഗത്തുനിന്നും ഒഡീസ്സിയുടെ വീടിന് മുന്നിൽ കൂട്ടംകൂടി നിന്ന് നിലവിളിക്കാനും വിലപിക്കാനും തുടങ്ങി. അങ്ങനെ ഓരോ സംഘങ്ങൾ വന്ന് അവരുടെ മരിച്ച ബന്ധുക്കളുടെ മൃതദേഹങ്ങൾ ശവസംസ്കാരത്തിനായി ചുമന്ന് കൊണ്ടുപോയി. പുറത്തുള്ള നഗരങ്ങളിൽ നിന്നുവന്നവർ വേഗതയുള്ള കപ്പലുകളിൽ മൃതദേഹങ്ങൾ കയറ്റി. കപ്പൽക്കാരോടൊപ്പം നാട്ടിലേക്ക് പോയി. അതിനുശേഷം മുഴുവൻ ജനതയും അഗാധ ദുഃഖത്തോടെ സമ്മേളിച്ച്, കാര്യങ്ങൾ ചർച്ച ചെയ്യാൻ തയ്യാറെടുത്തു. എല്ലാവരും എത്തിക്കഴിഞ്ഞപ്പോൾ ഒഡീസ്സിയുടെ ആദ്യശരത്തിന് ഇരയായ ആന്റിനസ്സിന്റെ

ഹൃദയം തകർന്ന പിതാവ് യൂപീത്തെസ് എഴുന്നേറ്റ് നിന്നു. അവരെ അഭിസംബോധന ചെയ്തുകൊണ്ടിരിക്കവെ, അയാളുടെ കണ്ണുകളിൽനിന്ന് കണ്ണുനീർ ധാരയായി ഒഴുകിക്കൊണ്ടിരുന്നു. എന്റെ സുഹൃത്തുക്കളെ അക്കായിയന്മാർക്കെതിരെ എത്ര വലിയ ദ്രോഹമാണ് ഈ മനുഷ്യൻ ചെയ്തത്! അവൻ വിദേശത്തേക്ക് ഒപ്പം കൊണ്ടുപോയ കരുത്തനായ പോരാളികളെക്കുറിച്ച് ഒന്നോർത്തുനോക്കൂ. എത്ര കപ്പലുകളും നാവികരുമാണവനോടൊപ്പം പോയത്. അവൻ തിരിച്ചുവന്നത് ബാക്കിയുള്ള ഏറ്റവും നല്ല സെഫാല്‌പേനിയൻ നേതാക്കളെ കശാപ്പു ചെയ്യാൻവേണ്ടി മാത്രം! അവൻ പൈലോസിലേക്കോ വിശുദ്ധ എലിസിലേക്കോ ഈപിയൻ അഭയകേന്ദ്രത്തിലേക്കോ പെട്ടെന്ന് ഓടി രക്ഷപ്പെടുന്നതിനുമുമ്പ് നിങ്ങൾ കർമ്മോന്മുഖരാകണം. നമ്മൾക്ക് മുന്നേറാം. അല്ലെങ്കിൽ നമ്മുടെ ശിരസ്സുകൾ എന്നും ലജ്ജിച്ചു കുനിക്കേണ്ടിവരും. നമ്മുടെ മക്കളുടെയും ബന്ധുക്കളുടെയും ഘാതകരെ ശിക്ഷിച്ചില്ലെങ്കിൽ അതിന്റെ മാനഹാനി ഇനിയുള്ള തലമുറകളിലും അലയടിക്കും! എനിക്കിനി ജീവിതത്തിൽ യാതൊരു സന്തോഷവുമില്ല. അതിനേക്കാൾ ഭേദം മരണവും ഈ മരിച്ചവരുടെ കൂട്ടുകെട്ടുമാണ്, എഴുന്നേല്ക്കുക! പ്രഹരിക്കുക. അവർ കടൽ കടന്ന് നമ്മളിൽ നിന്ന് രക്ഷപ്പെടുന്നതിനു മുമ്പവരെ നശിപ്പിക്കുക."

ഈ പ്രഭാഷണവും അവന്റെ കണ്ണുനീരും എല്ലാം അക്കായിയന്മാരിലും സഹാനുഭൂതി ഉയർത്തി. ഒഡീസ്സിയുടെ കൊട്ടാരത്തിൽ കിടന്നുറങ്ങിയിരുന്ന മെഡോണും ഗായകനും ഉറക്കമുണർന്ന് ഉടനെ അവിടെ എത്തി. വാപൊളിച്ചു നില്ക്കുന്ന ജനക്കൂട്ടത്തിലേക്കവർ നടന്നുചെന്നു. മെഡോൺ അവിടെനിന്ന് സമചിതത്തതോടെ പറഞ്ഞു. "ഇഥാക്കയിലെ മനുഷ്യരേ, ഞാൻ പറയുന്നത് കേൾക്കുക. ഒഡീസ്സി ചെയ്തത് ഒന്നും സ്വന്തം ഇഷ്ടപ്രകാരമായിരുന്നില്ല. അനശ്വരമായ ദൈവങ്ങൾ ചെയ്യിപ്പിച്ചതാണ്. മെന്ററുടെ രൂപത്തിൽ ഒഡീസ്സിയുടെ അടുത്തുനിന്ന് ഒരു അനശ്വരനായ ദേവൻ അദ്ദേഹത്തെ സധൈര്യം മുന്നോട്ടു നയിക്കുന്നത് ഞാനെന്റെ കണ്ണുകൾ കൊണ്ട് കണ്ടതാണ്. വിവാഹാർത്ഥികൾ തലങ്ങും വിലങ്ങുമായി നിലംപതിക്കുന്നതുവരെ ആ കൂട്ടക്കൊല തുടർന്നു." അവന്റെ വാക്കുകൾ കേട്ട് അവർ പേടിച്ചു വിളർത്തു. പിന്നെ ആദരണീയനായ വൃദ്ധൻ ഹാലിതെഴ്സസ് വളരെ തുറന്ന മനസ്സോടെ പറഞ്ഞു. "ഇപ്പോൾ നിങ്ങൾ ഞാൻ പറയുന്നത് ശ്രദ്ധിക്കുക ഇഥാക്കക്കാരെ, നിങ്ങൾക്കോ മെന്ററിനോ നിങ്ങളുടെ മക്കളെ വികാരോന്മത്തമായ മാർഗ്ഗത്തിൽനിന്ന് പിന്തിരിപ്പിക്കാൻ കഴിഞ്ഞില്ല. മനപ്പൂർവ്വം വിഷയാസക്തിയോടെ അവർ ഒഡീസ്സിയുടെ സ്വത്ത് ധൂർത്തടിച്ച് നശിപ്പിക്കുകയും ശ്രേഷ്ഠനായൊരു വ്യക്തിയുടെ പത്നിയെ അപമാനിക്കുകയും ചെയ്തു, അദ്ദേഹം ഇനി തിരിച്ചു വരികയില്ലെന്ന വിശ്വാസത്തോടെ! എന്നാൽ ഇപ്പോൾ എന്റെ ഉപദേശം സ്വീകരിക്കുക. നമ്മൾ ഇനി മറ്റൊരു നീക്കം കൂടി നടത്തിയാൽ അനിഷ്ടസംഭവങ്ങൾ ആവർത്തിക്കപ്പെട്ടേക്കാം. അതുകൊണ്ട് സ്വന്തം വീടുകളിലേക്ക് തിരിച്ചുപോകുക."

അപ്രകാരം അദ്ദേഹം ഉപദേശിച്ചപ്പോൾ ഏതാനും പേർ അതനുസരിച്ചു. ഭൂരിഭാഗംപേരും യൂപീതീസിന്റെ ഉപദേശം പിന്തുടർന്ന് ചാടി എഴു

ന്നേറ്റ് യുദ്ധകാഹളം മുഴക്കി. അവർ ഓടിപ്പോയി ആയുധമേന്തി, കവചങ്ങൾ അണിഞ്ഞ് പട്ടണത്തിൽ അണിനിരന്നു; തന്റെ മകന്റെ മരണത്തിൽ ഉന്മത്തനായ യുപീതീസ് അവരെ നയിച്ചു. പ്രതികാര ദാഹം അയാളെ ഭ്രാന്തനാക്കിയിരുന്നു. അതവനെ സ്വയം തന്റെ മരണത്തിലേക്ക് നയിച്ചു.

സ്വർഗ്ഗത്തിൽ എഥീനി ദേവി ക്രോണോസിന്റെ പുത്രനായ സ്യൂസ് ദേവനോട് അഭ്യർത്ഥിച്ചു. "ഞങ്ങളുടെ എല്ലാവരുടേയും പിതാവേ, രാജാക്കന്മാരുടെ രാജാവേ, ഞാൻ ചോദിക്കുന്നതിന് മറുപടി തരൂ. അങ്ങയുടെ മനസ്സിനുള്ളിലെ രഹസ്യം എന്നോട് തുറന്ന് പറയു, അങ്ങ് ക്രൂരമായ മറ്റൊരു യുദ്ധത്തിന് പ്രേരിപ്പിക്കുമോ? അല്ലെങ്കിൽ അവരെ വീണ്ടും പരസ്പരം സ്നേഹിക്കുന്നവരാക്കുമോ?

അപ്പോൾ സ്യൂസ് ദേവൻ മറുപടി നല്കി. "മോളെ, നീ എന്തുകൊണ്ടാണ് ഈ ചോദ്യം എന്നോട് ചോദിച്ചത്? ഈ ഇടപാട് നിന്റെ സൃഷ്ടി തന്നെയാണ്. ആ വിവാഹാർത്ഥികൾക്കെതിരെ പ്രതികാര ദാഹത്തോടെ ഒഡീസ്സിയെ ഇളക്കിവിട്ടത് നീ തന്നെയല്ലേ? ഇപ്പോൾ നിന്റെ ഇഷ്ടാനുസരണം കാര്യങ്ങൾ നടക്കട്ടെ; ഞാൻ അനുയോജ്യമായൊരു മാർഗ്ഗം നിന്നോട് പറയാം. മഹാനായ ഒഡീസ്സി പ്രതികാരം ചെയ്തുകഴിഞ്ഞു. ആ കക്ഷികൾ ഒരു ദൃഢമായ സമാധാന ഉടമ്പടി ഉണ്ടാക്കട്ടെ. അതനുസരിച്ച് ഒഡീസ്സി അവരുടെ രാജാവായി തുടരും. അതേസമയം അവരുടെ ബന്ധുക്കളെ വധിച്ചതിനെക്കുറിച്ചുള്ള ഓർമ്മകൾ നമ്മൾ അവരുടെ മനസ്സിൽ നിന്ന് മാച്ചുകളയും. അങ്ങനെ അവർ പണ്ടത്തേതുപോലെ പരസ്പരം സ്നേഹിക്കും, സമാധാനവും സമ്പത്തും കൈവരിക്കും."

അദ്ദേഹത്തിന്റെ വാക്കുകൾ ജിജ്ഞാസുവായ എഥീനി ദേവിയെ സന്തുഷ്ടയാക്കി. ഒളിമ്പസിൽ നിന്നവൾ അതിശീഘ്രം താഴേക്ക് പാഞ്ഞു.

ഫാമിൽ എല്ലാവരും വിഭവ സമൃദ്ധമായ ഭക്ഷണം മതിയാവോളം കഴിച്ചു. ഒഡീസ്സി അവർക്ക് നിർദ്ദേശങ്ങൾ കൊടുക്കാൻ തുടങ്ങി. "നിങ്ങളിൽ ഒരാൾ ഏതെങ്കിലും ശത്രുക്കൾ വരുന്നുണ്ടോ എന്ന് ശ്രദ്ധിക്കണം. അപ്രകാരം ഡോളിയസിന്റെ ഒരു മകൻ പൂമുഖത്തേക്ക് വന്നു. ശത്രുക്കളുടെ ഒരുസംഘം വളരെ അടുത്തെത്തിയതായി അവൻ കണ്ടു. ഉടനെ അവൻ ഒഡീസ്സിയോട് ഉറക്കെ വിളിച്ചുപറഞ്ഞു. "അവർ നമ്മുടെ തൊട്ടടുത്തെത്തിക്കഴിഞ്ഞു. ആയുധമേന്തുക! പെട്ടെന്ന്!"

അവർ ചാടി എഴുന്നേറ്റ് ആയുധം ധരിച്ച് യുദ്ധസന്നദ്ധരായി. ഒഡീസ്സിയോടൊപ്പമുള്ള നാലുപേർക്ക് പുറമെ ഡോളിയസ്സിന്റെ ആറ് പുത്രന്മാരും ഉണ്ടായിരുന്നു. തലനരച്ച വൃദ്ധരായ ലാർട്ടെസും ഡോളിയസും ആവശ്യം വന്നപ്പോൾ യോദ്ധാക്കളായി മാറി. അവർ ഗേറ്റ് മലർക്കെ തുറന്ന് ഒഡീസ്സിയുടെ നേതൃത്വത്തിൽ മുന്നോട്ടു നീങ്ങി. അവരുടെ വെങ്കല പടച്ചട്ട വെട്ടിത്തിളങ്ങി. മെന്ററിന്റെ രൂപത്തിൽ എഥീനി ദേവിയും അവരോടൊപ്പം ചേർന്നു. അതുകണ്ട് ആഹ്ലാദവാനായ ഒഡീസ്സി മകനെ ബോധിപ്പിച്ചു.

"എന്റെ ടെലിമാക്കസ് നീ മുതിർന്നവരോടൊപ്പം ഇന്ന് യുദ്ധത്തിൽ പങ്കെടുക്കുകയാണ്. അതിൽ ഏറ്റവും സമർത്ഥർ വിജയിക്കും. നീ സ്വന്തം

വംശപരമ്പരയ്ക്ക് അപമാനം വരുത്തി വെക്കരുത്. ധീരതയ്ക്കും പ്രാപ്തിക്കും ലോകപ്രശസ്തി നേടിയവരാണ് നമ്മൾ.

അതിന് ടെലിമാക്കസ് സമുചിതമായ മറുപടി നല്കി. "പ്രിയപ്പെട്ട അച്ഛാ, അങ്ങേക്ക് ഇഷ്ടമുണ്ടെങ്കിൽ ശ്രദ്ധിക്കുക. എന്റെ മുൻഗാമികൾക്ക് ഒരിക്കലും അപമാനം വരുത്താത്ത രീതിയിലുള്ള കഴിവ് ഞാൻ പ്രകടിപ്പിക്കുന്നത് അങ്ങേക്ക് കാണാനാകും. അങ്ങ് ആഗ്രഹിക്കുന്ന രീതിയിൽ തന്നെ."

അത് യദൃച്ഛയാ കേൾക്കാനിടയായ ലാർട്ടെസ് ചിരിച്ചുകൊണ്ട് വിളിച്ചുപറഞ്ഞു. "പ്രിയപ്പെട്ട ദൈവങ്ങളേ, എന്തൊരു ശുഭദിനമാണ് എനിക്കിന്ന്. എന്റെ മകനും മകന്റെ മകനും ധീരതയുടെ പേരിൽ മത്സരിക്കുന്നു."

എഥീനി ദേവി ലാർട്ടെസ്സിന്റെ അരികിൽച്ചെന്ന് മന്ത്രിച്ചു. "ആർസേഷിയസിന്റെ പുത്രാ, ഞാൻ ഏറ്റവും അധികം സ്നേഹിക്കുന്ന എന്റെ സുഹൃത്തേ, എഥീനി ദേവിക്കും പിതാവായ സ്യൂസ് ദേവനും പ്രാർത്ഥന നടത്തിയശേഷം നീണ്ട കുന്തം നേരെ പിടിച്ച്, വീശി എറിയുക," അവൾ തന്റെ വാക്കുകളോടൊപ്പം അദ്ദേഹത്തിന് ഊർജ്ജസ്വലതയും പകർന്നു കൊടുത്തു. അദ്ദേഹം മഹാനായ സ്യൂസിന്റെ പുത്രിയെ ധ്യാനിച്ച് കുന്തം നേരെ പിടിച്ച് യൂപീത്തീസിന്റെ ശിരസ്സിനെ ലക്ഷ്യമാക്കി വീശി എറിഞ്ഞു. ആ കുന്തം അവന്റെ ഹെൽമെറ്റ് തകർത്ത് ശിരസ്സിലൂടെ തുളച്ചുകയറി. ഭയങ്കര ചിലമ്പലോടെ യുപീത്തീസ് നിലം പതിച്ചു!

ഒഡീസ്സിയും അദ്ദേഹത്തിന്റെ പുത്രനും ആ അക്രമിസംഘത്തിനു നേരെ ചാടിവീണു. അവരെ വാളുകൊണ്ട് വെട്ടിയും കുന്തംകൊണ്ട് കുത്തിയും മുറിപ്പെടുത്തി. സ്യൂസിന്റെ പുത്രി എഥീനി ദേവി ഉച്ചത്തിൽ അലറി വിളിച്ചില്ലായിരുന്നെങ്കിൽ എല്ലാവരെയും കൂട്ടക്കൊല നടത്തിയേനെ. ദേവി വിളിച്ചു പറഞ്ഞു. "ഇഥാക്കയിലെ ജനങ്ങളെ നിങ്ങളുടെ മാരകമായ യുദ്ധം നിർത്തൂ. രക്തച്ചൊരിച്ചിലില്ലാതെ സമാധാനപരമായി ജീവിക്കുന്നതാണ് ഏറ്റവും നല്ലത്."

ദേവിയുടെ ശബ്ദം അവരെ പേടിയോടെ പിന്നോക്കം മാറ്റി. ആ പരിഭ്രാന്തിക്കിടയിൽ അവരുടെ പിടിയിൽ നിന്ന് ആയുധങ്ങൾ വഴുതി വീണു. അവർ പ്രിയപ്പെട്ട ജീവനും കൊണ്ട് പട്ടണത്തിലേക്ക് തിരിച്ചുപോകാൻ തുനിഞ്ഞു. എന്നാൽ ഭയങ്കരമായ അലർച്ചയോടെ ഒഡീസ്സി അവരെ പിന്നിൽനിന്ന് അക്രമത്തിനായി പാഞ്ഞു ചെന്നു. സ്യൂസ് ദേവനത് ഇഷ്ടപ്പെട്ടില്ല. തൽക്ഷണം ക്രോണോസിന്റെ പുത്രൻ സ്വന്തം പുത്രിയോട് തന്റെ കോപം പ്രകടമാക്കി. എഥീനി ഒഡീസ്സിയോട് വിളിച്ചു പറഞ്ഞു "നില്ക്കൂ, പിൻവാങ്ങൂ, ലാർട്ടെസിന്റെ പുത്രാ, ഒഡീസ്സി. ഈ ആഭ്യന്തര യുദ്ധം നിർത്തുക, സ്യൂസ് ദേവനെ കുപിതനാക്കരുത്.

ഒഡീസ്സി അതനുസരിച്ചു ഉള്ളാലെ സന്തോഷിച്ചു. അപ്പോഴും മെന്ററുടെ രൂപത്തിലായിരുന്ന പല്ലാസ് അവർക്കിടയിൽ ശാശ്വതമായ ഒരു സമാധാന കരാർ ഉണ്ടാക്കി.

●

www.ingramcontent.com/pod-product-compliance
Lightning Source LLC
LaVergne TN
LVHW060550051026
849519LV00002B/360